D1772424

சின்ன விஷயங்களின் கடவுள்

அருந்ததி ராயின் இதர முக்கிய நூல்கள்

The Algebra of Infinite Justice

An Ordinary Person's guide to Empire

The Shape of the Beast

Listening to Grasshoppers

Broken Republic

Walking with the Comrades

My Seditious Heart (Complete collection of political essays)

In Which Annie Gives It Those Ones (Screen play)

The Ministry of Utmost Happiness

சின்ன விஷயங்களின் கடவுள்

அருந்ததி ராய் (பி. 1961)

அருந்ததி ராய் இந்தியாவின் நட்சத்திர எழுத்தாளர், களப்பணியாளர்.

அவரது முதல் நாவலான *The God of Small Things* ('சின்ன விஷயங்களின் கடவுள்') புக்கர் பரிசு பெற்றதும் உலகப்புகழை அடைந்தார்.

இந்திய அரசின் அணு ஆயுதக் கொள்கை எதிர்ப்பு, இந்திய அரசமைப்பால் ஒடுக்கப்படும் கஷ்மீரிகள், ஆதிவாசிகள் ஆகியோருக்கு ஆதரவான போராட்டங்கள், அமெரிக்க ஏகாதிபத்திய எதிர்ப்பு போன்ற களப் போராட்டங்களில் ஈடுபட்டும், காத்திரமான கட்டுரைகள் எழுதியும் வருபவர். இந்துத்துவத்தின் கடுமையான விமர்சகர். தலித் விடுதலையில் ஆழ்ந்த கரிசனம் கொண்டவர். 2015இல் விடுதலைச் சிறுத்தைகள் 'அம்பேத்கர் சுடர்' விருதை அருந்ததி ராய்க்கு வழங்கினர்.

ஆய்வின் வலுக்கொண்ட அவரது கட்டுரைகள் அவற்றின் கருத்துக்களுக்காகவும் நடைக்காகவும் உலகக் கவனம் பெற்றவை.

முதல் நாவல் வெளிவந்து இருபது ஆண்டுகள் கழித்து வெளிவந்திருக்கும் அவரது இரண்டாவது நாவலான *The Ministry of Utmost Happiness* ('பெருமகிழ்வின் பேரவை') உலக இலக்கிய அரங்கில் முக்கிய இடத்தைப் பெற்றுள்ளது.

ஜி. குப்புசாமி (பி. 1962)

மொழிபெயர்ப்பாளர்

அயல் மொழி இலக்கிய மொழிபெயர்ப்பில் ஈடுபட்டுவரும் இவர் முக்கியமான சமகால எழுத்தாளர்கள் பலரின் எழுத்துக்களைத் தொடர்ந்து தமிழாக்கம் செய்துவருகிறார்.

'என் பெயர் சிவப்பு' மொழிபெயர்ப்புக்காக கனடா இலக்கியத் தோட்டம் விருதும், எஸ்.ஆர்.எம். பல்கலைக்கழகத்தின் தமிழ்ப்பேராய விருதும் (2012) பெற்றுள்ளார். மேலும் 'கடல்' நாவல் மொழிபெயர்ப்புக்காக அயர்லாந்து அரசின் இலக்கிய நல்கையும் 2018ஆம் ஆண்டிற்கான தமிழக அரசின் சிறந்த மொழிபெயர்ப்பாளர் விருதையும் பெற்றுள்ளார்.

முகவரி : 74/26, பிள்ளையார் கோவில் தெரு,
ஆரணி பாளையம், ஆரணி,
திருவண்ணாமலை மாவட்டம் 632 301.

தொலைபேசி : 9443305456, 9791561654

மின்னஞ்சல் : gkuppuswamy62@yahoo.com

அருந்ததி ராய்

சின்ன விஷயங்களின் கடவுள்

தமிழில்

ஜி. குப்புசாமி

காலச்சுவடு பதிப்பகம்

அன்பார்ந்த வாசகருக்கு,

வணக்கம்.

காலச்சுவடு நூலை வாங்கியமைக்கு நன்றி.

நூலின் உள்ளடக்கம், உருவாக்கம், அட்டைப்படம் இன்ன பிற அம்சங்கள் பற்றிய உங்கள் கருத்துகளையும் ஆலோசனைகளையும் காலச்சுவடு வரவேற்கிறது. தகவல், எழுத்து, வாக்கியப் பிழைகள் தென்பட்டால் அவசியம் தெரிவித்து உதவுங்கள். நூல் தயாரிப்பில் கடும் குறைபாடு இருப்பின் மாற்றுப் பிரதி உங்களுக்குக் கிடைக்கக் காலச்சுவடு ஏற்பாடு செய்யும்.

மின்னஞ்சல்: **publisher@kalachuvadu.com**

காலச்சுவடு நாகர்கோவில் அலுவலகத்திற்குக் கடிதம் அனுப்பலாம்.

தங்கள்
எஸ்.ஆர். சுந்தரம் (கண்ணன்)
பதிப்பாளர் — நிர்வாக இயக்குநர்

சின்ன விஷயங்களின் கடவுள் ❖ நாவல் ❖ ஆசிரியர்: அருந்ததி ராய் ❖ தமிழில்: ஜி. குப்புசாமி ❖ © அருந்ததி ராய் ❖ முதல் பதிப்பு: ஜூலை 2012, திருத்தப்பட்ட மறுபதிப்பு: செப்டம்பர் 2012, பன்னிரண்டாம் பதிப்பு: ஆகஸ்ட் 2024 ❖ வெளியீடு: காலச்சுவடு பப்ளிகேஷன்ஸ் (பி) லிட்., 669, கே. பி. சாலை, நாகர்கோவில் 629001

cinna vishayankaLin kaTavul ❖ Tamil Translation of 'The God of Small Things' ❖ Novel ❖ Author: ArundhatiRoy ❖ Translated by: G. Kuppuswamy ❖ © Arundhati Roy ❖ Language: Tamil ❖ First Edition: July 2012, Reprint with Corrections: September 2012, Twelth Edition: August 2024 ❖ Size: Royal ❖ Paper: 18.6 kg Maplitho ❖ Pages: 368

Published by Kalachuvadu Publications Pvt.Ltd., 669, K.P. Road, Nagercoil 629001, India ❖ Phone: 91-4652-278525 ❖ e-mail: publications@kalachuvadu.com ❖ Printed at Mani Offset, Chennai 600077

ISBN: 978-93-81969-04-5

08/2024/S.No. 465, kcp 5269, 18.6 (12) ass

நன்றி

பிரதீப் கிருஷனுக்கு. என் மிகக் கடுமையான விமர்சகன், உற்ற தோழன், என் காதலன். நீங்களில்லாமல் இந்தப் புத்தகம், *இந்தப்* புத்தகமாக இருந்திருக்காது.

பியா, மித்வாவுக்கு. என்னுடையவர்களாக அவர்கள் இருப்பதற்காக.

ஆராதனா, அர்ஜூன், பீட்டி, சாந்து, கார்லோ, கோலக், இந்து, ஜொவானா, நஹீத், பிலிப், சஞ்சு, வீணா, விவேகாவுக்கு.

இந்தப் புத்தகத்தை எழுதிய வருடங்களில் என்னைப் பராமரித்துக் கொண்டதற்காக.

பங்கஜ் மிஸ்ராவுக்கு. வெளியுலகிற்குச் சென்ற இதன் பயணத்தைக் கொடி யசைத்துத் தொடங்கிவைத்ததற்காக.

அலோக் ராய், ஷோமிட் மிட்டருக்கு. எழுத்தாளர்கள் கனவுகாணும் ஆதர்ச வாசகர்களாக இருந்ததற்காக.

டேவிட் காட்வின்னுக்கு. ஃபிளையிங் ஏஜென்ட், வழிகாட்டி, நண்பன். திடீர் உந்துதலில் அந்த இந்தியப் பயணத்தை மேற்கொண்டதற்காக. கடலைப் பிரித்து வழியமைத்ததற்காக.

நீலு, சுஷ்மா, கிருஷ்ணனுக்கு. என்னை உற்சாகப்படுத்தி, கால் தசை நாண்களைச் செயல்பாட்டில் வைத்திருந்ததற்காக.

இறுதியாக ஆனால் உளமாற தாதிக்கும் தாதாவிற்கும். அவர்கள் அன்புக்காக, ஆதரவுக்காக.

நன்றி.

என்னை வளர்த்து ஆளாக்கிய மேரி ராய்க்கு.
வெளியிடங்களில் அவள் பேச்சில் குறுக்கிடுவதற்கு முன்
'எக்ஸ்யூஸ் மீ' சொல்லக் கற்றுக்கொடுத்தவள்.
நான் தனியே செல்வதை அனுமதிக்குமளவுக்கு என்னை நேசித்தவள்.

என்னைப் போலவே தப்பிப் பிழைத்திருக்கும் LKC க்கு.

அது ஒன்றே ஒன்றுதான் என்பதுபோல இனி ஒருபோதும்
ஒரு தனிக்கதையை சொல்ல முடியாது.

ஜான் பெர்ஜர்

பொருளடக்கம்

1

பாரடைஸ் ஊறுகாய்கள் & பதனங்கள் கம்பெனி

அய்மனத்தில் மே ஓர் உஷ்ணமான, பயமுறுத்தும் மாதம். நீண்ட புழுக்கமான பகல்கள். மீனச்சல் ஆறு வற்றும். அசைவற்ற, பச்சைப் புழுதி படிந்த மரங்களின் பளபளப்பான மாங்காய்களை அண்டங்காக்கைகள் வாய்நிறையக் கொத்தி விழுங்கும். செவ்வாழை பழுக்கும். பலா வெடிக்கும். பழவாசனை நிரம்பிய காற்றில் மயங்கி நீலப்பெருவண்டுகள் வீணாக ரீங்கரித்தபடிப் பிரகாசிக்கும் வெயிலில், தெள்ளத் தெளிவான ஜன்னல் கண்ணாடிகளில் மோதி, ஸ்தம்பித்து, செத்து விழும்.

தெளிவான இரவுகள். ஆனால் மந்தமும் சோக எதிர் பார்ப்பும் தோய்ந்து நிரம்பியவை.

ஆனால் ஜூன் மாதத் தொடக்கத்தில் தென்மேற்குப் பருவ மழை ஆரம்பித்துவிடும். மூன்று மாதங்களுக்குக் காற்றும் மழையு மாக இடையிடையே கொஞ்ச நேரத்திற்குச் சுள்ளென்று வெயில் அடிக்க, அதில் கிளர்ச்சியுற்ற சிறுவர்கள், அந்த வெயிலை இழந்து விடாமல் விளையாடுவார்கள். வயல்வெளிகள் பகட்டுப் பச்சை யாக மாறும். மரவள்ளி வேலிகள் வேர்விட்டுப் பூக்க ஆரம்பித்த தும் வரப்பெல்லைகள் மறையத் தொடங்கும். செங்கல் சுவர்கள் பாசிப் பச்சையாகும். மிளகுக்கொடிகள் மின் கம்பங்களில் பாம்பு போலச் சுற்றி ஏறும். சாலையோரக் கால்வாய்களில் வளரும் காட்டுக்கொடிகள் நீர் நிரம்பிய கரைகளிலிருந்து பீறிட்டுக் கிளம்பிக் களிமண் தெருக்களுக்குக் குறுக்கே படர்ந்து செல்லும். கடை வீதிகளில் படகுகள் செல்லும். நெடுஞ்சாலைகளின் பொதுப்பணித் துறைக் குழிகளில் தேங்கியிருக்கும் தண்ணீர்க் குட்டைகளில் குட்டி மீன்கள் பிறக்கும்.

அய்மனத்திற்கு ராஹேல் திரும்பி வந்தபோது மழை பெய்து கொண்டிருந்தது. சாய்ந்த வெள்ளிக் கயிறுகள் துப்பாக்கி ரவைகள் போல மோதி இளகிய தரையைப் பெயர்த்துக்கொண்டிருந்தன. மேட்டின் மேலிருந்த அந்தப் பழைய வீடு தனது செங்குத்தான கூரையை ஒரு தளர்ந்த தொப்பியைப் போலத் தன் காதுவரை

இழுத்துவிட்டிருந்தது. பாசிப் படர்ந்த சுவர்கள் மெத்தென்று, ஈரத்தால் கொஞ்சம் உப்பியிருந்தன. கட்டுப்பாடற்று வளர்ந்திருந்த தோட்டம் முழுக்கக் குட்டி ஜீவன்களின் முணுமுணுப்பும் அரவங்களும் நிறைந் திருந்தன. புதருக்குள் மினுமினுத்துக்கொண்டிருந்த பாறையில் ஒரு சாரைப்பாம்பு தன்னைத் தானே உரசிக்கொண்டிருந்தது. கசடு நுரைத்த குட்டையோரமாகக் குண்டு குண்டுத் தவளைகள் ஜோடி தேடி நம்பிக்கை யுடன் அலைந்துகொண்டிருந்தன. சருகுகள் இறைந்திருந்த வண்டிப் பாதையின் குறுக்கே, தொப்பலாக நனைந்த ஒரு கீரி ஓடியது.

அந்த வீடே காலியாக இருப்பதுபோலத்தான் தோன்றியது. கதவு களும் சன்னல்களும் சாத்தியிருந்தன. முன்வாசல் காலியாக இருந்தது. ஆனால் ஆகாச நீல பிளிமத் கார், குரோமிய வால் சிறகுகளுடன் இன்னும் வெளியேதான் நிறுத்தப்பட்டிருக்கிறது. உள்ளே பேபி கொச்சம்மா இன்னும் உயிருடன்தான் இருக்கிறாள்.

அவள் ராஹேலின் பேபி பெரியத்தை. தாத்தாவின் தங்கை. உண்மை யில் அவள் பெயர் நவோமி. நவோமி ஐப். ஆனால் எல்லோரும் அவளைப் பேபி என்றுதான் கூப்பிட்டார்கள். அத்தையென்று கூப்பிடும் வயதை அவள் அடைந்ததும், பேபி கொச்சம்மாவாகிவிட்டாள். ராஹேல் ஒன்றும் அவளைப் பார்ப்பதற்கு வரவில்லை. தமக்கைக்கோ பேபி பெரியத்தைக்கோ இந்த விஷயத்தில் எந்தப் பிரமையும் இல்லை. ராஹேல் அவள் சகோதரன் எஸ்தாவைப் பார்ப்பதற்கு வந்திருக்கிறாள். இருவரும் இரு – கரு இரட்டையர்கள். மருத்துவர்கள் அவர்களை *Dizygotic* என்றார் கள். தனித்தனியான, ஆனால் ஒரே நேரத்தில் கருவுற்ற இரு முட்டை களிலிருந்து பிறந்தவர்கள். எஸ்தா – எஸ்தப்பான் – பதினெட்டு நிமிடங் கள் பெரியவன்.

அந்தளவிற்கு ஒரே ஜாடையில் அவர்கள் இல்லை. எஸ்தாவும் ராஹேலும் ஒல்லிக் கைகள், தட்டை மார்புகள், குடல் புழுக்களுடன், எல்விஸ் ப்ரெஸ்லி போல சட்டைக் காலர்களோடு இருந்த சமயத்தில் கூட, மிகையாகச் சிரித்துக்கொண்டுவரும் உறவினர்களும், அடிக்கடி நன்கொடை கேட்டு அந்த வீட்டிற்கு வரும் சிரியன் ஆர்த்தடாக்ஸ் பிஷப்புகளும்கூட, 'இதில் ராஹேல் யார்?' 'யார் எஸ்தா' போன்ற வழக்கமான சந்தேகங்களைக் கேட்டதில்லை.

குழப்பம், ஆழத்தில் ரகசியமானதோர் இடத்தில் பதிந்திருந்தது.

அந்த ஆரம்பகால ரூபமற்ற வருடங்களில், அப்போதுதான் ஆரம்பித் திருந்த ஞாபகங்களில், முடிவுகள் இன்றி வெறும் ஆரம்பங்களை மட்டுமே கொண்டு, எல்லாமே எப்போதைக்குமாக வாழ்க்கை இருந்த காலத்தில், எஸ்தப்பானும் ராஹேலும் தம்மிருவரையும் ஒன்றுசேர்த்து 'நான்' என்றும், தனியாகவும் தனிப்பட்டதாகவும் நாங்கள் அல்லது எங்களுக்கு என்றுமே நினைத்துக்கொண்டிருந்தனர். ஏதோ அபூர்வ சயாமீஸ் இரட்டையர்களைப் போல, தனியான உடல்களும் இணைந் திருக்கும் அடையாளங்களுமாக.

இப்போது இத்தனை வருடங்கள் கழித்து ஒரு நாள் இரவு எஸ்தா கண்ட வேடிக்கையான கனவை நினைத்து ராஹேல் சிரித்துக்கொண்டே எழுந்த ஞாபகம் இருக்கிறது.

அவளுக்கு வேறுசில நினைவுகள்கூட இருக்கின்றன. மனத்தில் வைத்திருக்க உரிமையில்லாத நினைவுகள்.

உதாரணமாக (தான் அங்கே இருந்திருக்காவிட்டால்கூட) அபிலாஷ் டாக்கீஸில் ஆரஞ்சு பானம், எலுமிச்சை பானம் விற்பவன் எஸ்தாவிடம் என்ன செய்தான் என்பதை அவள் ஞாபகத்தில் வைத்திருக்கிறாள். தக்காளிச் சாண்ட்விச்களின் ருசி அவளுக்கு ஞாபகம் இருக்கிறது. எஸ்தாவின் சாண்ட்விச், எஸ்தா சாப்பிட்டது – மெட்ராஸுக்குப் போனபோது, மெட்ராஸ் மெயிலில்.

இவையெல்லாம் வெறும் சின்ன விஷயங்கள்தாம்.

ஆனால் இப்போது எஸ்தாவையும் ராஹேலையும் அவள் *அவர்கள்* என்றே நினைக்கிறாள். ஏனென்றால் தனித்தனியாக *அவர்கள்* முன்பு இருந்ததைப் போல இப்போது இல்லை, அல்லது *அவர்கள்* இருக்கப் போவதாக நினைத்த மாதிரியும் இல்லை.

எப்போதும்.

இப்போது அவர்கள் வாழ்க்கைகளுக்கு ஒரு அளவும் வடிவும் வந்துவிட்டன. எஸ்தாவுக்கு அவனுடையது, ராஹேலுக்கு அவளுடையது.

அவர்களின் தனித்தனித் தொடுவானங்களிலும் விளிம்புகள், வேலிகள், எல்லைகள், ஓரங்கள், தடுப்புகள் தோன்றிவிட்டன, குட்டிச்சாத்தான்களின் படையைப் போல. மங்கலான முனையில் அலைந்துகொண்டிருக்கும், நீண்ட நிழல்கள் கொண்ட குள்ள ஜந்துகள். அவர்களின் கண்களுக்கடியில் மெத்தென்ற பிறைச்சந்திரன்கள் சேகரமாகிவிட்டன. அம்மு இறந்தபோது இருந்த வயது அவர்களுக்கு. முப்பத்தொன்று.

அத்தனை முதுமை இல்லை.

அத்தனை இளமை இல்லை.

ஆனால் வாழவும் சாகவும் கூடிய ஒரு வயது.

கிட்டத்தட்ட ஒரு பேருந்தில்தான் எஸ்தாவும் ராஹேலும் பிறந்தார்கள். பாபா, அவர்களுடைய அப்பா, அவர்களுடைய அம்மா அம்முவை ஷில்லாங்கிலிருந்த மருத்துவமனைக்கு அழைத்துச் சென்ற கார், அஸ்ஸாம் டீ எஸ்டேட் சாலை கொண்டை ஊசி வளைவு ஒன்றில் பழுதாகி நின்றுவிட்டது. அவர்கள் காரைக் கைவிட்டுவிட்டு நெரிசலோடு வந்த மாநில அரசுப் பேருந்தை நிறுத்தி ஏறிக்கொண்டார்கள். சுற்றிலுமிருந்த மிக ஏழ்மையான பயணிகள், ஒப்பீட்டளவில் மிக வசதியாயிருந்த இவர்களைச் சுவாரஸ்யமாக, ஒருவேளை அம்மு எவ்வளவு பெரிய கர்ப்ப வயிற்றோடு இருக்கிறாள் என்பதைப் பார்த்து அந்தத் தம்பதியினருக்கு இடமளிக்க, அந்தப் பயணத்தின் மிச்ச தூரம் முழுவதும் அவர்களுடைய அப்பா (எஸ்தாவும் ராஹேலும் உள்ளே இருந்த) அம்முவின் வயிற்றைக் குலுங்காமல் தாங்கிப் பிடித்துக்கொண்டே வந்தார். அது அவர்கள் இருவரும் விவாகரத்து செய்துகொண்டு, அம்மு கேரளாவுக்குத் திரும்பி வந்து வாழ ஆரம்பிப்பதற்கு முன்பு.

அவர்கள் பேருந்திலேயே பிறந்திருந்தால், அவர்களது வாழ்நாள் முழுக்கவும் இலவசமாகப் பேருந்தில் செல்லச் சலுகை கிடைத்திருக்கும் என்று எஸ்தா சொல்வான். அவன் எங்கிருந்து இந்தத் தகவலைப் பெற்றான், எப்படி இந்த மாதிரியான விஷயங்களெல்லாம் அவனுக்குத் தெரியவந்தன என்பதெல்லாம் தெளிவாகத் தெரியாவிட்டாலும், தாம் வாழ்நாள் முழுக்க இலவசமாகப் பேருந்தில் சென்றிருக்கக்கூடிய வாய்ப்பைத் தட்டிப் பறித்துவிட்ட தமது பெற்றோர்மீது பல வருடங் களுக்கு அந்த இரட்டையர்களுக்கு லேசான கோபம் இருந்தது.

அதேபோல் சாலையை நடைப்பயணிகள் கடக்கும் வரிக்குதிரைக் கோட்டுப் பகுதியில் யாராவது விபத்தில் கொல்லப்பட்டால் அவர்களது ஈமச்சடங்குச் செலவை அரசாங்கம் ஏற்றுக்கொள்ளும் என்று நம்பிக் கொண்டிருந்தார்கள். வரிக்குதிரைக் கோட்டுப் பகுதி அதற்காகத்தான் இருக்கின்றன என்று ஒரு நிச்சயமான நம்பிக்கை இருந்தது. இலவச ஈமச் சடங்குகள். ஆனால் அய்மனத்தில் இறப்பதற்கு வரிக்குதிரைக் கடப்புகள் இல்லை. பக்கத்து நகரமான கோட்டயத்திலும்கூட இல்லை. ஆனால் இரண்டு மணி நேர தூரத்திலுள்ள கொச்சிக்கு அவர்கள் சென்றிருந்தபோது கார் ஜன்னல் வழியாக அங்கே சிலவற்றைப் பார்த் திருக்கின்றனர்.

வரிக்குதிரைக் கடப்பில் இறந்துபோகாததால் ஸோஃபி மோளின் ஈமச் சடங்குக்கு அரசாங்கம் தொகை எதையும் வழங்கவில்லை. அவளுக்கு அய்மனத்தின் புதிய பெயிண்ட் அடித்த பழைய சர்ச்சில் ஈமச்சடங்கு நடந்தது. எஸ்தா, ராஹேலின் மாமா சாக்கோவின் மகள் அவள். இங்கிலாந்திலிருந்து வந்திருந்தாள். அவள் இறந்துபோகும்போது எஸ்தா வுக்கும் ராஹேலுக்கும் ஏழு வயது. ஸோஃபி மோளுக்கு ஏறக்குறைய ஒன்பது. அவளுக்கு விசேஷமாகச் செய்யப்பட்ட குட்டி சைஸ் சவப் பெட்டி கிடைத்திருந்தது.

ஸாட்டின் வைத்துத் தைக்கப்பட்டது.

பித்தளைக் கைப்பிடி பளபளத்தது.

அவள் மஞ்சள் நிற க்ரிம்ப்ளீன் பெல்பாட்டத்தில், தலைமுடி ரிப்பனில் கட்டப்பட்டு, அவளுக்கு இஷ்டமான 'மேட் – இன் – இங்க்லண்ட்' கோ – கோ பையோடு அதற்குள் கிடந்தாள். முகம் வெளுத்து, தண் ணீருக்குள் ரொம்ப நேரம் இருந்த வண்ணான் விரல்போலச் சுருக்கங் களுடன் இருந்தது. சவப்பெட்டியைச் சுற்றிக் கூட்டம் சேர, பாடப் பட்ட சோக கீதங்களால் அந்த மஞ்சள் நிற தேவாலயம் தொண்டை அடைத்துக் கொண்டதுபோல வீங்கியது. சுருட்டைத் தாடிகள்கொண்ட பாதிரிகள் சங்கிலியால் பிணைத்த தூபக் கூடை ஆட்டினர். ஞாயிற்றுக் கிழமைகளில் குழந்தைகளைப் பார்த்து வழக்கமாகப் புன்னகைப்பதை இப்போது செய்யவில்லை.

பலி பீடத்திலிருந்த நீண்ட மெழுகுவர்த்திகள் வளைந்திருந்தன. சிறியவை நேராக இருந்தன.

ஈமச்சடங்குகளில் சவத்தருகில் அடிக்கடி தென்படும் கிழவி ஒருத்தி (ஈமப் பைத்தியம்? ஒரு மறைமுக பிணவிரும்பி?) தூரத்து சொந்தம் என்ற பெயரில் (யாருக்கும் அவளை அடையாளம் தெரியவில்லை.) பஞ்சுருண்டையில் கொலோன் நனைத்து, கொஞ்சம் பயபக்தியும் சவாலும் கலந்த தோரணையில் ஸோஃபி மோளின் நெற்றியில் ஒற்றிக் கொண்டிருந்தாள். ஸோஃபி மோள், கொலோனும் சவப்பெட்டி மரமும் கலந்த வாசனையில் இருந்தாள்.

ஸோஃபி மோளின் ஆங்கிலேய அம்மா, மார்கரெட் கொச்சம்மா தன்னை ஸோஃபி மோளின் சொந்தத் தந்தையான சாக்கோ ஆறுதலாக அணைத்துக்கொள்ள அனுமதிக்கவில்லை.

அந்தக் குடும்பமே நெருக்கியடித்துக்கொண்டு நின்றது. மார்கரெட் கொச்சம்மா, சாக்கோ, பேபி கொச்சம்மா, அவளுக்கடுத்து அவளது மைத்துனி மம்மாச்சி – எஸ்தா, ராஹேலுக்கும் (ஸோஃபி மோளுக்கும்) பாட்டி. மம்மாச்சி ஏறக்குறைய பார்வையற்றவள். வீட்டை விட்டு வெளியே வந்தால் கருப்புக் கண்ணாடி அணிந்துகொள்வாள். அதற்குப் பின்னாலிருந்து அவளுடைய கண்ணீர் உற்பத்தியாகி, கூரை விளிம்பி லிருந்து சொட்டும் மழைத்துளிகள்போல அவள் கன்னத்தில் நெளிந்து கொண்டே இறங்கின. மொரமொரப்பான ஆஃப் – ஒயிட் சேலையில் அவள் சின்னதாக நலிந்து காணப்பட்டாள். மம்மாச்சியின் ஒரே மகன் சாக்கோ. அவளது சொந்த சோகம் அவளைச் சோகப்படுத்தியது. அவனுடையது அவளைச் சிதைத்தது.

ஈமச்சடங்கில் கலந்துகொள்ள அம்மு, எஸ்தா, ராஹேல் ஆகியோர் அனுமதிக்கப்பட்டிருந்தாலும் அவர்கள் குடும்பத்தினருடன் சேராமல் தனியாக நிறுத்தி வைக்கப்பட்டிருந்தார்கள். யாரும் அவர்கள் பக்கம் திரும்பவில்லை.

சர்ச்சுக்குள் புழுக்கமாக இருந்தது. சேம்பை லில்லிகளின் வெள்ளை இதழ்கள் உலர்ந்து சுருட்டிக்கொண்டன. சவப்பெட்டி மலர் ஒன்றிற் குள் ஒரு தேனீ இறந்திருந்தது. அம்முவின் கைகளும் பற்றியிருந்த சங்கீதப் புத்தகமும் நடுங்கின. அவள் தோல் சில்லிட்டிருந்தது. எஸ்தா நல்ல தூக்கக் கலக்கத்தில் அவளோடு ஒட்டிக்கொண்டு நின்றிருந்தான். அவன் கண்கள் தூக்கத்தில் வலியெடுத்துக் கண்ணாடிபோல் ஜொலிக்க, அவன் எரியும் கன்னம் அம்முவின் சங்கீதப் புத்தகம் ஏந்தியிருக்கும், நடுங்கும் கையின் சருமத்தில் புதைந்திருந்தது.

ஆனால் ராஹேல் பளிச்சென்று விழித்துக்கொண்டு, நிஜ வாழ்க்கைக் கெதிரான அவளது போராட்டத்தில் தீவிர கவனத்தோடும் நொறுங்கி விடும் அளவுக்குக் களைப்போடும் இருந்தாள்.

தனது ஈமச்சடங்கில் ஸோஃபி மோள் விழித்துக்கொண்டிருப்பதை ராஹேல் கவனித்தாள். அவள் ராஹேலுக்கு இரண்டு விஷயங்களைக் காட்டினாள்.

முதல் விஷயம், ராஹேல் இதுவரை உள்ளேயிருந்து பார்த்திராத, புதுவண்ணமடித்த மஞ்சள் சர்ச்சின் உயர்ந்த விதானம். அதில் வானத் தைப் போல நீல வண்ணமடிக்கப்பட்டு, நகரும் மேகங்கள், குட்டியாகச்

செல்லும் ஜெட் விமானங்கள், மேகங்களுக்குக் குறுக்கும் நெடுக்குமாக வெட்டிச் செல்லும் வெண்புகைத் தடங்கள் என்று வரையப்பட்டிருந்தன. இத்தகைய விஷயங்களைத் தேவாலய மரஇருக்கைகளில், சோகமான இடுப்புகளும் கீதப்புத்தகங்களும் நெருக்கி நின்றுகொண்டிருப்பவர்களை விடச் சவப்பெட்டியில் படுத்துக்கொண்டிருப்பவர் கவனிப்பது சுலபம் என்பதையும் சொல்ல வேண்டும்.

அவ்வளவு உயரத்திற்குப் பெயின்ட் டப்பாக்களோடு – மேகங்களுக்கு வெள்ளை, வானத்திற்கு நீலம், ஜெட்களுக்கு வெள்ளி – தூரிகை, பெயின்ட் கரைப்பான் சகிதம் ஏறியிருக்கக்கூடியவனைப் பற்றி ராஹேல் யோசித்துப் பார்த்தாள். வெளுத்தாவைப் போல வெற்றுடம்பு பளபளக்க யாரோ ஒருவன் அந்த உயர்ந்த தேவாலய மாடத்தில் மாட்டப்பட்ட பலகையில் உட்கார்ந்து, அது ஆட ஆட, நீல நிற தேவாலய விதானத்தில் வெள்ளி நிற ஜெட் விமானங்கள் வரைவது அவள் கற்பனையில் வந்தது.

அந்தக் கயிறு அறுந்துபோனால் என்னவாகுமென்று அவள் யோசித்தாள். தான் வரைந்த வானத்திலிருந்து ஒரு கரிய நட்சத்திரம்போல அவன் விழுவதைக் கற்பனை செய்து பார்த்தாள். தேவாலயத்தின் சூடான தரையில் விழுந்து நொறுங்கி அவன் மண்டையிலிருந்து ஒரு ரகசியத்தைப் போல கருப்பு ரத்தம் கசிவதை.

மனிதர்களை அடித்து நொறுக்குவதற்கு இந்த உலகம் அறிந்து வைத்திருக்கும் இதர வழிமுறைகளைப் பற்றி இதற்குள் எஸ்தப்பானும் ராஹேலும் தெரிந்து வைத்திருந்தார்கள். அந்த வாசனை அவர்களுக்கு ஏற்கனவே பரிச்சயமாகியிருந்தது. இனிய ஜுர வாசனை. தென்றலில் வாடிய ரோஜாக்கள்போல்.

ஸோஃபி மோள் ராஹேலுக்குக் காட்டிய இரண்டாவது விஷயம் ஒரு குட்டி வௌவால்.

ஈமச்சடங்கு நடந்துகொண்டிருக்கும்போது ஒரு சின்ன கருப்பு வௌவால், பேபி கொச்சம்மாவின் விலை மதிப்புள்ள ஈமச் சேலையின் மேல் தனது வளைந்த நகங்களால் மென்மையாகப் பற்றிக்கொண்டு ஏறுவதை ராஹேல் கவனித்தாள். அது அவள் சேலைக்கும் ரவிக்கைக்கும் இடையில் வெளியே தெரிந்த பகுதியை, அவளது சோகத்தின் மடிப்பை, நடு வயிற்றை அடைந்தபோது பேபி கொச்சம்மா கிறீச்சிட்டுக் கொண்டு சங்கீதப் புத்தகத்தோடு எகிறிக் குதித்தாள். 'என்னது?' 'என்னாச்சு?'களுக்கும் கை வீசலுக்கும் சேலை விசிறலுக்கும் இடையே பாடுவது கொஞ்சம் நிறுத்தப்பட்டது.

சோகமயமான பாதிரிகள் தம்முடைய சுருட்டைத் தாடிகளை, ஒளிந்திருக்கும் சிலந்திகள் திடீரென்று ஒட்டடை பின்னிவிட்டிருப்பதைப் போலத் தங்க மோதிரங்களிட்ட விரல்களால் கோதினர்.

குட்டி வௌவால் மேலே பறந்து வானத்திற்குச் சென்று, குறுக்கு மறுக்கான வெண்புகைத் தடமில்லாத ஜெட் விமானமாக மாறியது.

ஸோஃபி மோள் ரகசியமாகச் சவப்பெட்டியில் புரண்டதை ராஹேல் மட்டும் கவனித்தாள்.

சோக கீதம் மறுபடியும் துவங்கியது. ஒரே சோகப் பாட்டை அவர்கள் இருமுறை பாடினார்கள். மீண்டும் ஒருமுறை மஞ்சள் தேவாலயம் குரல்கள் நிரம்பிய தொண்டையைப் போல வீங்கியது.

அவர்கள் ஸோஃபி மோளின் சவப்பெட்டியைத் தேவாலயத்திற்குப் பின்னாலுள்ள இடுகுழியில் இறக்கும்போது, அவள் இன்னும் இறக்க வில்லையென்று ராஹேல் அறிந்திருந்தாள். செம்மண்ணின் மெத்தென்ற சத்தங்களையும் சவப்பெட்டியில் பாலீஷைக் கெடுக்கும் ஆரஞ்சு நிற சரளைக் கற்கள் விழும் கனத்த சத்தங்களையும் (ஸோஃபியின் சார்பாக) அவள் கேட்டாள். சவப்பெட்டியின் பாலீஷ் செய்யப்பட்ட பலகையை யும் ஸாட்டின் போர்வையையும் தாண்டி மந்தமான தண்ணொலிகள் அவளுக்குக் கேட்டன. சோகமான பாதிரிகளின் குரல்கள் மண்ணாலும் மரத்தாலும் உள்ளடங்கி ஒலித்தன.

எமது கருணைமிக்க பிதாவே, உமது கைகளில் ஒப்படைக்கிறோம்

மறைந்த எமது குழந்தையின் ஆன்மாவை,

அவள் உடலைப் பூமிக்கு அர்ப்பணிக்கிறோம்

நிலத்தோடு நிலமாக, சாம்பலோடு சாம்பலாக, மண்ணோடு மண்ணாக.

பூமிக்குள் ஸோஃபி மோள் கதறினாள், ஸாட்டினைப் பற்களால் கிழித்தெடுத்தாள். ஆனால் பூமியையும் பாறையையும் தாண்டி அவள் கதறலை யாராலும் கேட்க முடியவில்லை.

மூச்சுவிட முடியாததால்தான் ஸோஃபி மோள் இறந்து போனாள்.

அவளது ஈமச்சடங்குதான் அவளைக் கொன்றது. *மண்ணோடு மண்ணோடு மண்ணோடு மண்ணோடு மண்ணோடு.* அவளது கல்லறைப் பலகை *'மிகச் சொற்ப காலத்தில் சூரியக் கதிரொன்று எமக்களிக்கப்பட்டது'* என்றது.

பின்னர் அம்மு மிகச் சொற்ப காலத்தில் என்றால் கொஞ்ச நேரத்திற்கு என்று விளக்கினாள்.

ஈமச்சடங்குக்குப் பிறகு அம்மு இரட்டையர்களைக் கோட்டயம் காவல் நிலையத்திற்கு அழைத்துச் சென்றாள். அது அவர்களுக்குப் பழகிய இடம். அதற்கு முந்தைய நாளின் பெரும் பகுதியை அங்குதான் அவர்கள் கழித்திருந்தார்கள். அந்தச் சுவரையும் மேசை நாற்காலிகளையும் ஊடுருவிக் கொண்டு வரும் கூர்மையான, மூட்டமான மூத்திர வாடையை எதிர் பார்த்து அவர்கள் தமது நாசித் துவாரங்களை அந்த நாற்றம் வரு வதற்கு முன்பாகவே மூடிக்கொண்டார்கள்.

அம்மு நிலைய அதிகாரியைப் பார்க்க வேண்டுமெனக் கேட்டுக் கொண்டதும் அவரது அலுவலக அறைக்குள் அழைத்துச் செல்லப்பட் டாள். அவரிடம் மிகப் பெரிய தவறு ஒன்று நடந்துவிட்டதாகவும்

தான் ஒரு வாக்குமூலம் தர வேண்டுமென்றும் சொன்னாள். அவள் வெளுத்தாவைப் பார்க்க வேண்டுமென்றாள்.

காவல் துறை ஆய்வாளர் தோமஸ் மாத்யூவின் மீசை நட்பார்ந்த ஏர் – இந்தியா மகாராஜாவினுடையதைப் போலத் துடித்தது. ஆனால் சூழ்ச்சியும் பேராசையும் மிக்க கண்கள்.

“இதற்கெல்லாம் கொஞ்சம் காலம் தாழ்ந்துவிட்டது, தெரியவில் லையா?” என்றார். அவர் கோட்டயத்தின் முரட்டு மலையாள வழக்கில் பேசினார். பேசும்போது அம்முவின் மார்புகளை வெறித்துப் பார்த்துக் கொண்டிருந்தார். காவல் துறைக்குத் தெரிய வேண்டியவை அனைத்தும் தெரியுமென்றும், வேசிகளிடமிருந்தும் முறைகேடாகப் பிறந்த அவர் களுடைய குழந்தைகளிடமிருந்தும் கோட்டயம் போலீஸ் வாக்குமூலங் கள் வாங்குவதில்லையென்றும் கூறினார். அம்மு அதையும் பார்த்து விடலாம் என்றாள். ஆய்வாளர் தோமஸ் மாத்யூ தனது மேஜையைச் சுற்றிக்கொண்டுவந்து தனது லத்தியோடு அம்முவை நெருங்கினார்.

“உன்னுடைய இடத்தில் நானிருந்தால்” என்று ஆரம்பித்து நிறுத்தி, “பேசாமல் வீட்டுக்குப் போய்விடுவேன்” என்றார். பிறகு அவளுடைய மார்புகளைத் தனது லத்தியால் தட்டினார். மென்மையாக. டப், டப். ஏதோ கூடையிலிருக்கும் மாம்பழங்களைத் தேர்ந்தெடுப்பதைப் போல. அவருக்கு வேண்டியதை எடுத்துப் பொட்டலம் கட்டித் தரச் சுட்டிக்காட்டுவதைப் போல. யாரைப் பிடிக்க வேண்டும், யாரைப் பிடிக்க வேண்டாமென்பதையெல்லாம் இன்ஸ்பெக்டர் தோமஸ் மாத்யூ அறிந்து வைத்திருப்பவராகத் தோன்றினார். காவல் துறையினருக்கு அந்த உள்ளுணர்வு இருக்கிறது.

அவருக்குப் பின்னாலிருந்த ஒரு சிவப்பு, நீலப் பலகையில்

Politeness

Obedience

Loyalty

Intelligence

Courtesy

Efficiency

என்றிருந்தது.

காவல்நிலையத்தை விட்டு அவர்கள் வெளியே வந்தபோது அம்மு அழுதுகொண்டிருந்தாள். எனவே எஸ்தாவும் ராஹேலும் ‘வேசி’ என்றால் என்ன அர்த்தம் என்று அவளிடம் கேட்கவில்லை. அதற்காகவே ‘முறை கேடாகப் பிறந்தது’ என்றால் என்ன என்பதையும்கூட. அவர்களுடைய அம்மா அழுவதை முதன்முறையாகப் பார்க்கின்றனர். அவள் தேம்பிக் கொண்டிருக்கவில்லை. அவள் முகம் பாறையைப் போல இறுகி,

கண்ணீர் மட்டும் அவளது அழுத்தமான கன்னங்களில் வடிந்துகொண்டிருந்தது. இது அந்த இரட்டையர்களைப் பயத்தில் உருக்கியது. அம்முவின் கண்ணீர் இவ்வளவு நாட்கள் பொய்யாகத் தோன்றிய எல்லா விஷயங்களையும் உண்மையாக்கியது. அவர்கள் பேருந்தில் அய்மனத்திற்கு திரும்பினர். காக்கியுடையிலிருந்த ஒல்லியான நடத்துனர் பேருந்தின் பிடிப்புக் கம்பிகளில் வழுக்கிக்கொண்டு அவர்களை நோக்கி வந்தான். ஓர் இருக்கையின் பின்னால் தன் எலும்பு இடுப்பை சாய்த்துக்கொண்டு பயணச்சீட்டுத் துளைப்பானை அம்முவிடம் நீட்டி க்ளிக்கினான். அந்தக் க்ளிக்கிற்கு *எங்கே போக வேண்டும்?* என்று அர்த்தம். பயணச் சீட்டுக்கட்டின் வாசனையும் பேருந்தின் ஸ்டீல் கம்பி வாசனையும் அந்த நடத்துனரின் கையிலிருந்து வருவதை ராஹேல் உணர்ந்துகொண்டாள்.

"அவன் இறந்துவிட்டான்" என்று அம்மு அவனிடம் கிசுகிசுத்தாள். "நான் அவனைக் கொன்றுவிட்டேன்."

அந்த நடத்துனருக்குக் கோபம் வருவதற்கு முன் "அய்மனம்" என்றான் எஸ்தா சட்டென்று.

அம்முவின் பர்ஸிலிருந்து அவன் பணத்தை எடுத்தான். நடத்துனர் சீட்டுகளைக் கொடுத்தான். எஸ்தா அவற்றைக் கவனமாக மடித்துத் தனது சட்டைப் பைக்குள் வைத்துக்கொண்டான். பின் தன்னுடைய சிறிய கைகளால் அழுதுகொண்டிருக்கும் தன் அம்மாவை இறுக்கத்துடன் கட்டிக்கொண்டான்.

இரண்டு வாரங்கள் கழித்து எஸ்தா திருப்பி அனுப்பப்பட்டான். அம்மு அவர்களுடைய அப்பாவிடம் அவனைத் திருப்பி அனுப்ப வேண்டியிருந்தது. அதற்குள் அவரும் அஸ்ஸாமில் தன்னுடைய தனிமையான டீ எஸ்டேட் வேலையை ராஜினாமா செய்துவிட்டுக் கல்கத்தாவில் கார்பன் பிளாக் தயாரிக்கும் ஒரு கம்பெனியில் வேலைக்குச் சேர்ந்திருந்தார். மறுமணம் செய்துகொண்டு, குடிப்பதை (ஏறக்குறைய) நிறுத்திவிட்டிருந்தார். எப்போதாவதுதான் மதுத்தாக்கம் வந்துகொண்டிருந்தது.

எஸ்தாவும் ராஹேலும் அதற்குப் பிறகு ஒருவரையொருவர் பார்க்கவில்லை.

இப்போது, இருபத்திமூன்று வருடங்கள் கழித்து அவர்களின் அப்பா எஸ்தாவை மீண்டும் திருப்பியனுப்பியிருக்கிறார். அவனிடம் ஒரு சூட்கேஸையும் ஒரு கடிதத்தையும் கொடுத்து அய்மனத்திற்கு அனுப்பியிருக்கிறார். அந்த சூட்கேஸ் முழுக்க அழகான புதிய ஆடைகள் இருந்தன. பேபி கொச்சம்மா அந்தக் கடிதத்தை ராஹேலிடம் காட்டினாள். அது சாய்வான, பெண்மை மிளிரும் கான்வென்ட் பள்ளிக் கையெழுத்தில் எழுதப்பட்டிருந்தது. கீழே கையெழுத்து மட்டும் அவர்கள் அப்பாவுடையது. அல்லது அந்தப் பெயர் மட்டுமாவது. ராஹேலால் அக்கையெழுத்தை அடையாளம் கண்டுகொண்டிருக்க முடியாது. அவர்

தன்னுடைய கார்பன் பிளாக் வேலையிலிருந்து ஓய்வுபெற்றுவிட்ட தாகவும் ஆஸ்திரேலியாவில் செராமிக் தொழிற்சாலை ஒன்றில் முதன்மை பாதுகாப்பு ஊழியராக வேலை கிடைத்து குடிபெயர்வதாகவும் அவரால் எஸ்தாவை அழைத்துச்செல்ல இயலாதென்றும் அக்கடிதத் தில் இருந்தது. அய்மனத்தில் உள்ள அனைவருக்கும் அவருடைய வாழ்த்து களைத் தெரிவித்துவிட்டு, அவர் திரும்பவும் இந்தியாவிற்கு வருவது சாத்தியமில்லையென்றாலும் திரும்புகிற பட்சத்தில் எஸ்தாவை வந்து பார்ப்பதாகவும் எழுதியிருந்தார்.

ராஹேல் விருப்பப்பட்டால் அக்கடிதத்தை அவளே வைத்துக் கொள்ளலாம் என்று பேபி கொச்சம்மா கூறினாள். ராஹேல் அதைத் திரும்ப உறைக்குள் இட்டாள். பேப்பர் மெத்தென்று துணியைப் போல மடிந்தது.

அய்மனத்தில் பருவக்காற்று எவ்வளவு ஈரமாக இருக்குமென்பதை அவள் மறந்துவிட்டிருந்தாள். உப்பியிருந்த அலமாரிகள் கிறீச்சிட்டன. தாழ்ப்பாளிட்டிருந்த ஜன்னல்கள் வெடித்துத் திறந்தன. புத்தகங்கள் மிருதுவாகி அட்டைகளுக்கு நடுவே நெளிந்தன. விசித்திரப் பூச்சிகள் மாலை நேரச் சிந்தனைகள்போலத் தோன்றி பேபி கொச்சம்மாவின் மங்கலான 40 வாட் பல்புகளில் தம்மை எரித்துக்கொண்டன. பகலில் அவற்றின் உலர்ந்து, தீய்ந்த உடல்கள் தரையிலும் ஜன்னல் மேடைகளி லும் இறைந்திருந்தன. கொச்சு மரியா அவற்றைப் பிளாஸ்டிக் குப்பைக் கூடையில் பெருக்கிச் சேகரிக்கும்வரை காற்றில் ஏதோ எரியும் வாசனை வந்துகொண்டிருந்தது.

ஜூன் மழை மாறவேயில்லை.

வானம் திறந்துகொண்டு மழை கொட்டியது. வற்றிய பழைய கிணற்றை நிரப்பி, காலியான பன்றித் தொழுவத்தில் பச்சைப் பாசி யைப் பரப்பி, அசைவற்ற தேநீர் வண்ணக் குட்டைகளின் பரப்பில் – தேநீர் வண்ண மனங்களில் ஞாபகங்கள் வெடிப்பதுபோல் – வெடித் தது. புற்கள் ஈரப் பச்சையில் சந்தோஷமாகச் சிரித்தன. உற்சாகமான மண் புழுக்கள் சேற்றில் கும்மாளமிட்டு இளஞ்சிவப்பாக நெளிந்தன. பசும் பூனைக்காஞ்சொறிச் செடிகள் தலையசைத்தன. மரங்கள் குனிந்து நின்றன.

அங்கிருந்து தூரத்தில், காற்றிலும் மழையிலும், ஆற்றோரத்தில் திடீரென்று கவிந்த பகலின் இடியிருட்டில் எஸ்தா சென்றுகொண் டிருந்தான். அவன் அணிந்திருந்த ஸ்ட்ராபெர்ரி நிற, கசங்கிய டி – ஷர்ட் நனைந்து மேலும் அடர்நிறத்தை அடைந்திருந்தது. ராஹேல் வந்துவிட்டாள் என்பது அவனுக்குத் தெரியும்.

எஸ்தா எப்போதுமே அமைதியாக இருந்தவன், எனவே அவன் எப்போது (எந்த மாதம் எந்த நாள் என்று இல்லாவிட்டால்கூட எந்த வருடம்) பேசுவதை நிறுத்திக்கொண்டான் என்று யாராலும் திட்டவட்டமாகக் குறிப்பிட்டுச் சொல்ல முடியவில்லை. பேசுவதை

மொத்தமாக நிறுத்திவிட்டான், அவ்வளவுதான். உண்மை என்னவென்றால் 'மிகச் சரியாக எப்போது' என்று எதுவுமில்லை. கொஞ்சம் கொஞ்சமாகச் சாத்திக்கொண்டே வந்து கடையை நிரந்தரமாக மூடிக் கொள்ளல். கவனித்திருக்கவியலாத ஒடுங்குதல். உரையாடல் என்பது அவனிடம் தீர்ந்துவிட்டதைப் போலவும் சொல்வதற்கு எதுவும் மிச்சமில்லாததைப் போலவும். இருந்தாலும்கூட எஸ்தாவின் மௌனம் ஒரு போதும் தர்மசங்கடமாயிருந்ததில்லை. குறுக்கீடு செய்ததில்லை. சத்தமிட்டதில்லை. அது குற்றம் சாட்டுகிற, எதிர்ப்பு தெரிவிக்கிற மௌனமாக இருந்ததில்லை. ஒருவித கோடைத் தூக்கம், விதையுறக்கம், வறட்சிக் காலத்தைக் கடக்க நுரையீரலும் செதிலும் கொண்ட மீன்கள் புரியும் செயலடங்கலின் உளவியல் மாற்று. ஆனால் எஸ்தாவின் விஷயத்தில் வறட்சிக் காலம்தான் நிரந்தரமாகிவிடும்போலிருக்கிறது.

நாளடைவில், அவன் எங்கிருந்தாலும் அவன் இருக்குமிடத்தின் பின்னணியில் – புத்தக அலமாரிகள், தோட்டங்கள், திரைச்சீலைகள், வாசற்படி, தெருக்கள் – ஒன்றாகக் கலந்து ஜடப் பொருளாகத் தோற்றமளிக்கிற, பயிற்சியற்ற கண்களுக்கு ஏறத்தாழ புலப்படாதிருக்கிற திறமையை அவன் பெற்றுக்கொண்டான். அயலார் அவனோடு ஒரே அறையில் இருந்தாலும் பொதுவாக அவர்களுக்கு அவனைக் கவனிக்கக் கொஞ்ச நேரம் பிடித்தது. அவன் பேசுவதேயில்லை என்பதைக் கண்டு பிடிக்க மேலும் அதிக நேரம் பிடித்தது. சிலர் கவனித்ததேயில்லை.

எஸ்தா உலகத்தில் மிகச் சிறிய வெளியையே நிரப்பியிருந்தான்.

ஸோஃபி மோளின் சவ அடக்கத்துக்குப் பின், எஸ்தா திருப்பி அனுப்பப் பட்ட பின்னர், அவர்களின் அப்பா அவனைக் கல்கத்தாவிலுள்ள ஓர் ஆடவர் பள்ளிக்கு அனுப்பினார். அவன் அதிதிறமைசாலியான மாணவனாக இல்லாவிட்டாலும் பின்தங்கியவனோ அல்லது குறிப்பிட்ட எந்தப் பிரிவிலும் மோசமானவனோ அல்ல. வருடாந்திர முன்னேற்ற அறிக்கைகளில் அவனுடைய ஆசிரியர்கள் வழக்கமாக எழுதிவந்த குறிப்புகள் ஒரு சராசரி மாணவன் அல்லது திருப்திகரம். கூட்டு நடவடிக்கைகளில் பங்கு பெறுவதில்லை என்பது திரும்பத் திரும்ப எழுதப்படும் மற்றொரு புகார். என்றாலும், 'கூட்டு நடவடிக்கைகள்' என்று குறிப்பிடுவது என்னவென்பதை அவர்கள் எப்போதும் சொன்னதில்லை.

எஸ்தா மிகச் சாதாரண மதிப்பெண்களோடு பள்ளிப்படிப்பை முடித்தான். ஆனால் கல்லூரிக்குச் செல்ல மறுத்துவிட்டான். அதற்குப் பதிலாக, அவன் அப்பாவுக்கும் அவருடைய மனைவிக்கும் ஆரம்பத்தில் சங்கடத்தை உண்டாக்கிக்கொண்டு வீட்டு வேலைகளைக் கவனிக்கத் தொடங்கிவிட்டான். தன் தேவைகளுக்குத் தானே சம்பாதிப்பது மாதிரி, பெருக்குவது, துடைப்பது, துவைப்பது எல்லாவற்றையும் செய்தான். சமையல் செய்யவும் காய்கறிகள் வாங்கவும் கற்றுக் கொண்டான். காய்கறிக் கடைகளில் எண்ணெய் பூசிய, பளபளக்கும் காய்கறிக் குவியல்களின் பின்னால் அமர்ந்திருக்கும் வியாபாரிகள், முட்டி மோதும் இதர வாடிக்கையாளர்களுக்குப் பின்னால் அமைதியாக நிற்கும் இவனை

அடையாளம் கண்டு கவனித்து அனுப்புவார்கள். அவர்கள் துருப் பிடித்த ஃபிலிம் டப்பாக்களைஅவனிடம் தர, காய்கறிகளை அதில் எடுத்துப் போட்டுக்கொள்வான். ஒருபோதும் அவன் பேரம் பேசிய தில்லை. அவர்கள் ஒருபோதும் அவனை ஏமாற்றியதுமில்லை. காய்கறி கள் எடை போடப்பட்டு காசு தரப்பட்டதும் அவர்கள் அவற்றை அவனுடைய சிவப்புப் பிளாஸ்டிக் ஷாப்பிங் கூடையில் போட்டுத் தருவார்கள் (வெங்காயம் அடியில், கத்தரிக்காயும் தக்காளியும் மேலே). எப்போதும் ஒரு இணுக்குக் கறிவேப்பிலையும் பச்சை மிளகாயும் இலவசம். எஸ்தா அவற்றை எடுத்துக்கொண்டு நிரம்பி வழியும் ட்ராமில் வீடு திரும்புவான். இரைச்சல் சமுத்திரத்தில் மிதந்துகொண்டிருக்கும் ஒரு மௌனமான குமிழி.

சாப்பாடு நேரத்தில் ஏதாவது வேண்டுமென்றால் அவனே எழுந்து எடுத்துக்கொள்வான்.

அமைதி எஸ்தாவிடம் வந்ததும், அது அவனுக்குள் தங்கிப் பரவியது. அவன் தலையிலிருந்து கிளைத்து வெளியே வழிந்து அதன் சேற்றுக் கைகளால் அவனைத் தழுவிக்கொண்டது. கருவின் ஒரு புராதன இதயத் துடிப்பிற்கேற்றவாறு அவனை அது தாலாட்டியது. அதன் திருட்டுத்தனமான, உறிஞ்சும் உணர்கொம்புகள் அவனுடைய மண்டைக் குள் ஊர்ந்து, ஞாபகங்களின் மேடுபள்ளங்களைத் துப்புரவாக்கி பழைய வாக்கியங்களை அகற்றி, அவன் நாக்கின் நுனியிலிருந்து பெருக்கித் தள்ளிவிட்டது. வார்த்தைகளை விளக்கிய அவனுடைய எண்ணங்களை உரித்துச் சீவி அம்மணமாக்கிவிட்டது. பேசாமை. மரத்தல். பார்ப்பவர் ஒருவருக்கு வெறும் இருப்பு. வருடங்கள் செல்லச் செல்ல, எஸ்தா மெதுவாக உலகத்திலிருந்து விலகிக்கொண்டிருந்தான். அவனது கடந்த காலத்தின் மேல் அதன் மயக்க மைக்கரைசலைப் பீய்ச்சியடித்துவிட்டு, அவனுக்குள் வாழ்ந்துவந்த அமைதியற்ற ஆக்டோபஸ்ஸிற்குத் தன்னைப் பழக்கப்படுத்திக்கொண்டான். அவனது மௌனத்தின் காரணம், அந்த உண்மைகளின் ஆறுதலான மடிப்புகளின் அடியில் எங்கோ படிப்படி யாகச் சமாதியாக்கப்பட்டுவிட்டது.

அவனுக்குப் பிரியமான, கண் தெரியாத, கலப்பின வழுக்கை நாயான பதினேழு வயது கூப்சந்த் எப்போதோ முடிவான தன்னுடைய பரிதாபமான மரணத்தோடு போராடிக்கொண்டிருந்தபோது, அதன் கடைசிக் காலத்தில் எஸ்தா தன் உயிரே அதைச் சார்ந்திருப்பது மாதிரி – அதைப் பராமரித்து வந்தான். அதன் கடைசி மாதங்களில், தன்னையும் அறியாமல் கட்டுப்படுத்த முடியாத பிளாடரின் காரண மாக, பின் தோட்டத்தில் அதற்காகக் கதவிற்கடியில் அமைக்கப்பட்டிருந்த நாய்க்கதவைத் தாண்டிப் போகாமல் அதற்குள் தன் தலையை விட்டுக் கொண்டு ஆடியாடி செம்மஞ்சள் நிறத்தில் வீட்டுக்கு உள்ளேயே சிறுநீர் கழிக்கும். பிளாடர் காலியாகி தனது மனசாட்சியும் தெளிவானதும் எஸ்தாவை தன் நரைத்த மண்டையோட்டில் அழுக்குக் குட்டை போலிருக்கும் மழுங்கலான பச்சைக் கண்களால் நிமிர்ந்து பார்க்கும். பின் தரையெல்லாம் ஈரக் காலடிகளோடு தன்னுடைய நமர்த்த குஷனில் ஏறிப் படுத்துக்கொள்ளும்போது படுக்கையறை ஜன்னல் அதன் வழ

வழப்பான, பழுப்பு நிற விரைகளில் பிரதிபலிப்பது எஸ்தாவுக்குத் தெரியும். அத்துடன் ஜன்னலுக்கு வெளியிலிருக்கும் வானமும். ஒரு முறை ஜன்னலுக்கு குறுக்கே பறந்து சென்ற பறவைகூட அதில் தெரிந்தது. பழைய ரோஜாக்களின் வாசனைக்குப் பழக்கப்பட்ட, அடித்து நொறுக்கப்பட்ட ஒரு மனிதனின் ரத்த ஞாபகங்களில் தோய்ந் திருந்த எஸ்தாவிற்கு இவ்வளவு ஒடிசலான தாங்க முடியாத மென் உயிர் பிழைத்திருக்கிறது என்பதும் வாழ்வதற்கு *அனுமதிக்கப்பட்டிருக் கிறது* என்பதும் அதிசயமாக இருந்தது. பறந்து செல்லும் ஒரு பறவை அக்கிழ நாயின் விரைகளில் பிரதிபலித்தது, அவனைச் சத்தமாகப் புன்னகைக்க வைத்தது.

கூப்சந்த் இறந்ததும் எஸ்தா தன் நடையை ஆரம்பித்தான். முடிவே யில்லாமல் மணிக்கணக்காக நடந்தான். ஆரம்பத்தில் அருகாமையிலேயே சுற்றி வந்தான். பின் படிப்படியாக தூரத்தில், வெகுதூரத்திலிருக்கும் வயல் வரப்புகளுக்கும் செல்லத் தொடங்கினான்.

அவனைத் தெருவில் பார்ப்பது மக்களுக்குப் பழகிவிட்டது. நன்றாக உடையணிந்த, அமைதியாய் நடந்துசெல்லும் மனிதன். அவன் முகம் இருண்டு கறுத்தது. முரட்டுத் தோற்றம். வெயிலில் தோல் சுருங்கி உண்மையில் இருப்பதைவிடப் பெரிய அறிவாளியாகத் தெரிந்தான். கடல் ரகசியங்களுடன் நகரத்தில் திரியும் மீனவனைப் போல.

இப்போது அவன் மறுமுறை திருப்பி அனுப்பப்பட்டிருப்பதால் எஸ்தா அய்மனம் முழுக்க நடந்தான்.

சில நாட்கள் நரகலும் உலக வங்கிக் கடன்களில் வாங்கப்பட்ட பூச்சி மருந்துகளும் நாறும் ஆற்றோரமாக நடந்தான். பெரும்பான்மை யான மீன்கள் இறந்துவிட்டிருந்தன. பிழைத்தவற்றுக்கும் செவுள்கள் அழுகி உடலெங்கும் கொப்புளங்கள் வெடித்திருந்தன.

மற்ற நாட்களில் தெருவில் நடந்து சென்றான். நர்ஸ்களும் மேஸ்திரி களும் கம்பி இழுப்பவர்களும் பேங்க் குமாஸ்தாக்களும் தூர தேசங் களில் கடுமையாக உழைத்து, சந்தோஷமின்றி வாழ்ந்து அனுப்பிய வளைகுடா பணத்தில் கட்டப்பட்ட, புதிய குளிரூட்டப்பட்ட வீடு களையும் பொறாமையில் பச்சையேறியிருக்கும் பழைய வீடுகளையும் ரப்பர் மரங்கள் வளர்ந்திருக்கும் தனியார் தாழ்வாரங்களையும் தமக்கே யுரிய தனித்தனி காப்பியங்களைக் கொண்டிருக்கும் தள்ளாடும் பழைய வீடுகளையும் கடந்து நடந்தான்.

அவனுடைய கொள்ளுத் தாத்தா அந்தக் கிராமத்தில் தீண்டத் தகாத மாணவர்களுக்காகக் கட்டிய பள்ளியைக் கடந்து சென்றான்.

ஸோஃபி மோளின் மஞ்சள் நிறச் சர்ச்சைக் கடந்தான். அய்மனம் இளைஞர் குங்ஃபூ சங்கத்தையும் (தீண்டத் தகுந்தவர்களுக்கான) டெண்டர் பட்ஸ் நர்ஸரிப் பள்ளியைத் தாண்டி; அரிசி, சர்க்கரை, கூரையில் கட்டித் தொங்கும் மஞ்சள் வாழைப்பழச் சீப்புகள் விற்கும் ரேஷன் கடையைத் தாண்டி நடந்தான். தென்னிந்திய மோகினிகள் பற்றிய

மலிவான செக்ஸ் பத்திரிகைகள் துணி கிளிப்புகளிடப்பட்டுக் கயிற்றில் தொங்கின. அனல் காற்றில் அவை சோம்பலாக அசைய, ரேஷன் கடைக்கு வரும் ஒழுக்கசீலர்களைப் போலி ரத்தத்தில் மிதக்கும் குண்டு நிர்வாண மங்கைகளின் படங்கள் சஞ்சலப்படுத்தின.

சில வேளைகளில் எஸ்தா லக்கி அச்சகத்தைத் தாண்டி நடந்து செல்வான். பழைய காம்ரேட் கே.என்.எம்.பிள்ளையின் பிரிண்டிங் பிரஸ்தான் முன்பு கம்யூனிஸ்ட் கட்சியின் அய்மனம் கிளை அலுவலகம். அங்குதான் நள்ளிரவு வாசிப்புக் கூட்டங்கள் நடக்கும். புத்துணர்ச்சி யெழுப்பும் மார்க்ஸிஸ்ட் கட்சிப் பாடல்கள் நோட்டீஸ்களில் அச்சிடப் பட்டு விநியோகிக்கப்படும். கூரையில் பறந்துகொண்டிருந்த கொடி துவண்டு பழையதாகிப் போயிருந்தது. சிவப்பு ரத்தம் வடிந்துவிட்டிருந்தது.

தோழர் பிள்ளை பழுப்பேறிய ஏர்டெக்ஸ் பனியனில் காலையில் வெளியே வருவார். அவருடைய மெல்லிய வெள்ளை வேட்டிக்குள் விரைகள் நிழலுருவாகத் தெரியும். மிளகு போட்டு காய்ச்சிய தேங்கா யெண்ணெயை எலும்புகளிலிருந்து சூயிங்கம்மைப் போல வழுக்கித் தொங்கும் முதிய, தளர்ந்த சதைகளின் மேல் நீவித் தேய்த்துக்கொள்வார். இப்போது தனியாக வசிக்கிறார். அவர் மனைவி கல்யாணி கர்ப்பப்பை புற்றுநோயில் இறந்துவிட்டாள். மகன் லெனின் டெல்லிக்குச் சென்று அங்கு அயல்நாட்டுத் தூதரகங்களில் ஒப்பந்தச் சேவகராக வேலை செய்கிறான்.

தோழர் பிள்ளை வீட்டுக்கு வெளியில் உட்கார்ந்து எண்ணெய் தேய்த்துக்கொண்டிருக்கும்போது எஸ்தா கடந்து சென்றால், அவனை அழைத்து வணக்கம் சொல்வது வழக்கம்.

தோகையிலிருந்து உரித்தெடுக்கப்பட்ட கரும்பைப் போல இற்று நாராகிப் போன அவரது கீச்சிடும் குரலில் "எஸ்தா மோனே!" என்று உரக்க அழைப்பார். "குட்மார்னிங்! இது தினசரி உள்ள மார்னிங் வாக்கா?"

எஸ்தா கடந்து போவான், முரட்டுத்தனமாகவோ பணிவோடோ அல்ல. வெறுமனே அமைதியாக.

தோழர் பிள்ளை எண்ணெய் தேய்த்து உடம்பு முழுக்கப் பட்பட்டென்று அடித்துக்கொண்டு ரத்த ஓட்டத்தை உசுப்பிக்கொள்வார். இத்தனை வருடங்கள் கழித்து எஸ்தா தன்னை அடையாளம் வைத்திருக் கிறானா என்று அவரால் சொல்ல முடிவதில்லை. அதைப் பற்றி பெரிய அக்கறையுமில்லை. நடந்த எல்லா விஷயங்களிலும் தோழர் பிள்ளையின் பங்கொன்றும் குறைவல்லவென்றாலும், நடந்த எந்த விஷயத்திற்கும் தனிப்பட்ட முறையில் தன்னுடைய பொறுப்பு எதுவு மில்லை என்றே அவர் இருந்தார். நடந்துவிட்ட அனைத்தையுமே அவர் 'அரசியல் தேவையின் தவிர்க்க முடியாத விளைவுகள்' என்றே ஒதுக்கிவிட்டார். முட்டையை உடைக்காமல் ஆம்லெட் போட முடியாது என்னும் விஷயம்தான். ஆனாலும் தோழர் கே.என்.எம்.பிள்ளை அடிப்படையில் ஓர் அரசியல் மனிதர். தொழில்ரீதியான ஆம்லெட்டர். ஒரு பச்சோந்தியைப் போல உலகத்தின் ஊடாக நடந்து சென்றார்.

எப்போதும் தன்னை வெளிக்காட்டிக்கொள்ளாமல், அப்படி மறைப்பதை யும் காட்டிக்கொள்ளாமல். எந்தக் கீறலுமின்றிப் பிரளயத்திலிருந்து வெளிவருபவர் அவர்.

ராஹேல் திரும்பி வந்ததை அய்மனத்தில் அறிந்துகொண்ட முதல் நபர் அவர். அச்செய்தி அவரைக் குழப்பாவிட்டாலும் சுவாரஸ்யத்தைத் தூண்டியது. எஸ்தா, தோழர் பிள்ளைக்கு முற்றிலும் அந்நியன். அய்மனத் திலிருந்து அவன் வெளியேற்றப்பட்டது திடீரென்றும் ஆரவாரமின்றி யும் நடந்தது. அதுவும் வெகுகாலத்திற்கு முன். ஆனால் ராஹேலை தோழர் பிள்ளைக்கு நன்றாகத் தெரியும். அவர் பார்க்க வளர்ந்தவள் அவள். அவளைத் திரும்பக் கொண்டு வந்திருப்பது எது என்று அவருக்கு யோசனையாக இருந்தது. அதுவும் இத்தனை வருடங்கள் கழித்து!

ராஹேல் வரும்வரை எஸ்தாவின் தலைக்குள் அமைதி இருந்தது. ஆனால் தாண்டிச் செல்லும் ரயில்களின் சத்தத்தையும் ஜன்னல் சீட்டிலிருந்ததால் மேலே விழும் வெளிச்சத்தையும் நிழலையும் அவள் தன்னுடனேயே கொண்டு வந்துவிட்டாள். வருடக்கணக்கில் பூட்டி யிருந்த உலகத்துக்குள் திடீர் வெள்ளம் வந்துவிட்டது. அந்த இரைச்ச லில் தன்னையே எஸ்தாவால் கேட்டுக்கொள்ள முடியவில்லை. ரயில்கள். போக்குவரத்து. சங்கீதம். பங்குச் சந்தை. அணை ஒன்று உடைந்து, வெடித்து வந்த நீர்சுழற்சி எல்லாவற்றையும் பெருக்கி மேலே கொண்டு வந்துவிட்டது. எரிகற்கள், வயலின்கள், அணிவகுப்புகள், தனிமை, மேகங்கள், தாடிகள், மதவெறியர்கள், விவாத மேடைகள், கொடிகள், பூகம்பங்கள், விரக்தி அனைத்தும் நீர்ச்சுழலில் கலைந்து எழும்பிவிட்டன.

ஆற்றங்கரையில் நடந்துகொண்டிருந்த எஸ்தாவுக்கு மழையின் ஈரம் உறைக்கவில்லை. தற்காலிகமாக அவனை ஸ்வீகரித்துக்கொண்டு அவனுடனேயே ஒட்டிக்கொண்டு வந்துகொண்டிருந்த அந்த நாய்க் குட்டி திடீரென்று குளிரில் சிலிர்த்து உடலை உதறிக்கொண்டதையும் அவன் உணரவில்லை. மங்குஸ்தான் மரத்தைத் தாண்டி, ஆற்றின் விளிம்பில் வந்து தேய்கிற கப்பிக் கற்கள்வரை நடந்தான். கீழே குந்தி, கால்களைக் கட்டிக்கொண்டு மழையில் அமர்ந்துகொண்டான். உட்கார்ந்துகொண்டே முன்னும் பின்னும் ஆட, அவன் ஷூக்களுக்கடி யில் ஈரமண் கரடுமுரடாக உறிஞ்சும் சத்தமெழுப்பியது. நாய்க்குட்டி ஈரத்தில் நடுங்கியது. கவனித்தது.

எஸ்தா மறுமுறை திருப்பி அனுப்பப்பட்டு அய்மனம் வீட்டிற்கு வந்த போது பேபி கொச்சம்மாவும், கறுப்பு இதயக்காரியும் முன்கோபக்காரி யுமான குள்ள சமையல்காரி கொச்சு மரியாவும்தான் இருந்தனர். அவர்களுடைய பாட்டி மம்மாச்சி இறந்துவிட்டிருந்தாள். சாக்கோ இப்போது கனடாவில் பழங்கலைப் பொருட்கள் விற்கும் கடை ஒன்றைத் தோல்விகரமாக நடத்திக்கொண்டிருந்தான்.

ராஹேலைப் பொறுத்தவரை.

கடந்தமுறை அம்மு அய்மனத்துக்கு வந்தபோது, கார்டிஸோனால் வீங்கி, தொலைதூரத்தில் எவனோ சத்தம் போடுவதுபோலக் கடகடப்பு சத்தம் நெஞ்சுக்குள் கேட்டுக்கொண்டிருந்தது. அம்மு இறந்தபின் ராஹேல் விலகிப் போனாள். பள்ளிவிட்டுப் பள்ளி மாறி. விடுமுறை களுக்கு அய்மனத்துக்கு வரும்போது கள்ளுக்கடையில் சோகத்தை மறக்க குடித்துவிட்டு விழுந்து கிடக்கும் இரண்டு குடிகாரர்களைப் போல துயரத்தில் மென்மையாகி சாக்கோவும் மம்மாச்சியும் கொஞ்ச மும் அவளைக் கண்டுகொள்ள மாட்டார்கள். பேபி கொச்சம்மாவை யும் கொஞ்சமும் கண்டுகொள்ள மாட்டாள். ராஹேலை வளர்க்கும் விஷயங்களில் சாக்கோவும் மம்மாச்சியும் முயன்றனர், ஆனால் முடிய வில்லை. உணவு, உடை, கல்விக் கட்டணம் என்று வசதிகளை ஏற்படுத் தித் தந்தனர். ஆனால் அக்கறையைத் தரவில்லை.

காலுறைக்குள் சத்தமில்லாமல் நுழைந்துவிடும் துரும்பைப் போல ஸோஃபி மோளின் மரணம் மிருதுவாக அய்மனம் வீட்டைச் சுற்றி நிரம்பியிருந்தது. அது புத்தகங்களிலும் உணவிலும் ஒளிந்திருந்தது. மம்மாச்சியின் வயலின் பெட்டியில். சாக்கோவை விடாமல் தொல்லைப் படுத்தி வந்த அவன் கணுக்கால் சிரங்கில். அவனது தொய்வான, பெண்மை மிளிரும் கால்களில்.

மரணம் திருடிய வாழ்க்கையின் ஞாபகங்களைவிட மரணத்தின் ஞாபகங்கள் எப்படி வெகுநாட்கள் வாழ்கின்றன என்பது மிக வியப் பானது. இடைப்பட்ட வருடங்களில் ஸோஃபி மோளின் ஞாபகங்கள் மெதுவாக மங்கிப் போய்விட்டன. (சின்னச் சின்ன ஞானங்களைத் தேடியவள் அவள்: *வயதான பறவைகள் எங்கே போய்ச் சாகின்றன? ஏன் செத்தப் பறவைகள் வானத்திலிருந்து கற்களைப் போல விழுவ தில்லை?* கசப்பான யதார்த்தத்தைப் பட்டவர்த்தனமாக்கும் தீர்க்கதரிசி: *நீங்கள் ரெண்டுபேரும் ஒரே ஜந்துதான்; நான் பாதி.* கோரச் சமாச்சாரங் களின் குரு: *விபத்தொன்றில் அடிபட்ட ஒருவனைப் பார்த்தேன். அவ னுடைய கண், பந்தாக நோண்டியெடுக்கப்பட்டு ஒரே ஒரு நரம்பில் தொங்கிக்கொண்டிருந்தது, ஒரு யோ–யோவைப் போல.*) ஸோஃபி மோளின் மரணம் மட்டும் வலுக் கூடிக்கொண்டே வந்து உயிர்ப்போடு இருந்தது. அது எப்போதுமே அங்கே இருந்தது. பருவகாலப் பழத்தைப் போல எல்லாப் பருவத்திலும். அரசாங்க உத்தியோகம்போல நிரந்தர மாக. அது ராஹேலை சிறுமிப் பருவத்திலிருந்து (பள்ளி விட்டுப் பள்ளி செல்லவைத்து) குமரிப் பருவத்திற்குச் செலுத்தியது.

ராஹேல் முதன்முறையாகக் கறுப்புப் பட்டியலில் சேர்க்கப்பட்டது, அவளுக்குப் பதினோரு வயதாயிருக்கும்போது. நாசரேத் கான்வென்ட் டில் இல்லத் தலைவியின் தோட்டக் கதவுக்கு வெளியில் புதிதாகப் போடப்பட்டிருந்த சாணி உருண்டைக்குச் சின்னப் பூக்களை வைத்து அலங்கரித்துக்கொண்டிருந்தாள். அடுத்த நாள் காலை அசெம்பிளியில் அவளிடம் ஆக்ஸ்ஃபோர்ட் அகராதியைக் கொடுத்து *depravity* என்ற வார்த்தைக்கு அர்த்தத்தை உரக்கப் படிக்க வைத்தனர். 'ஒழுக்கச் சீர்கேடான அல்லது மாசுற்ற தரம் அல்லது நிலை' என்று ராஹேல் படித்தாள். அவளுக்குப் பின்னால் இறுகிய வாயோடு கன்னிகாஸ்திரீ

கள் வரிசையாக அமர்ந்திருக்க, அவளுக்கு முன்னால் கஷ்டப்பட்டுத் தமது சிரிப்பை அடக்கிக்கொண்டிருக்கும் மாணவிகள் கூட்டம். *'வக்கிர இயல்பு: அறநெறி வக்கிரம்; ஆதிப் பாவத்தின் காரணமாக எழும் மனித இயல்பின் உள்ளார்ந்த நெறிப்பிறழ்வு; தேர்ந்தெடுக்கப் பட்டவரும் தேர்ந்தெடுக்கப்படாதவரும் இவ்வுலகத்திற்கு முழுதாக அறம் பிறழ்ந்த நிலையில் கடவுளிடமிருந்து அந்நியப்பட்டு, பாவம் தவிர வேறெதுவுமின்றி வந்து சேருகின்றனர். ஜே.எச். பிளண்ட்.'*

சீனியர் மாணவிகளிடமிருந்து திரும்பத் திரும்ப வந்த புகார்களால் ஆறு மாதங்கள் கழித்து அவள் வெளியேற்றப்பட்டாள். அவள் கதவு களுக்குப் பின்னால் ஒளிந்துகொண்டு சீனியர்கள் வரும்போது வேண்டு மென்றே அவர்கள் மேல் மோதுவதாக (மிகவும் சரியாகவே) குற்றம் சாட்டப்பட்டது. முதல்வர் அவளது நடத்தை குறித்து (மிரட்டி, அடித்து, பட்டினி போட்டு) விசாரணை நடத்தியபோது மார்பகங்கள் வலி யெடுக்குமா என்று தெரிந்துகொள்வதற்காகவே அவ்வாறு செய்ததாகக் கடைசியில் ஒப்புக்கொண்டாள். அந்தக் கிறித்துவக் கல்வி நிலையத்தில் மார்பகங்கள் ஒப்புக்கொள்ளப்படுவதில்லை. அவை இருக்கவே இருக்காத போது எப்படி அவை வலியெடுக்கும்?

மூன்று முறை வெளியேற்றப்பட்டிருப்பதில் முதல் தடவை அது. இரண்டாவது புகைப்பிடித்ததற்காக. மூன்றாவது முறை அவளது விடுதித் தலைவியின் சவுரிக் கொண்டைக்கு நெருப்பு வைத்ததற்காக. ரூமில் அடைத்துவைத்து அவளிடம் கேட்டபோது அந்தக் கொண்டையை அவள் திருடியதை ஒப்புக்கொண்டாள்.

அவள் சேர்ந்த ஒவ்வொரு பள்ளியிலும் ஆசிரியைகள் அவளிடம் கண்டவை:

(அ) மிகப் பணிவுள்ள பெண்

(ஆ) சினேகிதிகளே இல்லாதவள்

இது ஒழுக்கக்கேட்டின் நாகரிகமான, தனித்த வடிவமாகத் தோன்றி யது. இந்த ஒரே காரணத்துக்காக (தமது ஆசிரியத்தனமான கண்ட னத்தை மிகவும் ரசித்தபடியே, இனிப்பைப் போல நாவால் சப்புக்கொட்டிக் கொண்டபடி) இது மிக அபாயகரமானதென்று ஒப்புக்கொண்டனர்.

அவர்களுக்குள் கிசுகிசுத்துக்கொள்ளும்போது எப்படி ஒரு பெண் ணாக இருப்பதென்றே அவளுக்குத் தெரியவில்லை என்றனர்.

அவர்களது கணிப்பு அவ்வளவு தப்பாக ஒன்றும் இல்லை.

விநோதமாக, புறக்கணிப்பு என்பது அடக்கி வைக்கப்பட்டிருந்த சக்தியைத் தற்செயலாக விடுவித்துவிட்டாற்போலத்தான் தோன்றியது.

அக்கறை செலுத்த யாருமின்றி ராஹேல் வளர்ந்தாள். அவளுக்குத் திருமணம் செய்துவைக்க யாருமின்றி. அவளுக்காக வரதட்சணையைக் கொடுக்க யாருமின்றி. அதனால் அவளுடைய அடிவானத்தில் எந்த வொரு சம்பிரதாயக் கணவனும் உதிக்கவில்லை.

எனவே அவளாக வாய்விட்டுக் கேட்காதவரையிலும், அவளுக்கான விசாரணைகளை அவளே நடத்திக்கொள்ளும் சுதந்திரமும் இருந்து வந்தது: மார்பகங்கள் பற்றி, எந்தளவிற்கு அவை வலிக்கும் என்பது பற்றி. சவுரிக் கொண்டைகளைப் பற்றி, எவ்வளவு நன்றாக அவை எரியும் என்பதைப் பற்றி. வாழ்க்கையைப் பற்றி, எப்படி அதை வாழ வேண்டும் என்பதைப் பற்றி.

பள்ளியை முடித்ததும் டெல்லியிலுள்ள ஒரு சாதாரணமான கட்டிடக் கலையியல் கல்லூரியில் அவளுக்கு இடம் கிடைத்தது. அது ஒன்றும் கட்டிடக் கலையியலில் அவளுக்கிருந்த தீவிரமான ஆர்வத்தின் விளைவாகக் கிடைக்கவில்லை. மேலோட்டமான ஆர்வத்தால் கூட அல்ல. என்னவோ நுழைவுத் தேர்வை எழுத நேர்ந்து எப்படியோ தேர்வும் ஆகிவிட்டது. அவளுடைய திறமையைவிட அவள் வரைந்த (மிகப் பெரிய) கரிக்கோட்டு காட்சிச் சித்திரங்களின் அளவு அக்கல்லூரி ஊழியர்களைக் கவர்ந்தது. அனாவசியமாக, பொறுப்பற்று அவள் கிறுக்கியிருந்த கோடுகள் கலை ஆளுமையாகத் தவறுதலாக எடுத்துக் கொள்ளப்பட்டது. அவற்றை வரைந்தவள் ஒரு படைப்பாளியல்ல.

அக்கல்லூரியில் ஐந்து வருட இளங்கலைப் படிப்பை முடிக்காமலும் பட்டத்தை வாங்காமலும் எட்டு வருடங்கள் செலவழித்தாள். கட்டணங்கள் மிகக் குறைவாக இருந்தன. விடுதியில் தங்கிக்கொண்டு, ஸ்டூடண்ட் மெஸ்ஸில் மலிவு உணவைச் சாப்பிட்டுக்கொண்டு, எப்போதாவது வகுப்புக்குச் சென்றுகொண்டு, மலிவாகக் கிடைக்கும் மாணவர் உழைப்பைச் சுரண்டியபடி, ஏதாவது தப்பாகிவிட்டால் அவர்கள் மேல் பழியைப் போட்டுவிடும் கட்டிடக் கலையியல் நிறுவனங்களில் வரைவாளராக வேலை செய்துகொண்டு வாழ்க்கையைச் சமாளிப்பது சிரமமாக இல்லை. மற்ற மாணவர்கள், குறிப்பாகப் பையன்கள், ராஹேலின் ஏறுமாறான மூர்க்கத்தனத்திலும் கொஞ்சங்கூட குறிக்கோள் என்பதேயில்லாத அசிரத்தையிலும் மிரண்டு போயிருந்தனர். அவளைத் தனியாக விட்டுவிட்டனர். அவர்களுடைய வீடுகளுக்கோ இரைச்சலான பார்ட்டிகளுக்கோ அவளை அழைத்ததில்லை. அவளுடைய கிறுக்குத்தனமான சாத்தியமற்ற கட்டிட திட்டங்கள், அவற்றை மலிவான பழுப்புக் காகிதத்தில் வரைந்து அவள் சமர்ப்பித்தது, அவர்கள் அக்கறையோடு முன்வைக்கும் யோசனைகளை அவள் பொருட்படுத்தாத அலட்சியம் ஆகியவற்றால் அவளுடைய பேராசிரியர்கள்கூட அவளைப் பார்த்து கொஞ்சம் நடுங்கிப் போயிருந்தனர்.

எப்போதாவது சாக்கோவுக்கும் மம்மாச்சிக்கும் கடிதம் எழுதுவாள். அய்மனத்திற்கு மட்டும் திரும்பவேயில்லை. மம்மாச்சி இறந்தபோது கூட. சாக்கோ கனடாவிற்குக் குடிபெயரச்சென்றபோதுகூட.

அவள் அந்தக் கட்டிடக்கலையியல் கல்லூரியில் இருந்தபோதுதான் டெல்லியில் *'வட்டாரக் கட்டிடக் கலையில் ஆற்றல் செயல்திறன்'* என்ற தலைப்பிலான தன்னுடைய முனைவர் ஆய்வுக்கு ஆதாரங்கள் சேகரித்துக்கொண்டிருந்த லேரி மெக்காஸ்லினைச் சந்தித்தாள். அவன் ராஹேலை முதலில் கல்லூரி நூலகத்தில் பார்த்தான். பின்பு மறுபடியும்

சில நாட்கள் கழித்து, கான் மார்க்கெட்டில் சந்தித்தான். அவள் ஜீன்ஸிலும் வெள்ளை டி – ஷர்ட்டிலும் இருந்தாள். ஒட்டுப்போட்ட படுக்கை விரிப்பு அவள் கழுத்தைச் சுற்றிப் பொத்தானிடப்பட்டு பின்னால் துப்பட்டாபோலத் தொங்கியது. அவளுடைய காட்டுத்தனமான கூந்தலை நேராக்குவதற்காக இறுகக் கட்டியிருந்தாள். அவளுடைய மூக்கின் ஒரு பக்கத்தில் மிகக் குட்டியாக ஒரு வைரம் ஜொலித்தது. அபத்தமான அழகோடு கழுத்தெலும்புகள் துருத்திக்கொண்டிருந்தன. அவளுக்கு அழகான அத்லெட்டிக் ஓட்டம் இருந்தது.

இதோ ஒரு ஜாஸ் ராகம் செல்கிறது என்று தனக்குள் நினைத்துக் கொண்டான் லேரி மெக்காஸ்லின். அவளைத் தொடர்ந்து ஒரு புத்தகக் கடைக்குள் சென்றான். இருவருமே புத்தகங்களைப் பார்க்கவில்லை.

விமானநிலைய ஓய்வறையில் காலியாக இருக்கும் இருக்கையை நோக்கி வரும் பயணியைப் போல கல்யாணத்திற்குள் ராஹேல் இழுத்துச் செல்லப்பட்டாள். கிடைத்த வாய்ப்பில் அமர்ந்துகொள்ளும் உணர் வோடு. அவனோடு பாஸ்டனுக்குத் திரும்பினாள்.

லேரி தன் மனைவியைக் கையில் ஏந்தி அவள் கன்னங்களை தன் இதயத்திற்கருகில் பதித்துக்கொண்டபோது, அவளுடைய உச்சந் தலையை அவளுடைய கருங்கூந்தல் முடிச்சுகளைப் பார்க்கும் அளவிற்கு உயரமாக இருந்தான். அவன் தன்னுடைய விரலை அவள் வாயின் ஓரத்திற்கருகில் வைத்தபோது அங்கே சின்னதாக ஒரு நாடித் துடிப்பை உணர முடிந்தது. அது அமைந்திருக்கும் இடத்தை அவன் விரும்பி னான். தோலுக்கடியில் அந்த மெலிய, நிச்சயமற்ற குதிப்பை, மனைவி யின் கர்ப்ப வயிற்றுக்குள் இருக்கும் குழந்தை உதைப்பதை உணர்ந்து பார்க்கும் அப்பாவைப் போல அதைத் தொட்டுப் பார்ப்பான். கண் களால் அத்துடிப்பைக் கேட்பான்.

அவளை ஒரு பரிசுப்பொருளைப் போல அவன் ஏந்தினான். காதலுடன் தரப்பட்ட பரிசு. ஒரு நிச்சலனமான சின்ன பொருள். தாங்க முடியாத அளவு மதிப்பு மிக்கது.

ஆனால் அவர்கள் கூடும்போது அவளுடைய கண்களால் அவன் காயப்பட்டான். அவை வேறு யாருக்கோ சொந்தமானவைபோல நடந்துகொண்டன. கவனித்துக்கொண்டிருக்கும் எவருடையதோபோல. ஜன்னலிலிருந்து கடலைப் பார்க்கும் கண்கள். ஆற்றில் உள்ள படகைப் பார்ப்பவை. அல்லது மூடுபனியில் தொப்பியணிந்து செல்பவரைப் பார்க்கும் பார்வை.

அந்தப் பார்வைக்கு என்ன *அர்த்தமென்று* தெரியாததால் அவன் களைத்துப் போனான். கவனமின்மைக்கும் மனக்கசப்பிற்கும் இடைப் பட்ட ஒன்றாக அவனுக்குப் பட்டது. சில இடங்களில், ராஹேல் பிறந்த நாட்டைப் போன்ற இடங்களில், பலவிதமான மனக்கசப்புகள் முதலிடம் பெறப் போராடுகின்றனவென்பது அவனுக்குத் தெரியாது. அந்தத் *தனிப்பட்ட* கசப்பு எப்போதும் போதிய அளவுக்கான விரக்தி யாக இருக்கப்போவதில்லை. ஒரு தேசத்தின் பரந்த, வன்முறையான, சுழலும், ஓட்டும், கேலித்தனமான, பைத்தியமான, நடைமுறைப்படுத்த

அவளைப்பற்றி அக்கறையெடுத்துக்கொள்ளாமலும் இருப்பதால் அவள் பெரிதும் துயரமடைந்திருக்கிறாள்...”

அந்தக் காலத்தில் உலகத்தின் மிகப் பெரிய வைரம் ஒன்றின் பெயர் என்பதைத் தவிர ரெவரெண்ட் E. ஜான் ஐப்பிற்கு வேறெந்த கோஹினூரையும் தெரியவில்லை. எப்படி முஸ்லிம் பெயருள்ள பெண் கத்தோலிக்கக் கான்வென்ட்டில் சேர்ந்திருக்கிறாள் என்று அவர் வியந்தார்.

கடைசியில் பேபி கொச்சம்மாவின் அம்மாதான் கோஹினூர் என்பது பேபி கொச்சம்மாவேதான் எனக் கண்டுபிடித்தாள். வெகு காலத்திற்கு முன்பு பேபி கொச்சம்மாவின் தாத்தாவினுடைய உயிலின் ஒரு நகலை அவளுக்குக் காட்டியது அவளது நினைவில் வந்தது. அதில் அவர், *‘எனக்கு ஏழு வைரங்கள்; அதில் ஒன்று கோஹினூர்’* என்று தன்னுடைய பேரன், பேத்திகளை வர்ணித்துவிட்டு ஒவ்வொருவருக்கும் கொஞ்சம் பணத்தையும் நகைகளையும் பகிர்ந்தளித்திருந்தார். ஆனால் கோஹினூர் யாரென்பது குறிப்பிட்டிருக்கவில்லை. பேபி கொச்சம்மா ஏதோ ஒரு புரிந்துகொள்ள முடியாத காரணத்தால் அவர் *தன்னைத் தான்* கோஹினூர் என்று குறிப்பிட்டிருப்பதாக நினைத்துக்கொண்டு, இத்தனை வருடங்கள் கழித்து – கான்வென்ட்டில் எழுதப்படும் எல்லாக் கடிதங்களும் மதர் சுபீரியரின் பார்வைக்கும் தணிக்கைக்கும் ஆளான பிறகே தபாலில் சேர்க்கப்படும் என்பது தெரிந்திருந்ததால் – கோஹினூருக் குப் புத்துயிரூட்டி தன்னுடைய சிரமங்களைக் குடும்பத்திற்குத் தெரியப் படுத்தியிருக்கிறாள் என்று அவளுடைய அம்மாவுக்கு விளங்கியது.

ரெவரென்ட் ஐப் மெட்ராஸிற்குச் சென்று தன் மகளைக் கான் வென்ட்டிலிருந்து அழைத்து வந்துவிட்டார். அவள் சந்தோஷமாகத் திரும்பி வந்தாலும் பழைய மதத்துக்கு மீண்டும் மாறப்போவதில்லை என்று உறுதியாகக் கூறிவிட்டாள். அவளது மீதிக்காலம் முழுவதும் ஒரு ரோமன் கத்தோலிக்கராகவே அவள் கழித்தாள். தன்னுடைய மகள் இதற்குள் ஒரு ‘அந்தஸ்தை’ பெற்றுவிட்டதால் அவளுக்குக் கணவன் கிடைப்பது சிரமம் என்பதை உணர்ந்து, ரெவரெண்ட் ஐப், அவளுக்குக் கணவனுக்குப் பதிலாக கல்வியை வழங்க முடிவெடுத்தார். எனவே அமெரிக்காவில் ரோசெஸ்டர் பல்கலைக்கழகத்தில் அவளைச் சேர்க்க ஏற்பாடுகள் செய்தார்.

இரண்டு வருடங்கள் கழித்து பேபி கொச்சம்மா அலங்காரத் தோட்டக்கலைப் படிப்பில் பட்டயம் பெற்று வந்தாள். ஃபாதர் முல்லிக னின் மீதிருந்த காதல் மேலும் அதிகரித்திருந்தது. செல்வதற்கு முன் பிருந்த மெலிந்த, கவர்ச்சியான பெண் இப்போது இல்லை. ரோசெஸ்டர் வருடங்களில் பேபி கொச்சம்மா மிகப் பருமனாகி விட்டாள். மிகக் கொழுத்து என்றுதான் சொல்ல வேண்டும். சுங்கம் பாலத்திலிருந்த பயந்த சுபாவமுடைய டெய்லர் செல்லப்பன்கூட அவளுடைய ரவிக்கை கள் தைப்பதற்கு புஷ் சட்டைக்கான கூலியைக் கேட்டான்.

பேபி கொச்சம்மா கவலையில் அரித்துப் போகக்கூடாதென்பதற் காக அவள் அப்பா அய்மனம் இல்லத்துக்கு முன்பிருந்த தோட்டத்தை அவளது பொறுப்பில் விட்டார். அங்கே அவள் வளர்த்த உக்கிரமான பிரமிப்பேற்படுத்திய தோட்டத்தைக் கோட்டயத்திலிருந்தெல்லாம் வந்து பார்த்துச் சென்றனர்.

அது செங்குத்தான சரளைக்கல் பாதையை ஒட்டிய வட்டமான, சாய்ந்த நிலப்பகுதி. பேபி கொச்சம்மா அதைப் பச்சைப் பசேலென்ற குட்டைப் புதர்களும் பாறைகளும் நீர்த்தாரைத் தூம்புகளும் கொண்ட பிரதேசமாக்கிவிட்டாள். அவளுக்கு மிகவும் பிடித்த மலர் ஆந்தூரியம். ஆந்தூரியம் *ஆண்ட்ரியேனம்*. அவ்வகை மலர்களில் 'ருப்ரம்', 'ஹனிமூன்' மற்றும் ஏராளமான ஜப்பானிய ரகங்களையும் வைத்திருந்தாள். அவற்றின் சாற்று மடல்கள் கரும்புள்ளிகளிலிருந்து ரத்தச் சிவப்பும், பளபளக்கும் ஆரஞ்சும் வரை இருந்தன. அவற்றின் புள்ளியிட்ட பாளைகள் எப்போதும் மஞ்சளில் இருந்தன. பேபி கொச்சம்மாவின் தோட்டத்தில் கல்வாழை யும் ஃப்ளாக்ஸூம் படுக்கையிட்டிருப்பதற்கு மத்தியில் ஒரு பளிங்குத் தேவதூதன் செரூப், முடிவற்ற வெள்ளிக் கம்பியாக ஆழமற்றதொரு குளத்தில் ஒன்றுக்கடித்துக்கொண்டிருந்தான். அக்குளத்தின் நடுவில் ஒரே ஒரு நீலத்தாமரை மலர்ந்திருந்தது. குளத்தின் ஒவ்வொரு மூலை யிலும் பிளாஸ்டர் – ஆஃப் – பாரிஸ் தேவதைச் சிற்பங்கள் அமர்ந் திருந்தன. ரோஸ் நிற கன்னங்களோடும் சிவப்புத் தொப்பிகளோடும்.

தனது பிற்பகற்பொழுதுகளைப் பேபி கொச்சம்மா தோட்டத்தில் கழித்தாள். சேலையும் ரப்பர் காலணிகளும் அணிந்து, பளிச்சென்ற ஆரஞ்சு வண்ணத் தோட்டக் கையுறைகளில் மிகப் பெரிய தழைவெட்டுக் கத்தரியை பிடித்துக்கொண்டு, சிங்கத்தை அடக்குபவளைப் போல, முறுக்கிடும் கொடிகளையும் பீறிடும் கள்ளிச் செடிகளையும் கட்டுப் படுத்தினாள். போன்சாய் தாவரங்களையும் அரிதான ஆர்கிட்டுகளை யும் வைத்திருந்தாள். வானிலையுடன் பெரும் யுத்தமே நடத்தினாள். ஏடல்வைஸ்களையும் சீனத்துக் கொய்யாவையும் வளர்க்க முயற்சித்தாள்.

ஒவ்வொரு நாள் ராத்திரியும் அவள் பாதங்களுக்கு ரியல் கிரீம் தடவிக் கட்டை விரல்களின் க்யூட்டிக்கிள்களை உள்ளே தள்ளுவாள்.

ஐம்பது வருடங்களாக ஓய்வற்று, நுட்பமாகக் கவனித்துப் போராடிய பின், அந்த அலங்காரத் தோட்டம் சமீபத்தில் கைவிடப்பட்டிருந்தது. தன் போக்கில் விடப்பட்டதும், செடிகள் முடிச்சிட்டுக்கொண்டு காட்டுத் தனமாக வளர ஆரம்பித்துவிட்டன. கற்றுக்கொடுத்த வித்தையை மறந்து விட்ட சர்க்கஸ் மிருகங்களைப் போல. கம்யூனிஸ்ட் பச்சா என்று எல்லோராலும் அழைக்கப்படும் ஒரு களைச்செடி (அது கேரளாவில் கம்யூனிசத்தைப் போல அதி விரைவாகப் பரவிவிட்டதால் அந்தப் பெயர்) அரிதான அயல்நாட்டுச் செடிகளைத் திணறவைத்து அழித்தது. வெறும் கொடிகள் மட்டுமே வளர்ந்துகொண்டிருந்தன, பிணத்தின் கால் நகங்கள்போல. குளக்கரை தேவதூதர்களை அவை அடைந்து அவற்றின் நாசித் துவாரங்களுக்குள் நுழைந்து உள்ளீடற்ற தலைகளில் பூத்து அவற்றிற்குப் பாதி வியப்பும் பாதி தும்மல் வரும் தொனியையும் உண்டாக்கின.

இந்தத் திடீர் நிராகரிப்புக்குக் காரணம் ஒரு புதிய மோகம். பேபி கொச்சம்மா, அய்மனம் வீட்டின் கூரையில் ஒரு டிஷ் ஆன்டென்னாவைப் பொருத்தினாள். அதன் பிறகு அவள் வீட்டுக் கூடத்தில் சாட்டிலைட் டி. வி. மூலம் உலகத்தையே தலைமையேற்று நடத்த ஆரம்பித்துவிட்டாள். இது பேபி கொச்சம்மாவில் ஏற்படுத்திய அசாத்தியமான கிளர்ச்சியைப் புரிந்துகொள்வது கடினமல்ல. இது படிப்படியாக நிகழ்ந்தவொன்றல்ல.

ஒரே ராத்திரியில் நடந்தது. பொன்னிறக் கூந்தலழகிகள், யுத்தங்கள், பஞ்சங்கள், கால்பந்து, செக்ஸ், இசை, திடீர் அரசியல் புரட்சிகள் – இவை எல்லாமே ஒரே ரயிலில் வந்து இறங்கிவிட்டன. ஒன்றாகப் பெட்டிகளைத் திறந்தன. ஒரே ஓட்டலில் தங்கின. அதற்கு முன் அய்மனத்தில் கேட்டுக்கொண்டிருந்த ஒரே பலத்த ஓசை பேருந்துகளின் சங்கீத ஹாரன்தான். இப்போது யுத்தங்களையும் பஞ்சங்களையும் வர்ணமயமான படுகொலைக் காட்சிகளையும் பில் கிளின்டனையும் சேவகர்களைக் கூப்பிடுவதுபோல் கூப்பிட முடிந்தது. அவளுடைய அலங்காரத் தோட்டம் வாடி இறந்துகொண்டிருக்கும்போது பேபி கொச்சம்மா அமெரிக்க என்.பி.ஏ. லீக் ஆட்டங்களையும் ஒருநாள் கிரிக்கெட்டையும் எல்லா கிராண்ட் ஸ்லாம் டென்னிஸ் போட்டிகளையும் பார்த்துக் கொண்டிருந்தாள். வார தினங்களில் அவள் *The Bold and The Beautiful* ஐயும் *Santa Barbara* வையும் பார்த்தாள். அவற்றில் வந்த மெல்லிய பொன்னிறக் கூந்தலழகிகள் லிப்ஸ்டிக்கும், தைலமிட்டுக் கெட்டித்த சிகை அலங்காரமும் அணிந்து, ஆண்டிராய்டுகளைக் கவர்ந்து, அவர்களுடைய செக்ஸ் சாம்ராஜ்யத்தைப் பாதுகாத்து வந்தனர். பேபி கொச்சம்மா அவர்களுடைய பளபளக்கும் உடைகளையும் பதிலுக்கு பதில் வெடுக்கென்று அவர்கள் தரும் எதிர்மொழியையும் மிகவும் ரசித்தாள். பகல் நேரங்களில் அந்தத் தொடர்பற்ற துண்டுத் துண்டு ஞாபகங்கள் திரும்ப வந்து அவளை நினைத்து நினைத்துச் சிரிக்க வைத்தன.

சமையல்காரி கொச்சு மரியா தன்னுடைய காது மடல்களை உருக்குலைய வைத்த கனத்த தங்க வளையங்களை இன்னும் விடாமல் அணிந்திருந்தாள். அவளுக்கு WWF மல்யுத்தங்கள் பிடித்திருந்தன. அவற்றில் தலையைவிட அகன்ற கழுத்துகளையுடைய ஹல்க் ஹோகனும் மிஸ்டர் பர்ஃபெக்ட்டும் ஜிகினா பளிச்சிடும் லைக்ரா முழங்கால் காப்புகளணிந்து ஒருவரையொருவர் மிருகத்தனமாக அடித்துக்கொண்டனர். கொச்சு மரியாவின் உரத்த சிரிப்பில் சில வேளைகளில் சிறுவர்களின் சிரிப்பில் காணப்படுவது போன்ற லேசான குரூரத் தொனி இருக்கும்.

நாள் முழுக்க அவர்கள் கூடத்தில் அமர்ந்திருந்தனர். பேபி கொச்சம்மா (அவளுடைய பாதத்தின் நிலையைப் பொறுத்து) நீண்ட கைகள் கொண்ட தோட்ட நாற்காலியிலோ அல்லது சாய்விருக்கையிலோ அமர்ந்திருக்க, கொச்சு மரியா பக்கத்தில் தரையில் உட்கார்ந்துகொண்டு (வேண்டும்போது சானல்களை மாற்றிக்கொண்டு) சத்தமான டெலிவிஷன் மௌனத்தில் ஒன்றியிருப்பர். ஒருத்தியின் தலைமுடி பனி வெண்மையில், மற்றவளுடையது மை கறுப்பில். அவர்கள் எல்லா போட்டிகளிலும் கலந்துகொண்டனர், விளம்பரத்தில் வந்த எல்லாத் தள்ளுபடிகளையும் பயன்படுத்திக் கொண்டனர். மேலும் இரண்டு முறை பரிசுகளும் வென்றனர். ஒரு டி – ஷர்ட், ஒரு தெர்மோஸ் ஃப்ளாஸ்க். அதைப் பேபி கொச்சம்மா அலமாரியில் வைத்துப் பூட்டிக் கொண்டாள்.

பேபி கொச்சம்மா அய்மனம் இல்லத்தை நேசித்தாள். எல்லாரையும் தாண்டிப் பிழைத்திருப்பதால் அவ்வீட்டின் எல்லாப் பொருட்களையும் வரித்துக்கொண்டாள். மம்மாச்சியின் வயலின், வயலின் சட்டம், ஊட்டி

அலமாரிகள், பிளாஸ்டிக் கூடை நாற்காலிகள், டெல்லி மெத்தைகள், வியன்னாவிலிருந்து வந்த, உடைந்த தந்தப் பிடிகள் கொண்ட அலங்கார மேஜை. வெளுத்தா செய்த ரோஸ்வுட் சாப்பாட்டு மேஜை.

பிபிசி பஞ்சங்களையும் தொலைக்காட்சி யுத்தங்களையும் பார்த்து அவள் அரண்டு போயிருந்தாள். அவளுடைய பழைய பயங்களான புரட்சி, மார்க்ஸிய – லெனினியத் தொல்லைகள் போன்றவை, அதிகரித்து வரும் விரக்தியுற்ற, பொருளிழந்த மனிதர்களைக் காட்டும் புதிய தொலைக் காட்சிக் கவலைகளால் தூண்டப்பட்டுவிட்டன. இனக்குழு ஒழிப்பு களும் பஞ்சங்களும் இனப்படுகொலைகளும் அவளுடைய அறைகலன் களுக்கு நேரடியான அச்சுறுத்தல்களாக அவள் கண்டாள்.

அவள் உபயோகப்படுத்தும் நேரங்களைத் தவிர மற்றெல்லா நேரங் களிலும் கதவுகளையும் சன்னல்களையும் பூட்டியே வைத்திருந்தாள். ஜன்னல்களை அவள் குறிப்பிட்ட தேவைகளுக்காக மட்டுமே பயன்படுத்தி னாள். புதுக் காற்றைச் சுவாசிக்க, பாலுக்குப் பணம் தர, உள்ளே மாட்டிக்கொண்ட குளவியை வெளியே விரட்ட (கொச்சு மரியா கையில் ஒரு துண்டோடு அதை வீடு முழுக்கத் துரத்துவாள்).

கோட்டயத்தின் பெஸ்ட் பேக்கரியிலிருந்து கொச்சு மரியா ஒரு வாரத்திற்கு வாங்கி வரும் க்ரீம் பன்களைக்கூட அவளது சோகமான, பெயிண்ட் உரிந்து சுருட்டிக்கொண்டிருக்கும் ஃப்ரிட்ஜில் வைத்துப் பூட்டிவிடுவாள். தண்ணீருக்குப் பதிலாக அவள் குடிக்கும் இரண்டு பாட்டில்கள் அரிசிக் கஞ்சியைக்கூட. ஃபிரிட்ஜின் ஐஸ் ட்ரேவுக்கு அடியிலிருந்த அறையில் மம்மாச்சியின் மிச்சமிருந்த 'வில்லோ – பேட் டர்ன்' தட்டுகளை வைத்திருந்தாள்.

ராஹேல் அவளுக்காக வாங்கிவந்திருந்த டஜன்கணக்கான இன்சுலின் பாட்டில்களை, ஃப்ரிட்ஜின் பாலாடைக்கட்டி, வெண்ணெய் வைக்கு மிடத்தில் வைத்துவிட்டாள். இந்தக் காலத்தில் அப்பாவி போல பேந்தப் பேந்த விழிப்பவர்கள்கூட பண்டங்கள் பறிப்பவர்களாக, க்ரீம் – பன் கவர்பவர்களாக, இறக்குமதி செய்யப்பட்ட இன்சுலின்களைத் திருடு பவர்களாக இருப்பார்களென்று அவள் சந்தேகப்பட்டாள்.

அந்த இரட்டையர்களைக்கூட அவள் நம்பவில்லை. அவர்கள் எது வேண்டுமானாலும் செய்யக்கூடியவர்கள் என்று கருதினாள். எதையும். *அவர்களுடைய நிகழ்காலத்தைக்கூட அவர்கள் திருடிக்கொள்ளக்கூடு* மென்று நினைத்துக்கொண்டாள். மீண்டும் ஒருமுறை அவர்களை ஒருமித்த அலகாகத்தான் நினைத்துக்கொண்டிருக்கிறோம் என்பது அவளுக்கு அதிர்ச்சியுடன் உறைத்தது. இத்தனை வருடங்கள் கழித்தும் கடந்த காலம் அவள் மேல் ஊர்ந்துவர அனுமதிக்காமல் தன் சிந்தனைப் போக்கை உடனடியாகத் திருப்பிக்கொண்டாள். *அவள். அவளுடைய நிகழ்காலத்தைக்கூட அவள் திருடிக்கொள்ளக்கூடும்.*

சாப்பாட்டு மேஜைக்கருகில் நின்றிருந்த ராஹேலிடம் அதே புதிரான கள்ளத்தனத்தை அவள் கண்டாள். எஸ்தா கற்றுத் தேர்ந்திருக்கும் அதே கொஞ்சமும் அசையாமல், மிக அமைதியாக இருக்கும் திறன். ராஹேலின் அமைதியால் பேபி கொச்சம்மா கொஞ்சம் பயந்தாள்.

அவள் குரல் கிறீச்சிட்டுக்கொண்டு தடுக்கியது. "உன் திட்டம் என்ன? எவ்வளவு நாளைக்குத் தங்கியிருக்கப் போகிறாய்? முடிவெடுத் தாயிற்றா?"

ராஹேல் எதையோ சொல்ல முயன்றாள். அது அரைபட்டு நெளிந்து வந்தது. ஒரு தகரத் துண்டைப் போல. ஜன்னலுக்குச் சென்று அதைத் திறந்தாள். புதுக் காற்றைச் சுவாசிக்க.

"அப்புறம் அதை மூடிவிடு" என்று சொல்லிவிட்டு பேபி கொச்சம்மா தன் முகத்தை ஓர் அலமாரியைப் போல மூடிக்கொண்டாள்.

ஜன்னலிலிருந்து இனி ஆற்றைப் பார்க்க முடியாது.

பார்த்திருக்க முடியும்; மம்மாச்சி பின்கட்டில் அய்மனத்தின் முதல் வழுக்கி மடங்கும் கதவை அமைத்து அடைக்கும்வரை. ரெவரெண்ட் E. ஜான் ஐப் மற்றும் எலியூட்டி அம்மச்சி (எஸ்தா – ராஹேலின் கொள்ளுப் பாட்டனார்கள்) ஆகியோரின் தைல ஓவியங்களைப் பின் நடையிலிருந்து முன்னால் கொண்டு சென்றாகிவிட்டது.

இப்போது அவை முன் நடையில் தொங்கிக்கொண்டிருக்கின்றன. ஆசீர்வதிக்கப்பட்ட சின்னவரும் அவருடைய மனைவியும் பாடம் பண்ணப்பட்டு மாட்டியிருந்த காட்டெருமைத் தலை ஒன்றின் இரு பக்கத்திலும்.

ரெவரெண்ட் ஐப் தன்னுடைய தன்னம்பிக்கை மிகுந்த முன்னோர் கள் ரகப் புன்னகையை ஆற்றுக்குப் பதிலாக சாலையை நோக்கி வீசிக் கொண்டிருந்தார்.

எலியூட்டி அம்மச்சி தயக்கத்துடன் காணப்பட்டாள். திரும்பி நின்றுகொள்ள விருப்பமிருந்தும் முடியாதவள்போல. நதியைக் கைவிடுவது அவளுக்கு எளிதில்லாமல் இருக்கலாம். அவள் கண்களால் தன் கணவன் பார்க்கும் திசையைப் பார்த்தாள். அவள் இதயத்தால் வேறெங்கோ பார்த்துக்கொண்டிருந்தாள். அவளுடைய கனமான, மங்கலான தங்கக் குணுக்குக் காதுவளையங்கள் (ஆசீர்வதிக்கப்பட்ட சின்னவரின் அன்பின் அடையாளம்) அவள் காது மடல்களை இழுத்துத் தோள்வரை தொங்க விட்டிருந்தன. காதுகளிலிருந்த அத்துளைகளின் வழியாக வெப்ப நதி யையும் அதில் வளைந்திருக்கும் இருண்ட மரங்களையும் பார்க்க முடியும். படகுகளில் செல்லும் மீனவர்களையும் மீன்களையும்.

வீட்டிலிருந்து ஆற்றை இனிமேல் பார்க்க முடியாமல் போய்விட் டாலும், கடற் சிப்பிகளுக்குக் கடல் உணர்வு இருப்பதைப் போல அய்மனம் இல்லத்துக்கு இன்னும் ஓர் ஆற்றின் உணர்வு இருக்கிறது.

பீறிடும் புரளும் மீன்கள் நீந்தும் உணர்வு.

அவள் நின்றுகொண்டிருந்த உணவுக்கூடத்தின் ஜன்னலிலிருந்து, கூந்த லைக் காற்று அளாவிக்கொண்டிருக்க, அவள் பாட்டியின் ஊறுகாய்

2

பப்பாச்சியின் விட்டில் பூச்சி

. . . அறுபத்தி ஒன்பது டிசம்பரில் (ஆயிரத்து தொள்ளாயிரத்து என்பது சைலன்ட்) ஒரு மேகமற்ற தினம். ஒரு குடும்பத்தின் வாழ்க்கையில் புதைந்திருக்கும் அறவொழுக்கத்தை ஏதோ ஒன்று சுண்டி மேற்பரப்பிற்குக் குமிழாகக் கொண்டு வந்து கொஞ்ச நேரம் மிதந்துகொண்டிருக்க வைப்பதைப் போன்ற நேரம் அது. தெளி வாகத் தெரியும்படியாக. எல்லோரும் பார்க்கும்படியாக.

வெளிர்நீல பிளிமத் ஒன்று, அதன் குரோமியப் பின் சிறகில் வெயில் பளீரிடத் துளிர் நெல் வயல்களையும் பழைய ரப்பர் மரங்களையும் தாண்டிக்கொண்டு வேகமாகக் கொச்சியை நோக்கிச் சென்றுகொண்டிருந்தது. அங்கிருந்து கிழக்கே வெகு தூரத்தில் இதே போன்ற நிலவியல் தன்மைகளோடு (காடுகள், நதிகள், நெல் வயல்கள், கம்யூனிஸ்டுகள்) இருந்த சிறிய தேசத்தில் அந்நாடு முழுக்க ஆறு அங்குல உயரத்திற்கு உலோகம் சேரும்படிக் குண்டு கள் வீசப்பட்டுக் கொண்டிருந்தன. ஆனால் இங்கே அமைதிக் காலமாக இருந்ததால் பிளிமத்தில் இருந்த அந்தக் குடும்பம் பயமோ சாவின் முன்னறிகுறிகளோ இன்றிப் பயணித்துக்கொண்டிருந்தது.

அந்த பிளிமத், ராஹேல் மற்றும் எஸ்தாவின் தாத்தா பப்பாச்சிக்குச் சொந்தமாயிருந்தது. அவர் இறந்துவிட்டதால் அது இப்போது அவர்களுடைய பாட்டி, மம்மாச்சிக்குச் சொந்த மாகியிருக்கிறது. ராஹேலும் எஸ்தாவும் கொச்சியில் *The Sound of Music* திரைப்படத்தை மூன்றாவது முறையாகப் பார்க்கச் சென்று கொண்டிருக்கின்றனர். அவர்களுக்கு அதிலுள்ள எல்லாப் பாடல்களும் தெரியும்.

அதன் பிறகு அவர்கள் பழைய உணவின் வாசனை வீசும் ஹோட்டல் ஸீ க்வீனில் தங்கப் போகின்றனர். ஏற்கனவே பதிவு செய்யப்பட்டிருக்கிறது. அடுத்த நாள் அதிகாலையில் கொச்சி விமான நிலையத்திற்குக் கிருஸ்துமஸை அய்மனத்தில் கழிப்பதற் காக லண்டனிலிருந்து வரும் சாக்கோவின் முன்னாள் மனைவி – அவர்களின் ஆங்கிலேய அத்தை, மார்கரெட் கொச்சம்மாவையும் அவர்களுடைய மைத்துனி ஸோஃபி மோளையும் வரவேற்பதற் காகச் செல்வார்கள். அந்த வருடத்தின் ஆரம்பத்தில் மார்கரெட்

கொச்சம்மாவின் இரண்டாவது கணவன் ஜோ ஒரு கார் விபத்தில் இறந்திருந்தான். அவ்விபத்தைப் பற்றிச் சாக்கோ கேள்விப்பட்டதும் அவர்களை அய்மனத்திற்கு வரச் சொல்லி அழைத்தான். இங்கிலாந்தில் தனியாக, துணையின்றிக் கிருஸ்துமஸை அவர்கள் கழிக்கப் போகின்ற னர் என்பதை அவனால் சகித்துக்கொள்ள முடியவில்லை என்று எழுதியிருந்தான். அதுவும் நினைவுகள் நிரம்பிய ஒரு வீட்டில்.

மார்கரெட் கொச்சம்மாவை நேசிப்பதைச் சாக்கோ ஒருபோதும் நிறுத்தவில்லையென்று அம்மு கூறினாள். மம்மாச்சி மறுத்தாள். எப் போதுமே அவன் அவளை நேசித்ததில்லை என்று நம்புவதற்கே அவள் விரும்பினாள்.

ராஹேலும் எஸ்தாவும் ஸோஃபி மோளைச் சந்தித்ததில்லை. ஆனால் சென்ற வாரம் முழுக்கப் போதுமான அளவிற்கு அவளைப் பற்றிக் கேட்டாயிற்று. பேபி கொச்சம்மாவிடமிருந்து, கொச்சு மரியாவிடமிருந்து, மம்மாச்சியிடமிருந்துகூட. இவர்களில் ஒருவரும் அவளைப் பார்த்த தில்லை. ஆனால் அவர்கள் அனைவருமே அவளை ஏற்கனவே நன்றாகத் தெரிந்தவர்களைப் போல நடந்துகொண்டிருந்தனர். அது *ஸோஃபீ மோள் என்ன நினைப்பாள்?* வாரமாக இருந்தது.

அவ்வாரம் முழுக்க அந்த இரட்டையர்கள் தங்களுக்குள் எப்படிப் பேசிக்கொள்கிறார்களென்பதை பேபி கொச்சம்மா ஒட்டுக் கேட்ட படியே இருந்தாள். அவர்கள் மலையாளத்தில் பேசிக்கொள்வதைக் கண்டுபிடித்துவிட்டால் ஒரு சிறிய அபராதமாக அவர்களுக்குத் தரும் காசிலிருந்து கழித்துக்கொண்டாள். அவர்களைத் திரும்பத் திரும்ப எழுத வைத்தாள் – அவற்றை 'இம்போஸிஷன்' என்று சொன்னாள் – *நான் ஆங்கிலத்திலேயே எப்போதும் பேசுவேன், நான் ஆங்கிலத்திலேயே எப்போதும் பேசுவேன்.* இருவரும் முறையே நூறு முறை எழுதி முடித்த தும் அவற்றைச் சிவப்புப் பேனாவால் அடித்துவிட்டாள், அடுத்த முறை தவறு செய்யும்போது இதையே எழுதியதாக மீண்டும் காட்டி விடக் கூடாதென்பதற்காக.

திரும்பி வரும்போது பாடுவதற்கு ஆங்கிலத்தில் ஒரு கார் பாடலைப் பயிற்சியெடுக்க வைத்தாள். வார்த்தைகளைச் சரியாக அமைத்துப் பாட வேண்டும். உச்சரிப்பில் அவர்களுக்கு மிகவும் கவனம் வேண்டும்.

Rej-Oice in the Lo-Ord Or-Orlways
And again I say rej-Oice,
RejOice,
RejOice,
And again I say rej-Oice

எஸ்தாவின் முழுப் பெயர் எஸ்தப்பான் யாக்கோ. ராஹேலுடையது ராஹேல். தற்சமயத்திற்கு அவர்களுக்குக் குடும்பப் பெயர் ஏதுமில்லை. அம்மு தன்னுடைய கன்னிப்பெயருக்கே திரும்புவதைப் பற்றி யோசித்துக் கொண்டிருந்தாலும் தன் கணவரின் பெயருக்கும், தந்தையின் பெயருக்கு மிடையே ஒன்றை எடுத்துக்கொள்வதில் ஒரு பெண்ணுக்குப் பெரிய தேர்ந்தெடுப்பு ஏதுமில்லையென்று நினைத்தாள்.

எஸ்தா அவனது வெளிறிய கம்பளிச் சட்டையையும், கூர் ஷூக்களை யும் அணிந்துகொண்டு, தலைமுடியை எல்விஸ் பஃப்பாகக் கூடு கட்டி அமைத்திருந்தான். அவனது விசேஷமான சிகையலங்காரம். 'பார்ட்டி' தான் அவனுக்குப் பிடித்தமான எல்விஸ் பாடல். யாரும் பார்க்கா திருக்கும்போது பூப்பந்தாட்ட ராக்கெட் ஒன்றைக் கையில் கித்தாராக வைத்து மீட்டிக்கொண்டு, இடுப்பை எல்விஸ்ஸைப் போலவே சுழற்றிக் கொண்டு *'Some people like to rock, some people like to roll'* என்று அடிக் குரலில் பாடுவான். *'But moonin' an' a-groonin' gonna satisfy mah soul, less have a pardy . . .'*

எஸ்தாவுக்குச் சாய்வான, உறங்கும் விழிகள். அவனுடைய முன் பற்கள் இன்னும் விளிம்புகளில் சீரில்லாமல் இருந்தன. ராஹேலுடைய புதிய பற்கள் அவள் ஈறுகளுக்குள்ளேயே காத்திருந்தன, பேனாவிற்குள் வார்த்தைகள்போல். பதினெட்டு நிமிட இடைவெளி முன்பற்கள் வளர் வதில் இப்படி ஓர் இசைவின்மையை ஏற்படுத்துமாவென்று எல்லோ ருக்கும் வியப்பு.

ராஹேலின் பெரும்பான்மையான முடி தலையின் உச்சியில் ஒரு நீரூற்றைப் போல உட்கார்ந்திருந்தது. அது லவ் – இன் – டோக்கியோவால் – (இரண்டு மணிகள் கோத்த ஒரு ரப்பர் பேண்ட்) கட்டப்பட்டிருந்தது. அதற்கும் காதலுக்கும் அல்லது டோக்கியோவுக்கும் எந்தச் சம்பந்தமு மில்லை. கேரளாவில் லவ் – இன் – டோக்கியோ காலத்தில் கரையாமல் நிலைத்திருந்தது. இன்றுகூட எந்தவொரு ஏ – 1 லேடீஸ் ஸ்டோருக்குச் சென்று லவ் – இன் – டோக்கியோ என்று கேட்டால் அது கிடைக்கும். இரண்டு மணிகள் கோத்த ஒரு ரப்பர் பேண்ட்.

ராஹேலின் பொம்மைக் கடிகாரத்தில் நேரம் வரையப்பட்டிருந்தது. இரண்டு அடிக்க பத்து நிமிடங்கள். அவளது குறிக்கோள்களில் ஒன்று, அவள் விரும்பிய நேரத்தில் நேரத்தை மாற்றக்கூடிய வசதியுள்ள ஒரு கடிகாரத்தை வாங்குவது (அவளைப் பொறுத்தவரை நேரம் என்பதற்கு அர்த்தமே அதுதான்). அவளது மஞ்சள் பிரேமிட்ட சிவப்பு பிளாஸ்டிக் வெயில் கண்ணாடி உலகத்தைச் செக்கச் சிவப்பாக்கியிருந்தது. அவள் கண்களுக்கு அவை நல்லதல்லவென்றும், அதிகம் அதைப் போட்டுக் கொண்டிருக்க வேண்டாமென்றும் அம்மு கூறினாள்.

விமான நிலையத்திற்கான அவளுடைய பாவாடை அம்முவின் சூட்கேஸிற்குள் இருக்கிறது. அதற்குப் பொருத்தமான விசேஷ நிக்கரும் இருக்கிறது.

சாக்கோ ஓட்டிக்கொண்டிருந்தான். அவன் அம்முவை விட நான்கு வயது பெரியவன். ராஹேலுக்கும் எஸ்தாவுக்கும் அவனைச் சாச்சன் என்று கூப்பிட முடியவில்லை. அப்படிக் கூப்பிட்டால் பதிலுக்கு அவர் களை அவன் சேட்டன் என்றும் சேட்டத்தி என்றும் கூப்பிட்டான். அம்மாவென் என்று கூப்பிட்டால் அவன் அப்போயி என்றும் அம்மாயி என்றும் கூப்பிட்டான். அவனை அங்கிள் என்று கூப்பிட்டால் ஆன்ட்டி என்று கூப்பிட்டான். பொது இடத்தில் அப்படி அவன் கூப்பிடுவது சங்கடமாக இருந்தது. எனவே அவர்கள் அவனைச் சாக்கோ என்றே அழைத்தனர்.

சாக்கோவின் அறையில் தரையிலிருந்து கூரைவரைப் புத்தகங்கள் அடுக்கப்பட்டிருக்கும். அவை எல்லாவற்றையுமே அவன் படித்திருக்கிறான். அவற்றிலிருந்து நீண்ட வாக்கியங்களை எந்த அவசியமுமின்றி மேற்கோள் காட்டுவான். உதாரணத்திற்கு அன்று காலை அவர்கள் வாசலைத் தாண்டும் நேரத்தில் தாழ்வாரத்தில் நின்றிருந்த மம்மாச்சிக்கு எல்லோரும் குட்பை கத்திக்கொண்டிருக்கும்போது சாக்கோ திடீரென்று, *"Gatsby turned out all right at the end; it is what preyed on Gatsby, what foul dust floated in the wake of his dreams that temporarily closed out my interest in the abortive sorrows and short - winded elations of men"* என்றான்.

எல்லோருமே இதற்குப் பழக்கப்பட்டிருந்ததால் ஒருத்தருக்கொருத்தர் ஜாடையாகக்கூடப் பார்த்துக்கொள்ளவில்லை. சாக்கோ ஆக்ஸ்ஃபோர்டில் ஒரு ரோட்ஸ் ஸ்காலர். மற்றவர்களுக்கில்லாத சில மீறல்களும் கிறுக்குத்தனங்களும் அவனுக்கு அனுமதிக்கப்பட்டிருந்தன.

அவன் அவர்களுடைய குடும்பச் சரித்திரத்தை எழுதிக்கொண்டிருப்பதாகக் கூறிக்கொண்டிருந்தான். அதை அச்சில் வெளியிடாதிருப்பதற்கு அந்தக் குடும்ப அங்கத்தினர்கள் அவனுக்குப் பணம் தர வேண்டியிருக்கும் என்பான். குடும்பச் சரிதையைக் காட்டி ப்ளாக்மெயில் செய்யக்கூடிய ஒரே ஆள் அந்தக் குடும்பத்தில் சாக்கோ மட்டும்தான் என்றாள் அம்மு.

ஆனால் அதெல்லாம் முன்பு. பயங்கரச் சம்பவங்கள் நிகழ்வதற்கு முன்பு.

பிளிமத்தில் அம்மு முன்னால், சாக்கோவுக்குப் பக்கத்தில் அமர்ந்திருந்தாள். அந்த வருடம் அவளுக்கு இருபத்தியேழு வயதாகியிருந்தது. அவளுடைய வாழ்க்கை வாழ்ந்து முடிக்கப்பட்டுவிட்டதென்ற அப்பட்டமான புரிதல் அவள் வயிற்றின் ஆழத்தில் உணர்ந்திருந்தது. அவளுக்கு ஒரு வாய்ப்பு இருந்திருந்தது. அவள்தான் தவறிழைத்துவிட்டாள். தப்பான மனிதன் ஒருவனை மணந்துகொண்டாள்.

அவள் அப்பா வேலையிலிருந்து ஓய்வுபெற்று டெல்லியிலிருந்து அய்மனத்திற்குத் திரும்பிய வருடம்தான் அம்மு தன்னுடைய பள்ளிப் படிப்பை முடித்திருந்தாள். ஒரு பெண்ணுக்குக் கல்லூரிப் படிப்புக்காகச் செலவழிப்பது தேவையற்றது என்று பப்பாச்சி உறுதியாக இருந்ததால் அம்முவுக்கு டெல்லியை விட்டுக் கிளம்பி அவர்களுடனேயே வருவதைத் தவிர வேறு வழியில்லை. ஓர் இளம் பெண்ணுக்கு அய்மனத்தில் செய்வதற்கு அதிகம் வேலைகள் ஒன்றும் இல்லை, அம்மாவுக்கு வீட்டு வேலைகளில் உதவிக்கொண்டு கல்யாண ஏற்பாட்டுக்குக் காத்திருப்பதைத் தவிர. அவள் திருமணத்துக்குத் தேவையான வரதட்சணைப் பணம் அவளுடைய அப்பாவிடம் இல்லாததால் அம்முவுக்கு எந்த ஏற்பாடும் நடக்கவுமில்லை. இரண்டு வருடங்கள் கடந்து போயின. அவளுடைய பதினெட்டாவது பிறந்தநாள் வந்து சென்றது. கவனிப்பாரில்லாமல். அல்லது அவளுடைய பெற்றோர்களிடம் குறிப்பேற்படுத்தாமல். அம்முவுக்கு விரக்தி அதிகரித்தது. அய்மனத்திலிருந்தும், அவளுடைய முசுடான அப்பா, கசப்பும் நிரந்தர சோகம் பீடித்த அம்மா பிடிகளி

லிருந்தும் தப்பிச் செல்வதற்கு நாள் முழுக்க கனவு கண்டுகொண் டிருந்தாள். குருட்டுத்தனமாகப் பல சின்னச் சின்னத் திட்டங்கள் போட்டுக்கொண்டிருந்தாள். கடைசியில் ஒன்று பலித்தது. கல்கத்தா விலிருந்த தூரத்துச் சொந்தமான அத்தை ஒருத்தியின் வீட்டிற்குச் சென்று கோடையைக் கழிக்க அவளை அவள் அப்பா அனுமதித்தார்.

அங்கு யாரோ ஒருவருடைய திருமண வரவேற்பில் அம்மு தன் னுடைய எதிர்காலக் கணவனைச் சந்தித்தாள்.

அஸ்ஸாமிலிருந்த ஒரு டீ எஸ்டேட்டில் துணை மேலாளரான அவன் விடுமுறையில் வந்திருந்தான். அவனுடைய பெற்றோர்கள் கிழக்கு வங்காளத்தில் முன்பு செல்வச் செழிப்புள்ள ஜமீன்தார்களாக இருந்து பிரிவினைக்குப் பிறகு கல்கத்தாவிற்குக் குடியேறியவர்கள்.

அவன் குள்ளமாக இருந்தாலும் கட்டுமஸ்தானவன். இனிய தோற்றம். எதற்கும் கவலைப்படாது லேசாக எடுத்துக்கொள்ளும் இளங்கவர்ச்சி யையும் ஆளைக் கட்டிப்போடும் நகைச்சுவை உணர்வையும் அவன் அணிந்திருந்த பழைய பாணி மூக்குக் கண்ணாடி மறைத்து அவனுக்கு ஒரு சிரத்தை மிகுந்த தோற்றத்தைக் கொடுத்தது. அவனுக்கு இருபத் தைந்து வயது. டீ எஸ்டேட்களில் ஏற்கனவே ஆறு வருடங்களாக வேலை பார்த்து வருகிறான். கல்லூரிக்குச் செல்லாதவனென்பதால் அவனுக்குப் பள்ளிக்கூடத்தனமான நகைச்சுவைதான் வந்தது. அம்மு வைப் பார்த்த ஐந்தாம் நாள் அவளிடம் தன் காதலைச் சொன்னான். அவனிடம் காதல்கொண்டிருப்பதாகவெல்லாம் அம்மு நடிக்கவில்லை. சாதக பாதகங்களைச் சீர்தூக்கிப் பார்த்துவிட்டு ஒப்புக்கொண்டாள். *எதுவும்*, எவரும் மேலானதுதான் – அய்மனத்திற்குத் திரும்பிச் செல்வதை விட என்று நினைத்தாள். அவளுடைய பெற்றோர்களுக்குத் தன்னுடைய முடிவை எழுதிப் போட்டாள். அவர்கள் பதிலளிக்கவில்லை.

அம்முவுக்கு ஓர் ஆடம்பரமான கல்கத்தா திருமணம் நடந்தது. பிற்பாடு, அந்த நாளை நினைத்துப் பார்க்கும்போது மாப்பிள்ளையின் கண்களில் தெரிந்த ஜுரத்தனமான ஜ்வலிப்பிற்கு காரணம் காதலோ அல்லது சிற்றின்ப தாகம் எழுப்பிய எதிர்பார்ப்போ அல்லவென்பது புரிந்தது. எட்டு லார்ஜ் பெக் விஸ்கி. அதுதான். சுத்தம்.

அம்முவின் மாமனார் இரயில்வே போர்டின் சேர்மனாக இருந்தவர். கேம்பிரிட்ஜில் பாக்ஸிங் புளூ பெற்றவர். BABA – வங்க அமெச்சூர் குத்துச்சண்டை அசோசியேஷன் – செயலாளராகவும் இருந்தவர். அவர் மணமகளுக்குப் பிரத்தியேகமாக இளஞ்சிவப்பு வர்ணமடித்த ஒரு ஃபியட் காரைப் பரிசளித்தார். திருமணத்திற்குப் பிறகு, அந்தக் காரை யும், எல்லா நகைகளையும், ஏறக்குறைய அவர்களுக்கு வந்திருந்த எல்லாப் பரிசுப் பொருட்களையும் அவரே எடுத்துக்கொண்டுச் சென்று விட்டார். இரட்டையர்கள் பிறப்பதற்கு முன்னரே, பித்தப்பை அறுவைச் சிகிச்சை நடந்துகொண்டிருக்கும்போது ஆப்பரேஷன் மேஜையிலேயே இறந்துவிட்டார். அவருடைய உடல் எரியூட்டப்பட்டபோது வங்கத்தி லிருந்த எல்லாக் குத்துச்சண்டை வீரர்களும் வந்திருந்தனர். உட்குழிந்த தாடைகளும் உடைந்த மூக்குகளும் கொண்ட துக்கக் கூட்டம்.

அம்முவும் அவள் கணவனும் அஸ்ஸாமுக்குக் குடிபெயர்ந்தபோது, அம்மு அழகும் இளமையும் துடுக்குத்தனமும் கொண்டவளாக, பிளாண்டர்ஸ் கிளப்பின் செல்லமாகவும் இருந்தாள். முதுகு திறந்த ரவிக்கையும் சேலையும் அணிந்து சங்கிலியிட்ட சில்வர் லாமே பர்ஸை யும் ஏந்திச் சென்றாள். வெள்ளி சிகரெட் குழாய்களில் நீண்ட சிகரெட்டு களைப் பொருத்திப் புகைத்தாள். கச்சிதமாக புகை வளையங்களை விடுவதற்குக் கற்றுக்கொண்டாள். அவள் கணவன் குடிகாரன் மட்டு மல்ல, மதுவுக்கு அடிமையானவன் என்பது உடனே தெரிந்தது. அவர் களுக்கேயுரிய தொடர்பழிந்த விலகலையும், சோகக் கவர்ச்சியையும் கொண்டவனாக இருந்தான். அவனிடமிருந்த சில விஷயங்களை அம்முவால் புரிந்துகொள்ளவே முடிந்ததில்லை. எதற்காக அவசியமே யில்லாதபோதும்கூட அபாண்டமாகப் பொய் சொல்லிக்கொண் டிருந்தான் என்று அவனை விட்டுப் பிரிந்து பல வருடங்கள் கழித்துகூட அவள் வியந்திருக்கிறாள். அவசியமே இல்லாதபோதுகூட. ஒருமுறை அவன் நண்பர்கள் கூட்டத்தில் பேசிக்கொண்டிருக்கும்போது புகை யூட்டப்பட்ட சால்மன் மீன்கறி எந்தளவிற்குத் தனக்குப் பிடிக்குமென்று அளந்துகொண்டிருந்தான். அம்முவுக்குத் தெரியும் அவனுக்கு அது கொஞ்சங்கூடப் பிடிக்காதென்று. கிளப்பிலிருந்து வந்து அம்முவிடம் *Meet me in St Louis* பார்த்ததாகச் சொன்னான். உண்மையில் அவர்கள் *The Bronze Buckaroo* திரையிட்டிருந்தார்கள். இந்த விஷயங்களைச் சுட்டிக் காட்டி அவள் கேட்டால், அவன் விளக்கியதோ மன்னிப்பு கேட்டதோ இல்லை. வெறுமனே இளித்து, எப்படித்தான் தன்னால் தாங்கிக்கொள்ள முடிந்ததோ என்றளவுக்கு அம்முவை ஆயாசப்படுத்துவான்.

சீனாவோடு போர் வெடித்தபோது அம்மு எட்டு மாதக் கர்ப்பமாக இருந்தாள். அது அக்டோபர் 1962. தோட்டக்காரர்களின் மனைவிகளும் குழந்தைகளும் அஸ்ஸாமிலிருந்து வெளியேற்றப்பட்டனர். பயணம் செய்ய முடியாத அளவுக்கு நிறைமாதமாக இருந்த அம்மு எஸ்டேட் டிலேயே தங்கியிருந்தாள். மயிர்க்கூச்செரிய வைக்கும், குலுங்கக்கூடிய ஒரு பஸ் பிரயாணத்தில் நவம்பர் மாதம் ஷில்லாங்கிற்குச் சென்றனர். சீன ஆக்கிரமிப்பு பற்றிய வதந்திகளுக்கும் எக்கணமும் நிகழத் தயாராக இருந்த இந்தியத் தோல்விக்கும் மத்தியில் எஸ்தாவும் ராஹேலும் பிறந்தனர். மெழுகுவர்த்தி வெளிச்சத்தில். ஜன்னல்கள் கருமையேற் பட்ட மருத்துவமனையில். அதிகம் சிரமமின்றிப் பதினெட்டு நிமிட இடைவெளியில் இருவரும் வெளிவந்தனர். பெரிதாக ஒன்று பிறப்ப தற்குப் பதில் இரண்டு சின்னக்குட்டிகள். தாயின் சாறு பூசிய இரட்டை ஸீல்கள். பிரசவ முயற்சியில் உண்டான சுருக்கங்களோடு. அங்கஹீனங் கள் ஏதாவது இருக்கிறதாவென்று அம்மு அவர்களைச் சோதித்துத் தெரிந்துகொண்டபின் கண்களை மூடித் தூக்கத்தில் ஆழ்ந்தாள்.

நான்கு கண்கள், நான்கு செவிகள், இரண்டு வாய்கள், இரண்டு நாசிகள், இருபது விரல்கள், இருபது கச்சிதமான கால் விரல்கள் என்று எண்ணினாள்.

ஒரே சயாமீஸ் ஆன்மாவை அவள் கவனிக்கவில்லை. அவர்களை ஈன்றதற்காக மகிழ்ந்தாள். அவர்களுடைய அப்பா, மருத்துவமனையின்

நடையில் இருந்த பெஞ்சில் கால் நீட்டிப் படுத்துக்கொண்டான். போதையில்.

இரட்டையர்களுக்கு இரண்டு வயதாகும்போது அவர்களுடைய அப்பாவின் குடிப்பழக்கம் தேயிலைத் தோட்ட வாழ்க்கையின் தனிமையில் மோசமாகி ஓர் குடிகார மந்த நிலைக்கு அவனைக் கொண்டு சென்றது. பகலெல்லாம் படுக்கையிலேயே கிடந்து வேலைக்குப் போகாதிருந்தான். இறுதியில் அவனது ஆங்கிலேயே மேலாளர் மிஸ்டர் ஹோலிக் தன்னுடைய பங்களாவுக்கு அவனை ஒரு 'சீரியஸான விவாத'த்திற்கு அழைத்தார்.

அவள் வீட்டின் நடையில் கவலையோடு உட்கார்ந்தபடி கணவன் திரும்புவதற்காகக் காத்திருந்தாள். ஹோலிக் அவனை அழைத்ததற்கு ஒரே காரணம் அவனை வேலையை விட்டு நீக்குவதற்காகத்தானென்று உறுதியாக அவள் நம்பினாள். அவன் திரும்பி வரும்போது நிலை குலைந்து போயிருக்காமல் வெறும் விரக்தியோடு மட்டும் காணப்பட்டதில் அவளுக்கு ஆச்சரியமாக இருந்தது. ஹோலிக் தன்னிடம் ஒரு விஷயத்தை முன்வைத்திருப்பதாக அம்முவிடம் கூறினான். அதைப் பற்றி அவளிடம் விவாதிக்க வேண்டியிருக்கிறது என்றான். ஒருவித கூச்சத்தோடு ஆரம்பித்த அவன், அவளுடைய நேர்ப் பார்வையைத் தவிர்த்தான். பேசப் பேச தைரியம் சேகரித்துக்கொண்டான். நடைமுறையாக யோசித்தால், ஒரு நீண்டகால ஆதாயத்திற்கு, முன்வைக்கப் பட்ட அந்தத் திட்டம் இருவருக்குமே பலனளிக்கக்கூடியது என்றான். உண்மையில் *எல்லோருக்குமே*. குழந்தைகளின் படிப்பைக் கணக்கில் கொள்ளும்போது.

ஹோலிக் தன்னுடைய உதவியாளனிடம் நேரடியாகவே பேசியிருக்கிறார். தொழிலாளர்களிடமிருந்து அவருக்கு வந்திருந்த புகார்களையும் இதர உதவி மேலாளர்களிடமிருந்து வந்திருந்தவற்றையும் அவனுக்குத் தெரிவித்தார்.

"எனக்கு வேறெந்த மாற்று வழியும் இருப்பதாகத் தோன்றவில்லை" என்றார். "உனது பதவி விலகலைக் கோருவதைத் தவிர."

மௌனம் அதன் தாக்குதலை நடத்தி முடிக்கக் காத்திருந்தார். மேஜைக்கு மறுபுறம் உட்கார்ந்திருந்த அந்தப் பரிதாபமான மனிதனுக்கு உடல் நடுக்கமெடுக்க அனுமதித்தார். விசும்புவதற்கு அனுமதித்தார். பிறகு ஹோலிக் மீண்டும் பேசினார்.

"உண்மையில் வேறொரு வழி *இருக்கலாம்*... அதை வேண்டுமானால் நாம் முயன்று பார்க்கலாம். நான் எப்போதுமே சொல்கிறாற்போல், பாஸிடிவ்வாக யோசி. உனக்குள்ள அதிர்ஷ்டங்களை எண்ணிப் பார்." ஹோலிக் கருப்பு காப்பி ஆர்டர் செய்வதற்கு பேச்சை நிறுத்தினார். "நீ ரொம்பவும் அதிர்ஷ்டசாலி, தெரியுமா? அற்புதமான குடும்பம், அழகான குழந்தைகள், கவர்ச்சிகரமான மனைவி ..." அவர் சிகரெட் ஒன்றைப் பற்றவைத்து, நெருப்புக் குச்சி அவர் விரலைத் தீண்டும் வரைக்கும் பிடித்துக்கொண்டிருந்தார். "*மிகவும்* கவர்ச்சிகரமான மனைவி."

விசும்பல் நின்றது. குழப்பமடைந்த பழுப்புக் கண்கள் எதிரிலிருந்த நீசத்தனமான, ரத்த நரம்புகள் பின்னிய பச்சைக் கண்களை ஊடுருவிப் பார்த்தன. காப்பியை அருந்திக்கொண்டே, திரு. ஹோலிக், பாபாவை கொஞ்ச காலத்திற்கு வெளியே எங்காவது செல்லக் கூறினார். விடுமுறை யாக. சிகிச்சைக்காக ஏதாவது ஒரு போதை நிவர்த்தி மையத்துக்கு. சரியாகும்வரை அங்கேயே இருக்கலாம். அவன் அங்கே இருக்கும் காலத்தில், அம்முவை அவருடைய பங்களாவிற்கு அவன் அனுப்பி விட்டால் தான் 'கவனித்துக்கொள்வதாக' ஹோலிக் யோசனை கூறினார்.

ஏற்கனவே எஸ்டேட்டில் ஹோலிக்கைக் கவர்ந்திருந்த தேயிலை பறிப்பவர்கள் பலருக்கு வெள்ளைத் தோலோடு கந்தல் உடை குழந்தை கள் இருந்தன. அதிகாரிகள் வட்டத்துக்குள் ஹோலிக் நுழைவது இது தான் முதல் முறை.

தன் கணவனின் உதடுகள் அசைந்து வார்த்தைகளை அமைப்பதை அம்மு கவனித்துக்கொண்டிருந்தாள். அவள் எதுவும் கூறவில்லை. அவளுடைய மௌனத்தால் அசௌகரியமடைந்து எரிச்சலுற்றான். திடீரென்று அவள் மேல் பாய்ந்து அவள் முடியைப் பற்றி அவளைக் குத்தினான். அந்த முயற்சியின் களைப்பில் சோர்ந்து மயங்கி விழுந் தான். புத்தக அலமாரியில் இருப்பவற்றிலேயே கனமானது எதுவென்று அம்மு தேடினாள். *The Readers's Digest World Atlas* ஐ எடுத்து அவளால் முடிந்த அளவிற்கு பலமாக அவன் மேல் ஓங்கி அடித்தாள். அவன் தலையில். அவன் கால்களில். அவன் முதுகில். அவன் தோள்களில். சுயநினைவு திரும்பி அவன் எழுந்தபோது அவன் உடம்பில் கன்றிப் போயிருந்த அடிகளைப் பார்த்து குழம்பிப் போனான். அவனுடைய வன்முறைக்காக வெட்கமேயின்றி மன்னிப்பு கேட்டுவிட்டு, ஏறக்குறைய உடனே அவளிடம் தன் இடமாற்றத்திற்கு உதவுமாறு நச்சரிக்கத் தொடங்கினான். அதன் பின் இது ஒரு வகைமுறைக்கு வந்தது. குடித்து விட்டு அடிப்பதும், தெளிந்த பிறகு மன்னிப்பு கேட்டுவிட்டு நச்சரிப்பதும். அவன் தோலுக்குள் ஊறிப்போய்விட்ட புளித்த ஆல்கஹால் நெடியும் ஒவ்வொரு நாள் காலையிலும் அவன் வாயோரத்தில் காய்ந்து போயிருக் கும் உலர்ந்து கெட்டியான வாந்தித் தடமும் அம்முவை விலக்கித் தள்ளின. அவன் குடிவெறியைக் குழந்தைகள்மீதும் காட்ட ஆரம்பித்த போது, பாகிஸ்தானுடனான யுத்தம் ஆரம்பித்தது. அம்மு அவள் கணவனை விட்டு, அய்மனத்தில் அவள் பெற்றோர்களிடம் வரவேற்கப் படாமல் திரும்பி வந்தாள். சில வருடங்களுக்கு முன்பு எவற்றிலிருந்து தப்பித்துச் சென்றாளோ அவற்றிற்கே. ஆனால் இப்போது இரண்டு குழந்தைகளோடு. எந்தக் கனவுகளும் இன்றி.

பப்பாச்சி அவளுடைய கதையை நம்பவில்லை. அவள் கணவனைப் பற்றி அவர் நல்லவிதமாக நினைத்தார் என்பதால் அல்ல. ஆங்கிலேயன் ஒருவன், எந்த ஆங்கிலேயனும், அடுத்தவனின் மனைவியை மோகிப் பான் என்று அவர் நம்பவில்லை.

அம்மு தன் குழந்தைகளை நேசித்தாலும் பாதுகாப்பு உணர்வற்று பாதிப்படையும் அவர்களது அறியாமையையும் அவர்களை உண்மை

யில் நேசிக்காதவர்களை நேசிக்கும் வெகுளித்தனமும் அவளை ஆயாசப் படுத்தி, சிலவேளைகளில் அவர்களை அடிக்கவும் வைத்தது – ஒரு பாடமாக, ஒரு பாதுகாப்புக்காக.

அவர்களின் அப்பா வெளியேறிச் சென்ற ஜன்னல் திறந்தே இருப்ப தாகவும், யார் வேண்டுமானாலும் உள்ளே வருவதற்கு வரவேற்பதாக வும் இருந்துவிடக் கூடாதென்பதற்காக.

அம்முவுக்கு அந்த இரட்டையர்கள் போக்குவரத்து மிகுந்த நெடுஞ் சாலையில் மிரண்டுபோய் ஒருவரையொருவர் சுட்டிப் பிணைத்துக் கொண்டிருக்கும் இரு தவளைக் குஞ்சுகள்போலத் தோன்றினர். லாரிகள் தவளைகளை என்ன செய்யக் கூடுமென்பதறியாத குஞ்சுகள். அவர் களை உக்கிரமாக அவள் கவனித்து வந்தாள். அவளுடைய எச்சரிக்கை யுணர்வு அவளை விளிம்புவரை இழுத்து, விறைப்பும் முறுக்குமாக ஆக்கிவிட்டது. குழந்தைகளைத் தண்டிப்பதில் அவள் காட்டும் வேகத்தை விட அதிகமாகவே அவர்கள் சார்பில் பழியையும் ஏற்றுக்கொண்டாள்.

அவளைப் பொறுத்தவரை வேறெந்த வாய்ப்பும் அவளுக்கு இருக்கப் போவதில்லையென்பதை அறிந்திருந்தாள். இப்போது அய்மனம் மட்டும் தான். முன் தாழ்வாரமும் பின் தாழ்வாரமும். ஓர் உஷ்ண நதியும் ஓர் ஊறுகாய்த் தொழிற்சாலையும்.

பின்னணியில் உள்ளூர்வாசிகளின் தொடர்ந்த, உரத்த நிராகரிப்புத் தூற்றல்கள்.

பெற்றோர்களிடம் அவள் திரும்பிய முதல் சில மாதங்களுக்குள் ளாகவே அனுதாபத்தின் அசிங்கமான முகம் அம்முவிற்கு அறிமுகமாகி அவளை அருவருக்க வைத்தது. லேசான தாடியும், தொளதொளத்த முகவாய்களும் கொண்ட சொந்தக்காரக் கிழவிகள் இரவோடு இரவாக அய்மனத்திற்குப் படையெடுத்துவிட்டனர். அவளுடைய மணமுறிவுக் குத் துக்கம் விசாரிக்க. உள்ளுக்குள் திருட்டுத்தனமான சந்தோஷத் துடன் அவள் கால் முட்டிகளைப் பிடித்துப் பிசைந்துகொண்டே மேலுக்குப் புலம்பினர். அவர்களையெல்லாம் ஒரே அறையாக அடித்து வெளியே தள்ள எழுந்த இச்சையை அடக்கிக்கொண்டாள். அல்லது அவர்களுடைய மார்புக் காம்புகளைப் பிடித்துத் திருக வேண்டும். ஒரு ஸ்பேனரை வைத்து. *Modern Times*இல் சாப்ளின்போல.

தனது திருமணப் புகைப்படங்களைப் பார்க்கும்போது அவற்றில் தான் பார்த்துக்கொண்டிருக்கும் பெண் வேறு யாரோ ஒருத்திபோல் தோன்றியது. நகைகள் சூட்டிய ஒரு முட்டாள் மணப்பெண். அவளது அந்தி வான நிறப் பட்டுப் புடவையில் பொன்னிழைகள் வேய்ந்திருந்தன. ஒவ்வொரு விரலிலும் மோதிரங்கள். வில்லாக வரையப்பட்டிருந்த புருவங்களுக்கு மேல் வரிசையாக சந்தனப் புள்ளிகள். தன்னை இப்படிப் பார்க்கையில் அம்முவின் மெல்லிய இதழ்கள் கோணிக்கொண்டு ஒரு சிறிய, கசந்த புன்னகையை அந்த நினைவுகளை நோக்கித் திருப்பும். அந்தத் திருமணத்தைப் பற்றியல்ல. தூக்கு மரத்திற்குக் கொண்டு செல்வதற்கு முன்பு அவளை விஸ்தாரமாக அவர்கள் அலங்கரிக்க

அவளும் பொறுமையாக அனுமதித்திருக்கிறாள். எல்லாமே அபத்த மாகத் தோன்றியது. வியர்த்தம்.

விறகுக் கட்டைக்குப் பாலீஷ் போடுவதைப் போல.

அவளது கனமான திருமண மோதிரத்தைக் கிராமத்துப் பொற் கொல்லரிடம் கொடுத்து உருக்கி, பாம்புத் தலைகள் கொண்ட ஒரு மெல்லிய வளையல் செய்துகொண்டு அதை ராஹேலுக்காக எடுத்து வைத்துவிட்டாள்.

திருமணங்கள் ஒரேயடியாகத் தவிர்க்கப்படக்கூடியவை அல்ல என்பதை அம்மு அறிவாள். குறைந்தபட்சம் நடைமுறையளவில். ஆனால் அதன் பிறகு தன் வாழ்நாள் முழுவதும் *எளிய* உடைகளில் *சிறிய* திருமணங்களை வலியுறுத்தி வந்தாள். அவை அந்தளவிற்கு அசிங்கமாக, பயங்கரமாகத் தோன்றுவதில்லையென்று அவளுக்கு நினைப்பு.

அவளுக்குப் பிடித்தப் பாடல்களை வானொலியில் எப்போதாவது கேட்கும்போது ஏதோ அவளுக்குள் கிளர்ந்து எழும். திரவமாக ஒரு வலி அவள் தோலுக்கடியில் பரவி, பூமியில் இல்லாத, இதைவிட சந்தோஷமான ஓரிடத்திற்கு ஆவியைப் போல் இடம்பெயர்ந்து சென்று விடுவாள். இது போன்ற நாட்களில் ஒருவித அமைதியின்மையும் அடக்கமின்மையும் அவளிடம் தோன்றிவிடும். அவளுடைய தாய்மை யின், கணவனற்ற தனிமையின் அறநெறிகளைத் தற்காலிகமாக அவள் ஒதுக்கிவைத்துவிட்டதைப் போல் நடந்துகொள்வாள். அவளுடைய நடை ஒரு பத்திரமான தாய் – நடையிலிருந்து வேறுவித முரட்டுத்தன மான நடையாக மாறிவிடும். தலையில் பூக்களைச் சூடிக்கொள்வாள்; கண்களில் மாய ரகசியங்களை ஏற்றிக்கொள்வாள். யாரிடமும் பேச மாட்டாள். ஆற்றங்கரையில் தன் சிறிய பிளாஸ்டிக் டாங்கரைன் டிரான்ஸிஸ்டரோடு மணிக்கணக்காக அமர்ந்திருப்பாள். புகை பிடிப் பாள், அர்த்த ராத்திரியில் ஆற்றில் நீந்துவாள்.

அம்முவுக்கு இந்தப் பத்திரமற்ற விளிம்பைத் தந்தது எது? இத் தகைய எதிர்பாராத் தன்மையை? அவள் தனக்குள் போராடிக்கொண் டிருந்தது இந்த அம்சத்தோடுதான். கலக்க முடியாத ஒரு கலவை. தாய்மையின் அளவிட முடியாத மென்மையும் ஒரு தற்கொலைப் படையினரின் முரட்டு வெறியும் கலந்த ஒரு கலவை. இதுதான் அவளுக்குள் வளர்ந்து இறுதியில் அவள் குழந்தைகள் பகலில் நேசித்த மனிதன் ஒருவனை இரவில் அவளை நேசிக்க வைத்தது. பகலில் அவள் குழந்தைகள் பயன்படுத்திய படகை அவள் இரவில் பயன்படுத்த வைத்தது. எஸ்தா வந்தமர்ந்த, ராஹேல் கண்டுபிடித்த படகு.

வானொலியில் அம்முவின் பாடல்கள் வந்த நாட்களில், எல்லோ ருமே அவளைப் பார்த்து கொஞ்சம் மிரளுவார்கள். இரு உலகங்களுக் கிடையே புற நிழல் இருட்டில் அவள் வசிப்பதை, அவர்களுடைய ஆளுகையின் பிடிப்பைத் தாண்டி அவள் இருப்பதை, ஒருவாறு உணர்ந்து கொள்வர். அவர்கள் ஏற்கனவே ஒதுக்கி வைத்துவிட்ட, கைவிட்டுவிட்ட ஒரு பெண். அவளுக்கு இப்போது இழப்பதற்கு பெரியதாக ஏதுமில்லை

என்பதாலேயே மிக அபாயகரமானவள். எனவே அம்முவின் பாடல்கள் வானொலியில் வந்த நாட்களில் அவளைச் சுற்றி உறையிட்டு மற்றவர்கள் தவிர்த்து வந்தனர். ஏனென்றால் அவளை அவள் வழியில் விட்டு விடுவதே சிறந்தது என்று அனைவரும் புரிந்துவைத்திருந்தனர்.

மற்ற தினங்களில் கன்னங்களில் ஆழமாக, அழகாக குழிகள் தோன்றும்படி சிரிக்கக்கூடியவள்.

அவளுக்கு மெல்லிய, செதுக்கப்பட்ட முகம், மேலெழும்பும் கடற்பறவையின் சிறகுகளைப் போன்ற கரிய புருவங்கள், சிறிய நேரான மூக்கு, பளீரென்ற தானியப் பழுப்பு நிறம். அந்த வெளிர் நீல டிசம்பர் தினத்தில் அவளுடைய கட்டுக்கடங்காத, சுருட்டை முடிகள் காரின் வேகக் காற்றில் கொத்தாகத் தப்பித்துப் படபடத்தன. அவளுடைய கையில்லாத ரவிக்கையில் அவள் தோள்கள் மெழுகால் மெருகிட்டதைப் போலப் பளபளத்தன. சில வேளைகளில் ராஹேலும் எஸ்தாவும் பார்த்ததிலேயே மிக அழகான பெண் அவள்தான். சில வேளைகளில் அவளல்ல.

பிளிமத்தின் பின்னிருக்கையில் எஸ்தாவுக்கும் ராஹேலுக்கும் நடுவில் பேபி கொச்சம்மா இருந்தாள். முன்னாள் கன்னிகாஸ்திரீ, பொறுப்புள்ள சின்ன பெரிய அத்தை. சில வேளைகளில் அபாக்கியவான்களுக்கு சக அபாக்கியவான்கள் மேல் தோன்றும் வெறுப்பைப் போல பேபி கொச்சம்மா அந்த இரட்டையர்களை வெறுத்தாள். அவர்களைத் தரித்திரம் பிடித்த, தகப்பனற்ற அனாதைகளாகக் கருதினாள். அதை விட மோசமாக, சுயமரியாதையுள்ள எந்தச் சிரியன் கிருஸ்துவனும் திருமணம் செய்துகொள்ள மாட்டாத பாதி – இந்து கலப்புகள். அவர்களுக்கு எந்த உரிமையுமற்ற அவர்களுடைய பாட்டியின் வீடான அய்மனம் இல்லத்தில் (தன்னைப் போலவே) சகித்துக்கொண்டு வாழ அனுமதிக்கப்பட்டிருக்கிறார்களென்று அவர்கள் உணர்ந்துகொள்ள வேண்டுமென விரும்பினாள். அம்முவை வன்மத்தோடு அவள் வெறுத்தாள். பேபி கொச்சம்மாவாகிய அவள், எந்த எதிர்ப்புமின்றி பெருந்தன்மையோடு ஏற்றுக்கொண்ட ஒரு விதியை, அம்மு எதிர்த்துப் போராடிக் கொண்டிருப்பதை அவளால் சகிக்க முடியவில்லை. ஆணற்ற பெண்ணின் கோர விதி. ஃபாதர் முல்லிகனற்ற சோகமான பேபி கொச்சம்மா. இத்தனை வருடங்களாகப் ஃபாதர் முல்லிகன் மீது தனக்கு அடங்காத காதல் இருப்பதற்குக் காரணம் *தன்னுடைய* அடக்கமும் சரியானபடி நடந்துகொள்ள வேண்டுமென்ற *தன்னுடைய* கட்டுப்பாடும்தானென்று தன்னைத் தானே நம்ப வைத்துக்கொண்டிருந்தாள்.

திருமணமான மகளுக்கு அவள் பெற்றோர்களின் இல்லத்தில் எந்த இடமும் கிடையாது என்ற பொதுவான கருத்தை முழு மனதோடு அவள் ஏற்றுக்கொண்டிருக்கிறாள். *மணமுறிவு* பெற்ற மகளுக்கு – பேபி கொச்சம்மாவைப் பொறுத்தவரை, எங்குமே இடமில்லை. அதுவும் காதல் திருமணம் செய்துகொண்டு *மணமுறிவு* பெற்ற மகளுக்கு . . ? பேபி கொச்சம்மாவின் கோபத்தை வார்த்தைகளால் விவரிக்க இயலாது. அதுமட்டுமின்றிக் *கலப்புத் திருமணம்* செய்துகொண்டு *மணமுறிவு*

செய்துகொண்டு வந்தவளுக்கு . . ? இந்த விஷயத்தில் பேபி கொச்சம்மா நடுங்கிக்கொண்டே மௌனம் காக்க முடிவெடுத்தாள்.

இவை எதையுமே புரிந்துகொள்ள முடியாத அளவுக்கு அந்த இரட்டையர்கள் மிகவும் சின்னவர்களாக இருந்தனர். எனவே அவர்கள் பிடித்த ஒரு தும்பி தன்னுடைய கால் பாதங்களால் சிறு கல் ஒன்றைத் தூக்கியபோது, அல்லது பன்றிகளைக் குளிப்பாட்ட அவர்களுக்கு அனுமதி கிடைத்தபோது, அல்லது கோழி அப்போதுதான் இட்டிருந்த சூடான முட்டை ஒன்றைக் கண்டபோது அவர்களுக்கேற்பட்ட மட்டற்ற சந்தோஷத்தைப் பார்த்து பேபி கொச்சம்மா பொறாமையால் புழுங்கினாள். அதைவிட அவர்கள் இருவரும் ஒருவரிடமிருந்து மற்றவர் பெற்ற பாதுகாப்பு உணர்வில் பொறாமைப்பட்டாள். அவர்களிடம் கொஞ்சம் சோக அடையாளத்தை அவள் எதிர்பார்த்தாள். கொஞ்ச மாவது.

விமான நிலையத்திலிருந்து திரும்பும்போது மார்கரெட் கொச்சம்மா சாக்கோவோடு முன்னால் உட்கார்ந்துகொள்வாள், அவனுடைய மனைவியாக அவள் இருந்திருப்பதால். அவர்களுக்கு நடுவில் ஸோஃபீ மோள் உட்கார்ந்துகொள்வாள். அம்மு பின்னால் வந்துவிடுவாள்.

இரண்டு பிளாஸ்க்குகளில் தண்ணீர் இருக்கும். வெந்நீர் மார்கரெட் கொச்சம்மாவிற்கும் ஸோஃபீ மோளுக்கும். மற்றவர்களுக்குக் குழாய்த் தண்ணீர்.

லக்கேஜ் *boot*இல் இருக்கும்.

Boot என்பது அழகான வார்த்தை என்று ராஹேல் நினைத்தாள். *Sturdy* என்பதைவிட நிச்சயம் நல்ல வார்த்தை. *Sturdy* என்பது அசிங்க மான வார்த்தை. ஒரு குள்ளனின் பெயரைப் போல. *கட்டைக் குட்டை யான கோஸி உம்மன்* – ஓர் இனிய, நடுத்தரவர்க்க, கடவுள் பயமிக்க, குட்டையான முட்டிகளும் பக்கவாட்டு வகிடும்கொண்ட குள்ளன்.

பிளிமத்தின் கூரையில் நான்கு பக்கத்திலும் தகரம் அடித்த பிளைவுட் விளம்பரப் பலகை பொருத்தப்பட்டிருந்தது. நான்கு பக்கங்களிலும் பெரிய பெரிய எழுத்துக்களில் *‘பாரடைஸ் ஊறுகாய்கள் & பதனங்கள்’* என்று எழுதப்பட்டிருந்தது. அதற்குக் கீழே மிக்ஸட் ஃப்ரூட் ஜாம், எலுமிச்சை ஊறுகாய் பாட்டில்களின் படங்கள் வரையப்பட்டிருந்தன. அந்தப் பாட்டில்களின் லேபிள்களிலும் கொட்டை எழுத்துக்களில் ‘பாரடைஸ் ஊறுகாய்கள் & பதனப்பழச்சாறுகள்’. பாட்டில்களுக்குப் பக்கத்தில் பாரடைஸ் தயாரிப்புகளின் வரிசையும் பச்சை வர்ணமடித்த முகமும் சுருண்டு பறக்கும் பாவாடையுமாக ஒரு கதகளி ஆட்டக்காரன் படமும். அவனுடைய S – வடிவத்தில் அலையடிக்கும் பாவாடையின் அடியில் S – வடிவத்தில் *‘Emperors of the Realm of Taste’* என்று ஆங்கிலத்தில் – தோழர் கே.என்.எம். பிள்ளையின் கேட்காமலேயே வழங்கப்பட்ட பங்களிப்பு – எழுதப்பட்டிருந்தது. *‘ருசி லோகத்தின்டே ராஜாவு’* என்பதன் அப்பட்டமான மொழிபெயர்ப்பு. சுவை உலகின்

பேரரசர்கள் என்பதைவிட மலையாளத்தில் கொஞ்சம் குறைச்சலான அபத்தமாக இருந்தது. தோழர் பிள்ளை ஏற்கனவே அவற்றை அச்சிட்டு விட்டதால், மொத்தத்தையும் மீண்டும் அச்சடிக்கச் சொல்ல யாருக்கும் மனம் வரவில்லை. எனவே *சுவை உலகின் பேரரசர்கள்* விருப்பமின்றி பாரடைஸ் ஊறுகாய் லேபிள்களில் இடம்பெற்று விட்டனர்.

அந்தக் கதகளி ஆட்டக்காரன் கவனத்தைத் திசை திருப்புவதாக வும் அதற்கு எந்த அர்த்தமும் இல்லையென்றும் அம்மு கூறினாள். சாக்கோ அந்தத் தயாரிப்புகளுக்கு அது ஒரு வட்டாரச் சாயலைத் தருவதாகவும் அவர்கள் அயல்நாட்டு வர்த்தகத்தில் இறங்கும்போது பலனளிக்கும் வகையில் இருக்குமென்றும் கூறினான்.

அந்த விளம்பரத் தட்டி அவர்களைக் கேலிக்குரியதாக ஆக்குவதாக அம்மு சொன்னாள். சர்க்கஸ் வண்டி மாதிரி.

பப்பாச்சி டெல்லியில் அரசுப் பணியிலிருந்து ஓய்வுபெற்று அய்மனத் திற்குத் திரும்பி வந்தவுடனேயே மம்மாச்சி ஊறுகாய் வியாபாரத்தைத் தொடங்கிவிட்டாள். கோட்டயம் பைபிள் சொஸைடி நடத்திய திருவிழா வில் அவளது பிரசித்தி பெற்ற வாழைப்பழ ஜாமையும், வடு மாங்காய் ஊறுகாயையையும் செய்து தரும்படி மம்மாச்சியைக் கேட்டுக்கொண்ட னர். அவை மிக விரைவாக விற்று அவளால் சமாளிக்க முடியாதபடிக்கு ஆர்டர்கள் குவிய ஆரம்பித்தன. தன்னுடைய வெற்றியில் ஆர்வமடைந்து ஊறுகாயும் ஜாமும் தொடர்ந்து செய்வதற்கு முடிவெடுத்தாள். விரைவி லேயே வருடம் முழுக்க மும்முரமாக இந்த வேலையை அவள் செய்யும் படியாயிற்று. பப்பாச்சியைப் பொறுத்தவரை ஓய்வுபெற்றுவிட்ட தாழ் வுணர்ச்சியை அவரால் தாங்க முடியவில்லை. மம்மாச்சியைவிட அவருக் குப் பதினேழு வயது அதிகம். திடீரென்று தான் கிழவனாகிவிட்டதை யும் அவரது மனைவி இன்னும் இளமையோடு இருப்பதையும் அதிர்ச்சி யோடு உணர்ந்தார்.

மம்மாச்சிக்கு விழிவெண்படலம் கூம்பாகி ஏறக்குறைய குருடாகவே இருந்தபோதிலும் பப்பாச்சி ஊறுகாய் தயாரிப்பில் அவளுக்கு எந்த உதவியும் செய்யமாட்டார். ஓய்வுபெற்ற அரசு உயர் அதிகாரி ஒருவருக்கு ஊறுகாய் தயாரிப்பது பொருத்தமான வேலையல்லவென்பது அவர் எண்ணம். எப்போதுமே பொறாமை மிகுந்தவராக இருந்த அவர் தன்னுடைய மனைவிக்குத் திடீரென்று கிடைக்க ஆரம்பித்துவிட்ட கவனத்தில் மனம் புழுங்க ஆரம்பித்தார். கச்சிதமாகத் தைக்கப்பட்ட தனது சூட்களில் தலையைக் குனிந்தபடி காம்பவுண்டிற்குள் குவித்து வைக்கப்பட்டுள்ள மிளகாய்ப் பொடி, மஞ்சள் தூள் குவியல்களைச் சுற்றி நடை பழகிக்கொண்டே, மம்மாச்சி எலுமிச்சைகளையும் மாங்காய் பிஞ்சுகளையும் வாங்குவதையும், எடை போடுவதையும், உப்பிடுவதை யும், உலர்த்துவதையும் பார்த்துக்கொண்டிருப்பார். ஒவ்வொரு நாள் இரவிலும் அவளைப் பித்தளைப் பூச்சாடியால் அடிப்பார். அடிகள் புதியவையல்ல. புதியவை என்னவென்றால் அடிக்கடி நிகழ ஆரம்பித்து விட்டதுதான். ஒரு நாள் இரவு மம்மாச்சியின் வயலின் வில்லை பப்பாச்சி உடைத்து ஆற்றில் எறிந்தார்.

அதன் பின் சாக்கோ கோடை விடுமுறைக்காக ஆக்ஸ்போர்டி லிருந்து வந்தான். மிகவும் பெரியவனாக வளர்ந்துவிட்டிருந்தான். அந் நாட்களில் பாலியோவில் படகோட்டும் பயிற்சியிலும் ஈடுபட்டு வந்த தால் வலுவேறியிருந்தான். அவன் வந்து ஒரு வாரம் கழித்து பப்பாச்சி, மம்மாச்சியை அடிப்பதைக் கண்டான். சாக்கோ அறைக்குள் நுழைந்து பூச்சாடியைப் பிடித்துக்கொண்டிருந்த பப்பாச்சியின் கையை இறுகப் பிடித்து முறுக்கி, முதுகிற்கு கொண்டுவந்தான்.

"இனி இன்னொரு முறை இதுபோல நடக்கக் கூடாது," என்றான் அவன் அப்பாவிடம். "இனி எப்போதுமே."

அன்று முழுவதும் பப்பாச்சி நடையில் கல்லாகச் சமைந்து எதிரே அலங்காரத் தோட்டத்தை வெறித்தபடி உட்கார்ந்திருந்தார். கொச்சு மரியா தட்டுகளில் கொண்டுவந்த உணவைக் கண்டுகொள்ளவில்லை. பின்னிரவில் தன்னுடைய அறைக்குச் சென்று அவருக்குப் பிரியமான மஹோகனி ஆடும் நாற்காலியைக் கொண்டுவந்தார். வெளித் தாழ்வாரத் தின் நடுவில் அதை வைத்து ப்ளம்பர் குறடால் சின்னச் சின்னத் துண்டுகளாக உடைத்தார். நிலா வெளிச்சத்தில் வார்னிஷ் அடித்த மரச்சிம்புகளைக் குவியலாக்கிவிட்டு உள்ளே சென்றார். மம்மாச்சியை அதன் பிறகு அவர் தொடவேயில்லை. அவர் உயிரோடு இருந்தவரை அவளிடம் பேசவுமில்லை. அவருக்கு ஏதாவது தேவையென்றால் கொச்சு மரியாவையோ பேபி கொச்சம்மாவையோ தொடர்பாளராகப் பயன்படுத்தினார்.

மாலை நேரங்களில், யாராவது அங்கு வரப் போகிறார்கள் என்று தெரிந்தால், தாழ்வாரத்தில் அமர்ந்துகொண்டு அவரை மம்மாச்சி கவனித்துக்கொள்வதில்லையென்ற அபிப்ராயத்தை உண்டாக்குவதற் காகத் தன்னுடைய சட்டைகளில் தேவையில்லாமல் பொத்தான்களைத் தைத்துக்கொண்டு அமர்ந்திருப்பார். வேலைக்குச் செல்லும் மனைவி களைப் பற்றிய அய்மனத்தின் கண்ணோட்டத்தை அரித்து மேலும் சிதைத்ததற்கு அவரும் ஒரு சிறிய அளவில் காரணம்.

மூணாறில் உள்ள ஓர் ஆங்கிலேயரிடமிருந்து வெளிர் நீல பிளிமத் காரை அவர் வாங்கினார். அய்மனத்தின் குறுகலான தெருக்களினூடாக அந்த அகலமான கார் ரொம்பவும் முக்கிய காரியமாக மேலும் கீழும் போய் வந்துகொண்டிருப்பதும், வெளிப் பார்வைக்கு மிக நேர்த்தியாகத் தென்பட்டாலும் அவருடைய உல்லன் சூட்களில் வெள்ளமாக வியர்த்த படி பப்பாச்சி அதில் செல்வதும் அய்மனத்தில் ஒரு கண்கொள்ளாக் காட்சியாக இருந்து வந்தது. மம்மாச்சியையோ அல்லது வேறு யாரை யுமே அதை உபயோகிக்கவோ ஏன் அதில் உட்காரவோகூட அவர் அனுமதிக்கவில்லை. அந்த பிளிமத், பப்பாச்சி தீர்த்துக்கொண்ட ஒரு வஞ்சம்.

பப்பாச்சி பூச்சியியலாளராகப் பணியாற்றியவர். பூஸா இன்ஸ்டிட்யூட் டில் இம்பீரியல் என்டமாலஜிஸ்டாக இருந்திருக்கிறார். சுதந்திரத்திற்குப் பிறகு, பிரிட்டிஷார் வெளியேறியதும் அவருடைய பதவியின் பெயர் இம்பீரியல் என்டமாலஜிஸ்டிலிருந்து இணை இயக்குநர், பூச்சியியல்

துறை என்று மாற்றப்பட்டது. அவர் ஓய்வுபெற்ற வருடத்தில் இயக்குநர் பதவிக்கு நிகரான தகுதிக்கு உயர்ந்திருந்தார்.

அவருடைய வாழ்க்கையின் மிகப் பெரிய பின்னடைவு அவர் புதிதாகக் கண்டுபிடித்த ஒரு விட்டில் பூச்சிக்கு அவருடைய பெயர் வைக்கப்படவில்லை என்பது.

நீண்ட நேரம் களப்பணி பார்த்துவிட்டு மாலை நேரத்தில் ஓய்வு இல்லமொன்றின் தாழ்வாரத்தில் அவர் அமர்ந்திருந்தபோது அவர் கையிலிருந்த பானத்தில் அது வந்து விழுந்தது. அதை எடுத்துப் பார்த்த போது அதன் முதுகுப்புறத்திலிருந்த அடர்ந்த ரோமக் கற்றையை வியப்புடன் கவனித்தார். ஆர்வம் அதிகமாகி அதைச் சோதனைப் பலகையில் பொருத்தி, அளந்து குறிப்புகள் எடுத்துக்கொண்டு மறுநாள் சில மணி நேரங்கள் வெயிலில், ஆல்கஹால் உலர்வதற்காக வைத்தார். பிறகு டில்லிக்கு முதல் ரயில் பிடித்துச் சென்றார். அதன் வகைப்பாட்டு முக்கியத்துவத்திற்கும் தனக்குக் கிடைக்கப் போகும் புகழுக்காகவும். ஆறு மாதமாகத் தாங்க முடியாத தவிப்பிற்குப் பிறகு, பப்பாச்சிக்கு பெரும் ஏமாற்றத்தைத் தருகிறாற்போல் அவருடைய விட்டில்பூச்சி ஏற்கனவே கண்டறியப்பட்டிருக்கும் ஓர் இனத்தின் சற்றே மாறுபட்ட துணைப்பிரிவு என்றும் அது லைமன்ட்ரியிடே என்ற வெப்ப மண்டலக் குடும்பத்தைச் சேர்ந்தது என்றும் அவருக்குத் தெரிவிக்கப்பட்டது.

உண்மையான அடி பனிரெண்டு வருடங்கள் கழித்து வந்தது. வகைப்பாட்டியல் ஆய்வால் நுட்பமாக மாற்றியமைக்கப்பட்ட வகுப்பு நிர்ணயங்களின்படி வண்ணத்துப்பூச்சியியலாளர்கள் பப்பாச்சியின் விட்டில் பூச்சி உண்மையில் தனி இனத்தைச் சேர்ந்ததென்றும் இது வரை கண்டுபிடிக்கப்பட்டிராத ஓரினம் என்றும் முடிவெடுத்தனர். அதற்குள் பப்பாச்சி ஓய்வுபெற்று அய்மனத்திற்குத் திரும்பியிருந்தார். தன்னுடைய கண்டுபிடிப்பை நிறுவுவதற்கு மிகவும் தாமதமாகிப் போய் அந்த விட்டில் பூச்சிக்கு பூச்சியியல் துறைக்கு அப்போதிருந்த தற்காலிக இயக்குநரும், பப்பாச்சிக்கு ஜூனியரும் அவருக்குக் கொஞ்சம்கூடப் பிடிக்காதவருமான ஒருத்தரின் பெயர் சூட்டப்பட்டது.

அதன் பிறகான காலங்களில், பப்பாச்சியின் விட்டில் பூச்சியே அவருடைய திடீர் கோபத்திற்கும் இருண்ட மனநிலைக்கும் காரண மாகிவிட்டது. அவர் அதைக் கண்டுபிடித்ததற்கு முன்பாகவே அவ்வாறு இருந்தவர்தான். அந்தப் பூச்சியின் கொலைகார ஆவி அதன் முதுகில் அசாதாரணமாக அடர்ந்திருக்கும் சாம்பல்நிற கம்பளி மயிர்க்கற்றை யோடு அவர் குடியிருந்த எல்லா வீடுகளையும் பீடித்தது. அது அவரை யும் அவருடைய பிள்ளைகளையும் பிள்ளைகளின் பிள்ளைகளையும் சித்திரவதை செய்தது.

அவர் மரணமடையும் நாள்வரை, அய்மனத்தின் நெரிக்கும் வெயிலில் கூட, தினசரி நன்கு இஸ்திரி செய்யப்பட்ட கோட்டு, சட்டை, பேண்ட் டும் தங்கத்தில் பாக்கெட் கடிகாரமும் அணிந்திருந்தார். அவரது ஒப்பனை மேசையில், கொலோனுக்கும் வெள்ளி ஹேர் பிரஷ்ஷிற்கும் பக்கத்தில் அவருடைய இளவயது புகைப்படத்தை வைத்திருந்தார். இம்பீரியல்

என்டமாலஜிஸ்ட் பதவிக்கு அவர் விண்ணப்பிப்பதற்கு தகுதியளித்த அவருடைய ஆறு மாதப் பட்டயப்படிப்பை வியன்னாவில் பயின்ற போது ஒரு புகைப்படக்காரரின் ஸ்டூடியோவில் அழூந்தத் தலையை வாரி எடுத்துக்கொண்ட படம் அது. வியன்னாவில் அவர்கள் தங்கி யிருந்த அந்தச் சில மாதங்களில்தாம் மம்மாச்சி வயலின் கற்றுக்கொள்ள ஆரம்பித்தாள். மம்மாச்சியின் ஆசிரியர், லவுன்ஸ்கி – டீஃபென்தால், பப்பாச்சியிடம் அவருடைய மனைவி அசாதாரணமான திறமை கொண் டிருப்பதாகவும், அவருடைய அபிப்ராயத்தில் அவளுக்கு கான்ஸர்ட் வழங்குமளவுக்கு தகுதி இருப்பதாகவும் தவறிப்போய் சொல்லிவிட்ட அன்றே அவளுடைய வயலின் பயிற்சி நிறுத்தப்பட்டது.

அவர்களுடைய குடும்ப ஆல்பத்தில், *இண்டியன் எக்ஸ்பிரஸ்ஸில்* வந்திருந்த பப்பாச்சின் மரணச் செய்தியை மம்மாச்சி ஒட்டி வைத் திருந்தாள். அதில் இப்படி இருந்தது.

> *புகழ்பெற்ற பூச்சியியலாளரும், அய்மனத்தைச் சேர்ந்த காலம் சென்ற ரெவரெண்ட் E. ஜான் ஐப் (புண்ணியன் குஞ்சு) அவர்களின் மகனு மான ஸ்ரீ பீனான் ஜான் மாரடைப்பால் கோட்டயம் பொதுமருத்துவ மனையில் நேற்றிரவு காலமானார். நள்ளிரவு 1.05 மணிக்கு அவருக்கு நெஞ்சுவலி ஏற்பட்டு உடனடியாக மருத்துவமனைக்குக் கொண்டுவரப் பட்டார். 2.45 மணிக்கு முடிவு நேர்ந்தது. கடந்த ஆறு மாதமாகவே ஸ்ரீ ஐப் உடல்நலமின்றி இருந்து வந்துள்ளார். அன்னாருக்கு சோஸம்மா என்ற மனைவியும் இரு பிள்ளைகளும் உள்ளனர்.*

பப்பாச்சியின் நல்லடக்கத்தில் மம்மாச்சி அழும்போது அவளுடைய காண்டாக்ட் லென்ஸ்கள் அவள் கண்ணிலிருந்து நழுவின. மம்மாச்சி அழுவதற்கு காரணம் அவள் அவரை நேசித்ததால் என்பதைவிட அவள் அவருக்குப் பழக்கப்பட்டுப் போயிருந்தாள் என்பதாலேயே என்று அம்மு இரட்டையர்களிடம் கூறினாள். ஊறுகாய்த் தொழிற் சாலையில் தலையைக் குனிந்தபடி அவர் நடைபழகுவதும் அவ்வப்போது அவரிடம் அடி வாங்கி வந்ததும் அவளுக்குப் பழகிப்போய்விட்டிருந்தன. மனிதர்கள் பழக்கங்களால் உருவாக்கப்பட்டவர்களென்று அம்மு கூறினாள். எந்தெந்த விஷயங்களுக்கெல்லாம் அவர்கள் பழக்கப்பட்டு விடுகின்றனர் என்பது ஆச்சரியமளிக்கக் கூடியது என்றாள். கொஞ்சம் திரும்பிப் பார்த்தாலே பித்தளைப் பூச்சாடியில் அடி வாங்குவதும் அவற்றில் ஒன்றுதான் என்பது தெரியும் என்றாள் அம்மு.

சவ அடக்கம் முடிந்த பிறகு மம்மாச்சி ராஹேலிடம் அவளது காண்டாக்ட் லென்ஸை அதன் பெட்டியுடன் வந்த திரவங்களை அளக்கும் சிறிய கருவியான ஆரஞ்சு நிறப் பிப்பெட்டைக் கொடுத்துத் தேடச் சொன்னாள். ராஹேல் மம்மாச்சியிடம், அவள் இறந்த பிற்பாடு அந்தப் பிப்பெட்டைத் தானே எடுத்துக்கொள்ளலாமா என்று கேட்டாள். அம்மு அவளை வெளியே இழுத்துக்கொண்டு வந்து மொத்தினாள்.

“ஒருவர் சாவதைப் பற்றி அவர்களிடமே பேசுவாயா? இனி இப்படி நீ பேசுவதை நான் கேட்கக் கூடாது” என்றாள்.

இரக்கமேயின்றி ராஹேல் பேசியதற்கு இந்த அடி தேவைதான் என்றான் எஸ்தா.

வியன்னாவில் தலையை மழுங்க வாரிக்கொண்டு எடுத்த பப்பாச்சியின் புகைப்படம் மறுபடியும் சட்டம் பொருத்தப்பட்டுக் கூடத்தில் மாட்டப்பட்டது.

அவர் ஒரு போட்டோஜெனிக் ஆசாமி. மிடுக்குடன், கவனமாக உடுத்திக்கொண்டு, அவரைப் போன்ற குள்ளமான மனிதருக்கு பெரியதான தலையுடன் கம்பீரமாகத் தோற்றமளித்தார். அவருக்கு மெலிதான இரண்டாவது தாடை இருந்தது. தலையைக் குனியும்போதோ, ஆட்டும்போதோ அது தெளிவாகத் தெரியும். புகைப்படத்தில் அது தெரிந்துவிடக் கூடாதென்பதற்காகத் தலையைப் போதுமான அளவு – செருக்குத்தனம் வந்துவிடக் கூடாதென்பதற்காக – நிமிர்த்திக்கொண்டிருந்தார். அவருடைய பழுப்பு நிறக் கண்கள் பணிவுடன் தெரிந்தாலும் அதில் ஒரு குற்றச் சாயல் இருந்தது. மனைவியைக் கொலை செய்யத் திட்டமிட்டுக்கொண்டிருப்பவன் புகைப்படக்காரரிடம் மட்டும் அதீத பணிவுத் தோற்றம் காட்டுவதைப் போல. அவருடைய மேலுதட்டின் மையத்தில் ஒரு சிறிய சதைக்குமிழ் கட்டைவிரல் சூப்பும் குழந்தைகளுக்கு இருப்பதைப் போல உதட்டுப்பிதுக்கமாகத் தொங்கிக்கொண்டிருந்தது. அவருடைய மோவாயில் நீளமாகப் பிளவுண்டிருந்த ஒரு குழிவு அவரைப் பதுங்கியிருந்து கொல்லப்பாய்கிறவனைப்போலவே அடிக்கோடிட்டுக் காட்டுவதாக இருந்தது. ஓர் அடக்கப்பட்ட கொடூரம். அவர் வாழ்நாளில் எப்போதுமே குதிரை மீதேறியதில்லையென்றாலும் காக்கி ஜோத்பூர்ஸ் அணிந்திருந்தார். அவரது குதிரையேற்ற காலணிகளில் போட்டோகிராபரின் ஸ்டூடியோ விளக்குகள் பிரதிபலித்தன. தந்தக் கைப்பிடி கொண்ட சவுக்கு அவர் மடியின் குறுக்கே இருந்தது.

அப்புகைப்படத்தின் உற்றுநோக்கும் அசைவின்மை அந்தக் கதகதப்பான அறைக்கு உள்ளார்ந்த ஒரு தன்மையைக் கொடுத்தது.

அவர் இறந்தபோது பப்பாச்சி ஒரு ட்ரங்க் பெட்டி நிறைய விலை மதிப்புள்ள சூட்களையும் ஒரு சாக்கலேட் டின் நிறைய கஃப் – லிங்க்குகளையும் வைத்துவிட்டுச் சென்றிருந்தார். சாக்கோ அந்த கஃப் – லிங்க்குகளைக் கோட்டயத்தின் டாக்ஸி டிரைவர்களிடம் விநியோகித்துவிட்டான். அவை பிரித்தெடுக்கப்பட்டு மோதிரங்களாகவும், தொங்கட்டான்களாகவும் அவர்களின் கல்யாணமாகாத பெண்களுக்கு வரதட்சணைகளாகின.

கஃப் – லிங்க்குகள் எதற்காகப் பயன்படுகின்றனவென்று இரட்டையர்கள் கேட்டபோது, அம்மு ‘சட்டையின் மணிக்கட்டுப் பகுதியின் திறப்பைப் பிணைப்பதற்கு’ என்று விளக்கினாள். இதுவரை முன்பின் முரணாகத் தோன்றிவந்த ஒரு வாக்கியம் திடீரென்று தருக்கப்பொருத்தமாகிவிட்டதில் அவர்கள் வியந்துபோயினர். கஃப் + லிங்க்; கைத்திறப்பு + பிணைப்பு = கஃப் – லிங்க். இந்தத் துல்லியமும் தருக்கமும் கணிதத்தை

விஞ்சுவதாக அவர்களுக்குத் தோன்றியது. கஃப் – லிங்க்குகள் அவர்களுக்கு மட்டுமீறிய (மிகையான) திருப்தியையும் ஆங்கில மொழியின் மேல் உண்மையான பிரியத்தையும் உண்டாக்கின.

பப்பாச்சி ஒரு குணப்படுத்தமுடியாத பிரிட்டிஷ் CCP என்றாள் அம்மு. அது Chhi - Chhi Poach என்பதன் சுருக்கம். அதற்கு இந்தியில் மலம் துடைப்பவன் என்று அர்த்தம். பப்பாச்சி போன்றவர்களைக் குறிப்பிடுவதற்குச் சரியான சொல் *Anglophile* என்றான் சாக்கோ. ரீடர்ஸ் டைஜஸ்ட் கலைக்களஞ்சிய அகராதியில் அந்தச் சொல்லுக்கு ராஹேலையும் எஸ்தாவையும் அர்த்தம் தேடவைத்தான். அது *ஆங்கிலப் பண்பார்வலர்* என்றது. பிறகு எஸ்தாவும் ராஹேலும் பண்பார்வம் என்றால் என்னவென்று தேடினர்.

அது

(1) குறிப்பிட்ட வகையில் வரிசைப்படுத்தல்

(2) உள்ளத்தை ஒருதலைப்படச் சாய்வுறுத்தல்

(3) சரக்கு கையிருப்பை விற்பனை செய்; தள்ளிக்கழி; ஒழி; தவிர்; கொன்றழி; பகிர்ந்தளி; நன்கொடை வழங்கு

என்றது.

பப்பாச்சியின் விஷயத்தில் இதற்கு *(2) உள்ளத்தை ஒருதலைப்பட சாய்வுறுத்தல்* என்று அர்த்தம் என்றான் சாக்கோ. அப்படியென்றால் பப்பாச்சி அவருடைய மனத்தை ஒருபக்கமாகவே சாய்த்து வைத்துக் கொண்டது அவரை ஆங்கிலேயரைப் போலவே மாற்றிவிட்டது என்று சாக்கோ விளக்கினான்.

அதை ஒப்புக்கொள்ள மனமில்லாவிட்டாலும்கூட அவர்கள் எல்லோருமே *ஆங்கிலோஃபைல்கள்*தாம் என்றான் சாக்கோ. அவர்கள் ஓர் *ஆங்கிலோஃபைல்கள் குடும்பம்.* தப்பான திசைநோக்கித் திரும்பி, அவர்கள் சொந்தச் சரித்திரத்திற்கு வெளியே சிக்கிக்கொண்டு, அவர்கள் காலடிச்சுவடுகள் கலைக்கப்பட்டுவிட்டதால் திரும்பிச் செல்லும் வழியையும் அறியாதிருக்கின்றனர். சரித்திரம் என்பது இரவில் இருக்கும் ஒரு பழைய வீட்டைப் போல என்று அவர்களுக்கு அவன் விளக்கினான். எல்லா விளக்குகளும் எரிந்துகொண்டிருக்கின்றன. மூதாதையர்கள் உள்ளே முணுமுணுத்துக்கொண்டிருக்கின்றனர்.

“சரித்திரத்தைப் புரிந்துகொள்வதற்கு நாம் உள்ளே சென்று, அவர்கள் என்ன பேசிக்கொண்டிருக்கிறார்கள் என்பதைக் கேட்க வேண்டும்; புத்தகங்களையும், சுவரில் உள்ள படங்களையும் பார்க்க வேண்டும். வாசனைகளை முகர வேண்டும்,” என்றான் சாக்கோ.

சாக்கோ குறிப்பிடுவது ஆற்றின் மறுகரையில் கேட்பாரற்றிருக்கும் ரப்பர் எஸ்டேட்டுக்கு மத்தியில் இருக்கும் வீட்டைத்தான் என்பதில் எஸ்தாவுக்கும் ராஹேலுக்கும் சந்தேகமில்லை. கரி சாயபு வீடு. கருப்பு சாஹிப். இந்த ஊர்க்காரனாகிவிட்ட ஓர் ஆங்கிலேயன். மலையாளம்

பேசியவன், முண்டு அணிந்தவன். அய்மனத்தின் Kurtz*. அய்மனம் அவனது தனிப்பட்ட 'இருட்டின் இதயம்'. பத்து வருடங்களுக்கு முன்னால் அவனுடைய இளம் காதலனின் பெற்றோர்கள் அப் பையனை அவனிடமிருந்து பிடுங்கிக் கொண்டுபோய் பள்ளிக்கு அனுப்பி விட்டதும் தன்னுடைய தலையில் சுட்டுக்கொண்டான். அந்தத் தற்கொலைக்குப் பின் அந்தச் சொத்து கரி சாயபுவின் சமையல்கார னுக்கும் அவனுடைய செயலாளருக்குமிடையே பெரும் சட்டச் சிக்கலாக மாறி வழக்கு நடந்துகொண்டிருந்தது. வருடக்கணக்காக அந்த வீடு காலியாக இருந்தது. வெகுசிலரே அதைப் பார்த்திருக்கின்றனர். ஆனால் அந்த இரட்டையர்களால் அதை வர்ணிக்க முடியும்.

வரலாற்று வீடு.

குளிர்ந்த கல்தரையும் மங்கலான சுவர்களும், அலையடிக்கும் கப்பல் வடிவ நிழல்களும் கொண்ட வீடு. கொழுத்த, ஒளி ஊடுருவும் பல்லிகள் பழங்காலப் படங்களுக்குப் பின்னால் ஊர்ந்தன. தடித்த கால்கட்டைவிரல் நகங்களோடு, மஞ்சளான வரைபடங்களின் வாசத் தோடு நொறுங்கி உதிரும் மெழுகு முன்னோர்கள் சீறும் கரகரப்பொலி களில் முணுமுணுத்துக்கொண்டிருந்தனர்.

"ஆனால் நம்மால் உள்ளே செல்ல முடியாது," என்று சாக்கோ விளக்கினான். "நம்மை வெளியே விட்டுப் பூட்டப்பட்டிருக்கிறது. ஜன்னல் கள் வழியாக உள்ளே பார்த்தால் நிழல்கள் மட்டும்தான் தெரிகிறது. உன்னிப்பாகக் கேட்க முற்பட்டால் காதில் விழுவது அவர்களுடைய முணுமுணுப்பு மட்டும்தான். நம் மனங்களை ஒரு யுத்தம் ஆக்கிரமித் திருப்பதால் முணுமுணுப்புகளை நம்மால் புரிந்துகொள்ள முடிவதில்லை. நாம் ஜெயித்துத் தோற்ற ஒரு யுத்தம். யுத்தங்களில் மிக மோசமான யுத்தம். கனவுகளைக் கைப்பற்றி, மீண்டும் கனவுகளாக்கும் ஒரு யுத்தம். நம்மை வெற்றிகொண்டவர்களைப் புகழவும் நம்மை நாமே இகழவும் வைக்கிற ஒரு யுத்தம்."

"வெற்றி கொண்டவர்களை *மணமுடித்துக்கொள்வது* ஏறக்குறைய அப்படித்தான்," என்றாள் அம்மு வறட்சியுடன் மார்கரெட் கொச்சம்மா வைக் குறிப்பிட்டவாறு. சாக்கோ அவளைப் பொருட்படுத்தவில்லை. *இகழவைத்தல்* என்பதற்கு இரட்டையர்களிடம் அகராதியில் அர்த்தம் தேடச் சொன்னான். அகராதியில் *அலட்சியமாகப் பார்ப்பது; அவமதிப் பது; வெறுத்தொதுக்குவது அல்லது ஏளனம்செய்வது* என்றிருந்தது.

அவன் கூறும் யுத்தத்தில் – கனவுகளின் யுத்தம் – இழிவுபடுத்துதல் என்பது இவையனைத்தையுமே குறிப்பது.

"நாம் போரின் கைதிகள்," என்றான் சாக்கோ. "நம்முடைய கனவுகள் சிதைக்கப்பட்டுள்ளன, எந்த இடத்துக்கும் நாம் சொந்த மில்லை. கொந்தளிக்கும் கடலில் நங்கூரமில்லாமல் செல்கிறோம். கரையொதுங்க நாம் அனுமதிக்கப்படப் போவதில்லை. நம் துயரங்கள்

---

* குர்ட்ஸ் (Kurtz) – ஆங்கில நாவலாசிரியர் ஜோசப் கான்ராடின் Heart of Darkness நாவலில் இடம்பெறும் பாத்திரம்.

போதிய அளவு துயரங்களாகவும், நமது சந்தோஷங்கள் போதிய அளவு சந்தோஷங்களாகவும் இருப்பதில்லை. நமது கனவுகள் எப்போதும் பெரியவையாயிருப்பதில்லை. நமது வாழ்க்கைகள் போதிய முக்கியத்துவம் பெற்றவையாக எப்போதும் இருப்பதில்லை. பொருட்படுத்தலாயக்கின்றியே அவை இருக்கின்றன."

பிறகு எஸ்தாவுக்கும் ராஹேலுக்கும் ஒரு வரலாற்று அணுகுமுறையை வழங்குவதற்காக (அடுத்த சில வாரங்களில் சாக்கோவே அணுகுமுறை இல்லாமல் நடந்துகொள்ளப்போகிறான்) அவர்களுக்குப் பூமி மாதாவைப் பற்றிக் கூறினான். நான்காயிரத்து அறுநூறு மில்லியன் வருடப் பழமையான பூமியை நாற்பத்தியாறு வயதுள்ள பெண்ணாக – அவர்களுடைய மலையாள ஆசிரியை ஏலியாம்மாவைப் போல – கற்பனை செய்துகொள்ளச் சொன்னான். பூமி இன்றைய நிலைக்கு வருவதற்காக பூமிமாதாவின் மொத்த வாழ்நாளும் தேவையாயிருந்திருக்கிறது. பெருங்கடல்கள் பிரியவும் மலைகள் எழும்பவும். பூமி மாதாவுக்கு பதினோரு வயதாயிருக்கும்போது முதல் ஒருசெல் உயிரிகள் தோன்றின. முதல் விலங்குகளான புழுக்களும் ஜெல்லிமீன்களும் அவளுக்கு நாற்பது வயதாயிருக்கும்போதுதான் தோன்றின. அவளுக்கு நாற்பத்திஐந்து வயதாகும்போது – அதாவது எட்டு மாதங்களுக்கு முன்பு – பூமியின் மேல் டைனோஸர்கள் திரிந்தன.

"நாம் அறிந்தவரை மொத்த மனித நாகரிகமே பூமிமாதாவின் வாழ்க்கையில் *இரண்டு மணி நேரத்துக்கு* முன்புதான் துவங்கியது," என்றான் சாக்கோ. "அய்மனத்திலிருந்து கொச்சிக்குச் செல்லப் பிடிக்கும் நேரம்."

"இது நமக்கு மலைப்பையும் பணிவையும் ஏற்படுத்தும் விஷயம்," என்றான். தற்காலச் சரித்திரம் முழுவதுமே – உலகப் போர்கள், கனவுகளின் போர், சந்திரனில் மனிதன், அறிவியல், இலக்கியம், தத்துவம், அறிவுத் தேடல் – எல்லாமே பூமிமாதாவின் கண்சிமிட்டும் நேரத்தில் நிகழ்ந்து முடிந்தவை.

"அதனால் இப்போது நாமனைவரும் இருப்பது, இருக்கப்போவது – எல்லாமே அவளுடைய கண்சிமிட்டலிலேயே அடக்கம்," சாக்கோ தன் படுக்கையில் மல்லாந்துகொண்டு, உத்தரத்தைப் பார்த்துக்கொண்டு கம்பீரமாகச் சொல்லி முடித்தான்.

இத்தகைய மனநிலையில் சாக்கோ அவனுடைய உரத்து வாசிக்கும் குரலை உபயோகப்படுத்துவான். அந்த அறைக்கு ஒரு தேவாலய உணர்வு வந்துவிடும். அவனை யாராவது கேட்கிறார்களா இல்லையா என்பதைப் பற்றி அவன் பொருட்படுத்துவதில்லை. கேட்கிறவர்கள் புரிந்துகொள்கிறார்களா இல்லையா என்பதைப் பற்றிக்கூட அவனுக்கு அக்கறை இருப்பதில்லை. அம்மு இவற்றை அவனுடைய 'ஆக்ஸ்போர்டு மனநிலைகள்' என்பாள்.

பிறகு, நடந்து முடிந்துவிட்ட விஷயங்களை வைத்துப் பார்க்கும்போது பூமி மாதாவின் கண்குறிப்பை விவரிக்கக் *கண்சிமிட்டல்* என்பது

மிகவும் தவறான சொல் என்றுபட்டது. கண்சிமிட்டல் என்பது சந்தோஷத்தில் சுருக்கம் விழுந்த விளிம்புகளைக் கொண்டிருந்த ஒரு சொல்.

பூமி மாதா இரட்டையர்களிடம் ஒரு நிரந்தரத் தாக்கத்தை ஏற்படுத்தினாலும் கையெட்டும் தூரத்தில் உள்ள சரித்திர வீடுதான் அவர்களை அதிகம் கவர்ந்தது. அதைப் பற்றி அடிக்கடி யோசித்தனர். ஆற்றுக்கு மறு கரையில் இருக்கும் வீடு.

இருட்டின் இதயத்துக்குள் குழம்பித் தெரியும் வீடு.

அவர்களால் புரிந்துகொள்ள முடியாத கிசுகிசுப்புகள் கொண்ட, அவர்களால் உள்ளே நுழைய முடியாத ஒரு வீடு.

விரைவில் *அதற்குள்* போகப் போகிறோம் என்பது அவர்களுக்கு அப்போது தெரியாது. அவர்கள் நேசிக்கக் கூடாத ஒருவனோடு, ஆற்றைக் கடந்து அவர்கள் போகக் கூடாத இடத்திற்குப் போகப் போகின்றனர். பின் தாழ்வாரத்தில் சரித்திரம் தன்னை வெளிக்காட்டிக்கொள்வதை அவர்கள் சிற்றுண்டித் தட்டுபோல விரிந்த கண்களோடு பார்க்கப் போகின்றனர்.

அவர்கள் வயதொத்த மற்ற சிறுவர்கள் வேறு விஷயங்களைத் தெரிந்துகொள்ளும்போது எஸ்தாவும் ராஹேலும் சரித்திரம் எவ்வாறு தன்னுடைய நோக்கங்களைத் தீர்வுகண்டுகொள்கிறது என்பதையும் விதிகளை உடைப்பவர்களிடமிருந்து நிலுவைகளை எப்படி வசூலித்துக் கொள்கிறதென்பதையும் அறிந்துகொண்டனர். அதன் நாராசமான காலடிச் சத்தத்தைக் கேட்டனர். அதன் நாற்றத்தை உணர்ந்தனர். பிறகு ஒருபோதும் அதை மறக்கவில்லை.

சரித்திரத்தின் நாற்றம்.

மென்காற்றில் பழைய ரோஜாக்கள் வாசம்போல்.

சாதாரண விஷயங்களில்கூட அது நிரந்தரமாக ஒளிந்துகொண்டிருக்கிறது. கோட் – ஹாங்கர்களில். தக்காளிகளில். சாலையின் தாரில். சில குறிப்பிட்ட வண்ணங்களில். உணவகங்களின் தட்டுகளில். வார்த்தைகள் வராத பொழுதுகளில். கண்களின் வெறுமையில்.

நடந்தவற்றை வைத்து அவர்கள் வாழும் முறைகளைப் பற்றிக் கொண்டு வளரலாம். புவியியல் நோக்கில் அது முக்கியமற்றதொரு நிகழ்வு என்று தமக்குள் சொல்லிக்கொள்ள முயலலாம். பூமி மாதாவின் வெறும் கண்சிமிட்டல். மோசமான விஷயங்கள் நடந்து முடிந்துவிட்டன. மோசமான விஷயங்கள் தொடர்ந்து நடந்து வருகின்றன. ஆனால் நினைவில் ஒருபோதும் அவர்கள் ஆறுதலைப் பெறப் போவதில்லை.

சாக்கோ, *சவுண்ட் ஆஃப் மியூசிக்* பார்க்கச் செல்வதும் ஆங்கிலேய மோகத்தின் நீட்சிதான் என்றான்.

"ஓ, கம் ஆன், மொத்த உலகமுமே *சவுண்ட் ஆஃப் மியூசிக்* பார்க்கச் செல்கிறது. அது உலகம் பூராவும் ஹிட்" என்றாள் அம்மு.

"அப்படி இருந்தபோதிலும், மை டியர்" என்றான் சாக்கோ தனது உரக்க வாசிக்கும் குரலில். "அப்படி. இருந்த. போதிலும்."

இந்தியாவிலேயே மிகச் சிறந்த அறிவாளிகளில் சாக்கோவும் ஒருவன் என்று மம்மாச்சி அடிக்கடி கூறுவாள். "யார் சொன்னது?" என்று அம்மு கேட்பாள். "*எந்த அடிப்படையில்?*" மம்மாச்சிக்கு இந்தக் கதையை (சாக்கோவின் கதை) கூறுவது மிகவும் பிடிக்கும். ஆக்ஸ்போர்டின் பேராசிரியர்களில் ஒருவர் தன்னுடைய அபிப்ராயத்தில் சாக்கோ மிகவும் அறிவாளியென்றும் பிரதம மந்திரியாகும் தகுதி படைத்தவனென்றும் கூறினாராம்.

இதற்கு, அம்மு கார்ட்டூனில் வரும் பாத்திரங்கள் சொல்வதைப் போல் "ஹா! ஹா! ஹா!" என்பாள்.

அவள் கூறினாள்:

(அ) ஆக்ஸ்போர்டுக்குச் சென்றால் ஒருவன் அறிவாளியாகி விடுவான் என்று அவசியமில்லை.

(ஆ) புத்திசாலித்தனம் ஒரு நல்ல பிரதம மந்திரியை உருவாக்குவதில்லை.

(இ) ஒரு ஊறுகாய் தொழிற்சாலையைக்கூட லாபகரமாக நடத்தத் தெரியாதவன் எப்படி மொத்த நாட்டையும் நிர்வகிக்க முடியும்?

மேலும் எல்லாவற்றிலும் மிக முக்கியமாக:

(ஈ) எல்லா இந்தியத் தாய்மார்களும் தமது மகன்களின் மீது பெரும் பிரமை கொண்டுள்ளனர். எனவே அவர்கள் சரியான நீதிபதிகளாக இருக்க முடியாது.

சாக்கோ சொன்னான்:

(அ) யாரும் ஆக்ஸ்போர்டுக்குச் *செல்வதில்லை*. அவர்கள் ஆக்ஸ்போர்டில் *பயில்கின்றனர்*.

(ஆ) ஆக்ஸ்போர்டில் *பயின்றபிறகு* நீ இறங்கி வருகிறாய்.

"பூமிக்கு இறங்குவதாகக் கூறுகிறாயா?" என்பாள் அம்மு. "அதை நிச்சயம் நீ செய்கிறாய். உனது பிரசித்திபெற்ற விமானங்களைப் போல."

சாக்கோவின் ஆகாய விமானங்களின் சோகமான, ஆனால் எளிதாக ஊகிக்கக்கூடிய முடிவு என்பது அவன் திறமைகளைப் பற்றிய நடுநிலைமையான கணிப்பு என்றாள் அம்மு.

மாதத்திற்கு ஒரு முறை (பருவமழைக் காலங்களைத் தவிர) சாக்கோவுக்கு வி.பி.பி. பார்சல் ஒன்று வரும். அதில் எப்போதும் ஒரு பால்சா ஏரோ மாடலிங் கிட் இருக்கும். அந்தக் குட்டி விமானத்தைப் பகுதி

பகுதியாகச் சேர்த்து, குட்டியான எரிபொருள் கலனையும் மோட்டார் இணைத்த ப்ரொப்பல்லரையும் பொருத்தி முழுமையாக்கச் சாக்கோ விற்கு சாதாரணமாக எட்டிலிருந்து பத்து நாட்களாகும். அது தயா ரானதும், அவன் பக்கத்துக் கிராமமான நாட்டகத்தின் நெல் வயல் களுக்கு எஸ்தாவையும் ராஹேலையும் உதவிக்குக் கூட்டிச் சென்று அவ்விமானத்தைப் பறக்க வைக்க முயல்வான். அது எப்போதும் ஒரு நிமிடத்துக்கு மேல் பறந்ததில்லை. சாக்கோ கவனத்தோடு கட்டமைத்த விமானங்கள் ஒவ்வொரு மாதமும் பசும் நெல்வயல்களின் சேற்றில் வீழும். எஸ்தாவும் ராஹேலும் பயிற்சிபெற்ற மீட்புப் பணியாளர்களைப் போல் துள்ளிக்கொண்டு அவற்றின் மிச்ச மீதிகளைச் சேகரித்து வருவர்.

ஒரு வால், ஒரு டேங்க், ஒரு இறக்கை.

படுகாயமுற்ற ஓர் இயந்திரம்.

சாக்கோவின் அறையில் உடைந்த மர விமானங்களின் பாகங்கள் சிதறியிருக்கும். ஒவ்வொரு மாதமும் மற்றுமொரு கிட் வரும். அவை விபத்திற்குள்ளாகிவிடுவது 'கிட்'டின் குற்றம் என்று ஒருபோதும் சாக்கோ சொல்ல மாட்டான்.

பப்பாச்சி இறந்த பிற்பாடுதான் சென்னை கிறித்துவக் கல்லூரி விரிவுரை யாளர் பணியை சாக்கோ ராஜினாமா செய்துவிட்டு அய்மனத்திற்குத் தனது பாலியோல் படகுத் துடுப்பு மற்றும் ஊறுகாய் சாம்ராஜ்ஜியக் கனவுகளோடு திரும்பி வந்தான். அவனுடைய ஓய்வூதிய, சேமநல நிதித் தொகையை வைத்து ஒரு பாரத் பாட்டில் – சீலிங் மெஷின் வாங்கினான். அவனது துடுப்பு (அவனுடைய அணியினரின் பெயர்கள் தங்கத்தில் பொறிக்கப்பட்டு) தொழிற்சாலைச் சுவரில் இரும்பு வளையங் களில் மாட்டித் தொங்கவிடப்பட்டது.

சாக்கோ வந்து சேரும்வரை அத்தொழிற்சாலை சிறிய அளவில், ஆனால் இலாபகரமான நிறுவனமாக நடந்துகொண்டிருந்தது. மம்மாச்சி அதை ஒரு பெரிய சமையற்கூடம்போலத்தான் நடத்தி வந்தாள். சாக்கோ அதைப் பங்கு நிறுவனமாகப் பதிவுசெய்து, மம்மாச்சியை அதன் செயலற்ற பங்குதாரராக அறிவித்தான். புதிய தளவாடங்களை வாங்கி (டப்பாவில் அடைக்கும் மெஷின்கள், ராட்சசக் கொப்பரைகள், குக்கர்கள்) வேலையாட்களை அதிகப்படுத்தினான். ஏறக்குறைய உடனே நிதி நிலைமை சரிய ஆரம்பித்து, அதைச் சரிக்கட்ட அட்டகாசமான வங்கிக் கடன்களை வாங்க ஆரம்பித்தான். அவற்றுக்கு அடமானமாக அய்மனம் இல்லத்தைச் சுற்றியிருக்கும் குடும்ப நிலங்கள் சென்றன. சாக்கோவின் அளவுக்கு அம்முவும் தொழிற்சாலையில் பணியாற்றி னாலும், உணவு ஆய்வாளர்கள், சுகாதாரப் பொறியியலாளர்கள் போன்ற அதிகாரிகளிடம் சாக்கோ அதை *என்னுடைய* தொழிற்சாலை, *என் னுடைய* அன்னாசிகள், *என்னுடைய* ஊறுகாய்கள் என்றே குறிப்பிடு வான். சட்டப்படி அவன் கூறுவது சரிதான். மகளாக இருப்பதால் அம்முவுக்குச் சொத்தில் எந்த உரிமையும் கிடையாது.

சாக்கோ, ராஹேலிடமும் எஸ்தாவிடமும் அம்முவுக்கு எந்தத் தலையீட்டுரிமையும் இல்லையென்று கூறிவிட்டுக் கிண்டலாக, *"No Locusts Stand I"* என்றான்.

"நம் அற்புதமான ஆணாதிக்கச் சமுதாயத்துக்கு நன்றி" என்றாள் அம்மு.

"உன்னுடையது என்பதெல்லாம் என்னுடையது; என்னுடையது எல்லாமும் என்னுடையது" என்றான் சாக்கோ.

அவனுடைய உருவத்துக்கும் பருமனுக்கும் ஆச்சரியப்படும் வகையில் பெருத்தச் சிரிப்பு சாக்கோவுடையது. சிரிக்கும்போது அசையவே அசையாதபடித் தோன்றிக்கொண்டு குலுங்கிக் குலுங்கிச் சிரிப்பான்.

சாக்கோ அய்மனத்துக்கு வரும்வரை மம்மாச்சியின் தொழிற் சாலைக்கு எந்தப் பெயரும் இல்லை. அவளுடைய ஊறுகாய்களையும், ஜாமையும் வெறுமனே சோஸாவின் வடு மாங்காய் ஊறுகாய் அல்லது சோஸாவின் வாழைப்பழ ஜாம் என்று மட்டுமே குறிப்பிட்டு வந்தனர். சோஸா என்பது மம்மாச்சியின் முதல் பெயர். சோஸம்மா.

அதற்குப் பாரடைஸ் ஊறுகாய்கள் & பதனங்கள் என்று பெயர் வைத்து லேபிள்களை வடிவமைத்து தோழர் கே.என்.எம். பிள்ளையின் அச்சகத்தில் அச்சிட்டது சாக்கோதான். முதலில் அதற்கு ஸீயஸ் ஊறுகாய்கள் & பதனங்கள் என்றுதான் பெயர் வைக்கத் திட்டமிட் டிருந்தான். ஆனால், ஸீயஸ் என்பது மிகவும் தெளிவற்றும், உள்ளூர் வழக்கிற்கு அறிமுகமற்றும் இருப்பதாக அனைவராலும் மறுக்கப்பட்டுப் பாரடைஸ் என்று ஒப்புக்கொள்ளப்பட்டது. (தோழர் பிள்ளையின் ஆலோசனையான பரசுராம் ஊறுகாய் என்பது மிகவும் உள்ளூர்த் தன்மையுடன் இருப்பதாக மறுக்கப்பட்டது.)

பிளிமத்தின் கூரையின் மேல் இப்படி ஒரு விளம்பரப் பலகையை வரைந்து பொருத்துவது என்பதும் சாக்கோவின் யோசனைதான்.

கொச்சிக்குச் செல்லும் வழியில் அந்த விளம்பரப் பலகை கலகல வென்று கீழே விழப்போவதைப் போலச் சத்தமிட்டது.

வைக்கம் அருகே வண்டியை நிறுத்திக் கொஞ்சம் கயிறு வாங்கி அதை இறுக்கமாகக் கட்டிவிட்டுப் புறப்பட வேண்டியதாயிற்று. அதற்கு மேலும் இருபது நிமிடம் தாமதமாகியது. 'சவுண்ட் ஆஃப் மியூசிக்' ஆரம்பித்த பிறகுதான் செல்ல வேண்டியிருக்கும் என்று ராஹேல் கவலைப்பட ஆரம்பித்தாள்.

கொச்சியின் புறநகர்ப் பகுதியை எட்டியபோது சிவப்பும் வெளுப்பு மான ரயில்வே லெவல் கிராஸிங் கம்பம் குறுக்கே மறித்தது. இவ்வாறு நடக்கப் போவதில்லை என்று தான் நம்பிக்கொண்டிருந்ததாலேயே இப்படி நடந்திருப்பதாக ராஹேல் நினைத்துக்கொண்டாள்.

அவளுடைய நம்பிக்கைகளைக் கட்டுப்படுத்திக்கொள்ள அவள் கற்றிருக்கவில்லை. இது ஒரு மோசமான அறிகுறி என்றான் எஸ்தா.

எனவே, படத்தின் ஆரம்பத்தை அவர்கள் தவறவிடப் போகின்றனர். அந்தக் குன்றின் மேல் சிறு புள்ளியாகத் தோன்றும் ஜூலி ஆண்ட்ரூஸ் பெரிதாகிப் பெரிதாகித் திரை முழுக்க, சில்லென்ற நீரைப் போன்ற குரலுடனும் பெப்பர்மின்ட்டைப் போன்ற சுவாசத்துடனும் வெடித்து ஆக்கிரமிக்கப்போவதை அவர்கள் பார்க்கப்போவதில்லை.

அந்தத் தடுப்புக் கம்பம் சிவப்பும் வெள்ளையுமாக இருந்தது. வெள்ளையில் STOP என்றிருந்தது.

"POTS" என்றாள் ராஹேல்.

ஒரு மஞ்சள் நிற விளம்பரப் பலகை சிவப்பு நிறத்தில் 'BE INDIAN, BUY INDIAN' என்றது.

"NAIDNI YUB, NAIDNI EB" என்றான் எஸ்தா.

படிப்பதில் அசகாய சூரர்கள் அந்த இரட்டையர்கள். *Old Dog Tom, Janet and John*ஐயும் அவர்களுடைய *Ronald Ridout Workbooks*ஐயும் சுலபமாகத் தாண்டி வந்தனர். இரவு நேரத்தில் அம்மு அவர்களுக்குக் கிப்ளிங்கின் *Jungle Book*இலிருந்து வாசித்துக் காண்பிப்பாள்.

Now Chil the Kite brings home the night

That Mang the Bat sets free-

கையை ஊன்றிக்கொண்டு, இரவு விளக்கின் பொன்னிற வெளிச்சத்தில் கேட்டுக்கொண்டிருப்பார்கள். ஷேர் கானைப் போல அச்சமூட்டும் ஆழ்ந்த குரலிலும் டபாகியின் அழுகுரலிலும் அம்மு தன் குரலை மாற்றி மாற்றி வாசிப்பாள்.

'Ye choose and ye do not choose! What talk is this of choosing? By the bull that I killed, am I to stand nosing into your dog's den for my fair dues? It is Shere Khan, who speak!'

"நான் ராட்சசன். நான்தான் பதில் சொல்வேன்" இரட்டையர்கள் உரத்தக் குரலில் கத்துவார்கள். ஒன்றாக அல்ல, ஏறக்குறைய.

'The man's cub is எனக்கு – எனக்கு மட்டும்தான்! *He shall not be killed. He shall live to run with the Pack and to hunt with the Pack; and in the end, look you, hunter of little naked cubs-frog eater-fish killer-he shall hunt* thee*!'*

அவர்களுடைய முறையான கல்விக்குப் பொறுப்பாளராக நியமிக்கப்பட்டிருந்த பேபி கொச்சம்மா, சார்லஸ் மேரி லாம்ப்பின் சுருக்கிய வடிவமான *The Tempest*இலிருந்து படித்துக் காண்பிப்பாள்.

"Where the bee sucks, there suck I" என்றால், எஸ்தாவும் ராஹேலும், *"In a cowslip's bell I lie"* என்பார்கள்.

எனவே பேபி கொச்சம்மாவின் சிநேகிதியும் ஆஸ்திரேலிய சமயப் பரப்பாளருமான செல்வி மிட்டென் அய்மனத்திற்கு வந்திருந்தபோது எஸ்தாவுக்கும் ராஹேலுக்கும் ஒரு குழந்தைகள் புத்தகம் – *The Adventures of Susie Squirrel* ஐ பரிசளித்தபோது அவர்களைக் கேவலப்படுத்துவதாக நினைத்தனர். முதலில் அவர்கள் அதை நேராகப் படித்தனர். புத்துயி ரூட்டப்பட்ட கிறித்துவப் பிரிவு ஒன்றைச் சார்ந்த செல்வி மிட்டனிடம் அவர்கள் அதை பின்நோக்கி உரக்கப் படித்துக் காட்டியதும், தான் சிறிது ஏமாற்றமடைந்துவிட்டதாகச் சொன்னாள்.

"ehT serutnevdA fo eisuS lerriuqS.

enO gnirps gninrom eisuS lerriuqS ekow pu."

அவர்கள் செல்வி மிட்டெனிடம் எவ்வாறு *Malayalam* என்பதை யும் *Madam, I'm Adam* என்பதையும் முன்னோக்கியும் பின்னோக்கியும் ஒரே விதமாகப் படிக்கலாம் என்று காட்டினர். அவள் அதனால் கவரப்படவில்லை. மேலும் அவளுக்கு மலையாளம் என்றால் என்ன வென்பதே தெரியவில்லை. அது கேரளத்தில் பேசப்படும் மொழி என்று கூறியபோது அவள் கேரளீஸ் என்றுதான் அந்த மொழிக்குப் பெயர் என்று தான் நினைத்திருப்பதாகக் கூறினாள். இதற்குள் அவளை உக்கிரமாக வெறுக்கத் தொடங்கிவிட்டிருந்த எஸ்தா அதை மிக முட்டாள் தனமான அபிப்பிராயம் என்று தான் கருதுவதாகச் சொன்னான்.

செல்வி மிட்டென் பேபி கொச்சம்மாவிடம் எஸ்தாவின் அநாக ரிகத்தையும் அவர்கள் பின்நோக்கிப் படிப்பதையும் பற்றிப் புகார் கூறினாள். மேலும் அவர்களுடைய கண்களில் சாத்தானைப் பார்த்த தாகக் கூறினாள். அவர்கள் உடனே *"nataS ni rieht seye"* என்றனர்.

அவர்கள் *'இனி நாங்கள் பின்னோக்கிப் படிக்க மாட்டோம், இனி நாங்கள் பின்னோக்கிப் படிக்க மாட்டோம்'* என்று எழுத வைக்கப்பட்டனர். நூறு முறை. முன்னோக்கி.

சில மாதங்கள் கழித்து, ஹோபார்டில் ஒரு கிரிக்கெட் மைதானத்துக் கருகில் பால் வண்டி மோதி செல்வி மிட்டென் இறந்துபோனாள். இரட்டையர்களுக்கு அதில் ஒரு நியாயம் பொதிந்திருந்ததாகத் தோன்றி யது. அந்த வண்டி *பின்னோக்கி* ரிவர்ஸ் எடுத்தபோது அவள்மீது மோதியிருக்கிறது.

லெவல் கிராஸிங்கின் இரு பக்கங்களிலும் மேலும் மேலும் பஸ்களும் கார்களும் சேர்ந்துகொண்டன. *புனித இருதய மருத்துவமனை* என் றிருந்த ஆம்புலன்ஸ் முழுக்கக் கல்யாணத்திற்குச் செல்லும் கூட்டம் இருந்தது. பின் ஜன்னல் கண்ணாடி வழியாக மணப்பெண் வேடிக்கை பார்த்துக்கொண்டிருந்தாள். பிரிபிரியாக உரிந்த சிவப்பு நிறத்தில் பெரிதாக எழுதப்பட்டிருந்த சிவப்புச் சிலுவைக்குப் பின்னால் அவள் முகம் பாதி தெரிந்தது.

பேருந்துகளுக்கெல்லாம் பெண்களின் பெயர்கள் இருந்தன. லூஸிக்குட்டி, மோளிக் குட்டி, பீனா மோள். மலையாளத்தில் மோள் என்றால் சின்னப் பெண், மோன் என்றால் சின்னப் பையன். பீனா மோள் முழுக்க திருப்பதியில் மொட்டையடித்துக் கொண்டிருந்த

பக்தர்கள் கூட்டம். அவர்களுடைய மொட்டைத் தலை வரிசை தெரியும் பேருந்து ஜன்னல்களுக்குக் கீழே சீரான இடைவெளியில் வாந்திக் கறைகள் வழிந்திருந்ததை ராஹேல் கவனித்தாள். வாந்தியெடுத்தலைப் பற்றி அவளுக்குக் கொஞ்சம் ஆச்சரியம். அவள் எப்போதும் வாந்தி யெடுத்ததில்லை. ஒரு முறைகூட இல்லை. எஸ்தா எடுத்திருக்கிறான். அவன் வாந்தியெடுக்கும்போது அவனுடைய தோல் சூடாகி, மினு மினுப்பு கூடி, கண்கள் ஆதரவிழந்து அழகாகத் தெரியும். அம்மு அவனிடம் எப்போதையும் விடப் பிரியமாக இருப்பாள். எஸ்தாவும் ராஹேலும் அநாகரிகமான ஆரோக்கியத்துடன் இருப்பதாக சாக்கோ கூறுவான். அதே போல ஸோஃபி மோள்கூட. இதற்குக் காரணம் மற்ற சிரியன் கிறித்துவர்களைப் போல உறவுமுறைக்குள்ளேயே திருமணம் செய்துகொள்ளாததுதான் என்றான். பார்ஸீகளைப் போல.

தன்னுடைய பேரப் பிள்ளைகள் அகச்சேர்க்கையைவிட மோசமாக வேறொன்றால் பாதிக்கப்பட்டிருப்பதாக மம்மாச்சி கூறினாள். மணமுறிவு பெற்றுக்கொண்ட பெற்றோர்களால். அவர்களுக்கு இரண்டே இரண்டு வழிகள்தாம் இருக்கிறது போலுள்ளது. அகச்சேர்க்கை அல்லது மணமுறிவு.

அவள் எதனால் பாதிப்புற்றிருக்கிறாள் என்று ராஹேலுக்கு விளங்கா விட்டாலும் அவ்வப்போது சோகமாக முகத்தை வைத்துக்கொள்ளவும் கண்ணாடி முன் நின்று பெருமூச்சு விட்டுக்கொள்ளவும் முயன்றிருக் கிறாள்.

'இப்போது செய்வது எவ்வளவோ, எவ்வளவோ நல்ல காரியம், இதுவரை நான் செய்திருப்பதை விட' என்று தனக்குள்ளேயே சோக மாகச் சொல்லிக்கொள்வாள். அது ராஹேல் தன்னை சிட்னி கார்ட னாக, சார்லஸ் டார்னேவாக மாற்றிக்கொண்டு *A Tale of Two Cities* ன் படக்கதையில் போல கில்லட்டின் படிகளில் நின்றுகொண்டு தலை வெட்டுப்படக் காத்திருப்பதைப் போல.

எது அந்த மொட்டைப் பக்தர்களை அவ்வளவு சீராக வாந்தியெடுக்க வைத்திருக்குமென ஆச்சரியமாக இருந்தது. ஒருங்கிணைந்த ஆணையின் படி ஒரே நேரத்தில் (ஒருவேளை பேருந்தில் பாடி வந்த பஜனையின் ரிதத்திற்கு ஏற்றபடி) வாந்தி எழும்பி வந்ததா, அல்லது தனித்தனியாக ஒருவர் பின் ஒருவராக எடுத்தார்களா என்று அவள் வியந்தாள்.

முதலில் அந்த லெவல் கிராஸிங் மூடப்பட்டபோது பொறுமை யற்ற வண்டிகளின் ஸ்திர என்ஜின் சத்தங்கள்தான் அங்கு நிலவியிருந்தன. ஆனால் அந்த லெவல் கிராஸிங்கைப் பராமரிப்பாளன் தனது சாவடி யிலிருந்து வெளியே வந்து, பின்புறமாக வளைந்த கால்களோடு நொண்டிக் கொண்டே சிக்னலை எடுத்துக்கொண்டு டீக்கடையை நோக்கிச் செல்ல ஆரம்பித்ததும், வெகுநேரம் நிற்க வேண்டி வரும் என்று புரிந்து ஓட்டுநர்கள் இன்ஜின்களை அணைத்துவிட்டு கால்களை நீட்டிக் கொண்டனர்.

லெவல் கிராஸிங் தெய்வீகம் தனது சலிப்புற்ற, தூக்கமயக்கத் தலையைக் கலக்கத்தோடு ஆட்டிக்கொள்ள, காயங்களுக்குக் கட்டுப்

போட்டிருந்த பிச்சைக்காரர்களும் தேங்காய்த் துண்டுகள், பருப்பு வடைகளை வாழையிலையில் வைத்துத் தட்டுகளில் விற்பவர்களும் முளைத்தனர். பிறகு குளிர்பானங்கள், கோகோ – கோலா, ஃபேன்டா, ரோஸ் மில்க்.

அழுக்கான கட்டுகளோடு ஒரு தொழுநோயாளி கார் ஜன்னலில் பிச்சை கேட்டான்.

“இதைப் பார்க்க மெர்குரோக்ரோம் போலிருக்கிறது” என்று அவனுடைய மிதமிஞ்சிய பளீர் சிவப்பு ரத்தக் கறையைப் பார்த்து அம்மு கூறினாள்.

“கங்கிராஜுலேஷன்ஸ்” என்றான் சாக்கோ. “ஒரு உண்மையான பூர்ஷ்வாபோலப் பேசுகிறாய்.”

அம்மு புன்னகைத்துவிட்டு, மிகச் சுத்தமான அசல் பூர்ஷ்வாவாக இருப்பதற்கு தகுதிச் சான்று அவளுக்கு வழங்கப்பட்டதைப் போல இருவரும் கை குலுக்கிக்கொண்டனர். இத்தகைய தருணங்களை அந்த இரட்டையர்கள் பொக்கிஷமாக, நெக்லெஸ்ஸில் (ஓரளவு குறைச்ச லாகவே உள்ள) அபூர்வ மணிகளைக் கோத்து வைப்பதைப் போலப் போற்றிப் பாதுகாத்தனர்.

ராஹேலும் எஸ்தாவும் பிளிமத்தின் கால்வாசி ஏற்றிய கண்ணாடி களில் முகத்தை அழுத்தி மூக்கு நசுங்க வேடிக்கை பார்த்தனர். காருக்குப் பின்னால் அழுக்குச் சிறுவர்கள் விற்றுக்கொண்டிருந்த நன்னாரி மிட்டாயை அவர்கள் ஏக்கத்தோடு பார்ப்பதைக் கவனித்த அம்மு தீர்மானமாக, “வேண்டாம்” என்றாள்.

சாக்கோ ஒரு சார்மினாரை எடுத்துப் பற்ற வைத்துக்கொண்டான். தீர்க்கமாக இழுத்துவிட்டு நாக்கில் ஒட்டிக்கொண்ட புகையிலைத் துணுக்கை அகற்றினான்.

பிளிமத்துக்குள் ராஹேலுக்கும் எஸ்தாவுக்கும் நடுவில் ஒரு குன்றைப் போல பேபி கொச்சம்மா இருந்ததால் ஒருவரையொருவர் பார்த்துக் கொள்ள சுலபமாக இல்லை. அவர்கள் இருவரும் சண்டையிட்டுக் கொள்ளக் கூடாதென்பதற்காகவே தனித்தனியாக அவர்களை அம்மு உட்கார வைத்திருந்தாள். அவர்களுக்குள் சண்டை வரும்போது எஸ்தா ராஹேலை அகதியாக வந்திருக்கும் குச்சிப்பூச்சி என்பான். ராஹேல் அவனை ‘எல்விஸ் – தி – பெல்விஸ்’ என்று கூறி இடுப்பைக் கேனத் தனமாக ஆட்டி எஸ்தாவை வெறுப்பேற்றுவாள். ஒருவருக்கொருவர் அடித்துக்கொண்டு சண்டையிடும்போது அது சம பலத்தில் நீடித்துச் செல்லும். அவர்கள் வழியில் குறுக்கிடும் மேஜை விளக்குகள், சாம்பல் கிண்ணங்கள், தண்ணீர் கூஜாக்கள் எல்லாம் நொறுக்கப்படும் அல்லது பழுதுபார்க்க முடியாதபடிக்குச் சேதமாகும்.

பேபி கொச்சம்மா முன் சீட்டின் முதுகைக் கைகளால் பற்றிக் கொண்டிருந்தாள். கார் நகரும்போது அவள் கையின் கொழுப்புப் பிதுக்கங்கள் காய வைத்த துணிகள்போல் ஆடும். இப்போது அது

ஒரு தோலினாலான திரைபோல தொங்கிக்கொண்டு எஸ்தாவை ராஹேலிடமிருந்து மறைத்துக்கொண்டிருந்தது.

எஸ்தாவின் பக்கமிருந்த சாலையில் தேநீரும், அழுக்குக் கண்ணாடிப் பாட்டில்களில் ஈக்களோடு பழைய குளுகோஸ் பிஸ்கட்டுகளும் விற்கும் டீக்கடை ஒன்று இருந்தது. கெட்டியான கண்ணாடிப் பாட்டில்களில் எலுமிச்சம் சோடாக்களின் நுரையை நீலநிற கோலிகள் அடைத்திருந் தன. ஒரு சிவப்பு நிற ஐஸ் பெட்டியில் *Things go better with Coco-Cola* என்று சோகையாக எழுதியிருந்தது.

அந்த லெவல் கிராஸிங்கில் வழக்கமாகக் காணப்படும் பைத்தியக் காரனான முரளிதரன் மைல்கல்லின் மீது கால்களை மடக்கி அசை வற்றுக் குந்தியிருந்தான். அவனுடைய விரைகளும் குறியும் தொங்கி, கீழே எழுதியிருந்ததைச் சுட்டிக் காட்டிக்கொண்டிருந்தன.

கொச்சி
23 கி.மீ.

அவன் தலையில், சமையல்காரன் தொப்பியைப் போல ஒரு உயரமான பிளாஸ்டிக் பையை யாரோ மாட்டிவிட்டிருந்ததைத் தவிர அவன் முழு நிர்வாணமாக இருந்தான். அந்தப் பிளாஸ்டிக் பையின் பின்னாலிருந்து அவன் கண்கள் எதிரேயிருந்த நிலப் பரப்பை மங்க லாகப் பார்த்துக்கொண்டிருந்தன. அவன் விரும்பினால்கூட அந்தப் பையை அவனால் அகற்ற முடியாமைக்குக் காரணம் அவனுக்கு கைகள் இல்லை. அவை 1942இல் அவன் வீட்டிலிருந்து ஓடிவந்து, இந்திய தேசிய ராணுவத்தில் சேர்ந்த முதல் வாரத்தில் சிங்கப்பூரில் வெடித்துச் சீவப்பட்டன. சுதந்திரத்துக்குப் பிறகு முதல் நிலை சுதந்திரப் போராட்ட வீரனாகப் பதிவுசெய்துகொண்டு வாழ்நாள் முழுக்க இலவச இரயில்வே முதல் வகுப்பு பாஸையும் பெற்றுக்கொண்டான். அவனுடைய சித்தசுவாதீனத்தைத் தொலைத்தபோதே அந்தப் பாஸையும் தொலைத்து விட்டதால் அவனால் ரயில்களில் பயணம் செய்யவோ, இரயில் நிலைய உணவகங்களில் பொழுதைக் கழிக்கவோ இயலாமற் போனது. முரளிதரனுக்கு வீடு இல்லை. பூட்டுவதற்கு கதவுகளும் இல்லை. இருந்தும் பழைய சாவிகளை அவன் இடுப்பைச் சுற்றிக் கட்டிக்கொண்டிருந்தான். பளபளக்கும் சாவிக் கொத்துகள். அவன் மனம் முழுக்க அலமாரிகளும் அவற்றில் சந்தோஷ மிகுந்த ரகசியங்களும் நிறைந்திருந்தன.

ஓர் அலாரக் கடிகாரம். சங்கீதமாக ஹார்ன் அடிக்கும் ஒரு சிவப்புக் கார். குளியலறைக்கு ஒரு சிவப்பு நிறக் குடுவை. வைரம் அணிந்த ஒரு மனைவி. ரகசிய ஆவணங்கள் கொண்ட ஒரு பிரீஃப்கேஸ். அலுவலகத் திலிருந்து வீட்டிற்கு வருவது. *'மன்னிக்கவும் கர்னல் சபாபதி, நான் சொல்ல வேண்டியதைச் சொல்லி விட்டேன்.'* குழந்தைகளுக்கு மொர மொரப்பான வாழைப்பழ சிப்ஸ்.

ரயில்கள் வந்து போவதை அவன் பார்த்தான். அவன் சாவிகளை எண்ணிப் பார்த்தான்.

அரசாங்கங்கள் தோன்றி வீழ்வதைப் பார்த்தான். அவன் சாவிகளை எண்ணிப் பார்த்தான்.

கார் ஜன்னலுக்குப் பின்னால் நன்னாரி மிட்டாய்க்கு ஏங்கும் மங்கலான, மூக்கு நசுங்கிய சிறுவர்களைப் பார்த்தான்.

அவனது ஜன்னலைத் தாண்டி வீடற்றவர்களும் ஆதரவற்றவர்களும் நோயுற்றவர்களும் சிறுவர்களும் தொலைந்தவர்களும் கடந்து சென்றனர். இன்னமும் அவன் சாவிகளை எண்ணிக்கொண்டிருந்தான்.

அவன் திறக்க வேண்டிய அலமாரி எது என்பதையும் எப்போது என்பதையும் தீர்மானமாக அறியாதவனாயிருந்தான். கொதிக்கும் மைல்கல்மீது பரட்டைத் தலை மயிரும் ஜன்னல் போன்ற கண்களுமாக, சில வேளைகளில் வேறெங்காவது பார்வையைத் திருப்பிக்கொள்ளும் சந்தோஷத்தோடு அமர்ந்திருந்தான். அவனுக்கு எண்ணிப் பார்ப்பதற்கும் திரும்ப எண்ணிச் சரிபார்த்துக் கொள்வதற்கும் சாவிகள் இருக்கின்றன.

எண்கள் போதும்.

மரத்துப் போயிருத்தல் நலம்.

முரளிதரன் எண்ணும்போது அவன் வாய் அசைந்து முழுமையான சொற்கள் வெளிவந்தன.

ஒந் நே

ரண்டே

மூநே

அவனுடைய முடி தலையில் சாம்பல் நிறத்தில் சுருட்டையாகவும், கைகளற்ற அக்குளில் கரும்புற்கள் போல கொத்தாகவும், காற்கவட்டில் கருப்பு ஸ்பிரிங்குகள் போலச் சுருண்டும் இருப்பதை எஸ்தா கவனித்தான். மூன்று வித முடிகளோடு ஒரு மனிதன். எவ்வாறு இப்படி இருக்க முடியுமென அவன் வியந்தான். யாரிடம் இதைக் கேட்பதென்று யோசிக்க முயற்சித்தான்.

அந்தக் காத்திருப்பு ராஹேலிடம் அவள் பொறுமையிழந்து வெடிப்பதற்குத் தயாராகும் வரை நிரம்பியது. அவள் தனது கடிகாரத்தைப் பார்த்தாள். இரண்டுக்கு பத்து. ஜூலி ஆண்ட்ரூஸும் கிரிஸ்டோபர் ப்ளம்மரும் மூக்குகள் இடித்துக்கொள்ளக் கூடாதென்பதற்காகப் பக்கவாட்டில் முத்தமிட்டுக்கொள்வதை நினைத்துப் பார்த்தாள். எப்போதுமே மனிதர்கள் பக்கவாட்டில்தான் முத்தமிட்டுக்கொள்வார்களா என்று அவளுக்கு யோசனையாக இருந்தது. யாரிடம் கேட்பது என்று யோசிக்க முயன்றாள்.

ஓர் அடங்கிய முனங்கொலி தூரத்தில் கேட்டது. அது மெதுவாக அவர்களை நோக்கி நகர்ந்துவந்து அந்த இடத்தை ஒரு போர்வையைப்

போல் மூடியது. அதுவரைக் காலாற வெளியே நின்றிருந்த ஓட்டுநர்கள் தமது வாகனங்களுக்குள் ஏறிக் கதவுகளை அறைந்து சாத்தினர். பிச்சைக் காரர்களும் விற்பவர்களும் காணாமற் போயினர். சில நிமிடங்களில் அந்தச் சாலையில் ஒருத்தரும் வெளியே இல்லை. முரளிதரனைத் தவிர. கொதிக்கும் மைல் கல்லின் மீது பிருஷ்டத்தை வைத்து உட்கார்ந் திருந்தான். சலனப்படாமல், லேசான ஆர்வத்துடன்.

அந்தச் சலசலப்பு நெருங்கியது. பிறகு போலீஸ் விசில்கள்.

காத்திருக்கும் வாகன வரிசையில் கடைசியிலிருந்து அணிவகுப் பாக ஒரு கூட்டம், சிவப்புக் கொடிகளோடும், தட்டிகளோடும் முன்னேறி வர, அவர்களின் முனங்கொலி மேலும் மேலும் கூடிக்கொண்டே வந்தது.

“ஜன்னல்களை ஏற்றி விட்டுக்கொள்ளுங்கள்” என்றான் சாக்கோ. “அமைதியாக இருங்கள். அவர்கள் நம்மை ஒன்றும் செய்யப்போவ தில்லை.”

“நீங்களும் போய் கலந்துகொள்ளலாமே, தோழரே” என்றாள் அம்மு சாக்கோவிடம். “வண்டியை நான் ஓட்டிச்செல்கிறேன்.”

சாக்கோ எதுவும் பேசவில்லை. அவன் தாடை மடிப்புக்குக் கீழே ஒரு சதை மட்டும் இறுகியது. சிகரெட்டை வீசிவிட்டு தன் பக்கத்து ஜன்னலை மேலே ஏற்றிக்கொண்டான்.

சாக்கோ சுயமாக அறிவித்துக்கொண்ட ஒரு மார்க்ஸிஸ்ட். தொழிற் சாலையில் பணிபுரியும் அழகான பெண்களைத் தன்னுடைய அறைக் குள் அழைத்துச் சென்று தொழிலாளர் உரிமைகளைப் பற்றி அவர் களிடம் உரை நிகழ்த்தும் சாக்கில் வெளிப்படையாகவே சீண்டி விளை யாடுவான். அவர்களை தோழியரே என்று விளித்து, தன்னையும் அவர் கள் தோழரே என்று கூப்பிடச் செய்வான் (அதில் அவர்களுக்கு ஒரே சிரிப்பாக இருக்கும்.) அவர்களையும் சங்கடப்படுத்திக்கொண்டு, மம்மாச்சி யையும் புலம்பவைத்துத் தன்னோடு ஒன்றாக மேசையில் அமர்ந்து தேநீர் அருந்தச் சொல்வான்.

ஒரு முறை அவர்களில் சிலரை ஆலப்புழையில் நடந்த தொழிற் சங்கப் பயிற்சி வகுப்பிற்கு அழைத்துச் சென்றான். அவர்கள் பஸ்ஸில் சென்று படகில் திரும்பினர். கண்ணாடி வளையல்களும் தலையில் பூக்களும் அணிந்து சந்தோஷமாக வந்தனர்.

அம்மு அதை நேர்மையில்லாத அர்த்தங்கெட்ட செயல் என்றாள். ‘புத்திகெட்ட ஓர் இளவரசன், *காம்ரேட்! காம்ரேட்!* என்று நடிக்கும் காரியம். பழைய ஜமீன்தார் மனப்பான்மையின் ஓர் ஆக்ஸ்போர்டு அவதாரம். தமது பிழைப்பிற்காகத் தன்னைச் சார்ந்திருக்கும் பெண்கள் மீது ஒரு பண்ணையார் செலுத்தும் சுரண்டல்.’

அணிவகுப்பினர் நெருங்கும்போது அம்மு தனது ஜன்னலை மேலேற்றினாள். எஸ்தா அவனுடையதை. ராஹேல் அவளுடையதை.

(கைப்பிடியில் இருந்த கருப்புக் குமிழ் விழுந்துவிட்டிருந்ததால் கஷ்டத்தோடு.)

அந்தக் குறுகலான, குண்டும் குழியுமான சாலையில் அவ்வெளிர் நீல பிளிமத் அபத்தமான செல்வச் செழிப்போடு காணப்பட்டது. குறுகலான நடை ஒன்றில் நுழைந்து செல்லும் குண்டுப் பெண்மணியைப் போல. தேவாலயத்தில் ரொட்டியும் ஒயினும் எடுக்கச் செல்லும் பேபி கொச்சம்மாவைப் போல.

அணிவகுப்பின் முன்னணியில் இருந்தவர்கள் அந்தக் காரை நெருங்கும்போது, "தலையைக் குனிந்துகொள்ளுங்கள்!" என்றாள் பேபி கொச்சம்மா. "அவர்கள் கண்களை நேராகப் பார்க்காதீர்கள். அதுதான் அவர்களை உசுப்பிவிடும்."

அவள் கழுத்தின் பக்கவாட்டில் நாடித் துடிப்பு வேகமாக அடித்தது.

சில நிமிடங்களிலேயே அந்தச் சாலை ஆயிரக்கணக்கான அணிவகுப்பாளர்களால் மூழ்கடிக்கப்பட்டது. மனித ஆற்றில் நடுநடுவே வாகனத் தீவுகள். கொடிகள் மேலெழுந்து தாழ காற்று சிவப்பானது. லெவல் கிராஸிங் கம்பத்தின் அடியில் அவர்கள் புகுந்து செல்ல ரயில்வே தண்டவாளத்தை ஒரு சிவப்பு அலை எழும்பிக் கடந்து சென்றது.

அங்கு உறைந்திருந்த வாகனங்களின் மேல் ஆயிரக்கணக்கானோரின் குரல்கள் ஓர் இரைச்சல் குடையாகக் கவிந்தது.

"இன்குலாப் ஜிந்தாபாத்!

தொழிலாளி ஐக்கியம் ஜிந்தாபாத்!"

"புரட்சி வாழ்க!" என்று குரலெழுப்பினர் "உலகத் தொழிலாளர்களே, ஒன்றுபடுங்கள்!"

ஏன் இந்தியாவில் வேறெந்தப் பகுதியையும் விட (ஒருவேளை வங்காளம் தவிர்த்து) கேரளாவில் மட்டும் கம்யூனிஸ்ட் கட்சி வெற்றிகரமாக இருக்கிறதென்று சாக்கோவுக்குக்கூட முழுதாக விளங்கவில்லை.

அதற்குப் பலவிதமான போட்டிக் கருத்துகள் இருக்கின்றன. அதில் ஒன்று, அம்மாநிலத்தில் இருக்கும் மிக அதிகமான கிறித்துவ மக்கள் தொகை. கேரளாவின் மக்கட்தொகையில் இருபது சதவிகிதம் சிரியன் கிருஸ்தவர்கள். புனித தாமஸ், புத்துயிர்ப்புக்குப் பின் கிழக்கே பயணம் செய்தபோது மதமாற்றம் செய்த நூறு பிராமணர்களின் வாரிசுகளாக அவர்கள் தம்மைக் கருதுகின்றனர். வடிவரீதியில் – இந்த வாதத்தின் அடிப்படை இப்படிச் செல்கிறது – மார்க்ஸியம் என்பது கிறித்துவத்திற்கான ஓர் எளிய மாற்று. கடவுளை எடுத்துவிட்டு அந்த இடத்தில் மார்க்ஸை வைத்து, சாத்தானின் இடத்தில் பூர்ஷ்வாவையும், சொர்க்கத்தின் இடத்தில் வர்க்க பேதமற்ற சமுதாயத்தையும், தேவாலயத்தின் இடத்தில் கட்சியையும் வைத்துவிட்டால் பயணத்தின் வடிவமும் நோக்கமும் ஒன்றாகவே மாறிவிடுகிறது. ஒரு தடை தாண்டும் ஓட்டப் பந்தயம். முடிவில் ஒரு பரிசு. ஆனால் ஓர் இந்து மனம் பல்வேறு சிக்கலான இணக்கங்களைச் செய்துகொள்ள வேண்டியிருக்கிறது.

இந்தக் கருத்தில் உள்ள தவறு என்னவென்றால் கேரளாவில் உள்ள சிரியன் கிறித்துவர்களில் மிகப் பெரும்பாலானோர் பணக்கார, எஸ்டேட் உரிமையாளர்களும் (ஊறுகாய் தொழிற்சாலை நடத்துபவர்களும்) நிலப் பிரபுக்களும்தாம். அவர்களுக்குக் கம்யூனிசம் என்பது மரணத்தை விட மோசமான ஒரு விதி. அவர்கள் எப்போதுமே காங்கிரஸ் கட்சிக்குத்தான் வாக்களித்து வந்தனர்.

இரண்டாவது கருத்து, ஒப்பீட்டளவில் மற்ற மாநிலங்களை விட அதிகமாகக் காணப்படும் படிப்பறிவு. ஒருவேளை இருக்கலாம். ஆனால் இந்த அதிகமான படிப்பறிவிற்கு முக்கியக் காரணமே கம்யூனிச இயக்கம் தான்.

உண்மையான ரகசியம் என்னவென்றால் கம்யூனிசம் கேரளாவுக்குள் திறமையான சூழ்ச்சியுடன் நுழைந்துகொண்டது. ஒரு சீர்திருத்த இயக்கமாக இருந்தும், சாதிகளால் பிளவுண்ட, தீவிர மரபுணர்வுகளில் ஆழ்ந்திருந்த ஒரு சமுதாயத்தின் மரபான மதிப்பீடுகளை அது எப்போதும் வெளிப்படையாக எதிர்க்கவேயில்லை. மார்க்ஸிஸ்டுகள் அந்த சமுதாயப் பிரிவுகளுக்குள்ளேயே இருந்துகொண்டு, அவற்றை எதிர்க்காமலும், எதிர்க்காமலிருப்பது தெரியாமலும் பணியாற்றினர். எல்லாம் கலந்து கட்டிய ஒரு புரட்சியை முன்வைத்தனர். கீழைத்தேச மார்க்ஸிஸத்தையும் மரபான இந்துயிஸத்தையும் கலந்து, கொஞ்சம் ஜனநாயகம் என்ற மசாலாவையும் சேர்த்து.

கட்சி உறுப்பினர் அட்டை பெற்றவனாக இல்லாவிட்டாலும் சாக்கோ ஆரம்பத்திலேயே மாற்றமடைந்து, கட்சியின் ஏற்றத்தாழ்வு காலங்கள் முழுக்கவும் மாறாத ஆதரவாளனாகவே இருந்து வந்திருக்கிறான்.

மாநில சட்டசபைத் தேர்தல்களில் கம்யூனிஸ்ட் கட்சி ஜெயித்து, நேரு அவர்களை அரசமைக்க அழைத்த 1957ஆம் வருடம் சாக்கோ தில்லி பல்கலைக்கழகத்தில் பட்டப்படிப்புப் பயின்றுகொண்டிருந்தான். சாக்கோவின் நாயகனும் கேரள மார்க்ஸியத்தின் உயர்குடிப் பிராமணக் குருவுமான தோழர் இ.எம்.எஸ். நம்பூதிரிபாடு, உலகில் முதன்முதலாக ஒரு மாநிலத்தில் ஜனநாயக முறைப்படித் தேர்ந்தெடுக்கப்பட்ட ஒரு கம்யூனிச அரசின் முதல்வராகப் பதவியேற்றார். திடீரென்று ஒரே நேரத்தில் மக்களையும் ஆண்டுகொண்டு அதே நேரத்தில் புரட்சியையும் வளர்க்க வேண்டிய ஒரு விசித்திர (சில விமரிசகர்கள் கூற்றுப்படி அபத்தமான) நிலைக்குக் கம்யூனிஸ்டுகள் வந்திருந்தனர். தோழர் இ.எம்.எஸ். நம்பூதிரிபாடு இதை எவ்வாறு செயலாற்றுவதென்று தனக்கேயுரிய திட்டம் ஒன்றை வகுத்தார். அவருடைய *'கம்யூனிசத்தை நோக்கி ஓர் அமைதியான மாற்றம்'* என்ற ஆய்வு நூலை ஒரு முதிரா இளைஞனின் ஆர்வவெறியோடும், தீவிர ரசிகன் ஒருவனின் கேள்வி கேட்காத அங்கீகரிப்புடனும் சாக்கோ பயின்றான். அதில் தோழர் இ.எம்.எஸ். நம்பூதிரிபாடின் அரசு எவ்வாறு நிலச் சீர்திருத்தத்தை நடைமுறைப்படுத்தப் போகிறது, காவல் துறையைச் செயலிழக்க வைக்கப் போகிறது, சட்டத் துறையைத் தலைகீழாகப் புரட்டப் போகிறது என்றும் 'மத்தியில்

உள்ள மக்களுக்கெதிரான காங்கிரஸ் அரசின் பிற்போக்குச் செயல் களை எப்படி அடக்கப் போகிறது' என்றும் நுணுக்கமாக விவரிக்கப் பட்டிருந்தது.

துரதிருஷ்டவசமாக அந்த வருட முடிவிற்குள் அமைதியான மாற்றத்தின் அமைதிப் பகுதி ஒரு முடிவிற்கு வந்தது.

ஒவ்வொரு நாள் காலையிலும் காலையுணவின்போது இம்பீரியல் என்டமாலஜிஸ்ட் செய்தித்தாள்களில் நிரம்பியிருக்கும், திடீரென அதிகரித்துள்ள கலவரங்கள், வேலை நிறுத்தங்கள், காவல் துறை வன்முறைகளைப் படித்துக் காட்டித் தன்னுடைய மார்க்ஸிஸ்ட் மகனின் வாதங்களை ஏளனம் செய்வார்.

சாக்கோ சாப்பாட்டு மேஜையருகே வந்ததுமே, "என்ன, கார்ல் மார்க்ஸ் அவர்களே!" என்று பப்பாச்சி கிண்டலாக அழைப்பார். "இந்த மாணவர் கும்பலை நாம் என்ன செய்யலாம்? நம்முடைய மக்கள் அரசாங்கத்திற்கு எதிராகவே இந்தக் கூலிப்படை முட்டாள்கள் போராடு கிறார்களே? இவர்களை நிர்மூலமாக்கி விடலாமா? இனியும் மாணவர் களை மக்கள் கூட்டத்தைச் சேர்ந்தவர்களென்று நிச்சயமாகக் கூற முடியாது."

அடுத்த இரண்டாண்டுகளில் அரசியலால் நிராகரிக்கப்பட்ட ஒரு பெருங்கூட்டம் காங்கிரஸ் கட்சியாலும், சர்ச்சாலும் தூண்டப் பட்டு ஆட்சிக் கலைப்பு நடவடிக்கைகளில் புகுந்தது. சாக்கோ தன் னுடைய பி.ஏ.வை முடித்துவிட்டு ஆக்ஸ்போர்டில் இன்னொரு பி.ஏ. படிக்கக் கிளம்பியபோது கேரளா ஓர் உள்நாட்டு யுத்தத்தின் விளிம்பில் இருந்தது. நேரு கம்யூனிஸ்ட் அரசைக் கலைத்துவிட்டுப் புதிய தேர்தலை அறிவித்தார். காங்கிரஸ் கட்சி மீண்டும் பதவிக்கு வந்தது.

மீண்டும் 1967ஆம் ஆண்டு – முதலில் ஆட்சியைப் பிடித்து ஏறக் குறைய சரியாகப் பத்து வருடங்கள் கழித்து – தோழர் இ.எம்.எஸ். நம்பூதிரிபாடின் கட்சி திரும்பவும் தேர்ந்தெடுக்கப்பட்டது. இப்போது இருவேறு கட்சிகளாக உடைந்துவிட்ட இந்திய கம்யூனிஸ்ட் கட்சி மற்றும் இந்திய கம்யூனிஸ்ட் கட்சி (மார்க்ஸிஸ்ட்) – சிபிஐ மற்றும் சிபிஐ (எம்) – கூட்டணி அமைத்து வென்றன.

பப்பாச்சி அப்போது காலமாகிவிட்டிருந்தார். சாக்கோ விவாகரத் தாகியிருந்தான். பாரடைஸ் ஊறுகாய்கள் ஆரம்பித்து ஏழு வருடங் களாகியிருந்தன.

ஒரு கடுமையான பஞ்சத்துக்கும் தவறிவிட்ட பருவ மழைக்கும் நடுவில் கேரளா தள்ளாடிக்கொண்டிருந்தது. மக்கள் இறந்துகொண் டிருந்தனர். எந்த அரசாங்கம் வந்தாலும் பசிதான் முக்கியமான பிரச்சினை யாக இருந்திருக்க வேண்டும்.

தோழர் இ.எம்.எஸ். நம்பூதிரிபாடு தன்னுடைய இரண்டாவது வாய்ப்பில் அமைதியான மாற்றங்களை மிக நிதானமாகச் செயல் படுத்த ஆரம்பித்தார். இதனால் சீனக் கம்யூனிஸ்ட் கட்சியின் எதிர்ப்பை

அவர் சந்திக்க வேண்டியிருந்தது. அவர்கள் இ.எம்.எஸ்.ஸின் பாராளு மன்ற குறுகல் வாதத்திற்காகவும் 'மக்களுக்குச் சலுகைகள் வழங்கி, மக்களின் விழிப்புணர்வை மங்கவைத்து, புரட்சியிலிருந்து திசை திருப்பு வதாகவும்' வெளிப்படையாகக் கண்டனம் தெரிவித்தனர்.

சிபிஐ (எம்)இல் புதிதாகக் கிளைத்திருந்த தீவிரவாதப் பிரிவுக்கு – நக்ஸலைட்டுகள் – பீகிங் தன்னுடைய ஆதரவை அளிக்கத் தொடங்கி யது. அவர்கள் வங்காளத்தில் நக்ஸல்பாரி என்றொரு கிராமத்தில் ஆட்சிக்கெதிராக ஆயுதப் புரட்சியைத் தொடங்கினர். உழவர்களைப் போராளிகளாக உருவாக்கி, விளைநிலங்களை அபகரித்து, நில உடைமை யாளர்களை வெளியேற்றி, மக்கள் நீதிமன்றங்களை அமைத்து, வர்க்க எதிரிகளை விசாரித்துத் தீர்ப்பு வழங்கினர். நக்ஸலைட் இயக்கம் நாடு முழுக்கப் பரவி ஒவ்வொரு பூர்ஷ்வாவின் இதயத்திலும் பயத்தைப் பரப்பியது.

ஏற்கனவே மிரண்டுபோயிருந்த கேரள சீதோஷ்ணத்தில் அவர்கள் கிளர்ச்சியையும் பயத்தையும் ஒருசேரத் தூண்டினர். வடக்கே படு கொலைகள் தொடங்கிவிட்டன. அந்த மே மாதத்தில் செய்தித்தாள் களின் மங்கலான புகைப்படங்களில் பாலக்காட்டில் ஒரு நிலச்சுவான்தார் மின்விளக்குக் கம்பம் ஒன்றில் கட்டப்பட்டுத் தலை துண்டிக்கப்பட் டிருந்தது வெளிவந்தது. அவரது தலை ஒருக்களித்து, உடம்பிலிருந்து சற்று தூரத்தில் ஏதோ கருப்பாக, திட்டாக இருந்ததற்கு மத்தியில் – அது தண்ணீரோ, அல்லது ரத்தமோ – விழுந்து கிடந்தது. அந்தக் கருப்பு வெளுப்பு புகைப்படம் அவ்வளவு தெளிவாக இல்லை. வெளிர் சாம்பல் நிற அதிகாலை வெளிச்சத்தில் எடுக்கப்பட்ட படம்.

அவரது கண்கள் ஆச்சரியத்தில் விரிந்திருந்தன.

தோழர் இ.எம்.எஸ். நம்பூதிரிபாடு *(ஓடுகிற நாய், சோவியத்தின் கைக்கூலி)* தன்னுடைய கட்சியிலிருந்து நக்ஸலைட்டுகளை வெளியேற்றி விட்டு, நாடாளுமன்ற ஆதாயங்களுக்காகக் கோபத்தை மக்களிடம் வளர்த்துக்கொண்டிருந்தார்.

அந்த வெளிர்நீல டிசம்பர் தினத்தன்று அந்த வெளிர்நீல பிளிமத்தைச் சூழ்ந்து சென்ற அந்த அணிவகுப்பும் அதில் ஒரு பகுதிதான். அந்த ஊர்வலம் திருவிதாங்கூர் – கொச்சி மார்க்ஸிஸ்ட் தொழிலாளர் ஒன்றியத் தால் ஏற்பாடு செய்யப்பட்டது. திருவனந்தபுரத்திலுள்ள அதன் தோழர் கள் தலைமைச் செயலகத்திற்கு அணிவகுத்துச் சென்று மக்களின் கோரிக்கைப் பட்டியலைத் தோழர் இ.எம்.எஸ். அவர்களிடமே வழங்கு வார்கள். வாத்தியக் கோஷ்டி குழுநடத்துனரிடமே கோரிக்கை விடுப்பது போல. அவர்களுடைய கோரிக்கைகள், நெல் வயல்களில் ஒரு நாளைக்குப் பதினொன்றரை மணி நேரம் – காலை ஏழு மணியிலிருந்து மாலை ஆறரை மணி வரையில் – வேலை வாங்கப்படும் விவசாயக் கூலிகளுக்கு ஒரு மணி நேரம் உணவு இடைவேளையாக அனுமதிக்கப்பட வேண்டும்; பெண் தொழிலாளர்களின் தினக்கூலி ஒரு ரூபாய் இருபத்தி ஐந்து பைசாவிலிருந்து மூன்று ரூபாய்களாகவும் ஆண் கூலிகளுக்கு இரண்டு ரூபாய் ஐம்பது பைசாவிலிருந்து நான்கு ரூபாய் ஐம்பது பைசாவாகவும்

உயர்த்தப்பட வேண்டும்; இவற்றைத் தவிர தீண்டத்தகாதவர்களை அவர்களின் சாதிப் பெயர் சேர்த்து அழைக்கக் கூடாது. அச்சூ *பறையன்* அல்லது கேளன் *பரவன்* அல்லது குட்டன் *புலையன்* என்றல்லாது அச்சூ அல்லது கேளன் அல்லது குட்டன் என்று மட்டுமே அழைக்கப் பட வேண்டும்.

ஏலத் தோட்ட அரசர்களும் காபி தோட்ட எஜமானர்களும், ரப்பர் முதலாளிகளும் – பழைய போர்டிங் ஸ்கூல் சிநேகிதர்கள் – தமது தனியான, நெடுந்தொலைவு எஸ்டேட்களிலிருந்து இறங்கி வந்து ஸெய்லிங் கிளப்பில் குளிரூட்டப்பட்ட பீர் சப்பினர். தமது கோப்பை களை உயர்த்தினர். *'ரோஜாவை வேறெந்தப் பெயரில் அழைத்தாலும் . . .'* என்றனர். அதிகரித்து வரும் தமது நடுக்கத்தை மறைத்துக்கொள்ள அடங்கிச் சிரித்தனர்.

அன்றைய தின ஊர்வலத்தில் சென்றவர்கள் கட்சி ஊழியர்களும் மாணவர்களும் தொழிலாளர்கள்கூட இருந்தனர். தீண்டத்தகுந்தவர் களும் தீண்டத்தகாதவர்களும். அவர்களது தோள்களில் சமீபத்திய பொறியில் நெருப்பிடப்பட்டிருக்கும் புராதனக் கோபத்தைச் சுமை யாகத் தாங்கிச் சென்றுகொண்டிருந்தனர். இந்தக் கோபம் இப்போது நக்ஸலைட்டுகளால் மேலும் தீட்டப்பட்டிருக்கிறது. புதிதாக.

அவர்கள் மிகவும் சத்தமாகக் கத்திய வார்த்தை *'ஜிந்தாபாத்'* என்பது பிளிமத்தின் ஜன்னல் ஊடாக ராஹேலுக்குத் தெரிந்தது. அவர்கள் அதைச் சொல்லும்போது அவர்களுடைய கழுத்துகளில் நரம்புகள் புடைத்து எழும்பின. கொடிகளையும் பேனர்களையும் பிடித்திருந்த கைகளின் தசைகள் முடிச்சிட்டுக்கொண்டு இறுகின.

பிளிமத்துக்குள்ளே அசைவற்றுப் புழுக்கமாக இருந்தது.

பேபி கொச்சம்மாவின் பயம் ஈரமான சுருட்டைப் போல காரின் தரையில் சுருண்டிருந்தது. இனி வரும் வருடங்களில் வளர்ந்து அவளை ஆக்கிரமிக்கப் போகும் பயம். அவளுடைய கதவுகளையும் ஜன்னல் களையும் பூட்ட வைத்த, அவளுக்கு இரண்டு தலைமுடி வரிசைகளை யும் இரண்டு உதட்டோரங்களையும் தந்த பயம். அவளுடையதும் ஒரு புராதன, பழங்காலந்தொட்ட அச்சம்தான். உடைமைகள் பறிக்கப் படும் அச்சம்.

அவள் தன் ஜெபமாலையில் பச்சை மணிகளை எண்ண முயன் றாள். அவளால் மனத்தை ஒருமுகப்படுத்த இயலவில்லை. காரின் ஜன்னலை ஒரு கை வேகமாக அடித்துவிட்டுப் போனது.

அந்த வெளிர்நீல பிளிமத்தின் பானெட்டின் மீது ஒரு குவிந்த முஷ்டி ஓங்கிக் குத்தியது. அது வெடித்துத் திறந்துகொண்டது. அந்த பிளிமத், மிருகக்காட்சி சாலையில் ஒடுங்கி உட்கார்ந்திருக்கும் ஒரு நீல நிற விலங்கு உணவூட்டப்படுவதற்காக வாயைத் திறந்துகொண் டிருப்பது போலிருந்தது.

ஒரு பன்.

ஒரு வாழைப்பழம்.

மற்றொரு குவிந்த முஷ்டி அதை அறைந்து சாத்தியது. பானெட் மூடிக்கொண்டது. கண்ணாடியை இறக்கிவிட்டுச் சாக்கோ தலையை நீட்டி அவனைக் கூப்பிட்டான்.

"நன்றி, *கேட்டோ! வளரே* தாங்க்ஸ்!"

"ரொம்பவும்தான் நன்றி காட்ட வேண்டாம் தோழரே!" என்றாள் அம்மு. "அது ஒரு விபத்து. அவன் உங்களுக்கு உதவ வேண்டுமென்று செய்ததல்ல. இந்தப் பழைய காருக்குள் ஓர் உண்மையான மார்க்ஸிய இதயம் துடித்துக்கொண்டிருக்கிறது என்பதை எப்படி அவன் அறிந்திருக்கக்கூடும்?"

"அம்மு," என்றான் சாக்கோ, வலிந்து இயல்பாக்கிக் கொண்ட நிதானமான குரலில், "எல்லாவற்றுக்கும் ஒரு வர்ணம் அடித்துப் பார்க்கும் உன் சீர்கெட்ட குதர்க்கத்தை உன்னால் நிறுத்திக்கொள்ள முடியுமா?"

தண்ணீர் ஊறிய பஞ்சைப் போல நிசப்தம் காருக்குள் நிரம்பியது. *'சீர்கெட்ட'* என்பது மிருதுவான ஒன்றை வெட்டும் கத்திபோல வெட்டியது. சூரியன் நடுங்கிக்கொண்டே பெருமூச்சு விட்டுக் கொதித்தது. குடும்பங்களின் பிரச்சினை இதுதான். எங்கே வலிக்கும் என்பது மோசமான டாக்டர்களைப் போல அவர்களுக்கு நன்றாகத் தெரிந்திருக்கிறது.

அப்போதுதான் ராஹேல் வெளுத்தாவைப் பார்த்தாள். வலிய பாப்பனின் மகன் வெளுத்தா. அவளுடைய மிகப் பிரியமான சிநேகிதனான வெளுத்தா. வெளுத்தா ஒரு சிவப்புக் கொடியுடன் அணிவகுப்பில் சென்றான். வெள்ளைச் சட்டையும், முண்டும், கழுத்தில் கோப நரம்புகளுமாக. அவன் வழக்கமாக சட்டை அணிவதில்லை.

கண்ணிமைக்கும் நேரத்தில் அவள் ஜன்னல் கண்ணாடியை இறக்கிவிட்டாள்.

"வெளுத்தா! வெளுத்தா!" அவனை நோக்கி உரக்கக் கூவினாள்.

அவன் ஒரு கணம் உறைந்து, கொடியை வைத்துக்கொண்டு உற்றுக் கேட்டான். அவன் கேட்டது பழக்கமற்ற சந்தர்ப்பத்தில் பழக்கமான குரல். ராஹேல் கார் சீட்டின் மீதேறி ஜன்னல் வழியே தலையை நீட்டி, ஏதோவொரு கார் வடிவ தாவர உண்ணியின் உடைந்து விழும் கொம்பைப் போல பிளிமத்திற்கு வெளியே தொங்கினாள். லவ்–இன்–டோக்கியோவில் ஒரு நீரூற்றுடனும் மஞ்சள் சட்டமிட்ட சிவப்புப் பிளாஸ்டிக் கண்ணாடியுடனும்.

"வெளுத்தா! *இவிடே!* வெளுத்தா!" அவளுக்கும் கழுத்தில் நரம்புகள் புடைத்தன.

அவன் பக்கவாட்டில் நழுவி அவனைச் சுற்றி நிரம்பியிருக்கும் கோபத்தனத்திற்குள் இலகுவாக மறைந்துகொண்டான்.

காருக்குள் அம்மு வேகமாகத் திரும்பினாள். அவள் கண்கள் கோபப்பட்டன. ராஹேலின் கெண்டைக்காலில் ஒரு அடி கொடுத்தாள். காருக்குள் அவளுடைய கெண்டைக்கால் பகுதி மட்டும்தான் இருந்தது. கெண்டைக்கால்களும் பாட்டா ஸாண்டலில் பழுப்புப் பாதங்களும்.

"ஒழுங்காக நடந்துகொள்!" என்றாள் அம்மு.

பேபி கொச்சம்மா ராஹேலைப் பிடித்து இழுத்தாள். அவள் சீட்டில் ஆச்சரிய அதிர்ச்சியோடு பொத்தென்று விழுந்தாள். எதையோ தவறாகப் புரிந்துகொண்டிருக்கிறார்கள் என்று நினைத்தாள்.

"அது வெளுத்தா!" புன்னகையோடு விளக்கினாள். "அவன் ஒரு கொடி வைத்திருக்கிறான்!"

அந்தக் கொடிதான் இருப்பதிலேயே மிகக் கவர்ச்சியான கருவியாக அவளுக்குத் தோன்றியது. ஒரு நண்பனிடம் இருக்க வேண்டிய சரியான சாதனம்.

"நீ ஒரு முட்டாள், இடியட்!" என்றாள் அம்மு.

அவளது திடீரென்ற, கூர்மையான கோபம் ராஹேலை இருக்கையின் பின்னுக்குத் தள்ளியது. ராஹேல் குழப்பமுற்றாள். ஏன் அம்மு இவ்வளவு கோபப்படுகிறாள்? எதற்காக?

"இல்லை, அம்மா. அது *அவன்தான்*" ராஹேல் சொன்னாள்.

"வாயை மூடு!" என்றாள் அம்மு.

அம்முவின் நெற்றியிலும் மேலுதட்டிலும் மெல்லிய வியர்வைப் படலத்தை ராஹேல் கவனித்தாள். அவள் கண்கள் கோலியைப் போல இறுகியிருந்தன. வியன்னா ஸ்டுடியோ புகைப்படத்தில் பப்பாச்சியின் கண்களைப் போல. (எந்தளவிற்கு பப்பாச்சியின் விட்டில் பூச்சி அவரது குழந்தைகளின் ரத்தநாளங்களில் முணுமுணுக்கின்றன!)

பேபி கொச்சம்மா ராஹேலின் ஜன்னலை மேலேற்றினாள்.

பல வருடங்கள் கழித்து நியூயார்க்கின் வடக்கே இலையுதிர் பருவத்தின் ஒரு துல்லியமான ஞாயிற்றுக்கிழமைக் காலையில் கிராண்ட் சென்ட்ரலிலிருந்து குரோடன் ஹார்மன்னுக்கு ரயிலில் வரும்போது இது திடீரென்று ராஹேலின் நினைவிற்கு வந்தது. அம்முவின் முகத்தில் காணப்பட்ட பாவம். புதிர் ஒன்றின் விடுபடா துண்டு. கேள்விக்குறி ஒன்று ஒரு புத்தகத்தின் பக்கங்களூடாக அளைந்து, அளைந்து, எந்தவொரு வாக்கியத்தின் முடிவிலும் சென்று அடையாததைப் போல.

அம்முவின் கண்களுக்கு வந்த அந்தக் கடினமான பளிங்குத் தோற்றம். அவள் மேலுதட்டில் மினுமினுத்த வியர்வை மணிகள். அந்தத் திடீரென்ற, அடிபட்ட நிசப்தத்தின் குளிர்ச்சி.

இதற்கெல்லாம் என்ன அர்த்தம்?

அந்த ஞாயிற்றுக்கிழமை ரயில் ஏறக்குறைய காலியாக இருந்தது. பக்கத்து வரிசை இருக்கையில், பனிவெடிப்பில் தடித்துப்போன கன்னங்களும் இலேசான மீசையும் இருந்த ஒரு பெண் இருமிக்கொண்டிருந்தாள். அவள் மடியிலிருந்த ஞாயிற்றுக்கிழமை செய்தித்தாள்களைக் கிழித்து, சளியை அதில் துப்பி, பேப்பரை உருட்டி மடித்து, காலியாக இருந்த எதிர் இருக்கையில் வைத்தாள். அந்தச் சிறிய பொட்டலங்களை வரிசையாக அமைத்து, ஏதோ சளி ஸ்டால் போல கடைபரப்பிவிட்டு, தனக்குள்ளேயே இனிமையான, ஆறுதலளிக்கும் குரலில் பேசிக்கொண்டிருந்தாள்.

ரயிலில் இருந்த அப்பெண்ணின் ஞாபகம். அடைத்து வைக்கப்பட்ட தனியறையின் இருட்டில் துழாவித் துழாவித் தேடிவிட்டு, கொஞ்சமும் எதிர்பார்த்திராத விஷயங்களுடன் – ஒரு துள்ளல் பார்வை, ஓர் உணர்வு – வெளியே வந்த விதத்திலிருந்த பேதமை. புகையின் நாற்றம். வாகனக் கண்ணாடியின் துடைப்பான். ஒரு தாயின் பளிங்குக் கண்கள். மாபெரும் இருட்டுத் தடங்களைத் திரையிட்டு மூடிய அதே பிரக்ஞை. ஞாபக மறப்பு.

அவளது சக பயணியின் பைத்தியம் ராஹேலை ஆசுவாசப் படுத்தியது. நியூயார்க்கின் புத்தி பேதலித்த கர்ப்பப்பைக்கருகே அவளை நெருங்க வைத்தது. அவளைப் பயமுறுத்தி மருட்டிக்கொண்டிருந்த பலவற்றிலிருந்து விலக்கியது. *பஸ்ஸின் ஸ்டீல் கம்பிகளைப் போல, கசப்பான உலோக வாசனை. அவற்றைப் பிடித்துக்கொண்டிருந்த நடத்துனரின் வாசனை. கிழவனின் வாயைக்கொண்ட ஓர் இளைஞன்.*

ரயிலுக்கு வெளியே ஹட்சன் மினுமினுத்தது. இலையுதிர்ப்பால் மரங்கள் செம்பழுப்பு வர்ணங்களில் நின்றன. கொஞ்சம்தான் குளிர்ந்தது.

“முலைக்காம்பு போல காற்றில் ஒரு விறைப்பு இருக்கிறது” லேரி மெக்காஸ்லின் ராஹேலிடம் கூறிவிட்டு அவளுடைய இலேசான எதிர்ப்பை மீறி அவளது காட்டன் டி – ஷர்ட்டுக்குள் உள்ளங்கையை மிருதுவாக நுழைத்து அவளுடைய குளிர்ந்த முலைக்காம்பின் மேல் வைத்தான். ஏன் அவள் புன்னகைக்கவில்லையென்று வியந்தான்.

அவளுடைய வீட்டைப் பற்றி யோசிக்கும்போதெல்லாம் அது எதற்காக படகுகளின் கரிய, எண்ணெய் பூசிய பலகைகளின் நிறத்திலும், பித்தளை விளக்குகளில் நடுங்கும் தீபநாக்குகளின் உட்கருவின் நிறத்திலுமே ஞாபகத்திற்கு வருகின்றனவென்று அவள் வியந்தாள்.

அது வெளுத்தாதான்.

அது வரைக்கும் ராஹேல் உறுதியாக இருந்தாள். அவனை அவள் பார்த்துவிட்டாள். அவன் அவளைப் பார்த்துவிட்டான். அவனை எங்கேயும், எப்போதும் அவளால் கண்டுகொள்ள முடியும். அவன் சட்டை மட்டும் அணிந்திராமல் இருந்திருந்தால், பின்னாலிருந்தே

கண்டுபிடித்துவிட்டிருப்பாள். அவனுடைய முதுகை அவள் அறிவாள். அவள் அதில் ஏறிச் சென்றிருக்கிறாள். எத்தனை முறை என்று கணக்கிட முடியாத அளவிற்கு. அவன் முதுகில் கூரான உலர்ந்த இலையைப் போல ஒரு பழுப்பு அடையாளம் இருக்கும். அது ஓர் அதிருஷ்ட இலை என்றும், அதுதான் பருவ மழையைச் சரியான நேரத்தில் கொண்டு வருகிறது என்றும் கூறுவான். ஒரு கருப்பு முதுகில் ஒரு பழுப்பு இலை. இரவில் ஓர் இலையுதிர்கால இலை.

போதிய அதிருஷ்டமற்ற ஓர் அதிருஷ்ட இலை.

வெளுத்தா தச்சனாக இருந்திருக்க வேண்டியவனல்ல.

அவன் அட்டைக் கருப்பனாக இருந்ததினால் வெளுத்தா – மலையாளத்தில் அதற்கு வெள்ளை என்று அர்த்தம் – என்றழைக்கப் பட்டான். அவன் அப்பா, வலிய பாப்பன், ஒரு பரவன். கள் இறக்கு பவன். அவனுக்கு ஒரு கண்ணில் கண்ணாடிக் கண் பொருத்தப்பட் டிருந்தது. அவன் ஒரு பாறாங்கல்லைச் சம்மட்டியால் உடைத்துக்கொண் டிருக்கும்போது ஒரு சில்லு தெறித்து அவன் இடது கண்ணைத் துளைத்து உள்ளே சென்றுவிட்டது.

சிறுவனாக இருக்கும்போது வலிய பாப்பனுடன் வெளுத்தா அய்மனம் இல்லத்துக்குப் பின்வாசல் வழியாக, அவர்களது காம்பவுண் டில் இருக்கும் தென்னை மரங்களிலிருந்து தேங்காய் பறித்துப் போட வருவான். பப்பாச்சி பரவர்களை வீட்டுக்குள் அனுமதிப்பதில்லை. அவர் மட்டுமல்ல, யாருமே அனுமதிப்பதில்லை. தீண்டத்தகுந்தவர்கள் தொடும் எந்தப் பொருளையும் அவர்கள் தொடுவதற்கு அனுமதிக்கப் படுவதில்லை. ஜாதி இந்துக்கள், ஜாதி கிறித்துவர்கள். மம்மாச்சி சிறுமி யாக இருந்த காலத்தில் அவள் பார்த்த ஒரு விஷயத்தை எஸ்தா, ராஹேலிடம் கூறியிருக்கிறாள். கையில் ஒரு துடைப்பத்தோடு பரவர் கள் தமது காலடி மண்ணைப் பெருக்கிக்கொண்டே பின்பக்கமாக நடந்து செல்வார்களாம். பிராமணர்களோ சிரியன் கிறித்துவர்களோ பரவர்களின் காலடி மண்ணில் தவறுதலாகப் பட்டுவிட்டால் அது அவர்களுக்கு பெரிய தீட்டு ஆகிவிடும். மம்மாச்சியின் காலத்திலும் பரவர்கள், மற்ற தீண்டத்தகாதவர்கள் போலவே பொதுவழிகளில் நடக்க அனுமதிக்கப்பட்டதில்லை. உடம்பின் மேற்பகுதி உடைகளால் மறைத்துக்கொள்ள அனுமதிக்கப்பட்டதில்லை, குடை பிடித்துச் செல்லக் கூடாது, பேசும்போது தமது கைகளை வாய்க்கு முன்னால் பொத்திக் கொண்டுதான் பேச வேண்டும். அவர்களுடைய மாசுற்ற சுவாசம் எதிரிலிருப்பவர்மீது பட்டுவிடக் கூடாது.

ஆங்கிலேயர்கள் மலபாருக்கு வந்தபோது பல பரவர்கள், பேலயர்கள், புலையர்கள் (அவர்களில் வெளுத்தாவின் தாத்தா கேளனும் உண்டு) கிறித்துவத்திற்கு மதம் மாறி, தீண்டாமைக் கொடுமையிலிருந்து தப்பிக்க ஆங்கிலிகன் சர்ச்சில் இணைந்தனர். கூடுதல் ஊக்கத்தொகையாகக் கொஞ்சம் பணமும் கொஞ்சம் உணவும் அவர்களுக்குத் தரப்பட்டது. அவர்கள் அரிசி கிறித்துவர்கள் என்று அழைக்கப்பட்டனர். அவர்கள்

கொதிக்கும் வாணலியிலிருந்து தப்பித்து நெருப்புக்குள் விழுந்திருக் கின்றனர் என்பதைப் புரிந்துகொள்ள வெகுகாலம் ஆகவில்லை. அவர் களுக்குத் தனியாக சர்ச்சுகள் அமைக்கப்பட்டன. தனியாக வழிபாடு, தனியாக பாதிரிகள். விசேஷச் சலுகையாக அவர்களுக்கென்று தனியாக ஒரு பறையர் பிஷப்பாக நியமிக்கப்பட்டார். சுதந்திரத்திற்குப் பிறகு அவர்களுக்குக் கல்வி, வேலை வாய்ப்புகளில் இட ஒதுக்கீடோ குறைந்த வட்டியில் வங்கிக் கடன்களோ கிடைக்காமல் போயிற்று. ஏனென்றால் அதிகாரபூர்வமாக, ஆவணங்களின்படி அவர்கள் கிறித்துவர்கள், எனவே ஜாதியற்றவர்கள். இது உங்களுடைய காலடிச்சுவடுகளைத் துடைப்ப மில்லாமலேயே பெருக்கித் தள்ளுவது மாதிரி. அல்லது அதைவிடக் கொடுமையாகக் காலடிச்சுவடுகளைப் பதித்துச் செல்லவே அனுமதிக்கப் படாததைப் போல.

டில்லியிலிருந்தும் இம்பீரியல் என்டமாலஜியிலிருந்தும் விடுமுறை யில் வந்த மம்மாச்சிதான் முதன்முதலில் வெளுத்தாவின் அபாரமான கைத்திறனைக் கவனித்தாள். அப்போது வெளுத்தாவிற்கு பதினோரு வயதிருக்கும், அம்முவை விட மூன்று வருடங்கள் குறைந்தவன். அவன் ஒரு சிறிய மந்திரவாதியைப் போலிருந்தான். மிக நுணுக்கமான, நுட்ப மான பொம்மைகளை அவனால் செய்ய முடிந்தது – மிகச் சிறிய காற்றாலைகள், கிலுகிலுப்பைகள், மிகச் சிறிய நகைப் பெட்டிகள் போன்றவற்றை உலர்ந்த பனை ஓலைகளிலிருந்து செய்து காட்டினான், மரவள்ளித் தண்டிலிருந்து பிசிறில்லாமல் படகுகளை உருவாக்கினான், முந்திரிக்கொட்டைகளிலிருந்து சின்னச் சின்ன உருவ பொம்மைகள் செதுக்கிக் கொடுத்தான். அவற்றை அம்முவுக்காகக் கொண்டுவந்து தருவான், வாங்கும்போது அவள்மீது பட்டுவிடக் கூடாதென்பதற்காக (அவனுக்கு சொல்லிக் கொடுத்திருந்தபடி) உள்ளங்கையில் வைத்து நீட்டுவான். அவன் அம்முவை விடச் சிறியவனாக இருந்தாலும் அவளை அம்முக்குட்டி என்று அழைப்பான். மம்மாச்சியின் மாமனார் புண்ணியன் குஞ்சு தீண்டத்தகாதவர்களுக்காகக் கட்டியிருந்த பள்ளியில் வெளுத்தா வைச் சேர்த்துவிட வலிய பாப்பனிடம் மம்மாச்சி எடுத்துக் கூறி, சம்மதிக்கவைத்தாள்.

வெளுத்தாவிற்கு பதினான்கு வயதாகயிருக்கும்போது ஜோஹான் க்ளெய்ன் என்ற பவேரியாவின் கார்பென்டர்ஸ் கில்டைச் சேர்ந்த ஒரு தச்சர் கோட்டயத்திற்கு வந்து, உள்ளூர் தச்சர்களுக்குக் கிரிஸ்டியன் மிஷன் சொசைட்டியில் மூன்று வருடங்களுக்குத் தச்சுப்பட்டறைப் பயிற்சி அளித்தார். ஒவ்வொரு நாள் பிற்பகலும் பள்ளிவிட்டதும் வெளுத்தா கோட்டயத்திற்குப் பஸ் பிடித்துச் சென்று க்ளெய்னுடன் இருட்டும் வரை வேலை பார்த்து விட்டுத் திரும்புவான். அவனுக்குப் பதினாறு வயதாகி, உயர்நிலைப் பள்ளிப் படிப்பை முடித்தபோது ஒரு தேர்ந்த தச்சனாக உருவாகியிருந்தான். அவனுக்கென்று சொந்த மாக தச்சுச் சாதனங்கள் பெற்றிருந்தான். தெளிவானதொரு ஜெர்மானிய வடிவமைப்புப் பாணியின் உணர்தகவு வந்துவிட்டிருந்தது. மம்மாச்சிக் காக ரோஸ்வுட்டில் பனிரெண்டு சாப்பாட்டு நாற்காலிகளோடு ஒரு பாவ்ஹாவ்ஸ் சாப்பாட்டு மேஜையையும் ஒரு சம்பிரதாய பவேரியன் சாய்விருக்கையைப் பலா மரத்திலும் செய்துகொடுத்தான். பேபி

கொச்சம்மாவின் வருடாந்திர நேடிவிடி நாடகங்களுக்காகக் குழந்தைகள் தமது முதுகில் தோள் பையைப் போல மாட்டிக்கொள்ள ஏதுவான தேவதை சிறகுகளை ஒயர் ஃபிரேம்களில் செய்துகொடுத்தான். காப்ரியேல் தேவதை இடையே தோன்றுவதற்கு கார்ட்போர்டு மேகங்களையும் இயேசு பிறப்பதற்காகக் கழற்றிப் பிரிக்கக்கூடிய மாட்டுக்கொட்டில் தொட்டில் ஒன்றையும் உருவாக்கித் தந்தான். அவளுடைய தோட்டத்தின் தேவதூதன் செரூபின் மூத்திர வெள்ளிக்கம்பி எதனாலோ வற்றிவிட்டால், அதன் பிளாடரை டாக்டர் வெளுத்தாதான் சரிசெய்து கொடுப்பான்.

அவனுடைய தச்சுத் திறன்களைத் தாண்டி, வெளுத்தாவிற்கு இயந்திரங்களிலும் தனித்தேர்ச்சி இருந்தது. அவன் மட்டும் ஒரு பரவனாக இல்லாதிருந்தால் ஒரு என்ஜினீயராகியிருப்பான் என்று மம்மாச்சி (ஆழங்காணமுடியாத தீண்டத்தகுந்த தருக்கத்துடன்) அடிக்கடி சொல்லி வந்தாள். அவன் வானொலிப் பெட்டிகள், கடிகாரங்கள், தண்ணீர் பம்புகளைப் பழுது பார்ப்பான். குழாய் வேலைகளையும் மின்சாதனங்களையும் பராமரிப்பது அவன்தான்.

மம்மாச்சி பின் நடையை அடைத்துவிட முடிவெடுத்தபோது, வெளுத்தாதான் வழுக்கி மடங்கும் கதவை வடிவமைத்துப் பொருத்தினான். அது பிற்பாடு அய்மனம் முழுக்கப் பிரபலமாகிவிட்டது.

அந்தத் தொழிற்சாலையின் இயந்திரங்களைப் பற்றி வேறு எவரையும் விட வெளுத்தாவிற்கு அதிகம் தெரியும்.

தனது சென்னை வேலையை ராஜினாமா செய்துவிட்டு அய்மனத்திற்கு ஒரு பாரத் பாட்டில் – சீலிங் மெஷினோடு சாக்கோ வந்தபோது, வெளுத்தாதான் அதை மீண்டும் பொருத்தி இயங்கவைத்தான். டப்பாவில் அடைக்கும் இயந்திரத்தையும் அன்னாசியைத் துண்டுபோடும் தானியங்கி இயந்திரத்தையும் வெளுத்தாவே பராமரித்து வந்தான். தண்ணீர் பம்புகளுக்கும் சிறு டீசல் ஜெனரேட்டர்களுக்கும் எண்ணெய் போடுவது வெளுத்தா. அலுமினிய ஷீட்களில், எளிதாகக் கழுவக்கூடிய வெட்டுத்தட்டுகளை வடிவமைத்து உண்டாக்கியதும் பழங்களை வேகவைக்கத் தரைமட்ட அடுப்புகளை ஏற்படுத்தியதும் வெளுத்தாதான்.

இருந்தும் வெளுத்தாவின் அப்பா, வலிய பாப்பன் ஒரு பழைய உலகத்தின் பரவன். பின்னோக்கி ஊர்ந்து சென்ற நாட்களைப் பார்த்திருந்த அவனுக்கு மம்மாச்சியும் அவள் குடும்பமும் செய்த எல்லாவித உதவிகளுக்காகவும் அவன் காட்டும் நன்றியுணர்வு வெள்ளம் பெருக்கெடுத்த நதி ஒன்றின் ஆழத்திற்கும் அகலத்திற்கும் ஒப்பானது. அவனுக்கு அந்தக் கல் தெறித்து நிகழ்ந்த விபத்தில் மம்மாச்சிதான் சிகிச்சைக்கு ஏற்பாடுசெய்து கண்ணாடிக் கண் வைக்க உதவினாள். அவன் தீர்க்க வேண்டிய கடன்களை இன்னும் முடிக்கவில்லை. அவன் தீர்க்க வேண்டுமென்று அவர்கள் எதிர்பார்க்காவிட்டாலும், அவனால் எப்போதுமே தீர்க்க முடியாது என்பதாலும்கூட, அவனுடைய கண் அவனுக்குச் சொந்தமானதல்ல என்றே உணர்ந்து வந்திருக்கிறான். நன்றியுணர்வு அவனது சிரிப்பை அகலமாக்கி முதுகை வளைத்துவிட்டது.

வலிய பாப்பன் தன் இளைய மகனுக்குப் பயப்பட்டான். எது அவனை அச்சுறுத்துகிறதென்று அவனால் சொல்ல இயலவில்லை. அவன் பேசிய எதனாலும் இல்லை. அல்லது செய்த எதனாலும்கூட இல்லை. அவன் பேசிய விஷயத்திற்காக அல்ல, பேசிய *விதத்திற்காக*. அவன் செய்த விஷயத்திற்காக அல்ல, செய்த *விதத்திற்காக*.

ஒருவேளை தயக்கம் என்பது இல்லாமல் செய்வது காரணமாக இருக்கலாம். செயல்படும் விதத்தில் தேவையற்ற ஓர் உறுதி. அவன் நடந்துபோகும் விதம். அவன் தன் தலையை வைத்துக் கொள்ளும் முறை. கேட்காதபோதே அவன் அமைதியான முறையில் வழங்கும் ஆலோசனைகள். அல்லது கூறப்படும் ஆலோசனைகளை எதிர்க்கிறாற் போல் காட்டிக் கொள்ளாமலேயே அமைதியாக மறுத்து நடந்துகொள்வது.

இத்தகைய குணநலன்களெல்லாம் தீண்டத்தகுந்தவர்களிடம் பரிபூர்ணமாக ஏற்றுக்கொள்ளத் தக்கது, ஏன் விரும்பத் தக்கது என்றாலும் கூட, ஒரு பரவனிடம் திமிர்த்தனமென்று பொருள்பட்டுவிடும் என்று வலிய பாப்பன் நினைத்தான்.

வெளுத்தாவை எச்சரிக்க முயன்றான் வலிய பாப்பன். அவனைச் சங்கடப்படுத்துவது எது என்று தெளிவாக அவனால் சுட்டிக்காட்டிச் சொல்ல முடியாததால் அவனுடைய குழம்பிய அக்கறையை வெளுத்தா தவறாகப் புரிந்துகொண்டான். அவனுடைய அப்பாவிற்குத் தனது சிறிது கால தொழில்நுட்பப் பயிற்சியையும் இயல்பான திறமையையும் பார்த்துப் பொறாமை ஏற்பட்டிருப்பதாக எடுத்துக்கொண்டான். வலிய பாப்பனின் நல்லெண்ண முயற்சிகளெல்லாம் நச்சரிப்பாகவும் தொந்தர வாகவும் உருமாறிக் காணப்பட்டு அப்பனுக்கும் மகனுக்குமிடையே பொதுவாக ஒரு கசப்புச் சூழல் உருவாகிவிட்டது. அவனுடைய அம்மாவுக்குப் பெரும் கவலையளிக்கிற மாதிரி வெளுத்தா வீட்டுக்குத் திரும்புவதைக் குறைத்துக்கொண்டான். வெகுநேரம் வேலை செய்தான். ஆற்றில் மீன் பிடித்து வெட்டவெளியில் சமைத்தான். வெளியே ஆற்றங் கரையில் படுத்துறங்கினான்.

ஒரு நாள் அவன் மறைந்து போனான். நான்கு வருடங்களுக்கு அவன் எங்கிருக்கிறான் என்பதே யாருக்கும் தெரியாதிருந்தது. திருவனந்த புரத்தில் குடியிருப்பு மற்றும் நலத் துறையின் கட்டிடங்கள் கட்டுமிடத் தில் வேலை பார்ப்பதாக ஒரு வதந்தி வந்தது. கடைசியாக அவன் ஒரு நக்ஸலைட்டாக மாறிவிட்டதாகவும் தவிர்க்க முடியாத ஒரு வதந்தி உலவியது. சிறைக்குச் சென்றுவிட்டதாகவும் சொல்லப்பட்டது. யாரோ அவனைக் கொல்லத்தில் பார்த்ததாகக் கூறினர்.

அவனுடைய அம்மா செல்லா காசநோயில் இறந்தபோது அவனுக்கு சொல்லியனுப்ப வழியற்றுப் போனது. பிறகு அவனுடைய அண்ணன் குட்டப்பன் ஒரு தென்னை மரத்திலிருந்து விழுந்து தண்டுவடத்தைச் சிதைத்துக்கொண்டான். பக்கவாதத்தில் செயலிழந்து வேலைக்குப் போக முடியாமற் போனான். இது நடந்து ஒரு வருடம் கழித்துதான் வெளுத்தாவுக்கு விபரமே தெரிந்தது.

அவன் அய்மனத்திற்குத் திரும்பி ஐந்து மாதங்களாகிறது. அவன் எங்கே சென்றிருந்தான், என்ன செய்துகொண்டிருந்தான் என்று யாரிடமும் சொல்லவில்லை.

மம்மாச்சி, வெளுத்தாவை மீண்டும் தொழிற்சாலைத் தச்சனாக வேலையில் அமர்த்திக்கொண்டு, பொதுவான பராமரிப்பையும் கவனித்துக் கொள்ளப் பணித்தாள். இது தொழிற்சாலையின் தீண்டத்தகுந்த ஊழியர்களிடையே பெரும் எதிர்ப்பை உண்டாக்கியது. அவர்களைப் பொறுத்தவரை பரவர்கள் தச்சர்களாக இருக்கத் தகுதியற்றவர்கள். அதுவும் சாதாரணத் திறமை கொண்ட பரவர்களை மீண்டும் வேலையில் அமர்த்தவே கூடாது.

மற்றவர்களைத் திருப்திப்படுத்துவதற்காக, வேறு யாரும் அவனைத் தச்சனாக வேலையிலமர்த்தப் போவதில்லையென்று தெரிந்திருந்தாலும், மம்மாச்சி வெளுத்தாவுக்கு ஒரு தீண்டத்தகுந்த தச்சனுக்குத் தரப்படுவதைவிடக் குறைவாகவும், ஆனால் ஒரு பரவனுக்குத் தரப்படுவதைவிட அதிகமாகவும் ஊதியத்தை அளித்தாள். மம்மாச்சி அவன் வீட்டிற்குள் நுழைவதை ஆதரித்தது கிடையாது. (எதையாவது பழுது பார்க்க வேண்டுமென்றாலோ பொருத்த வேண்டுமென்றாலோ மட்டுமே அனுமதிக்கப்படுவான்.) தொழிற்சாலை வளாகத்துக்குள் அவன் அனுமதிக்கப்பட்டதற்கும், தீண்டத்தகுந்தவர்கள் தொடும் பொருட்களைத் தொட அனுமதிக்கப்பட்டிருப்பதற்கும் அவன் நன்றியுடையவனாக இருக்க வேண்டுமென்று அவள் நினைத்தாள். ஒரு பரவனுக்கு இது ஒரு மிகப் பெரிய சலுகை என்றாள் அவள்.

வெளியில் இத்தனை வருடங்களைக் கழித்துவிட்டு அய்மனத்துக்குத் திரும்பிய பிறகும் வெளுத்தாவிடம் அதே வேகம் இருந்தது. அதே நிச்சயத்தன்மை. வலிய பாப்பனுக்கு இப்போது முன்னைவிட அதிகமாக அவனைப் பற்றி பயமாக இருந்தது. ஆனால் இம்முறை அவன் அமைதியாக இருந்தான். எதுவும் பேசவில்லை.

அந்தப் பயங்கரம் அவனை இறுகப் பற்றும்வரை. ஒவ்வோர் இரவும் ஒரு சிறிய படகு ஆற்றைக் கடந்து வருவதைப் பார்க்கும்வரை. விடியற்பொழுதில் அது திரும்புவதை அவன் பார்க்கும்வரை. அவனுடைய தீண்டத்தகாத புதல்வன் எதைத் தீண்டியிருக்கிறான் என்பதை அறியும்வரை. தீண்டியது மட்டுமல்ல.

நுழைந்திருக்கிறான்.

காதலித்திருக்கிறான்.

அந்தப் பயங்கரத்தில் அவன் இறுக்கப்பட்ட பின், வலிய பாப்பன் மம்மாச்சியிடம் சென்றான். அவனுடைய அடமானம் வைக்கப்பட்ட கண்ணால் நேராகப் பார்த்தான். அவனுடைய சொந்தக் கண்ணால் அழுதான். ஒரு கன்னம் கண்ணீரின் தடத்தில் பளபளத்தது. மற்றொன்று உலர்ந்திருந்தது. தன்னுடைய சொந்தத் தலையைப் பக்கவாட்டில் ஆட்டி, ஆட்டி, ஆட்டி அழுதான். மம்மாச்சி நிறுத்தும்படி உத்தரவிட்ட பிறகு அழுகையை நிறுத்தினான். அவன் தன் சொந்த உடம்பை மலேரியா

வந்தவன்போல நடுக்கிக்கொண்டிருந்தான். மம்மாச்சி நிறுத்தச் சொல்லி உத்தரவிட்டாள். ஆனால் பயத்தை உத்தரவிட முடியாதென்பதால் அவனால் நடுங்குவதை நிறுத்த இயலவில்லை. ஒரு பரவனால்கூட பணிய முடியாத பயம். வலிய பாப்பன் மம்மாச்சியிடம் தான் பார்த்ததைக் கூறினான். ஒரு மிருகத்தை வளர்த்திருப்பதற்காகக் கடவுளின் மன்னிப்பைக் கோரினான். தன்னுடைய சொந்தக் கைகளாலேயே தன் மகனைக் கொன்றுவிட உத்தரவு கேட்டான். அவன் படைத்ததையே அழிக்க.

அடுத்த அறையிலிருந்த பேபி கொச்சம்மா சத்தத்தைக் கேட்டு வந்தாள். வேதனையையும் சிக்கலையும் எதிரே கண்டாள். ரகசியமாக, தன் இதயத்திற்குள் மகிழ்ந்தாள்.

(வேறு பல விஷயங்களைக் கூறிவிட்டு) "எப்படி அவளால் அந்த நாற்றத்தைச் சகித்துக்கொள்ள முடிந்தது? இந்தப் பரவன்களிடம் ஒரு தனி நாற்றம் இருக்கிறதே, கவனித்திருக்கிறாயா?" என்றாள்.

வலுக்கட்டாயமாக ஸ்பினாஷ் ஊட்டப்பட்ட குழந்தையைப் போல நாடகத்தனமாக உடம்பை உதறிக்கொண்டாள். பரவன்களின் தனியான நாற்றத்தைவிட ஒரு ஐரிஷ் – ஜெசூவிட் நாற்றம் அவளுக்குப் பிடிக்கும்.

இதுவரை. இதுவரை.

அய்மனம் இல்லத்துக்கெதிரே ஆற்றின் மறுகரையில் இருக்கும் செம்புரை மண்ணில் கட்டப்பட்ட ஒரு சிறிய குடிசையில் வெளுத்தாவும் வலிய பாப்பனும் குட்டப்பனும் வசித்து வந்தனர். தென்னை மரங்களினூடாக எஸ்தப்பானுக்கும் ராஹேலுக்கும் ஒரு மூன்று நிமிட ஓட்டம். அவர்கள் அய்மனத்துக்கு அம்முவுடன் வந்தபோது மிகவும் சிறியவர்கள். வெளுத்தா காணாமற் போனது எதுவும் அவர்களுக்கு ஞாபகமில்லை. ஆனால் அவன் திரும்பி வந்தபோது அவர்களும் ஓரளவு வளர்ந்து, மிக நல்ல நண்பர்களாகிவிட்டனர். அவன் வீட்டுக்குச் செல்ல அவர்களுக்குத் தடை விதிக்கப்பட்டிருந்தாலும் செல்வார்கள். அவனோடு மணிக்கணக்காக உட்கார்ந்து, அவன் இடுப்பிலும் முதுகிலும் சவாரி செய்வார்கள். ஒலிக்குறியீடுகள் போல மரச்சீவல்களும், செதில்களும் குவிந்திருக்க, மரக்கட்டைகளுக்குள் அவர்களுக்கு அவன் செய்து தர வேண்டிய மென்மையான உருவங்கள் ஒளிந்திருப்பதை அவனால் எப்படிக் கண்டுபிடிக்க முடிகிறதென்று ஆச்சரியத்துடன் வேடிக்கைப் பார்த்துக்கொண்டிருப்பார்கள். வெளுத்தாவின் கைகளில் மரம் மென்மையாகி களிமண்ணைப்போலக் குழையும் அற்புதத்தை ஆசையோடு அவர்கள் பார்த்துக்கொண்டிருப்பார்கள். அவர்களுக்குத் தளப்பரப்புமானியை எப்படிப் பயன்படுத்துவது என்று சொல்லிக்கொடுத்தான். (ஒரு சுப தினத்தில்) அவன் வீட்டில் புதிய மரச்சீவல் வாசனையும் சூரியனும் நிறைந்திருக்கும். கருப்புப் புளி போட்டுச் செய்யும் சிவப்பு மீன்கறியின் வாசனை. எஸ்தாவைப் பொறுத்தவரை மொத்த உலகத்திலேயே மிக அற்புதமான மீன்கறி அதுதான்.

ராஹேலுக்கு அவளது மிக அதிர்ஷ்டமான தூண்டிற்கோலை வெளுத்தாதான் செய்துகொடுத்து அவளுக்கும் எஸ்தாவிற்கும் மீன் பிடிக்கக் கற்றுக்கொடுத்தான்.

அந்த வெளிர்நீல டிசம்பர் தினத்தில் அவளது சிவப்பு வெயில் கண்ணாடி வழியாக, கையில் ஒரு சிவப்புக் கொடியோடு கொச்சிக்கு வெளியே லெவல் கிராஸிங்கில் அணிவகுத்துச் சென்றதைப் பார்த்தது அவனைத்தான்.

இரைச்சல் குடையில் போலீசின் கிரீச்சிடும் உலோக விசில்கள் துளையிட்டன. குடையின் தாறுமாறான ஓட்டைகளினூடே ராஹேலுக்குச் சிவப்பு வானத்தின் துண்டுகளைப் பார்க்க முடிந்தது. சிவப்பு வானத்தில் சிவப்புப் பருந்துகள் எலிகளைத் தேடி வட்டமடித்துக்கொண்டிருந்தன. அவற்றின் கூரையிட்ட மஞ்சள் விழிகளில் ஒரு சாலையும் அதில் சிவப்புக் கொடிகளின் ஊர்வலமும். கருப்பு முதுகில் ஒரு பிறவி மச்ச மும் அதற்கு மேல் ஒரு வெள்ளைச் சட்டையும்.

அணிவகுத்துச் சென்றுகொண்டிருக்கின்றன.

அச்சமும் வியர்வையும் டால்கம் பவுடரும் ஒன்றிணைந்து மெல்லிய ஊதாநிறப் பசையாகப் பேபி கொச்சம்மாவின் கழுத்துக் கொழுப்பு வளையங்களில் படிந்திருந்தன. எச்சில், சிறு வெள்ளை உருண்டைகளாக அவள் வாயோரங்களில் திரண்டன. பாலக்காட்டிலிருந்து தெற்கே நழுவி வந்துவிட்டதாக செய்தித்தாள்களில் புகைப்படத்துடன் வெளி வந்த ராஜன் என்ற நக்ஸலைட்டையும் அந்த ஊர்வலத்தில் பார்த்ததாக அவள் கற்பனை செய்துகொண்டாள். அவன் அவளை நேராக முறைத்துப் பார்த்ததாகவும் அவளுக்குக் கற்பனை தோன்றியது.

கையில் ஒரு சிவப்புக் கொடியோடும், நீர்க்குருவி போன்ற முகத்தோடும் இருந்த ஒருவன் ராஹேல் பக்கமிருந்த கதவைத் திடீரென்று திறந்தான். அது பூட்டப்படாமலிருந்தது. கும்பலாக மனிதர்கள் அந்தத் திறந்த கதவின் வெளியே நின்று உள்ளே முறைத்தனர்.

“புழுக்கமாக இருக்கிறதா, பேபி?” நீர்க்குருவியைப் போன்றிருந்த வன் ராஹேலிடம் மலையாளத்தில் கனிவோடு கேட்டான். பின்பு கனிவேயின்றி, “உன் அப்பாவிடம் உனக்கு ஒரு ஏர்கண்டிஷன் வாங்கித் தரச் சொல்” என்றான். தன்னுடைய கிண்டலுக்கும் சமயோசிதத்துக் கும் தானே மகிழ்ந்து பின்னால் திரும்பிச் சிரித்தான். ராஹேல் அவனைப் பார்த்துப் பதிலுக்குப் புன்னகைத்தாள். சாக்கோவை அப்பா என்று அவன் நினைத்துக்கொண்டதில் மகிழ்ந்தாள். ஒரு சாதாரண குடும்பத்தைப் போலவே.

“பதில் பேசாதே!” பேபி கொச்சம்மா கரகரப்பாகக் கிசுகிசுத்தாள். “தலையைக் குனிந்துகொள்! ம், குனிந்துகொள்!”

கொடியைப் பிடித்திருந்தவன் தன்னுடைய கவனத்தை அவள் மேல் திருப்பினான். அவள் காரின் தரையைக் குனிந்து பார்த்துக் கொண்டிருந்தாள். அன்னியன் ஒருவனைத் திருமணம் செய்துகொள் ளும் கூச்சமும், அச்சமும் நிறைந்த மணப்பெண்ணைப் போல.

அவன் நிதானமாக ஆங்கிலத்தில் கேட்டான், "ஹலோ, சிஸ்டர்! வாட் இஸ் யுவர் நேம் ப்ளீஸ்?"

பேபி கொச்சம்மா அதற்குப் பதிலளிக்காததால் தனது சக கிண்டலர்களைப் பார்த்துச் சொன்னான்.

"இவர்களுக்குப் பெயரே இல்லை."

"முதலாளி மரியக்குட்டி என்று இருக்கலாமா?" சிரித்துக்கொண்டே எவனோ ஒருவன் ஆலோசனை கூறினான்.

இன்னொருத்தன் சம்பந்தா சம்பந்தமின்றி, "ஏ, பி, சி, டி, எக்ஸ், ஒய், இஸட்" என்றான்.

மேலும் சில மாணவர்கள் சூழ்ந்துகொண்டனர். வெயிலுக்காக அவர்கள் அனைவரும் கைக்குட்டைகளையோ பிரிண்டட் பாம்பே டையிங் டவல்களையோ தலையில் சுற்றிக் கட்டிக்கொண்டிருந்தனர். அவர்களைப் பார்க்க *'சிந்துபாத்தின் இறுதி யாத்திரை'* மலையாளப் படப்பிடிப்புத் தளத்திலிருந்து நேராக வந்துவிட்ட துணை நடிகர்களைப் போலிருந்தது.

நீர்க்குருவியைப் போலிருந்தவன் தன்னுடைய செங்கொடியைப் பேபி கொச்சம்மாவிற்குப் பரிசாக அளித்தான். "இந்தாருங்கள். பிடித்துக் கொள்ளுங்கள்."

பேபி கொச்சம்மா அவனைப் பார்க்காமலேயே அதை வாங்கிக் கொண்டாள்.

"அதை ஆட்டுங்கள்" என்று உத்தரவிட்டான்.

அவள் அதை ஆட்ட வேண்டும். வேறு வழியில்லை. அதில் புதிய துணியின், துணிக்கடையின் வாசனை அடித்தது. மொடமொடப்பாக, புழுதி படிந்து. அதை ஆட்டாதது போல ஆட்ட முயன்றாள்.

"இப்போது *'இன்குலாப் ஜிந்தாபாத்!'* என்று சொல்லுங்கள்."

"இன்குலாப் ஜிந்தாபாத்" பேபி கொச்சம்மா முணுமுணுத்தாள்.

"குட் கேர்ள்."

கூட்டம் சிரிப்பில் வெடித்தது. க்ரீச்சென்று ஒரு விசில் ஊதியது.

வெற்றிகரமான வர்த்தக ஒப்பந்தத்தை நிறைவேற்றிவிட்டவனைப் போல அவன் பேபி கொச்சம்மாவிடம் ஆங்கிலத்தில் "ஓ.கே. தென், பை பை!" என்றான்.

வெளிர் நீலக் கதவை அறைந்து சாத்தினான். பேபி கொச்சம்மா குலுங்கினாள். காரைச் சுற்றியிருந்த கூட்டம் கரைந்தது. ஊர்வலம் தொடர்ந்தது.

பேபி கொச்சம்மா கொடியைச் சுருட்டிப் பின்னிருக்கைக்குப் பின்னால் வைத்தாள். ஜெபமாலையை ரவிக்கைக்குள் முலை மொட்டு களுக்கிடையில் வைத்துக்கொண்டாள். ஏதோ அதையும் இதையும்

மும்முரமாகச் செய்வதைப் போலக் காட்டிக்கொண்டு இழந்த கௌரவத்தைக் கொஞ்சம் மீட்க முயன்றாள்.

அணிவகுப்பின் கடைசி ஆட்கள் கடந்து சென்றதும் சாக்கோ "இப்போது ஜன்னலைக் கீழிறக்கிவிடலாம்" என்றான்.

"நிச்சயமாக அது அவன்தான் என்று தெரியுமா" என்று சாக்கோ ராஹேலைக் கேட்டான்.

திடீரென்று ஜாக்கிரதை உணர்வடைந்தவளாக, "யார்?" என்றாள் ராஹேல்.

"அது வெளுத்தாதானென்று நிச்சயமாகத் தெரியுமா?"

"ம் ம் ம்?" என்று ராஹேல் எஸ்தாவின் புயல்வேக நினைவு சமிக்ஞைகளை விடுவிக்க முயன்றுகொண்டே கொஞ்சம் காலம் தாழ்த்தினாள்.

"நான் கேட்டது, நீ வெளுத்தாவைத்தான் பார்த்தாயென்று நிச்சயமாகச் சொல்லமுடியுமா?" சாக்கோ மூன்றாவது முறையாகக் கேட்டான்.

"ம் ம் ம் . . . ஆமா . . . ம் . . . ஏறக் . . . குறைய," என்றாள் ராஹேல்.

"ஏறக்குறைய அவன்தானா?"

"இல்லை . . . ஏறக்குறைய வெளுத்தா மாதிரிதான் இருந்தது."

"எனவே, உனக்கு நிச்சயமாகத் தெரியவில்லை."

"அநேகமாக இருக்காது," ராஹேல் அங்கீகரிப்புக்காக எஸ்தாவை நோக்கி ஒரு பார்வையைத் திருப்பினாள்.

"அவனாகத்தானிருக்கும்," என்றாள் பேபி கொச்சம்மா. "திருவனந்தபுரம்தான் அவனை மாற்றியிருக்கிறது. அங்கே போய்விட்டு வரும்போது எல்லோருமே தங்களைப் பெரிய அரசியல்வாதியாக நினைத்துக் கொள்கிறார்கள்."

அவளுடைய நுண்ணறிவுத்திறத்தால் யாரும் கவரப்பட்டதாகத் தெரியவில்லை.

"அவன்மேல் நாம் ஒரு கண் வைத்திருக்க வேண்டும்," என்றாள். "தொழிற்சாலையிலும் அவனுடைய தொழிற்சங்க நடவடிக்கைகளை அவன் ஆரம்பித்து விட்டால் . . . கொஞ்சநாளாகவே அவனிடம் சில அறிகுறிகளை, கொஞ்சம் திமிரை, கொஞ்சம் நன்றிகெட்டத்தனத்தை, கவனித்து வருகிறேன் . . . அன்றைக்கு என்னுடைய தோட்டத்துச் சரளைக் கல் படுகைக்கு கொஞ்சம் கற்கள் வேண்டுமென்று அவனிடம் கேட்ட போது, அவன் . . ."

"நாம் வீட்டைவிட்டுக் கிளம்புவதற்கு முன் வெளுத்தாவை நான் பார்த்தேன்," என்றான் எஸ்தா பிரகாசமாக. "அதனால் அவனாக எப்படி இருக்க முடியும்?"

"அது அவனாக இல்லாதிருந்தால் அவனுக்கு நல்லது," பேபி கொச்சம்மா முகம் இருண்டு கூறினாள். "இனி அடுத்தமுறை, எஸ்தப்பான், குறுக்கே பேசக்கூடாது."

சரளைக்கல் படுகை என்றால் என்னவென்று யாருமே அவளிடம் கேட்காததில் எரிச்சலுற்றிருந்தாள் அவள்.

அடுத்து வந்த நாட்களில், பேபி கொச்சம்மா தன்னுடைய எல்லாக் கோபங்களையும் வெளுத்தாவின் மேல் குவித்து, வெளிப்படையாகவே அவனை அவமானப்படுத்தத் தொடங்கினாள். அதை ஒரு பென்சிலைப் போலக் கூராக்கிக் கொண்டாள். அவள் மனத்தில் அந்த ஊர்வலத்தை அவனே பிரதிநிதிப்படுத்தியதாக வளர்த்துக் கொண்டாள். அவளிடம் மார்க்ஸிஸ்ட் கட்சிக்கொடியைத் திணித்து வலுக்கட்டாயமாக ஆட்ட வைத்தவன். அவளுக்கு முதலாளி மரியக்குட்டி என்று பெயர் சூட்டியவன். அவளைப் பார்த்து சிரித்த எல்லோரும் அவன்தான்.

அவனை அவள் வெறுக்க ஆரம்பித்தாள்.

அம்மு அவளுடைய தலையை வைத்துக்கொண்டிருந்த விதத்திலேயே அவள் இன்னமும் கோபமாக இருக்கிறாள் என்று ராஹேலால் சொல்ல முடிந்தது. ராஹேல் தனது கடிகாரத்தைப் பார்த்தாள். இரண்டாகப் பத்து நிமிடங்கள். இன்னும் ரயிலையே காணோம். அவளுடைய முகவாயைச் சன்னல் அடிக்கட்டையில் பதித்தாள். சன்னல் கண்ணாடிக்குக் குஷனாகப் பொதிந்திருக்கும் சாம்பல்நிற ஒட்டுக்கம்பளத்தின் உட்சட்டம், முகவாயின் சருமத்தை அழுத்துவதை உணர்ந்தாள். சாலையில் நசுங்கிப் போயிருந்த ஒரு செத்தத் தவளையைச் சரியாகப் பார்ப்பதற்காக அவளது வெயில் கண்ணாடியை அகற்றினாள். அது மிகவும் இறந்து, மிகவும் தட்டையாக, சாலையில் தவளையாகத் தெரியாமல் தவளை வடிவிலான ஒரு கறையைப் போல இருந்தது. செல்வி மிட்டென் கூட அந்தப் பால்வண்டி மோதி நசுக்கப்பட்டபோது, தெருவில் செல்வி மிட்டென் வடிவக் கறையாகத்தான் இருந்திருப்பாளா என்று ராஹேல் யோசித்தாள்.

ஓர் உண்மையான நம்பிக்கைவாதியின் உறுதியான நம்பிக்கையுடன் வலிய பாப்பன் இந்த உலகத்தில் கருப்புப் பூனை என்ற ஒன்று கிடையவே கிடையாதென்று இரட்டையர்களிடம் உறுதிபடக் கூறியிருந்தான். இந்தப் பிரபஞ்சத்தில் கருப்புப் பூனை வடிவத்தில் ஓட்டைகள் தாம் இருப்பதாகச் சொன்னான்.

சாலையில் ஏராளமான கறைகள் இருந்தன.

நசுக்கப்பட்ட செல்வி மிட்டென் வடிவக் கறைகள் பிரபஞ்சத்தில்.

நசுக்கப்பட்ட தவளை வடிவக் கறைகள் பிரபஞ்சத்தில்.

பிரபஞ்சத்தில் நசுக்கப்பட்ட தவளை வடிவக் கறைகளை உண்ண முற்படும் நசுக்கப்பட்ட காகங்கள்.

பிரபஞ்சத்தில் நசுக்கப்பட்ட காகங்கள் வடிவிலான கறைகளை உண்ட நசுக்கப்பட்ட நாய்கள்.

சிறகுகள், மாம்பழங்கள், எச்சில்.

கொச்சி செல்லும் வழியெங்கும்.

பிளிமத்தின் சன்னல் வழியாக வெயில் ராஹேலின் மீது அடித்தது. தன் கண்களை மூடிக்கொண்டு அதை நேராகப் பார்த்தாள். மூடிய கண்ணிமைகளுக்குப் பின்னாலும்கூட அவ்வெளிச்சம் பிரகாசமாகவும் சூடாகவும் இருந்தது. வானம் ஆரஞ்சு நிறத்தில் இருக்க, உணர்கொம்பு களை ஆட்டிக்கொண்டு அமர்ந்திருக்கும் கடல் அனிமோன்கள்போலத் தென்னை மரங்கள் ஏமாந்த மேகம் எதையாவது பிடிப்பதற்குக் கீற்றாடிக் கொண்டிருந்தன. பிளந்த நாவோடு பிசிறு பிசிறாகப் புள்ளியிட்ட பாம்பு ஒன்று வானில் குறுக்கே மிதந்தது. பிறகு ஒரு மெல்லிய ரோமானிய வீரன் புள்ளியிட்ட குதிரையில் கடந்தான். காமிக்ஸில் வரும் ரோமானிய வீரர்களிடம் காணப்படும் விசித்திரம் என்னவென்றால், தம்முடைய கவசங்களுக்கும் சுமக்கும் ஆயுதங்களின் வகைகளுக்கும் அவர்கள் சிரத்தை எடுத்துக்கொள்ளும் அளவிற்குத் தம்முடைய கால்களை மூடுவதில் எடுத்துக்கொள்ளாமல் வெற்றுக்கால்களோடே இருப்பது என்று ராஹேலுக்குத் தோன்றும். மிக அபத்தமாக இருக்கிறது. புழுக்கத்துக் காகவோ வேறெதற்காகவோ.

அம்மு அவர்களிடம் ஜுலியஸ் சீஸர் கதையையும் அவன் எவ்வாறு செனட்டில் அருமை நண்பன் புரூட்டஸால் குத்திக் கொல்லப்பட் டான் என்பதையும் கூறியிருக்கிறாள். எவ்வாறு அவன் முதுகில் கத்தி யோடு கீழே விழுந்து, *'Et tu? Brute? - Then fall Caesar'* என்பான் என்றும் விளக்கியிருக்கிறாள்.

"இதிலிருந்து தெரிவது என்னவென்றால், நீங்கள் யாரையுமே முழுமையாக நம்பக் கூடாது என்பதுதான். அம்மா, அப்பா, சகோதரன், கணவன், நெருங்கிய நண்பன், யாரையும்" என்றாள் அம்மு,

சிறுவர்களை நம்பலாமா என்று கேட்டபோது அவள் அதைப் பொறுத்திருந்துதான் பார்க்க வேண்டுமென்றாள். உதாரணமாக எஸ்தா வருங்காலத்தில் ஓர் ஆணாதிக்கப் பன்றியாக வளர்வதற்கும் வாய்ப்பிருக் கிறது என்றாள்.

ராத்திரி, எஸ்தா கட்டிலின் மீது ஏறி நின்று, பெட்ஷீட்டை மேலே சுற்றிக்கொண்டு, *'Et tu? Brute? - Then fall Caesar!'* என்று கத்திக்கொண்டே காலை மடக்காமல், கத்தியால் குத்தப்பட்ட பிணம் போல், பொத்தென்று படுக்கையின் மேல் விழுவான். தரையில் பாயின் மேல் படுத்துக்கொண் டிருக்கும் கொச்சுமரியா திடுக்கிட்டு எழுந்து மம்மாச்சியிடம் புகார் சொல்லப் போவதாகக் கூறுவாள்.

"உன் அப்பா வீட்டுக்கு உன்னைக் கூட்டிக்கொண்டு போக உன் அம்மாவிடம் சொல்" என்பாள். "அங்கே உன் இஷ்டப்படி எத்தனை கட்டில்களை வேண்டுமானாலும் உடைத்துக்கொள். இதெல்லாம் உன்னுடைய கட்டில்களல்ல. இது உன் வீடு கிடையாது."

இறந்திருந்த எஸ்தா எழுந்து, படுக்கை மேல் நின்று *"Et tu? கொச்சு மரியா? தென் ஃபால் எஸ்தா!"* என்று கத்திக்கொண்டே மீண்டும் செத்து விழுவான்.

கொச்சு மரியாவிற்கு *Et tu?* என்பது ஆங்கிலத்தில் உள்ள கெட்ட வார்த்தை என்று உறுதியாகத் தோன்றியது. மம்மாச்சியிடம் எஸ்தாவைப் பற்றிப் புகார் கூறும் சந்தர்ப்பத்தில் இதைச் சொல்ல வேண்டுமென்று நினைத்துக்கொண்டாள்.

பக்கத்துக் காரில் இருந்த பெண்ணின் வாயைச் சுற்றிப் பிஸ்கட் துணுக்குகள் ஒட்டியிருந்தன. அவள் கணவன் வளைந்த சிகரெட் ஒன்றைப் பற்ற வைத்துக்கொண்டான். நாசித் துவாரங்கள் வழியாக இரண்டு தந்தங்களாகப் புகையை விட ஒரு கணம் அவனைப் பார்க்க ஒரு காட்டுப் பன்றியைப் போலிருந்தது. திருமதி காட்டுப் பன்றி ராஹேலைப் பார்த்துக் குழந்தைக் குரலில் அவள் பெயரைக் கேட்டாள்.

ராஹேல் அவளை உதாசீனப்படுத்திவிட்டு, எச்சில் குமிழி செய்து அலட்சியமாக ஊதினாள்.

அம்முவிற்கு எச்சில் குமிழிகள் ஊதுவதென்றால் மகா வெறுப்பு. அவளுக்கு அது பாபாவை நினைவுபடுத்துவதாகக் கூறுவாள். அவர்களுடைய அப்பா. அவன் எச்சில் குமிழிகள் ஊதுவான், கால்களை ஆட்டுவான் என்றாள். அம்முவைப் பொறுத்தவரை குமாஸ்தாக்கள் தாம் அதைப் போல நடந்து கொள்வார்கள், கனவான்கள் அல்ல.

கனவான்கள் எச்சில் குமிழிகள் ஊதாத, கால்களை ஆட்டாதிருக்கும் மனிதர்கள். தொண்டைக்குள் களகளக்கவும் மாட்டார்கள்.

பாபா ஒரு குமாஸ்தாவாக இல்லாவிட்டாலும், அப்படித்தான் அடிக்கடி நடந்துகொண்டதாக அம்மு கூறினாள்.

அவர்கள் தனியாக இருக்கும்போது எஸ்தாவும் ராஹேலும் தாம் குமாஸ்தாக்கள் என்று சில வேளைகளில் நடித்துக் கொள்வார்கள். எச்சில் குமிழிகளை ஊதிக்கொண்டு, தமது கால்களை ஆட்டிக்கொண்டு, வான்கோழிகளைப் போலக் களகளத்துக் கொள்வர். யுத்தங்களுக்கு இடைப்பட்ட காலத்தில் இருந்த அவர்கள் அப்பாவை ஞாபகப்படுத்திக் கொள்வர். ஒரு முறை அவன் அவர்களுக்குச் சிகரெட் பிடிக்கக் கொடுத்திருக்கிறான்.

அவர்கள் அதைச் சப்பி, ஃபில்டரை எச்சில்படுத்தி ஈரமாக்கி விட்டதற்கு எரிச்சலுற்று, “இதுவொன்றும் மிட்டாய் இல்லை” என்று உண்மையாகவே கோபப்பட்டிருக்கிறான்.

அவர்கள் அவனுடைய கோபத்தை ஞாபகப்படுத்திப் பார்த்தனர். பிறகு அம்முவினுடையதை. ஒரு முறை அவர்கள் அம்முவுக்கும் பாபாவுக்கும் இடையே பில்லியர்ட்ஸ் பந்துகளைப் போல அறை ஒன்றிற்குள் பந்தாடப் பட்டுக்கொண்டிருந்ததை ஞாபகப்படுத்திப் பார்த்தனர். அம்மு எஸ்தாவை அவனிடம் தள்ளி “இதோ ஒருத்தனை நீங்கள் வைத்துக்கொள்ளுங்கள். இரண்டு பேரையும் என்னால் பார்த்துக்கொள்ள முடியாது” என்றதை. பிற்பாடு எஸ்தா அம்முவிடம் அதைப் பற்றிக் கேட்டபோது அவனை அவள் கட்டியணைத்து வீணாக எதையும் கற்பனை செய்துகொள்ளக் கூடாதென்றாள்.

(அம்மு அவர்களைப் பார்க்க அனுமதித்த) ஒரு புகைப்படத்தில் வெள்ளைச் சட்டையும் கண்ணாடியும் அணிந்துகொண்டு ஓர் அழகான கிரிக்கெட் ஆட்டக்காரனைப் போல அவர்களுடைய அப்பா இருந்ததைப் பார்த்திருக்கின்றனர். ஒரு கையால் எஸ்தாவைத் தூக்கித் தோளின் மீது வைத்துக்கொண்டிருப்பான். எஸ்தா சிரித்துக்கொண்டே அவன் முகவாயை அவன் அப்பாவின் தலையின் மீது அழுத்திக்கொண்டிருப்பான். மற்றொரு கையால் ராஹேலை உடம்போடு சேர்த்துத் தூக்கிக்கொண்டிருப்பான். அவள் சிணுங்கலோடும் எரிச்சலோடும் இருப்பாள். அவளுடைய குட்டிக் கால்கள் தொங்கிக்கொண்டிருக்கும். அவர்களுடைய கன்னங்களில் ரோஸ் கலரில் யாரோ ஷேடு அடித்து வைத்திருந்தனர்.

அவர்களைப் போட்டோவிற்காகத்தான் அவன் தூக்கி வைத்திருந்ததாகவும், அப்போதும்கூட அவன் மிதமிஞ்சிக் குடித்திருந்ததனால் அவர்களைக் கீழே போட்டுவிடப் போகிறானோவென்று அவள் பயந்துகொண்டிருந்ததாகவும் அம்மு கூறியிருக்கிறாள். புகைப்படத்திற்குக் கொஞ்சம் வெளியேதான் அவள் நின்றுகொண்டு அவர்கள் விழுந்துவிட்டால் பிடிப்பதற்கு தயாராக இருந்ததாகக் கூறினாள். அவர்கள் கன்னங்களைத் தவிர அது ஒரு நல்ல புகைப்படம்தான் என்று எஸ்தாவும் ராஹேலும் நினைத்தனர்.

“அதை நிறுத்தப் போகிறாயா இல்லையா?” என்று கத்தினாள் அம்மு. அப்போதுதான் மைல் கல்லிலிருந்து இறங்கி பிளிமத்தை வெறித்துப் பார்த்துக்கொண்டே வந்த முரளிதரன் சடாரென்று நின்று பின்வாங்கினான்.

“என்னது?” என்று கேட்ட ராஹேலுக்கு உடனே என்னவென்று புரிந்துவிட்டது. அவளுடைய எச்சில் குமிழிகள். “ஸாரி அம்மு.”

“ஸாரி கேட்டுவிட்டால் செத்துப் போனவன் எழுந்திருக்க மாட்டான்” என்றான் எஸ்தா.

“ஓ, கம் ஆன்!” என்றான் சாக்கோ. “அவள் தன்னுடைய எச்சிலில் என்ன செய்ய வேண்டுமென்பதைக்கூட நீ தீர்மானிக்க வேண்டுமா?”

“உன் வேலையைப் பார்” அம்மு வெட்டினாள்.

“இது பழைய ஞாபகங்களைக் கொண்டுவந்து விடுகிறது” என்று ஞானவானாகச் சாக்கோவிடம் விளக்கினான் எஸ்தா.

ராஹேல் தன்னுடைய வெயில் கண்ணாடியை எடுத்து அணிந்துகொண்டாள். உலகம் கோப நிறமாகியது.

“அந்தக் கோமாளிக் கண்ணாடியைக் கழற்று” என்றாள் அம்மு.

ராஹேல் தனது கோமாளிக் கண்ணாடியைக் கழற்றினாள்.

“இவர்களிடம் நீ நடந்துகொள்ளும் விதம் சரியான பாசிசம். குழந்தைகளுக்கும் சில உரிமைகளைக் கடவுள் கொடுத்திருக்கிறார்” என்றான் சாக்கோ.

“தேவையில்லாமல் கடவுளின் பெயரை உபயோகப்படுத்தாதே” என்றாள் பேபி கொச்சம்மா.

“இல்லை, சரியான காரணத்திற்காகத்தான் அதை உபயோகப் படுத்தினேன்” சாக்கோ கூறினான்.

“குழந்தைகளின் மகத்தான இரட்சகரைப் போல நடிப்பவதை நிறுத்து!” என்றாள் அம்மு. “அவர்களுடைய தேவைகளுக்கு நீ ஒரு மண்ணும் செய்யப் போவதில்லை. நான்தானே பார்த்துக்கொள்ள வேண்டும்.”

“நானா செய்ய வேண்டும்?” என்றான் சாக்கோ. “அவர்கள் *என்னுடைய* பொறுப்பா?” அம்முவும் எஸ்தாவும் ராஹேலும் அவன் கழுத்தில் கட்டப்பட்ட சுமைகள் என்றான்.

ராஹேலின் கால்களின் பின்பக்கங்கள் ஈரமும் வியர்வையுமாகின. கார் சீட்டின் நுரை மெத்தை வழுக்கலில் அவளுடைய தோல் சறுக்கியது. அவளுக்கும் எஸ்தாவிற்கும் கழுத்துச் சுமைகளைப் பற்றித் தெரியும். *Mutiny on the Bounty*யில் கடலில் மனிதர்கள் இறந்துவிடும்போது அவர்களை வெள்ளைப் போர்வையில் சுற்றி , கழுத்தில் எந்திரக்கற்களைச் சுமைகளாகக் கட்டி, கப்பலிலிருந்து கடலில் தள்ளிவிடுவார்கள். பிணங்கள் மிதக்கக் கூடாதென்பதற்காக. அவர்களுடைய பயணத்தைத் தொடங்கும்போது எவ்வளவு கழுத்துச் சுமைகள் தேவைப்படும் என்று எவ்வாறு அவர்கள் முடிவெடுப்பர் என்று எஸ்தாவிற்குப் புரியவில்லை.

எஸ்தா தன்னுடைய தலையைத் தொடையில் சாய்த்துக்கொண்டான்.

அவனுடைய பஃப் சிதைத்தது.

தூரத்து ரயிலின் சடசடத்த சப்தம் தவளைக் கறை படிந்திருக்கும் சாலையின் மேலிருந்து எழும்பி வந்தது. இரயில்வே பாதையின் இரு பக்கங்களிலுமுள்ள சேனைக்கிழங்குச் செடிகளின் இலைகள் ஒருங்கிணைந்த சம்மதத்தோடு தலையை அசைத்தன. ஆமாம்மாம்மாம்மாம்.

பீனா மோளின் மொட்டை பக்தர்கள் மற்றுமொரு பஜனையைத் தொடங்கினர்.

பேபி கொச்சம்மா “நான் சொல்கிறேன், இந்த ஹிந்துக்கள் இருக்கிறார்களே, இவர்களுக்கு *அந்தரங்க உணர்வே* கிடையாது” என்றாள் பக்தியுடன்.

“அவர்களுக்குக் கொம்புகளும் தோலில் செதிள்களும் உண்டு” என்று கிண்டலாகக் கூறினான் சாக்கோ. “அவர்களுடைய குழந்தைகள் முட்டைகளிலிருந்து பொரிந்து வருவதாகக் கேள்விப்பட்டேன்.”

ராஹேல் இரண்டு தடவை நெற்றியில் இடித்துக்கொண்டிருக்கிறாள். எஸ்தா அவை இரண்டு கொம்புகளாக முளைக்கப்போகின்றன என்றான். அவள் பாதி – ஹிந்து என்பதால் குறைந்தது ஒன்றாவது முளைக்கலாம். அவனுடைய கொம்புகளைப் பற்றிக் கேட்க கொஞ்சம்

தாமதித்துவிட்டாள். ஏனென்றால் என்னவெல்லாம் அவளோ, அவனும் அவையெல்லாம்தான்.

ரயில் கறுத்து அடர்ந்த புகைக் கயிற்றினடியில் விரைந்தது. மொத்தம் முப்பத்திரெண்டு பெட்டிகள் இருந்தன. உலகின் விளிம்புக்குச் சென்று கொண்டிருக்கும் இளைஞர்கள், ஹெல்மட் போன்ற சிகையலங்காரங் களில் கீழே இடறி விழுந்தால் என்னாகுமென்பதைச் சோதிப்பவர்களைப் போல வாசல்களில் தொற்றிக்கொண்டு சென்றனர். விளிம்பில் இடறி யிருந்தவர்கள் விழுந்துமிருக்கின்றனர். ரயிலுக்கு வெளியே விரையும் கும்மிருட்டுக்குள். அவர்கள் சிகையலங்காரங்கள் உட்பக்கமாகத் திறந்து மேலே வரும்படியாக.

ரயில் மிக வேகமாகவே கடந்து சென்றுவிட்டதில், அனைவரும் இவ்வளவு நேரம் காத்திருந்தது இந்தக் கொஞ்ச நேரத்திற்குத்தான் என்று நினைக்க விநோதமாகயிருந்தது. சேனைக்கிழங்கு இலைகள் ரயில் போன பிறகும் முழு ஆமோதிப்புடன் எந்தச் சந்தேகமுமில்லை என்பதைப் போல தலையை ஆட்டிக்கொண்டிருந்தன.

கரித்துகள் படலம் போர்வையாக மிதந்து இறங்கிப் போக்குவரத் தின் மீது அழுக்கு ஆசீர்வாதமாகக் கவிந்தது.

சாக்கோ பிளிமத்தைக் கிளப்பினான். பேபி கொச்சம்மா சந்தோஷ மாக இருக்க முயன்றாள். அவள் பாடத் தொடங்கினாள்.

There's a sad sort of clanging

From the clock in the Hall

And the bells in the stee-ple too.

And up in the nursery

An abs-urd

Litt-le Bird

Is popping out to say -

அவள் எஸ்தாவையும் ராஹேலையும் திரும்பிப் பார்த்து, அவர்கள் 'குக் – கூ' என்று சொல்லக் காத்திருந்தாள்.

அவர்கள் சொல்லவில்லை.

காற்று பிய்த்து அடித்தது. பச்சை மரங்களும் தெலைபேசிக் கம்பங்களும் ஜன்னலைத் தாண்டி விரைந்தன. விமான நிலையத்தில் எடுக்கப்படாத பெட்டிகளைப் போல நகரும் ஒயர்களில் அசையாத பறவைகள் வழுக்கிச் சென்றன.

வெளிறிய பகல் நிலவு வானத்தில் பெரிதாக, அவர்கள் சென்ற இடத்திற்கே சென்றுகொண்டிருந்தது. பியர் குடிப்பவன் வயிறு அளவிற்கு பெருத்த நிலவு.

3

பெரிய மனுஷன் லால்டைன், சின்ன மனுஷன் மொம்பாட்டி

மத்தியகால ராணுவமொன்று எதிரியின் கோட்டைக்குள் நுழைவதைப் போல அம்மனம் இல்லத்தைச் சுற்றிக் குப்பைக் கூளம் முற்றுகையிட்டிருந்தது. புழுதி ஒவ்வொரு இடுக்கிலும் அடைத்துக் கொண்டு ஜன்னல் கண்ணாடிகளில் ஒட்டியிருந்தது.

தேநீர்க் கோப்பைகளின் மேல் குட்டிப்பூச்சிகள் சுழன்றன. காலிப் பாத்திரங்களில் செத்துப்போன பூச்சிகள் விழுந்திருந்தன.

தரை பிசுபிசுப்பாக இருந்தது. வெள்ளைச் சுவர்கள் திட்டு திட்டான சாம்பல் ஷேடுகளுக்கு மாறியிருந்தன. பித்தளை கீல்களும் நாதங்கிகளும் கதவின் கைப்பிடிகளும் மங்கலாகி, தொட்டால் பிசுபிசுத்தன. அடிக்கடி உபயோகப்படுத்தாத மின்சாரப் பிளக் பாயிண்ட்டுகள் கருகி அடைத்துக்கொண்டிருந்தன. லைட் பல்புகளில் எண்ணெய் படிந்திருந்தது. அங்கே பளபளப்பாக இருந்தவை சினிமா செட்டில் வார்னிஷ் அடித்து வைக்கப்பட்ட கோஃப்பர்கள் போலத் திரிந்து கொண்டிருந்த ராட்சசக் கரப்பான் பூச்சிகள்தாம்.

பேபி கொச்சம்மா இவற்றையெல்லாம் கவனிப்பதை வெகு நாட்களுக்கு முன்பே நிறுத்திவிட்டிருந்தாள். இவற்றையெல்லாம் கவனித்துக்கொண்டிருந்த கொச்சு மரியா அக்கறை கொள்வதை நிறுத்திவிட்டிருந்தாள்.

பேபி கொச்சம்மா சாய்ந்துகொண்டிருந்த சாய்விருக்கையின் அழுக்கு உறைப் போர்வையின் சுருக்கங்களுக்குள் உடைந்த வேர்க்கடலைத் தொலிகள் இருந்தன.

தொலைக்காட்சியால் சாத்தியமாகியிருந்த ஜனநாயகத்தின் தன்னுணர்வற்ற வெளிப்பாட்டில் எஜமானியம்மாவும் வேலைக்காரியும் ஒரே கிண்ணத்திலிருந்து வேர்க்கடலைகளைச் சகஜமாக எடுத்துக்கொண்டிருந்தனர். கொச்சு மரியா கடலையைத் தன் வாய்க்குள் தூக்கிப் போட்டுக்கொண்டிருந்தாள். பேபி கொச்சம்மா அவற்றை நளினமாக வாய்க்குள் வைத்துக்கொண்டிருந்தாள்.

The Best of Donahue ஸ்டுடியோவில் பார்வையாளர்கள் ஏதோ ஒரு படத்தைப் பார்த்துக்கொண்டிருந்தனர். அதில் சுரங்க ரயில் நிலையம் ஒன்றில் கறுப்பு நாடோடிப் பாடகன் ஒருவன் *SomeWhere Over the Rainbow* என்ற பாடலைப் பாடிக்கொண்டிருந்தான். அப்பாடல்களின் வார்த்தைகளை அவன் உண்மையிலேயே நம்புகிறாற்போல் அத்தனை சிரத்தையோடு பாடிக்கொண்டிருந்தான். பேபி கொச்சம்மா அவனோடு சேர்ந்து பாடினாள். அவளுடைய நடுங்கும் குரல் வேர்க்கடலை மசியலில் கனத்தது. அந்தப் பாடல் வரிகள் அவளுக்குத் திருப்பி வந்தபோது அவள் புன்னகைத்தாள். அவளுக்குப் பைத்தியம் பிடித்து விட்டதா என்று பார்ப்பது போலப் பார்த்துவிட்டுக் கொச்சு மரியா அவளுடைய பங்கைவிடக் கூடுதலாகக் கடலையை அள்ளிக்கொண் டாள். உச்ச ஸ்தாயிக்கு அந்த நாடோடிப் பாடகன் போகும்போது (*Somewhere*ன் *where*ஐப் பாடும்போது) தன் தலையைப் பின்னுக்குத்தள்ளி வாயை முழுசாகத் திறந்து பாடினான். தொலைக்காட்சித் திரை முழுக்க அவனுடைய வாயின் கோடுகோடான இளஞ்சிவப்புக் கூரை ஆக்கிர மித்தது. ஒரு ராக் பாடகனைப் போல கிழிசல் உடைகளில் அவன் இருந்தபோதிலும் அவனுடைய தவறிய பற்களும் அவன் சருமத்தின் சுகாதாரமற்ற வெளிறிய நிறமும் அவன் வாழ்க்கையின் வறுமையையும் கசப்பையும் காட்டின. ஒவ்வொரு முறை ரயில் வரும்போதும் கிளம்பும் போதும் பாடுவதை அவன் நிறுத்த வேண்டியிருந்தது.

பின்பு அரங்கில் விளக்குகள் எரிய, டோனஹியூ அந்த மனிதனையே நேரில் அழைத்து அறிமுகப்படுத்தினார். ஏற்கனவே முடிவு செய்திருந்த படி அவனும், எந்த இடத்தில் (ரயிலுக்காக) நிறுத்தியிருந்தானோ அதே இடத்திலிருந்து ஆரம்பித்துப் பாடிக்கொண்டே அரங்குக்கு வந்தான். கடைசியில் சுரங்கப் பாதை பாட்டில் வெற்றி கிடைத்துவிட்டது.

அதற்குப் பிறகு அவன் பாட்டின் நடுவில் நிறுத்தப்பட்டது, ஃபில் டோனஹியூ அவனை அணைத்து, "தேங்க்யூ, தேங்க்யூ வெரி மச்," என்றபோது.

ஃபில் டோனஹியூவால் குறுக்கிடப்பட்டது சுரங்கப் பாதையின் நெரிசலில் குறுக்கிடப்படுவதைவிட வேறுபட்டது. இது ஒரு சந்தோஷம். ஒரு கௌரவம்.

அரங்கின் பார்வையாளர்கள் கைதட்டினர். இரக்கத்துடன் காணப்பட்டனர்.

அந்நாடோடிப் பாடகன் பிரதான நேர மகிழ்ச்சியில் ஒளிர்ந்தான். சில கணங்களுக்கு வறுமை பின்னுக்குச் சென்றது. டோனஹியூ நிகழ்ச்சி யில் பாடுவது அவனுடைய கனவாக இருந்தது என்றான், அதுகூட அவனிடமிருந்து பறிக்கப்பட்டுவிட்டதை உணராமல்.

கனவுகளில் பெரியவை இருக்கின்றன, சிறியவையும் இருக்கின்றன. எஸ்தாவின் பள்ளிச் சுற்றுலாக்களின்போது ரயில் நிலையத்தில் பீகாரைச் சேர்ந்த கூலிக் கிழவன் ஒருவன், (தவறாமல் ஒவ்வொரு வருடமும் வந்து) கனவுகளைப் பற்றிக் கூறும்போது, "லால்டைன் சாகிப் பெரிய மனுஷன். மொம்பாட்டி சின்ன மனுஷன்" என்பான்.

லாந்தர் விளக்கு பெரிய மனுஷன். மெழுகுவர்த்தி சின்ன மனுஷன்.

பச்சை விளக்குகள் பெரிய மனிதர் சுரங்க ரயில் நிலையம் சின்ன மனிதன் என்பதை அவன் சொல்ல மறந்துவிட்டான்.

அவனுடைய வளைந்த கால்கள் மேலும் வளைய, மாணவர்களின் சுமைகளைச் சுமந்துகொண்டு எல்லோருக்கும் பின்னால் அவன் இழுத்து இழுத்து நடந்து வர ஆசிரியர்கள் அவனிடம் சச்சரவிட்டுக்கொண்டு வருவார்கள். கொடுமைக்காரப் பையன்கள் அவனைப் போலவே நடந்து காட்டிக்கொண்டு 'அடைப்புக்குறிகளுக்குள் இருக்கும் பந்து' என்று கிண்டலடிப்பார்கள்.

நாளப் புடைப்பு கொண்ட சின்ன மனுஷன் என்பதைக் குறிப்பிட மறந்த அவன், கேட்ட பணத்தில் பாதியையும் அவனுக்குத் தகுதியான கூலியில் பத்தில் ஒரு பங்கையும் வாங்கிக்கொண்டு தாங்கித் தாங்கி நடந்து செல்வான்.

வெளியே மழை நின்றுவிட்டிருந்தது. சாம்பல் வானம் வெளுத்து, மேகங்கள் மட்டரகமான படுக்கையின் பஞ்சைப் போலப் பிரிபிரியாக உருக்குலைந்தன.

சமையலறை வாசலுக்கு எஸ்தப்பான் ஈரமாக (தோற்றமளிப்பதை விட அதிக ஞானவானாக) வந்தான். அவனுக்குப் பின்னால் நீண்ட புற்கள் ஜொலித்தன. அவனுக்குப் பக்கத்தில் படியில் அந்த நாய்க்குட்டி நின்றது. கூரை விளிம்பின் வளைவுகளில் மணிச்சட்ட மணிகள்போல் மழைத்துளிகள் வழுக்கிச் சென்றன.

பேபி கொச்சம்மா தொலைக்காட்சியிலிருந்து நிமிர்ந்து பார்த்தாள்.

"இதோ வருகிறான்," என்று குரலைக் குறைத்துக்கொள்ள முனையாமல் ராஹேலிடம் அறிவித்தாள், "இப்போது கவனி. எதுவும் பேச மாட்டான். நேராக அவன் அறைக்குள் சென்று விடுவான். பேசாமல் கவனி."

சந்தர்ப்பத்தைப் பயன்படுத்திக்கொண்டு நாய்க்குட்டியும் கூடவே உள்ளே நுழைய முயன்றது. கொச்சு மரியா கையைத் தரையில் வேகமாக அடித்து, "ஹப்! ஹப்! *போடா பட்டி!*" என்றாள்.

நாய்க்குட்டி பணிந்து, பின்வாங்கியது. இந்த வழக்கம் அதற்குப் பழகிவிட்டது போலிருக்கிறது.

"கவனி!" என்றாள் பேபி கொச்சம்மா, பரபரப்புடன். "அவன் அறைக்கு *நேராகப்* போய், துணி தோய்க்க ஆரம்பித்து விடுவான். ஒரேயடியாக சுத்தம் பார்ப்பான் . . . ஒரு *வார்த்தை* பேச மாட்டான்!"

புல்வெளியில் மிருகத்தை வைத்து வித்தை காட்டுபவனைப் போலக் காணப்பட்டாள். அதன் ஒவ்வொரு அசைவையும் கவனித்தவளைப் போல, அதன் பழக்கங்களையும் நாட்டங்களையும் முற்றாக அறிந்தவளைப் போல.

எஸ்தாவின் தலைமுடி, கவிழ்ந்த பூ ஒன்றின் இதழ்களைப் போல பிரிபிரியாய் நெற்றியில் சரிந்திருந்தது. நடுவில் வரிவரியாக வெள்ளை மண்டை மினுமினுத்தது. அவன் முகத்திலும் கழுத்திலும் தண்ணீர் நரம்புகளாக வழிந்துகொண்டிருந்தது. அவன் தனது அறைக்குள் சென்றான்.

பேபி கொச்சம்மாவின் தலையைச் சுற்றி ஓர் ஒளி வட்டம் எக்களிப்புடன் நெளிந்தது. "பார்த்தாயா?" என்றாள்.

கொச்சு மரியா சந்தர்ப்பத்தைப் பயன்படுத்திக்கொண்டு சானலை மாற்றி *Prime Bodies* – க்கு வந்தாள்.

ராஹேல் எஸ்தாவைப் பின்தொடர்ந்து அவன் அறைக்குள் சென்றாள். அம்முவின் அறை அது. முன்பு.

அந்த அறை தனது ரகசியங்களை ஒளித்து வைத்துக் கொண்டிருந்தது. எதையும் காட்டிவிடவில்லை. மடிக்காமல் போட்டு வைத்திருக்கும் கசங்கிய போர்வைகள், உதைத்தெறியப்பட்டிருக்கும் ஒரு ஷூ, நாற்காலி யின் முதுகில் ஒரு ஈரத் துண்டு, எதுவும் இல்லை. அல்லது பாதி படித்து கவிழ்த்து வைக்கப்பட்ட ஒரு புத்தகம்கூட. அது அப்போதுதான் நர்ஸ் வந்துவிட்டுச் சென்ற ஆஸ்பத்திரி அறையைப் போலிருந்தது. தரை சுத்தமாக இருந்தது. அப்பழுக்கற்ற சுவர்கள். அலமாரி மூடியிருந் தது. வரிசையாக அடுக்கிய காலணிகள். குப்பைக்கூடை காலியாக இருந்தது.

அதீத சுத்தம் மட்டுமே எஸ்தாவின் இச்சாசக்தியின் வாழ்க்கைக் கான செயல்திட்டம் ஏதோ அவனிடம் இருக்கக்கூடும் என்பதற்கான ஒரேயொரு மெலிதான தொனி. மற்றவர்கள் வழங்கும் சில்லறைச் சிம்புகளை அண்டிப் பிழைக்க விருப்பமற்றிருப்பதன் லேசான முணு முணுப்பு. ஜன்னலின் மேடையில் ஓர் இஸ்திரிப்பெட்டி, இஸ்திரிப் பலகையின் மீது நின்றது. இஸ்திரி செய்ய வேண்டிய கசங்கிய துணிகள் மடித்து அடுக்கப்பட்டிருந்தன.

ரகசிய இழப்புப் போல் நிசப்தம் காற்றில் மிதந்திருந்தது.

மறப்பதற்குச் சாத்தியமற்ற பொம்மைகளின் ஆவிகள் சீலிங் ஃபேனின் இறக்கைகளின் மேல் குவிந்திருந்தன. ஒரு உண்டியில், காண்டாஸ் விமானத்தில் (செல்வி மிட்டனுக்கு) கொடுத்த, லூஸான பட்டன் கண்களோடு கோவாலா கரடி. காற்றடித்த வாத்து (அதை ஒரு போலீஸ்காரன் சிகரெட்டால் வெடித்து விட்டான்). அதில் லண்டன் நகரின் தெருக்களும் சிவப்பு நிற பஸ்களும் மூடிக்குள் மிதந்து கொண் டிருக்கும். இரண்டு பால்பாயிண்ட் பேனாக்கள்.

எஸ்தா பிளாஸ்டிக் பக்கெட்டை வைத்துக் குழாயைத் திறக்க, நீர் படபடவென்ற சத்தத்துடன் நிரம்பியது. அந்தப் பளபளக்கும்

குளியலறையில் அவன் உடைகளைக் களைந்தான். அவனது தொப்ப லான ஜீன்ஸிலிருந்து வெளிவந்தான். தடிமனாக இருந்தது. கருநீலம். கழற்ற கஷ்டமாக இருந்தது. அவனது கசங்கிய ஸ்ட்ராபெர்ரி டி ஷர்ட்டைத் தலைக்கு மேல் உரித்தெடுத்தான். அவன் மெல்லிய, தசை முறுக்கிய கைகள் உடம்புக்குக் குறுக்காகக் கட்டின. வாசலில் அவனுடைய தங்கை நிற்பது அவன் காதில் விழவில்லை.

அவன் டி – ஷர்ட்டைக் கழற்றும்போது வயிறு உட்குழிந்து விலா எலும்புகள் தூக்கிக்கொள்வதை ராஹேல் கவனித்தாள். அவனுடைய தோல் ஈரமாக, தேன் நிறத்தில் இருந்தது. அவன் முகமும், கழுத்தும், தொண்டையின் அடிப்பகுதியில் இருக்கும் 'V' வடிவ முக்கோண எலும்புத் தூக்கலும் மற்ற இடங்களைவிடக் கருத்திருந்தன. அவன் கைகளும் இரண்டு நிறங்கள் கொண்டதாக, சட்டைக் கைகள் முடியும் இடம் வரை வெளுப்பாக இருந்தன. வெளிறிய தேன்நிற உடைகளில் ஒரு கரும்பழுப்பு நிற மனிதன். சாக்லெட்டில் ஒரு சிட்டிகை காபி. தூக்கிய கன்னத்தெலும்புகளும், அடிபட்ட கண்களும். வெள்ளை டைல்ஸ் பதித்த குளியலறை ஒன்றில், கடல் ரகசியங்களைத் தன்னகத்தே கொண்டிருக்கும் ஒரு மீனவன்.

அவளை அவன் பார்த்தானா? உண்மையிலேயே அவன் பைத்தியமா? அவள் அங்கே இருப்பதை அவன் அறிவானா?

அவர்களுக்குப் பரஸ்பரம் தம்முடைய உடல்களைப் பற்றி எப்போதும் வெட்கம் ஏற்பட்டதில்லை. ஆனால் இருவருக்கும் வெட்கத்தைத் தெரிந்துகொள்ளும் பெரிய வயதில் (ஒன்றாக) இதற்குமுன் இருந்ததில்லை.

இப்போது இருக்கின்றனர். போதிய வயதாகி.

வயதாகி.

வாழவும் சாகவும் கூடிய வயது.

வயது என்பது அதற்கே வயதாகிறமாதிரி என்னவொரு வேடிக்கையான வார்த்தை என்று ராஹேல் நினைத்துக்கொண்டு தனக்குள்ளேயே சொல்லிப் பார்த்துக்கொண்டாள்: வயது.

குளியலறை வாசலில் ராஹேல். மெலிந்த இடை. ('அவளுக்கு சிஸேரியன் தேவைப்படும் என்று அவளிடம் சொல்!' பெட்ரோல் போட்டுவிட்டு மிச்சப் பணத்தை வாங்கக் காத்திருக்கையில், குடித்துவிட்டுப் போதையில் இருந்த கைனகாலஜிஸ்ட் ஒருத்தி தன் கணவனிடம் சொல்லியிருக்கிறாள்.) அவளுடைய சாயம் போன டி – ஷர்ட்டின் வரைபடத்தின் மேல் ஒரு பல்லி. அடங்காத நீண்ட முடி மெலிதான மருதாணிச் சிவப்பில் பளபளக்க, விரல் விரலாக முதுகில் ஊர்ந்தன. அவள்

மூக்கில் சில வேளைகளில் அந்த வைரம் பளிச்சிட்டது. சில வேளை களில் பளிச்சிடாது. ஒரு மெல்லிய, பாம்புத்தலை தங்க வளையல் அவள் மணிக்கட்டைச் சுற்றியிருக்கும் ஆரஞ்சு ஒளிவட்டம் போல ஒளிர்ந்தது. தலையோடு தலையை ஒட்டித் தங்களுக்குள் கிசுகிசுத்துக் கொண்டிருக்கும் மெல்லிய பாம்புகள். அவள் அம்மாவின் உருக்கப் பட்டத் திருமண மோதிரம். அவளது மெலிந்த, லேசான கைகளின் முடிவில் மென்மையாக வரிவரியாகச் சுருக்கங்கள்.

முதல் பார்வைக்கு அவள் தன் அம்மாவின் அச்சிலேயே வளர்ந் திருப்பதாகக் காணப்பட்டாள். தூக்கிய கன்ன எலும்புகள். சிரிக்கும் போது ஆழ்ந்த கன்னக்குழிகள். ஆனால் அம்முவைவிட உயரமாக, வலுவாக, மேலும் மெலிந்து இருந்தாள். பெண்களில் உருண்டு திரண்ட மென்மையை ரசிப்பவர்களுக்கு அதிகம் அழகாகத் தெரியாதிருக்கலாம். ஆனால் அவளுடைய அம்மாவைத் தோற்கடிக்கும்படியான அழகிய கண்கள். மிகப் பெரிய பிரகாசிக்கும் கண்கள். அப்படியே இதற்குள் *மூழ்க வேண்டும் போலிருக்கிறது* என்பான் லேரி மெக்காஸ்லின். அப்படித்தான் அவனுக்கும் ஆனது.

தன்னுடைய சகோதரனின் நிர்வாணத்தில் தன்னுடைய அடையாளங் களை ராஹேல் தேடினாள். அவனுடைய முட்டிகளின் வடிவத்தில். அவன் புற வடிவின் வளைவில். அவன் தோள்களின் சரிவில். அவன் கையின் முழங்கை கோணத்தில். அவனுடைய கால்விரல் நகங்கள் மேல்நோக்கித் துருத்திக்கொண்டிருந்த விதத்தில். அவனுடைய விறைப் பான அழகிய பிட்டங்களின் இரு பக்கங்களிலும் செதுக்கப்பட்ட உட்குழிவுகளில். கெட்டியான பிட்டங்கள். ஆண்களின் பிட்டங்கள் எப்போதும் வளர்வதில்லை. பள்ளிப் புத்தகப்பைகளைப் போல சிறு வயது ஞாபகங்களை உடனடியாகத் தூண்டக்கூடியவை. அவன் கைகளில் அம்மையிட்ட தழும்புகள் நாணயங்களைப் போல மினுமினுத்தன. அவளுடையவை அவள் தொடையில் இருக்கின்றன.

பெண்களுக்கு எப்போதும் தொடையில்தான் என்பாள் அம்மு.

தன்னுடைய நனைந்த குழந்தையைக் கவனிக்கும் அம்மாவைப் போல எஸ்தாவை ராஹேல் சுவாரஸ்யமாகக் கவனித்தாள். ஒரு சகோதரி ஒரு சகோதரன். ஒரு பெண் ஒரு ஆண். ஒரு இரட்டையள் ஒரு இரட்டையன்.

ஒரே நேரத்தில் இந்தப் பலவித காற்றாடிகளையும் அவள் பறக்க விட்டாள்.

எதிர்பாராமல் சந்திக்க நேர்ந்த நிர்வாண அந்நியன் அவன். வாழ்க்கை ஆரம்பிப்பதற்கு முன்பிருந்தே அவள் அறிந்தவன். அவர்களுடைய அம்மாவின் அழகிய கர்ப்பத் தடத்தில் அவளோடு சேர்ந்து (நீந்தி) வந்தவன்.

அவர்களின் துருவப் பிணைப்பில் இருவருக்குமே தாங்கமுடியாமல் இருக்கிறது. தகவமைத்துக்கொள்ள இயலாத விலகல் அவர்களுடையது.

எஸ்தாவின் செவிமடலின் நுனியில் ஒரு மழைத்துளி மினுமினுத்தது. தடிமனாக, வெளிச்சத்தில் வெள்ளியைப் போல், ஒரு கனத்த பாரதச மணியைப் போல. அவள் அதன் அருகே சென்றாள். அதைத் தொட்டாள். எடுத்துச் சென்றாள்.

எஸ்தா அவளைப் பார்க்கவில்லை. அவனுடைய சலனமற்ற உறைநிலைக்குள் மேலும் இழுத்துக்கொண்டான். சருமப் பரப்பிலிருந்து எல்லா உணர்ச்சிகளையும், அடைய முடியாத சில ஆழங்களுக்கு உள்நோக்கி சுருக்கிக்கொள்ளும் சக்தி அவன் உடம்புக்கு இருப்பதைப் போல.

நிசப்தம் தன் உடைகளைச் சேகரித்துக்கொண்டு வழுக்கும் குளியலறைச் சுவரில் ஸ்பைடர் உமனைப் போல நழுவிச் சென்றது.

எஸ்தா தன்னுடைய ஈரஉடைகளைப் பக்கெட்டில் போட்டு, பளிச்சிடும் நீலத்தில் நொறுங்கும் சோப்பில் தோய்க்க ஆரம்பித்தான்.

4

அபிலாஷ் டாக்கீஸ்

அபிலாஷ் டாக்கீஸ், கேரளாவின் முதல் 70 எம்எம் சினிமாஸ்கோப் திரைப்படக்கூடமென்று தன்னை விளம்பரப் படுத்திக் கொண்டது. அதை மேலும் நிரூபிப்பதற்காக கட்டிட முகப்பு சினிமாஸ்கோப் திரையைப் போல சிமெண்ட்டில் வளை வாகவும் கட்டப்பட்டிருந்தது. அதற்கு மேலே (சிமெண்ட் எழுத்துக் களில், நியான் விளக்குகளில்) *அபிலாஷ் டாக்கீஸ்* என்று ஆங்கிலத் திலும் மலையாளத்திலும்.

டாய்லெட்டுகளில் HIS என்றும் HERS என்றும் எழுதியிருக் கும். HERS என்பது அம்மு, ராஹேல், பேபி கொச்சம்மாவுக்கு. HIS எஸ்தாவுக்கு மட்டும். ஏனென்றால் ஹோட்டல் ஸீ க்வீனில் அறைகளைப் பதிவு செய்ய சாக்கோ போய்விட்டிருந்தான்.

"நீ மட்டும் போய் வருவாயா?" அம்மு கவலையோடு கேட்டாள்.

எஸ்தா தலையசைத்தான்.

தானே மூடிக்கொள்ளும் சிவப்பு ஃபார்மைகா கதவு வழியாக அம்முவையும் பேபி கொச்சம்மாவையும் தொடர்ந்து ராஹேல் HERSக்குள் சென்றாள். வழுக்கும் பளிங்குத்தரையில் அவள் திரும்பி, தனியாக (சீப்பை வைத்துக்கொண்டு) பீஜ் ஸ்வெட்டர், கூர் ஷூவுடன் நின்றிருக்கும் எஸ்தாவைப் பார்த்துக் கையசைத்தாள். அந்த அழுக்குப் பளிங்கு லாபியில் மௌனமாகக் கவனித்துக்கொண்டிருக்கும் கண்ணாடிகளுக்கு மத்தியில் எஸ்தா நின்றுகொண்டு, சிவப்புக் கதவு தன் சகோதரியை வாங்கிக்கொள்ளும்வரைக் காத்திருந்தான். பிறகு அவன் திரும்பி HISக்குச் சென்றான்.

HERSஇல் அம்மு ராஹேலுக்குக் காலை எம்பிக் காற்றில் பாலன்ஸ் செய்து நிற்கக் கற்றுத்தந்தாள். கழிப்பறைக் குடங்கள் அழுக்கானவை என்றாள். பணத்தைப் போல. யார் தொட்டிருப் பார்களென்று தெரியாது. தொழுநோயாளிகள், கசாப்புக் கடைக் காரர்கள், கார் மெக்கானிக்குகள். (சீழ், இரத்தம், கிரீஸ்.)

கொச்சு மரியா ஒரு முறை அவளை இறைச்சிக் கடைக்குக் கூட்டிச் சென்றபோது அவன் கொடுத்த பச்சை நிற ஐந்து

ரூபாய் நோட்டில் சிவப்பாக ஒரு குட்டி மாமிசத் துணுக்கு ஒட்டியிருந்தது. கொச்சு மரியா அதைக் கட்டைவிரலால் துடைத்தாள். அதன் சாறு சிவப்புக் கறையாக ரூபாய் நோட்டில் தீற்றியது. அந்த நோட்டை அவள் பாடூஸிற்குள் வைத்துக்கொண்டாள். மாமிச வாசனையடிக்கும் இரத்தப் பணம்.

குடத்துக்கெதிரே காலை எம்பிக் காற்றில் பாலன்ஸ் செய்து நிற்க முடியாத அளவுக்கு ராஹேல் குள்ளமாக இருந்தாள். அம்முவும் பேபி கொச்சம்மாவும் அவளை உயரே தூக்கினர். அவர்கள் கைகளுக்கிடையில் அவள் கால்கள் மாட்டிக்கொண்டன. பாட்டா சாண்டல்களுக்குள் அவள் கால்விரல்கள் சுருண்டன. நிக்கரைக் கீழே இறக்கி அந்தரத்தில் நிறுத்தப்பட்டிருந்தாள். ஒரு கணம் எதுவும் நிகழவில்லை. ராஹேல் தன் அம்மாவையும், பேபி பெரியத்தையையும் கண்களில் குறும்புக் கேள்விக்குறியோடு (இப்போது என்ன?) பார்த்தாள்.

"ம் ஆகட்டும்," என்றாள் அம்மு. "ஸ்ஸ்ஸ்ஸ . . ."

ஸ்ஸ்ஸ்ஸ என்பது ஸூ – ஸூ என்பதன் சத்தம். ம்ம்ம்ம் என்பது 'சவுண்ட் ஆஃப் ம்ம்யூஸிக்'கின் சத்தம்.

ராஹேல் சிரித்தாள். அம்மு சிரித்தாள். பேபி கொச்சம்மா சிரித்தாள். பொழிவு ஆரம்பித்ததும் அவர்கள் அவளை அந்தரத்தில் சரியாக அமைத்துக்கொண்டனர். ராஹேல் கூச்சப்படவில்லை. அவள் முடித்ததும், அம்மு டாய்லெட் பேப்பரை எடுத்தாள்.

"நீ போகிறாயா, நானா?" என்றாள் பேபி கொச்சம்மா, அம்முவிடம்.

"யாராவது," என்றாள் அம்மு. "நீங்களே போங்கள்."

ராஹேல் அவளுடைய கைப்பையை வாங்கிக்கொண்டாள். பேபி கொச்சம்மா தன் கசங்கிய புடவையை உயர்த்தினாள். ராஹேல், பேபி பெரியத்தையின் மாபெரும் கால்களைக் கவனித்தாள். (பல வருடங்கள் கழித்துப் பள்ளியில் ஒரு வரலாற்றுப் பாடத்தைப் படிக்கும்போது – *பேரரசர் பாபர் கோதுமை நிறமும், தூண்களைப் போன்ற தொடைகளும் கொண்டவர்* – இந்தக் காட்சி அவளுக்கு முன் பளிச்சிட்டது. கழிப்பறைக் குடத்துக்கு முன்னால் பாலன்ஸ் செய்துகொண்டிருக்கும் பெரிய பறவையைப் போல பேபி கொச்சம்மா காணப்பட்டாள். அவளுடைய ஒளியுருவும் முழங்கால் வரைக்கும் நீல நரம்புகள் முடிச்சிட்டுக்கொண்டு வலைப் பின்னலாக ஓடின. கொழுத்த முட்டிகளில் துளைக்குழிகள். அவற்றில் முடி வளர்ந்திருந்தது. அவளுடைய சின்னப் பாதங்களுக்கு எப்பேர்ப்பட்ட சுமை!) பேபி கொச்சம்மா பாதியிலும் பாதி கணத்துக்குக் காத்திருந்தாள். தலையை முன்னால் துருத்தி அசட்டுப் புன்னகை. மார்புகள் தாழ்வாக அசைந்தபடி. ரவிக்கைக்குள் முலாம் பழங்கள். வெளியே வந்திருக்கும் தூக்கிய பிட்டங்கள். களகளத்த நுரைத்த சப்தங்கள் வர ஆரம்பித்ததும் அவள் கண்களால் உற்றுக் கேட்டாள். ஒரு மலைக் கணவாயில் குமிழியிட்டுக் கடகடத்துச் சரியும் மஞ்சள் ஓடை.

ராஹேல் இவை எல்லாவற்றையும் ரசித்தாள். கைப்பையைப் பிடித்துக் கொண்டிருப்பது. எல்லோருக்கும் முன்னாலேயே எல்லோரும் சிறுநீர் கழிப்பது. நண்பர்களைப் போல. இது எத்தகையை அரிய உணர்வு என்பதை அப்போது அவள் உணர்ந்திருக்கவில்லை. *நண்பர்களைப் போல.* இதைப் போல இனி இவர்கள் ஒன்றாக எப்போதும் இருக்கப் போவதில்லை. அம்மு, பேபி கொச்சம்மா, அவள்.

பேபி கொச்சம்மா முடித்ததும் ராஹேல் தன்னுடைய கைக் கடிகாரத்தைப் பார்த்து, "எவ்வளவு நேரம் எடுத்துக்கொண்டிருக்கிறாய் பேபி கொச்சம்மா, இப்போது மணி இரண்டடிக்கப் பத்து நிமிஷம்," என்றாள்.

Rub – a – dub – dub (ராஹேல் நினைத்தாள்)

Three women in a tub

Tarry a while said Slow . . .

ஸ்லோ என்பது ஒரு ஆள் என்று அவள் நினைத்தாள். ஸ்லோ சூரியன், ஸ்லோ குட்டி, ஸ்லோ மோள். ஸ்லோ கொச்சம்மா.

ஸ்லோ குட்டி. ஃபாஸ்ட் வர்கீஸ். அப்புறம் குரியகோஸ். தலையில் பொடுகு இருக்கும் மூன்று சகோதரர்கள்.

அம்மு சத்தமேயின்றி செய்தாள். குடத்தின் பக்கவாட்டில் பெய் வதால் சத்தம் கேட்காது. அவளுடைய அப்பாவின் கடினத்தனம் அவள் கண்களை விட்டு அகன்று மீண்டும் அம்முவின் கண்களாகி விட்டிருந்தன. அவள் சிரிப்பில் கன்னங்களில் குழிகள் ஏற்பட்டன. கோபம் போய்விட்டிருந்தது. வெளுத்தாவைப் பற்றியோ, எச்சில் குமிழ் களைப் பற்றியோ இப்போது கோபம் இல்லை.

அது நல்ல அறிகுறி.

HISஇல் எஸ்தா தனியாக இருந்தான். பீங்கானில் நாப்தலின் உருண்டைகளும் சிகரெட் துண்டுகளும் இருந்தன. குடத்தில் சிறுநீர் கழிப்பது தோல்வியில் முடியும். யூரினலில் கழிக்க அவன் மிகவும் குள்ளமாக இருந்தான். அவனுக்கு உயரம் தேவைப்பட்டது. உயரத்தை அவன் தேட, அந்த அறையின் மூலையில் அதைக் கண்டுபிடித்தான். ஓர் அழுக்கு விளக்குமாறு, ஒரு ஸ்குவாஷ் பாட்டிலில் பாதிக்கு பால் நிற திரவம் (ஃபினைல்), அதில் கறுப்பாக ஏதோ மிதந்துகொண்டிருந்தது. தரைத் துடைப்பம் ஒன்று உடைந்திருந்தது. இரண்டு காலி துருப்பிடித்த டின்கள். அவை பாரடைஸ் ஊறுகாய் தயாரிப்பாக இருக்கக்கூடும். அன்னாசிப் பழ சிரப். அல்லது பழச்சீவல்கள். அன்னாசிச் சீவல்கள். தன்னுடைய தாத்தாவின் டப்பாக்களில் தன்னுடைய கௌரவத்தை மீட்டெடுத்துக்கொண்ட தனியான எஸ்தா, அந்தத் துருப்பிடித்த டின் களைப் பீங்கானிற்கு முன்னால் எடுத்து வைத்தான். ஒவ்வொன்றின் மீதும் ஒவ்வொரு காலை வைத்து ஏறி நின்று ஜாக்கிரதையாக, அதிகம் உதறாமல் சிறுநீர் கழித்தான். ஒரு பெரிய ஆளைப் போல. ஊறிப் போயிருந்த சிகரெட் துண்டுகள் ஈரமாகிச் சுழன்றன. இனி அவற்றைப்

பற்ற வைக்க முடியாது. அவன் முடித்ததும் அந்த டின்களை எடுத்து முகம் பார்க்கும் கண்ணாடி பேசின் முன் வைத்தான். அவற்றின் மேலேறி தன் கைகளைக் கழுவி, தலைமுடியை ஈரப்படுத்திக்கொண் டான். அம்மு கொடுத்திருந்த அம்மாபெரும் சீப்புக்கு அவன் மிகச் சிறியவனாக இருந்தான். அவனுடைய தலைமுடியின் பஃப்பை ஜாக்கிரதை யாக மாற்றியமைத்தான். பின்னுக்கு வாரி, பிறகு முன்னால் தள்ளி, பக்கவாட்டில் கடைசி வரை எடுத்துச் சுழற்றிச் சுருட்டி வைத்துக்கொண் டான். பாக்கெட்டில் சீப்பைத் திரும்ப வைத்துக்கொண்டு, டின்களி லிருந்து இறங்கி, அவற்றைப் பாட்டில், தரைத் துடைப்பம், விளக்குமாற் றுக்குப் பக்கத்தில் முன்பிருந்ததைப் போலவே வைத்தான். வைத்துவிட்டு அவற்றிற்கு முன் நின்று தலையைத் தாழ்த்தி வணங்கினான். அந்தப் பாட்டில், அந்த விளக்குமாறு, அந்த டின்கள், அந்த உடைந்த தரைத் துடைப்பம் அனைத்திற்கும்.

"வணங்கு," என்று சொல்லிவிட்டுச் சிரித்துக்கொண்டான். தலை யைக் குனிந்து வணங்கும்போது, வணங்கு என்று சொல்லிக்கொண்டே தான் வணங்க வேண்டும் என்று சின்னவயதில் அவன் நினைத்துக் கொண்டிருந்தான். சொல்லிவிட்டுச் செய்ய வேண்டும். "எஸ்தா, தலை வணங்கு" என்று அவர்கள் கூறுவார்கள். அவனும் தலையை வணங்கிக் கொண்டே, "வணங்கு" என்பான். அவர்கள் ஒருவரையொருவர் பார்த்துச் சிரிப்பார்கள். அவனுக்குக் கவலையாக இருக்கும்.

ஒழுங்கற்ற பற்களோடு இருக்கும் தனியான எஸ்தா.

வெளியே அவனுடைய அம்மா, அவனுடைய சகோதரி, அவ னுடைய பேபி பெரியத்தைக்காக அவன் காத்திருந்தான். அவர்கள் வெளியே வந்ததும் அம்மு, "ஓ.கேயா எஸ்தப்பான்?" என்றாள்.

எஸ்தா, "ஓ.கே." என்று சொல்லிவிட்டு தலையின் பஃப் கலைந்து விடாமல் தலையசைத்தான்.

ஓ.கே.? ஓ.கே. சீப்பை எடுத்து அவளது கைப்பைக்குள் வைத்தான். முதன் முறையாகப் பெரிய பையனைப் போல ஒரு வேலையை வெற்றிகர மாகச் செய்துவிட்டு வந்திருக்கிற, பீஜ் ஸ்வெட்டரும், கூர் ஷூவும் அணிந்த, கூச்சசுபாவியான, தன்னுடைய கௌரவமான குட்டிப் பையன் மீது அம்முவுக்குத் திடீரென்று அன்பு வெள்ளமாகப் பிரவகித்தது. அவனுடைய தலைமுடிகளுக்கூடாகத் தன் விரல்களை நுழைத்து அன்புடன் கோதினாள். அவனுடைய பஃப்பைக் கலைத்துவிட்டாள்.

பித்தளை எவரெடி டார்ச்சை வைத்துக்கொண்டிருந்த ஆள் படம் ஆரம்பித்துவிட்டதாகக் கூறி வேகமாகப் போகச் சொன்னான். சிவப்பு நிறப் படிக்கட்டுகளின் மீது போடப்பட்டிருந்த சிவப்புக் கம்பளத்தின் மீது அவர்கள் விரைய வேண்டியிருந்தது. சிவப்புப் படிக்கட்டுகளின் சிவப்பு ஓரங்களில் சிவப்பான எச்சில் கறைகள். டார்ச் ஆள் தன் முண்டைச் சுருட்டி காலிடுக்கில் இடுக்கி இடது கையால் பிடித்துக் கொண்டு படிகளில் தாவியேறினான். ஏறும்போது அவனுடைய முழங் கால் தசைகள் இறுகி, ரோமம் அடர்ந்த பீரங்கிக் குண்டுகள்போல

மாறின. அவனது வலது கையில் டார்ச்சை வைத்திருந்தான். மனதுடன் சேர்ந்து அவன் விரைந்தான்.

"ஆரம்பித்து ரொம்ப நேரமாகிவிட்டது," என்றான்.

எனவே அவர்கள் ஆரம்பத்தைத் தவற விட்டிருக்கின்றனர். சுருக்கம் விழுந்த வெல்வெட் திரை, மஞ்சள் குஞ்சத்துடன் கட்டப்பட்ட மின் விளக்குகளோடு தூக்கப்பட்டிருப்பதைத் தவற விட்டிருக்கின்றனர். அது மெதுவாக மேலேற, *ஹடாரி* படத்தின் *குட்டி யானை நடை* சங்கீதம் போடப்பட்டிருக்கும். அல்லது *கர்னல் போகியின் அணி வகுப்புச் சங்கீதம்.*

அம்மு எஸ்தாவின் கையைப் பற்றினாள். பேபி கொச்சம்மா மூச்சிறைக்க ராஹேலின் கையைப் பிடித்துக்கொண்டாள். பார முலாம் பழங்களைச் சுமந்து தள்ளாடினாலும் பேபி கொச்சம்மா தனக்கும் படத்தைப் பார்க்க ஆசையென்பதை ஒப்புக்கொள்ளவே மாட்டாள். குழந்தைகளுக்காகத்தான் அவள் வந்திருப்பதாகக் கூறிக்கொள்வாள். அவளுடைய மனத்துக்குள் 'மற்றவர்களுக்காக அவள் செய்யும் விஷயங்கள்' என்றும் 'அவளுக்காக மற்றவர்கள் செய்யாத விஷயங்கள்' என்றும் நுட்பமாகக் கணக்கு வைத்துக் கொண்டிருப்பாள்.

அவளுடைய ஆரம்ப கன்னிகாஸ்திரீ அனுபவத் துணுக்குகளை அவள் விரும்பினாள். அவற்றைத் தான் இழந்திருக்கவில்லையென நம்பினாள். ஒவ்வொருவரும் தான் அதிகமும் அடையாளப்படுத்திக் கொள்ளுபவற்றை மட்டுமே அதிகம் நேசிப்பதாக அம்மு ராஹேலிடமும் எஸ்தாவிடமும் விளக்கினாள். பாரோன் வான் ட்ராப்பாக நடித்த கிரிஸ்டோபர் பிளம்மரை அதிகம் தான் அடையாளப்படுத்திக் கொள்வதாக ராஹேல் கருதினாள். சாக்கோ அவனோடு அடையாளப் படுத்திக் கொள்ளவில்லை. அவனை பாரோன் வான் க்ளாப் ட்ராப் என்றான்.

கயிற்றில் கட்டப்பட்ட ஒரு கொசுவிற்குப் பயங்கர குஷி வந்ததைப் போல ராஹேல் இருந்தாள். பறந்துகொண்டு. எடையேயின்றி. இரண்டு படியேறி. இரண்டு படி இறங்கி. ஒன்றில் ஏறி. கொச்சம்மா ஒரு படி ஏறுவதற்குள் அவள் அந்த சிவப்புப் படிக்கட்டுகள் ஐந்தைத் தாவி யேறினாள்.

I'm Popeye the sailor Man டம் டம்
I live in a cara-van டம் டம்
I op-en the door
And fall-on the floor
I'm Popeye the sailor man டம் டம்

இரண்டு மேலேறி, இரண்டு கீழிறங்கி, ஒன்று ஏறி, குதித்து, குதித்து.

"ராஹேல்" என்றாள் அம்மு. "நீ இன்னும் பாடம் கற்றுக்கொள்ள வில்லை. இல்லையா?"

ராஹேல் கற்றுக்கொண்டிருக்கிறாள்: அதீத உற்சாகம் எப்போதும் அழுகையில் கொண்டு விட்டுவிடும். டம் டம்.

பிரின்சஸ் சர்க்கிள் லாபியை அவர்கள் அடைந்தனர். ஆரஞ்சு பானங்கள் காத்திருந்த ரிஃப்ரெஷ்மெண்ட் கெளண்டரைத் தாண்டிச் சென்றனர். எலுமிச்சை பானங்களும் காத்திருந்தன. ஆரஞ்சு மிகவும் ஆரஞ்சாக இருந்தது. எலுமிச்சை மிகவும் எலுமிச்சையாக. சாக்லெட்டுகள் மிகவும் உருகி.

டார்ச் ஆள் பிரின்சஸ் சர்க்கிளின் கனத்தக் கதவைத் திறந்து மின் விசிறிகள் விர்ரிக்கொண்டிருக்கும், வேர்க்கடலை காகிதங்கள் கசக்கப் படும் இருட்டுக்குள் அவர்களைச் செலுத்தினான். மனிதர்கள் மூச்சும், ஹேர் ஆயிலுமாக வாசனை வந்தது. பழைய கம்பள வாசனை. ராஹேல் எப்போதுமே நினைவில் வைத்திருந்த, பாதுகாத்திருந்த *Sound of Music*ன் வாசனை. வாசனைகள், இசையைப் போல ஞாபகங்களை அடக்கியவை. அவள் ஆழ்ந்து சுவாசித்து பாட்டிலில் அடைத்துப் பத்திரப்படுத்திக்கொண்டாள்.

எஸ்தா டிக்கெட்டுகளை வைத்திருந்தான். சின்ன மனிதன். *He lived in a cara-van.* டம் டம்.

டார்ச் ஆள் இளஞ்சிவப்பு டிக்கெட்டுகளில் விளக்கடித்துப் பார்த்தான். ஜே வரிசை. இருக்கை எண் 17, 18, 19, 20. எஸ்தா, அம்மு, ராஹேல், பேபி கொச்சம்மா. அமர்ந்திருந்தவர்கள் எரிச்சலோடு கால்களை அப்படியும் இப்படியுமாக அகற்றிக்கொண்டு இடமளிக்க அவர்கள் நுழைந்து சென்றனர். இருக்கைகள் மடங்கியிருந்தன. பேபி கொச்சம்மா ராஹேலின் இருக்கையை இறக்கிக் கொடுத்தாள். அவளுக்குப் போதிய கனமில்லாததால் அவளோடு சேர்ந்து அந்த இருக்கை ஒரு ஸாண்ட்விச் ஸ்டஃப்பிங் போல மடங்கியது. ராஹேல் அவள் முட்டிகளுக்கிடையில் படத்தைப் பார்த்தாள். இரண்டு முட்டிகளும் ஒரு நீரூற்றும். எஸ்தா கெளரவத்தோடு இருக்கையின் முனையில் அமர்ந்திருந்தான்.

மின்விசிறிகளின் நிழல்கள், திரையின் படம் விழாத ஓரங்களில் சுற்றின.

டார்ச் அணையட்டும். தொடங்கட்டும் உலக ஹிட் படம்.

காமிரா உயர்ந்து, ஆஸ்திரியாவின் நீல வானத்துக்குச் (அவர்களின் காரின் கலர்) செல்ல, பின்னணியில் தெளிந்த, சோகமான தேவாலய மணிகள் கேட்டன.

கீழே, நிலத்தில் மடாலய முற்றத்தில் உருளைக்கற்கள் பளபளத்தன. குறுக்கே கன்னிகாஸ்திரீகள் கடந்து சென்றனர். மெதுவாகக் கடந்து செல்லும் சுருட்டுகளைப் போல. அமைதியான கன்னிகாஸ்திரீகள் தங்கள் ரெவரெண்ட் மதரைச் சுற்றி அமைதியாகக் குழுமினர். அந்த ரெவரெண்ட் மதர் அவர்களுடைய கடிதங்களைப் படிப்பவளல்ல. ரொட்டித் துண்டை மொய்க்கும் எறும்புகளைப் போல அவளைச்

சுற்றி அவர்கள். ராணி சுருட்டைச் சுற்றி மற்ற சுருட்டுகள். தங்கள் முட்டிகளில் முடி இல்லாதவர்கள். ரவிக்கைகளுக்குள் முலாம்பழங்கள் இல்லாதவர்கள். பெப்பர்மின்ட் சுவாசம் உள்ளவர்கள். அவர்களுக்கு ரெவரெண்ட்டிடம் புகார் சொல்ல வேண்டியிருக்கிறது. இனிமையாகப் பாடிக்கொண்டு சொல்லப்படும் புகார்கள். ஜூலி ஆண்ட்ரூஸ் மலையின் மேல் *The hills are alive with the Sound of Music* என்று பாடிக்கொண்டிருக்கிறாள். பிரார்த்தனைக் கூட்டத்துக்கு மீண்டும் தாமதமாகவே வருகிறாள்.

She climbs a tree and scrapes her knee

அந்த கன்னிகாஸ்திரீகள் சங்கீதமாகக் கோள் சொல்லினர்.

Her dress has got a tear

She waltzes on her way to Mass

And whistles on the stair . . .

பார்வையாளர்களில் சிலர் திரும்பிப் பார்த்தனர்.

“ஷ்ஷ்ஷ் !” என்றனர்.

ஷ் !ஷ் !ஷ் !

And underneath her wimple

She has curlers in her hair!

அந்தப் படத்துக்கு வெளியே ஒரு குரல் கேட்டுக்கொண்டிருந்தது. அது தெளிவாக, உண்மையாக, மின்விசிறிகளின் விர்ரலையும், கடலைக் கொட்டை மெல்லும் இருட்டையும் வெட்டிக்கொண்டு கேட்டது. பார்வையாளர்களில் ஒரு கன்னிகாஸ்திரீ. பாட்டில் மூடிகளைப் போல தலைகள் சுழன்றன. தலைகளின் கறுப்பு முடிகள் திரும்பி முகங்களாகி வாய்களும் மீசைகளும் கொண்டவையாகின. வாய்கள் உஷ்ஷென்றன. பற்கள் சுறாமீன்களைப்போலிருந்தன. பலருக்கும். கார்டில் ஒட்டிய ஸ்டிக்கர்கள் போல.

அவர்களனைவரும் கூட்டாக, “ஷ்ஷ்ஷ்” என்றனர்.

அங்கே பாடுவது எஸ்தா. பஃப் எடுத்துத் தலைவாரிய ஒரு கன்னிகாஸ்திரீ. ஒரு எல்விஸ் பெல்விஸ் கன்னிகாஸ்திரீ. அவனால் அடக்க முடியவில்லை.

அவர்கள் கண்ணில் அவன் பட்டதும் “அவனை வெளியே விரட்டுங்கள்” என்றனர்.

ஷட்அப் அல்லது கெட்அவுட். கெட் அவுட் அல்லது ஷட்அப்.

பார்வையாளர்கள் பெரிய மனிதன். எஸ்தா சின்ன மனிதன் – டிக்கெட்டுகள் வைத்திருப்பவன்.

“கடவுளே, எஸ்தா, வாயை *மூடு!*” அம்முவின் கோபமான குரல் கிசுகிசுத்தது.

எனவே எஸ்தா வாயை *மூடிக்கொண்டான்*. வாய்களும் மீசைகளும் திரும்பிக்கொண்டன. ஆனால் மீண்டும் எதிர்பாராமல் பாட்டு திரும்ப வந்தது. எஸ்தாவால் அடக்க முடியவில்லை.

“அம்மு, நான் வெளியே போய் பாடட்டுமா?” என்று (அம்மு அவனை அடிப்பதற்கு முன்) எஸ்தா கேட்டான். “பாட்டு முடிந்ததும் நான் வருகிறேன்.”

“இன்னொரு தடவை உன்னை வெளியே அழைத்து வருவேன் என்று எதிர்பார்க்காதே. நீ நம் *எல்லோரையும்* கஷ்டப்படுத்துகிறாய்” என்றாள் அம்மு.

ஆனால் எஸ்தாவால் அடக்க முடியவில்லை. வெளியே செல்ல எழுந்தான். கோபமான அம்முவைத் தாண்டி. அவள் முட்டிகளுக்கு நடுவில் படத்தை சுவாரஸ்யமாகப் பார்த்துக்கொண்டிருக்கும் ராஹேலைத் தாண்டி. பேபி கொச்சம்மாவைத் தாண்டி. அப்படியும் இப்படியுமாகக் கால்களை அகற்ற வேண்டிவந்த பார்வையாளர்களைத் தாண்டி. கதவின் மேல் சிவப்பெழுத்தில், சிவப்பு விளக்கு EXIT என்றது. எஸ்தா எக்ஸிட்டினான்.

லாபியில் ஆரஞ்சு பானங்கள் காத்திருந்தன. எலுமிச்சை பானங்கள் காத்திருந்தன. உருகும் சாக்லெட்டுகள் காத்திருந்தன. எலெக்ட்ரிக் நீல நுரைப்பஞ்சு கார் – சோஃபாக்கள் காத்திருந்தன. *‘விரைவில் வருகிறது’* போஸ்டர்கள் காத்திருந்தன.

எஸ்தா, அபிலாஷ் டாக்கீஸின் பிரின்சஸ் சர்கிள் லாபியில் எலெக்ட்ரிக் நீல கார் சோஃபாவில் உட்கார்ந்து பாடினான். ஒரு கன்னிகாஸ்திரீயின் குரலில், சுத்தமான தண்ணீரைப் போன்ற தெளிவான குரலில்,

But how do you make her stay

And listen to all you say?

சிற்றுணவக மேஜையின் பின்னால் வரிசையாக அடுக்கப்பட்ட நாற்காலிகளில் தூங்கிக்கொண்டிருந்த, இடைவேளைக்காகக் காத்திருந்த ஆள் எழுந்தான். பிசுபிசுத்த கண்களினூடாக பீஜ், கூரான ஷூக்கள் அணிந்து தனியாக இருந்த எஸ்தா கலைந்த பஃப்போடு தெரிந்தான். அவன் பளிங்கு மேடையை அழுக்கு கந்தல் துணியால் துடைத்தான். காத்திருந்தான். காத்திருந்து துடைத்தான். துடைத்துக்கொண்டு காத்திருந்தான். எஸ்தா பாடுவதைக் கவனித்தான்.

How do you keep a wave upon the sand?

Oh, how do you solve a problem like Maria?

“ஏய்! எடா செறுக்கா!” அந்த ஆரஞ்சுடிரிங்க் லெமன்டிரிங்க் ஆள் தூக்கம் கனத்த கரகரப்புக் குரலில் கூப்பிட்டான், “என்னடா செய்துகொண்டிருக்கிறாய்?”

How do you hold a moonbeam in your hand?

எஸ்தா பாடினான்.

“ஏய்!” ஆரஞ்சுடிரிங்க் லெமன்டிரிங்க் ஆள் கூப்பிட்டான். “இங்கே பார், இது நான் ஓய்வெடுக்கும் நேரம். இன்னும் கொஞ்ச நேரத்தில் எழுந்து வேலை பார்க்க வேண்டும். அதனால் இங்கே உட்கார்ந்து இங்கிலீஷ் பாட்டு பாடிக்கொண்டிருக்காதே. அதை நிறுத்து.” அவனது தங்கக் கடிகாரம் அவனுடைய முழங்கையில் அடர்ந்திருந்த சுருட்டை முடிகளில் ஏறக்குறைய புதைந்திருந்தது. அவனது தங்கச் சங்கிலி அவனுடைய மார்பு முடிகளில் ஏறக்குறைய புதைந்திருந்தது. அவனுடைய வெள்ளை டெரிலின் சட்டை அவன் தொப்பை ஆரம்பிக்கும் இடத்திலிருந்து பட்டனிடப் படாமலிருந்தது. அவனைப் பார்க்கச் சிநேகிதமற்ற, நகையணிந்த கரடியைப் போலிருந்தான். அவனுக்குப் பின்னால், அங்கு குளிர் பானங்களும் தின்பண்டங்களும் வாங்குபவர்கள் பார்ப்பதற்காக கண்ணாடிகள் பதிக்கப்பட்டிருந்தன. அவர்களுடைய பஃப்களைச் சீரமைத்துக்கொள்ளவும், தலை பன்களைச் சரிசெய்து கொள்ளவும். அந்தக் கண்ணாடிகள் எஸ்தாவைக் கவனித்தன.

“உன்மீது எழுத்துபூர்வமாகப் புகார் தந்துவிடுவேன்” என்றான் அவன் எஸ்தாவிடம். “என்ன தந்துவிடட்டுமா? எழுத்துபூர்வமாகப் புகார்?”

எஸ்தா பாடுவதை நிறுத்திவிட்டு, உள்ளே செல்ல எழுந்தான்

“இப்போது நான் எழுந்துவிட்டேன்” அந்த ஆரஞ்சுடிரிங்க் லெமன்டிரிங்க் மனிதன் சொன்னான். “என் ஓய்வு நேரத்திலிருந்து நீ எழுப்பிவிட்டாய். என்னை *டிஸ்டர்ப்* செய்துவிட்டாய். சரி, வந்து ஒரு ஜூஸ் குடி. அதையாவது செய்.”

அவனுக்குச் சவரம் செய்யப்படாத, கன்னத்து எலும்புகள் தூக்கிய முகம். அவனுடைய பற்கள், மஞ்சள் நிற பியானோ கட்டைகளைப் போல அந்தச் சின்ன எல்விஸ் பெல்விஸ் பையனைப் பார்த்தன.

“வேண்டாம், நன்றி” என்று எஸ்தா பணிவுடன் கூறினான். “என் குடும்பத்தினர் என்னை எதிர்பார்த்துக் கொண்டிருப்பார்கள். என்னுடைய பாக்கெட் மணியையும் நான் ஏற்கெனவே செலவழித்துவிட்டேன்.”

“போக்கெட் மணி?” அவன் பற்கள் இன்னும் கவனித்துக்கொண்டிருக்க அந்த ஆரஞ்சுடிரிங்க் லெமன்டிரிங்க் மனிதன் கேட்டான். “முதலில் இங்கிலீஷ் பாட்டு, அப்புறம் *போக்கெட் மணி!* எங்கே வசிக்கிறாய் நீ? சந்திரனிலா?”

எஸ்தா செல்வதற்குத் திரும்பினான்.

"ஒரு நிமிஷம் இரு!" அந்த ஆரஞ்சுடிரிங்க் லெமன்டிரிங்க் மனிதன் அழுத்தமாகக் கூறினான். "ஒரே நிமிஷம்!" மீண்டும் கூறினான். இம்முறை மென்மையாக. "உன்னிடம் ஒரு கேள்வியைக் கேட்டேன் என்று நினைக்கிறேன்."

அவனுடைய மஞ்சள் பற்கள் காந்தங்களாக இருந்தன. அவை பார்த்தன. அவை சிரித்தன. அவை பாடின. அவை முகர்ந்தன. அவை நகர்ந்தன. அவை வசியப்படுத்தின.

"நீ எங்கே வசிக்கிறாய் என்று கேட்டேன்," அவனுடைய அசிங்கமான வலையைப் பின்னிக்கொண்டே கேட்டான்.

"அய்மனம்" என்றான் எஸ்தா. "நான் அய்மனத்தில் இருக்கிறேன். என் பாட்டி 'பாரடைஸ் ஊறுகாய் & பதனங்கள்' தொழிற்சாலையை நடத்துகிறார்கள். அவர்கள் ஸ்லீப்பிங் பார்ட்னர்."

"இப்போது கூடவா?" அந்த ஆரஞ்சுடிரிங்க் லெமன்டிரிங்க் ஆள் கேட்டான். "யாரோடு தூங்குகிறார்கள் உங்கள் பாட்டி?" அவனுடைய அசிங்கமான சிரிப்பு எஸ்தாவுக்கு விளங்கவில்லை. "சரி விடு, உனக்குப் புரியாது."

"வந்து ஏதாவது குடி" என்றான். "ஒரு ஃப்ரீ கூல் டிரிங்க். வா. இங்கே வந்து உன் பாட்டியைப் பற்றிச் சொல்லு."

எஸ்தா சென்றான். மஞ்சள் பற்களால் இழுக்கப்பட்டு.

"இங்கே. கௌண்ட்டருக்குப் பின்னால்" ஆரஞ்சுடிரிங்க் லெமன்டிரிங்க் ஆள் சொன்னான். அவன் தன்னுடைய குரலைக் கிசுகிசுப்பாகத் தாழ்த்திக்கொண்டான். "இது ரகசியமாக இருக்க வேண்டும். ஏனென்றால் இடைவேளைக்கு முன்னால் குளிர்பானங்களுக்கு அனுமதியில்லை. அது ஒரு தியேட்டர் குற்றம்."

கொஞ்ச நேரம் கழித்து, "கண்டுபிடித்து விடுவார்கள்" என்றான்.

எஸ்தா சிற்றுணவக மேஜைக்குப் பின்னால் அவனது இலவசக் குளிர்பானத்துக்காகச் சென்றான். அங்கே மூன்று உயரமான ஸ்டூல்கள் ஆரஞ்சுடிரிங்க் லெமன்டிரிங்க் ஆள் தூங்குவதற்காக வரிசையாக போடப்பட்டிருந்தன. அவன் உட்கார்ந்திருந்ததில் பலகை வழவழப்பாகப் பளிச்சிட்டது.

"சரி, எனக்காக இதைக் கொஞ்சம் பிடித்துக்கொள்கிறாயா?" என்று அந்த ஆரஞ்சுடிரிங்க் லெமன்டிரிங்க் ஆள் தன்னுடைய வெள்ளை மஸ்லின் வேட்டியை விலக்கி, தன்னுடைய ஆணுறுப்பை எஸ்தாவிடம் கொடுத்து, "உனக்கு கூல் டிரிங்க் எடுத்துத் தருகிறேன். ஆரஞ்சா, லெமனா?" என்றான்.

எஸ்தா அதைப் பிடிக்க வேண்டியிருந்ததால் பிடித்துக்கொண்டிருந்தான்.

"ஆரஞ்ச்? லெமன்?" அவன் கேட்டான். "லெமனாரஞ்ச்?"

"லெமன், ப்ளீஸ்" என்றான் எஸ்தா பணிவுடன்.

அவனுக்குச் சில்லென்ற ஒரு பாட்டிலும் ஒரு ஸ்ட்ராவும் கிடைத்தன. எனவே ஒரு கையில் பாட்டிலையும் மறு கையில் அந்த ஆணுறுப்பை யும் பிடித்துக்கொண்டிருந்தான். கனமாக, சூடாக, நரம்புகள் பின்னி யிருந்தது. சந்திரக்கதிரல்ல.

ஆரஞ்சுடிரிங்க் லெமன்டிரிங்க் ஆளின் கைகள் எஸ்தாவின் கையின் மேல் மூடின. அவனுடைய கட்டைவிரல் நகம் ஒரு பெண்ணினுடை யதைப் போலிருந்தது. அவன் எஸ்தாவின் கையை மேலும் கீழும் அசைத் தான். முதலில் மெதுவாக, பின்பு வேகமாக.

லெமன்டிரிங்க் குளிர்ச்சியாகவும் இனிப்பாகவும் இருந்தது. ஆணுறுப்பு சூடாகவும், கெட்டியாகவும் இருந்தது.

பியானோ கட்டைகள் கவனித்துக்கொண்டிருந்தன.

"உன் பாட்டி ஒரு தொழிற்சாலையை நடத்துகிறார்களா?" ஆரஞ்சு டிரிங்க் ஆள் கேட்டான். "என்ன மாதிரியான தொழிற்சாலை?"

"பலவிதமான பொருட்கள்" அவன் வாயில் ஸ்ட்ரா இருக்க எங்கும் பார்க்காமல் எஸ்தா பதிலளித்தான். "ஸ்குவாஷ்கள், ஊறுகாய்கள், ஜாம்கள், மசாலா பொடிகள், அன்னாசி சீவல்கள்."

"குட்." ஆரஞ்சுடிரிங்க் லெமன்டிரிங்க் ஆள் சொன்னான். "எக்ஸலண்ட்."

அவன் கைகள் எஸ்தாவின் கைகளை இறுக்கமாகப் பற்றின. இறுக்கமாக, வியர்வையாக, இன்னும் வேகமாக.

Fast faster fest

Never let it rest

Until the fast is faster

And the faster's fest.

அந்த ஈரத்தில் உறிஞ்சிய (எச்சிலாலும் பயத்தினாலும் ஏறக்குறைய தட்டையாகிவிட்ட) ஸ்ட்ரா வழியாக எலுமிச்சை பானத்தின் இனிப்பு கூடியது. அந்த ஸ்ட்ரா வாயில் இருக்க (மற்றொரு கை இயங்க) எஸ்தா பாட்டிலுக்குள் காற்று முட்டைகளை ஊதினான். அவனால் குடிக்க முடியாத எலுமிச்சைக் குமிழ்கள் இனிப்பாக ஒட்டிக்கொண்டிருந்தன. அவன் தலைக்குள் அவனுடைய பாட்டியின் தயாரிப்புகளை வரிசைப் படுத்தினான்.

ஊறுகாய்கள்	**ஸ்குவாஷ்கள்**	**ஜாம்கள்**
மாங்காய்	ஆரஞ்சு	வாழை
பச்சை மிளகு	திராட்சை	பழக்கலவை
பாகற்காய்	அன்னாசி	திராட்சை மார்மலேட்
பூண்டு	மாம்பழம்	
உப்பிட்ட எலுமிச்சை		

அந்த எலும்பு துருத்திய, மயிர்சிலிர்த்த முகம் முறுக்கித் திருகிக் கொள்ள, எஸ்தாவின் கை ஈரமாக, சூடாக, பிசுபிசுப்பாகியது. அதில் வெள்ளை முட்டை போல இருந்தது. வெள்ளை முட்டை வெள்ளை. கால்வாசி வெந்தது.

லெமன்டிரிங்க் குளிர்ச்சியாக, இனிப்பாக இருந்தது. அந்த ஆணுறுப்பு இளகிச் சுருங்கி காலியான தோல் பர்ஸைப் போலத் தளர்ந்தது. அவனது அழுக்குக் கலர் கந்தல் துணியால் எஸ்தாவின் கையைத் துடைத்தான்.

“சரி, குடித்து முடி” என்று எஸ்தாவின் பின்புறத்தை அன்புடன் பிசைந்தான். டைட்டான பேன்ட்டில் டைட்டான திரட்சிகள். பீஜ் கம்பளியும் கூரான ஷூக்களும். “இதைப் பாழாக்கக் கூடாது” என்றான். “சாப்பிடவோ, அருந்தவோ எதுவுமற்ற ஏழை மக்கள் எல்லோரையும் நினைத்துப் பார். நீ ஒரு அதிருஷ்டசாலியான பணக்காரப் பையன், போக்கெட் மணி கிடைக்கிறது, பாட்டியின் தொழிற்சாலை சொத்தாக இருக்கிறது, உனக்கென்று எந்தக் கவலையும் இல்லாததற்காக கடவுளுக்கு நீ நன்றி சொல்ல வேண்டும். சரி, குடித்து முடி.”

எனவே, கேரளாவின் முதல் 70 எம்எம் சினிமாஸ்கோப் திரையமைந்த, அபிலாஷ் டாக்கீஸின், பிரின்சஸ் சர்க்கிள் லாபியின் சிற்றுணவக மேஜையின் பின்னால் எஸ்தப்பான் யாகோ தன்னுடைய இலவச, நுரை பொங்கும் எலுமிச்சம் சுவையுள்ள, பயம் மிகுந்த பானத்தை முடித்தான். அவன் அருந்திய எலுமிச்சம் மிகுந்த எலுமிச்சமாக, மிகக் குளிர்ச்சியாக இருந்தது. மிக இனிப்பு. நுரை அவன் மூக்கு வரை வந்தது. விரைவில் இன்னொரு பாட்டில் (இலவச, நுரை பொங்கும் பயம்) அவனுக்குத் தரப்படலாம். ஆனால் அப்போது அவனுக்குத் தெரியவில்லை. தன்னுடைய பிசுபிசுத்த மற்றொரு கையை உடம்பிலிருந்து தள்ளி வைத்துக்கொண்டான்.

அது எதனையும் தொடக் கூடாது.

எஸ்தா தன்னுடைய பானத்தை அருந்தி முடித்ததும் ஆரஞ்சுடிரிங்க் லெமன்டிரிங்க் ஆள், “முடிந்ததா? நல்ல பையன்” என்றான்.

காலியான பாட்டிலையும், சப்பையான ஸ்ட்ராவையும் எடுத்துக் கொண்டு, அவன் எஸ்தாவை The Sound of Music க்கிற்கு அனுப்பினான்.

அந்த ஹோர் ஆயில் இருட்டுக்குள் எஸ்தா தனது மற்றொரு கையை ஜாக்கிரதையாக (மேல்நோக்கி, ஒரு கற்பனை ஆரஞ்சுப் பழத்தை வைத்திருப்பதைப் போல) தூக்கி வைத்துக்கொண்டு நுழைந்தான். பார்வையாளர்களுக்கிடையில் (அவர்கள் கால்கள் அப்படியும் இப்படியும் நகர) நழுவிக் கடந்து, பேபி கொச்சம்மாவைக் கடந்து, ராஹேலைக் கடந்து (இன்னமும் பின்னோக்கி மடிந்து சாய்ந்திருந்தாள்) அம்முவைக் கடந்து (இன்னமும் எரிச்சலோடு இருந்தாள்) எஸ்தா உட்கார்ந்தான். இன்னமும் அவனுடைய பிசுபிசுத்த ஆரஞ்சைத் தள்ளிப் பிடித்துக்கொண்டிருந்தான்.

அங்கே காப்டன் வான் க்ளாப் – ட்ராப் இருந்தார். கிறிஸ்டோபர் பிளம்மர். திமிர். கடின மனம் கொண்டவர். சின்னப் பிளவு போல

வாய். போலீசின் கிறீச்சிடும் ஸ்டீல் விசில். ஏழு குழந்தைகள் உடைய ஒரு காப்டன். ஒரு பாக்கெட் பெப்பெர்மின்ட்டுகளைப் போல சுத்தமான குழந்தைகள். அவர்களை நேசிக்காதது போல நடித்தாலும் நேசிப்பவர். அவர் அவளை (ஜூலி ஆண்ட்ரூஸ்) நேசித்தார். அவள் அவரை நேசித்தாள். அவர்கள் குழந்தைகளை நேசித்தனர், குழந்தைகள் அவர்களை நேசித்தனர். அவர்கள் ஒருவரையொருவர் நேசித்தனர். அவர்கள் சுத்தமான, வெள்ளைக் குழந்தைகள். அவர்களுடைய படுக்கைகள் ஐடர் வாத்தின் மிருதுவாக இருக்கும்.

அவர்கள் வசித்த வீட்டில் ஓர் ஏரியும் தோட்டங்களும் அகன்ற மாடிப்படிகளும் வெள்ளை நிறக் கதவுகளும் ஜன்னல்களும் மலர்கள் அமைத்த திரைச்சீலையும் இருந்தன.

சுத்தமான வெள்ளைக் குழந்தைகளுக்கு, பெரிய பையன்களுக்குக் கூட, இடியென்றால் பயமாக இருந்தது. அவர்களின் பயத்தைப் போக்க, ஜூலி ஆண்ட்ரூஸ், அவர்கள் எல்லோரையும் சுத்தமான படுக்கையில் படுக்கவைத்து, அவளுக்குப் பிடித்தமான சில விஷயங் களைச் சுத்தமானதொரு பாட்டாகப் பாடுகிறாள். அவளுக்குப் பிடித்த மான சில விஷயங்கள் இவை:

1. நீல ஸாட்டின் பட்டிகை கொண்ட வெள்ளை உடையணிந்த பெண்கள்.
2. தமது சிறகுகளில் நிலா பிரதிபலிக்கப் பறந்து செல்லும் காட்டு நாரைகள்.
3. பளபளக்கும் தாமிரப் பாத்திரங்கள்.
4. கதவு மணிகள், குதிரைச்சேண மணிகள், நூடுல்ஸோடு ஷ்நிட்ஸெல் கட்லெட்டுகள்.
5. மற்றும் பல.

இதற்கிடையில் 'அபிலாஷ் டாக்கீ'ஸில் இருந்த இரு கரு இரட்டையர் களின் மனத்தில் வேறுசில பதிலில்லா கேள்விகள் தோன்றிக்கொண் டிருக்கின்றன. அவை:

(அ) *காப்டன் வான் கிளாப்–ட்ராப் தன் காலை ஆட்டுவாரா?*
மாட்டார்.

(ஆ) *காப்டன் வான் கிளாப்–ட்ராப் எச்சில் குமிழிகள் ஊதுவாரா?*
நிச்சயமாக மாட்டார்.

(இ) *தொண்டையில் களகள சத்தமெழுப்புவாரா?*
மாட்டார்.

ஓ காப்டன் வான் ட்ராப், காப்டன் வான் ட்ராப், இந்த நாற்ற மெடுக்கும் அரங்கத்தில், ஆரஞ்சுப்பழம் வைத்திருக்கும் சின்னப் பையனை நீங்கள் நேசிப்பீர்களா?

அவன் ஆரஞ்சுடிரிங்க் லெமன்டிரிங்க் ஆளின் சூ – சூவை வெறுமனே பிடித்துக்கொண்டிருந்தான், அப்படியானால் அவனை நேசிப்பீர்களா?

அவனுடைய இரட்டைச் சகோதரியை? லவ் – இன் – டோக்கியோ வில் ஒரு நீரூற்று மேலெழும்ப தலையில் வைத்திருப்பாளே, அவளைக் கூட நீங்கள் நேசிப்பீர்களா?

காப்டன் வான் ட்ராப்பிற்கென்று சொந்தமாகச் சில கேள்விகளும் இருந்தன:

(அ) அவர்கள் சுத்தமான வெள்ளைக்காரக் குழந்தைகளா?

இல்லை. (ஆனால் ஸோஃபீ மோள் அப்படித்தான்.)

(ஆ) அவர்கள் எச்சில் குமிழி விடுவார்களா?

ஆம். (ஆனால் ஸோஃபீ மோள் விட மாட்டாள்.)

(இ) தம்முடைய கால்களை ஆட்டுவார்களா? குமாஸ்தாக்களைப் போல?

ஆம். (ஆனால் ஸோஃபீ மோள் ஆட்ட மாட்டாள்.)

(ஈ) அவர்களில் யாராவது ஒருவரோ, அல்லது இருவருமோ அந்நியர்களின் சூ – சூவை எப்போதாவது பிடித்திருக் கிறார்களா?

இல் . . . ஆம். (ஆனால் ஸோஃபீ மோள் பிடித்ததில்லை.)

“அப்படியென்றால் மன்னிக்கவும்” என்றார் காப்டன் கிளாப் – ட்ராப். “இது கேள்விக்கு அப்பாற்பட்டது. என்னால் அவர்களை நேசிக்க முடியாது. நான் அவர்களுடைய பாபாவாக இருக்க முடியாது. முடியவே முடியாது.”

காப்டன் வான் கிளாப் – ட்ராப்பால் முடியாது.

எஸ்தா தன் தலையை மடியில் புதைத்தான்.

“என்ன விஷயம்?” என்றாள் அம்மு. “மறுபடியும் நீ சிணுங்கினால் உன்னை நேராக வீட்டுக்குக் கூட்டிப் போய்விடுகிறேன். நேராய் நிமிர்ந்து உட்கார், ப்ளீஸ். படத்தைப் பார். அதற்காகத் தான் உன்னை அழைத்து வந்திருக்கிறோம்.”

குடித்து முடி.

படத்தைப் பார்.

ஏழை மக்கள் எல்லோரையும் நினைத்துப் பார்.

போக்கெட்மணி இருக்கும் அதிருஷ்டக்காரப் பணக்காரப் பையன். கவலையே கிடையாது.

எஸ்தா நிமிர்ந்து உட்கார்ந்து பார்த்தான். அவன் வயிறு எழும்பியது.

பச்சையாக அலையடிக்கும், கெட்டியாக நீர் புரளும், அடைக்கும், கடற்பாசிகள் நெளியும், மிதக்கும், அடியில் எதுவுமற்ற, அடியில் நிரம்பியிருப்பதுபோல உணர்ந்தான்.

"அம்மு?" என்றான்.

"இப்போது என்ன?" அந்த என்ன வெடித்தது, சீறியது, அறைந்தது.

"வாந்தி வருகிறது" என்றான் எஸ்தா.

"அப்படித் தோன்றுகிறதா, அல்லது எடுக்க வேண்டுமா?" அம்முவின் குரல் கவலையாகியது.

"தெரியவில்லை."

"போய் முயற்சிக்கலாமா, வாந்தி எடுத்துவிட்டால் உனக்குக் கொஞ்சம் இதமாக இருக்கும்" என்றாள் அம்மு.

"ஓகே" என்றான் எஸ்தா.

ஓகே? ஓகே.

"எங்கே போகிறீர்கள்" பேபி கொச்சம்மா தெரிந்துகொள்ளக் கேட்டாள்.

"எஸ்தாவிற்கு வாந்தி வருகிறாற்போலிருக்கிறதாம்" அம்மு சொன்னாள்.

"எங்கே போகிறாய்?" ராஹேல் கேட்டாள்.

"வாந்தி வருகிறது" எஸ்தா கூறினான்.

"நானும் வந்து பார்க்கட்டுமா?"

"வேண்டாம்" என்றாள் அம்மு.

மீண்டும் அமர்ந்திருப்பவர்களை (கால்கள் அப்படியும் இப்படியும் விலக) கடந்தார்கள். சென்ற முறை பாடுவதற்கு. இந்த முறை வாந்தியெடுக்க முயற்சிக்க. *Exit* வழியாக எக்ஸிட் செய்தார்கள். அந்தப் பளிங்குத் தாழ்வாரத்தில் ஆரஞ்சுடிரிங்க் லெமன்டிரிங்க் ஆள் சாக்லெட் தின்றுகொண்டிருந்தான். அசையும் சாக்லெட்டிற்கேற்ப அவன் கன்னங்கள் உப்பின. பேசினிலிருந்து நீர் கொட்டுவதைப் போல, சின்ன, உறிஞ்சும் சத்தங்களை எழுப்பினான். மேஜையின் மேல் ஒரு பச்சைநிற பாரி சாக்லெட் பேப்பர் கிடந்தது. இந்த ஆளுக்குச் சாக்லெட்டுகள் இலவசம். மங்கலான பாட்டில்களில் வரிசையாக இலவச சாக்லெட்டுகள் வைத்திருந்தான். தன் மயிரடர்ந்த கடிகாரக் கையில் வைத்திருந்த அழுக்கு வண்ணக் கந்தல் துணியில் பளிங்கு மேடையைத் துடைத்தான். அந்தப் பிரகாசமான அழகுடைய, வழுக்கும் தோள்கள் கொண்ட பெண் அந்தச் சின்னப் பையனை அழைத்துக்கொண்டு வெளியே வருவதைப் பார்த்ததும் அவன் முகத்திற்கு குறுக்கே ஒரு நிழல் நகர்ந்து சென்றது. பின் அவனுடைய போர்ட்டபிள் பியானோ சிரிப்பைச் சிரித்தான்.

“அதற்குள் வந்துவிட்டீர்களா?” என்றான்.

எஸ்தா ஏற்கனவே குமட்டிக்கொண்டிருந்தான். அம்மு அவனைக் கைத்தாங்கலாக, பிரின்ஸஸ் சர்க்கிள் பாத்ரூமுக்குள் அழைத்துச் சென்றாள். *HERS*.

அம்மு அவனைத் தூக்கினாள். அந்த சுத்தமற்ற பேசினுக்கும், அம்முவுக்கும் இடையே அந்தரத்தில் கால்கள் தொங்கின. பேசினுக்கு ஸ்டீல் குழாய்களும் துருப்பிடித்த கறைகளும் இருந்தன. ஏதோ ஒரு மாபெரும், சிக்கலான நகரத்தின் சாலைகள் விவரப்படம் போல பழுப்பு வலைப்பின்னலாக மெல்லிய வீறல்கள் விரவியிருந்தன.

எஸ்தா எக்கினான், ஆனால் எதுவும் வரவில்லை. வெறும் எண்ணங்கள். மிதந்து வெளிவந்து, மிதந்து உள்ளே சென்றன. அம்முவால் அவற்றைப் பார்க்க முடியவில்லை. அவை அந்த பேசின் நகரத்தின் மேல் புயல் மேகங்கள்போல் சேகரமாயின. ஆனால் பேசின் ஆண்களும் பேசின் பெண்களும் தமது வழக்கமான வேலைகளைப் பார்த்தபடி சென்று கொண்டிருந்தனர். பேசின் கார்களும், பேசின் பேருந்துகளும் இன்னும் விரைந்துகொண்டிருந்தன. பேசின் வாழ்க்கை தொடர்ந்தது.

“வரவில்லை?” என்றாள் அம்மு.

“வரவில்லை” என்றான் எஸ்தா.

இல்லை? இல்லை.

“அப்படியானால் முகத்தைக் கழுவிக்கொள்,” அம்மு சொன்னாள். “தண்ணீர் எப்போதுமே உதவும். முகத்தைக் கழுவிக்கொண்டு வா, எலுமிச்சம் சோடா சாப்பிடலாம்.”

எஸ்தா முகத்தையும், கைகளையும் கழுவினான். அவன் இரப்பைகள் ஈரமாகி கொத்தாகி ஒட்டிக்கொண்டன.

ஆரஞ்சுடிரிங்க் லெமன்டிரிங்க் ஆள் பச்சை சாக்லெட் பேப்பரை மடித்து, வர்ணமடித்த அவன் கட்டைவிரல் நகத்தின் மேல் பொருத்திக் கொண்டான். ஒரு பத்திரிகையைச் சுருட்டி பறந்துகொண்டிருந்த ஈ ஒன்றை அடித்தான். மேஜை மேல் விழுந்த அதை லாவகமாகத் தரைக்குச் சுண்டினான். அது முதுகுப்புறமாகக் கீழே விழுந்து தன் மெல்லிய கால்களை ஹீனமாக ஆட்டியது.

“இனிமையான பையன்” என்று அம்முவிடம் கூறினான். “நன்றாகப் பாடுகிறான்.”

“இவன் என் மகன்,” அம்மு சொன்னாள்.

“உண்மையாகவா?” என்று ஆரஞ்சுடிரிங்க லெமன்டிரிங்க் ஆள் அம்முவைத் தன் பற்களால் பார்த்தான். “உண்மையாகவா? உங்களைப் பார்த்தால் அவ்வளவு வயசாகத் தெரியவில்லை.”

“இவனுக்கு உடல்நலமில்லை,” என்றாள். “கூல் டிரிங்க் ஏதாவது தரலாமா என்று பார்க்கிறேன்.”

"ஆமாம்" என்றான். "ஆமாமாம். ஆரஞ்ச்லெமன்? லெமனாரஞ்ச்?"

கொடுமையான, கொடுமைப்படுத்தும் கேள்வி.

"வேண்டாம், நன்றி." எஸ்தா அம்முவை நிமிர்ந்து பார்த்தான். பச்சை அலை, கடல்பாசி, கீழே எதுமின்றி, கீழே நிரம்பி.

"நீங்கள் சாப்பிடுகிறீர்களா?" ஆரஞ்சுடிரிங்க் லெமன்டிரிங்க் ஆள் அம்முவைக் கேட்டான். "கோக கோலா, ஃபேன்டா? ஐஸ்கிரீம், ரோஸ் மில்க்?"

"இல்லை, எனக்குத் தேவையில்லை. நன்றி" அம்மு சொன்னாள். ஆழமான கன்னக்குழிகள். ஒளிரும் பெண்.

"இந்தா" அவன் கை நிறைய சாக்லெட்டுகளை அள்ளி ஒரு தாராள மான விமானப் பணிப்பெண்ணைப்போல எஸ்தாவிடம் நீட்டினான். "இவை உங்களுடைய சின்னப் பையனுக்காக."

"வேண்டாம், நன்றி." எஸ்தா அம்முவைப் பார்த்துச் சொன்னான்.

"வாங்கிக்கொள் எஸ்தா" என்றாள் அம்மு. "நயமின்றி நடந்து கொள்ளாதே."

எஸ்தா வாங்கிக்கொண்டான்.

"நன்றி என்று சொல்." அம்மு கூறினாள்.

"நன்றி." எஸ்தா கூறினான். (இனிப்புக்காக, வெள்ளை முட்டை வெள்ளைக்காக.)

"நோ மென்ஷன்." ஆரஞ்சுடிரிங்க் லெமன்டிரிங்க் ஆள் ஆங்கிலத் தில் கூறினான்.

"மோன், நீங்கள் அய்மனத்தைச் சேர்ந்தவர்களென்று சொன்னான்" என்றான்.

"ஆமாம்" என்றாள் அம்மு.

"நான் அங்கே அடிக்கடி வருவதுண்டு. என் மனைவியின் உறவினர் கள் அய்மனம்தான். உங்கள் தொழிற்சாலை எங்கே இருக்கிறதென்று எனக்குத் தெரியும். பாரடைஸ் ஊறுகாய்கள் தானே? இவன் சொன் னான். உங்கள் மோன்."

எஸ்தாவை எங்கே பார்க்க முடியும் என்று அவனுக்குத் தெரியும். அதுதான் அவன் சொல்ல முயல்வது. இது ஓர் எச்சரிக்கை.

அம்மு அவளுடைய மகனின் சிவந்த, காய்ச்சல் ஏறிய கண்களைப் பார்த்தாள்.

"நாங்கள் போக வேண்டும்" என்றாள். "ஜுரம் மோசமாகிவிடக் கூடாது. அவர்களுடைய மைத்துனி நாளை வருகிறாள்" அவள் அந்த மாமாவிடம் விளக்கினாள். பின், இயல்பாக, "லண்டனிலிருந்து" என்று சேர்த்துக் கூறினாள்.

"லண்டனிலிருந்தா?" ஒரு புதிய மதிப்பு மாமாவின் கண்களில் பளீரிட்டது. லண்டன் தொடர்புகளுள்ள ஒரு குடும்பம்.

"எஸ்தா, நீ மாமாவோடு இரு. நான் பேபி கொச்சம்மாவையும், ராஹேலையும் அழைத்து வருகிறேன்" என்றாள் அம்மு.

"வா" என்றான் மாமா. "வந்து இந்த ஸ்டூலில் என்னோடு உட்கார்ந்திரு."

"வேண்டாம், அம்மு! வேண்டாம், அம்மு. மாட்டேன்! நான் உன் கூடவே வருகிறேன்!"

அம்மு ஆச்சரியப்பட்டாள். பொதுவாகவே அமைதியான அவள் மகனிடமிருந்து வழக்கத்துக்கு மாறான கிறீச்சிடும், மிரட்சியும் பிடிவாதமும் வியப்பாக இருந்தது. அவள் ஆரஞ்சுடிரிங்க் லெமன்டிரிங்க் ஆளிடம் மன்னிப்புக் கோரினாள்.

"இவன் இப்படி வழக்கமாக நடந்துகொள்ள மாட்டான். சரி, எஸ்தப்பான், வா."

உள்ளரங்கத்தின் வாசனை. மின்விசிறி நிழல்கள். தலைகளின் பின்புறங்கள். கழுத்துக்கள். காலர்கள். முடி. கொண்டைகள். பின்னல்கள். குதிரைவால்கள்.

ஒரு லவ் – இன் – டோக்கியோவில் ஒரு நீரூற்று. ஒரு சின்னப் பெண்ணும் ஒரு முன்னாள் கன்னிகாஸ்திரீயும்.

காப்டன் வான் ட்ராப்பின் ஏழு பெப்பர்மின்ட் குழந்தைகளும் அவர்களது பெப்பர்மின்ட் குளியல் குளித்துவிட்டு, அவர்கள் தலைமுடி கீழே படிய வாரப்பட்டு, ஒரு பெப்பர்மின்ட் வரிசையில் நின்று, பணிவான பெப்பர்மின்ட் குரல்களில் அந்த காப்டன் ஏறக்குறைய மணம் புரிந்திருக்கும் பெண்ணிடம் பாடிக் காட்டுகின்றனர். அந்த சீமாட்டி வைரம் போல மின்னுகிறாள்.

The hills are alive with the sound of music.

அம்மு பேபி கொச்சம்மாவிடமும், ராஹேலிடமும், "நாம் கிளம்ப வேண்டும்" என்றாள்.

"ஆனால், அம்மு! முக்கியமான விஷயங்கள் எதுவுமே இன்னும் நடக்கவில்லையே! அவன் அவளுக்கு முத்தம்கூட தரவில்லை! அவன் ஹிட்லரின் கொடியை இன்னும் கிழிக்கக்கூட இல்லை! அந்தத் தபால்காரன் ரோல்ஃபினால் அவர்கள் இன்னும் ஏமாற்றப்படக்கூட இல்லை!" என்றாள் ராஹேல்.

"எஸ்தாவிற்கு உடல்நலமில்லை!" என்றாள் அம்மு. "எழுந்து வா!"

"நாஜி ராணுவவீரர்கள் இன்னும் வரவேயில்லை!"

"வா, எழுந்திரு!"

“அவர்கள் இன்னும் *High on a hill was a lovely goatherd!* கூட முடிக்கவில்லை.”

“ஸோஃபீ மோள் வரும்போது எஸ்தா நன்றாக இருக்க வேண்டு மல்லவா?” என்றாள் பேபி கொச்சம்மா.

“இருக்கத் தேவையில்லை,” என்றாள் ராஹேல், தனக்குள்.

“என்ன சொன்னாய்?” பேபி கொச்சம்மாவிற்கு ஏதோ பொதுவாகக் கேட்டதே தவிர சரியாகக் காதில் விழவில்லை.

“ஒன்றுமில்லை.” ராஹேல் சொன்னாள்.

“நீ சொன்னதைக் கேட்டேன்,” என்றாள் பேபி கொச்சம்மா.

வெளியே தனது மங்கலான பாட்டில்களை மாமா அடுக்கிக்கொண் டிருந்தான். அவனுடைய பளிங்கு மேடையில் குளிர்பானங்களை அருந்தி விட்டு வைத்துச் சென்ற நீர்வளையங்களை அழுக்கு நிறக் கந்தல் துணியால் அழுத்தித் துடைத்துக்கொண்டிருந்தான். இடைவேளைக்குத் தயாராகிறான். அவன் ஒரு சுத்தமான ஆரஞ்சுடிரிங்க் லெமன்டிரிங்க் மாமா. ஒரு கரடியின் உடம்பிற்குள் ஒரு விமானப் பணிப்பெண்ணின் இதயத்தைக் கொண்டிருப்பவன் அவன்.

“கிளம்புகிறீர்களா?” என்றான்.

“ஆமாம்” என்றாள் அம்மு. “டாக்ஸி எங்கே கிடைக்கும்?”

“வாசலுக்கு வெளியே தெருவில் கொஞ்ச தூரம் சென்று இடது புறத்தில்” என்று ராஹேலைப் பார்த்தவாறே கூறினான். “உங்களுக்கு ஒரு சின்ன மோள் கூட உண்டு என்று சொல்லவேயில்லை.” இன் னொரு இனிப்பை எடுத்து, “மோள், இந்தா – உனக்கு” என்றான்.

“என்னுடையதை எடுத்துக்கொள்!” ராஹேல் அவனுக்கருகில் போய்விடக் கூடாதென்ற அவசரத்தில் எஸ்தா உடனே சொன்னான்.

ஆனால் ராஹேல் ஏற்கனவே அவனை நோக்கி நகர்ந்து விட்டாள். அவனை நெருங்கும்போது அவளைப் பார்த்து அவன் சிரிக்க, அந்த போர்ட்டபிள் பியானோ சிரிப்பிலிருந்து எதுவோ, அவளைத் திடமாகப் பார்த்த அந்த வெறித்த பார்வையில் இருந்த எதுவோ, அவளைச் சுருங்க வைத்து அவனிடமிருந்து விலக வைத்தது. அவள் பார்த்ததி லேயே மிக மிக அருவருப்பான விஷயம் அதுதான். அவள் திரும்பி எஸ்தாவைப் பார்த்தாள்.

அந்த முடி அடர்ந்தவனிடமிருந்து பின்னோக்கி நகர்ந்தாள்.

எஸ்தா அவள் கைகளில் பாரிஸ் சாக்லெட்டுகளை அழுத்தினான். அவனுடைய சூடான காய்ச்சல் விரல் நுனிகள், சாவைப் போல குளிர்ந்திருந்ததை அவள் உணர்ந்தாள்.

“பை, மோன்,” மாமா எஸ்தாவிடம் கூறினான். “எப்போதாவது அய்மனத்திற்கு வந்து உன்னைப் பார்க்கிறேன்.”

மீண்டும் சிவப்புப் படிக்கட்டுகள். இம்முறை ராஹேல் பின்தங்கியிருந்தாள்.. மிக மெதுவாக. இல்லை, நான் போக விரும்பவில்லை. காலில் ஒரு டன் செங்கற்களைக் கட்டி வைத்ததைப் போல.

"நல்ல ஆள், அந்த ஆரஞ்சுடிரிங்க் லெமன்டிரிங்க் மனிதன்." அம்மு சொன்னாள்.

"ச்சீ" என்றாள் பேபி கொச்சம்மா.

"அவனைப் பார்க்க அப்படியில்லை. ஆனால் ஆச்சரியகரமாக அவன் எஸ்தாவிடம் மிகவும் இனிமையாக நடந்துகொண்டான்" என்றாள் அம்மு.

"அப்படியானால் அவனை நீ கல்யாணம் செய்துகொள்ள வேண்டியதுதானே" என்றாள் ராஹேல் வெடுக்கென்று.

காலம் அந்தச் சிவப்புப் படிக்கட்டுகளில் நின்றது. எஸ்தா நின்றான். பேபி கொச்சம்மா நின்றாள்.

"ராஹேல்" என்றாள் அம்மு.

ராஹேல் உறைந்தாள். அவள் சொன்னதற்காகச் சங்கடத்தோடு நிஜமாகவே வருந்தினாள். அந்த வார்த்தைகள் எங்கிருந்து வந்தனவென்று அவளுக்குத் தெரியவில்லை. அவை அவளிடம் இருந்ததை அவளே அறிந்ததில்லை. ஆனால் அவை இப்போது வெளியே வந்துவிட்டன. இனி உள்ளே போக முடியாது. அவை அந்தச் சிவப்புப் படிக்கட்டுகளில், அரசு அலுவலகங்களில் கிளார்க்குகளைப் போல உறைந்து தொங்கின. சில நின்றன, சில உட்கார்ந்தன, சில கால்களை ஆட்டின.

"ராஹேல்" என்றாள் அம்மு. "நீ இப்போது செய்தது என்ன என்பது உனக்குப் புரிகிறதா?"

பயந்த கண்களும் ஒரு நீரூற்றும் அம்முவைத் திரும்பிப் பார்த்தன.

"பரவாயில்லை, பயப்படாதே" என்றாள் அம்மு. "எனக்கு பதில் மட்டும் சொல், சொல்கிறாயா?"

"என்ன?" ராஹேல் தன்னிடம் இருப்பதிலேயே மிகச் சின்னதான குரலில் கேட்டாள்.

"நீ இப்போது செய்தது என்னவென்று உனக்குப் புரிகிறதா?" அம்மு கேட்டாள். "நீ யாரையாவது துன்பப்படுத்தினால், அவர்கள் உன்னைக் குறைவாக நேசிக்க ஆரம்பித்துவிடுவார்கள். அஜாக்கிரதையான வார்த்தைகள் அதைத்தான் செய்கின்றன. நீ குறைவாக நேசிக்கப்படுவாய்."

முதுகில் அசாதாரணமாக அடர்ந்த ரோமக்கற்றைகளுடன் ஒரு விட்டில் பூச்சி மெதுவாகப் பறந்து வந்து ராஹேலின் இதயத்தில் சில்லென்று அமர்ந்தது. ஐஸ் போன்ற அதன் கால்கள் அவள் மேல் பட்ட இடங்

களில் அவளுக்குச் சிலிர்த்தது. தோல் தடித்தது. அவளுடைய அஜாக்கிரதை யான இதயத்தில் ஆறு தடிப்புகள்.

அவளுடைய அம்மு அவளைக் கொஞ்சம் குறைவாக நேசிக்கிறாள்.

வாசலைத் தாண்டி, சாலையில் கொஞ்ச தூரம் சென்று, இடப் புறம் திரும்பினர். டாக்ஸி ஸ்டாண்ட். காயமுற்ற ஒரு அம்மா, ஒரு முன்னாள் கன்னிகாஸ்திரீ, ஒரு சூடான பையனும் ஒரு குளிர்ந்த பெண்ணும். ஆறு தடிப்புகளும் ஒரு விட்டில் பூச்சியும்.

அந்த டாக்ஸியில் தூக்க வாசனை அடித்தது. பழைய துணிகள் சுருட்டிவிடப்பட்டிருந்தன. ஈர டவல்கள். அக்குள்கள். என்ன இருந் தாலும் இது அந்த டாக்ஸி டிரைவரின் இல்லம். அவன் அதில் வாழ் கிறான். அவனுடைய வாசனைகளைச் சேமித்து வைக்க அவனுக்கு இருக்கும் ஒரே இடம். இருக்கைகள் கொல்லப்பட்டிருந்தன. கிழிக்கப் பட்டிருந்தன. பின்னிருக்கையிலிருந்து பெரிதாக வீங்கிய மஞ்சள் காமாலை ஈரல்போல அழுக்கு மஞ்சள் பஞ்சு வெளியே பிதுக்கிக் கொண்டு உதறிக்கொண்டே வந்தது. அந்த டிரைவர் சுண்டெலி ஒன்றின் திடுக்கிட்ட விழிப்புணர்வுடன் இருந்தான். அவனுக்கு ஒரு வளைந்த ரோமானிய மூக்கும் ஒரு சின்ன ரிச்சர்ட் மீசையும் இருந்தது. அவன் இருந்த குள்ளத்திற்கு சாலையை ஸ்டியரிங் வீலுக்கு ஊடாகத்தான் பார்த்து ஓட்டி வந்தான். கடந்து செல்பவர்களுக்கு அந்த டாக்ஸியில் ஓட்டுநர் இல்லாமல் வெறும் பயணிகள் மட்டுமே இருப்பதாகத் தோன்றும். அவன் படுவேகமாக, துடுக்குத்தனமாக, கிடைக்கும் சந்தி லெல்லாம் புகுந்து, மற்ற கார்களை இடிப்பதுபோலச் சென்று அவர் களைத் தடங்களிலிருந்து விலக வைத்து, நடைப்பயணிகள் கடக்கும் இடங்களில் வேகத்தைக் கூட்டி சீறிக்கொண்டு, போக்குவரத்து விளக்கு களை மதிக்காமல் குதித்தபடி சென்றான்.

“போக்குவரத்து நன்றாகத் தெரிவதற்கு ஒரு மெத்தையையோ தலையணையையோ வைத்துக்கொள்ளலாமே,” பேபி கொச்சம்மா தன்னுடைய சினேகம் மிகுந்த குரலில் ஆலோசனை கொடுத்தாள்.

“உங்கள் வேலையை நீங்கள் பார்க்கலாமே, சிஸ்டர்?” அந்த காரோட்டி தன்னுடைய சிநேகிதமற்ற குரலில் ஆலோசனை கொடுத் தான்.

கருநீலக்கடலைத் தாண்டிச் செல்கையில் எஸ்தா தன்னுடைய தலையை ஜன்னலுக்கு வெளியே நீட்டினான். வெப்பமான உப்புக் காற்றை அவனுடைய வாயில் உணர முடிந்தது. அது தன்னுடைய கேசத்தை அளைந்து உயர்த்துவதை உணர்ந்தான். அந்த ஆரஞ்சுடிரிங்க் லெமன்டிரிங்க் ஆளிடம் தான் செய்த விஷயத்தை அம்மு தெரிந்து கொண்டால் தன்னையும் குறைவாக நேசிக்க ஆரம்பித்து விடுவாள். மிக மிகக் குறைவாக. அவமானமும் கடைசலும் எழும்பலும் அவன் வயிற்றுக்குள் நோயாக மாறுவதை உணர்ந்தான். அவன் ஆற்றுக்கு ஏங்கினான். ஏனென்றால் தண்ணீர் எப்போதுமே உதவும்.

பிசுபிசுத்த நியான் இரவு டாக்ஸியின் ஜன்னலைத் தாண்டி விரைந்தது. டாக்ஸிக்குள் புழுக்கமாக, அமைதியாக இருந்தது. பேபி கொச்சம்மா புத்துணர்வோடு கிளர்ச்சியுற்றிருந்தாள். அவளை யாரும் குறைவாக நேசிப்பதைப் பற்றி அவளுக்குத் துக்கம் ஏதுமில்லை. ஒவ்வொரு முறையும் தெருநாய் ஒன்று குறுக்கிடும்போதெல்லாம் அந்த டிரைவர் பெரும் முனைப்புடன் அதைக் கொல்ல முயன்றான்.

ராஹேலின் இதயத்திலிருந்த விட்டில் பூச்சி தனது வெல்வெட் சிறகுகளை விரித்தது. அவள் எலும்புகளுக்குள் குளிர்ச்சியுடன் நுழைந்தது.

ஹோட்டல் ஸீ க்வீனின் வாகன நிறுத்துமிடத்தில் வெளிர்நீல பிளிமத் இதர சிறிய கார்களோடு வம்பளந்துகொண்டு நின்றிருந்தது. *ஹிஸ்லிப் ஹிஸ்லிப் ஹிஸ்நூஹ் – ஸ்நா.* விருந்தில் எளிய பெண்களின் மத்தியில் ஒரு பெரிய இடத்து சீமாட்டி. அதன் பின்னஞ்சிறகுகள் துடித்துக்கொண்டிருந்தன.

"அறை எண்கள் 313 மற்றும் 327" என்றான் வரவேற்பு மேசையில் இருந்தவன். "ஏ.ஸி. இல்லாதவை. இரட்டைப் படுக்கைகள். லிஃப்ட் ரிப்பேருக்காக மூடியிருக்கிறது."

அவர்களை மேலே அழைத்துச் சென்ற பெல்பாயிடம் மணியும் இல்லை, அவன் பையனுமில்லை. அவனுக்குக் கண்கள் மங்கலாக இருந்தன. அவனது கருஞ்சிவப்பு கோட்டில் இரண்டு பொத்தான் களைக் காணோம். அழுக்குச் சாம்பல்நிற உள் சட்டை தெரிந்தது. அவன் அபத்தமாக ஒரு பெல்ஹாப் குல்லாவைப் பக்கவாட்டில் சாய்த்து அணிந்திருந்தான். அதன் பிளாஸ்டிக் பட்டை அவனுடைய தளர்ந்த தொங்குதாடையில் புதைந்திருந்தது. வயது அவனுடைய முகவாயிலிருந்து தொங்குகையில் அதை வலுக்கட்டாயமாக மாற்றுவதைப் போல், அந்த வயதானவனுக்குக் குல்லாவைப் பக்கவாட்டில் சாய்த்து அணிவித்திருப்பது தேவையற்ற குரூரமாகப் பட்டது.

இங்கும் மாடி ஏறுவதற்குச் சிவப்புப் படிக்கட்டுகள். திரைப்பட அரங்கத்திலிருந்த அதே சிவப்புக் கம்பளம் அவர்களைப் பின்தொடர்ந்து வந்துகொண்டிருக்கிறது. பறக்கும் மந்திரக் கம்பளம்.

சாக்கோ அறையில் இருந்தான். பாதிச் சாப்பாட்டில் இருந்தான். மகா சாப்பாடு. வறுத்த கோழி, ஃபிங்கர் சிப்ஸ், இனிப்புச் சோளம், கோழி சூப், இரண்டு பரோட்டோக்கள், சாக்லெட் சாஸோடு வனிலா ஐஸ்கிரீம். சாஸ் படகில் சாஸ். அபரிமிதமாகச் சாப்பிட்டு வயிறு வெடித்து செத்துப் போவதுதான் தன்னுடைய லட்சியம் என்று சாக்கோ அடிக்கடிக் கூறிக்கொள்வான். இது, அடக்கி வைத்திருக்கும் துக்கத்தின் நிச்சயமான அறிகுறி என்று மம்மாச்சி கூறினாள். அது போல எதுவும் கிடையாதென்று சாக்கோ சொன்னான். இது வெறும் பேராசை என்றான்.

எல்லோரும் இவ்வளவு சீக்கிரம் திரும்பி வந்துவிட்டதில் சாக்கோ திடுக்கிட்டுவிட்டாலும் இயல்பாக இருப்பதாக நடித்தான். தொடர்ந்து சாப்பிட்டான்.

முதலில் எஸ்தா சாக்கோவோடும், ராஹேல், அம்மு மற்றும் பேபி கொச்சம்மாவோடும் தூங்குவதாகத் திட்டமிடப்பட்டிருந்தது. ஆனால் இப்போது எஸ்தாவுக்கு உடல்நலமில்லாமலிருக்கையில் நேசம், மறு பகிர்வு செய்யப்பட்டு (அம்மு அவளைக் கொஞ்சம் குறைவாக நேசிக்கிறாள்) ராஹேல் சாக்கோவுடன் படுத்துத் தூங்க வேண்டுமென்றும், எஸ்தா அம்முவோடும் பேபி கொச்சம்மாவோடும் தூங்க வேண்டுமென்றும் முடிவெடுக்கப்பட்டது.

ராஹேலின் பைஜாமாவையும், டூத் பிரஷ்ஷையும் அம்மு சூட்கேஸிலிருந்து எடுத்து படுக்கையின் மீது வைத்தாள்.

“இந்தா” என்றாள் அம்மு.

சூட்கேஸை மூடுவதற்கு இரண்டு க்ளிக்குகள்.

க்ளிக். அப்புறம் க்ளிக்.

“அம்மு” என்று ராஹேல் அழைத்தாள். “எனக்குத் தண்டனையாகச் சாப்பிடாமல் இருக்கட்டுமா?”

தண்டனைகளைப் பகிர்ந்துகொள்வதில் அவள் ஆர்வமாக இருந்தாள். அம்மு பழையபடி அவளை நேசிப்பதற்காகத்தான் இந்த சாப்பாட்டுத் தியாகம்.

“உன் இஷ்டம்” என்றாள் அம்மு. “ஆனால் நீ சாப்பிட வேண்டுமென்றுதான் சொல்வேன். நீ வளர வேண்டுமென்பதற்காக. சாக்கோவிடமிருந்து சிக்கனை வேண்டுமானால் பகிர்ந்துகொள்ளலாம்.”

“வேண்டுமென்றால், வேண்டாமென்றால்” என்றான் சாக்கோ.

“ஆனால் எனக்குத் தண்டனை?” என்றாள் ராஹேல். “நீ எனக்குத் தண்டனை தரவில்லையே!”

“சில விஷயங்கள் அதற்கான தண்டனைகளுடனேயே வருகின்றன” என்றாள் பேபி கொச்சம்மா. ராஹேலுக்குப் புரியாத ஒரு கணக்கை அவள் விளக்குவதைப் போலிருந்தது.

சில விஷயங்கள் அதற்கான தண்டனைகளுடனேயே வருகின்றன. அலமாரிகள் வைத்துக் கட்டப்பட்ட படுக்கையறைகள்போல. தண்டனைகளைப் பற்றி அவர்கள் அனைவரும் விரைவிலேயே அறிந்துகொள்ளப் போகின்றனர். அவை வெவ்வேறு அளவுகளில் வருகின்றன என்பதை. அவற்றில் சில, அலமாரிகளோடு கூடிய படுக்கையறைகளைப் போல மிகப் பெரியவை என்பதை. உங்களுடைய மொத்த வாழ்க்கையையுமே இருட்டுத் தட்டடுக்குகளுக்கிடையே அலைந்துகொண்டு கழிக்க வேண்டுமென்பதை.

பேபி கொச்சம்மாவின் குட்நைட் முத்தம் ராஹேலின் கன்னத்தைக் கொஞ்சம் எச்சிலாக்கியது. அவள் தன்னுடைய தோளில் அதைத் துடைத்துக்கொண்டாள்.

"குட்நைட், காட் ப்ளெஸ்" என்றாள் அம்மு. ஆனால் அவள் முதுகைத் திருப்பிக் கூறினாள். அதற்குள் அவள் போய்விட்டிருந்தாள்.

"குட்நைட்" என்றான் எஸ்தா, அவன் சகோதரியை நேசிக்க முடியாதபடி நலிந்து.

அவர்கள் ஹோட்டலின் நடைவழியில் அமைதியான ஆனால் கணிசமான பிசாசுகளைப் போல நடந்து செல்வதைத் தனியான ராஹேல் பார்த்தாள். பெரிசு இரண்டு, சின்னது ஒன்று. பீஜ்ஜூம் கூர் ஷூவும் போட்டிருப்பது. அந்தச் சிவப்புக் கம்பளம் அவர்களுடைய காலடிச் சத்தங்களை உறிஞ்சிக் கொண்டது.

அந்த ஹோட்டல் அறையின் வாசலில் ராஹேல் முழு சோகத் தோடு நின்றுகொண்டிருந்தாள்.

ஸோஃபீ மோள் வரும் சோகமும் அவளுக்குள் இருந்தது. அம்மு அவளைக் குறைச்சலாக நேசிக்கும் சோகம். அபிலாஷ் டாக்கீஸின் ஆரஞ்சுடிரிங்க் லெமன்டிரிங்க் ஆள் எஸ்தாவிடம் என்னவோ செய்து விட்டிருக்கிறான், அந்த சோகம்.

அவளுடைய உலர்ந்த, வலியெடுக்கும் கண்களுக்குக் குறுக்கே சுரீரென்று காற்று அடித்துச் சென்றது.

சாக்கோ ஒரு கோழிக்காலையும் கொஞ்சம் சிப்ஸையும் ஒரு தட்டில் வைத்து ராஹேலுக்குக் கொடுத்தான்.

"வேண்டாம், நன்றி." தன்னுடைய தண்டனையைத் தானே நிறை வேற்றிக்கொண்டால் அம்மு அவளுடையதைத் தள்ளுபடி செய்து விடுவாள் என்ற நம்பிக்கையில் ராஹேல் கூறினாள்.

"சரி, சாக்லேட் சாஸோடு கொஞ்சம் ஐஸ்கிரீம்?"

"வேண்டாம், நன்றி."

"நல்லது, ஆனால் நீ எவற்றையெல்லாம் இழக்கிறாய் என்று உனக்குத் தெரியாது" என்றான் சாக்கோ.

அவன் எல்லா சிக்கனையும் முடித்துவிட்டு, எல்லா ஐஸ்கிரீமை யும் காலியாக்கினான்.

ராஹேல் தனது பைஜாமாவிற்கு மாறினாள்.

"உனக்கு எதற்காக தண்டனை வழங்கப்பட்டிருக்கிறது என்பதை மட்டும் தயவுசெய்து என்னிடம் சொல்லாதே" என்றான் சாக்கோ. "அதைக் கேட்க எனக்குச் சகிக்காது." ஸாஸ் கிண்ணத்திலிருந்த கடைசித் துளி சாக்லேட் சாஸையும் ஒரு பரோட்டா துண்டால் துடைத்து எடுத்துச் சாப்பிட்டான். சாப்பிட்டபிறகு சாப்பிடும் வெறுப்பூட்டும்

இனிப்பு. “என்ன விஷயம்? கொசு கடித்த இடத்தை ரத்தம் வரும் வரைச் சொறிந்தாயா? டாக்ஸி டிரைவரிடம் ‘தேங்க்யூ’ சொல்ல வில்லையா?”

“அதைவிடப் பெரிய தப்பு.” ராஹேல் அம்முவிற்கு விசுவாசமாகக் கூறினாள்.

“சொல்லாதே, நான் தெரிந்துகொள்ள விரும்பவில்லை.”

அவன் அறையின் சேவை மணியை அடித்தான். ஒரு களைத்த சேவகன், தட்டையும் எலும்புகளையும் எடுத்துப் போக வந்தான். சாப் பிட்ட உணவின் வாசனைகளைப் பிடிக்க அவன் முயன்றான். ஆனால் அவை தப்பி, அந்த ஹோட்டல் அறையின் சுருங்கிய பழுப்பு நிறத் திரைச்சீலைகளுக்குள் ஏறிக்கொண்டன.

வயிற்றில் எதுவுமில்லாத ஒரு மருமகளும், வயிறு நிறைந்த அவளுடைய மாமாவும் ஹோட்டல் ஸீ க்வீனின் குளியலறையில் ஒன்றாகப் பல் விளக்கினர். கோடிட்ட பைஜாமாவும், ஒரு லவ்–இன்–டோக்கியாவில் ஒரு நீரூற்றும் வைத்திருக்கும் துயரார்ந்த குட்டிக் குற்றவாளி ஒருத்தி. காட்டன் பனியனும் ஜட்டியும் அணிந்திருக்கும் ஒருத்தன். அவனுடைய உருண்டையான வயிற்றின் மேல் ஓர் இரண்டா வது தோலைப் போல இறுக்கமாகப் படிந்திருந்த பனியன், தொப்பை முடிந்து கீழே தளர்ந்து தொங்கியது.

ராஹேல் அவளுடைய நுரைத்த டூத் பிரஷ்ஷை அசையாமல் வைத்துக்கொண்டு, பதிலாக பற்களை மட்டும் ஆட்டித் தேய்த்துக்கொண் டிருந்தபோது அவள் அப்படி செய்யக் கூடாதென்று அவன் கூறவில்லை.

அவன் ஒரு பாசிஸ்ட் அல்ல.

நுரையை மாறி மாறித் துப்பினர். ராஹேல் அவளுடைய வெள்ளை பினாகா நுரை பேசினின் பக்கவாட்டில் வழிந்து இறங்குவதில் ஏதாவது இருக்கிறதாவென்று கவனமாக ஆராய்ந்தாள்.

அவள் பற்களின் இடைவெளியிலிருந்து என்ன நிறங்களும், விநோத ஜந்துகளும் நீக்கப்பட்டிருக்கின்றன?

இன்றிரவு எதுவும் இல்லை. அசாதாரணமாக எதுவுமில்லை. வெறும் பினாகா குமிழிகள்.

சாக்கோ பெரிய விளக்கை அணைத்தான்.

படுக்கையில் ஏறிய ராஹேல் தன்னுடைய லவ்–இன்–டோக்கியோ வைக் கழற்றி அவளுடைய வெயில் கண்ணாடிக்குப் பக்கத்தில் வைத் தாள். அவளுடைய நீரூற்று கொஞ்சம் சரிந்தாலும் இன்னும் நின்று கொண்டிருந்தது.

படுக்கை விளக்கின் வெளிச்சக் குளத்தில் சாக்கோ தன் படுக்கை யில் படுத்திருந்தான். ஓர் இருட்டு மேடையில் ஒரு பருமனான மனிதன். படுக்கையின் அடியில் கசங்கி விழுந்திருந்த அவனது சட்டையை

எட்டி எடுத்தான். சட்டைப் பையிலிருந்த பர்ஸை எடுத்துத் திறந்து அதிலிருந்த, மார்கரெட் கொச்சம்மா இரண்டு வருடங்களுக்கு முன்பு அனுப்பியிருந்த ஸோஃபீ மோளின் புகைப்படத்தைப் பார்த்தான்.

ராஹேல் அவனைப் பார்த்தாள். அவளுடைய சில்லிட்ட விட்டில் பூச்சி அதன் சிறகுகளை மீண்டும் விரித்தது. மெதுவாக விரித்தது. மெதுவாக மடக்கியது. ஆட்கொல்லி விலங்கொன்றின் சோம்பலான கண்சிமிட்டல்.

படுக்கை விரிப்புகள் முரட்டுத்தனமாக இருந்தாலும் சுத்தமாக இருந்தன.

சாக்கோ பர்ஸை மூடிவிட்டு விளக்கை அணைத்தான். அந்த இருட்டுக்குள் ஒரு சார்மினாரைப் பற்ற வைத்து, தன்னுடைய மகள் இப்போது எவ்வாறு இருப்பாள் என்று யோசித்தான். ஒன்பது வயது. கடைசியாகப் பார்த்தபோது சிவந்து, சுருக்கங்களோடு இருந்தாள். ஓரளவிற்கே மனித ஜீவனாகத் தெரிந்தது. மூன்று வாரங்கள் கழித்து அவனுடைய மனைவியும், அவனுடைய ஒரே காதலியுமான மார்கரெட் அழுதுகொண்டே ஜோவைப் பற்றி அவனிடம் கூறினாள்.

அவனோடு தன்னால் இனி சேர்ந்து வாழ முடியாதென்று சாக்கோவிடம் கூறினாள். அவளுக்கென்று தனியான இடம் வேண்டுமென்றாள். சாக்கோ என்னவோ *அவளுடைய* அலமாரியில் *தன்னுடைய* உடைகளை வைத்திருப்பதைப்போல. அவனது இயல்பின்படி ஒருவேளை அவ்வாறும் அவன் செய்திருக்கலாம்.

அவனிடம் அவள் மணமுறிவு கோரினாள்.

அவனை விட்டு அவள் பிரிவதற்கு முன்பிருந்த அந்த சில சித்திரவதை ராத்திரிகளில், சாக்கோ டார்ச் விளக்கை எடுத்துக்கொண்டு கட்டிலை விட்டு நழுவி இறங்கி, தூங்கும் அவன் குழந்தைக்கருகே சென்று பார்ப்பான். அவளை அறிந்துகொள்ள. அவனது ஞாபகங்களில் அவளைப் பொதிந்துகொள்ள. அவளை நினைவுகூரும்போது ஞாபகத்தில் வரும் குழந்தை துல்லியமாக இருக்க வேண்டுமென்பதற்காக. அவளுடைய மெத்தென்ற தலை பழுப்பாகச் சரிவதை மனனப்படுத்தினான். அவளுடைய குவிந்த, எப்போதும் அசைந்துகொண்டேயிருக்கும் வாயின் வடிவத்தை. அவள் கால் விரல்களுக்கு நடுவேயிருக்கும் இடைவெளிகளை. மச்சங்களாக மாறப்போகும் அறிகுறிகளை. பின்பு தன்னையும் அறியாமலேயே தன் குழந்தையில் ஜோவின் சாயல்களைத் தான் தேடிக்கொண்டிருப்பதைக் கண்டுகொண்டான். அவனுடைய பேதலித்த, நொறுங்கிய, பொறாமை பீடித்த, டார்ச் விளக்கு ஆராய்ச்சியை அவன் நடத்திக்கொண்டிருக்கையில் குழந்தை அவனுடைய ஆள்காட்டி விரலைப் பிடித்துக்கொண்டது. குன்றின் மேல் கட்டப்பட்ட ஒரு நினைவுச் சின்னத்தின் குவிமாடம்போல குழந்தையின் கசங்கிய ஸாட்டின் வயிற்றில் தொப்புள் துருத்திக்கொண்டிருந்தது. அதன் மேல் சாக்கோ தன் செவியை வைத்து உள்ளே கேட்கும் களகளக்கும் ஒலிகளை வியப்புடன் கேட்டான். அங்குமிங்கும் தகவல்கள் அனுப்பப்படும் ஒலிகள். புதிய உறுப்புகள் ஒன்றிற்கொன்று பழகிக்கொள்கின்றன. ஒரு புதிய அரசாங்கம்

தனது துறைகளை நிறுவிக்கொள்கிறது. பணிப்பகர்வும், யார் எந்த வேலைக்கு நியமிக்கப்படுவார்கள் என்பதும்.

அவளிடம் பாலும் சிறுநீருமாக வாசனை வந்தது. இவ்வளவு சிறிய, வரையறுக்கப்படாத ஜாடைகளில் சரிவர நிர்ணயிக்கப்படாத ஜீவன் எவ்வாறு ஒரு வளர்ந்த மனிதனின் முழுக் கவனத்தையும், அன்பையும் பிரக்ஞையையும் கட்டளையிடுகிறதென்று வியந்தான்.

அவன் திரும்பும்போது அவனிடமிருந்து ஏதோ கிழித்தெடுக்கப் பட்டதைப் போல உணர்ந்தான். ஏதோ மிகப் பெரியதாக.

ஆனால் ஜோ இப்போது இறந்துவிட்டான். ஒரு கார் விபத்தில். கதவுப் பிடியோடு சேர்ந்து இறந்துவிட்டான். அண்டத்தில் ஒரு ஜோ வடிவ ஓட்டை.

சாக்கோவின் புகைப்படத்தில் ஸோஃபீ மோள் ஏழு வயதாயிருந் தாள். வெள்ளையும் நீலமுமாக, சிரியன் கிறித்துவச் சுவடுகள் எங்கு மின்றி ரோஸ் உதடுகளுடன். ஆனால் மம்மாச்சி புகைப்படத்தை உற்றுப் பார்த்துவிட்டு அவளுக்குப் பப்பாச்சியின் மூக்கு இருப்பதாக வலியுறுத் திக் கூறினாள்.

சாக்கோவின் பக்கத்தில் இருட்டிலிருந்து ராஹேலின் குரல் வந்தது. "உங்களிடம் ஒரு கேள்வி கேட்கட்டுமா?"

"ரெண்டாகக் கேள்" என்றான் சாக்கோ.

"சாக்கோ, நீங்கள் உலகத்திலேயே மிகவும் அதிகமாக ஸோஃபீ மோளைத்தான் நேசிக்கிறீர்களா?"

"அவள் என் மகள்" என்றான் சாக்கோ.

ராஹேல் இதைப் பரிசீலித்தாள்.

"சாக்கோ! மனிதர்கள் அவர்களுடைய குழந்தைகளை உலகத்திலேயே அதிகமாக நேசித்துதான் ஆக வேண்டுமென்பது *கட்டாயமா?*"

"அப்படியொன்றும் சட்டம் இல்லை" என்றான் சாக்கோ. "ஆனால் வழக்கமாக அப்படித்தான்."

"சாக்கோ, உதாரணத்திற்கு – வெறும் *உதாரணத்திற்கு* – அம்முவால் என்னையும் எஸ்தாவையும் விட அதிகமாக ஸோஃபீ மோளை நேசிக்க முடியுமா? இல்லாவிட்டால் உங்களுக்கு ஸோஃபீ மோளை விட அதிகமாக என்னை நேசிக்க முடியுமா, ஓர் *உதாரணத்திற்கு?*"

"மனிதனின் இயல்பில் எதுவும் சாத்தியமே" என்றான் சாக்கோ தனது உரத்து வாசிக்கும் குரலில். தன்னுடைய நீரூற்று முடிகொண்ட மருமகளின் உணர்ச்சிகள் உறைக்காமல் இப்போது இருட்டோடு பேசத் தொடங்கினான். "அன்பு. பைத்தியம். நம்பிக்கை. எல்லையற்ற குதூகலம்."

மனித இயல்பில் சாத்தியமான நான்கு விஷயங்களில் இந்த *எல்லை யற்ற குதூகலம்*தான் மிகவும் துக்ககரமானதாக ராஹேலுக்குப் பட்டது. ஒருவேளை சாக்கோ அதைச் சொன்ன விதத்தினாலும்கூட.

எல்லையற்ற குதூகலம். ஒரு தேவாலய எதிரொலிப்புடன் கலந்து, உடல் முழுக்கச் செவுள்களோடிருக்கும் ஒரு சோகமான மீனைப் போல அது ஒலித்தது.

சில்லென்ற ஒரு விட்டில் பூச்சி அதன் சில்லென்ற கால் ஒன்றை உயர்த்தியது.

சிகரெட் புகை இரவின் இருட்டிற்குள் சுருண்டது. அந்தப் பருத்த மனிதனும் அந்தச் சின்னப் பெண்ணும் அமைதியாகப் படுத்துக்கொண்டிருந்தனர். விழித்துக்கொண்டிருந்தனர்.

சில அறைகள் தள்ளி, அவனுடைய பேபி பெரிய அத்தை குறட்டை விட்டுக்கொண்டிருக்கையில் எஸ்தா விழித்திருந்தான்.

அம்மு ஆழ்ந்த தூக்கத்திலிருந்தாள். நீலக்கோடுகளிட்ட ஜன்னல் வழியாகத் தெருவிளக்கின் வெளிச்சம் அவள் மேல் நீலக்கோடுகளிட்டிருப்பதில் அழகாகத் தெரிந்தாள். கருநீலக் கோட்டுப் பின்னல்களுக்கிடையே டால்ஃபின்கள் நீந்துகிறாற்போல கனவு கண்டுகொண்டிருந்த அம்மு சொப்பனப் புன்னகை புரிந்தாள். அந்தப் புன்னகைக்குச் சொந்தமானவள் வெடிக்கக் காத்திருக்கும் ஒரு வெடிகுண்டு என்பதற்கான எந்த அறிகுறியும் அப்புன்னகையில் காணப்படவில்லை.

தனியான எஸ்தா குளியலறைக்குள் மெதுவாகச் சென்றான். தெளிவான, கசப்பான, எலுமிச்சைப் புளிப்பில், நுரைத்த திரவமாக வாந்தியெடுத்தான். பயத்தை முதன்முதலாக நேருக்கு நேர் சந்தித்த ஒரு சிறிய மனிதனின் கசப்புப் பின்சுவை. டம் டம்.

கொஞ்சம் சுமாராக உணர்ந்தான். ஷூக்களைப் போட்டுக்கொண்டு ஷூ லேஸ்களை முடிச்சிடாமல் அறையை விட்டு வெளியே நடைக்கு வந்து ராஹேல் அறைக் கதவின் முன் அமைதியாக நின்றான்.

ராஹேல் ஒரு நாற்காலியின் மேல் ஏறித் தாழ்ப்பாளைத் திறந்தாள்.

எஸ்தா கதவருகில் நிற்பதை அவள் எப்படி அறிந்தாள் என்று ஆச்சரியப்படுவதற்கு சாக்கோ முயலவில்லை. அவர்களின் அவ்வப்போதைய விநோதங்களுக்கு அவன் பழக்கப்பட்டிருந்தான்.

கரையொதுங்கிய திமிங்கலத்தைப் போல அந்தக் குறுகலான ஹோட்டல் படுக்கையில் அவன் படுத்தான். ராஹேல் பார்த்தது வெளுத்தாவைத்தானா என்று யோசித்தான். அவனாக இருக்குமென்று அவனுக்குத் தோன்றவில்லை. அவனாக இருந்தால் அனுகூலங்கள் அவனுக்கு அதிகம். எதிர்காலமுள்ள ஒரு பரவன் அவன். மார்க்ஸிஸ்ட் கட்சியின் உறுப்பினர் அட்டையை அவன் பெற்றிருப்பானா என்று சாக்கோ யோசித்தான். தோழர் கே.என்.எம். பிள்ளையைச் சமீபகாலமாக அவன் சந்தித்துக்கொண்டிருக்கிறானோ என்றும் சந்தேகம் வந்தது.

சென்ற வருடத் தொடக்கத்தில் தோழர் பிள்ளையின் அரசியல் கனவுகளுக்கு எதிர்பாராததோர் ஊக்கம் கிடைத்தது. இரு உள்ளூர்

கட்சி உறுப்பினர்கள், தோழர் ஜே. காட்டுகரனும் தோழர் குகன் மேனனும் நக்ஸலைட்டுகள் என்ற சந்தேகத்தின் பேரில் கட்சியிலிருந்து நீக்கப் பட்டனர். அவர்களில் ஒருவரான தோழர் குகன் மேனன்தான் அடுத்த மார்ச் மாதத்தில் வரப்போகும் கோட்டயம் இடைத்தேர்தலில் கட்சி யின் வேட்பாளராகப் போட்டியிடப் போகிறார் என்று கூறப்பட்டு வந்தது. கட்சியிலிருந்து அவர் நீக்கப்பட்டதில் ஒரு வெற்றிடம் உருவாகிப் பலரும் நம்பிக்கையோடு அவ்விடத்தை நிரப்பப் போட்டியிட்டுக் கொண் டிருந்தனர். அவர்களில் தோழர் கே.என்.எம். பிள்ளையும் ஒருவர்.

தோழர் பிள்ளை, பாரடைஸ் ஊறுகாய் தொழிற்சாலையில் நடக்கும் சம்பவங்களைக் கால்பந்தாட்டப் போட்டியை ஒரு சப்ஸ்டிட்யூட் பார்க்கும் ஆர்வத்தோடு கவனித்துக்கொண்டிருந்தார். ஒரு புதிய தொழிற்சங்கத்தை, அது எவ்வளவு சிறியதாக இருந்தாலும், தன்னுடைய எதிர்காலத் தொகுதியில் ஆரம்பித்து வைப்பது சட்டசபைக்குச் செல்லும் தன் பயணத்திற்கு அற்புதமான தொடக்கமாக இருக்குமென அவர் நம்பினார்.

அதுவரை, பாரடைஸ் ஊறுகாய் தொழிற்சாலையில் *'காம்ரேட்! காம்ரேட்!'* என்றழைத்துக்கொள்வது (அம்மு சொன்னதைப் போல) வேலை நேரத்துக்குப் பிறகு நடத்தப்படும் ஆபத்தற்றதொரு விளையாட் டாகவே இருந்தது. ஆனால் ஊதியச் செலவினத்தை அதிகரித்து, நடத்துநரின் ஆணைக்கோலை சாக்கோவின் கைகளிலிருந்து பறித்துக் கொண்டால் ஏற்கெனவே கடனில் மூழ்கியிருக்கும் தொழிற்சாலை நசிந்துபோய்விடுமென்று (சாக்கோவைத் தவிர) எல்லோருக்கும் தெரிந் திருந்தது.

நிதிப்பற்றாக்குறையில் சிக்கியிருந்ததால் தொழிற் சங்கம் வரையறுத்திருந்த அளவைவிடக் குறைவாகவே தொழிலாளர்களுக்கு ஊதியம் தரப்பட்டு வந்தது. ஆனால் அதை அவர்களுக்குச் சுட்டிக் காட்டியதே சாக்கோதான்; நிலைமை சீரானதும் அவர்களுடைய ஊதியம் திருத்தியமைக்கப்படுமென்று உறுதியும் அளித்தான். அவர்கள் அவனை நம்புவதாகவும் அவர்களுடைய நலனை முக்கியமாகத் தான் கருதுவதாக அவர்கள் நினைப்பதாகவும் அவன் நம்பினான்.

ஆனால் வேறு விதமாக நினைத்த ஒருவர் இருந்தார். மாலை நேரங்களில், தொழிற்சாலையின் ஷிஃப்ட் முடிந்ததும் தோழர் கே.என்.எம். பிள்ளை தொழிலாளர்களை மடக்கிப் பிடித்து தனது அச்சகக் கட்டிடத்திற்கு ஓட்டிச் செல்வார். அவருடைய மேல்கட்டைக் குரலில் அவர்களைப் புரட்சிக்குத் தயாராகும்படி அறைகூவல் விடுப் பார். தன்னுடைய உரைகளில் மிகக் கெட்டிக்காரத்தனமாக, பொருத்த மான உள்ளூர் விஷயங்களையும் மகத்தான மாவோயிஸ சொல் அலங்காரங்களையும் சேர்த்து மலையாளத்தில் அவர் பேசுவதைக் கேட்கும்போது மேலும் மகத்தானதாக ஒலிக்கும்.

"உலக மக்களே" என்று உற்சாக முழக்கமிடுவார். "துணிவு கொள்ளுங் கள், வீரத்துடன் போராடுங்கள், தடைகளை எதிர்த்து நில்லுங்கள், அலையலையாய் முன்னேறுங்கள், பின்பு இவ்வுலகமே மக்களுக்குச்

சொந்தமாகிவிடும். எல்லாவித அரக்கர்களும் அழிக்கப்படுவார்கள். உங்களுக்குரிய உரிமையை நீங்கள் கோர வேண்டும். வருடாந்திர போனஸ். சேமநல நிதி. விபத்துக் காப்பீடு." இந்த உரைகளெல்லாமே, சட்டசபையின் உள்ளூர் உறுப்பினரான தோழர் பிள்ளை இலட்சக் கணக்கானோர் முன்பு நிகழ்த்தப்போகும் உரைக்கான ஒத்திகை என்பதால், இந்த உரைகளின் தொனியிலும் லயத்திலும் ஏதோவொரு முரண் இருந்துகொண்டேயிருந்தது. அவருடைய வசனங்களில் பச்சைப் பசேலென்ற நெல் வயல்களும் நீல வானத்தை வருடும் சிவப்புப் பதாகைகளும் நிறைந்திருக்கையில் அந்தச் சிறிய புழுக்கமான அறையில் அச்சு மையின் நெடியடிக்கும்.

தோழர் கே.என்.எம். பிள்ளை எப்போதுமே வெளிப்படையாக சாக்கோவைத் தாக்கிப் பேசியதில்லை. அவனைக் குறிப்பிட வேண்டி வந்தபோதெல்லாம் ஜாக்கிரதையாக அவனுடைய மனித அடைமொழி களையெல்லாம் தவிர்த்துவிட்டு ஏதோ பெரியதொரு அமைப்பின் செயற்குறியீடாகவே விளிப்பார். தத்துவ உருவகமாக அவனைப் பெயர் சொல்லிக் குறிப்பிடாமல் எப்போதும் 'நிர்வாகம்' என்று மட்டுமே கூறுவார். சாக்கோ என்னவோ பல மனிதர்கள் கொண்ட சேர்மம் என்பது போல. அவருடைய செயல்திட்டங்களுக்கு இதுதான் சரியான வழிமுறையாக இருந்தாலும், சாக்கோ என்ற மனிதனை அவனுடைய பதவியிலிருந்து விலக்கி வைத்துப் பார்ப்பது தோழர் பிள்ளையின் மனசாட்சியைத் தெளிவாக வைத்திருக்கவும், அவருடைய தனிப்பட்ட வர்த்தகத் தொடர்புகளை அவனுடன் வைத்துக்கொள்வதற்கும் உதவி யாகவும் இருந்தது. பாரடைஸ் ஊறுகாய் லேபிள்களை அச்சிடுவதன் மூலம் வரும் வருமானம் அவருக்கு அத்தியாவசியமாக இருந்தது. சாக்கோ என்ற வாடிக்கையாளரும் சாக்கோ என்ற நிர்வாகமும் இருவேறு கூறுகள் என்று தனக்குள் அவர் கூறிக்கொண்டார். அவர்கள் இருவரும் சாக்கோ என்ற தோழரிலிருந்தும் வேறுபட்டவர்கள்தாம்.

தோழர் பிள்ளையின் திட்டத்திலிருந்த ஒரே தடங்கல் வெளுத்தா. பாரடைஸ் ஊறுகாயின் தொழிலாளர்களிலேயே கட்சியின் உறுப்பினர் அட்டை பெற்றிருந்தது அவன் மட்டும்தான். அவன் ஒருத்தன் இல்லாம லிருந்தால் தோழர் பிள்ளைக்கு எவ்வளவோ எளிதாக இருந்திருக்கும். தொழிற்சாலையின் மற்ற தீண்டத்தகுந்த தொழிலாளர்கள் ஒவ்வொருவ ரும் அவர்களுக்கேயுரிய புராதனக் காரணங்களுக்காக வெளுத்தாவை வெறுத்திருந்தனர். இச்சிக்கலைச் சமாளிக்க உரிய சந்தர்ப்பத்திற்காகக் காத்திருந்த தோழர் பிள்ளை இவ்விரிசலைச் சுற்றிக் கவனமாக அடி வைத்து நடந்தார்.

தொழிலாளர்களோடு தொடர்ந்து அவர் தொடர்பு வைத்திருந் தார். தொழிற்சாலையில் நடப்பனவற்றை உன்னிப்பாகக் கேட்டுத் தெரிந்துகொள்வதை வாடிக்கையாக வைத்திருந்தார். அவர்களுடைய *சொந்த* அரசாங்கம், மக்களின் அரசாங்கமே. பதவியில் இருக்கும்போது, நிர்வாகம் கொடுக்கும் கூலியை எதிர்ப்பேயின்றி அவர்கள் வாங்கிக் கொள்வதை அவர் கிண்டல் செய்வார்.

மம்மாச்சிக்கு ஒவ்வொரு நாள் காலையிலும் செய்தித்தாள்கள் வாசித்துக் காட்டும் கணக்குப்பிள்ளை புன்னச்சன் ஒரு நாள் வந்து தொழிலாளர்களிடையே கூலியை உயர்த்திக் கேட்கப் போவதாகப் பேச்சு எழுந்துள்ளதாகக் கூறியதும் மம்மாச்சி கோபத்துடன் சீறினாள். "அவர்களைப் போய்ப் பேப்பர் படிக்கச் சொல், தேசமே பஞ்சத்தில் இருக்கிறது. எங்கேயும் வேலை இல்லை. ஜனங்கள் பட்டினியில் செத்துக் கொண்டிருக்கிறார்கள். இவர்களுக்கு *ஏதோ* வேலையாவது இருக்கிறதே என்று நன்றியோடு இருக்கச் சொல்."

தொழிற்சாலையில் முக்கியமாக ஏதாவது நடந்தால் அந்தச் செய்தி மம்மாச்சியிடம்தான் கொண்டுவரப்படும். சாக்கோவிடமல்ல. ஒருவேளை மம்மாச்சிதான் மரபான அதிகார முறைக்குப் பொருத்தமாக இருப்ப தாலோ என்னவோ. அவள் முதலாளி. அவளும் தனது வேலையைப் புரிகிறாள். அவள் நடவடிக்கைகள் கடுமையாக இருந்தாலும் நேரடி யாக, கணிக்கக்கூடியனவாக இருந்தன. ஆனால் சாக்கோ, அத்தொழிற் சாலையின் தலைவனாக, *'எனது ஊறுகாய்' 'எனது ஜாம்' 'எனது மசாலாப் பொடி'* என்று கூறி வந்தாலும் பல்வேறு ஒப்பனைகளை மாறி மாறி அணிந்து வந்ததால் அவனுடைய உண்மையான வரம்பு தெளிவற்றுக் காணப்பட்டது.

மம்மாச்சி சாக்கோவை எச்சரிக்க முயன்றாள். அவள் தன்னிடம் சொல்வதை அவன் அனுமதித்தாலும் அவன் அவற்றைப் பொருட் படுத்தவில்லை. எனவே பாரடைஸ் ஊறுகாய் வளாகத்தில் ஏற்படத் தொடங்கியிருந்த ஆரம்பக் கட்ட அதிருப்தியைப் புறக்கணித்துவிட்டு அவன் புரட்சிக்கான ஒத்திகையில் *'காம்ரேட்! காம்ரேட்!'* என்று ஒப்பித்துக்கொண்டிருந்தான்.

அன்றிரவு, தனது குறுகலான ஹோட்டல் படுக்கையில் தூக்கக் கலக்கத் தோடு, அவன் தோழர் பிள்ளையை முந்திக்கொண்டு தானாகத் தொழி லாளர்களை ஒருங்கிணைத்துத் தனிப்பட்ட தொழிலாளர் சங்கம் உரு வாக்க வேண்டுமென்று திட்டமிட்டுக்கொண்டிருந்தான். அவன் அவர் களுக்குத் தேர்தல் நடத்துவான். அவர்களை வாக்களிக்க வைப்பான். சுழற்சி முறையில் அவர்கள் தேர்தலில் போட்டியிடலாம். தோழியர் சுமதி அல்லது அவளைவிட அழகான கூந்தல் கொண்ட லூஸிக்குட்டி யோடு வட்ட மேஜை பேச்சுவார்த்தை நடத்துவதைக் கற்பனைசெய்து புன்னகைத்துக்கொண்டான்.

அவனுடைய நினைவுகள் மார்கரெட் கொச்சம்மா, ஸோஃபீ மோளின் பக்கம் திரும்பின. இறுக்கமான நேசக்கயிறுகள் அவன் நெஞ்சைச் சுற்றி இறுக்கி மூச்சை முட்டின. அவன் முழுவதுமாக விழித்துக்கொண்டு விமான நிலையத்திற்குக் கிளம்ப வேண்டிய நேரத்தைக் கணக்கிட்டுக்கொண்டிருந்தான்.

அடுத்த படுக்கையில் அவனது மருமகனும் மருமகளும் ஒருவர் கையை ஒருவர் பிணைத்துக்கொண்டு தூங்கிக்கொண்டிருந்தனர்.

கொதிக்கும் ஒருவன், குளிர்ச்சியாய் ஒருத்தி. அவன், அவள். நாமும் நமக்கும். அழிவிற்கான அறிகுறியைக்கூட உணராமல், அவர்களை எதிர்நோக்கியிருக்கும் எதையும் அறியாமல் இருந்தனர்.

அவர்களுடைய நதியைக் கனாக்கண்டுகொண்டிருந்தனர்.

இளநீர் கண்களோடு நதியில் தாழ்ந்து வளைந்திருக்கும் தென்னை மரங்களை. அதற்கருகில் வழுக்கிச் செல்லும் படகுகளை. நதியை எதிர்த்துக் காலையிலும், நதியோடு சேர்ந்து மாலையிலும் படகில் செல்வதை. படகின் எண்ணெய் பூசிய கருப்புப் பலகைகளை படகோட்டியின் மூங்கில் கழிகள் இடிக்கும்போது எழும் மந்தமான சத்தங்களை.

தண்ணீர் மிதமான சூட்டில். சாம்பல் பச்சையில். பட்டுத்துணியில் அலையடிப்பது போல்.

மீன்களைச் சேர்த்து.

வானும், மரங்களும் சேர்ந்து.

இரவில், உடைந்த மஞ்சள் நிலாவையும் சேர்த்து.

காத்திருந்ததில் சலிப்புற்று, சிற்றுண்டி வாசனைகள் திரைச்சீலைகளிலிருந்து இறங்கி ஸீ க்வீனின் சன்னல்களில் ஊடுருவி நடனமாடிக் கொண்டே சிற்றுண்டி வாசமெடுக்கும் கடலை நோக்கி இருட்டில் சென்றன.

அப்போது நேரம் இரண்டு மணி அடிக்க பத்து நிமிடம்.

5

கடவுளின் சொந்த தேசம்

இத்தனை வருடங்கள் கழித்து ராஹேல் அந்த ஆற்றிடம் திரும்பச் சென்றபோது அது கோரமான மண்டையோட்டுச் சிரிப்போடும் பற்கள் இருந்த இடங்களில் ஓட்டைகளோடும் ஒட்டி உலர்ந்து, மருத்துவமனைப் படுக்கையிலிருந்து உயரும் கை ஒன்றைப் போலக் காணப்பட்டது.

இரண்டு விஷயங்கள் நடந்திருக்கின்றன.

அது சுருங்கியிருக்கிறது. அவள் வளர்ந்திருக்கிறாள்.

செல்வாக்குள்ள நெல் விவசாயிகளின் வாக்குகளைப் பெறுவதற்காக ஆற்றில் உப்புநீர் தடுப்பணை ஒன்று கட்டப்பட்டிருந்தது. அந்தத் தடுப்பணை அரபிக் கடலின் முகத் துவாரத்திலிருந்த உப்பங்கழியிலிருந்து உப்புநீர் உள்நுழைவதை ஒழுங்குபடுத்தியது. இதனால் வருடத்திற்கு ஒரு முறைக்குப் பதிலாக இப்போதெல்லாம் இரு முறை அறுவடை நடக்கிறது. நதியை விலையாகக் கொடுத்து அதிக நெல் பெறப்படுகிறது.

அது ஜூன் மாதமாக இருந்தாலும், மழை பெய்துகொண்டிருந்தாலும் இப்போது அந்த நதி ஒரு கனத்தக் கால்வாயாக மட்டும்தான் இருந்தது. ஒரு மெல்லிய ரிப்பனாக, இரு பக்கங்களிலும் சேற்றுக்கரையைச் சோம்பேறித்தனமாக அளைந்து கொண்டு செல்ல, அங்கங்கே செத்துப்போன மீன்கள் வெள்ளியாக மின்னின. சதைப்பற்றான களைச்செடிகளால் ஆறு மூச்சுத் திணறிக்கொண்டிருந்தது. நீரினடியில் உணர்கொம்புகள் போல அந்தக் களைச்செடிகளின் பழுப்பு வேர்கள் அலைந்தன. செம் பழுப்புச் சிறகுகளோடு தட்டான்கள் நீர்ப்பரப்பில் நடந்து சென்றன. திவலை தெறிக்காமல். ஜாக்கிரதையாக.

ஒரு காலத்தில் அந்த ஆறு அச்சமூட்டும்படி வலிமை கொண்டிருந்தது. வாழ்க்கைகளை மாற்றும் சக்திகொண்டிருந்தது. இப்போது அதன் பற்கள் பிடுங்கப்பட்டு, சக்தி இழக்கப்பட்டிருந்தது. அது இப்போது மெதுவாக ஊர்ந்து செல்லும் ஒரு பச்சை ரிப்பன் ஈரப் புல்வெளிதான். அதில் குப்பைகள் எடுத்துச் செல்லப்பட்டுக்

கடலில் கொட்டப்படுகின்றன. பளிச்சிடும் நிறங்களில் பிளாஸ்டிக் பைகள் நீர்ச்செடிகளில் சிக்கிக்கொண்டு வெப்பமண்டலப் பறக்கும் பூக்களைப் போலக் காணப்பட்டன.

குளிக்க வருபவர்களைத் தண்ணீர்வரையிலும் மீனவர்களை மீன் பிடிக்குமிடம்வரையிலும் முன்பு கொண்டுசென்ற கற்படிகள் முழுமை யாக வெளிப்பட்டு, ஓர் அபத்தமான தண்டையக்கட்டுள்ள நினைவிடத்தைப் போல எதையும் நிலைநிறுத்தாமல் இருந்தன. துவங்குமிடமுமின்றி முடியுமிடமுமின்றி. அவற்றின் விரிசல்களிடையே கோரைப்புற்கள் பீறிட்டு வளர்ந்திருந்தன.

ஆற்றின் மறுகரையில் செங்குத்தான சேற்றுக்கரை, குடிசைகளின் தாழ்வான களிமண் சுவர்களாக மாறியிருந்தன. அவற்றின் ஓரங்களில் சிறுவர்கள் குந்தி உட்கார்ந்து ஆற்றங்கரையின் சொதசொதப்புச் சேற்றில் நேரடியாக மலம் கழித்தனர். மலங்கழித்த தடயங்கள் ஆற்றோரமெங் கிலும் இருந்தன. இறுதியில் மாலையானதும் நீர்வரத்து அதிகமாகி நீர்மட்டம் உயர்ந்ததும் ஆறு இந்தத் தினசரிப் படையல்களை ஏற்று, ஏந்திக்கொண்டு, அழுக்கு நுரை வெள்ளையாக மேற்பரப்பில் வரிவரி யாகச் சுழல, கடலுக்குக் கொண்டு சேர்த்துவிடும். இந்தப் பகுதிக்கு முன்னதாகத் தொழிற்சாலைக் கழிவுகள் கலக்கும் இடத்தில் சுத்தமான தாய்மார் துணிகளைத் துவைத்துப் பாத்திரங்களை அலம்புவர். அங்கேயே அனைவரும் குளிப்பர். வளைந்து நெளிந்து செல்லும் ரிப்பனில் கோத்த கரிய மார்பளவு பொம்மைகள் போல நீருக்கு மேல் வெட்டப் பட்ட சோப்புத் தேய்த்த உடம்புகள் தெரியும்.

வெயில் ஏற ஏறக் கழிவுகளின் நாற்றம் ஆற்றிலிருந்து எழும்பி அய்மனத்தின் மேல் தொப்பியாகக் கவிழும்.

அங்கிருந்து மேலும் உள்ளே நுழைந்து, குறுக்கே சென்றால் அந்த இடத்தில் ஒரு ஐந்து நட்சத்திர ஹோட்டல் சங்கிலி, 'இருட்டின் இதயத்தை' வாங்கியிருக்கிறது.

அந்த ஹிஸ்டரி ஹவுஸிற்கு (தடித்த கால் கட்டைவிரல் நகங் களுடைய முன்னோர்கள் வரைபடங்களில் இருந்தபடிச் சுவாசிக்கும், முணுமுணுக்கும் சரித்திர வீட்டிற்கு) ஆற்றின் பக்கத்திலிருந்து இனி யாரும் வர முடியாது. அது அய்மனத்துக்குத் தன் முதுகைத் திருப்பிக் கொண்டது. கொச்சியிலிருந்து அந்த ஓட்டலின் விருந்தினர்கள் காயல் வழியாகப் படகில் கொண்டுவரப்படுவார்கள். விசைப்படகுகளில் அவர் கள் வருகையில், தண்ணீரில் 'V' வடிவ நுரைத்தடம் விரிந்து, தண்ணீரில் சிந்தும் எண்ணெய்ப் படலத்தில் வானவில் படிமங்கள் உருவாகும்.

ஓட்டலிலிருந்து பார்க்கையில் அழகாக இருக்கிறது, ஆனால் இங்கும் தண்ணீர் கனத்து நச்சாகியிருக்கிறது. *நீந்தக் கூடாது* என்று அலங்கார எழுத்துகளில் அறிவிப்புப் பலகைகள் இருக்கின்றன. குடிசைப் பகுதி கண்ணில் படக்கூடாதென்பதற்காகவும், கரி சாயபுவின் எஸ்டேட் டுக்குள் செல்லக் கூடாதென்பதற்காகவும் அவர்கள் உயரமாக ஒரு

மதிற்சுவர் எழுப்பியிருக்கின்றனர். நாற்றத்தைத்தான் அவர்களால் எதுவும் செய்யமுடியவில்லை.

ஆனால் நீந்துவதற்கு ஓட்டலில் ஒரு நீச்சல் குளம் அமைத்திருக் கின்றனர். சூடான தந்தூரி வாவல் மீனும் க்ரேப் ஸ்யூலெட்களும் அவர்களுடைய மெனுவில் இருக்கின்றன.

மரங்கள் இன்னமும் பசுமையாகவும் வானம் இன்னமும் நீலமாக இருப்பதும் சிலவற்றிற்கு ஆதாயமாகவே இருக்கிறது. எனவே தமது நாசியை மூடிக்கொண்டு அந்த நாறும் சொர்க்கத்தை அவர்களுடைய அறிமுகப் பிரசுரங்களில் 'கடவுளின் சொந்த தேசம்' என்று அழைத் திருந்தனர். அந்த ஓட்டல் ஆசாமிகள் புத்திசாலிகள். அந்தத் துர்நாற்றம், மற்ற மனிதர்களின் ஏழ்மையைப் போல பழக்கப்படுத்திக்கொள்ள வேண்டிய ஒன்று என்பதை அறிந்திருந்தனர். கொஞ்சம் கட்டுப்பாடு தேவைப்படுகிறது. கஷ்டப்பட்டு ஏர் – கண்டிஷன் செய்துகொள்ள வேண்டும். வேறு எதுவுமில்லை.

கரி சாயபுவின் வீடு புனரமைக்கப்பட்டு வர்ணமடிக்கப்பட்டது. செயற்கைக் கால்வாய்களும், இணைப்புப் பாலங்களும் குறுக்கிட அது மிகப் பெரிய காம்ப்ளெக்ஸ் ஒன்றின் நடுநாயகமாகிவிட்டது. தண்ணீரில் சிறிய படகு கள் மிதந்தன. டோரிக் கம்பங்களோடு அகன்ற தாழ்வாரம் கொண்ட அந்தப் பழைய காலனிய பங்களாவைச் சுற்றி ஓட்டல் நிர்வாகத்தால் பழங்கால வீடுகளிலிருந்து வாங்கப்பட்ட, சிறிய, பழைய மரவீடுகள் – புராதன வீடுகள் என்று அழைக்கப்பட்டன – அந்த இருட்டின் இதயத் தில் அமைக்கப்பட்டன. பணக்காரச் சுற்றுலாவாசிகள் விளையாடுவதற்குப் பொம்மைச் சரித்திரங்கள். ஜோசப்பின் கனவில் வந்த நெற்கதிர் கட்டு களைப் போல, ஆங்கில மாஜிஸ்டிரேட்டிடம் மனு கொடுக்கும் ஆவல் மிகுந்த பழங்குடிகளைப் போல, சரித்திர வீட்டைச் சுற்றி அப்புராதன வீடுகள் பணிவிணக்கமாக அமைக்கப்பட்டிருந்தன. அந்த ஹோட்டல் 'ஹெரிடேஜ்' என்று பெயரிடப்பட்டிருந்தது.

அந்த மரவீடுகளிலேயே மிகப் பழமையானதும், ராணுவத்துக்கு ஒரு வருட காலத்துக்கு உணவிடக்கூடிய அளவுக்கு அரிசி கொள்ளக் கூடிய, காற்றுப்புகா ஸ்டோர் ரூமைக் கொண்டதுமான ஒரு வீட்டை, அதுதான் கேரளாவின் மாசே – துங்கான தோழர் இ.எம்.எஸ். நம்பூதிரி பாடின் மூதாதையர் வீடு என்று ஹோட்டல்காரர்கள் அவர்களுடைய விருந்தினர்களிடம் விளக்கினர். அந்த வீட்டோடு வந்த மரச்சாமான் களும், சிறு அலங்காரப் பொருட்களும் காட்சிப்படுத்தப்பட்டிருந்தன. ஓர் ஓலைக்குடை, ஒரு பிரம்பு நாற்காலி, மரத்தாலான ஒரு வரதட்சணைப் பெட்டி. ஒவ்வொன்றிலும் *'கேரள பாணி குடை'* என்றும் *'மரபான மணமகள் வரதட்சணைப் பேழை'* என்றும் விளக்க அட்டைகள் பொருத்தப்பட்டிருந்தன.

எனவே சரித்திரமும் இலக்கியமும் வணிகரீதியாகச் சேர்க்கப்பட்டிருந்தன. படகிலிருந்து இறங்கும் பணக்காரச் சுற்றுலாவாசிகளை குர்ட்ஸும் கார்ல் மார்க்ஸும் கைகோத்துக்கொண்டு வரவேற்றனர்.

தோழர் நம்பூதிரிபாடின் வீடு, ஓட்டலின் உணவறையாகச் செயல்பட்டது. வெயிலில் பாதி பழுத்த சுற்றுலாவாசிகள் நீச்சலுடைகளில் இளநீர் (ஓட்டோடு) அருந்தினர். முன்னாள் கம்யூனிஸ்டுகள் தற்போது வண்ணமயமான பாரம்பரிய உடைகளில் பானங்கள் அடுக்கப்பட்ட தட்டுகளைக் கையிலேந்திப் பணிவாக நடந்துசென்றனர்.

மாலை நேரங்களில் (வட்டார ரசனைக்காக) சுற்றுலாவாசிகளுக்குச் சுருக்கிய வடிவத்தில் கதகளி நிகழ்ச்சிகளை வழங்கினர். (அந்த நடனக் கலைஞர்களிடம் அந்த ஹோட்டல்காரர்கள் அதை 'சிறு கவனஈர்ப்பு' என்று விளக்கியிருந்தனர்.) எனவே புராதனக் கதைகள் உடைத்து நொறுக்கி ஊனமாக்கப்பட்டு, ஆறு மணி நேர கிளாஸிக்குகள் இருபது நிமிட சாகசங்களாகின.

நிகழ்ச்சிகள் நீச்சல் குளத்துக்கருகில் நடைபெற்றன. மேளக்காரர்கள் மேளமடிக்க, நடனக் கலைஞர்கள் நடனமாட, ஓட்டல் விருந்தினர்கள் தமது குழந்தைகளோடு தண்ணீரில் களிப்பாடினர். நதியோரத்தில் குந்தி தன்னுடைய ரகசியத்தைக் கர்ணனிடம் வெளிப்படுத்தியபோது காதல் ஜோடிகள் வெயில் குளியலெண்ணையை ஒருவர்மீது ஒருவர் பூசினர். தம்முடைய பருவ வயது மகள்களோடு அப்பாக்கள் தன்னிலையிழந்து விளையாடும்போது பூதகி தன்னுடைய நச்சிட்ட மார்பகத்தில் கண்ணனுக்கு பாலூட்டினாள். பீமன் துச்சாதனின் வயிற்றைக் கிழிக்க, திரௌபதி அவன் ரத்தத்தில் தன் கேசத்தைக் கழுவினாள்.

ஹிஸ்டரி ஹவுஸின் பின் வராண்டா (அங்கேதான் தீண்டத்தகுந்த போலீஸ்காரர்கள் குவிந்தனர். அங்கேதான் காற்றடைத்த வாத்து பொம்மை வெடிக்கப்பட்டது) இப்போது சுற்றி மூடப்பட்டு ஓட்டலின் திறந்தவெளி சமையற்கூடமாக மாற்றப்பட்டுவிட்டது. அங்கே இப்போது மட்டன் கபாப்புகளையும், முட்டையும் பாலும் சேர்த்துச் செய்யப்படும் காரமெல் கஸ்டர்டையும் தவிர மோசமாக எதுவும் நிகழ்வதில்லை. நிகழ்த்தப்பட்ட பயங்கரத்தின் அடையாளங்கள் போய்விட்டன. உணவின் நறுமணத்தில் அது அடக்கப்பட்டுவிட்டது. சமையலர்களின் சுறுசுறுப்பில் மௌனமாகிவிட்டது. இஞ்சியும் பூண்டும் சந்தோஷமாக நசுக்கப்பட்டன. சில கீழ்நிலைப் பாலூட்டி விலங்குகளின் (பன்றிகள், ஆடுகள்) வயிறுகள் வெட்டப்பட்டன. மாமிசம் துண்டாக்கப்பட்டது. மீன்களின் செதிள்கள் உரிக்கப்பட்டன.

பூமிக்கடியில் ஏதோ புதைந்திருந்தது. புல்லுக்கடியில். இருபத்திமூன்று வருட ஜூன் மழைகளுக்கு அடியில்.

ஒரு சிறிய மறக்கப்பட்ட விஷயம்.

உலகத்திற்கு மிகவும் தேவைப்படும் ஒன்றல்ல.

ஒரு சிறுமியின் பிளாஸ்டிக் கைக்கடிகாரம். பெயிண்ட்டில் நேரம் வரையப்பட்டது.

அது இரண்டு மணியாக பத்து நிமிடம் என்றது.

ராஹேலிற்குப் பின்னால் ஒரு சிறுவர் படை தொடர்ந்தது.

“ஹலோ, ஹிப்பி” என்றனர் இருபத்தைந்து வருடங்கள் தாமதமாக. “வாட்டீஸ்யுவர்நேம்?”

யாரோ அவள் மேல் ஒரு சிறிய கல்லை எறிந்தனர். அவளுடைய இளமைக் காலம் மெலிந்த கைகால்களில் தெறிக்க ஓடி மறைந்தது.

அய்மனம் இல்லத்தைச் சுற்றிக்கொண்டு திரும்பி வருகையில் ராஹேல் மெயின் ரோடுக்கு வந்தாள். இங்கும் வீடுகள் முளைத்து விட்டிருக் கின்றன. ஆனால் அவையும் மரங்களுக்கடியில் ஒளிந்திருப்பதாலும், பிரதான சாலையிலிருந்து கிளைத்துச் செல்லும் பாதைகள் வண்டிகள் செல்லத்தக்கதாக இல்லாத வகையில் குறுகலாக இருப்பதாலுமே அய்மனத் தில் இன்னமும் கிராமத்து அமைதி ஓரளவுக்காவது மிச்சமிருக்கிறது. உண்மையில் அதன் மக்கள்தொகை ஒரு சிறிய நகரத்தின் அளவுக்கு உயர்ந்துவிட்டிருக்கிறது. அந்தப் பசுமையின் மெல்லியப் பூச்சுக்குப் பின் னால், கூப்பிட்ட ஒரு கணத்துக்குள் பெரிதாகக் கூட்டம் சேர்ந்துவிடும் அளவுக்கு, அஜாக்கிரதையான ஒரு பஸ் டிரைவரை அடித்துக் கொல்லும் அளவுக்கு, எதிர்க்கட்சிப் பந்த்தின்போது வெளியே வந்துவிட்ட ஒரு காரின் கண்ணாடியை உடைக்கும் அளவுக்கு, கோட்டயத்தின் பெஸ்ட் பேக்கரியிலிருந்து பேபி கொச்சம்மாவிற்கு வாங்கிவந்த வெளிநாட்டு இன்சுலின்களைத் திருட வருமளவிற்கு நிறைய மக்கள் வசிக்கின்றனர்.

லக்கி அச்சகத்துக்கு வெளியே தோழர் கே.என்.எம். பிள்ளை மதில் சுவருக்கருகே நின்றுகொண்டு வெளியே இருந்த ஒருவனுடன் பேசிக் கொண்டிருந்தார். தோழர் பிள்ளை தன் மார்புக்குக் குறுக்காகக் கைகளைக் கட்டிக்கொண்டு, அவருடைய அக்குள்களை யாரோ கடனாகக் கேட் டதைப் போலவும், அவர் அதை மறுப்பதைப் போலவும் கெட்டியாக இரு கைகளாலும் பற்றிக்கொண்டிருந்தார். சுவருக்கு மறுபுறமிருந்தவன் ஒரு பிளாஸ்டிக் கவரில் இருந்த புகைப்படங்களை வலிந்து வரவழைக்கப் பட்ட ஆர்வத்தில் எடுத்துப் பார்த்துக்கொண்டிருந்தான். அப்புகைப்படங் களில் பெரும்பான்மையானவை தில்லியில் டச்சு மற்றும் ஜெர்மானியத் தூதரகங்களில் பெயிண்டிங், குழாய் ரிப்பேர் மற்றும் மின்சாதன வேலை கள் ஏற்றுச் செய்துவரும் தோழர் கே.என்.எம். பிள்ளையின் மகன் லெனினின் புகைப்படங்கள். அவனுடைய அரசியல் சாய்வு குறித்து அவனுடைய வாடிக்கையாளர்களுக்கு எந்த அச்சமும் நேர்ந்துவிடக் கூடாதென்பதற் காகத் தனது பெயரைச் சிறிதளவு மாற்றிக்கொண்டான். லெவின் என்று தன்னை அழைத்துக்கொண்டான். பி. லெவின்.

ராஹேல் கவனிக்காமல் கடந்து சென்றுவிட முயன்றாள். அப்படிச் சென்றுவிட முடியுமென்று அவள் நினைப்பது அபத்தம்.

"அய்யோ, ராஹேல் மோளே!" அவளை உடனடியாக அடையாளம் கண்டுகொண்டு தோழர் கே.என்.எம். பிள்ளை அழைத்தார். "*ஓர்க்குநில்லே? காம்ரேட் அங்கிள்?*"

"*ஊம்*" என்றாள் ராஹேல்.

அவரை அவளுக்கு நினைவிருக்கிறதா? ஆம், இருக்கிறது.

அந்தக் கேள்வியோ அல்லது அதற்கான பதிலோ ஓர் உரையாடலுக்கான சாதாரண தொடக்கமாகக்கூட அமையவில்லை. சில விஷயங்கள் மறக்கக்கூடியவையென்று அவளுக்கும் அவருக்கும் தெரியும். சில விஷயங்கள் மறக்க இயலாதவை. பக்கவாட்டில் துயரத்தோடு வெறிக்கும் விழிகளோடு பஞ்சடைத்து பாடம் செய்யப்பட்டப் பறவைகள் தூசு படிந்த பலகணிகளில் உட்கார்ந்திருப்பதைப் போல இருப்பவை.

"நீ இப்போது அமெரிக்காவில்தானே இருக்கிறாய்?"

"இல்லை" என்றாள் ராஹேல். "இங்கேதான் இருக்கிறேன்."

"சரி, சரி" அவர் கொஞ்சம் பொறுமையிழந்தார். "மற்றபடி அமெரிக்காவில்தானே இருக்கிறாய்?"

தோழர் பிள்ளை தனது கைகளை விடுவித்தார். அவருடைய மார்புக் காம்புகள் மதில் சுவருக்கு மேலே ஒரு சோகமான செயின்ட் பெர்னார்ட் நாயின் கண்களைப் போலத் துருத்திக்கொண்டிருந்தன.

புகைப்படங்களைப் பார்த்துக்கொண்டிருந்தவனிடம் தன் முகவாய்க் கட்டையால் ராஹேலைக் காட்டி, "அடையாளம் தெரிகிறதா?" என்று கேட்டார்.

அவனுக்குத் தெரியவில்லை.

"அந்தக் காலத்திய பாரடைஸ் ஊறுகாய் கொச்சம்மாவின் மகளின் மகள்" தோழர் பிள்ளை கூறினார்.

அவன் திருதிருவென்று விழித்தான். அவன் ஒரு பரிபூரண அந்நியன். ஊறுகாய் சாப்பிடுபவனுமல்ல. தோழர் பிள்ளை வேறொரு மார்க்கத்தை முயன்றார்.

"புண்ணியன் குஞ்சு?" ஆந்தியோக்கின் பாட்ரியார்க் வானத்தில் கொஞ்ச நேரம் தோன்றி தன்னுடைய வற்றிப்போன கைகளை அசைத்தார்.

புகைப்படங்களை வைத்திருந்தவனுக்கு விஷயங்கள் அந்தந்த இடத்தில் பொருந்திக்கொண்டன. உற்சாகமாகத் தலையை ஆட்டினான்.

"புண்ணியன் குஞ்சுவின் மகன்? பீனான் ஜான் ஐப்? தில்லியில் இருந்தாரே?" என்றார் தோழர் பிள்ளை.

"*ஊம், ஊம், ஊம்*" என்றான் அவன்.

“அவருடைய மகளுடைய மகள். இப்போது அமெரிக்காவில் இருக்கிறாள்.”

அந்தத் தலையாட்டிக்கு ராஹேலின் பூர்வத் தொடர்புகள் நினைவிற்கு வந்து தலையாட்டினான்.

“*ஊம், ஊம், ஆம்.* இப்போது அமெரிக்காவில், இல்லையா?” அது ஒரு கேள்வியல்ல. அது வெறும் மெச்சுதல்.

அவனுக்கு ஏதோ ஓர் இழிவுச் சம்பவத்தின் ஞாபகம் இலேசாக வந்து சென்றது. விபரங்களை அவன் மறந்துவிட்டிருந்தாலும் அதில் செக்ஸூம் மரணமும் சம்பந்தப்பட்டிருந்ததென்று ஞாபகத்தில் இருந்தது. செய்தித்தாள்களில்கூட அவை வந்தன. ஒரு சிறிய அமைதிக்கும் ஒரு சில சிறிய தலையாட்டல்களுக்கும் பிறகு அவன் அந்த புகைப்படக் கட்டைத் தோழர் பிள்ளையிடம் திருப்பித் தந்தான்.

“சரி, காம்ரேட், நான் கிளம்புகிறேன்.”

அவனுக்குப் பேருந்தைப் பிடிக்க வேண்டும்.

“அப்புறம்?” ராஹேலின் மீது அவருடைய மொத்த கவனமும் ஸர்ச்லைட்டைப் போலத் திரும்பியதும் தோழர் பிள்ளையின் புன்னகை அதிகரித்தது. சமரசமற்ற சைவ உணவுப் பழக்கத்தில் அவருடைய பல் ஈறுகள் இளஞ்சிவப்பில் பளிச்சிட்டன. பார்த்தால் ஒரு காலத்தில் சிறுவனாக இருந்திருப்பார் என்றே நினைக்கத் தோன்றாத ரகம் அவர். அல்லது குழந்தையாக. பிறக்கும்போதே நடுத்தர வயதில் பிறந்தவராகத் தோன்றுபவர் அவர். பாதி வழுக்கைத் தலையோடு.

“மோளோட புருஷன்?” அவர் கேட்டார்.

“வரவில்லை.”

“ஏதாவது ஃபோட்டோ?”

“இல்லை.”

“பெயர்?”

“லேரி. லாரன்ஸ்.”

“*ஊம்.* லாரன்ஸ்.” தோழர் பிள்ளை இதனுடன் ஒத்துப் போவதைப் போலத் தலையாட்டினார். அவரைத் தேர்ந்தெடுக்க கேட்டுக்கொண்டால் இதைத்தான் அவர் எடுத்திருப்பார்.

“குழந்தைகள் உண்டா?”

“இல்லை” என்றாள் ராஹேல்.

“இன்னும் திட்டமிடும் கட்டத்திலேயே இருக்கிறாற் போலிருக்கிறது. அல்லது எதிர்பார்த்துக்கொண்டிருக்கிறாயா?”

“இல்லை.”

“கண்டிப்பாக ஒன்று வேண்டும். பையனோ, பெண்ணோ” என்றார் தோழர் பிள்ளை. “இரண்டுமே வேண்டுமென்றால் அது உன் விருப்பம்.”

“எங்களுக்கு விவாகரத்தாகிவிட்டது.” அவரை அதிர்ச்சியில் மௌன மாக்க ராஹேல் விரும்பினாள்.

“டை – வர்ஸா?” அவருடைய குரல் மேல்கட்டுக்கு உயர்ந்து கேள்விக் குறியின் மேல் உடைந்தது. அந்த வார்த்தையையே மரணத்தின் ஒரு வடிவம் போல உச்சரித்தார்.

“மிகவும் துரதிருஷ்டவசமானது,” அவர் சமாளித்து மீண்டதும் கூறினார். ஏதோ காரணத்துக்காக அவருக்குப் பழக்கமற்ற புத்தக நடையில், “மோ . . . ஸ்ட் அன்ஃபார்ச்சுனேட்” என்றார்.

அவர்களுடைய முன்னோர்களின் சீரழிந்த பூர்ஷ்வாத்தனத்திற்கு இந்தத் தலைமுறை அனுபவிப்பதாக தோழர் பிள்ளைக்குத் தோன்றியது.

ஒருத்தனுக்கு பைத்தியம். மற்றொருத்திக்கு டை – வர்ஸ். ஒரு வேளை மலடியாக இருக்கலாம்.

ஒருவேளை இதுதான் உண்மையான புரட்சியாக இருக்கக்கூடும். கிருஸ்துவர்களின் பூர்ஷ்வாத்தனம் சுயச்சிதைவைத் தொடங்கி விட்டது.

அங்கே பக்கத்தில் யாருமில்லாவிட்டாலும், யாரோ கேட்பதைப் போலத் தன் குரலைத் தோழர் பிள்ளை தாழ்த்தினார்.

“அப்புறம் மோன்? அவன் எப்படியிருக்கிறான்?” அவர் நம்பிக்கை யோடு கிசுகிசுத்தார்.

“அவன் நன்றாக இருக்கிறான்” என்றாள் ராஹேல்.

நன்றாக. தட்டையாக, தேன் நிறத்தில். உடைந்து நொறுங்கும் சோப்பில் அவன் துணிகளைத் துவைக்கிறான்.

“அய்யோ, பாவம்” தோழர் பிள்ளை முணுமுணுத்தார். அவருடைய மார்புக் காம்புகள் பொய்யான கலக்கத்தில் தளர்ந்து சரிந்தன. “பாவம், அவன்.”

ராஹேலுக்கு எதற்காகத் தன்னை அவர் அவ்வளவு அந்தரங்க மாகக் கேட்டுவிட்டு அவளுடைய பதில்களைக் கொஞ்சமும் பொருட் படுத்தாமலிருக்கிறார் என்று வியப்பாக இருந்தது. அவளிடம் உண்மையை அவர் எதிர்பார்க்கவில்லையென்று தெளிவாகத் தெரிகிறது. ஆனால் ஏன் அவர் அதற்கு வேறு விதமாகப் பாசாங்கு செய்ய வேண்டும்?

“லெனின் இப்போது டெல்லியில் இருக்கிறான்,” கடைசியில் தன்னுடைய பெருமிதத்தை அடக்க முடியாமல் சொல்லிவிட்டார். “வெளிநாட்டுத் தூதரகங்களில் வேலை பார்க்கிறான். இங்கே பார்.”

அவர் ராஹேலிடம் அந்த செலோஃபேன் உறையைக் கொடுத்தார். அவை பெரும்பாலும் லெனினும் அவனுடைய குடும்பமும் உள்ள புகைப்படங்கள். அவன் மனைவி, அவன் குழந்தை, அவனது புதிய

பஜாஜ் ஸ்கூட்டர். அப்புறம் மிக நன்றாக உடுத்திய, மிகவும் இளஞ்சிவப்பான ஒருத்தனுடன் லெனின் கைகுலுக்கும் புகைப்படம்.

“ஜெர்மன் ஃபர்ஸ்ட் செகரெட்டரி” தோழர் பிள்ளை சொன்னார்.

அவர்கள், லெனினும் அவன் மனைவியும், புகைப்படங்களில் மகிழ்ச்சியோடிருந்தனர். அவர்களுடைய கூடத்தில் புதிய ரெஃப்ரிஜெரேட்டரும் டிடிஏ ஃபிளாட் ஒன்றிற்கு மொத்தத் தொகையும் கிடைத்திருப்பதைப் போல.

லெனின் அவன் அம்மாவின் சேலை மடிப்பின் ஒரு பகுதியல்லவென்றும் உண்மையிலேயே ஒரு பையன்தானென்றும், ராஹேலுக்கும் எஸ்தாவுக்கும் தெரியவைத்த ஒரு சம்பவம் அவள் நினைவுக்கு வந்தது. அவளுக்கும் எஸ்தாவுக்கும் ஐந்து வயது. லெனினுக்கு மூன்று அல்லது நான்கு வயதிருக்கலாம். அவர்கள் (கோட்டயத்தின் முன்னணி குழந்தை நல மருத்துவரும் அம்மாக்களின் ஆபத்பாந்தவருமான) டாக்டர் வர்கீஸ் வர்கீஸின் கிளினிக்கில் சந்தித்தனர். ராஹேல் அம்முவுடனும் (அவனும் வருவேனென்று அடம் பிடித்ததால்) எஸ்தாவுடனும் இருந்தாள். லெனின் அவன் அம்மா கல்யாணியுடன் இருந்தான். ராஹேலுக்கும் லெனினுக்கும் ஒரே பிரச்சினை. அவர்கள் மூக்குக்குள் ஏதோ வெளி சமாச்சாரம் போய்விட்டிருக்கிறது. அது ஓர் அசாதாரணமான ஒற்றுமையாக இப்போது தோன்றினாலும், அப்போது ஏனோ அப்படிப் படவில்லை. குழந்தைகள் தமது மூக்குகளுக்குள் போட்டுக்கொள்ள தேர்ந்தெடுக்கும் பொருட்களில்கூட அரசியல் நுழைந்துவிடுகிறதென்பது விசித்திரம்தான். அவள் ஓர் இம்பீரியல் என்டமாலஜிஸ்ட்டின் பேத்தி, அவன் மார்க்ஸிஸ்ட் கட்சி அடிப்படை ஊழியர் ஒருவரின் மகன். எனவே அவள் ஒரு கண்ணாடி மணியையும் அவன் ஒரு பச்சைப் பட்டாணியையும் தத்தமது மூக்குகளுக்குள் போட்டுக்கொண்டிருந்தனர்.

பார்வையாளர்கள் அறை நிரம்பியிருந்தது.

மருத்துவர் அறையின் திரைச்சீலைக்குப் பின்னாலிருந்து சதிக் குரல்கள் கிசுகிசுத்தன. இடையிடையே சிறுவர்கள் காட்டுத்தனமாக அலறினர். உலோகத்தில் கண்ணாடியை வைக்கும் ‘க்ளிங்க்’கும் கிசுகிசுப்பும் கொதிக்கும் நீரின் குமிழிகள் உடையும் களகளப்பும் கேட்டன. ஒரு பையன், சுவரிலிருந்த *Doctor is IN Doctor is OUT* போர்டின் பித்தளைத் தகட்டை அப்படியும் இப்டியும் தள்ளிக்கொண்டு விளையாடினான். ஒரு ஜுரக் குழந்தை அதன் அம்மாவின் மார்பில் கக்கியது. தாழ்வான சீலிங் ஃபேன் அவ்வறையின் கனத்த, பயம் நிரம்பிய காற்றை முடிவற்ற சுழற்சிகளில் வெட்டி வெட்டி, உருளைக்கிழங்கின் முடிவற்ற தோலைப் போல தரையில் சீவித்தள்ளிக்கொண்டிருந்தது.

பத்திரிகைகளை ஒருத்தரும் படிக்கவில்லை.

அந்தத் தாழ்வாரத்தின் திரைச்சீலை மூடிய வாசலுக்கு வெளியே தெரு உடனே ஆரம்பித்திருந்தது. திரைச்சீலையின் அடியில் தெரியும்

தெருவில் நடந்து செல்லும் உடல்களிலிருந்து வெட்டப்பட்ட கால்களின் இரக்கமற்ற செருப்புச் சத்தங்கள் உள்ளே தெறித்தன. மூக்குக்குள் எதுவும் இல்லாதவர்களின் இரைச்சலான, கவலையற்ற உலகம்.

அம்முவும் கல்யாணியும் தமது குழந்தைகளைப் பரிமாறிக்கொண்டனர். மூக்குகள் உயர்த்தப்பட்டு, தலைகள் பின்னுக்குச் சாய்க்கப்பட்டு, மற்றவள் கண்ணுக்குத் தெரியாத எதுவும் தமக்குத் தெரிகிறதாவென்று வெளிச்சத்தில் ஆராயப்பட்டது. அதுவும் பலனளிக்காத பின், லெனின் அவன் அம்மாவின் மடிக்குத் தாவினான் (கையில் ஒரு சிக்லெட்ஸ் பாக்கெட்டோடு). அவன் ஒரு டாக்ஸியைப் போல உடையணிந்துகொண்டிருந்தான் – மஞ்சள் சட்டை, கருப்பு ஸ்ட்ரெட்ச்லான் சராய். சேலையின் பூக்களின் மேல் அவன் அமர்ந்துகொண்டு அந்த அசைக்க முடியாத பலம் பொருந்திய ஸ்தானத்திலிருந்து தெம்பாகச் சுற்று முற்றும் பார்த்தான். அவனுடைய இடது ஆள்காட்டி விரலைப் பட்டாணி இல்லாத நாசித்துவாரத்திற்குள் நுழைத்து வாய் வழியாகச் சத்தமாக சுவாசித்தான். அவனுக்கு தலைவகிடு பக்கவாட்டில் சுத்தமாகப் பிரிக்கப்பட்டிருந்தது. ஆயுர்வேத எண்ணெயால் தலைமுடி சீவப்பட்டிருந்தது. அந்தச் சிக்லெட்டுகளை அவன் டாக்டரைப் பார்க்கும்வரை கையில் வைத்திருக்க வேண்டும், பார்த்து முடித்ததும் சாப்பிட வேண்டும் என்று ஒப்பந்தம். அவனுக்கு உலகத்தில் எந்தப் பிரச்சினையும் கவலையில்லை. அந்தக் காத்திருப்பு அறையின் சூழலையும் திரைக்குப் பின்னாலிருந்து வரும் அலறல்களையும் டாக்டர் வி.வி.யின்மேல் உண்டாகக்கூடிய பயத்தையும் உணரக்கூடிய அளவுக்கு அவனுக்கு வயதாகாமல் இருந்திருக்கலாம்.

சிலிர்த்த ரோமங்களோடு எலி ஒன்று அந்த அறையிலிருந்த அலமாரியின் அடியிலிருந்து டாக்டரின் அறைக்குப் பல முறை சுறுசுறுப்பாக ஓடிப்போய் வந்துகொண்டிருந்தது.

அந்தக் கிழிந்தத் திரை மறைப்பிலிருந்து ஒரு நர்ஸ் தோன்றி மறைந்துகொண்டிருந்தாள். அவள் வினோதமான ஆயுதங்களை ஏந்தி வந்தாள். குட்டியாக ஒரு குப்பி, இரத்தம் பூசிய ஒரு செவ்வகக் கண்ணாடிச் சில்லு. ஒரு சோதனைக்குழாயில் பளபளவென்று வெளிச்சம் பின்னாலிருந்து ஊடுருவ சிறுநீர். ஒரு ஸ்டெயின்லெஸ் ஸ்டீல் ட்ரேவில் கொதிக்க வைக்கப்பட்ட ஊசிகள். அவளது வெங்காயச் சருகு வெள்ளைக் காலுறைகளுக்குள்ளே அவளது காலின் முடிகள் சுருண்ட ஒயர்கள் போல மடிந்து படிந்திருந்தன. அவளது வெள்ளைக் காலணிகளின் குதிகால் பகுதிகள் உட்பக்கமாகச் சிதைந்திருந்ததால் நடக்கும்போது ஒன்றை நோக்கி மற்றொன்று உட்பக்கமாகச் சரிந்தன. அவளது எண்ணெய் தடவிய தலையில் பளபளக்கும் கறுப்புக் கொண்டை ஊசிகள் நீட்டப்பட்ட பாம்புகளைப் போல கஞ்சியிட்ட நர்ஸ் தொப்பியில் மாட்டியிருந்தன.

அவளது மூக்குக் கண்ணாடியில் எலி – ஃபில்டர்கள் உள்ளன போலிருக்கிறது. அந்தத் தடிமனான எலிக்குட்டி முள்ளம்பன்றிபோல சிலிர்த்துக்கொண்டு அவள் காலடியிலேயே குறுக்கே ஓடியதைக்கூட

அவள் கவனித்ததாகத் தெரியவில்லை. ஓர் ஆணின் ஆழமான குரலில் பெயர்களைக் கூப்பிட்டுக்கொண்டிருந்தாள்: 'ஏ. நைனன் . . . எஸ். குசும லதா . . . பி.வி. ரோஷினி . . . என். அம்பாடி.' அந்த அச்சம் நிரம்பிய சுழன்றடிக்கும் சூழலைப் பொருட்படுத்தாதிருந்தாள்.

எஸ்தாவின் கண்கள் பயமுற்ற சாஸர்களாகியிருந்தன. அந்த டாக்டர் உள்ளே டாக்டர் வெளியே பலகையால் மனோவசியப் பட்டிருந்தான்.

ராஹேலுக்குள் ஒரு பயஅலை எழும்பியது.

"அம்மு, மற்றொரு முறை முயற்சிக்கலாம்."

அம்மு ராஹேலின் பின்னந்தலையை ஒரு கையால் தாங்கிக் கொண்டாள். அவளுடைய கட்டைவிரலில் கைக்குட்டையை வைத்து அடைப்பில்லாத நாசித்துவாரத்தை அழுத்தி மூடிக்கொண்டாள். பார்வையாளர் அறையிலிருந்த அனைவருடைய பார்வையும் ராஹேலின் மேல் பதிந்தன. இது அவள் வாழ்க்கையிலேயே முக்கிய நிகழ்ச்சியாக இருக்கப்போகிறது. எஸ்தாவுக்குத் தன்னுடைய மூக்கைச் சிந்தத் தயாராவது போல் முகபாவம் மாறியது. அவன் நெற்றியில் கோடுகள் உருவாகின. ஆழமாக மூச்சிழுத்துக்கொண்டான்.

ராஹேல் தன்னுடைய மொத்த பலத்தையும் சேகரித்தாள். *ப்ளீஸ் கடவுளே, அது வெளியே வந்துவிட உதவுங்கள், ப்ளீஸ்.* தன் உள்ளங் கால்களிலிருந்து, தன் இதயத்தின் ஆழத்திலிருந்து சக்தியை மேலெழுப்பி அம்முவின் கைக்குட்டையில் சிந்தினாள்.

சளியோடு சேர்த்து வெடித்துக்கொண்டு அது வந்து விழுந்தது. அப்பாடா என்றிருந்தது. அது ஒரு சின்ன ஊதா மணி. சளிப்படலம் அதை மூடியிருந்தது. சிறுவர்கள் அவர்களைச் சூழ்ந்து நின்று அதை ஆர்வமாகப் பார்த்தனர். உள்ளே வெளியே பலகையில் விளையாடிக் கொண்டிருந்த பையன் அலட்சியமாகப் பார்த்தான்.

"நான் இதைப் போலச் சுலபமாகச் செய்வேன்" என்று அறிவித்தான்.

"செய்து பார், அப்புறம் என்ன மாதிரி அடி கிடைக்கிறது என்றும் பார்," அவன் அம்மா சொன்னாள்.

"மிஸ் ராஹேல்!" நர்ஸ் உரக்கக் கூப்பிட்டுச் சுற்றுமுற்றும் பார்த்தாள்.

"வந்துவிட்டது," அம்மு நர்ஸிடம் கூறினாள். "அது வெளியே வந்து விட்டது." அந்தக் கசங்கிய கைக்குட்டையை எடுத்துக் காட்டினாள்.

அவள் என்ன சொல்கிறாள் என்று நர்ஸுக்குப் புரியவில்லை.

"சரியாகிவிட்டது. நாங்கள் கிளம்புகிறோம்" அம்மு சொன்னாள். "அந்த மணி வெளியே வந்துவிட்டது."

"நெக்ஸ்ட்." தன் கண்களை அவளுடைய எலி – ஃபில்டர்களுக்குப் பின்னால் மூடிக்கொண்டு நர்ஸ் கூப்பிட்டாள். (எத்தனை விதமான ஜனங்கள்,' என்று தனக்குள் கூறிக்கொண்டாள்.) "எஸ்.வி.எஸ். குரூப்!"

அந்த அலட்சியப் பையனை அவன் அம்மா தள்ளிக்கொண்டு டாக்டரின் அறைக்குள் செல்ல அவன் திடீரென்று ஊளையிட்டான்.

ராஹேலும் எஸ்தாவும் மருத்துவமனையை விட்டு வெற்றிகரமாக வந்தனர். லெனின், டாக்டர் வர்கீஸ் வர்கீஸின் சில்லிட்ட ஸ்டீல் கருவிகளால் மூக்கில் ஆராயப்படவும், அவன் அம்மா மற்ற, மிருது வான விஷயங்களால் ஆராயப்படவும் அங்கேயே இருந்தனர்.

அப்போதிருந்த லெனின் அது.

இப்போது அவனுக்கு ஒரு வீடும் ஒரு பஜாஜ் ஸ்கூட்டரும் இருக் கின்றன. ஒரு மனைவியும் ஒரு *வாரிசும்.*

புகைப்படக் கட்டைத் தோழர் பிள்ளையிடம் கொடுத்துவிட்டுத் திரும்ப முயன்றாள்.

"ஒன் மின்ட்" என்றார் தோழர் பிள்ளை. எல்லைக்கல்லில் உட்கார்ந்திருக்கும் கவர்ச்சியாளர் அவர். மக்களைத் தன் மார்புக் காம்புகளால் மயக்கித் தன் மகனது புகைப்படங்களைக் கட்டாயப் படுத்திப் பார்க்க வைப்பவர். அந்தப் புகைப்படக் கட்டைப் புரட்டி (லெனினின் தினசரி வாழ்க்கை பற்றிய ஒரு புகைப்பட வழிகாட்டி) கடைசி ஒன்றை எடுத்துக் காட்டினார். *"ஓர்க்குனுன்டோ?"*

அது ஒரு பழைய கருப்பு வெள்ளைப் புகைப்படம். மார்கரெட் கொச்சம்மா கிருஸ்துமஸ் பரிசாகச் சாக்கோவுக்கு கொண்டுவந்து அளித்த ரோலி பிளக்ஸ் காமிராவில் எடுத்தது. அய்மனம் இல்லத்தின் முன் வராண்டாவில் அந்த நால்வரும், லெனின், எஸ்தா, ஸோஃபீ மோள் அப்புறம் அவள், நின்றிருந்தனர். அவர்களுக்குப் பின்னால் பேபி கொச்சம்மாவின் ஒப்பனைக் காகிதங்கள் வளையங்களாக மேலிருந்து தொங்கிக்கொண்டிருந்தன. ஒரு பல்ப்பில் ஒரு கார்ட்போர்டு நட்சத்திரம் கட்டப்பட்டிருந்தது. லெனினும் ராஹேலும் எஸ்தாவும் காரின் ஹெட்லைட் வெளிச்சத்தில் மாட்டிய மிருகங்களைப் போல மிரட்சியுடன் இருந்தனர். கால்முட்டிகளை ஒட்ட வைத்துக்கொண்டு, முகங்களில் புன்னகை உறைந்திருக்க, பக்கவாட்டில் கைகளை இறுக்க மாக அழுத்திக்கொண்டு, போட்டோவுக்கு மார்பைத் துருத்திக்கொண்டு. பக்கவாட்டில் திரும்பி நிற்பது ஒரு பாவம் என்பதைப் போல.

ஸோஃபீ மோள் மட்டுமே முதல் உலகத்தின் பந்தாவோடு தன் சொந்தத் தந்தையின் போட்டோவுக்குப் போஸ் கொடுத்திருந்தாள், அதுவும் முகசேஷ்டையோடு. தன்னுடைய கண் இரப்பைகளை மேல் நோக்கி மடித்து வைத்திருந்தாள். அவள் கண்கள் இளஞ்சிவப்பு நரம்பு களோடு புத்தம்புது பூவிதழ்களைப் போல (கருப்பு வெள்ளைப் புகைப் படத்தில் சாம்பல் நிறத்தில்) தெரிந்தன. எலுமிச்சம்பழம் ஒன்றின் தோலை வெட்டி மேலுதட்டிற்குக் கீழே செருகி வைத்திருந்தாள், வெளியே துருத்திக்கொண்டிருக்கும் மஞ்சள் பல்லைப் போல. மம்மாச்சி யின் வெள்ளி மூக்குச்செம்பின் குழலை பற்களுக்கிடையில் கடித்துக்

கொண்டிருந்தாள். (அவள் வந்த அன்றே அந்த மூக்குச்செம்பைக் கடத்தி வைத்துக்கொண்டு அவள் விடுமுறை முழுக்க அதில்தான் அருந்தப்போவதாக அறிவித்திருந்தாள்.) ஒவ்வொரு கையிலும் எரியும் மெழுகுவர்த்தியைப் பிடித்திருந்தாள். அவளுடைய ஒரு காலில் டெனிம் பெல்பாட்டம் முட்டி வரை சுருட்டி விடப்பட்டு, எலும்பு தூக்கிய முட்டியில் வரையப்பட்டிருந்த ஒரு முகத்தைக் காட்டியது. அந்தப் புகைப்படத்தை எடுப்பதற்குச் சில நிமிடங்களுக்கு முன்னால்தான் அவள் எஸ்தாவிடமும் ராஹேலிடமும் அவர்கள் பாஸ்டர்டுகளாக இருக்க எந்தளவிற்குச் சாத்தியமுண்டு என்பதை (எந்தவொரு சாட்சியமோ புகைப்படமோ ஞாபகங்களோ இன்றி) மிகப் பொறுமையாக விளக்கி விட்டு, பாஸ்டர்ட் என்றால் உண்மையில் என்ன அர்த்தம் என்றும் கூறியிருந்தாள். இந்த உரையாடலில், செக்ஸ் என்றால் என்னவென்று ஏறக்குறைய தெளிவில்லாமல் ஆனால் மிகவும் ஆழமாக விவரிக்கப் பட்ட விளக்கமும் அடங்கியிருந்தது. "அதில் அவர்கள் என்ன செய்வார் களென்றால் . . ."

அது அவள் இறப்பதற்குச் சில நாட்களுக்கு முன்னால்.

ஸோஃபீ மோள்.

மூக்குச்செம்பில் அருந்துபவள்.

சவப்பெட்டியில் புரண்டு படுப்பவள்.

அவள் பம்பாய் – கொச்சி விமானத்தில் வந்து சேர்ந்தாள். தொப்பி யும், பெல்பாட்டமும் அணிந்து, ஆரம்பம் முதலே நேசிக்கப்பட்டு வந்தவளாக.

6

கொச்சி கங்காருகள்

கொச்சி விமான நிலையத்தில் ராஹேலின் புதிய நிக்கர்கள் போல்கா புள்ளிகளிட்டு இன்னமும் மொடமொடப்பாக இருந்தன. ஒத்திகைகள் ஒத்திகை செய்யப்பட்டுவிட்டன. இதுதான் நிகழ்ச்சி தினம். *ஸோஃபீ மோள் என்ன நினைப்பாள்?* வாரத்தின் உச்ச கட்டம்.

இரவில் டால்ஃபின்களையும் கருநீலப் பின்னல்களையும் கனவு கண்டிருந்த அம்மு, காலை ஹோட்டல் ஸீ க்வீனில் ராஹேலுக்கு அவளது விமான நிலைய புசுபுசு ஃபிராக்கை அணிய உதவினாள். அம்முவின் ரசனைக்கு இது ஒரு களங்கம்தான். மஞ்சள் நிற கனத்த சரிகையில் சின்னச் சின்ன வெள்ளி ஜிகினாக்களும் ஒவ்வொரு தோளிலும் கொக்கி முடிச்சுகளும் இருந்தன. பாவாடையின் ஃபிரில் கஞ்சி போடப்பட்டு விறைத்திருந்தது. தனது வெயில் கண்ணாடிக்கு மேட்ச்சாக இது இல்லையென்று ராஹேல் கவலைப் பட்டாள்.

அம்மு இதற்குப் பொருத்தமான மொடமொடப்பான நிக்கரை அவளிடம் நீட்டினாள். ராஹேல், அம்முவின் தோள்களில் கைகளை ஊன்றித் தனது புதிய நிக்கருக்குள் நுழைந்து கொண்டு (இடது கால், வலது கால்) அம்முவின் ஒவ்வொரு கன்னக் குழியிலும் முத்தமிட்டாள் (இடது கன்னம், வலது கன்னம்). எலாஸ்டிக் அவள் வயிற்றில் மென்மையாக இறுக்கியது.

"தேங்க் யூ, அம்மு" என்றாள் ராஹேல்.

"தேங்க் யூ?" அம்மு கேட்டாள்.

"என் புதிய ஃபிராக்குக்கும் நிக்கருக்கும்" என்றாள் ராஹேல்.

அம்மு புன்னகைத்தாள். "யு ஆர் வெல்கம், மை ஸ்வீட் ஹார்ட்" என்றாள், ஆனால் சோகமாக.

யு ஆர் வெல்கம், மை ஸ்வீட் ஹார்ட்.

ராஹேலின் இதயத்திலிருந்த விட்டில் பூச்சி தன்னுடைய ரோம மடர்ந்த கால் ஒன்றை உயர்த்தியது. அதன் சிறிய கால்கள் சில்லென் றிருந்தன. *அவள் அம்மா அவளைக் கொஞ்சம் குறைவாக நேசிக்கிறாள்.*

அந்த ஸீ க்வீன் அறையில் முட்டையும் ஃபில்டர் காபியும் கலந்த வாசனை வந்தது.

காருக்குத் திரும்பிச் செல்லும்போது எஸ்தா குழாய்த் தண்ணீர் பிடித்து வைத்திருந்த ஈகிள் வாக்குவம் ஃபிளாஸ்கை வைத்திருந்தான். ராஹேல் கொதிக்க வைத்தத் தண்ணீர் வைத்திருந்த ஈகிள் வாக்குவம் ஃபிளாஸ்கை வைத்திருந்தாள். ஈகிள் வாக்குவம் ஃபிளாஸ்கில், சிறகு களை விரித்து வைத்திருந்த வெற்றகக் கழுகுகள் ஒரு பூமி உருண்டை யைத் தமது கால் நகங்களில் பற்றியிருந்தன. அந்த வெற்றகக் கழுகுகள் உலகத்தைப் பகல் பொழுது முழுக்க உற்றுப் பார்த்துக்கொண்டிருந்து விட்டு ராத்திரிகளில் அந்தப் பிளாஸ்கைச் சுற்றிப் பறக்குமென்று ராஹேலும் எஸ்தாவும் நம்பிக்கொண்டிருந்தனர். சிறகுகளில் நிலாவைப் பொருத்திக் கொண்டு ஆந்தைகள் மௌனமாகப் பறப்பதைப் போல.

எஸ்தா சிவப்பு நிறத்தில் முழுக்கைச் சட்டையும், கூரான காலர் களும், இறுக்கமான கருப்பு பேண்ட்டும் அணிந்திருந்தான். அவனுடைய தலைமுடியின் பஃப் நன்கு உயர்ந்து விறைப்பாக இருந்தது. நன்கு அடிக்கப்பட்ட வெள்ளை முட்டை போல.

எஸ்தா – ஏதோ காரணத்திற்காகவே என்று ஒப்புக்கொள்ள வேண்டும் – ராஹேல் அவளது விமான நிலையப் பாவாடையில் முட்டாள்தனமாகத் தெரிவதாகக் கூறினான். ராஹேல் அவனை அடித் தாள். அவன் அவளைத் திருப்பி அடித்தான்.

விமான நிலையத்தில் அவர்கள் ஒருவருக்கொருவர் பேசிக் கொள்ள வில்லை.

வழக்கமாக முண்டு அணியும் சாக்கோ, ஒரு தமாஷான இறுக்கமான சூட்டையும், பளிச்சிடும் புன்னகையையும் அணிந்திருந்தான். அம்மு அவனுடைய விசித்திரமான டை பக்கவாட்டில் திரும்பிக்கொண் டிருந்ததை நேராக்கினாள். அதற்குக் காலை உணவு கிடைத்துவிட்டதால் திருப்தியாக இருந்தது.

“நம்முடைய மக்கள் நாயகனுக்கு திடீரென்று என்ன ஆகி விட்டது?” என்றாள் அம்மு.

ஆனால் இதை அவள் கன்னம் குழியச் சொன்னாள், சாக்கோ மிகவும் வெடிக்கிறாற் போலிருந்ததால். மிகவும் சந்தோஷமாக இருந்த தால்.

சாக்கோ அவளை அடிக்கவில்லை.

எனவே அவளும் அவனைத் திருப்பி அடிக்கவில்லை.

ஸீ க்வின் ஹோட்டலின் பூ அலங்காரக் கடையிலிருந்து சாக்கோ இரண்டு சிவப்பு ரோஜாக்கள் வாங்கிப் பத்திரமாகப் பிடித்துக்கொண் டிருந்தான்.

பருமனாக.

பிரியமாக.

கேரளா சுற்றுலா வளர்ச்சிக் கழகத்தாரால் நடத்தப்படும் விமான நிலையக் கடையில் (சிறிய, நடுத்தர, பெரிய) ஏர் – இந்தியா மகாராஜாக் களும் (சிறிய, நடுத்தர, பெரிய) சந்தனக்கட்டை யானைகளும் காகிதக் கூழில் செய்யப்பட்ட (சிறிய, நடுத்தர, பெரிய) கதகளி நாட்டிய முகமூடி களும் குவிந்திருந்தன. திகட்ட வைக்கும் சந்தன வாசனையும் (சிறிய, நடுத்தர, பெரிய) டெரிகாட்டன் அக்குள்களின் நாற்றமும் காற்றில் விரவியிருந்தன.

வருகைக் கூடத்தில் உண்மை அளவில் நான்கு சிமெண்ட் கங்காரு கள், தமது சிமெண்ட் வயிற்றுப் பையில் ‘என்னை உபயோகி’ என்று எழுதப்பட்டிருந்தன. அவற்றின் வயிற்றுப் பைகளில் சிமெண்ட் கங்காரு குட்டிகளுக்குப் பதில், சிகரெட் துண்டுகளும் உபயோகித்த தீக்குச்சி களும் பாட்டில் மூடிகளும் வேர்க்கடலைத் தோல்களும் கசக்கிய பேப்பர் கப்புகளும் கரப்பான் பூச்சிகளும் இருந்தன.

கங்காருகளின் வயிற்றில் வெற்றிலை மென்று துப்பிய சிவப்புக் கறைகள் புதிய காயங்களைப் போலச் சிதறியிருந்தன.

அந்த விமான நிலையக் கங்காருகள் சிவந்த வாய்களில் புன்னகைத்தன.

இளஞ்சிவப்பு விளிம்பிட்ட செவிகள்.

அதை நீங்கள் அழுத்தினால் ஹீனமான பாட்டரி குரலில் ‘மா – மா’ என்று சத்தமெழுப்பும் போலத் தெரிந்தன.

ஸோஃபீ மோளின் விமானம் பம்பாய் – கொச்சி வானத்தில் தெரிந்த போது கூட்டம் இரும்புத் தடுப்பில் முட்டிக்கொண்டு சரியாகப் பார்ப் பதற்கு முண்டியடித்தது.

அந்த வருகைக் கூடம் ஆவலும் அன்பும் தவிப்பும் கலந்த கலவை யில் நிறைந்திருந்தது. பம்பாய் – கொச்சி விமானத்திலிருந்து தான் வெளிநாட்டிலிருந்து வருபவர்கள் அனைவரும் திரும்புவார்கள்.

அவர்களுடைய குடும்பங்கள் அவர்களை வரவேற்க வந்திருக் கின்றன. கேரளா முழுவதிலுமிருந்து. ரான்னியிலிருந்து, குமுளியிலிருந்து, விழிஞ்ஞத்திலிருந்து, உழவூரிலிருந்து. சிலர் சாப்பாடு கட்டிக்கொண்டு வந்து விமான நிலையத்திலேயே இரவைக் கழித்திருக்கின்றனர். மர வள்ளிக்கிழங்கு சிப்ஸூம் சக்கவெளைச்சதும் (இனிப்பிட்ட பலா வறுவல்) திரும்பிப் போகையில் கொறிப்பதற்கு.

எல்லோரும் அங்கிருந்தனர் – செவிட்டு அம்மூமாக்கள், ஏறுமாறாக நச்சரிக்கும் மூட்டுவலி அப்பூப்பன்கள், ஏக்கமுற்றிருக்கும் மனைவிகள், திட்டமிடும் மாமாக்கள், ஓடிக்கொண்டிருக்கும் சிறுவர்கள். நிச்சயிக்கப்

பட்ட மணப்பெண்கள் மறுமதிப்பீடு செய்யப்படுவதற்காக வந்திருந்தனர். டீச்சரின் கணவர் தனது சவுதி விசாவிற்காக இன்னமும் காத்திருக்கிறார். டீச்சரின் கணவருடைய சகோதரிகள் தம்முடைய வரதட்சணைக்காகக் காத்திருக்கின்றனர். ஒயரிங் வேலை செய்பவரின் மனைவி கர்ப்பமாக இருந்தாள்.

"எல்லாரும் தெருகூட்டுபவர்கள் ரகம்" என்று அருவருப்புடன் கூறிவிட்டுப் பேபி கொச்சம்மா தலையைத் திருப்பிக்கொண்டாள். இரும்புத் தடுப்பில் நல்லதாக இடம் பிடித்துவிட்டிருந்த ஒரு அம்மா ஒன்றுக்குப் போகவேண்டுமென்ற தன் மகனுடைய குறியை ஒரு காலி பாட்டிலின் வாயில் வைத்துவிட்டு காத்திருந்தாள். அவன் பிரகாச மாகச் சிரித்துக்கொண்டு பக்கத்திலிருப்பவர்களைப் பார்த்து கையாட்டிக் கொண்டிருந்தான்.

"ஸ்ஸ்ஸ . . ." அவன் அம்மா ஹிஸ்ஸினாள். முதலில் இணக்கமாக, பிறகு மிரட்டலாக. ஆனால் அந்தப் பையன் தன்னைப் போப்பாண்ட வராக நினைத்துக்கொண்டிருந்தான். சுற்றுமுற்றும் பார்த்து, புன்னகைத் துக் கையாட்டி புன்னகைத்துக் கையாட்டிக் கொண்டிருந்தான். பாட்டிலுக்குள் அவன் குறியோடு.

"நீங்கள் இந்தியாவின் தூதர்கள் என்பதை மறக்க வேண்டாம்" பேபி கொச்சம்மா ராஹேலிடமும் எஸ்தாவிடமும் கூறினாள். "உங்கள் நாட்டைப் பற்றிய முதல் அபிப்ராயத்தை நீங்கள்தான் அவர்களுக்கு உண்டாக்கப் போகிறீர்கள்."

இரு – கரு இரட்டைத் தூதர்கள். மேதகு தூதர் எ(ல்விஸ்) பெல்விஸ் மற்றும் மேதகு தூதர் கு(ச்சி) பூச்சி.

விறைப்பான ஜரிகை உடையிலும், லவ் – இன் – டோக்கியோவில் நீரூற்றுடனும் சகிக்க முடியாத ரசனை கொண்ட ஒரு விமான நிலைய தேவதை போல ராஹேல் தோன்றினாள். (இன்னும் கொஞ்ச நாட் களில் ஒரு மஞ்சள்நிற தேவாலயத்தின் சவஅடக்க நிகழ்ச்சியில் போலவே இப்போதும்) வியர்வை பிசுபிசுக்கும் இடுப்புகளாலும் இறுக்கமான ஆர்வத்தாலும் அவள் நெருக்கப்பட்டிருந்தாள். அவளுடைய தாத்தா வின் விட்டில் பூச்சி அவள் இதயத்தில் அமர்ந்திருந்தது. நீல நிற வானத்தில் அவளுடைய மைத்துனியைக் கொண்டிருந்த அலுமினியப் பறவையிலிருந்து தலையைத் திருப்பிக்கொண்டாள். சிவந்த வாயில் மாணிக்கச் சிரிப்புடன் சிமெண்ட் கங்காருகள் விமான நிலையத் தரையில் குறுக்கே நடந்து செல்வதைப் பார்த்தாள்.

ஓட்டமும் நடையுமாக.

ஓட்டமும் நடையுமாக.

நீண்ட தட்டைப் பாதங்கள்.

விமான நிலையக் குப்பைகள் அவற்றின் குழந்தைத் தொட்டிகளில்.

இருப்பதிலேயே சிறிய குட்டி, ஆங்கிலப் படங்களில் ஆபீஸ் முடிந்ததும் கழுத்து – டைகளைத் தளர்த்துவதைப் போல கழுத்தை முன்னால் துருத்தியது. நடுவிலிருந்த ஒன்று நீளமாக சிகரெட் துண்டு

புகைப்பதற்கு கிடைக்காதாவென்று துருவித் தேடியது. ஒரு மங்கலான பிளாஸ்டிக் பையில் ஒரு பழைய முந்திரிக் கொட்டை கிடைக்க அதை எடுத்து எலியைப் போல முன்னம் பற்களால் கொறித்தது. இருப்பதிலேயே பெரிய ஒன்று, அங்கு ஒரு கதகளி டான்ஸர் நமஸ்தே சொல்லியபடி நின்றிருந்த *Kerala Tourism Development Corporation Welcomes You* போர்டைப் பிடித்து உலுக்கியது. கங்காருவால் உலுக்கப்படாத மற்றொரு அறிவிப்புப் பலகை *emocleW ot eht ecipS tsaoC fo aidnI* என்றது.

அவசர அவசரமாக தூதர் ராஹேல் ஜனக்கூட்டத்திடையே தோண்டிக்கொண்டு அவளுடைய சகோதரனான சக தூதரிடம் சென்றாள்.

எஸ்தா இங்கே பார்! இங்கே பார் எஸ்தா இங்கே பார்!

தூதர் எஸ்தா திரும்பவில்லை. திரும்ப விரும்பவில்லை. அந்தக் கரடுமுரடான இறங்கலை, தோளில் மாட்டியிருந்த குழாய்த் தண்ணீர் பிடித்திருந்த ஈகிள் ஃபிளாஸ்க்கோடு பார்த்துக்கொண்டிருந்தான். அந்த அடியில் எதுவுமற்ற, அடியில் நிரம்பியிருக்கும் உணர்வு அவனுக்குத் துவங்கியது. அந்த ஆரஞ்சுடிரிங்க் லெமன்டிரிங்க் ஆளுக்கு அவனை எங்கே கண்டுபிடிப்பது என்பது தெரியும். அய்மனம் தொழிற்சாலை யில், மீனச்சல் ஆற்றங்கரையில்.

அம்மு தன் கைப்பையுடன் பார்த்துக்கொண்டிருந்தாள்.

சாக்கோ தன் ரோஜாக்களுடன்.

பேபி கொச்சம்மா துருத்திக்கொண்டிருக்கும் அவளுடைய கழுத்து மச்சத்துடன்.

பம்பாய் – கொச்சி பயணிகள் வெளியில் வந்தனர். குளிர்ந்த காற்றி லிருந்து வெப்பக்காற்றுக்கு. மடங்கிச் சுருண்டிருந்தவர்கள் வருகைக் கூடத்துக்கு நிமிர்ந்து வந்தனர்.

துவைத்து அணியும் சூட்டுகளிலும் வானவில் வெயில் கண்ணாடி களிலும் அதோ ஃபாரின் ரிட்டர்ன்கள். நசுக்கும் ஏழ்மையை முடிவிற்குக் கொண்டுவரும் அவர்களுடைய அரிஸ்டோகிராட் சூட்கேஸ்களுடன். அவர்களது ஓலை வேய்ந்த வீடுகளுக்குச் சிமெண்ட் கூரைகளுடனும், அவர்களுடைய பெற்றோர்களின் குளியலறைகளுக்குக் கெய்ஸர்களுட னும். கால்வாய் வெட்டிச் செப்டிக் டாங்க் கட்டுவதற்காக. மேக்ஸிகள், ஹைஹீல்ஸ், பஃப் ஸ்லீவ் மற்றும் லிப்ஸ்டிக். மிக்ஸி – கிரைண்டர்களுட னும் அவர்களுடைய காமிராக்களுக்கு ஆட்டோமாட்டிக் ஃபிளாஷ் களுடனும். எண்ணுவதற்கு சாவிகளும், பூட்டுவதற்கும் அலமாரிகளும், வெகுநாட்களாக அவர்கள் சாப்பிட்டிருக்காத கப்பாவிற்கும் மீன் வேவிச்சதற்கும். பாசத்தோடும் கொஞ்சம் அவமானத்தோடும் அவர் களைச் சந்திக்க வந்திருக்கும் அவர்களுடைய குடும்பத்தினரின் மருட்சி யையும் அநாகரிகப் பாங்கையும் பார்த்த அவமானத்துடனும். *எப்படி உடையணிந்து கொண்டிருக்கிறார்கள், பார்! விமான நிலையத்திற்கு வரும்போது அணிந்துகொள்ள பொருத்தமான உடை கூடவா இல்லை! ஏன் மலையாளிகளுக்கு இவ்வளவு அசிங்கமான பற்கள்?*

அப்புறம் இந்த விமான நிலையமேகூட! ஏறக்குறைய லோக்கல் பஸ் டெப்போ மாதிரி! கட்டிடங்களில் பறவை எச்சங்கள்! ஓ, கங்காரு களில் வெற்றிலை எச்சில் கறைகள்!

ஓஹோ! அசிங்கம் பிடித்த இந்தியாவுக்கு வருகிறோம்.

நீண்ட பஸ் பயணங்களும், விமான நிலையத்தில் இரவைக் கழித்த தும் பாசத்தையும் அதனுடன் சேர்ந்த கொஞ்சம் அவமானத்தையும் சந்தித்தபோது சிறிய விரிசல்கள் உண்டாகின. இவை போகப் போகப் பெரிதாகிக்கொண்டே சென்று, அவர்கள் அதை உணருமுன்பே அந்த ஃபாரின் ரிட்டர்ன்கள் சரித்திர வீட்டுக்குள் மாட்டிக்கொண்டு, தமது கனவுகளை மீண்டும் காணப்போகின்றனர்.

அந்தத் துவைத்து அணியும் சூட்டுகளுக்கும் பளபளக்கும் சூட்கேஸ் களுக்கும் மத்தியில் அதோ, ஸோஃபீ மோள்.

மூக்குச் செம்பில் குடிப்பவள்.

சவப்பெட்டியில் புரண்டு படுப்பவள்.

அவள் தலைமுடியில் லண்டனின் வாசனையோடு ரன்வேயிலிருந்து நடந்து வந்தாள். அவள் பேண்ட் பெல்களின் பாட்டம்கள் அவளுடைய பின்னங்கால்களில் அடித்துக்கொண்டு வந்தன. அவளின் நார்த் தொப்பி யிலிருந்து நீண்ட கூந்தல் கீழே வழிந்தது. ஒரு கை அவள் அம்மாவைப் பிடித்திருந்தது. மற்றது ராணுவ வீரனைப் போல வீசிக்கொண்டு வந்தது. (லெஃப், லெஃப், லெஃப்ரைட்லெஃப்.)

There was
A girl
Tall and
Thin and
Fair.
Her hair.
Her hair
Was the delicate colourov
Gin-nnn-ger (leftleft, right)
There was
A girl -

மார்கரெட் கொச்சம்மா அவளிடம் "ஸ்டாப்பிட்" என்றாள்.

எனவே அவள் ஸ்டாப்பிட்டினாள்.

அம்மு, "அவள் தெரிகிறாளா, ராஹேல்?" என்றாள்.

அவள் திரும்பிப் பார்த்தபோது அவளுடைய விறைப்பான சரிகை யுடையணிந்த மகள் சிமெண்ட் மார்சூபியல்களுடன் பேசிக்கொண்

டிருப்பதைக் கண்டாள். அவளிடம் சென்று திட்டிக்கொண்டே இழுத்து வந்தாள். சாக்கோ தன்னுடைய கைகளில் எதையோ ஏந்திக்கொண் டிருப்பதால் ராஹேலை அவன் தோள்களில் தூக்கிக் காட்ட முடியாது என்று சொல்லிவிட்டான். இரண்டு சிவப்பு ரோஜாக்கள்.

பருமனாக

பிரியமாக.

வருகைக் கூடத்துக்கு ஸோஃபீ மோள் வந்தபோது, ராஹேல் உணர்ச்சி மேலீட்டிலும் வன்மத்திலும் எஸ்தாவை நன்றாகக் கிள்ளி னாள். அவள் நகங்களுக்கிடையில் அவன் தோல் சிக்கியது. எஸ்தா திருப்பி அவளுக்கு ஒரு சீன வளையலைக் கொடுத்தான். அவள் மணிக் கட்டை இரண்டு கைகளிலும் பிடித்து வெவ்வேறு திசைகளில் திருகுவது. அவள் தோல் ஈரமாக வலித்தது. அதை அவள் நக்கியபோது உப்புக்கரித் தது. அவள் மணிக்கட்டிலிருந்த எச்சில் குளிர்ச்சியாகவும் இதமாகவும் இருந்தது.

அம்மு எதையும் கவனிக்கவில்லை.

வருகையாளர்களையும் வரவேற்பாளர்களையும், வாழ்த்த வந்தவர் களையும் வாழ்த்தப்படுபவர்களையும் பிரிக்கும் இரும்பு வேலிக்கு இந்தப் புறத்திலிருந்து சாக்கோவுக்குச் சந்தோஷம் அவனுடைய சூட்டையும் பக்கவாட்டு டையையும் பிய்த்துக்கொண்டு வெடிக்க, அவனுடைய புதிய மகளுக்கும், முன்னாள் மனைவிக்கும் சிரம் தாழ்த்தி வணங்கி வரவேற்றான்.

எஸ்தா மனதிற்குள், "வணங்கு" என்று சொல்லிக்கொண்டான்.

"ஹலோ, லேடீஸ்," என்றான் சாக்கோ தன்னுடைய உரத்து வாசிக்கும் குரலில் (நேற்றிரவு அன்பு, பைத்தியம், நம்பிக்கை, எல்லையற்ற குதூகலம் என்று சொன்ன அதே குரல்). "உங்கள் பயணம் எப்படி இருந்தது?"

அங்கிருந்த காற்றுவெளி முழுதும் நினைவுகளும் சொல்ல வேண்டிய விஷயங்களும் நிறைந்திருந்தன. ஆனால் இத்தகைய தருணங்களில் சின்ன விஷயங்கள் மட்டுமே எப்போதும் சொல்லப்படுகின்றன. பெரிய விஷயங்கள் சொல்லப்படாமல் உள்ளேயே பதுங்கியிருக்கின்றன.

"ஹலோ அண்ட் ஹவ் டூ யூ டூ என்று சொல்," மார்கரெட் கொச்சம்மா ஸோஃபீ மோளிடம் கூறினாள்.

இரும்புக் கிராதியினூடாக எல்லோரையும் குறிப்பாகப் பார்த்து, "ஹலோ அண்ட் ஹவ் டூ யூ டூ?" என்றாள்.

"ஒன்று உனக்கு, ஒன்று உனக்கு," ரோஜாக்களோடு சாக்கோ கூறினான்.

"அண்ட் தேங்க்யூ?" மார்கரெட் கொச்சம்மா ஸோஃபீ மோளைத் தூண்டினாள்.

"அண்ட் தேங்க்யூ?" தன் அம்மாவின் கேள்வித்தொனி பாவனை யிலேயே ஸோஃபீ மோள் சாக்கோவிடம் கூறினாள்.

மார்கரெட் கொச்சம்மா அவளுடைய துடுக்குத்தனத்திற்காக லேசாக அவளை உலுக்கினாள்.

"யூ ஆர் வெல்கம்," என்றான் சாக்கோ. "இப்போது அனைவரையும் அறிமுகப்படுத்திவிடுகிறேன்." அங்குச் சுற்றிலும் வேடிக்கை பார்த்துக் கொண்டிருப்பவர்களுக்கும், ஒட்டுக்கேட்டுக்கொண்டிருப்பவர்களுக்கு மாக, மார்கரெட் கொச்சம்மாவிற்கு அறிமுகமே தேவையில்லையென் றாலும், "என் மனைவி, மார்கரெட்," என்றான்.

மார்கரெட் கொச்சம்மா புன்னகையுடன் அவனை நோக்கி ரோஜாவை ஆட்டினாள். *முன்னாள் மனைவி, சாக்கோ!* அவள் உதடு கள் அந்த வார்த்தைகளை உருவாக்கினாலும் அவள் குரல் அவற்றைக் கூறவில்லை.

மார்கரெட்டைப் போல ஒரு மனைவியைக் கொண்டிருந்ததற்காக சாக்கோ பெருமிதமும் சந்தோஷமும் கொண்டவனாக இருப்பதை எல்லோராலும் பார்க்க முடிந்தது. வெள்ளைக்காரி. பூப்போட்ட பிரிண் டெட் ஃபிராக்கிற்குக் கீழே அழகான கால்கள். முதுகில் பழுப்புநிற வெயில் புள்ளிகள். கைகளிலும் இருந்தன.

ஆனால் அவளைச் சுற்றியிருந்த காற்றில் எப்படியோ ஒரு சோகம் கவிந்திருந்தது. கண்களில் புன்னகைக்குப் பின்னால் மிகப் புதிய துயரம் பளபளக்கும் நீலமாக இருந்தது. அண்டவெளியில் உண்டான ஜோ வடிவ ஓட்டையால்.

"ஹலோ," என்றாள். "உங்கள் எல்லோரையும் வருடக்கணக்காக தெரிந்திருப்பதுபோல உணர்கிறேன்."

"என் மகள், ஸோஃபீ," என்று கூறிவிட்டுச் சாக்கோ ஒரு சிறிய, கவலை தோய்ந்த சிரிப்பை நடுக்கத்தோடு சிரித்தான். மார்கரெட் கொச்சம்மா நல்ல வேளையாக, 'முன்னாள் மகள்' என்று சொல்லிவிட வில்லை. அந்தச் சிரிப்பு புரிந்துகொள்ளச் சுலபமான சிரிப்பு. எஸ்தாவால் புரிந்துகொள்ள முடியாத அந்த ஆரஞ்சுடிரிங்க் லெமன்டிரிங்க் ஆளின் சிரிப்பைப் போன்றதல்ல.

"லோ," என்றாள் ஸோஃபீ மோள்.

அவள் எஸ்தாவை விட உயரமாக இருந்தாள். பெரியதாகவும். அவள் கண்கள் நீல – சாம்பல் நீலத்தில் இருந்தன. அவளுடைய வெளிறிய தோல் கடற்கரை மணல் நிறத்திலிருந்தது. ஆனால் தொப்பியிலிருந்த கூந்தல் அழகாக, ஆழ்ந்த செம்பழுப்பு நிறத்திலிருந்தது. ஆம் (ஓ, ஆமாம்!) அவளுடைய மூக்குக்குள்ளே பப்பாச்சியின் மூக்குக் காத்திருந்தது. ஒரு மூக்குக்குள் ஒளிந்திருக்கும் ஓர் இம்பீரியல் என்டமாலஜிஸ்டின் மூக்கு. ஒரு விட்டில் பூச்சி பிரியரின் மூக்கு. அவள் தனக்குப் பிரியமான மேட் – இன் – இங்க்லண்டு – கோ கோ பையை வைத்திருந்தாள்.

"அம்மு, என் சகோதரி," என்றான் சாக்கோ.

அம்மு, மார்கரெட் கொச்சம்மாவிற்கு ஒரு வளர்ந்தவர்களின் ஹலோவையும், ஸோஃபீ மோளிற்கு ஒரு சிறுவர்களின் ஹல் – லோஹ்வை யும் கூறினாள். அம்மு எந்தளவிற்கு ஸோஃபீ மோளை நேசிக்கிறாள் என்பதைக் கணிக்க ராஹேல் உன்னிப்பாகக் கவனித்தாள், ஆனால் முடியவில்லை.

வருகைக் கூடத்தில் திடீர்க் காற்றைப் போலச் சிரிப்புக் கிளம்பியது. மலையாளத் திரைப்படத்தின் மிகப் பிரபலமான, மிக அதிகமாக நேசிக்கப்படும் நகைச்சுவை நடிகர் அடூர் பாஸியும் வந்திருந்தார் (பம்பாய் – கொச்சி). தூக்கமுடியாத அளவுக்கு ஏகப்பட்ட சிறிய பெட்டி களோடு கூச்சமற்ற ரசிகர்களின் ஆரவாரத்தில் அவருக்கு அங்கே தன்னை நிகழ்த்திக்காட்ட வேண்டியதாயிற்று. கையிலிருந்த சுமைகளைக் கீழே போட்டுவிட்டு, *“என்டே தெய்வமே! ஈ சாதனங்ஙள்!”* என்றார்.

எஸ்தா ஓர் உச்ச குதூகலச் சிரிப்புச் சிரித்தான்.

“அம்மு, அங்கே பார்! அடூர் பாஸி அவருடைய பெட்டிகளை யெல்லாம் கீழே போடுகிறார்!” என்றான் எஸ்தா.

“அவன் வேண்டுமென்றே செய்கிறான்!” பேபி கொச்சம்மா ஒரு விநோதமான புதிய பிரிட்டிஷ் உச்சரிப்பில் கூறினாள். “அவனைப் பொருட்படுத்தாதே.”

“அவன் ஒரு ஃபில்மாக்டர்,” மார்கரெட் கொச்சம்மாவுக்கும் ஸோஃபீ மோளுக்கும் பேபி கொச்சம்மா விளக்கினாள். அவள் சொன் னது அடூர் பாசி ஃபில் செய்யும் மேக்டர் என்பது போலிருந்தது.

“வெறும் கவனத்தை ஈர்க்க முயல்கிறான்.” அவளுடைய கவனம் ஈர்க்கப்படத் தீர்மானமாக மறுத்தாள்.

பேபி கொச்சம்மா சொன்னது தவறு. அடூர் பாஸி கவனத்தை ஈர்க்க முயலவில்லை. அவர் ஏற்கனவே ஈர்த்திருந்த கவனத்திற்குத் தகுதி யாக்கிக்கொள்ளத்தான் முயன்றுகொண்டிருந்தார்.

“என் அத்தை, பேபி,” சாக்கோ கூறினான்.

ஸோஃபீ மோள் புதிருற்றாள். பேபி கொச்சம்மாவை ஆர்வத்துடன் கூர்மையாகப் பார்த்தாள். அவளுக்குப் பேபி பசுக்களையும் பேபி நாய் களையும் தெரியும். பேபி கரடிகள்கூட தெரியும். (விரைவில் ராஹேலுக்கு ஒரு வௌவால் பேபியைக்கூடச் சுட்டிக்காட்டப் போகிறாள்.) ஆனால் அத்தை பேபிகள் அவளைக் குழப்பியது.

பேபி கொச்சம்மா, “ஹலோ மார்கரெட், ஹலோ ஸோஃபீ மோள்,” என்றாள். ஸோஃபீ மோள் மிக அழகாக இருப்பதாகவும் அவளைப் பார்க்கையில் தனக்கு வுட் ஸ்ப்ரைட் தேவதை நினைவுக்கு வருவதாக வும் சொன்னாள். ஏரியெல்.

“ஏரியெல் யாரென்று உனக்குத் தெரியுமா?” பேபி கொச்சம்மா ஸோஃபீ மோளைக் கேட்டாள். “*The Tempest*இல் வரும் ஏரியெல்?”

ஸோஃபீ மோள் தனக்குத் தெரியாதென்றாள்.

"*'Where the bee sucks there suck I'*," என்றாள் பேபி கொச்சம்மா.

ஸோஃபீ மோள் தனக்குத் தெரியாதென்றாள்.

"*'In a cowslip's bell I lie?'*"

ஸோஃபீ மோள் தனக்குத் தெரியாதென்றாள்.

"ஷேக்ஸ்பியரின் *The Tempest?*" பேபி கொச்சம்மா விடாப்பிடியாக இருந்தாள்.

இவை அனைத்துமே ஆதாரமாக தன்னுடைய தகுதிகளை மார்கரெட் கொச்சம்மாவுக்கு பிரகடனப்படுத்துவதற்காக. தெருக்கூட்டுபவர்களிட மிருந்து தன்னைத் தனிப்படுத்திக்கொள்ள.

"பீற்றிக்கொள்கிறாள்," தூதர் எ. பெல்விஸ் தூதர் கு. பூச்சியின் காதில் கிசுகிசுத்தான். தூதர் ராஹேலின் கிளுகிளுத்த இளிப்பு ஒரு நீலப்பச்சை முட்டையில் (ஒரு பலாப்பழ பூச்சியின் நிறத்தில்) தப்பி, விமானநிலையத்தின் வெப்பக்காற்றில் உடைந்தது. ஃப்பிட்! என்று சத்தம் வந்தது.

பேபி கொச்சம்மா அதைப் பார்த்துவிட்டாள். எஸ்தாதான் ஆரம்பித் தது என்று தெரிந்துகொண்டாள்.

"இப்போது வி.ஐ.பி.கள்" என்றான் சாக்கோ (இன்னமும் தன்னுடைய உரத்து வாசிக்கும் குரலில்).

"என் மருமகன், எஸ்தப்பான்."

"எல்விஸ் ப்ரெஸ்லி," பேபி கொச்சம்மா பழிதீர்த்துக்கொண்டாள். "நாம் காலத்திற்கு சற்றுப் பின்தங்கியிருப்பதாக அஞ்சுகிறேன்," எல்லோ ரும் எஸ்தாவைப் பார்த்துச் சிரித்தனர்.

எஸ்தாவின் பீஜ் கம்பளிச்சட்டை, கூர் ஷூக்களுக்கு அடியிலிருந்து ஒரு கோபம் புறப்பட்டு அவன் இதயத்துக்கருகில் வந்து நின்றது.

"ஹௌ டூ யூ டூ, எஸ்தப்பான்?" என்றாள் மார்கரெட் கொச்சம்மா.

"ஃபைன்தேங்க்யூ" என்றான் எஸ்தா முறைப்பாக.

"எஸ்தா," அம்மு அன்புடன் அழைத்தாள். "யாராவது உன்னிடம் ஹௌ டூ யூ டூ? என்று சொன்னால் நீயும் திருப்பி ஹௌ டூ யூ டூ சொல்ல வேண்டும். 'ஃபைன், தேங்க்யூ' அல்ல. எங்கே சொல்லு, ஹௌ டூ யூ டூ?"

தூதர் எஸ்தா அம்முவைப் பார்த்தான்.

"சொல்லு, ஹௌ டூ யூ டூ?"

எஸ்தாவின் தூங்கும் விழிகள் பிடிவாதமாக இருந்தன.

"*ஞான் பறஞ்சது கேட்டோ?*" என்றாள் அம்மு.

நீலச் சாம்பல் நீலக் கண்களைத் தூதர் எஸ்தா தன்மேல் உணர்ந்தான். அப்புறம் ஒரு இம்பீரியல் என்டமாலஜிஸ்ட்டின் மூக்கை. அவன் கைவசம் ஒரு ஹௌ டூ யூ டூ இருக்கவில்லை.

“எஸ்தப்பான்!” என்றாள் அம்மு. அவளிடம் ஒரு கோபம் புறப்பட்டு அவள் இதயத்துக்கருகில் வந்து நின்றது. தேவைக்கு அதிகமானதொரு கோபம். தன்னுடைய அதிகார எல்லைக்குள் நடக்கும் இந்த வெளிப் படையான புரட்சியில் எப்படியோ தான் அவமானப்படுத்தப்பட்டு விட்டதாக உணர்ந்தாள். அவள் எதிர்பார்த்தது ஓர் ஒழுங்கான அரங்கேற்றத்தை. இந்தோ – பிரிட்டிஷ் நடத்தைப் போட்டியில் தனது பிள்ளைகளுக்கு ஒரு பரிசை.

சாக்கோ அம்முவிடம், “ப்ளீஸ். அப்புறம். இப்போது வேண்டாம்,” என்றான் மலையாளத்தில்.

அம்முவின் கோபக்கண்கள் எஸ்தாவின் மேல் பதிந்து, *சரி. அப்புறம்.* என்றன.

அப்புறம் என்பது பயங்கரமான, அச்சுறுத்தும் வார்த்தையாகியது.

அப். புறம்.

பாசி பிடித்த கிணற்றிலிருந்து எழும் ஆழமான மணியோசையைப் போல. சிலிர்க்க வைப்பதாக, ரோமம் அடர்ந்ததாக. விட்டில் பூச்சியின் கால்களைப் போல.

நிகழ்ச்சி கெட்டுவிட்டது. மழைக்காலத்தில் ஊறுகாய்போல.

“பிறகு, என் மருமகள்,” என்றான் சாக்கோ. “ராஹேல் எங்கே?” அவன் சுற்றுமுற்றும் தேடினான். அவள் கண்ணில் படவில்லை. தன் வாழ்க்கையில் நிகழும் ஏற்றத்தாழ்வான மாற்றங்களைச் சமாளிக்க இயலாமல் ராஹேல், விமான நிலையத்தின் அழுக்கு திரைச்சீலைக்குப் பின்னால் சென்று சாஸேஜ் போல பொதிந்துகொண்டிருந்தாள். வெளியே வர மறுத்தாள். பாட்டா செருப்பணிந்த ஒரு சாஸேஜ்.

“அவளைப் பொருட்படுத்தாதே” என்றாள் அம்மு. “அவள் கவனத்தை ஈர்ப்பதற்காக முயல்கிறாள்.”

அம்மு சொல்வதும் தவறுதான். அவளுக்குத் தர வேண்டிய கவனத்தைத் தவிர்ப்பதற்காகவே முயன்றுகொண்டிருந்தாள்.

“ஹலோ, ராஹேல்!” மார்கரெட் கொச்சம்மா அந்த அழுக்கு விமான நிலையத் திரைச்சீலையிடம் கூறினாள்.

“ஹௌ டூ யூ டூ?” அழுக்குத் திரைச்சீலை முணுமுணுப்பாகப் பதிலளித்தது.

“வெளியே வந்து ஹலோ சொல்ல மாட்டாயா?” மார்கரெட் கொச்சம்மா ஒரு கனிவான பள்ளி ஆசிரியைக் குரலில் சொன்னாள்.

(அவர்களுடைய கண்களில் சாத்தானைப் பார்ப்பதற்கு முன்பிருந்த மிஸ் மிட்டனைப் போல.)

அந்தத் திரைச்சீலையைத் தாண்டித் தூதர் ராஹேலால் வர இயலாத தால் வரவில்லை. அவளுக்கு முடியாததால் முடியவில்லை. எல்லாமே தப்பாக இருப்பதால். விரைவில் அவர்கள் இருவருக்குமே 'அப்–புறம்' வரப்போகிறது.

ரோமம் நிறைந்த விட்டில் பூச்சிகள், சில்லிட்ட பட்டாம்பூச்சிகள், ஆழ்ந்து ஒலிக்கும் மணிகள். பச்சைப்பாசிகள்.

அப்புறம் ஓர் ஆந்தை.

விமான நிலையத்தின் அழுக்குத் திரைச்சீலை பெரியதொரு சுகமாகவும், இருட்டாகவும், கவசமாகவும் இருந்தது.

"அவளைப் பொருட்படுத்த வேண்டாம்," அம்மு சொல்லிவிட்டு இறுக்கமாகப் புன்னகைத்தாள்.

ராஹேலின் மனம் முழுக்க அம்மிக்கல்களும், நீலச்சாம்பல்நீலக் கண்களுமாக இருந்தன.

அம்மு அவளை இப்போது மேலும் குறைவாக நேசிக்கப் போகிறாள். இப்போது சாக்கோவின் நடைமுறை யத்தனங்களுக்கு வந்தாகிவிட்டது.

"இதோ, பெட்டிகள் வந்துவிட்டன," என்றான் சாக்கோ பிரகாசமாக. கவனத்தைத் திசைதிருப்பச் சந்தோஷமாக. "ஸோஃபீகின்ஸ், வா, உன் பைகளை எடுத்துக்கொள்ளலாம்."

ஸோஃபீகின்ஸ்.

இரும்புத் தடுப்போரமாக அவர்கள், ஜனங்களை இடித்துக்கொண்டு நடக்க, சாக்கோவின் சூட்டையும், பக்கவாட்டு டையையும், அவனது அதிரடித் தோற்றத்தையும் பார்த்து அவர்கள் தாமாகவே ஓரமாக ஒதுங்குவதை எஸ்தா கவனித்தான். அவ்வளவு பெரிய தொப்பையோடு சாக்கோ நடப்பதைப் பார்த்தால் அவன் ஏதோ மலையேறுகிறாற் போலவே எப்போதும் தோன்றும். வாழ்க்கையின் வழுக்கலும் செங்குத்து மான உயரங்களை நம்பிக்கையோடு கடப்பவனாக. இரும்பு வேலியின் இந்தப் பக்கத்தில் சாக்கோ வந்தான், மார்கரெட் கொச்சம்மாவும் ஸோஃபீ மோளும் அந்தப் பக்கமாக வந்தனர்.

ஸோஃபீகின்ஸ்.

தொப்பியும் தோள் பதக்கங்களும் அணிந்து அமர்ந்திருந்தவன்கூட சாக்கோவின் சூட்டிலும் அவனுடைய பக்கவாட்டு டையிலும் பயந்து மூட்டை முடிச்சுகள் பெற்றுக்கொள்ளுமிடத்துக்கு அனுமதித்துவிட்டான்.

அவர்களுக்கிடையே வேலி இல்லாதபோது சாக்கோ மார்கரெட் கொச்சம்மாவை முத்தமிட்டான். பின் ஸோஃபீ மோளைத் தூக்கிக் கொண்டான்.

"உன்னை இதற்கு முன் கடைசியாகத் தூக்கியபோது என் சட்டையை ஈரப்படுத்திவிட்டாய்," சாக்கோ சொல்லிவிட்டுச் சிரித்தான். அவளைக் கட்டியணைத்து, கட்டியணைத்து, கட்டியணைத்தான். அவளுடைய நீலச்சாம்பல் நீலக் கண்களில், அவளுடைய என்டமாலஜிஸ்ட் மூக்கில், அவளுடைய தொப்பியிட்ட செம்பழுப்புக் கூந்தலில் முத்தமிட்டான்.

ஸோஃபீ மோள் சாக்கோவிடம், "உம்ம்ம்... எக்ஸ்க்யூஸ் மீ? என்னைக் கீழே இறக்கி விடுவீர்களா? என்னை... உண்மையில் யாரும் தூக்கி எனக்குப் பழக்கமில்லை."

எனவே சாக்கோ அவளை இறக்கிவிட்டான்.

தூதர் எஸ்தா (தன்னுடைய பிடிவாதமான கண்களால்) சாக்கோவின் சூட் திடீரென்று தளர்ந்து, சுருங்கிப் போய்விட்டதைப் பார்த்தான்.

சாக்கோ பெட்டிகளைச் சேகரிக்கச் சென்றதும், அழுக்குத் திரைச் சீலை மூடிய ஜன்னலருகே, அப் – புறம் இப்போது ஆகிவிட்டது.

பேபி கொச்சம்மாவின் கழுத்து மரு எவ்வாறு அதன் மடிப்புகளை நக்கியபடி, ஆர்வத்துடன் எதிர்பார்த்திருக்கிறதென்பதை எஸ்தா கவனித்தான். *தெர் – தூரம், தெர் – தூரம்.* அது பச்சோந்தியைப் போல நிறங்களை மாற்றிக்கொண்டிருந்தது. தெர் – பச்சை, தெர் – கருநீலம், தெர் – வெந்தய மஞ்சள்.

Twins for tea

It would bea

"ஆல் ரைட்," என்றாள் அம்மு. "இதோடு போதும். உங்கள் இரண்டு பேருக்கும் சொல்கிறேன். ராஹேல், வெளியே வா."

திரைச்சீலைக்குள்ளே, ராஹேல் தன் கண்களை மூடினாள். பச்சை நதியை, ஆழத்தில் மௌனமாக நீந்தும் மீன்களை, வெயிலில் பறக்கும் (பின்பக்கமாகவும் பார்க்க முடியும்) தும்பிகளின் மெல்லிய சிறகுகளை நினைத்துப் பார்த்தாள். வெளுத்தா அவளுக்காகச் செய்து கொடுத்த மிக அதிர்ஷ்டமான தூண்டில் கொம்பை நினைத்துப் பார்த்தாள். முட்டாள் மீன்கள் கடிக்கும்போதெல்லாம் மூழ்கிச் சமிக்ஞை தரும் தக்கை கட்டப்பட்ட மஞ்சள் மூங்கில். வெளுத்தா ஞாபகம் வந்தது. இப்போது அவளோடு அவன் இருக்க மாட்டானா என்றிருந்தது.

பின் எஸ்தா அவளின் புதிரவிழ்த்தாள். சிமெண்ட் கங்காருகள் கவனித்துக்கொண்டிருந்தன.

அம்மு அவர்களைப் பார்த்தாள். பேபி கொச்சம்மாவின் துடிக்கும் கழுத்து மருவைத் தவிர காற்றில் வேறெந்த சத்தமுமில்லை.

"ஆகவே," என்றாள் அம்மு.

இது உண்மையிலேயே ஒரு கேள்விதான். ஆகவே?

இதற்கு ஒரு பதில்தான் இல்லை.

தூதர் எஸ்தா தலையைக் குனிந்து (கோப உணர்ச்சி புறப்பட்ட இடமான) இளஞ்சிவப்பான கூர் ஷூக்களைப் பார்த்தான். தூதர் ராஹேல் தலையைக் குனிந்து பாட்டா செருப்புகளுக்குள் அவளுடைய கால் விரல்கள் பிய்த்துக்கொண்டு வர முயல்வதைப் பார்த்தாள். பிய்த்துக் கொண்டு போய் வேறு யாருடைய பாதத்திலேயோ போய் ஒட்டிக் கொள்ளப் போகின்றன. விரைவில் அவளுக்குக் கால்விரல்களே இல்லாமல் பாண்டேஜ்தான் இருக்கப் போகிறது. லெவல் கிராஸிங்கில் இருக்கும் தொழு நோயாளியைப் போல.

"இனியொருமுறை – நான் சொல்கிறேன், *இனியொருமுறை* பொது இடத்தில் நான் சொல்வதற்குக் கீழ்ப்படியாவிட்டால், உங்களை ஏதாவது சரியான ஓர் இடத்துக்கு ஒழுங்காக நடக்கக் கற்றுக்கொள்ள அனுப்பி விடுவேன். புரிந்ததா?"

அம்முவிற்கு உண்மையிலேயே கோபம் அதிகமாக இருக்கும்போது 'சரியான ஓர் இடத்துக்கு' அனுப்பிவிடுவதாகக் கூறுவாள். சரியான இடம் என்பது செத்தவர்கள் இருக்கும் ஒரு பாழுங்கிணறு.

"என்ன. சொன்னது. புரிந்ததா?" என்றாள் மறுபடியும்.

பயந்த கண்களும் நீரூற்றும் அம்முவைத் திரும்பிப் பார்த்தன.

உறங்கும் விழிகளும், வியப்போடு எழுந்து நிற்கும் ஒரு பஃப்பும் அம்முவைத் திரும்பிப் பார்த்தன.

இரண்டு தலைகள் மூன்று முறை ஆடின.

ஆம். சொல்வது. புரிந்தது.

நல்ல வாய்ப்புகள் கொண்டிருந்த ஒரு கட்டம் இப்படி புஸ்வாண மாகப் போவதில் பேபி கொச்சம்மா மிகவும் அதிருப்தியுற்றாள். தன் தலையைக் கனமாக ஆட்டிக்கொண்டாள்.

"இது எப்படி இருக்கிறதென்றால்!" என்றாள் அவள்.

எப்படி இருக்கிறதென்றால்!

அம்மு அவளை நோக்கித் தலையைத் திருப்பினாள், அந்தத் தலைத் திருப்பல் ஒரு கேள்வி.

"இது பிரயோஜனமில்லை," பேபி கொச்சம்மா சொன்னாள். "இவர்கள் ஊமைக் குசும்பர்கள். இவர்கள் பண்புநயங் கெட்டவர்கள். ஏமாற்றுக்காரர்கள். அடக்க முடியாதபடிக்கு ஒழுக்கங்கெட்டுப் போய் விட்டனர். இவர்களை உன்னால் சமாளிக்க முடியாது."

அம்மு எஸ்தாவிடமும் ராஹேலிடமும் திரும்பினாள். அவள் கண்கள் கலங்கிய வைரங்கள் போலிருந்தன.

“எல்லாருமே குழந்தைகளுக்கு ஒரு அப்பா தேவை என்கின்றனர். நான் தேவையில்லை என்கிறேன். என் குழந்தைகளுக்குத் தேவையில்லை. ஏன் தெரியுமா?”

இரண்டு தலைகள் ஆடின.

“ஏன்? சொல்லுங்கள்?”

ஒரே குரலில் அல்ல, ஏறக்குறைய ஒரே நேரத்தில் எஸ்தப்பானும் ராஹேலும் கூறினர்: “ஏனென்றால் எங்களுக்கு நீதான் அம்முவும் அப்பாவும். எங்களை இரண்டு மடங்கு நீ நேசிக்கிறாய்.”

“இரண்டு மடங்கைவிட அதிகமாக,” என்றாள் அம்மு. “அதனால் நான் உங்களிடம் சொன்னதை நினைவில் வைத்திருங்கள். மனிதர்களின் உணர்வுகள் மதிப்பு மிக்கவை. பொது இடத்தில் எனக்குக் கீழ்ப்படியாமல் நீங்கள் நடந்தால் *எல்லோருக்கும்* தப்பான அபிப்பிராயமே கிடைக்கும்.”

“என்ன மாதிரியான ஒன்றரை மடங்கு தூதர்கள் நீங்கள்!” என்றாள் பேபி கொச்சம்மா.

தூதர் எ. பெல்விஸ்ஸும் தூதர் கு. பூச்சியும் தமது தலைகளைக் குனிந்து கொண்டனர்.

“அப்புறம் மற்றொரு விஷயம், ராஹேல்,” என்றாள் அம்மு. “உனக்குச் *சுத்தம்* என்பதற்கும் *அசுத்தம்* என்பதற்கும் வித்தியாசம் தெரிந்து கொள்ள வேண்டிய நேரம் வந்துவிட்டது. முக்கியமாக இந்த தேசத்தில்.”

தூதர் ராஹேல் தலைகவிழ்ந்தாள்.

“உன்னுடைய உடை சுத்தமாக இருக்கிறது – இருந்தது,” என்றாள் அம்மு. “அந்தத் திரைச்சீலை அசுத்தமாக இருக்கிறது. அந்தக் கங்காருகள் அசுத்தமாக இருக்கின்றன. உன் கைகள் அசுத்தமாக இருக்கின்றன.”

ராஹேலுக்கு அம்மு *சுத்தம்* என்பதையும் *அசுத்தம்* என்பதையும் சத்தமிட்டுச் சொன்ன விதத்தில் பயமாக இருந்தது. என்னவோ ஒரு செவிடனிடம் பேசுவதைப் போல.

“இப்போது நீங்கள் சென்று *ஒழுங்காக* ஹலோ சொல்ல வேண்டும்,” என்றாள் அம்மு. “செய்யப்போகிறீர்களா இல்லையா?”

இரண்டு தலைகள் இரு முறை ஆடின.

தூதர் எஸ்தாவும், தூதர் ராஹேலும் ஸோஃபீ மோளை நோக்கி நடந்தனர்.

“சரியானதோர் இடத்துக்கு அனுப்பப்படுவது என்றால் எந்த இடத்திற்கு என்று உனக்குத் தெரியுமா?” எஸ்தா ராஹேலிடம் கிசுகிசுப்பாகக் கேட்டான்.

“அரசாங்கத்திடம்” என்று பதிலுக்குக் கிசுகிசுத்தாள் ராஹேல், அவளுக்குத் தெரியுமென்பதால்.

எஸ்தா ஸோஃபீ மோளிடம் சென்று அம்முவுக்குக் கேட்குமளவிற்கு உரக்க, "ஹௌ டூ யூ டூ?" என்றான்.

"ரெண்டு பைசாக்கு ஒரு லட்டு என்பதுபோல இருக்கிறது" ஸோஃபீ மோள் எஸ்தாவிடம் கிசுகிசுத்தாள். இதை அவளுடைய பாகிஸ்தானிய வகுப்புத் தோழியிடமிருந்து கற்று வைத்திருந்தாள்.

எஸ்தா அம்முவைப் பார்த்தான்.

நீ ஒழுங்கான முறையில் நடந்துகொள்ளும்வரை அவளைப் பொருட்படுத்த வேண்டாம் என்றது அம்முவின் பார்வை.

விமான நிலையத்தின் கார் நிறுத்துமிடத்திற்கு அவர்கள் செல்கையில் உஷ்ணக்காற்று அவர்களின் உடைகளுக்குள் நுழைந்து மொட மொடப்பான உள்ளாடைகளை ஈரமாக்கியது. சிறுவர்கள் பின்தங்கி, நிறுத்தப்பட்டிருக்கும் கார்களுக்கும் டாக்ஸிகளுக்கும் இடையில் புகுந்து புகுந்து வந்தனர்.

"உங்கள் அம்மா அடித்தார்களா?" ஸோஃபீ மோள் கேட்டாள்.

இந்த அரசியலைப் பற்றித் தீர்மானமின்றி இருந்ததால் எஸ்தாவும் ராஹேலும் எதுவும் சொல்லவில்லை.

"என் அம்மா அடிப்பார்," ஸோஃபீ மோள் அவர்களை ஊக்குவிக்கிறாற் போல் சொன்னாள், "சமயத்தில் கன்னத்தில்கூட அறைவார்."

"எங்கள் அம்மா அப்படிச் செய்ய மாட்டார்" எஸ்தா விசுவாசமாகக் கூறினான்.

"அதிருஷ்டசாலி," என்றாள் ஸோஃபீ மோள்.

அதிருஷ்டசாலியான பணக்காரப் பையன், போக்கெட்மணி கிடைக்கிறது. பாட்டியின் தொழிற்சாலை சொத்தாக இருக்கிறது. எந்தக் கவலையும் கிடையாது.

அவர்கள் மூன்றாம் நிலை விமான நிலைய ஊழியர் சங்கத்தின் ஒருநாள் அடையாள உண்ணாவிரதத்தைக் கடந்து வந்தனர். மூன்றாம் நிலை விமான நிலைய ஊழியர் சங்கத்தின் ஒரு நாள் உண்ணாவிரதப் போராட்டத்தை வேடிக்கை பார்த்துக்கொண்டிருந்த மக்களைக் கடந்து வந்தனர்.

வேடிக்கை பார்த்துக் கொண்டிருந்தவர்களை வேடிக்கைப் பார்த்துக் கொண்டிருந்தவர்களைக் கடந்து வந்தனர்.

அங்கிருந்த பெரியதொரு ஆலமரத்தில் அடிக்கப்பட்டிருந்த ஒரு சிறிய தகர அறிவிப்புப் பலகை *'பால்வினை நோய்களுக்கும், செக்ஸ் கோளாறுகளுக்கும் டாக்டர் ஓ.கே. ஜோய் – ஐ அணுகவும்'* என்றது.

"இந்த உலகத்திலேயே நீ அதிகமாக நேசிப்பது யாரை?" ராஹேல் ஸோஃபீ மோளைக் கேட்டாள்.

"ஜோ" ஸோஃபீ மோள் தயக்கமின்றிக் கூறினாள். "என் அப்பா. அவர் இரண்டு மாதங்களுக்கு முன் இறந்துவிட்டார். அந்த அதிர்ச்சியிலிருந்து குணமாவதற்காக இங்கு வந்திருக்கிறோம்."

"ஆனால் சாக்கோதான் உன் அப்பா" என்றான் எஸ்தா.

"அவர் என்னுடைய *உண்மையான* அப்பா மட்டும்தான்," என்றாள். "ஜோ என் அப்பா. அடிக்கவே மாட்டார். எப்போதுமே அடித்ததில்லை."

"அவர் இறந்துவிட்டாரென்றால் எப்படி அடிக்க முடியும்?" எஸ்தா தருக்கத்துடன் கேட்டான்.

"உங்கள் அப்பா எங்கே?" ஸோஃபீ மோள் கேட்டாள்.

"அவர் . . ." ராஹேல் உதவிக்கு எஸ்தாவைப் பார்த்தாள்.

". . . இங்கே இல்லை," என்றான் எஸ்தா.

"என்னுடைய லிஸ்டைக் கூறட்டுமா?" ராஹேல் ஸோஃபீ மோளைக் கேட்டாள்.

"நீ விரும்பினால்," என்றாள் ஸோஃபீ மோள்.

ராஹேலின் 'லிஸ்ட்' பிரளயத்தைக் கட்டுப்படுத்துவதற்கான முயற்சியாக இருந்தது. நேசத்துக்கும் கடமைக்கும் இழுபட்டு அவள் அதைத் தொடர்ந்து மாற்றிக்கொண்டேயிருந்தாள். அவளுடைய உண்மையான உணர்ச்சிகளைப் பிரதிபலிக்கும் அளவுகோல் அல்ல அது.

"முதலில் அம்முவும் சாக்கோவும்" என்றாள் ராஹேல். "அப்புறம் மம்மாச்சி."

"எங்கள் பாட்டி," என்று எஸ்தா தெளிவுபடுத்தினான்.

"உன் சகோதரனை விடவா?" என்றாள் ஸோஃபீ மோள்.

"நாங்கள் எங்களைக் கணக்கில் எடுத்துக்கொள்வதில்லை" என்றாள் ராஹேல். "அவன் மாறினாலும் மாறிவிடுவான், அம்மு சொல்வதுபோல."

"எந்த மாதிரி என்று சொல்கிறாய்? எப்படி மாறிவிடுவான்?"

"ஓர் ஆணாதிக்கப் பன்றியாக" என்றாள் ராஹேல்.

"வாய்ப்பேயில்லை" என்றான் எஸ்தா.

"எப்படியிருந்தாலும், மம்மாச்சிக்குப் பிறகு, வெளுத்தா, அப்புறம் . . ."

"வெளுத்தா யார்?"

"நாங்கள் நேசிக்கும் ஒரு மனிதன்," என்றாள் ராஹேல். "வெளுத்தாவிற்கு அப்புறம் நீ."

"நானா? என்னை எதற்காக நேசிக்கிறாய்?"

"ஏனென்றால் நீ எங்கள் மாமா பெண் இல்லையா? நேசிக்கத்தான் வேண்டும்," என்றாள் ராஹேல் பாசத்துடன்.

"ஆனால் என்னை உனக்குத் தெரியக்கூட தெரியாதே" என்றாள் ஸோஃபீ மோள். "போகட்டும், ஆனால் நான் உன்னை நேசிக்கவில்லை."

"நீயும் நேசிப்பாய், என்னைப் பற்றித் தெரிந்துகொண்ட பிறகு." ராஹேல் நம்பிக்கையுடன் கூறினாள்.

"எனக்குச் சந்தேகமாக இருக்கிறது" என்றான் எஸ்தா.

"ஏன்?" என்றாள் ஸோஃபீ மோள்.

"ஏனென்றால், அநேகமாக இவள் வளராமல் ஒரு குள்ளியாகத் தான் இருக்கப் போகிறாள்."

ஏதோ குள்ளர்களை நேசிப்பதே கேள்விக்கு அப்பாற்பட்டது என்பதைப் போல.

"நான் குள்ளியல்ல" என்றாள் ராஹேல்.

"குள்ளிதான்" என்றான் எஸ்தா.

"இல்லை."

"ஆமாம்."

"இல்லை."

"ஆமாம். நாங்கள் இரட்டையர்கள்," எஸ்தா ஸோஃபீ மோளிடம் விளக்கினான். "பார், இவள் எவ்வளவு குள்ளமாக இருக்கிறாள்."

ராஹேல் ஆழமாக மூச்சை இழுத்து, நெஞ்சை நிமிர்த்தி, எஸ்தாவின் முதுகோடு முதுகாக விமான நிலைய கார் பார்க்கில் நின்று ஸோஃபீ மோளுக்குத் தான் எவ்வளவு உயரம் என்று காட்டினாள்.

"ஒருவேளை நீ ஒரு மிட்ஜெட்டாக ஆகலாம்" ஸோஃபீ மோள் கணித்தாள். "மிட்ஜெட் என்றால் குள்ளர்களை விட உயரமாகவும் மனிதர்களை விடக் குள்ளமாகவும் இருப்பது."

அந்த மௌனம் இந்தச் சமாதானத்தை ஏற்றுக்கொள்ள இயலாமல் இருந்தது.

வருகைக் கூடத்தின் வாசலில், நிழலுருவமாக, ஒரு சிவந்த வாயுடைய கங்காருவின் உருவெளித்தோற்றம் ராஹேலை மட்டும் பார்த்து ஒரு சிமெண்ட் கையை ஆட்டியது. சிமெண்ட் முத்தங்கள் ஹெலிகாப்டரைப் போல் காற்றில் விர்ரிக்கொண்டு வந்தன.

"உங்களுக்கு ஸஷே எப்படிச் செய்வதென்று தெரியுமா?" ஸோஃபீ மோள் கேட்டாள்.

"இல்லை. இந்தியாவில் நாங்கள் ஸஷே செய்வதில்லை" என்றான் தூதர் எஸ்தா.

"இங்கிலாந்தில் நாங்கள் செய்வதுண்டு" என்றாள் ஸோஃபீ மோள்.

"எல்லா மாடல்களும் செய்வார்கள். டெலிவிஷனில். இங்கே பார் ரொம்ப சுலபம்."

அந்த மூவரும் ஸோபீ மோளின் தலைமையில் ஃபேஷன் மாடல்களைப் போல் இடுப்புகளை ஆட்டிக்கொண்டு விமான நிலைய கார் பார்க்கில் ஸஷேயிக்கொண்டு சென்றனர். ஈகிள் ஃபிளாஸ்க்குகளும், மேட்–இன்–இங்க்லண்ட் கோ–கோ பைகளும் இடுப்பில் இடிக்க, வியர்த்துப் போயிருந்த குள்ளிகள் உயரமாக நடந்து சென்றனர்.

நிழல்கள் அவர்களைப் பின்தொடர்ந்தன. தேவாலயத்தின் நீல வானத்தில் வெள்ளி ஜெட்டுகள், ஒளிக்கற்றையில் விட்டில் பூச்சிகள் போலப் பறந்தன.

பின் சிறகுகள் கொண்ட அந்த வெளிர்நீல பிளிமத் ஸோஃபீ மோளுக்கென்று ஒரு சிரிப்பை வைத்திருந்தது. குரோமிய பம்பரில் சுறாமீன் சிரிப்பு.

ஒரு பாரடைஸ் ஊறுகாய் கார் சிரிப்பு.

காரின் மேல் கேரியரில் ஊறுகாய்ப் பாட்டில்களும் பாரடைஸ் தயாரிப்புகளின் வரிசையும் இருப்பதைப் பார்த்து மார்கரெட் கொச்சம்மா, "ஓ, டியர்! நான் ஏதோ விளம்பரத்தில் இருப்பதைப் போலிருக்கிறதே!" என்றாள். அவள் ஓ டியர்! அதிகம் சொன்னாள்.

ஓ டியர்! ஓ டியரோ டியர்!

"நீங்கள் அன்னாசிச் சீவல்கள் செய்வீர்களென்று எனக்குத் தெரியாது!" என்றாள். "ஸோஃபீக்கு அன்னாசி பிடிக்கும், என்ன ஸோஃப்?"

"சில வேளை," என்றாள் ஸோஃப். "சில வேளை பிடிக்காது."

மார்கரெட் கொச்சம்மா அந்த விளம்பர வண்டிக்குள் தன் முதுகில் பழுப்பு நிற வெயில் புள்ளிகளோடும், கையிலிருக்கும் புள்ளிகளோடும், பூப்போட்ட உடையுடனும், அதற்குக் கீழே வெளிப்பட்ட கால்களுடனும் ஏறினாள்.

ஸோஃபீ மோள் காரின் முன்புறத்தில் சாக்கோவிற்கும் மார்கரெட் கொச்சம்மாவிற்கும் நடுவில், அவள் தொப்பி கார் இருக்கைக்கு மேலே எட்டிப்பார்க்க அமர்ந்துகொண்டாள். ஏனென்றால் அவள் அவர்களுடைய மகள்.

ராஹேலும் எஸ்தாவும் பின்னால் உட்கார்ந்துகொண்டனர்.

லக்கேஜ் பின்னால் பூட்டில் இருந்தது.

பூட் என்பது அழகான வார்த்தை. *ஸ்டர்டி* என்பது அசிங்கமான வார்த்தை.

ஏற்றுமானூருக்கருகே, சாலையில் அறுந்து விழுந்திருந்த மின்கம்பியால் தாக்கப்பட்டு உயிரிழந்திருந்த ஒரு கோயில் யானையைக் கடந்து

சென்றனர். ஏற்றுமானூர் நகராட்சியின் என்ஜினியர் ஒருவர் அந்தச் சவத்தை அப்புறப்படுத்தும் வேலையை மேற்பார்வையிட்டுக்கொண் டிருந்தார். இதில் அவர்கள் ஜாக்கிரதையாக இருக்க வேண்டும். எதிர் காலத்தில் யானைச் சவத்தை அப்புறப்படுத்தும் வேலைகளுக்கு இது முன்னுதாரணமாக இருக்க வேண்டிவரும். லேசாக எடுத்துக்கொள்ளக் கூடிய விஷயமல்ல. அங்கு ஒரு தீயணைப்பு வண்டியும் சில குழம்பிய தீயணைப்பு வீரர்களும் இருந்தனர். அந்த நகராட்சி அதிகாரி கையில் ஒரு கோப்போடு ஏகத்திற்குச் சத்தம் போட்டுக்கொண்டிருந்தார். ஜாய் ஐஸ்கிரீம் வண்டி ஒன்றும் மெல்லிசான காகிதக் கூம்புகளில் எட்டு அல்லது ஒன்பது வேர்க்கடலைகள் போட்டு விற்பவனும் இருந்தனர்.

ஸோஃபீ மோள் “அங்கே பார், ஒரு செத்த யானை” என்றாள்.

சாக்கோ வண்டியை நிறுத்தி அய்மனம் இல்லத்துக்கு மாதத்திற் கொரு முறை வந்து தேங்காய் வாங்கிச் செல்லும் அய்மனம் கோயில் யானையான கொச்சு தொம்பனா அது என்று விசாரித்தான்.

அது வேறு ஏதோவொரு யானை என்றறிந்து நிம்மதியாக பயணத் தைத் தொடர்ந்தனர்.

“தேங் காட்,” என்றான் எஸ்தா.

“தேங்க் காட் எஸ்தா.” பேபி கொச்சம்மா அவனைத் திருத்தினாள்.

போகும் வழியில், பதப்படுத்தாத ரப்பர் பாலின் நாற்றத்தை முதன் முதலாக ஸோஃபீ மோள் சந்தித்தாள். அவற்றை ஏற்றிச் செல்லும் லாரிகள் கடந்து சென்று வெகுதூரம் போனதற்கப்புறமே மூக்கை அழுத்தி மூடிக்கொண்டிருந்த கையை விடுவித்தாள்.

பேபி கொச்சம்மா ஒரு கார் பாட்டுப் பாட யோசனை கூறினாள்.

எஸ்தாவும் ராஹேலும் பணிவான குரலில் ஓர் ஆங்கிலப் பாடலைப் பாட வேண்டும். போன வாரம் முழுக்க ஒத்திகை பார்த்தது தெரியக் கூடாது. தூதர் எ. பெல்விஸ், தூதர் கு. பூச்சி.

RejOice in the Lo-Ord Or-Orlways

And again I say re-jOoice.

நல்லவேளை, அவர்களுடைய உச்சரிப்புச் சரியாக அமைந்து விட்டது.

தலைக்கு மேலே ஊறுகாய் விளம்பரத்தையும், பின்சிறகுகளில் நீல வானத்தையும் ஏந்திக்கொண்டு மதிய நேரப் பச்சை உஷ்ணத்தில் பிளிமத் விரைந்தது.

அய்மனத்திற்குள் நுழையக் கொஞ்ச தூரம் இருந்தபோது ஒரு முட்டைகோஸ் – பச்சைப் பட்டாம்பூச்சியின்மேல் அவர்கள் மோதினர். (அல்லது அது பறந்து வந்து அவர்கள் காரின் மேல் மோதியது.)

7

விஸ்டம் எக்ஸர்ஸைஸ் நோட்டுப் புத்தகங்கள்

பப்பாச்சியின் வாசிப்பறையில் பாடம் பண்ணப்பட்டிருந்த பட்டாம்பூச்சிகளும் அந்துப்பூச்சிகளும் கண்ணாடிப் பெட்டிகளில் பலவண்ணத் தூசுக்குவியல்களாகக் குவிந்திருந்தன. அவை குத்தப் பட்டிருந்த குண்டூசிகள் மட்டும் பலகைகளில் நிர்வாணமாய்ச் செருகப்பட்டிருந்தன. குரூரம். அந்த அறையே பூஞ்சைக் காளா னாலும் புழக்கமில்லாததாலும் சீரழிந்திருந்தது. இடுப்பில் மாட்டிச் சுழற்றி ஆடும் ஒரு பழைய நியான் – பச்சை ஹூப் சுவரிலிருந்த ஒரு மரக்கொக்கியிலிருந்து ஒரு மாபெரும் ஞானியின் ஒளிவட்டம் போல மாட்டப்பட்டிருந்தது. பஸ்பி பெர்க்லி இசைநாடகத்தில் கூட்டிசைப் பெண்களைப் போலப் பளபளக்கும் கட்டெறும்புகள் வரிசையாகத் தமது பின்பக்கங்களை உயர்த்திக்கொண்டு ஜன்ன லுக்குக் குறுக்கே ஊர்ந்து சென்றுகொண்டிருந்தன. சூரியனுக்கு எதிரே நிழலுருவமாய், கருப்புத் தோல் போர்த்தி, அழகாக.

ராஹேல் (ஒரு மேஜையின் மீது போடப்பட்ட ஸ்டூலின் மேல் நின்றுகொண்டு) மங்கலான, அழுக்குக் கண்ணாடிச் சட்ட மிட்ட புத்தக அலமாரி ஒன்றைத் துருவிக்கொண்டிருந்தாள். அந்த அறைத் தரையின் தூசுப் படலத்தில் அவளுடைய வெற்றுக் காலடித் தடங்கள் தெளிவாகப் பதிந்திருந்தன. வாசலிலிருந்து கிளம்பி மேஜைக்கு வந்து (மேஜையைப் புத்தக அலமாரி வரை இழுத்து வந்து) ஸ்டூல் இருந்த இடத்தை அடைந்து (அதை மேஜை வரை இழுத்து வந்து) அதற்கு மேலே தூக்கி வைத்தாள். எதையோ தேடிக்கொண்டிருந்தாள். அவள் வாழ்க்கைக்கு இப்போது ஓர் அளவும் வடிவமும் வந்துவிட்டிருந்தது. அவள் கண்களுக்கடியில் பிறைச்சந்திரன்கள் உண்டாகியிருந்தன. அவளுடைய தொடு வானத்தில் ஒரு வேதாளப் படை நின்றிருந்தது.

அலமாரியின் மேல்தட்டிலிருந்த பப்பாச்சியின் *The Insect Wealth of India* தொகுதியின் தோல் அட்டைகள் தனித்தனியாகப் பிய்த்துக்கொண்டு, நெளிந்த அஸ்பெஸ்டாஸ்களைப் போல் சரிந்தன. புத்தகப் பூச்சிகள் பக்கங்களில் துளையிட்டுப் பல்வேறு பூச்சியினங்

களினூடாக மனம் போனபடித் தோண்டிக்கொண்டு வகைப்படுத்தப் பட்ட விபரங்களை மஞ்சள் இழையாக அரைத்து உதிர்த்திருந்தன.

புத்தக வரிசைக்குப் பின்னால் எட்டிப்பார்த்து அங்கு ஒளிந்திருந்த சிலவற்றை ராஹேல் வெளியே எடுத்தாள்.

வழவழப்பான கடல் சங்கு ஒன்று, முள்முள்ளாக ஒன்று.

காண்டாக்ட் லென்ஸ்களுக்கான ஒரு பிளாஸ்டிக் பெட்டி, ஓர் ஆரஞ்சு நிற பிப்பெட்.

மணிமாலையில் கோத்த ஒரு வெள்ளிச் சிலுவை. பேபி கொச்சம்மா வின் ஜபமாலை.

அதை எடுத்து வெளிச்சத்தில் பார்த்தாள். பேராசை பிடித்த ஒவ் வொரு மணியும் அவற்றிற்கான வெயில் பங்குகளை உறிஞ்சிக்கொண்டன.

தரையில் செவ்வகமாக விழுந்திருந்த வாசல் வெயிலில் ஒரு நிழல் குறுக்கே விழுந்தது. ராஹேல் ஒளி மாலையோடு வாசலைப் பார்த்துத் திரும்பினாள்

“ஹேய், இங்கே என்ன இருக்கிறது பார்! இன்னமும் இங்கேயே இருக்கிறது. நான் திருடியது. உன்னைத் திருப்பிவிட்ட பிறகு.”

அந்த வார்த்தை சுலபமாக வெளியே வந்து விழுந்துவிட்டது. *திருப்பிவிட்ட பிறகு.* என்னவோ இரட்டையர்களுக்கே அதுதான் விதிக்கப்பட்டது போல. கடன் வாங்கவும் திருப்பவும். நூலகப் புத்தகங் களைப் போல.

எஸ்தா நிமிர்ந்து பார்க்கவில்லை. பார்க்க மாட்டான். அவன் மனம் முழுக்க ரயில்கள் இருந்தன. வாசல் வழியாக வெயில் வருவதை மறைத்துக்கொண்டிருந்தான். பிரபஞ்சத்தில் எஸ்தா வடிவத்தில் ஓர் ஓட்டை.

புத்தகங்களுக்குப் பின்னால் ராஹேலின் திடுக்கிட்ட விரல்கள் எதன்மீதோ பட்டன. அதை வெளியே எடுத்துத் தூசியைத் தன் சட்டை யின் கைப்புறத்தில் துடைத்தாள். அது ஒரு தட்டையான, பிளாஸ்டிக் தாளில் செல்லோடேப் ஒட்டிய பொட்டலம். அதற்குள்ளிருந்த வெள்ளைக் காகிதத்தில் எஸ்தப்பான், ராஹேல் என்றெழுதியிருந்தது. அம்முவின் கையெழுத்தில்.

அதற்குள் நான்கு கந்தலான நோட்டுப்புத்தகங்கள் இருந்தன. அவற்றின் அட்டைகள் Wisdom Exercise Notebooks என்றன. பெயர், பள்ளி / கல்லூரி, வகுப்பு, பாடம் என்று தனித்தனியாக இடம் இருந்தது. இரண்டில் அவள் பெயர் இருந்தது. இரண்டில் எஸ்தாவினுடையது.

ஒரு நோட்டின் உள்ளட்டையில் ஒரு குழந்தையின் கையெழுத்தில் ஏதோ கிறுக்கப்பட்டிருந்தது. ஒவ்வொரு எழுத்திலும் தெரிந்த சிரமத் திலும் வார்த்தைகளுக்கிடையிலிருந்த தாறுமாறான இடைவெளிகளிலும் தன்னிச்சையாக அலையும் பென்சிலைக் கட்டுப்படுத்தும் முயற்சி தெரிந்தது. மாறாக அதிலிருந்த உணர்ச்சி தெளிவாக வெளிப்பட்டது:

மிஸ் மிட்டெனை நான் வெறுக்கிறேன். அவளுடைய நிக்கர் கிழிந் திருக்கிறதென்று நினைக்கிறேன்.

புத்தகத்தின் மேலே எஸ்தா அவன் பெயரிலிருந்த குடும்பப் பெயரை எச்சில் தொட்டு அழித்திருந்தான். அதில் பாதிக்காகிதம் கிழிந்து வந்திருந்தது. இவ்வளவு களேபரத்திற்கும் மேலாகத் தன் பெயருக்குப் பக்கத்தில் பென்சிலில் *தெரியாது* என்று எழுதியிருந்தான். எஸ்தப்பான் தெரியாது. (அம்மு தன்னுடைய கணவனின் பெயருக்கும் அப்பாவின் பெயருக்குமிடையே தேர்ந்தெடுக்கக் குழப்பத்திலிருந்தபோது எஸ்தாவின் குடும்பப் பெயர் தற்காலிகமாக ஒத்திவைக்கப்பட்டிருந்தது.) வகுப்பு என்பதற்கு பக்கத்தில் *6* வருடங்கள் என்றெழுதியிருந்தது. பாடத்திற்கு அடுத்து *கதை எழுதுதல்* என்றிருந்தது.

ராஹேல் காலை மடித்து (டேபிளின் மேலிருந்த ஸ்டூலின் மேல்) உட்கார்ந்தாள்.

"எஸ்தப்பான் தெரியாது," என்றாள். அந்நோட்டைத் திறந்து உரக்க வாசித்தாள்.

> *"யுலிஸீஸ் வீடு திரும்பியபோது அவனுடைய மகன் வந்து, அப்பா நீங்கள் திரும்பி வர மாட்டீர்கள் என்று நினைத்தேன் என்றான். பல இளவரசர்கள் வந்தனர். ஒவ்வொருவரும் பென்லோப்பைத் திருமணம் செய்துகொள்ள விரும்பினர். ஆனால் பென்லோப், யார் பனிரெண்டு மோதிரங்களையும் துளைத்துக்கொண்டு அம்பு விடுவானோ, அவனையே தன்னால் மணக்க முடியும் என்றாள். எல்லோரும் தோற்றனர். யுலிஸீஸ் ஒரு பிச்சைக்காரனைப் போல உடையணிந்துகொண்டு வந்து தான் முயற்சி செய்யலாமா என்று கேட்டான். அனைவரும் சிரித்து எங்களாலேயே முடியாதது உன்னாலும் முடியாது என்றனர். யுலிஸீஸ்ஸின் மகன் அவர் களை நிறுத்தி, அவர் முயற்சி செய்யட்டும் என்றான். அவன் வில்லை எடுத்துப் பனிரெண்டு மோதிரங்களையும் துளைத்துக் கொண்டு அம்பைச் செலுத்தினான்."*

அதற்குக் கீழே முந்தைய பாடத்திலிருந்து திருத்தம் செய்ய வேண்டிய பிழைகள்.

Ferus Learned Neither Carriages Bridge Bearer Fastened

Ferus Learned Niether Carriages Bridge Bearer Fastened

Ferus Learned niether

Ferus Learned Nieter

ராஹேலின் குரலோரத்தில் சிரிப்புச் சுருண்டது. "ஸேஃப்டி ஃபர்ஸ்ட்" என்று படித்தாள். அம்மு அந்தப் பக்கத்தின் ஓரமாக அலையலையாகச் சிவப்பு மையில் கோடிழுத்து, *'மார்ஜின்? இனிக் கையெழுத்தைச் சேர்த்தெழுத வேண்டும், ப்ளீஸ்!'* என்றெழுதியிருந்தாள். எஸ்தாவின் பாதுகாப்புக் கதை இப்படிச் சென்றது:

"நாம் நகரச் சாலையில் நடக்கும்போது, எப்போதுமே நடை பாதையில் நடக்க வேண்டும். நடைபாதையில் போகும்போது போக்குவரத்து இருக்காது, விபத்து நடக்காது. ஆனால் சாலை யில் நடந்தால் அங்கு அபாயகரமான போக்குவரத்து இருக்கும். விபத்து நடந்தால் நமக்குச் செயலிழப்போ அல்லது அங்கஹீனமோ ஏற்பட்டுவிடலாம். நம் தலையோ முதுகெலும்போ உடைந்து விட்டால் அது மிகவும் துரதிருஷ்டவசமாகும். மருத்துவமனைக்கு நிறைய ஊனமுற்றவர்கள் போகக் கூடாதென்பதற்காகக் காவல் துறையினர் போக்குவரத்தைக் கட்டுப்படுத்துகின்றனர். பேருந்தி லிருந்து நடத்துநர் சொன்ன பிறகே கீழே இறங்க வேண்டும், இல்லாவிட்டால் நமக்குக் காயம் ஏற்பட்டு மருத்துவர்களுக்கு நிறைய வேலை வரும். ஓட்டுநரின் வேலை மிகவும் விதிவசமானது. அவரது குடும்பம் மிகவும் கவலையோடு இருக்கும். ஏனென்றால் அவர் எளிதாக விபத்தில் மரணமடைந்துவிடலாம்."

"துக்கிரிப்பயல்" என்றாள் ராஹேல் எஸ்தாவிடம். அந்தப் பக்கத்தை அவள் திருப்பியதும் ஏதோவொன்று அவள் தொண்டையை அடைத்து, அவள் குரலைப் பிடுங்கி, பலமாக உலுக்கி, அதன் சிரிப்பு விளிம்புகளை உதிர்த்துவிட்டு, திருப்பிக் கொடுத்தது. எஸ்தாவின் அடுத்த கதை *'லிட்டில் அம்மு'* என்றது.

சேர்த்து எழுதிய கையெழுத்தில் Yக்கும் Gக்கும் வால்கள் அலங்கார வளைவுகளுடன் சுருட்டிக்கொண்டிருந்தன. வாசலில் இருந்த நிழல் கொஞ்சமும் அசையாமல் நின்றிருந்தது.

"சனிக்கிழமை, கோட்டயத்தில் உள்ள ஒரு புத்தகக் கடைக்கு அம்முவுக்குப் பரிசு வாங்கப் போனோம். அம்முவின் பிறந்த நாள் நவம்பர் 17. அம்முவுக்கு ஒரு டைரி வாங்கினோம். அதை அலமாரியில் ஒளித்து வைத்துவிட்டோம். அப்புறம் ராத்திரி வந்தது. நாங்கள் அம்முவிடம் பரிசு என்னவென்று பார்க்க வேண்டுமா என்று கேட்டோம். அம்மு, ஆமாம் பார்க்க வேண்டும் என்றாள். நாங்கள் பேப்பரில் 'For a little Ammu with Love from Estha and Rahel' *என்று எழுதிக்கொடுத்தோம். அம்மு இது எவ்வளவு அழகான பரிசு, இதற்குத்தான் நான் ஆசைப்பட்டேன் என்றாள். அப்புறம் கொஞ்ச நேரம் பேசினோம். பிறகு டைரியைப் பற்றிப் பேசினோம். அப்புறம் அவளுக்கு ஒரு முத்தம் கொடுத்துவிட்டுப் படுக்கைக்குச் சென்றோம்.*

நாங்கள் கொஞ்ச நேரம் பேசிக்கொண்டிருந்துவிட்டு தூங்கி னோம். எங்களுக்குச் சின்னதாக ஒரு கனவு வந்தது.

கொஞ்ச நேரம் கழித்து நான் எழுந்துகொண்டேன். எனக்கு மிகவும் தாகமாக இருந்தது. அம்முவின் அறைக்குச் சென்று எனக்குத் தாகமாக இருக்கிறது என்றேன். அம்மு எனக்குத் தண்ணீர் கொடுத்தாள். குடித்துவிட்டுப் படுக்கப் போகும்போது அம்மு கூப்பிட்டு வா என் பக்கத்தில் படுத்துக்கொள் என்றாள். அம்மு வின் முதுகின் மேல் ஏறிப் படுத்துக்கொண்டு கொஞ்ச நேரம்

பேசிக்கொண்டிருந்தேன். பிறகு தூங்கிவிட்டேன். கொஞ்ச நேரம் கழித்து எழுந்து கொண்டேன். மறுபடியும் பேசிக்கொண்டிருந் தோம். அப்புறம் நடு ராத்திரியில் விருந்து சாப்பிட்டோம். ஆரஞ்சு காபி வாழைப்பழம் சாப்பிட்டோம். பிறகு ராஹேலும் எழுந்து வந்தாள். நாங்கள் மறுபடியும் இரண்டு வாழைப்பழம் சாப்பிட் டோம். அம்முவிற்கு இன்று பிறந்த நாள் என்பதால் முத்தம் கொடுத்தோம். பிறகு ஹேப்பி பர்த்டே பாடினோம். காலை எழுந்ததும் அம்மு எங்களுக்கும் பரிசு கொடுத்தாள். எங்களுக்குப் புது உடைகள் கிடைத்தன. ராஹேலுக்கு மஹாராணி டிரஸ். நான் ஒரு குட்டி நேரு."

அம்மு எழுத்துப் பிழைகளைத் திருத்திவிட்டு அக்கட்டுரைக்குக் கீழே இவ்வாறு எழுதியிருந்தாள்: *நான் யாருடனாவது பேசிக்கொண் டிருக்கும்போது மிகவும் அவசரம் என்றால் மட்டுமே நீ என்னிடம் குறுக்கிட்டுப் பேச வேண்டும். அப்படிக் குறுக்கிடுமுன் 'Excuse me' என்று சொல்ல வேண்டும். இந்தக் கட்டளைகளை நீ கடைபிடிக்கா விட்டால் நான் உன்னைக் கடுமையாகத் தண்டிப்பேன். உன்னுடைய பிழைகளைத் தயவுசெய்து திருத்தி முடிக்கவும்.*

குட்டி அம்மு.

தன்னுடைய பிழைகளை எப்போதும் திருத்திக்கொள்ளாதவள்.

தன்னுடைய மூட்டை முடிச்சுகளைக் கட்டிக்கொண்டு வெளியேற வேண்டியிருந்தவள். அவளுக்கென்று தலையீட்டுரிமை இல்லாததால். போதுமான அளவு அவளே நாசம் செய்துவிட்டதாகச் சாக்கோ கூறியதால்.

மீண்டும் அய்மனத்துக்கு ஆஸ்துமாவோடும், தூரத்தில் இருப்பவன் கூக்குரலிடுவதைப் போல் நெஞ்சுக்குள் கலகலப்பு ஒலிகளோடும் திரும்பி வந்தவள்.

எஸ்தா அவளை அதுபோல எப்போதுமே பார்த்ததில்லை.

சிதைந்து. நோயுற்று. துக்கப்பட்டு.

கடைசியாக அம்மு அய்மனத்துக்கு வந்தபோது ராஹேல் நாஸரேத் கான்வென்ட்டிலிருந்து அப்போதுதான் வெளியேற்றப்பட்டிருந்தாள் (சாணி உருண்டையை அலங்கரித்ததற்கும், சீனியர்கள் மேல் மோதிய தற்கும்). அம்மு தனது சமீபத்திய வேலையை – ஒரு மலிவான ஓட்டலில் வரவேற்பாளர் – உடல் நலமில்லாமல் பல நாட்கள் வேலைக்குச் சென்றிராததால் இழந்திருந்தாள். அவளை ஓட்டலில் பணியில் வைத் திருக்க இயலாது என்று சொல்லிவிட்டனர். அவர்களுக்கு நல்ல உடல் நலமுள்ள வரவேற்பாளர் வேண்டியிருந்தது.

அந்தக் கடைசி வருகையின்போது ராஹேலோடு அம்மு அவள் அறையில் நேரத்தைக் கழித்தாள். தன்னுடைய சொற்பமான கடைசி ஊதியத்தில் அவளுடைய மகளுக்காகக் கலர் பேப்பரில் இதயங்கள் வெட்டி ஒட்டப்பட்டப் பழுப்புக் காகிதப் பொட்டலங்களில் சிறு பரிசுப் பொருட்கள் வாங்கி வந்திருந்தாள். ஒரு பாக்கெட் சிகரெட் மிட்டாய்,

ஃபான்டம் பென்சில் தகரப்பெட்டி ஒன்று, *Paul Bunyan* என்ற குழந்தை கள் படக்கதை. இவை ஏழு வயதுள்ளவர்களுக்கான பரிசுப்பொருட்கள். ராஹேலுக்கு அப்போது ஏறக்குறைய பதினோரு வயது. காலம் கடந்து செல்வதை அவளால் ஏற்றுக்கொள்ள இயலாததைப் போல், அவளுடைய இரட்டையர்களின் வாழ்க்கையில் காலத்தை உறைய வைக்க அவள் முயல்வதைப் போல், அவர்களோடு சேர்ந்து அவளால் வாழ முடியும் காலம் வரும்வரை அவள் குழந்தைகளின் குழந்தைப் பருவத்தை நிறுத்தி வைக்க முயல்வதுபோல் இருந்தது. அப்போது விட்டிருந்த இடத்தி லிருந்து அவர்களால் தொடங்க முடியலாம். ஏழு வயதிலிருந்து மீண்டும் ஆரம்பிக்கலாம். எஸ்தாவுக்குக்கூட ஒரு காமிக் வாங்கி வைத்திருப்பதாக அம்மு சொன்னாள். ஆனால் அதை அவனுக்காகத் தனியே வைத் திருப்பதாகவும் அவள் வேறு வேலையைத் தேடிக்கொண்டு, அவர்கள் மூவரும் தங்கும்படியான அறை ஒன்றை வாடகைக்கு எடுக்குமள விற்குச் சம்பாதிக்க ஆரம்பித்ததும், அவள் கல்கத்தாவுக்குச் சென்று எஸ்தாவை அழைத்துக்கொண்டு வந்து அவனது காமிக் புத்தகத்தை தரப்போவதாகக் கூறினாள். அந்த நாள் வெகுதூரத்தில் இல்லையென் றாள். அது என்று வேண்டுமானாலும் நிகழலாம். வாடகை, பிரச்சினை யாக அப்போது இருக்காது. தான் ஒரு ஐநா சபை வேலைக்கு விண்ணப் பித்திருப்பதாகவும், அவர்கள் அனைவரும் தி ஹேக்கில் வசிக்க வேண்டி வருமென்றும் வீட்டு வேலையைக் கவனித்துக்கொள்ள ஒரு டச்சு ஆயா இருப்பாளென்றும் அம்மு கூறினாள். அல்லது அவள், தன் னுடைய நெடுநாளைய கனவாக இருக்கும் ஒரு பள்ளியைத் தொடங்கி இந்தியாவிலேயே தங்கவேண்டியும் வரலாம் என்றாள். ஒரு கல்விப் பணிக்கும், ஒரு ஐநா சபை வேலைக்கும் இடையே தேர்ந்தெடுப்பது சுலபமல்ல என்றாலும் தேர்ந்தெடுக்கும் ஒரு வாய்ப்பு தனக்கு இருப்பதே பெரிய கௌரவம் என்றாள்.

ஆனால் அவள் முடிவெடுக்கும் வரை, தற்காலிகமாக எஸ்தாவின் பரிசுப்பொருட்களை அவனுக்காகத் தனியே வைத்திருப்பதாகக் கூறினாள்.

அன்று காலை முழுக்க அம்மு இடைவிடாது பேசிக்கொண்டே யிருந்தாள். ராஹேலிடம் அவள் கேள்விகள் கேட்டாலும் அவளைப் பதிலளிக்க அனுமதிக்கவில்லை. ராஹேல் ஏதாவது பேச முயன்றதால், ஒரு புதிய யோசனையோடு அல்லது சந்தேகத்தோடு அம்மு குறுக்கிட் டாள். எங்கே தன் மகள் முதிர்ச்சியான விஷயம் எதையாவது சொல்லி, உறைந்திருக்கும் காலத்தை உசுப்பிவிடுவாளோ என்று பயந்திருந்ததைப் போலிருந்தாள். பயம் அவளைத் தொணதொணக்க வைத்தது. தனது பிதற்றலால் அதைக் கட்டுக்குள் வைத்திருந்தாள்.

அவள் கார்டிஸோன் மருந்தால் உடம்பு வீங்கி, ஊதிப்போன முகத்துடன் இருந்தாள். ராஹேல் அறிந்த மெல்லிய அம்மா இல்லை அவள். அவளுடைய உப்பிய கன்னங்களில் தோல், பழைய அம்மை வடுக்களின் மேல் வழவழப்பான தசைப்பரப்பு போல இழுக்கப்பட் டிருந்தது. அவள் சிரிக்கும்போது அவளுடைய கன்னத்துக் குழிகள் வலிப்பதுபோல தோன்றின. அவளுடைய சுருட்டை முடி தனது பளபளப்பை இழந்து ஊதிய முகத்துக்குப் பக்கவாட்டில் மங்கிய

திரைச்சீலை போலச் சரிந்திருந்தது. ஒரு கிழிந்த கைப்பையில் அவள் தன்னுடைய சுவாசத்தை ஒரு கண்ணாடி இன்ஹேலரில் வைத்திருந் தாள். பழுப்பான புரோவன் புகை. அவள் நுரையீரலைக் கசக்கிப் பிழிந்துகொண்டிருக்கும் உலோகக்கரம் ஒன்றுக்கெதிராகப் போராடி ஜெயிப்பதைப் போலிருந்தது. அவள் இன்ஹேலரிலிருந்து மூச்சை இழுத்துக் கொள்ளும் ஒவ்வொரு முறையும். ராஹேல் அவள் அம்மா சுவாசிப்பதைக் கவனித்தாள். ஒவ்வொரு முறை அவள் மூச்சை இழுக்கும்போதும் கழுத்து எலும்புகளுக்கருகிலிருக்கும் பள்ளங்கள் ஆழமாகி நிழல்கள் நிரம்பின.

அம்மு இருமிக் கைக்குட்டையில் சளியைத் துப்பி ராஹேலிடம் காட்டினாள்.

"இதை எப்போதுமே பரிசோதிக்க வேண்டும்," அவள் கரகரப்பாகக் கிசுகிசுத்தாள், அந்தச் சளி என்னவோ பரீட்சைத்தாளைத் திருப்பித் தருவதற்கு முன் சரிபார்க்க வேண்டிய கணக்கின் விடையைப் போல. "இது வெள்ளையாக இருந்தால், இது முதிரவில்லையென்று அர்த்தம். மஞ்சளாக, அழுகிய நாற்றத்துடனிருந்தால் முதிர்ந்திருக்கிறது, அதை இருமித் துப்பவேண்டுமென்று அர்த்தம். சளி என்பது பழத்தைப் போல. பழுத்திருக்கும், அல்லது காயாக இருக்கும். அதைக் கண்டுபிடித்துச் சொல்லத் தெரிந்திருக்க வேண்டும்."

உணவருந்தும்போது அவள் லாரி டிரைவரைப் போல பெரிதாக ஏப்பம் விட்டாள். அவளுக்கு வழக்கமில்லாத ஓர் ஆழமான குரலில், "எக்ஸ்கியூஸ் மீ" என்றாள். ராஹேல் அவளுடைய புருவங்களில் புதிய, அடர்ந்த ரோமங்கள் பூச்சிகளின் உணர்கொம்புகள் போல வளர்ந் திருந்ததைக் கவனித்தாள். சாப்பாட்டு மேஜையைச் சூழ்ந்திருந்த மௌனத் தைக் கண்டு சிரித்துக்கொண்டே வறுத்த கரிமீனின் முள்ளை அகற்றி னாள். பறவைகள் உட்கார்ந்திருக்கும் தெருவோர அறிவிப்புப் பலகை யைப் போல தான் உணர்வதாக அவள் கூறினாள். அவளுடைய கண்களில் ஒரு விநோதமான ஜுர ஜ்வலிப்பு இருந்தது.

மம்மாச்சி, அவள் குடிக்கிறாளா என்று கேட்டாள். ராஹேலைப் பார்ப்பதற்காக அடிக்கடி வர வேண்டாம் என்றாள்.

அம்மு சாப்பாட்டு மேஜையிலிருந்து எழுந்து எதுவும் பேசாமல் கிளம்பினாள். குட்பை கூடச் சொல்லவில்லை. "போய் அவளை அனுப்பி விட்டு வா," என்றான் சாக்கோ, ராஹேலிடம்.

அவன் சொன்னது காதில் விழாததைப் போல ராஹேல் மீனைத் தொடர்ந்து சாப்பிட்டுக்கொண்டிருந்தாள். அந்தச் சளி ஞாபகத்தில் வந்து ஏறக்குறைய குமட்டல்போல வந்தது. அவளுடைய அம்மாவை அப்போது அவள் வெறுத்தாள். அவளை *வெறுத்தாள்.*

அவளை மறுபடி அவள் பார்க்கவில்லை.

அம்மு ஆலப்புழையில் யாரோ ஒருவருடைய செகரட்டரி வேலைக்கு இன்டர்வியூவுக்குச் சென்றபோது பாரத் லாட்ஜின் ஓர் அழுக்கு

ரூமில் இறந்துபோனாள். தனியாக இறந்துபோனாள். துணைக்கு ஒரு சீலிங் ஃபேன் மேலே இரைச்சலாகச் சுற்றிக்கொண்டிருந்தது. முதுகில் ஏறிப் படுத்துக்கொண்டு அவளுடன் பேசுவதற்கு எஸ்தா இல்லை. அவளுக்கு அப்போது முப்பத்தோரு வயது. அதிகமும் அல்ல, குறைவும் அல்ல. ஆனால் வாழவும், சாகவும் கூடிய ஒரு வயது.

அடிக்கடி வந்து பழகிய ஒரு கனவிலிருந்து தப்பிக்க நள்ளிரவு அவள் எழுந்து உட்கார்ந்தாள். போலீஸ்காரர்கள் கத்தரியோடு அவள் முடியை வெட்டுவதற்கு நெருங்குகின்றனர். கோட்டயத்தில் கடைத் தெருவில் பிடிபடும் விபச்சாரிகளுக்கு அவர்கள் அதைத்தான் செய்தனர். மற்றவர்கள் சுலபமாக அவர்களை அடையாளம் கண்டுகொள்ள. *வேசிகள்.* எனவே ரோந்துப் பணியிலிருக்கும் காவலர்களுக்கு யாரைப் பிடித்துத் தொல்லை தர வேண்டுமென்பது சிரமின்றி இருந்தது. அம்மு அவர்களை மார்க்கெட்டில் பார்த்திருக்கிறாள். கட்டாயப்படுத்தி மொட்டையடிக்கப்பட்ட தலையோடும், வெற்றுப் பார்வையோடும். நீண்ட எண்ணெயிட்ட கூந்தல் என்பது சீரிய அறநெறிகள் கொண்டவர்களுக்கு மட்டும் உரிமையாக இருக்கும் ஒரு பூமியில்.

அன்றிரவு அம்மு அந்த வினோதமான நகரத்தின் வினோதமான அறையில் இருந்த வினோதமான படுக்கையில் அமர்ந்திருந்தாள். தான் எங்கிருக்கிறோம் என்பது அவளுக்குத் தெரியவில்லை. அவளைச் சுற்றியிருந்த எதுவும் அடையாளம் தெரியவில்லை. அவளது பயம் மட்டும் பரிச்சயமானதாக இருந்தது. அவளுக்குள்ளிருந்த தூரத்து மனிதன் இரைச்சலிட ஆரம்பித்தான். இம்முறை அந்த இரும்புப்பிடி இறுக்கத்தைத் தளர்த்தவில்லை. வெளவால்களைப் போல நிழல்கள் அவளுடைய கழுத்தெலும்புகளுக்கு அருகிலிருந்த குழிகளில் சேகரமாகின.

காலையில் பெருக்குபவன் அவளைப் பார்த்தான். மின்விசிறியை அவன் நிறுத்தினான்.

அவளுடைய ஒரு கண்ணுக்கடியில் கருநீலப் பை ஒன்று குமிழைப் போல் உப்பியிருந்தது. அவளுடைய நுரையீரல்கள் செய்ய முடியாததை அவள் கண்கள் செய்ய முயல்வதைப் போலிருந்தது. நள்ளிரவு நெருங்கும் நேரத்தில் அவள் நெஞ்சுக்குள் வசித்திருந்த அந்தத் தூரத்து மனிதன் சத்தமிடுவதை நிறுத்திக்கொண்டான். இறந்த கரப்பான்பூச்சி ஒன்றைக் கதவின் இடுக்கு வழியாக ஓர் எறும்பு வரிசை, சுமந்து சென்றுகொண்டு, பிணங்களை என்ன செய்ய வேண்டும் என்று விளக்கிக் காட்டிக் கொண்டிருந்தது.

சர்ச் அம்முவை நல்லடக்கம் செய்ய மறுத்தது. அதற்குப் பல காரணங்கள் இருந்தன. எனவே மின் மயானத்திற்கு உடலை எடுத்துச் செல்வதற்காக ஒரு வேனைச் சாக்கோ ஏற்பாடு செய்தான். ஓர் அழுக்குப் பெட்ஷீட்டில் அவளைச் சுற்றி ஸ்ட்ரெட்சரில் கிடத்தினான். அவளைப் பார்ப்பதற்கு ஒரு ரோமானிய செனட்டர் போலிருப்பதாக ராஹேலுக்குத் தோன்றியது. *Et tu அம்மு!* என்று நினைத்துக்கொண்டு எஸ்தா நினைவுக்கு வரப் புன்னகைத்துக் கொண்டாள்.

வேனின் தரையில் ஓர் இறந்த ரோமானியச் செனட்டரோடு, வெயில் பிரகாசிக்கும் சுறுசுறுப்பான தெருக்களில் வண்டியில் செல்வது வினோதமாக இருந்தது. இது நீல வானத்தை மேலும் நீலமாக்கியது. வேனின் ஜன்னல்களுக்கு வெளியே மனிதர்கள் காகிதத்தில் வெட்டப் பட்ட பொம்மைகள் போல, அவர்களுடைய பொம்மலாட்ட வாழ்க்கை யில் சென்றுகொண்டிருந்தனர். உண்மையான வாழ்க்கை வேனுக்குள் ளிருந்தது. உண்மையான மரணம் இருந்த இடத்தில். சாலையின் தூக்கிப்போடும் மேடுகளிலும், பள்ளங்களிலும் அம்முவின் உடல் குலுங்கி, ஸ்ட்ரெட்சரிலிருந்து வழுக்கிக் கீழே சரிந்தது. அவள் தலை, தரையிலிருந்த இரும்பு ஆணியில் இடித்தது. அவள் வலியில் துடிக்கவோ எழுந்திருக்கவோ இல்லை. ராஹேலின் தலைக்குள் அன்று முழுக்க ரீங்கரித்துக்கொண்டேயிருந்தது. சாக்கோ அவளிடம் பேசுவது காதில் கேட்காமல் அவன் கத்த வேண்டியிருந்தது.

ஒரு ரயில்வே நிலையத்தின் அதே அழுகிய, ஊசிப்போன நாற்றம் அந்த மயானத்திலும் இருந்தது. ஒரே வித்தியாசம், இங்கே வெறிச்சோடி யிருந்தது. ரயில்கள் இல்லை, கூட்டம் இல்லை. பிச்சைக்காரர்களும், துணையற்ற அனாதைகளும், போலீஸ் காவலில் இறந்தவர்களும் அங்கு எரியூட்டப்பட்டனர். முதுகில் ஏறிப் படுத்துக்கொண்டு பேசுவதற்கு யாருமற்றவர்கள் இறந்து போனால் அங்கே எரியூட்டப்பட்டனர். அம்முவின் முறை வந்தபோது ராஹேலின் கையை சாக்கோ இறுகப் பற்றிக்கொண்டான். அவளுடைய கையைப் பிடிப்பது அவளுக்குப் பிடிக்கவில்லை. அந்த மயானத்தின் புழுக்கத்தில் வியர்த்ததைப் பயன் படுத்திக் கையை இழுத்துக்கொண்டாள். குடும்பத்தினர் வேறு எவரும் அங்கில்லை.

தகன அறையின் இரும்புக் கதவு உயர்ந்ததும், ஸ்திரமாக இருந்த நெருப்பின் அடங்கிய ஓலம், ஒரு செந்நிற முழக்கமாகியது. கோரப் பசியிலிருக்கும் மிருகத்தைப் போல வெப்பம் அவர்களை நோக்கிப் பாய்ந்தது. பின்பு ராஹேலின் அம்மு அதற்கு இரையிடப்பட்டாள். அவள் கூந்தல், அவள் சருமம், அவள் புன்னகை, அவள் குரல். அவர் களைத் தூங்க வைக்குமுன் கிப்ளிங்கைப் பயன்படுத்தி அவள் கொஞ்சும் விதம் : *We be of one blood, ye and I.* அவளுடைய குட்நைட் முத்தம். அவளுடைய ஒரு கையால் அவர்களுடைய முகத்தை அசையாமல் பிடித்துக்கொண்டு (அவர்களுடைய கன்னம் நசுங்க, வாய் மீன்வாயைப் போல குவிய) மறு கையால் அவர்களுக்கு வகிடெடுத்துத் தலைவாரும் விதம். ராஹேல் ஜட்டிக்குள் ஏறுவதற்கு அவள் நீட்டிப் பிடிக்கும் விதம். *இடது கால், வலது கால்.* இவையனைத்தும் அந்த மிருகத்துக்கு உணவிடப்பட்டதும் திருப்தியடைந்தது.

அவள் அவர்களுடைய அம்மு மட்டுமல்ல, அவர்களுடைய பாபாவும். அவர்களை இரண்டு மடங்கு நேசித்தவள்.

அந்த உலையின் கதவுகள் தாழிடப்பட்டன. கண்ணீர் இல்லை.

எரிப்பகத்தின் ‘இன்–சார்ஜ்’ ஆள் டீ சாப்பிடுவதற்குத் தெருவில் இறங்கிப் போய்விட்டான். இன்னும் இருபது நிமிடத்திற்கு வரமாட் டான். அம்முவின் மீதத்தைத் தருவதற்கு வழங்கப்படும் இளஞ்சிவப்பு

ரசீதை அவனிடமிருந்து பெற்றுக்கொள்ள அவ்வளவு நேரம் சாக்கோவும் ராஹேலும் காத்திருக்க வேண்டும். அவளுடைய சாம்பல். அவள் எலும்பின் பொடி. அவள் புன்னகையின் பற்கள். அவளுடைய மொத்தத்தையும் சுருக்கி ஒரு சிறிய மண்பாண்டத்தில். ரசீது எண் *Q498673.*

ராஹேல் சாக்கோவிடம் எந்தெந்த சாம்பல் யாருடையது என்று எப்படி அந்த எரிப்பக நிர்வாகத்திற்குத் தெரியும் என்று கேட்டாள். அவர்களிடம் ஏதோவொரு வழிமுறை இருக்க வேண்டுமென்று சாக்கோ கூறினான்.

அவர்களோடு எஸ்தா இருந்திருந்தால் ரசீதை அவன் வைத்துக் கொண்டிருப்பான். பதிவேடுகள் பராமரிப்பவன் அவன். பஸ் டிக்கெட்டுகள், வங்கி ரசீதுகள், ரொக்க ரசீதுகள், செக் புத்தக அடிக்கட்டுகள். சின்ன மனிதன். ஒரு காரவானில் வசித்தவன். டம்டம்.

ஆனால் எஸ்தா அவர்களுடன் இல்லை. அதுதான் சரியென்று அனைவரும் முடிவெடுத்திருந்தனர். பதிலாக அவனுக்கு எழுதித் தகவல் தெரிவித்தனர். ராஹேல்கூட எழுத வேண்டுமென்று மம்மாச்சி கூறினாள். என்ன எழுதுவது? *அன்புள்ள எஸ்தா, எப்படி இருக்கிறாய்? நேற்று அம்மு இறந்துவிட்டாள்.*

ராஹேல் அவனுக்கு எழுதவேயில்லை. சில விஷயங்களை உங்களால் செய்ய முடியாது. உங்களுடைய ஒரு பகுதிக்குக் கடிதம் எழுதுவதைப் போல. உங்கள் பாதத்துக்கு அல்லது கூந்தலுக்கு அல்லது இதயத்துக்கு.

பப்பாச்சியின் அறையில், (இளமையுமற்ற, முதுமையுமற்ற) ராஹேல், தரையின் தூசு அவள் பாதங்களில் ஒட்டியிருக்க விஸ்டம் பயிற்சி நோட்டுப் புத்தகத்திலிருந்து நிமிர்ந்து, அவள் பார்க்காத நேரத்தில் எஸ்தப்பான் போய்விட்டிருந்ததைப் பார்த்தாள்.

(ஸ்டூலிலிருந்து, டேபிளிலிருந்து) அவள் கீழே இறங்கித் தாழ்வாரத்துக்குச் சென்றாள்.

வாசல் வழியாக எஸ்தாவின் முதுகு சென்று மறைவது தெரிந்தது.

அது நடுப்பகல் நேரம். மீண்டும் மழைக்குத் தயாராக இருந்தது. அந்த மாறுபட்ட, பளீரிடும், முன்மழை வெளிச்சத்தில் தாவரங்களின் பசுமை உக்கிரமாகத் தெரிந்தது.

தூரத்தில் ஒரு சேவல் கூவியது. அதன் குரல் பழைய செருப்பின் வாரைப் போல் இரண்டாகக் கிழிந்தது.

அந்தக் கிழிந்த விஸ்டம் நோட்டுப் புத்தகங்களோடு அங்கு ராஹேல் நின்றிருந்தாள். ஒரு பழைய வீட்டின் முன் வராந்தாவில், பொத்தான் கண்களோடு பாடம் செய்யப்பட்டிருந்த காட்டெருமைத் தலை ஒன்றுக்குக் கீழே, பல வருடங்களுக்கு முன்னால் ஸோஃபீ மோள் வந்த நாளன்று *'எங்கள் ஸோஃபீ மோளே வருக'* வரவேற்பு நிகழ்த்தப்பட்ட இடத்தில்.

விஷயங்கள் ஒரே நாளில் மாறிவிடலாம்.

8

எங்கள் ஸோஃபீ மோளே, வருக

அய்மனம் இல்லம் ஒரு மகத்தான பழைய வீடு; ஆனால் யாரோடும் ஒட்டாமல் தனியாக நிற்பதைப் போலத் தெரியும். அதற்குள் வசிக்கிறவர்களோடுகூட அதிகம் சம்பந்தமில்லாததைப் போல. குழந்தைகளின் குதூகலக் கூச்சல் ஆட்டத்திலும் இந்த உலகத்தின் மீது அவர்கள் வைத்திருக்கும் உளமார்ந்த ஈடுபாட்டிலும் வாழ்க்கையின் நிலையாமையை மட்டுமே பார்க்க முடியும் ஒரு கிழவனின் சீழ் நிறைந்த கண்களைப் போல.

அந்த உயர்ந்த, ஓடுகள் வேய்ந்த கூரை காலத்தாலும் மழையாலும் கறுத்துப் பாசி பிடித்திருந்தது. கூரைச்சுவர்களில் பொருத்தப்பட்டிருந்த முக்கோண மரச்சட்டங்கள் நுணுக்கமாகச் செதுக்கப்பட்டு, அவற்றின் வழியாகச் சாய்வாகக் கீழிறங்கும் ஒளிக்கம்பங்கள் தரையில் ரகசியங்கள் நிறைந்த கோலங்களாக விழுந்தன. ஓநாய்கள். பூக்கள். உடும்புகள். வானத்தில் சூரியன் நகர நகர உருவங்களும் மாறும். அந்தி நேரத்தில் காலம் தவறாமல் செத்துப்போகும்.

கதவுகளில் இரண்டல்ல, நான்கு தடுப்புகள், தேக்குப் பலகைகளில் பொருத்தப்பட்டிருக்கும். எனவே அந்தக் காலத்தில் பெண்கள் தம்முடைய உடம்பின் கீழ்ப் பாதியை மறைத்துக்கொண்டு, முழங்கையை விளிம்பில் ஊன்றியபடி தெருவில் விற்பவர்களிடம் பேரம் பேசலாம். இடுப்புக்குக் கீழே தெரியாதபடிக்குத் தடுப்புகளை மூடிவிட்டு. உத்திரீதியாக, தரைவிரிப்பு, வளையல் என்று எதையும் அவர்கள் வாங்கலாம், தமது மார்புகளை மட்டும் மறைத்துக் கொண்டு இடுப்பிற்கு கீழே ஏதுமின்றி கூட. உத்திரீதியாக.

ஒன்பது நெடிய படிக்கட்டுகள் முகப்பு வாசலிலிருந்து முன் தாழ்வாரத்துக்கு அழைத்துச் சென்றன. வீட்டின் இந்த உயரம், மேடை ஒன்றின் மதிப்பையும் அவற்றில் நடப்பவற்றுக்கு நிகழ்த்துக் கலை ஒன்றின் கவர்ச்சியையும் முக்கியத்துவத்தையும் அளித்தது. சரளைக்கல் பாதை சுற்றி வளைத்திருக்கும் பேபி கொச்சம்மாவின் அலங்காரத் தோட்டத்தை எதிரே பார்த்தபடியிருந்த அவ்வீடு அமர்ந்திருந்த மேடு தோட்டத்திற்குப் பக்கவாட்டில் சரிந்தது.

நன்கு உட்புறமாக அமைந்திருந்த தாழ்வாரம் அது. உச்சிப் பகலில் சூரியன் உக்கிரமாக கொளுத்தும்போதுகூட சில்லென்றிருக்கும்.

அதற்கு சிவப்பு சிமெண்ட் தரை பாவியபோது ஏறக்குறைய தொள்ளாயிரம் முட்டைகளிலிருந்து வெள்ளையை எடுத்துக் கலந்திருந் தனர். அப்படிப்பட்ட உயர்ரக பாலிஷ் அதற்குத் தரப்பட்டிருந்தது.

பொத்தான் கண்களோடு பதப்படுத்தப்பட்டிருந்த காட்டெருமை யின் தலைக்குக் கீழே அவளுடைய மாமனார் மற்றும் மாமியாரின் படங்கள் இரு பக்கங்களிலும் மாட்டியிருக்க மம்மாச்சி ஒரு தாழ்வான பிரம்பு நாற்காலியில் அமர்ந்திருந்தாள். எதிரேயிருந்த பிரம்பு மேஜை யில் ஒரு பச்சைக் கண்ணாடிக் குடுவையில் ஒரு ஊதா நிற ஆர்கிட் கொத்து செருகப்பட்டிருந்தது.

அந்தப் பிற்பகல் அசைவற்றுப் புழுக்கமாக இருந்தது. காற்று காத்திருந்தது.

மம்மாச்சி, அவளுடைய முகவாயின் அடியில் பளபளக்கும் வயலின் ஒன்றை அழுத்தியிருந்தாள். அவளது ஐம்பதுகளின் வெயில் கண்ணாடி கருப்பாக, சாய்வுக் கண்களும் ஃபிரேம்களின் மூலையில் போலி வைரங் களுமாக இருந்தது. அவள் புடவைக் கஞ்சியிட்டு சென்ட் தெளிக்கப்பட்டு இருந்தது. ஆஃப் ஒயிட்டும் கோல்டும். குட்டி ஷாண்டில்யர்கள்போல அவளது வைரக் காது வளையங்கள் மின்னின. அவளது கெம்புக்கல் மோதிரம் லூசாக இருந்தது. அவளுடைய வெளிறிய, மெல்லிய சருமம், குளிர வைத்த பாலின் மேல் படியும் ஆடை போல் சுருங்கியிருந்தது. ஆங்காங்கே சின்னச் சின்ன சிவப்பு மச்சங்களுடன் அழகாக வயதடைந்த ஓர் அசாதாரண ராணியைப் போல.

வயலின் ஏந்திய ஒரு குருட்டு விதவைத் தாய்.

அவளுடைய இளமை வருடங்களில், முன்னுணர்வோடும் நல்ல தந்திரத்தோடும் தன்னுடைய உதிர்ந்த ரோமங்களையெல்லாம் ஒரு சிறிய, எம்பிராய்டரிட்ட பர்ஸில் சேகரித்து ஒப்பனை மேசையில் வைத்திருந்தாள். அவை போதுமான அளவுக்குச் சேர்ந்ததும் அதை வைத்து வலையிட்ட பன் ஒன்றைச் செய்துகொண்டாள். அதை அவளது நகைகளுடன் சேர்த்து லாக்கரில் ஒளித்து வைத்துக்கொண்டாள். சில வருடங்களுக்கு முன்பு அவளுடைய முடி கொட்டவும், நரைக்கவும் ஆரம்பித்த பின், அதற்கு உருவம் தர தன்னுடைய கன்னங்கரேலென்ற பன்னைத் தன் சிறிய, வெளுத்த முடியில் சேர்த்துக் கொண்டை ஊசி யிட்டு அணிந்துகொண்டாள். அவளைப் பொறுத்தவரை இது முற்றிலும் ஏற்றுக்கொள்ளக்கூடியதே. ஏனென்றால் எல்லா முடிகளும் அவளுடை யவைதான். இரவில் தனது பன்னை அகற்றிவிட்டு மிச்சமிருந்த முடியை எண்ணெயிட்டு இறுக்கமாக எலி வாலாகப் பின்னி முனையில் ரப்பர் பேண்ட் சுருக்கிட அவளுடைய பேரப்பிள்ளைகளை அனுமதிப்பாள். அவர்களில் ஒருவர் பின்னல் போடும்போது மற்றவர் அவளுடைய கணக்கற்ற மச்சங்களை எண்ணுவர். வேலையை அவ்வப்போது அவர்கள் ஒருவருக்கொருவர் மாற்றிக்கொள்வர்.

அவளுடைய உச்சந்தலையில், அவளுடைய சொற்பமான முடியால் ஜாக்கிரதையாக மறைத்த இடத்தில் பிறை வடிவில் வடுக்கள் எழும்பி யிருக்கும். பழைய இல்லறத்தில் கிடைத்த பழைய காயங்களின் வடுக்கள். அவளுடைய பித்தளை கூஜா வடுக்கள்.

ஹேண்டெல்லின் Water Music இன் D/G யிலிருந்து எடுத்த ஒரு பகுதியான Lentementஐ அவள் வாசித்துக் கொண்டிருந்தாள். சாய்ந்த வெயில் கண்ணாடிகளுக்குப் பின்னால் அவளுடைய பயனற்றக் கண்கள் மூடியிருந்தன. ஆனால் வயலினிலிருந்து வெளியேறிப் பிற்பகல் வெயிலில் புகையைப் போல எழும்பிய அந்த இசையை அவளால் பார்க்க முடிந்தது.

ஒரு பிரகாசமான தினத்தில் கறுத்த திரைச்சீலைகள் இழுத்துவிடப் பட்டிருந்ததோர் அறையைப் போல அவள் தலைக்குள் அது இருந்தது.

அவள் வாசித்துக்கொண்டிருக்கும்போது, அவள் மனம் வர்த்தக ரீதியாக முதன்முதலாக ஊறுகாய்களைத் தயாரித்து அனுப்பிய காலத் துக்குச் சென்றது. அவை எவ்வளவு அழகாகத் தோற்றமளித்தன! பாட்டிலிலிட்டு, சீலிட்டு, படுக்கைக்குப் பக்கத்திலிருந்த மேசையில் அவள் காலையில் எழுந்தவுடனே தொட்டுப் பார்ப்பதற்காக நின்றிருந்தன. அன்று அவள் சீக்கிரமே படுக்கச் சென்றிருந்தாள். ஆனால் நள்ளிரவு தாண்டி கொஞ்ச நேரத்தில் விழிப்பு வந்துவிட்டது. அவற்றுக்காக அவள் கைகள் துழாவிய போது அவளுடைய ஆர்வமிக்க விரல்கள் எண்ணெய்ப் படலத்தோடு திரும்பின. ஊறுகாய்ப் பாட்டில்கள் ஒரு எண்ணெய்க் குட்டையில் நின்றிருந்தன. எல்லா இடங்களிலும் எண்ணெய் இருந்தது. வாக்குவம் ஃபிளாஸ்க்கின் அடியில் வட்டமாக. அவளது பைபிளுக்கு அடியில். அவளுடைய படுக்கையறை மேஜை முழுக்க. ஊறுகாய் போடப்பட்ட மாங்காய்கள் எண்ணெயை உறிஞ்சி உப்பி விட்டதால் பாட்டில்கள் கசிந்து விட்டன.

அவளுக்காகச் சாக்கோ வாங்கி வந்திருந்த Homescale Preservations புத்தகத்தை மம்மாச்சி எடுத்துப் பார்த்தாள். ஆனால் அதில் எந்தத் தீர்வும் இல்லை. பிறகு பம்பாயில் பத்மா ஊறுகாய் கம்பெனியின் வட்டார மேலாளராக இருக்கும் அன்னம்மா சாண்டியின் மைத்துன னுக்கு ஒரு கடிதம் டிக்டேட் செய்தாள். அவர் பதனத்தின் அளவை அதிகரிக்கச் சொல்லி ஆலோசனை கொடுத்தார். உப்பையும் கூட்டச் சொன்னார். அது உதவியாயிருந்தாலும் பிரச்சினையை முழுதாகத் தீர்த்துவிடவில்லை. இத்தனை வருடங்கள் கழித்தும் பாரடைஸ் ஊறுகாய் களின் பாட்டில்களில் எண்ணெய் கசியத்தான் செய்கின்றன. கசிவது போலத் தெரியாவிட்டாலும் கசிந்தன. நீண்ட பயணங்களில் அவற்றின் லேபிள்கள் எண்ணெயாகி வெங்காயச் சருகு போல மாறிவிடும். ஊறுகாய்களிலும் உப்பும் கொஞ்சம் அதிகமாகவே இருந்து வருகிறது.

மம்மாச்சிக்குத் தன்னால் பழுதின்றி ஊறுகாய் பதனமிடும் கலையில் எப்போதுமே தேர்ச்சிகொள்ள முடியாதென்று தோன்றியது. ஸோஃபீ மோளுக்கு ஐஸ் போட்டுத் திராட்சை கிரஷ் கொடுத்தால் பிடிக்குமா என்று யோசித்தாள். கண்ணாடி டம்ளரில் சில்லென்று செந்நீலச் சாறாக.

பின்பு மார்கரெட் கொச்சம்மாவின் நினைவு வந்தது. அதுவரை நிதானமாக, மென்மையாக வழிந்துகொண்டிருந்த ஹாண்டெல்லின் இசை கிரீச்சிட்டுக் கொண்டு கோபப்பட்டது.

மம்மாச்சி, மார்கரெட் கொச்சம்மாவைச் சந்தித்ததில்லை. இருந்தும் அவளை இழிவாகவே கருதி வந்தாள். *கடைக்காரன் மகள்* என்றுதான் மார்கரெட் கொச்சம்மா மம்மாச்சியின் மனத்தில் பதிந்திருந்தாள். மம்மாச்சியின் உலகம் அந்த வகையில்தான் அமைக்கப்பட்டிருந்தது. கோட்டயத்துக்கு ஏதாவது ஒரு கல்யாணத்திற்கு அவள் அழைக்கப் பட்டால், அங்கே மொத்த நேரமும் தன்னுடன் வந்திருப்பவர்களிடம் கிசுகிசுத்துக்கொண்டேயிருப்பாள். "கல்யாணப் பெண்ணின் தாய்வழி தாத்தா என் அப்பாவிடம் தச்சராக வேலை பார்த்தவர். குஞ்சுக்குட்டி ஈப்பென்? அவன் கொள்ளுப்பாட்டியின் சகோதரி திருவனந்தபுரத்தில் வெறும் செவிலித்தாயாக இருந்தவள். இந்த மலை மொத்தமும் என் கணவரின் குடும்பத்துக்குச் சொந்தமாக இருந்தது."

மார்கரெட் கொச்சம்மா இங்கிலாந்தின் அரசுரிமைக்கு வாரிசாக இருந்திருந்தாலும் மம்மாச்சி அவளை இழிவாகத்தான் நினைத்திருப் பாள். அவளது தொழிலாளி வர்க்கப் பின்னணியை மட்டும் மம்மாச்சி இழிவாகக் கருதியிருக்கவில்லை. மார்கரெட் கொச்சம்மா, சாக்கோ வின் மனைவி என்பதற்காகவும் வெறுத்திருக்கிறாள். அவனை விட்டு அவள் பிரிந்ததற்காக வெறுத்தாள். அவனுடனேயே பிரியாமல் வாழ்ந் திருந்தாலும் அதிகமாக வெறுத்திருப்பாள்.

பப்பாச்சி அவளை அடிப்பதிலிருந்து சாக்கோ தடுத்த தினத்தி லிருந்து (அதற்குப் பதிலாகப் பப்பாச்சி தனது நாற்காலியைத் துவம்சம் செய்துவிட்டார்.) மம்மாச்சி தன்னுடைய மனைவி சுமைகளை மூட்டை கட்டி வைத்துவிட்டு, சாக்கோவின் நலனுக்காகத் தன்னை அர்ப்பணிக்கத் தொடங்கி விட்டாள். அன்றிலிருந்து அவளுடைய பெண்ணுணர்வுகள் அனைத்துக்கும் அவன் கொள்கலமாகிவிட்டான். அவளுடைய மனிதன். அவளுடைய நேசிப்புக்குரிய ஒரே மனிதன்.

தொழிற்சாலையில் உள்ள பெண்களோடு அவனுக்கிருந்த வரம்பற்ற தொடர்புகளை அவள் அறிந்திருந்தாலும் அவற்றால் புண்படாதிருந் தாள். பேபி கொச்சம்மா இந்த விஷயத்தை அவள் கவனத்துக்குக் கொண்டுவந்தபோது மம்மாச்சி இறுக்கமாகி எதுவும் பேசவில்லை.

"ஆண்களுக்கான தேவைகள் அவனுக்கும் இருக்கும்தானே" என்று பின்னர் பட்டுக்கொள்ளாமல் சொன்னாள்.

ஆச்சரியமாகப் பேபி கொச்சம்மா இந்த விளக்கத்தை ஏற்றுக் கொண்டாள். அய்மனம் இல்லத்தில் ஆண்களுக்கான தேவைகள் என்ற புதிரான, ரகசியமாக ஆர்வமூட்டும் விஷயம் உள்ளடங்கிய அனுமதி யைப் பெற்றது. மம்மாச்சியோ அல்லது பேபி கொச்சம்மாவோ சாக்கோ வின் மார்க்ஸிய மனதுக்கும் நிலப்பிரபுத்துவ இச்சைக்குமிடையே எந்த முரண்பாட்டையும் காணவில்லை. அவர்களுக்கிருந்த ஒரே பயம் நக்ஸலைட்டுகள்மீதுதான். அவர்கள்தாம் நல்ல குடும்பத்தில் பிறந்த

ஆண்களை, அவர்கள் கர்ப்பமாக்கிய வேலைக்காரப் பெண்களைத் திருமணம் செய்துகொள்ளக் கட்டாயப்படுத்துவார்கள். ஆனால் உண்மையில் அந்த ஏவுகணை சற்றும் எதிர்பாராத ஒரு திக்கிலிருந்து ஏவப்பட்டபோது அது அந்தக் குடும்பத்தின் நற்பெயரை நிரந்தரமாகச் சிதைத்து விடப் போகிறதென்று அவர்கள் சற்றும் எதிர்பார்த்திருக்கவில்லை.

வீட்டின் கிழக்குப் பகுதியில் இருந்த சாக்கோவின் அறைக்கு வேறொரு தனி வாசலை மம்மாச்சி அமைத்துக்கொடுத்தாள். அவனுடைய 'தேவை'ப் பொருட்கள் வீட்டுக்குள் பதுங்கி மறைந்து செல்ல வேண்டிய அவசியம் வேண்டாமென்பதற்காக. அவர்களைச் சந்தோஷப்படுத்த அவள் ரகசியமாகப் பணமும் கொடுத்து வந்தாள். அவர்களுக்கும் அது தேவை என்பதால் பெற்றுக்கொண்டனர். அவர்களுக்குச் சின்னக் குழந்தைகளும் வயதான பெற்றோர்களும் இருந்தனர். அவர்கள் சம்பாதிப்பதையெல்லாம் கள்ளுக் கடைகளில் செலவழிக்கும் கணவன்மாரும் இருந்தனர். இந்த ஏற்பாடு மம்மாச்சிக்கு ஏற்புடையதாக இருந்தது. ஏனெனில் பல விஷயங்களை ஓர் ஊதியம் *தெளிவாக்கிவிடுகிறது*. செக்ஸைக் காதலிலிருந்து தனியாகப் பிரித்து வைத்துவிடுகிறது. தேவைகளிலிருந்து உணர்ச்சிகளை.

மார்கரெட் கொச்சம்மா உண்மையில் முற்றிலும் வேறு ரகம். கண்டுபிடிப்பதற்கு அவளுக்கு வேறெந்த வழியும் இல்லாததால் (ஒரு முறைக் கொச்சு மரியாவை விட்டுப் பெட்ஷீட்டுகளில் ஏதாவது கறைகள் படிந்திருக்கிறதா என்று சோதிக்க முயன்றாலும்) சாக்கோவுடன் எந்தப் பாலியல் தொடர்பையும் ஆரம்பிக்கும் நோக்கம் மார்கரெட் கொச்சம்மாவிற்கு இருக்காது என்றே மம்மாச்சி நம்ப வேண்டி வந்தது. அம்மனத்தில் மார்கரெட் கொச்சம்மா இருந்தபோது அவளுடைய கட்டுப்படுத்த முடியாத உணர்ச்சிகளைக் கட்டுப்படுத்தும்படியாக அழுக்குக் கூடையில் போடப்பட்ட மார்கரெட் கொச்சம்மாவின் உடைகளின் பைகளில் கொஞ்சம் பணத்தை வைத்துக்கொண்டிருந்தாள். மார்கரெட் கொச்சம்மா அந்தப் பணத்தை எடுத்துத் திருப்பித் தரவில்லையென்றால் அதற்குக் காரணம் அவற்றை அவள் பார்க்காததே. அவளுடைய பாக்கெட்டுகள் அந்த வீட்டு வண்ணான் அனியனால் வழக்கம் போல் காலியாக்கப்பட்டு வந்தன. மம்மாச்சிக்கு இது தெரிந்தாலும் தன் மகனுக்கு அவள் ஆற்றும் சேவைக்கான ஊதியமாக மார்கரெட் கொச்சம்மா அவற்றை ஏற்றுக்கொள்வதாக அவளுடைய மௌனத்தை அர்த்தப்படுத்திக் கொள்வது ஆசுவாசத்தைத் தந்தது.

எனவே மார்கரெட் கொச்சம்மாவை மற்றுமொரு வேசி என்று கருதும் திருப்தி மம்மாச்சிக்கு; தினசரி ஏதோ காசு கிடைக்கிறதே என்ற திருப்தி வண்ணான் அனியனுக்கு; இந்த ஏற்பாடு எதையுமே அறிந்திராத நிம்மதி மார்கரெட் கொச்சம்மாவுக்கு.

கிணற்றிற்கு மேலே உட்கார்ந்திருந்த அழுக்கான செம்போத்து ஒன்று *ஹ்வூப் ஹ்வூப்* என்று குரலெழுப்பிவிட்டுத் தன் துருச்சிவப்புச் சிறகுகளைக் கோதிக்கொண்டது.

ஒரு காகம் கொஞ்சம் சோப்பைத் திருடிக்கொள்ள அது அதன் அலகில் நுரையிட்டது.

அந்த இருட்டும் புகையும் படிந்த சமையலறையில் கொச்சு மரியா கால்விரல்களை ஊன்றி எழும்பி அந்த உயரமான இரண்டடுக்கு 'எங்கள் ஸோஃபீ மோளே, வருக' கேக்குக்கு ஐஸிங் பூசிக்கொண்டிருந்தாள். அந்த நாட்களில் பெரும்பான்மையான சிரியன் கிறித்துவப் பெண்கள் புடவை அணிய ஆரம்பித்து விட்டிருந்தும், கொச்சு மரியா இன்னமும் தனது அப்பழுக்கற்ற 'வி' கழுத்துள்ள அரைக்கை வெள்ளை சட்டையும் மொடமொடப்பான துணிக்காற்றாடியாகப் பின்னால் மடியும் வெள்ளை முண்டையும் அணிந்திருந்தாள். மம்மாச்சியின் உத்தரவின் பேரில் அவள் அபத்தமாகப் பொருத்தமேயின்றி அணிந்திருந்த ஏப்ரனுக்குப் பின்னால் அந்தக் காற்றாடி ஏறக்குறைய ஒளிந்திருந்தது.

அவளுக்குக் குட்டையான கனத்த முன்னங்கைகள், காக்டெய்ல் சாசேஜ்களைப் போல விரல்கள். சதைப்பற்றான, அகன்று விடைத்த நாசி. முகவாய்க்கு இருபுறமும் இரண்டு ஆழமான தோல் மடிப்புகள் அவள் மூக்கை இணைத்து முகத்தின் மற்ற பகுதியிலிருந்து அதை மட்டும் முன்னால் துருத்திக் காட்டின. அவள் உடம்புக்கு தலை மிகவும் பெரியது. உயிரியல் ஆய்வுக்கூடத்தின் பார்மால்டிஹைட் குடுவையிலிருந்து தப்பி வந்த சுருக்கம் விழுந்த, நாளாகித் தடித்துப்போன மனிதக் கருவைப் போலிருந்தாள்.

ஈரமான ரூபாய் நோட்டுகளை அவள் தன் பாடிஸுக்குள் வைத்து அவளுடைய அ – கிறித்துவ மார்புகளைத் தட்டையாக இறுக்கிக் கட்டியிருப்பாள். அவளுடைய குணுக்குக் காதணிகள் தடிமனாகத் தங்கத்தில் இருக்கும். அவற்றின் எடையில் அவளுடைய காதுமடல்களின் ஓட்டைகள் விரிந்து அவள் கழுத்து வரை நீண்டு ஊஞ்சல் கயிறுகள் மாதிரித் தொங்கிக்கொண்டிருந்தன. உற்சாகமான சிறுவர்கள் ஊஞ்சலில் உட்கார்ந்திருப்பதைப் போலக் காதணிகள் அவற்றில் அமர்ந்திருந்தன. அவளுடைய வலது காதுமடல் ஒரு முறை கிழிந்துபோய் டாக்டர் வர்கீஸ் வர்கீஸால் தைக்கப்பட்டிருந்தது. குணுக்குகளைக் கொச்சு மரியாவால் அணியாமல் இருக்க முடியாது. பின் எப்படி ஒரு சாதாரண சமையல்காரியாக இருக்கும் அவள் (மாதத்துக்கு எழுபத்தைந்து ரூபாய்) ஒரு சிரியன் கிறிஸ்டியன், மார்தோமைட் என்பது மற்றவர்களுக்குத் தெரிவது? பெலயன் அல்ல, புலயன் அல்ல, பரவன் அல்ல. தீண்டத்தகுந்த ஓர் உயர் சாதி கிறித்துவப் பெண்மணி (தேநீர் பையிலிருந்து தேநீர் கசிவதைப் போல் கிறித்துவம் அவர்களுக்குள் நுழைந்திருக்கிறது). கிழிந்த செவிமடல்களைத் தைத்துக்கொள்வது தான் இருப்பதிலேயே சிறந்த வழி.

கொச்சு மரியாவுக்குள் காத்துக்கொண்டிருந்த அந்த தொலைக்காட்சிப் பைத்தியத்தை இன்னும் அவள் கண்டுகொள்ளவில்லை. ஹல்க் ஹோகன் பைத்தியம். அவள் இதுவரை ஒரு தொலைக்காட்சிப்

பெட்டியைப் பார்த்திருந்ததில்லை. டெலிவிஷன் என்ற ஒன்று இருப் பதையே அவள் நம்பியிருக்க மாட்டாள். யாராவது இருப்பதாகச் சொல்லி யிருந்தால் அவளுடைய அறிவீனத்தை அவர்கள் கிண்டல் செய்வதாக நினைத்திருப்பாள். வெளி உலகத்தின் விஷயங்களை மற்றவர்கள் சொல்வ தைக் கேட்கக் கொச்சு மரியாவுக்கு எப்போதுமே பயம். பெரும்பாலும் அவை, தன்னுடைய படிப்பறிவின்மையையும் (முன்பிருந்த) ஏமாளித் தனத்தையும் வைத்து வேண்டுமென்றே அவமதிப்பதாகத்தான் அவளுக்குத் தோன்றும். அவளுடைய இயல்பான குணத்தை இப்போது வலுக் கட்டாயமாக மாற்றிக்கொண்டு யார், எதைச் சொன்னாலும் அவற்றை நம்புவதில்லை என்பதை ஒரு கொள்கையாக்கிக் கொண்டிருந்தாள். சில மாதங்களுக்கு முன், ஜூலையில், நீல் ஆம்ஸ்ட்ராங் என்ற ஓர் அமெரிக்க விண்வெளிவீரர் நிலாவுக்குச் சென்று நடந்ததாக அவளிடம் ராஹேல் கூறியபோது அவள் நக்கலாகச் சிரித்துவிட்டு ஓ. முத்தச்சன் என்ற மலையாளக் கழைக்கூத்தாடி சூரியன் மேல் கையை ஊன்றிக் குட்டிக்கரணம் போட்டிருப்பதாகச் சொன்னாள். அதுவும் மூக்கின் மேல் ஒரு பென்சிலை நிறுத்தி வைத்துக்கொண்டு. அவள் அதுவரை எந்தவொரு அமெரிக்கனையும் பார்த்திருக்காவிட்டாலும்கூட அமெரிக்கர் கள் என்று சிலர் இருப்பதை வேண்டுமானால் அவள் ஒப்புக்கொள்ளத் தயாராக இருந்தாள். நீல் ஆம்ஸ்ட்ராங் என்பது கூட ஒருவித அபத்த மான பெயராக இருக்கக்கூடும். ஆனால் நிலாவின் மேல் நடப்பது? இல்லை ஐயா, அது சாத்தியமல்ல. அவளால் படிக்க முடியாவிட்டாலும் கூட *மலையாள மனோரமா*வில் மங்கலாக வந்திருந்த அந்த சாணிக்கலர் படங்களைக்கூட அவள் நம்பவில்லை.

எஸ்தா அவளிடம், "*எட் டூ* கொச்சு மரியா!" என்றபோதுகூட அவளை ஆங்கிலத்தில் திட்டுவதாகத்தான் உறுதியாக நம்பினாள். "*அசிங்கமான கருப்புக் குள்ளி கொச்சு மரியா*" என்பது போலத்தான் ஏதாவது அர்த்தம் இருக்குமென்று தோன்றியது. அவனைப் பற்றி கோள் மூட்ட பொருத்தமான சந்தர்ப்பத்துக்கு அவள் காத்துக்கொண்டிருந்தாள்.

அந்த உயரமான கேக்குக்கு ஐஸிங் அலங்காரத்தை அவள் முடித்து விட்டாள். தலையைத் திருப்பிப் பார்த்துவிட்டு மிச்சமிருந்த ஐஸிங்கை நாக்கின் மேல் பிழிந்துகொண்டாள். கொச்சு மரியாவின் இளஞ்சிவப்பு நாக்கில் முடிவற்ற சாக்லேட் சுருள்கள். மம்மாச்சி வராந்தாவிலிருந்து அவளைக் கூப்பிட்டபோது ('கொச்சு மரியே! கார் சத்தம் கேட்கிறது') அவள் வாய் முழுக்க ஐஸிங் இருந்ததால் அவளால் பதிலளிக்க முடிய வில்லை. அதைச் சாப்பிட்டு முடித்துவிட்டு நாக்கைப் பற்களின் மேல் ஒரு ஓட்டு ஓட்டிவிட்டு மேலண்ணத்தின் மேல் நாக்கைச் சுண்டி ஏதோ கசப்பான விஷயத்தைச் சாப்பிட்டுவிட்ட மாதிரி வரிசையாக சத்தமெழுப்பிக்கொண்டே சென்றாள்.

தூரத்து வெளிர்நீலக் காரின் சத்தங்கள் (பேருந்து நிறுத்தத்தைத் தாண்டி, பள்ளியைத் தாண்டி, மஞ்சள் நிறச் சர்ச்சைத் தாண்டி, ரப்பர் மரங்களுக் கிடையே மேடுபள்ளமான செம்மண் சாலையில்) பாரடைஸ் ஊறுகாய்

தொழிற்சாலையின் மங்கிய, புகை மண்டிய வளாகத்துக்குள் ஓர் அடங்கிய முனகல் ஒலியுடன் நுழைந்தன.

ஊறுகாயிடுதல் (அரைப்பது, துண்டுபோடுவது, வேக வைப்பது, கிளறுவது, சீவுவது, உப்பிடுவது, உலர்த்துவது, எடையிடுவது, பாட்டில் களைச் சீல் வைப்பது) நின்றது.

"சாக்கோ சார் வந்நு" கிசுகிசுப்பு நகர்ந்து சென்றது. வெட்டும் கத்திகள் கீழே வைக்கப்பட்டன. பெரிய ஸ்டீல் தட்டுகளில் பாதி வெட்டப்பட்டிருந்த காய்கள் கைவிடப்பட்டன. தனித்து விடப்பட்ட பாகற்காய்கள். முழுமையற்ற அன்னாசிப்பழங்கள். பல வண்ணங்களி லிருந்த ரப்பர் விரல் காப்புகள் (உற்சாகப் பிரகாசத்திலிருந்த கெட்டி யான ஆணுறைகளைப் போல) உரித்தெடுக்கப்பட்டன. ஊறுகாய்க் கைகள் கழுவப்பட்டுக் கோபால்ட் நீல ஏப்ரன்களில் துடைக்கப்பட்டன. தப்பித்த முடிக்கற்றைகள் வெள்ளைத் தலை முக்காட்டிற்குள் செருகப்பட்டன. ஏப்ரன்களுக்குள் செருகி வைக்கப்பட்டிருந்த முண்டுகள் எடுத்துக் கீழே தளர்த்தி விடப்பட்டன. தொழிற்சாலையின் கம்பி வலைக் கதவுகள் தமது கீல்களில் திறக்கப்பட்டுத் தாமாகவே சத்தத்துடன் மூடிக்கொண்டன.

நடைவழியின் ஒரு புறத்தில் பழைய கிணற்றுக்குப் பக்கமாக குடம்புளி மர நிழலில் நீல ஏப்ரன்களணிந்த ஓர் அணியினர் கூடிப் பசும்வெயிலில் வேடிக்கை பார்த்தனர்.

நீல ஏப்ரன், வெள்ளைத் தொப்பி, அழகான நீல – வெள்ளைக் கொடி அணிவகுப்பைப் போல்.

அச்சூ, ஜோஸ், யாக்கோ, அனியன், இளையன், குட்டன், விஜயன், வாவா, ஜோய், சுமதி, அம்மாள், அன்னம்மா, கனகம்மா, லதா, சுசீலா, விஜயம்மா, ஜோளிக்குட்டி, மோளிக்குட்டி, லூஸிக்குட்டி, பீனா மோள் (பஸ்ஸின் பெயருடைய பெண்கள்). அதிருப்தியின் ஆரம்ப உறுமல்கள் விசுவாசத்தின் கனத்த போர்வைக்கடியில் ஒளிந்தன.

வெளிர்நீல பிளிமத் வாயிலில் திரும்பி சரளைக்கற்கள் பாவிய நடைவழியில் குட்டிக் கிளிஞ்சல்களையும் சிவப்பும் மஞ்சளுமான சிறிய கூழாங்கற்களையும் நசுக்கிச் சிதறடித்துக்கொண்டு வந்து நின்றது. சிறுவர் கள் தட்டுத்தடுமாறி வெளியே வந்தனர்.

உருக்குலைந்த நீரூற்றுகள்.

தட்டையாகிப்போன பஃப்கள்.

கசங்கிய மஞ்சள் பெல்பாட்டங்களும், பிடித்தமான கோ – கோ பையும், விமானக் களைப்பில், தூக்கக் கலக்கத்தில். பிறகு முட்டி வீங்கிய பெரியவர்கள். ரொம்ப நேரம் உட்கார்ந்திருந்ததால் மெதுவாக.

"வந்துவிட்டீர்களா?" மம்மாச்சி தனது சாய்வான கருப்புக் கண்ணாடி களைப் புதிய சத்தங்களை நோக்கித் திருப்பிக்கொண்டே கேட்டாள். கார் கதவுகள் சாத்தப்படுகின்றன. வெளியே வரும் சத்தம் கேட்கிறது. அவள் தன்னுடைய வயலினைக் கீழிறக்கினாள்.

"மம்மாச்சி!" தன்னுடைய அழகான, குருட்டுப் பாட்டியை ராஹேல் கூப்பிட்டாள். "எஸ்தா வாந்தியெடுத்தான்! சவுண்ட் ஆஃப் மியூசிக்கின் பாதியிலேயே! அப்புறம் . . ."

அம்மு தன் மகளை மிருதுவாகத் தீண்டினாள். அவள் தோளில். அவளது தீண்டலுக்கு அர்த்தம் *ஷ்ஷ்ஷ்ஷ்* . . . ராஹேல் திரும்பிச் சுற்றிலும் பார்த்தாள். அவள் ஒரு நாடகத்தில் இருப்பதைக் கண்டாள். ஆனால் அவளுக்கு ஒரு சின்னப் பாத்திரம்தான்.

அவள் வெறும் நிலப்பரப்பு. ஒரு பூவாக இருக்கலாம். அல்லது ஒரு மரம்.

கூட்டத்தில் ஒரு முகம். ஒரு நகரத்து பிரஜை.

யாரும் ராஹேலுக்கு ஹலோ சொல்லவில்லை. பசும் வெயிலில் இருந்த நீல அணியினர்கூட.

"எங்கேயிருக்கிறாள்?" மம்மாச்சி கார் சத்தங்களிடம் கேட்டாள். "என் ஸோஃபீ மோள் எங்கே? இங்கே வா, உன்னைப் பார்க்கிறேன்."

இவ்வளவு நேரம் அவள் மேல் கோயில் யானை ஒன்றின் பளபளக்கும் குடையைப் போல கவிந்து காத்துக்கொண்டிருந்த இன்னிசை நொறுங்கித் தூசாக விழுந்தது.

சாக்கோ அவனுடைய *'நமது மக்கள் நாயகனுக்கு என்னாயிற்று?'* சூட்டிலும், அழுத்தமான டையிலும், மார்கரெட் கொச்சம்மாவையும் ஸோஃபீ மோளையும் சமீபத்தில் அவன் வென்ற இரு டென்னிஸ் போட்டிக் கோப்பைகளைப் போல அந்த ஒன்பது படிகளின் மேல் பெருமிதத்தோடு ஏந்தி நடத்திச் சென்றான்.

மீண்டும் ஒரு முறை சின்ன விஷயங்கள்தான் பேசப்பட்டன. பெரிய விஷயங்கள் பேசப்படாமல் உள்ளேயே பதுங்கியிருந்தன. "ஹலோ, மம்மாச்சி," மார்கரெட் கொச்சம்மா தன்னுடைய கருணை வாய்ந்த (சமயத்தில் அறை விடும்) ஸ்கூல் டீச்சர் குரலில் சொன்னாள். "எங்களை அழைத்ததற்கு மிக்க நன்றி. மறப்பதற்கு ஏராளமாக எங்களிடம் இருக்கின்றன."

விமான வியர்வையின் விளிம்புகளில் எழுந்த மலிவான பர்ஃப்யூமின் வாசனை மெலிதாக மிதந்து கடந்ததை மம்மாச்சி உள்ளிழுத்தாள். (அவளேகூட பச்சை நிற லெதர் பவுச்சில் இருக்கும் ஒரு டியோர் பாட்டிலை லாக்கரில் பூட்டி வைத்திருக்கிறாள்.)

மார்கரெட் கொச்சம்மா மம்மாச்சியின் கரத்தைப் பற்றினாள். அந்த விரல்கள் மிருதுவாக இருந்தன. கெம்புக்கல் மோதிரங்கள் கடினமாக இருந்தன.

"ஹலோ, மார்கரெட்," என்றாள் மம்மாச்சி (முறைப்பாக அல்ல, பணிவாக அல்ல) கருப்புக் கண்ணாடியைக் கழற்றாமலேயே. "அய்மனத்

திற்கு நல்வரவு. உன்னைப் பார்க்க முடியாதிருப்பதற்காக வருந்து கிறேன். உனக்குத் தெரியுமென்று நினைக்கிறேன். நான் ஏறக்குறைய பார்வையில்லாதவள்," அவள் நிதானமான, மெதுவான குரலில் பேசினாள்.

"ஓ, அதனாலென்ன பரவாயில்லை," என்றாள் மார்கரெட் கொச்சம்மா. "நான் பார்ப்பதற்கும் அவ்வளவு அழகாயில்லை." இது பொருத்தமான பதில்தானா என்று தெரியாமல் தீர்மானமின்றிச் சிரித்தாள்.

"தவறு," என்றான் சாக்கோ. மம்மாச்சியின் பக்கம் திரும்பி, தன் அம்மா பார்க்க முடியாததொரு பெருமிதப் புன்னகையுடன் "எப்போதும் போலவே அவள் அழகாக இருக்கிறாள்," என்றான்.

"ஜோ பற்றிக் கேள்விப்பட்டேன், ஐ'ம் வெரி ஸாரி" என்றாள் மம்மாச்சி. அவள் சொன்னதில் கொஞ்சம் ஸாரிதான் இருந்தது. வெரி ஸாரி இல்லை.

அங்கே ஜோ – பற்றிய – வருத்தமான – மௌனம் கொஞ்ச நேரம் நிலவியது.

"எங்கே என்னுடைய ஸோஃபீ மோள்?" என்றாள் மம்மாச்சி. "இங்கே வா, உன் பாட்டி உன்னைப் பார்க்க வேண்டும்."

மம்மாச்சியிடம் ஸோஃபீ மோள் அழைத்துச் செல்லப்பட்டாள். மம்மாச்சி தனது கறுப்பு வெயில் கண்ணாடியைத் தலைமுடிக்கு ஏற்றிக்கொண்டாள். சட்டத்தில் பொருத்தப்பட்ட காட்டெருமைத் தலையைப் பார்க்கும் பூனையின் சாய்வான கண்களைப் போல இருந்தது. சட்டத்திலிருந்த காட்டெருமை, *"இல்லை, நிச்சயம் இல்லை"* என்றது. சட்டக் காட்டெருமை மொழியில்.

அவளுடைய கார்னியா மாற்று அறுவைச் சிகிச்சைக்குப் பிறகும் கூட மம்மாச்சியால் வெறும் வெளிச்சத்தையும் நிழலையும் மட்டுமே பார்க்க முடிந்தது. வாசற்படியில் யாராவது நின்றிருந்தால், யாரோ வாசற்படியில் நின்றிருக்கிறார்களென்று மட்டும் அவளால் சொல்ல முடியும். ஆனால் யாரென்று தெரியாது. காசோலையையோ அல்லது ரசீதையோ அல்லது வங்கி நோட்டையோ அவளுடைய கண்ணிமைகள் படும் கிட்டத்தில் வைத்துப் பார்த்தால்தான் அவளால் படிக்க முடியும். அவற்றை அசங்காமல் பிடித்துக்கொண்டு கண்ணை மட்டும் அதன் மேல் நகர்த்துவாள். வார்த்தை விட்டு வார்த்தைக்கு ஊர்ந்து, ஊர்ந்து.

அந்த நகரத்துப் பிரஜை (தனது தேவதை ஃபிராக்கில்) மம்மாச்சி தன் கண்களுக்கருகில் ஸோஃபி மோளைக் கொண்டு வந்து உற்றுப் பார்ப்பதைக் கவனித்தாள். காசோலை ஒன்றைப் படிப்பதைப் போல. ஒரு வங்கி நோட்டைச் சரிபார்ப்பதைப் போல. மம்மாச்சி (தன்னுடைய சுமாரான கண்ணால்) செம்பழுப்பு நிறக் கூந்தலை (இ . . . இல்லை, ஏறக்குறைய பொன்நிறம்) கண்டாள். கன்னக்கதுப்புகளின் வளைவை

(இல் . . . ஏறக்குறைய ரோஸ்) பார்த்தாள். நீலச்சாம்பல்நீலக் கண்களைப் பார்த்தாள்.

“பப்பாச்சியுடைய மூக்கு” என்றாள் மம்மாச்சி. “சரி சொல்லு, நீ அழகான பெண்ணா?” ஸோஃபீ மோளைக் கேட்டாள்.

“ஆமாம்” என்றாள் ஸோஃபீ மோள்.

“உயரமா?”

“என் வயதிற்கு ஏற்ற உயரம்” என்றாள் ஸோஃபீ மோள்.

“ரொம்ப உயரம்” என்றாள் பேபி கொச்சம்மா. “எஸ்தாவை விட ரொம்ப உயரம்.”

“இவள் பெரியவள்” என்றாள் அம்மு.

“இருந்தும் . . .” என்றாள் பேபி கொச்சம்மா.

கொஞ்ச தூரம் தள்ளி, வெளுத்தா ரப்பர் மரங்களிடையே குறுக்கு வழியில் நடந்து சென்றுகொண்டிருந்தான். வெற்றுடம்பில். இன்சுலேடட் எலெக்ட்ரிக் ஒயர் சுருள் ஒன்று ஒரு தோளில் தொங்கிக்கொண்டிருந்தது. அவனது பிரிண்டட் கருநீல, கருப்பு முண்டுவை முட்டிக்கு மேல் மடித்துக் கட்டியிருந்தான். முதுகில் அவனுடைய பிறப்புக் குறியாக அந்த அதிருஷ்ட இலை (அது சரியான பருவத்தில் மழையைக் கொண்டு வரும்). இரவில் அவனுடைய இலையுதிர்கால இலை.

மரங்களுக்கிடையிலிருந்து அவன் வெளிப்பட்டு நடைவழியில் கால் வைப்பதற்கு முன்பாகவே ராஹேல் அவனைப் பார்த்துவிட்டு நாடகத்திலிருந்து நழுவி அவனிடம் சென்றாள்.

அவள் செல்வதை அம்மு கவனித்தாள்.

மேடைக்கு வெளியே அவர்கள் தமது விஸ்தாரமான அதிகாரப்பூர்வ வரவேற்பை நிகழ்த்திக்கொண்டிருப்பதைக் கவனித்தாள். வெளுத்தா, அவனுக்குக் கற்றுத் தந்திருந்ததற்கிணங்க *The King's Breakfast* படத்தில் கர்ட்ஸி செய்யும் ஆங்கிலேயப் பால்காரியைப் போல, அவனது முண்டுவைப் பாவாடை போல இரு கையாலும் விரித்து முழங்காலை மடக்கி வணங்கினான். ராஹேலும் (‘வணங்கு’ என்று சொல்லிக்கொண்டே) தலைதாழ்த்தி வணங்கினாள். பின், அவர்கள் சுண்டுவிரல்களைக் கோத்துக்கொண்டு உடன்படிக்கையில் சந்திக்கும் பேங்கர்களின் பாவனையில் கைகுலுக்கிக்கொண்டனர்.

கரும்பச்சை மரங்களுக்கூடாக இறைந்துகொண்டிருந்த வெயில் காசுகளுக்கிடையே வெளுத்தா அவளது மகளை ஏதோ ரப்பர் பந்தைப் போல் அனாயாசமாகத் தூக்குவதைப் பார்த்தாள். அவன் அவளைக் காற்றில் தூக்கித் தூக்கிப் போட, களிப்போடும் சிரிப்போடும் அந்தரத்தில் முகம் ஒளிர, வெளுத்தாவின் கைகளுக்குள் ராஹேல் விழுந்துகொண்டிருந்தாள்.

வெளுத்தாவின் வயிற்றுப் பகுதியிலிருந்த தசை மடிப்புகள் இறுகுவதையும், சாக்லெட் பாளத்தின் பிரிவுகள் போல் அவன் தோலுக்கடியிலிருந்து எழும்புவதையும் கவனித்தாள். அவன் உடல், கொழுப்புச் சதை கொண்ட சிறுவன் ஒருவனின் உடம்பிலிருந்து ஓர் ஆணின் உடம்பாக, சத்தமேயில்லாமல் எப்படி மாறி விட்டிருக்கிறதென்று அவள் வியந்தாள். உரமேறி, கெட்டித்திருக்கிறது. ஒரு நீச்சல்காரனின் உடம்பு. ஒரு நீச்சல்கார – மரத்தச்சனின் உடம்பு. மெழுகுப் பாலீஷிடப் பட்டது.

அவனுக்கு எழும்பிய கன்னத்தெலும்புகளும், வெள்ளையான திடீர் சிரிப்பும் இருந்தன.

அவனுடைய இந்தச் சிரிப்புதான் அம்முவுக்கு சின்ன வயசு வெளுத்தாவை நினைவுபடுத்தியது. தேங்காய்களை எண்ணுவதில் வலிய பாப்பனுக்கு உதவுவது. அவளுக்காக அவன் செய்த சின்னச் சின்ன பரிசுப் பொருட்களை அவள் இவனைத் தொடாமல் எடுத்துக் கொள்ள ஏதுவாக உள்ளங்கையில் வைத்து நீட்டுவது. படகுகள், பெட்டிகள், சின்னக் காற்றாலைகள். அவளை அம்முக்குட்டி என்று கூப்பிடுவது. சின்ன அம்மு. அவளை விட அவன் ரொம்பச் சின்னவனாக இருந்த போதிலும். அவனை இப்போது பார்க்கும்போது அவன் முன்பிருந்த பையனிடமிருந்து இப்போது ஆகியிருக்கும் மனிதனுக்கு மிகச் சொற்பமான ஒற்றுமைகளே இருப்பதாக அவளுக்குத் தோன்றியது. இளம் பருவத்திலிருந்து அவன் கொண்டுவந்திருக்கும் ஒரே அம்சம் அவனுடைய சிரிப்பு மட்டுமேயாக இருந்தது.

திடீரென்று அம்முவிற்கு, அந்த ஊர்வலத்தில் ராஹேல் பார்த்தது அவனாகத்தானிருக்கும் என்று பட்டது. கொடியை உயர்த்தி, முடிச்சிட்ட கைகளைக் கோபத்தில் முறுக்கிக்கொண்டு சென்றது அவனாகத்தான் இருக்கும். அவனுடைய கவனம் வாய்ந்த உற்சாகத்தன்மைக்கடியில், அவள் சார்ந்துள்ள ஆடம்பரமும் அதிகாரமுமிக்க உலகிற்கெதிரான ஓர் உயிர்ப்புள்ள கோபத்தை அவன் சுவாசித்துக்கொண்டிருப்பதாக நம்பினாள்.

அவன்தான் அது என்று நம்பினாள்.

அவனோடு இருக்கும்போது தன் மகளுக்கு இருக்கும் சுலபத் தன்மை அவளுக்கு ஆச்சரியமளித்தது. தன்னை முழுவதுமாக நீக்கிவிட்டதொரு துணையுலகம் அவளுடைய மகளிடம் இருப்பதன் ஆச்சரியம். புன்னகைகளும் சிரிப்புகளும் மட்டுமே இருக்கும் அவளுடைய அம்முவுக்கு எந்தவொரு பங்கும் இல்லாத உணர்வுலகம். அம்முவுக்குத் தன்னுடைய எண்ணங்கள் எல்லாமே லேசான பொறாமையில் கன்றிப் போயிருப்பதாகப் புரிந்தது. யார் மேல் அவளுக்குப் பொறாமையென்று ஆராய்வதற்குத் தன்னை மறுத்துக்கொண்டாள். அந்த மனிதனா அல்லது அவளுடைய சொந்த மகளா. அல்லது கோத்துக்கொண்ட விரல்களும், திடீர் சிரிப்புகளுமான அவர்களுடைய உலகமா.

ரப்பர் மரங்களின் நிழலில் வெயில் நாணயங்கள் அவன் உடலின் மேல் நடனமாட, அவளுடைய மகளைத் தூக்கிக்கொண்டிருந்த அவன் நிமிர்ந்து அம்முவின் பார்வையைச் சந்தித்தான். ஒரு நுணுக்கமான கண்சிமிட்டும் கணத்தில் நூற்றாண்டுகள் குவிந்தன. சரித்திரம் கால் தடுமாறிக் குலைந்து நின்றது. பாம்பின் பழைய தோலைப் போல உரிந்தது. அதன் அடையாளங்களும் அதன் தழும்புகளும் புராதனப் போர்களில் பட்ட அதன் காயங்களும் பின்பக்கமாகவே நடந்த தினங் களும் கழன்று விழுந்தன. இந்த விலகல், தொட்டாலே ஒட்டிக்கொள் ளும் மினுமினுப்பாக ஒரு ஜ்வலிப்பை, ஆற்றில் தண்ணீரைப் போலவும், வானில் சூரியனைப் போலவும் உண்டாக்கியது. ஓர் உஷ்ண தினத்தில் வெயிலைப் போல, கடித்த மீனைத் தூண்டில் முனையில் உணர்வதைப் போல மிக எளிதாக உணரக்கூடியதாக இருந்தது. மிக வெளிப்படை யாய் இருந்ததாலேயே யாரும் கவனிக்கவில்லை.

அந்தக் குறுகிய தருணத்தில் வெளுத்தா அதுவரை அவன் பார்த் திராத விஷயங்களைப் பார்த்தான். கரை மீறியிருந்த, இதுவரை சரித்திரத் தின் மறைப்புத் திரைகளால் மூடப்பட்டிருந்த விஷயங்கள்.

எளிமையான விஷயங்கள்.

உதாரணமாக, ராஹேலின் அம்மா ஒரு பெண் என்பதை அவன் கவனித்தான்.

அவள் சிரிக்கும்போது கன்னங்களில் ஆழமாகக் குழிகள் விழுகின் றனவென்றும், அவள் கண்களிலிருந்து சிரிப்பு விலகிய பின்பும் அவை கொஞ்ச நேரத்திற்கு நிலைத்திருக்கிறதென்றும்கூட கவனித்தான். அவ ளுடைய பழுப்பு நிறக் கைகள் உருண்டு, திரண்டு, கச்சிதமாக இருப் பதை. அவள் தோள்கள் ஒளிர்வதை, ஆனால் அவள் கண்கள் எங்கோ இருப்பதை. அவளுக்குப் பரிசுகளைக் கொடுக்கும்போது அவன்மீது அவள் கை பட்டுவிடக் கூடாதென்பதற்காக உள்ளங்கையில் வைத்து இனி தர வேண்டியிருக்காதென்பதை. அவனது படகுகளையும் பெட்டி களையும். அவனது சிறிய காற்றாலைகளையும். பரிசுகளைத் தருபவன் அவன் மட்டுமே என்ற அவசியமும் இல்லையென்பதையும் அவன் கண்டான். அவனுக்குத் தருவதற்கு அவளிடமும் பரிசுகள் இருக்கின்றன வென்பதையும்.

இந்தப் புரிதல் அவனுக்குள் கூரான கத்தி முனை போல் மென்மை யாகச் செருகியது. ஒரே நேரத்தில் சூடாகவும் குளிர்ச்சியாகவும். அதற்கு ஒரு நொடிதான் பிடித்தது.

அவன் பார்த்ததை அம்மு பார்த்தாள். அவள் பார்வையைத் திருப்பிக்கொண்டாள். அவனும் திருப்பிக்கொண்டான். சரித்திரத்தின் சாத்தான்கள் அவர்களைப் பீடிக்கத் திரும்பின. அதன் பழைய, கறை படிந்த போர்வையில் அவர்களை மீண்டும் சுருட்டிக் கட்டி, அதுவரை உண்மையில் அவர்கள் வாழ்ந்து வந்த இடத்துக்கே இழுத்துக்கொண்டு வந்தது. யாரைக் காதலிக்க வேண்டுமென்று தெளிவாக நிர்ணயிக்கப் பட்டிருக்கும் காதல் சட்டங்கள் இருக்குமிடத்துக்கு. எவ்வாறு காதலிக்க

வேண்டும், எந்தளவுக்கு காதலிக்க வேண்டுமென்று தீர்மானித்திருக்கும் சட்டப்பிரதேசங்களுக்கு.

அம்மு வராந்தாவில் நடந்து சென்று நாடகத்தில் கலந்துகொள்ளச் சென்றாள். நடுங்கிக்கொண்டே.

தூதர் கு. பூச்சியைக் கைகளில் தாங்கிக்கொண்டு வெளுத்தா குனிந்து பார்த்தான். அவளைக் கீழேயிறக்கி விட்டான். அவனும் நடுங்கிக்கொண் டிருந்தான்.

"உன்னைப் பார்க்க எப்படியிருக்கிறது தெரியுமா?" அவளது அபத்த மான நுரைத்த ஃபிராக்கைப் பார்த்துக் கூறினான். "மிகவும் அழகா யிருக்கிறாய்! கல்யாணம் செய்துகொள்ளப் போகிறாயா?"

ராஹேல் அவன் அக்குளில் இடித்து இரக்கமின்றிக் கிச்சுகிச்சு மூட்டினாள். *இக்கிலீ இக்கிலீ இக்கிலீ!*

"நான் நேற்று உன்னைப் பார்த்தேன்," என்றாள்.

"எங்கே?" வெளுத்தா தன் குரலை உயர்த்தி ஆச்சரியத்தை வெளிப் படுத்தினான்.

"பொய்யன்" என்றாள் ராஹேல். "பொய்யன், பாசாங்கன். உன்னைப் பார்த்தேன். நீ ஒரு கம்யூனிஸ்ட். சட்டை போட்டிருந்தாய். கொடிகூட வைத்திருந்தாய். *அப்புறம்* என்னைக் கவனிக்காமல் போய்க்கொண் டிருந்தாய்."

"அய்யோ கஷ்டம்" என்றான் வெளுத்தா. "நான் அப்படிச் செய்வேனா? நீ சொல்லு, வெளுத்தா *எப்போதாவது* அப்படிச் செய்வானா? அது ரொம்ப நாட்களுக்கு முன் தொலைந்துபோன என் இரட்டைச் சகோதர னாக இருக்க வேண்டும்."

"எந்த தொலைந்துபோன இரட்டைச் சகோதரன்?"

"உரும்பன், அசடு . . . கொச்சியில் இருக்கிறான்."

"யாரந்த உரும்பன்?" . . . பின் அந்தச் சிமிட்டலைப் பார்த்துவிட் டாள். "பொய்யன்! உனக்கு இரட்டைச் சகோதரனே கிடையாது! அது உரும்பன் இல்லை! அது நீதான்!"

வெளுத்தா சிரித்தான். அவனுக்கு அழகான சிரிப்பு. சொல்வதை வலியுறுத்தும் சிரிப்பு.

"நானில்லை! நான் உடம்பு சரியில்லாமல் படுக்கையில் இருந்தேன்."

"பார்த்தாயா, நீ சிரிக்கிறாய்!" என்றாள் ராஹேல். "அப்படியென் றால் நீதான் என்று அர்த்தம். சிரிப்பதற்கு அர்த்தம் 'அது நீதான்'."

"அது ஆங்கிலத்தில்!" என்றான் வெளுத்தா. "மலையாளத்தில் 'சிரிப்பது என்றால் நானில்லை' என்றுதான் டீச்சர் எப்போதும் சொல் வார்கள்."

இந்தப் புதிரைத் தீர்க்க ராஹேலுக்கு கொஞ்ச நேரம் பிடித்தது. அவன் மேல் மறுபடியும் இடித்தாள். *இக்கிலீ இக்கிலீ இக்கிலீ!*

இன்னும் சிரித்துக்கொண்டே வெளுத்தா நாடகத்தின் பக்கம் பார்த்து ஸோஃபீயைத் தேடினான். "எங்கே நம்முடைய ஸோஃபீ மோள்? நான் அவளைப் பார்க்க வேண்டுமே! அவளைப் பத்திரமாக இங்கே அழைத்து வந்தாயா, அல்லது அங்கேயே விட்டுவிட்டு வந்து விட்டாயா?"

ராஹேல் அவசரமாக, "அங்கே பார்க்காதே" என்றாள்.

ரப்பர் மரங்களையும் நடைவழியையும் பிரித்த அந்த சிமெண்ட் கைப்பிடிச்சுவரின்மீது அவள் ஏறி வெளுத்தாவின் கண்களைப் பொத்தினாள்.

"ஏன்?" என்றான் வெளுத்தா.

"ஏனென்றால், நீ பார்ப்பது எனக்குப் பிடிக்கவில்லை."

"எஸ்தா மோன் எங்கே?"

அந்தத் தூதர் (விமான நிலையத் தேவதை போல வேஷமணிந்திருந்த குச்சிப் பூச்சி) அவன் முதுகில் தொங்கிக்கொண்டு, அவன் இடுப்பைத் தன் கால்களால் கட்டிக்கொண்டாள். "அவனை நான் பார்க்கவே யில்லை."

"ஓ, அவனை கொச்சியிலேயே விற்றுவிட்டோம்" என்றாள் ராஹேல் அலட்சியமாக. "ஒரு மூட்டை அரிசிக்கு. அப்புறம் ஒரு டார்ச்சும் கொடுத்தார்கள்."

அவளது மொடமொடப்பான ஃபிராக்கின் நுரைகள் லேஸ் பூக்களை வெளுத்தாவின் முதுகில் உறுத்தலாக அழுத்தின. ஜரிகைப் பூக்களும் ஓர் அதிருஷ்ட இலையும் ஒரு கருப்பு முதுகில் பூத்தன.

எஸ்தாவை நாடகத்தில் ராஹேல் தேடியபோது அவன் அங்கே இல்லையென்பதைக் கண்டாள்.

நாடகத்துக்குப் பின்னால் கொச்சு மரியா, குள்ளமாக, அவளுடைய உயரமான கேக்கிற்குப் பின்னாலிருந்து வந்தாள்.

"கேக் வந்துவிட்டது" மம்மாச்சியிடம் கொஞ்சம் சத்தமாகக் கூறினாள்.

கொச்சு மரியா மம்மாச்சியிடம் எப்போதுமே கொஞ்சம் சத்தமாகப் பேசுவாள். பார்வைக் குறைவு என்பது தானாகவே மற்ற புலனுணர்வு களையும் பாதித்துவிடுவதாக அவளுக்கு நினைப்பு.

"*கண்டோ*, கொச்சு மரியே" என்றாள் மம்மாச்சி. "எங்கள் ஸோஃபீ மோளைப் பார்த்தாயா?"

"*கண்டு*, கொச்சம்மா" என்றாள் கொச்சு மரியா கூடுதல் சத்தத்தோடு. "பார்த்தேன்."

ஸோஃபீ மோளைப் பார்த்துக் கூடுதலாகவே புன்னகைத்தாள். அவள் சரியாக ஸோஃபீ மோளின் உயரம்தான் இருந்தாள். எவ்வளவு முயன்றாலும் சிரியன் கிருத்தவர்களைவிடக் குள்ளம்.

கொச்சு மரியா "அப்படியே அவள் அம்மாவின் நிறம்" என்றாள்.

"பப்பாச்சியின் மூக்கு" என்றாள் மம்மாச்சி பிடிவாதமாக.

"அதைப் பற்றி எனக்குத் தெரியாது. ஆனால் இவள் ரொம்ப அழகு" கொச்சு மரியா சத்தமாகக் கூறினாள். *"சுந்தரிக்குட்டி."* குட்டித் தேவதை.

குட்டித் தேவதைகள் கடல் மணல் நிறத்தில் பெல்பாட்டம் அணிந்திருந்தனர்.

குட்டிப்பிசாசுகள் சேற்றுப்பழுப்பில் விமானநிலையத் தேவதை ஃபிராக்குகளில் கொம்பாக முளைக்கக்கூடிய முன் நெற்றி வீக்கங்களோடு இருந்தனர். லவ் – இன் – டோக்கியோ நீரூற்றுகளுடன். பின்வரிசையாகப் படிக்கும் வழக்கத்துடன்.

நீங்கள் உற்றுப் பார்த்தால் அவர்களின் கண்களில் சாத்தானைப் பார்க்கலாம்.

கொச்சு மரியா ஸோஃபீயின் இரண்டு கைகளையும் அவள் கைகளில் பிடித்துக்கொண்டு உள்ளங்கைகளை மேலாகத் திருப்பி அவளுடைய முகம்வரை கொண்டு சென்று ஆழமாக மூச்சிழுத்தாள்.

"இவள் என்ன செய்கிறாள்?" ஸோஃபீக்குத் தெரியவில்லை. மெல்லிய லண்டன் கைளைக் காய்ப்பேறிய அய்மனக் கைகள் பற்றியிருந்தன. "யார் இவள்? எதற்கு என் கைகளை முகர்ந்து பார்க்கிறாள்?"

சாக்கோ, "இவள் சமையல்காரி. உன்னை அவள் முத்தமிடும் முறை அது," என்றான்.

"முத்தமா?" ஸோஃபீ மோளுக்குச் சமாதானமாகாவிட்டாலும் சுவாரஸ்யமாக இருந்தது.

மார்கரெட் கொச்சம்மா, "ஹௌ மார்வலெஸ்!" என்று வியந்தாள்.

"இதுவென்னவோ மோப்பம் பிடிப்பதுபோலல்லவா இருக்கிறது! ஆண்களும் பெண்களும்கூட இங்கே இப்படிச் செய்துகொள்கிறார்களா?"

இப்படிக் கேட்பதற்கு அவள் உத்தேசித்திருக்கவில்லை. மிச்ச வார்த்தையாக வெட்கத்துடன் ஏதோ மழுப்பினாள். பிரபஞ்சத்தில் சங்கடமடைந்த ஒரு ஸ்கூல் டீச்சர் வடிவ ஓட்டை.

"ஓ எப்போதுமே!" அம்மு நக்கலாக முணுமுணுக்க, நினைத்திருந்ததைவிடச் சத்தம் அதிகமாகவே வந்துவிட்டது. "இப்படித்தான் நாங்கள் குழந்தைகளைச் செய்கிறோம்."

சாக்கோ அவளை அறையவில்லை.

எனவே அவளும் திருப்பி அறையவில்லை.

ஆனால் காத்திருக்கும் காற்று கோபமானது.

சாக்கோ ஒரு பாதுகாக்கும், உரிமை கொண்டாடும் தோரணை யில், "இப்படிச் சொன்னதற்காக என் மனைவியிடம் நீ மன்னிப்பு கேட்க வேண்டுமென்று நினைக்கிறேன் அம்மு" என்றான். (மார்கரெட் கொச்சம்மா "முன்னாள் மனைவி, சாக்கோ!" என்றபடி ரோஜாவை எடுத்து அவன் முன்னால் ஆட்ட மாட்டாள் என்ற நம்பிக்கையுடன்.)

"ஹோ, நோ!" என்றாள் மார்கரெட் கொச்சம்மா. "இது என் தப்புதான்! அப்படிக் கேட்க வேண்டுமென்று நான் நினைத்து கேட்க வில்லை ... நான் கேட்க வந்தது ... ஐ மீன். இது ரொம்ப சுவாரசியமாக இருப்பதாக நினைத்து ..."

"நீ கேட்டது ரொம்ப சரியான கேள்விதான்" என்றான் சாக்கோ. "அம்மு மன்னிப்பு கேட்க வேண்டுமென்றுதான் நினைக்கிறேன்."

"அதற்கென்ன" என்றாள் அம்மு கோபத்துடன். "இப்போதுதான் கண்டுபிடிக்கப்பட்ட காட்டுமிராண்டிகளைப் போல நாம் நடந்து கொள்ள வேண்டுமா என்ன? டாம் இட்!"

"ஓ டியர்!" என்றாள் மார்கரெட் கொச்சம்மா.

நாடகத்தின் கோபமான நிசப்தத்தில் (பசும் வெயிலில் இன்னமும் நீல அணியினர் கவனித்துக்கொண்டிருக்க) அம்மு பிளிமத்திற்கு திரும்பி நடந்து, அவளுடைய சூட்கேஸை எடுத்துக்கொண்டு, கதவை அறைந்து சாத்திவிட்டு, தோள்கள் மினுமினுக்க அவளுடைய அறைக்குத் திரும்பி நடந்தாள். எங்கிருந்துதான் இப்படிப்பட்ட ஆணவத்தை அவள் கற்றுக் கொண்டாள் என்று அங்கிருந்தவர்களை வியக்க வைத்துவிட்டு.

உண்மையைச் சொல்ல வேண்டுமானால் இதுவொன்றும் ஆச்சரியப் படுமளவுக்குச் சின்ன விஷயம் அல்ல.

ஏனென்றால் அவளது சிந்தனைப்போக்கில் தாக்கத்தை உண்டாக்கி யிருக்கக்கூடிய கல்விமுறை அவளுக்குக் கிடைத்திருக்கவில்லை; அத்தகைய புத்தகங்களை அவள் படித்திருக்கவில்லை; அத்தகைய மனிதர்களை அவள் சந்தித்திருக்கவில்லை.

அவள் அப்படிப்பட்ட விலங்குதான்.

சிறுமியாக இருந்தபோதே அவளுக்கு வாசிக்கத் தரப்பட்ட அப்பா கரடி, அம்மா கரடி கதைகளை வெகு சீக்கிரமே ஒதுக்கிவிட்டாள். அவளுடைய கதை வடிவத்தில் அப்பா கரடி பித்தளை ஜாடிகளால் அம்மா கரடியை அடிக்கும். அம்மா கரடி அந்த அடிகளையெல்லாம் ஊமையாக அடங்கிப் பொறுத்துக்கொள்ளும்.

அவள் வளர்ந்த வருடங்களில் அவளுடைய அப்பா தனது அருவருப் பான வலையைப் பின்னுவதைப் பார்த்திருக்கிறாள். விருந்தினர்களிடம்

அவர் கலகலப்பாக, பண்பு நயத்துடன் நடந்துகொள்வார். அவர்கள் வெள்ளையர்களாக இருந்துவிட்டால் வாலைக் குழைத்துக்கொண்டு காலில் மட்டும்தான் விழ மாட்டார். அனாதை விடுதிகளுக்கும் தொழு நோய் இல்லங்களுக்கும் நன்கொடை வழங்குவார். அவருடைய சமுதாய பிம்பமான நாகரிகமான, பெருந்தன்மையான, நீதிமான் தோற்றத்திற் காகக் கடுமையாகப் பாடுபடுவார். ஆனால் அவருடைய மனைவியோடும் குழந்தைகளோடும் தனித்திருக்கும்போது, அரக்கத்தனமான சந்தேகப் பிசாசாக, விஷமும் சூழ்ச்சியும் வெறியும் கொண்டிருப்பார். அவர்களை அடித்து, அவமானப்படுத்திவிட்டு, பின்னர் நண்பர்களும் உறவினர் களும் இத்தகைய அருமையான குடும்பத்தையும் அற்புதமானதொரு அப்பாவையும் பார்த்து பொறாமைப்படுவதைக் கண்டு நொந்து போகவும் வைப்பார்.

அம்முவுக்கு டெல்லியின் குளிர்கால ராத்திரிகளில் அவர்கள் வீட்டின் மருதாணிப் புதர்வேலியில் ஒளிந்துகொண்டு குளிரைத் தாங்கிக் கொண்டிருந்த அனுபவங்கள் உண்டு. (நல்ல குடும்பத்தைச் சேர்ந்தவர் கள் அவர்களைப் பார்த்துவிடக் கூடாதென்பதற்காக.) பப்பாச்சி வேலை யிலிருந்து கோபத்தோடு வந்து அவளையும் மம்மாச்சியையும் அடித்து வீட்டைவிட்டு துரத்தியிருக்கிறார்.

அத்தகைய ஓரிரவில், ஒன்பது வயதாயிருந்த அம்முவும் அவள் அம்மாவும் புதர்வேலியின் இருட்டில் ஒளிந்துகொண்டு, பப்பாச்சி நிழலுருவமாக ஒவ்வோர் அறையின் ஜன்னல் வெளிச்சத்திலும் கோப மாக நடைபோட்டுக் கொண்டிருப்பதைப் பார்த்துக்கொண்டிருந்தனர். அவரது மனைவியையும் மகளையும் (சாக்கோ வெளியூரில் படித்துக் கொண்டிருந்தான்) அடித்துத் துவைத்ததோடு திருப்தி கொள்ளாமல் ஜன்னல் திரைச்சீலைகளையெல்லாம் கிழித்தெறிந்தார், மேசை நாற்காலி களை எட்டி உதைத்தார், ஒரு மேஜை விளக்கை நொறுக்கினார். ஒரு மணி நேரம் கழித்து விளக்குகள் அணைந்தன. மம்மாச்சி பயத்தோடு கெஞ்சிக் கேட்டுக்கொள்வதைப் பொருட்படுத்தாது, அந்தச் சின்ன அம்மு உலகத்தில் வேறு எதனையும் விட மிக அதிகமாக நேசிக்கும் அவளது புதிய கம்பூட்ஸ்களை மீட்டெடுத்து வர வீட்டுக்குப் பின்புற மாக ஊர்ந்து சென்று ஒரு வெண்டிலேட்டர் வழியாக நுழைந்து உள்ளே சென்றாள். அவற்றை ஒரு காகிதப் பையில் எடுத்து வைத்துக் கொண்டு டிராயிங் ரூமிற்குள் சத்தமேயின்றி ஊர்ந்து வந்தபோது சட்டென்று விளக்குகள் போடப்பட்டன.

பப்பாச்சி அதுவரை அவரது மஹோகனி ராக்கிங் சேரில் உட்கார்ந்து கொண்டு இருட்டில் அமைதியாகச் சாய்ந்தாடிக்கொண்டிருந்திருக்கிறார். அவளை அவர் பிடித்தபோது அவர் ஒரு வார்த்தைகூடப் பேசவில்லை. தந்தக் கைப்பிடி வைத்த அவருடைய சாட்டைக்கோலால் (அவருடைய அந்த ஸ்டூடியோ புகைப்படத்தில் அவருடைய மடியில் வைத்துக்கொண் டிருந்தது) அவளை விளாசினார். அம்மு அழவில்லை. அடித்து முடித்த தும் அம்முவிடம் மம்மாச்சியின் தையல் அலமாரியிலிருந்து கத்தரிக் கோலை எடுத்து வரச்சொன்னார். அம்மு பார்த்துக்கொண்டிருக்கும்

போதே, அந்த இம்பீரியல் என்டமாலஜிஸ்ட் அவளது புதிய கம்பூட்ஸ்களை அவள் அம்மாவின் கத்தரிக்கோலால் கந்தைக் கீற்றுகளாக வெட்டிப்போட்டார். கருப்பு ரப்பர், பட்டைபட்டையாகத் தரையில் விழுந்தது. அந்தக் கத்தரிக்கோல் கிச் – கிச்சென்று கத்தரிச் சத்தங்களை யெழுப்பியது. ஜன்னலுக்கு வந்து மிரட்சியோடு பார்க்கும் அம்மாவின் பயந்த முகத்தை அம்மு புறக்கணித்தாள். அவளது பிரியமான கம்பூட்ஸ்கள் முழுமையாகத் துண்டாடப்படுவதற்குப் பத்து நிமிடங்கள் ஆயின. கடைசி ரப்பர் பட்டையும் தரையில் விழுந்ததும் அவளுடைய அப்பா அவளை உறைந்த, தட்டையான விழிகளால் பார்த்துக்கொண்டே ஆடும் நாற்காலிக்குச் சென்றமர்ந்து, சாய்ந்தாடி, சாய்ந்தாடி, சாய்ந்தாடினார். சுற்றிலும் ரப்பர் பாம்புகள் சுருண்டு சுருண்டு இறைந்திருந்தன.

வயதாக ஆக, அம்மு இந்த ஈரமற்ற, திட்டமிட்ட இரக்கமற்ற அராஜகத்தோடு வாழ்வதற்குக் கற்றுக்கொண்டாள். பெரியவர்களால் வாழ்க்கை முழுக்கக் கொடுமைப்படுத்தப்பட்ட சின்னவர்களிடம் உருவாகி விடும், அநீதியின்பால் எழும் விழிப்பும் குழப்பமான கட்டுப்பாடற்ற தன்மையும் அம்முவிடமும் வளர்ந்துவிட்டன. சச்சரவுகளையோ எதிர்ப்புகளையோ தவிர்ப்பதற்கு அவள் முயல்வதேயில்லை. உண்மையில் அவற்றைத் தேடிச்சென்று மோதவும் அதில் சந்தோஷம் காணவும் செய்தாளென்றே கூற வேண்டும்.

"அவள் போய்விட்டாளா?" அவளைச் சுற்றியிருந்த நிசப்தத்திடம் மம்மாச்சி கேட்டாள்.

கொச்சு மரியா உரக்க, "போய்விட்டாள்" என்றாள்.

ஸோஃபீ மோள், "இந்தியாவில் *Damn* என்று சொல்வதற்கு உங்களுக்கு அனுமதியுண்டா?" என்று கேட்டாள்.

"யார் 'டாம்' என்றது" என்றான் சாக்கோ.

"அவள்தான். அம்மு ஆன்ட்டி. 'இப்போதுதான் கண்டுபிடிக்கப்பட்ட காட்டுமிராண்டியா, டாமிட்' என்றாளே . . ."

"கேக்கை வெட்டி எல்லோருக்கும் கொடு" என்றாள் மம்மாச்சி.

ஸோஃபீ மோள் சாக்கோவிடம் "ஏனென்றால் இங்கிலாந்தில் எங்களுக்கு அனுமதியில்லை" என்றாள்.

"என்னது?" என்றான் சாக்கோ.

"டி – ஏ – எம் – என் என்பதைச் சொல்வதற்கு" என்றாள் ஸோஃபீ மோள்.

மம்மாச்சி பார்வையின்றி அந்தப் பிரகாசமான பிற்பகலின் பக்கம் திரும்பி "எல்லோரும் இருக்கிறீர்களா?" என்றாள்.

பசும் வெயிலிலிருந்த நீல அணியினர் "ஓஓ . . . கொச்சம்மா, எல்லோரும் இருக்கிறோம்" என்றனர்.

நாடகத்துக்கு வெளியே, ராஹேல் வெளுத்தாவிடம் சொன்னாள்: "நாம் இங்கே இல்லை, இல்லையா? நாம் விளையாடக்கூட இல்லை."

"ரொம்ப சரி" என்றான் வெளுத்தா. "நாம் விளையாடக்கூட இல்லை. ஆனால் எனக்கு என்ன தெரிய வேண்டுமென்றால், எங்கே நமது எஸ்தப்பாப்பி சாச்சென் குட்டப்பன் பீட்டர் மோன்?"

அது ரப்பர் மரங்களுக்கிடையில் ஒரு குதூகலமான, மூச்சு முட்டும் ரம்ப்பிள்ஸ்டில்ட்ஸ்கின் போன்ற நடனமாகியது.

Oh Esthapappychachen Kuttappen Peter Mon,

Where, Oh where have you gon?

பின்பு ரம்ப்பிள்ஸ்டில்ட்ஸ்கின்னிலிருந்து ஸ்கார்லெட் பிம்பெர்னெல் லிற்கு உயர்ந்தது.

We seek him here, we seek him there,

Those Frenchies seek him everywhere.

Is he in heaven? - Is he in hell?

That demmedel-usive Estha-Pen?

கொச்சு மரியா மம்மாச்சியின் ஒப்புதலுக்காக ஒரு மாதிரித் துண்டை கேக்கிலிருந்து வெட்டியெடுத்தாள்.

"ஒருத்தருக்கு ஒரு துண்டு." மம்மாச்சி கொச்சு மரியாவிடம் உறுதி செய்துகொண்டே கெம்புக்கல் மோதிரமணிந்த விரல்களால் அந்தத் துண்டு போதுமான அளவு சிறியதுதானா என்று தொட்டுப் பார்த்துக்கொண்டாள்.

மீதிக் கேக்கைக் கொச்சு மரியா கன்னாபின்னாவென்று, பெரும் முயற்சியோடு, என்னவோ வறுத்தெடுக்கப்பட்ட ஒரு முழு ஆட்டை வெட்டுகிறாற்போல வாய் வழியே மூச்சிரைக்க அறுத்துத் தள்ளினாள். பெரிய சில்வர் ட்ரேயில் அந்தத் துண்டுகளை அடுக்கினாள். மம்மாச்சி தன்னுடைய வயலினில் *'Welcome Home, our Sophie Mol* மெலடியை வாசித்தாள். திகட்ட வைக்கும் சாக்லெட் இசை. தித்திப்பு ஒட்டிக் கொண்டு பழுப்பு நிறத்தில் உருகியது. ஒரு சாக்லெட் கடற்கரையில் சாக்லெட் அலைகள்.

அந்த இன்னிசையின் மத்தியில் சாக்கோ தன் குரலை அந்த சாக்லெட் சத்தத்திற்கு மேலாக உயர்த்தி, "மம்மா" என்றான் (தன்னுடைய உரத்து வாசிக்கும் குரலில்). "மம்மா! போதும்! வயலின் போதும்!"

மம்மாச்சி வாசிப்பை நிறுத்திவிட்டு சாக்கோவின் திசைநோக்கிப் பார்த்தாள். வயலின் வில் அந்தரத்தில் நின்றிருந்தது.

“போதுமா? அதற்குள் போதுமென்றா சொல்கிறாய், சாக்கோ?”

“தேவைக்கு அதிகமாகவே,” என்றான் சாக்கோ.

“போதும், போதும்,” மம்மாச்சி தனக்குள் முனகிக்கொண்டாள். “நான் இத்துடன் நிறுத்திக்கொள்கிறேன்.” என்னவோ இந்த ஐடியாவே அவளுக்கு இப்போதுதான் திடீரென்று வந்ததுபோல.

அவளுடைய வயலினை அதன் கருப்புநிற, வயலின் வடிவப் பெட்டியில் வைத்தாள். அது ஒரு சூட்கேஸைப் போல மூடியது. இசையும் அதனுடன் சேர்ந்து மூடிக்கொண்டது.

க்ளிக். பின்பு க்ளிக்.

மம்மாச்சி தன்னுடைய கறுப்புக் கண்ணாடியை எடுத்து மீண்டும் அணிந்து கொண்டாள். அந்த உஷ்ணமான தினத்தின்மீது திரைச்சீலையை இழுத்து மூடினாள்.

அம்மு வீட்டிலிருந்து வெளியே வந்து ராஹேலை அழைத்தாள்.

“ராஹேல்! நீ இப்போது வந்து தூங்க வேண்டும்! உன் கேக்கைச் சாப்பிட்டுவிட்டு உள்ளே வா!”

ராஹேலின் இதயம் மூழ்கியது. பிற்பகல் தூக்கம். அவள் அதை வெறுத்தாள்.

அம்மு உள்ளே சென்றாள்.

வெளுத்தா ராஹேலை இறக்கி விட்டான். அவள் அந்த நடைவழி யின் விளிம்பில், நாடகத்தின் ஓரத்தில், அவளுக்கெதிரே பகல்தூக்கம் பெரிதாக, கொடுமையாக விரிந்திருக்க நின்றாள்.

பேபி கொச்சம்மா ராஹேலைப் பார்த்து, “அந்த ஆளோடு ரொம்ப வும் இழைவதை நிறுத்திக்கொள்!” என்றாள்.

“ரொம்ப இழைவதா?” என்றாள் மம்மாச்சி. “யார் அது சாக்கோ? யார் ரொம்பவும் இழைவது?”

“ராஹேல்,” என்றாள் பேபி கொச்சம்மா.

“யாரோடு ரொம்பவும் இழைகிறாள்?”

“வேறு யார்? உன்னுடைய செல்லம் – அந்த வெளுத்தா,” என்றாள் பேபி கொச்சம்மா. பின் சாக்கோவின் பக்கம் திரும்பி, “நேற்று அவன் எங்கே போயிருந்தான் என்று கேள். பூனைக்கு ஒரேயடியாக மணி கட்டிவிடலாம்.”

சாக்கோ, “இப்போது வேண்டாம்,” என்றான்.

“ரொம்பவும் – இழைவது என்றால் என்ன?” ஸோஃபீ மோள் மார்கரெட் கொச்சம்மாவைக் கேட்டாள். அவள் பதிலளிக்கவில்லை.

மம்மாச்சி பிற்பகல் வெயிலை நோக்கி, "வெளுத்தா? வெளுத்தா இருக்கிறானா? இங்கேயா இருக்கிறாய்?" என்றாள்.

"ஓஒ... கொச்சம்மா," மரங்களுக்கிடையில் நடந்து வந்து நாடகத்தில் சேர்ந்து கொண்டான்.

"அது என்னவென்று பார்த்துவிட்டாயா?" மம்மாச்சி கேட்டாள்.

"ஃபுட் வால்வில் இருக்கும் வாஷர். அதை மாற்றிவிட்டேன். இப்போது வேலை செய்கிறது."

"அப்படியானால் ஸ்விட்சைப் போட்டுவிடு. டேங்க் காலியாக இருக்கிறது."

"இவன்தான் நமக்குத் தலைவலியாய் இருக்கப்போகிறான்" என்றாள் பேபி கொச்சம்மா. அவளுக்குத் தொலைவுணர்வு வந்துவிட்டதாலோ, அல்லது திடீரென்று ஏற்பட்ட தீர்க்கதரிசனத்தாலோ அல்ல. அவனைத் தொல்லைக்குட்படுத்த வேண்டும். அவ்வளவுதான். அவளை யாரும் பொருட்படுத்தவில்லை.

"நான் சொன்னதைக் குறித்து வைத்துக்கொள்ளுங்கள்," என்றாள் கசப்புடன்.

"அவளைப் பார்த்தாயா?" ராஹேலுக்கு ஒரு தட்டில் கேக்கை வைத்து நீட்டிக்கொண்டே கொச்சு மரியா கேட்டாள். ஸோஃபீ மோளைப் பற்றிக் கேட்கிறாள். "அவள் பெரியவளானதும் எங்களுடைய கொச்சம்மா வாகி விடுவாள். எங்களுடைய சம்பளங்களை அவள் உயர்த்தித் தருவாள். ஓணத்திற்கு நைலான் சேலைகள் தருவாள்." கொச்சு மரியா இதுவரை ஒரு சேலையைக் கூட உடுத்தியிருக்காவிட்டாலும், இனி எப்போதும் உடுத்தப் போவதில்லையென்றாலும், சேலைகளைச் சேகரித்து வைப்பாள்.

"அதனால் என்ன?" என்றாள் ராஹேல். "நான் அப்போது ஆப்பிரிக்காவில் வாழ்ந்துகொண்டிருப்பேன்."

"ஆப்பிரிக்காவா?" கொச்சு மரியா முகத்தைச் சுளித்தாள். "ஆப்பிரிக்கா முழுவதும் அசிங்கமான கருப்பன்களும் கொசுக்களும் தான்."

ராஹேல், "அசிங்கமாக இருக்கும் ஒரேயொருத்தி நீதான்," என்று சொல்லிவிட்டு ஆங்கிலத்தில் "ஸ்டுப்பிட் ட்வார்ஃப்" என்றாள்.

"என்ன சொன்னாய்?" கொச்சு மரியா மிரட்டும் தோரணையில் குரல் உயர்த்தினாள். "சொல்ல வேண்டாம். எனக்குத் தெரியும். கேட்டேன். மம்மாச்சியிடம் சொல்கிறேன். பார்த்துக்கொண்டேயிரு."

ராஹேல் அந்தப் பழைய கிணற்றை நோக்கி நடந்தாள். சாகடிப்பதற்கு அங்கே எப்போதும் சில எறும்புகள் இருக்கும். சிவப்பெறும்புகளை நசுக்கினால், அவற்றிலிருந்து ஒருவித குசு நாற்றம் வரும். கொச்சு மரியா கேக் தட்டோடு அவளைப் பின்தொடர்ந்து வந்தாள்.

ராஹேல் தனக்கு அந்த ஸ்டுப்பிட் கேக் ஒன்றும் வேண்டா மென்றாள்.

"குசும்பி," என்றாள் கொச்சு மரியா. "பொறாமை பிடித்தவர்கள் நேராக நரகத்திற்குத்தான் போவார்கள்."

"யாருக்குப் பொறாமை?"

"எனக்குத் தெரியாது. நீதான் சொல்லேன்," என்றாள் கொச்சு மரியா, மடிப்பு மடிப்பான ஏப்ரனோடும், ஒரு வினிகர் இதயத்தோடும்.

ராஹேல் வெயில் கண்ணாடியை எடுத்து அணிந்துகொண்டு அந்த நாடகத்தைத் திரும்பிப் பார்த்தாள். எல்லாமே கோபநிறமாயிருந்தன. ஸோஃபீ மோள் மார்கரெட் கொச்சம்மாவுக்கும் சாக்கோவுக்குமிடையே அடி வாங்குவதற்குத் தயாராக இருப்பதைப் போல நின்றுகொண் டிருந்தாள். எறும்புகளின் மாபெரும் அணிவகுப்பு ஒன்று ராஹேலின் கண்ணில் பட்டது. அவையெல்லாம் சர்ச்சுக்குப் போய்க்கொண்டிருக் கின்றன. எல்லாமே சிவப்பாக உடையணிந்துகொண்டிருக்கின்றன. அங்கே போய்ச் சேருவதற்குள் அவை கொல்லப்பட வேண்டும். விரட்டிப் பிடித்து நசுக்கப்பட வேண்டும். சர்ச்சுக்குள் நாற்றமடிக்கும் எறும்புகள் இருக்கக் கூடாது.

அவற்றிடமிருந்து உயிர் பிரியும்போது மிக லேசான மொரமொரப்புச் சத்தம் கேட்டது. குட்டிப்பையன்கள் அப்பம் சாப்பிடுகிற மாதிரி, அல்லது பிஸ்கட் மெல்லுகிற மாதிரி.

அந்த எறும்பு சர்ச் காலியாக இருக்கும். அந்த எறும்பு பிஷப் அவருடைய தமாஷான எறும்பு பிஷப் உடைகளில், சாம்பிராணிப் புகையை ஒரு வெள்ளிக் குடுவையில் ஆட்டிக்கொண்டு காத்திருப்பார். யாரும் வந்துசேரப் போவதில்லை.

போதுமான எறும்பு நேரத்திற்கு அவர் காத்திருந்த பிற்பாடு அவருடைய நெற்றியில் தமாஷாக ஒரு எறும்பு பிஷப் சிடுசிடுப்பு தோன்றி, அவர் தலையை சோகமாக ஆட்டிக்கொள்வார். எறும்புத் தனமாக வண்ணமேற்றப்பட்ட கண்ணாடி ஜன்னல்களை அவர் பார்த்துக்கொண்டிருப்பார். அவற்றைப் பார்த்து முடித்ததும், மிகப் பெரிய சாவியை எடுத்துச் சர்ச்சைப் பூட்டி இருட்டாக்குவார். பிறகு அவர் தனது வீட்டிற்குச் சென்று, அவர் மனைவியோடு சேர்ந்து (அவள் இறந்திருக்காவிட்டால்) எறும்புத்தனமாக மதியத் தூக்கம் போடுவார்.

தொப்பியணிந்த, பெல்பாட்டம் அணிந்த, ஆரம்பத்திலிருந்தே நேசிக்கப்பட்டு வந்த ஸோஃபீ மோள் நாடகத்திலிருந்து வெளியே வந்து ராஹேல் கிணற்றுக்குப் பின்னால் என்ன செய்துகொண்டிருக் கிறாள் என்று பார்க்க வந்தாள். ஆனால் நாடகமும் அவளுடனேயே வந்தது. அவள் நடக்கும்போது அதுவும் நடந்தது, நிற்கும்போது அதுவும் நின்றது. ஆசைமிகுந்த புன்னகைகள் அவளைத் தொடர்ந்தன. கொச்சு மரியா தன்னுடைய போற்றுதலுக்குரிய, கீழ்நோக்கி வளைந்த புன்னகை யோடு கேக் தட்டை வழியிலிருந்து அகற்றி ஸோஃபீ கிணற்றின் சுவரில்

உட்கார இடம் பண்ணிக்கொடுத்தாள். (பெல்களின் மஞ்சள் பாட்டம் கள் இப்போது சேற்றில் ஈரமாயின.)

ஸோஃபீ மோள் அந்த நாற்றமடிக்கும் நிராயுதர்கள் வேட்டையாடப் பட்ட களத்தைப் பற்றற்று ஆராய்ந்தாள். அந்தக் கல்லில் நசுக்கப்பட்ட சிவப்புடல்களும் லேசாக துடித்துக்கொண்டிருக்கும் சில கால்களும் ஒட்டியிருந்தன.

கொச்சு மரியா அவளுடைய கேக் துணுக்குகளோடு கவனித்தாள்.

ஆசையான புன்னகைகள் ஆசையாகக் கவனித்தன.

சின்னப் பெண்கள் விளையாடுகிறார்கள்.

ஸ்வீட்.

ஒருத்தி கடல் மணல் கலரில்.

ஒருத்தி பழுப்புக் கலரில்.

ஒருத்தி நேசிக்கப்படுபவள்.

ஒருத்தி கொஞ்சம் குறைவாக நேசிக்கப்படுபவள்.

"ஒன்றை மட்டும் உயிரோடு விட்டு வைக்கலாம். அது தனியாகச் சுற்றிக்கொண்டிருக்கட்டும்," ஸோஃபீ மோள் ஆலோசனை வழங்கினாள்.

ராஹேல் அவளைப் பொருட்படுத்தாமல் எல்லாவற்றையும் கொன்றாள். பின்பு, அவளுடைய நுரைக்கும் விமான நிலைய ஃபிராக்கோடும், அதற்கு மேட்ச்சான நிக்கர்களோடும் (இப்போது மொடமொடப்பாக இல்லை) நிகரற்ற வெயில் கண்ணாடியோடு அங்கிருந்து ஓடினாள். பச்சை உஷ்ணத்துக்குள் சென்று மறைந்தாள்.

ஆசையான புன்னகைகள் ஸோஃபீ மோள் மீது நிலைத்திருந்தன. ஒரு ஸ்பாட்லைட்டைப் போல. இனிமையான மைத்துனிகள் அவ்வப்போது ஆடுவதைப் போல கண்ணாமூச்சிதான் ஆடுகிறார்களோ என்று நினைத்துக்கொண்டு.

9

திருமதி பிள்ளை, திருமதி ஈப்பென், திருமதி ராஜகோபாலன்

மரங்களிலிருந்து அன்றைய தினத்துக்கான பச்சை கசிந்திருந்தது. கரும் பனையோலைகள் மழை வானத்துக்கெதிரே குனிந்திருக்கும் சீப்புகள்போல விரல் விரித்திருந்தன. அவற்றின் சாய்ந்த பற்களுக்கிடையே ஆரஞ்சு சூரியன் வழுக்கிச் சரிந்தது.

பழ வெளவால்களின் ஒரு படை, அந்தி வெளிச்சத்தின் குறுக்கே விரைந்தது.

கைவிடப்பட்டிருந்த அந்த அலங்காரத் தோட்டத்தில், சோம்பி அமர்ந்திருக்கும் குள்ளர்களும் அனாதையான தேவ தூதனும் ஸ்தம்பித்து நோக்கிக்கொண்டிருக்க அந்தத் தேங்கிய குளக்கரையில் ராஹேல் அமர்ந்து தேரைகள் ஒரு கல்லிலிருந்து இன்னொரு கசட்டுக் கல்லிற்குத் தாவிக்கொண்டிருப்பதை வேடிக்கை பார்த்திருந்தாள். அழகான அசிங்கத் தேரைகள்.

வழவழப்பாக, உடலெங்கும் மருக்கள்போலத் துருத்திக்கொண்டு. கரகரத்துக்கொண்டு.

உள்ளே மாட்டிக்கொண்டிருக்கும், ஏக்கம் மிகுந்த, முத்தமிடப்படாத ராஜகுமாரன்கள். நீண்டுயர்ந்த ஜூன் மாதப் புற்களிடையே பதுங்கியிருக்கும் பாம்புகளின் இரைகள். சலசலப்பு. பின்பு ஒரே பாய்ச்சல். ஒரு கல்லிலிருந்து மற்றொரு கசட்டுக் கல்லுக்குத் தாவுவதற்கு இனி ஒரு தேரை கூட இல்லை. முத்தமிடுவதற்கு ராஜகுமாரனும் இல்லை.

அவள் இங்கு வந்த பிறகு மழை பெய்யாத முதல் ராத்திரி இதுதான்.

ராஹேல் நினைத்தாள், *அதே நேரத்தில், இது வாஷிங்டனாக இருந்தால் வேலைக்குப் போய்க்கொண்டிருப்பேன். பஸ் பயணம். தெரு விளக்குகள். பெட்ரோல் புகைகள். எனது கேபினின் துப்பாக்கி துளைக்காத கண்ணாடித் தடுப்பில் படியும் வாடிக்கையாளர்களின் மூச்சு. உலோக ட்ரேயில் நாணயங்கள் என்னை*

நோக்கித் தள்ளப்படும் கலகலப்பொலி. என் விரல்களில் இருக்கும் பணத்தின் வாசனை. சரியாக இரவு பத்து மணிக்கு நிதானமான கண்களோடு வரும் குடிகாரன்: 'ஏய்! கருப்பு நாயே! ஊம்புடி என்னை!'

அவளிடம் எழுநூறு டாலர்கள் இருந்தன. பாம்புத் தலைகளோடு ஒரு தங்க வளையல். ஆனால் பேபி கொச்சம்மா ஏற்கனவே அவளைக் கேட்டுவிட்டாள், எவ்வளவு நாட்களுக்குத் தங்கியிருக்கப்போவதாக உத்தேசமென்று. எஸ்தாவை என்ன செய்யப்போவதாகத் திட்டம் வைத்திருக்கிறாள் என்றும்.

அவளிடம் திட்டங்கள் எவையுமில்லை.

எந்தத் திட்டமுமில்லை.

பிரபஞ்சத்திலிருந்த, பஞ்சடைக்கப்பட்ட வீட்டின் வடிவிலிருந்த ஓட்டையை அவள் திரும்பிப் பார்த்தாள். பேபி கொச்சம்மா கூரையில் பொருத்திவைத்திருந்த சில்வர் கிண்ணத்தில் வாழ்கிற மாதிரி கற்பனை செய்து பார்த்தாள். அது மனிதர்கள் வாழப் போதுமான அளவு பெரியதாகவே *தெரிந்தது.* நிச்சயமாகப் பெரும்பாலோர் வீடுகளைவிட அது பெரியதுதான். உதாரணமாகக் கொச்சுமரியாவின் ஒண்டுக் குடித்தனத்தைவிடப் பெரியது.

அங்கே அவர்கள், அவளும் எஸ்தாவும் ஓர் ஆழமற்ற எஃகு கருப்பையில் இரட்டைக் கருக்களாக ஒருவரையொருவர் கட்டிப்பிடித்துச் சுருண்டுகொண்டிருந்தால் ஹல்க் ஹோகனும் பாம்பாம் பிகெலோவும் என்னசெய்வார்கள்? அந்தப் பாத்திரத்தை ஆட்கள் ஆக்கிரமித்துவிட்டால் அவர்கள் எங்கே செல்வார்கள்? புகைபோக்கி வழியாக உள்ளே நுழைந்து பேபி கொச்சம்மாவின் வாழ்க்கைக்குள்ளும் டி.விக்குள்ளும் வந்துவிட முடியுமா? அல்லது அந்தப் பழைய ஸ்டவ்வின் மீது *'ஹீ... ஆஆஹ்!'* என்று அவர்களது திரண்ட தசைக்கட்டுகளோடும் ஜிகினா உடைகளோடும் குதிப்பார்களா? ஒல்லி ஆசாமிகள் – பஞ்சத்தில் அடிப்பட்டவர்களும் அகதிகளும் – கதவின் விரிசல்கள் வழியாகவே வந்துவிடுவார்களா? இனப்படுகொலைகள் கூரை ஓடுகளின் இடையே சரிந்து விழுமா?

வான்வெளி, தொலைக்காட்சியால் நிரம்பியிருந்தது. விசேஷக் கண்ணாடிகளைப் போட்டுக்கொண்டு பார்த்தால், வௌவால்கள் போல, வீடு திரும்பும் பறவைகள்போல வானத்தின் குறுக்கே அவர்கள் – பொன்நிறக் கூந்தல் அழகிகள், யுத்தங்கள், பஞ்சங்கள், கால்பந்து, சமையல் நிகழ்ச்சிகள், திடீர் அரசியல் புரட்சிகள், சிகை அலங்கார ஆலோசனைகள் – அய்மனத்தை நோக்கி ஸ்கைடைவர்கள்போல மிதந்துவருவதை உங்களால் பார்க்க முடியும். வானத்தில் விதவிதமான உருப்படிவங்களை அமைத்தபடி. சக்கரங்கள், காற்றாலைகள், மலரும் பூக்கள், மலராத பூக்கள்.

ஹீ... ஆஆஹ்!

ராஹேல் தேரைகளைக் கவனிப்பதற்குத் திரும்பினாள்.

குண்டாக, மஞ்சளாக ஒன்று. ஒரு கல்லிலிருந்து இன்னொரு கசட்டுக் கல்லுக்குத் தாவிவந்தது. அவள் அதை மெதுவாகத் தொட்டாள். தன் கண் இமைகளை மேல்நோக்கித் திருப்பியது. அதன் தன்னம்பிக்கை வேடிக்கையாக இருந்தது.

தவளையின் கண் இமைப் படலம். *நிக்டிடேட்டிங் மெம்ப்ரேன்.* அவளும் எஸ்தாவும் ஒரு நாள் முழுக்க அதை ஒப்பித்துக்கொண்டிருந் தது ஞாபகத்துக்கு வந்தது. அவளும் எஸ்தாவும் ஸோஃபீ மோளும்.

Nictitating

ictitating

titating

itating

tating

ating

ting

ing

அவர்கள் மூவருமே அன்று புடவை கட்டியிருந்தனர் (பழைய புடவைகளைப் பாதியாகக் கிழித்து). எஸ்தா புடவை கட்டிவிடுவதில் வல்லுனன். ஸோஃபீ மோளுக்கு அவன்தான் கொசுவத்தை மடித்துச் செருகினான். ராஹேலின் முந்தானையை ஒழுங்குபடுத்திவிட்டுத் தனக்கும் சரியாக்கிக் கொண்டான். அவர்கள் நெற்றியில் சிவப்புக் குங்குமப் பொட்டுகளை அணிந்திருந்தனர். அவர்கள் தொடக்கூடாதென்று அம்மு ஒளித்துவைத்திருந்த கண்மையை மூவரும் பூசிக்கொண்டு, பின்பு அதை அழிக்கும் முயற்சியில் முகத்தில் பாதிக்குக் கருப்பாக ஈஷிக்கொண் டிருந்தனர். அந்த மூன்று வால்களும் மூன்று இந்துப் பெண்மணிகளைப் போல வேஷம் கட்டியிருந்தார்களாம். இது ஸோஃபீ மோள் வந்து சுமார் ஒரு வாரம் கழித்து நடந்தது. அவள் இறந்துபோவதற்கு ஒரு வாரம் முந்தி. அதற்குள் அந்த இரட்டையர்கள் வைத்த எல்லா நுணுக்க மான தேர்வுகளிலும் அவள் தவறிழைக்காமல் தேர்ச்சியுற்று அவர்களது எல்லா எதிர்பார்ப்புகளையும் சீர்குலைத்திருந்தாள்.

அவள்:

(அ) சாக்கோவிடம், அவளுடைய உண்மையான அப்பா அவனாக இருந்தபோதிலும், ஜோவைவிடக் குறைவாகவே அவனை நேசிப்பதாகக் குறிப்பிட்டாள். (இதனால் – அவன் விரும்பாவிட்டாலும்கூட அவ னுடைய அன்புக்காகப் பேராசையுடன் காத்திருக்கும் இரட்டைக் கரு பிள்ளைகளுக்கு மாற்று அப்பாவாகக் காட்சிதர வேண்டியிருந்தது).

(ஆ) மம்மாச்சிக்கு ராத்திரி நேரத்தில் அவளது எலிவால் பின்னலைப் பின்னுவதற்கும் மச்சங்களை எண்ணுவதற்குமான கடமையை எஸ்தா விடமிருந்தும் ராஹேலிடமிருந்தும் பிடுங்கி அவளிடம் கொடுத்தபோது தீர்மானமாக மறுத்துவிட்டாள்.

(இ) (மிக முக்கியமானது) நடைமுறையில் இருந்த சூழ்நிலையை மிகத் திறமையாகக் கணித்து, பேபி கொச்சம்மா அவளிடம் எடுத்துக் கொண்ட சலுகைகளையும் சிறிய லஞ்சங்களையும் ஒரேயடியாக மட்டுமல்ல, மிகவும் முரட்டுத்தனமாக நிராகரித்துவிட்டாள்.

இவை மட்டும் போதாதென்று தானும் ஒரு மனுஷிதான் என்றும் புலப்படுத்திக்கொண்டாள். (ஸோஃபீ மோளை ஒதுக்கிவிட்டு) அவர்கள் இருவர் மட்டும் திருட்டுத்தனமாக ஆற்றுக்குப் போய்விட்டுத் திரும்பிய போது, தோட்டத்தில் பேபி கொச்சம்மா அமைத்திருந்த பூமேடை உச்சியில் உட்கார்ந்துகொண்டு அழுதுகொண்டிருந்தாள். 'தனியாக இருந்ததாக'ப் பின்பு கூறினாள். அடுத்த நாள் வெளுத்தாவின் வீட்டிற்குச் செல்லும்போது எஸ்தாவும் ராஹேலும் அவளை அழைத்துச் சென்றனர்.

செம்மண் சேற்றையும் நீண்ட புற்களையும் மிதித்துக்கொண்டு அவர்கள் புடவையில், நேர்த்தியில்லாமல் தூக்கிப் பிடித்துக் கொண்டு அவன் இருப்பிடத்திற்கு வந்து *(Nictitating ictitating tating ating ting ing)* தம்மைத் திருமதி பிள்ளை, திருமதி ஈப்பென், திருமதி ராஜகோபாலன் என்று அறிமுகப்படுத்திக்கொண்டனர். வெளுத்தா தன்னை அறிமுகப் படுத்திக்கொண்டு, கைகால் விளங்காத தன்னுடைய சகோதரன் குட்டப்பனையும் (அவன் அப்போது நன்றாகத் தூங்கிக்கொண்டிருந் தாலும்) அறிமுகப்படுத்தினான். அவர்களை மிகுந்த மரியாதையுடன் வரவேற்றான். அவர்கள் மூவரையுமே அவன் கொச்சம்மா என்றழைத்து இளநீர் வெட்டிக் கொடுத்தான். அவர்களிடம் வானிலையைப் பற்றிப் பேசினான். ஆற்றைப் பற்றிப் பேசினான். தென்னை மரங்களின் உயரம் ஒவ்வொரு வருடமும் குறைந்துகொண்டே வருகிறதென்று அபிப்பிரா யம் தெரிவித்தான். *அய்மனம்* பெண்களின் பாணியிலேயே அவனுடைய முரட்டுக் கோழியை அறிமுகப்படுத்தினான். தனது தச்சுக் கருவிகளை அவர்களிடம் காட்டினான். ஒவ்வொருவருக்கும் சின்னதாக மர ஸ்பூன் கள் செதுக்கிக் கொடுத்தான்.

இவ்வளவு வருடங்கள் கழித்து இப்போதுதான் ராஹேலுக்கு வாய்த்திருந்த மீள் பார்வையில் அந்த நடவடிக்கையின் இனிமை புரிந்தது. ஒரு வளர்ந்த மனிதன், மூன்று குட்டி வால்களிடம், வளர்ந்த பெண்மணிகளிடம் நடந்துகொள்வதைப் போலவே நடந்து கவனித்துக் கொண்டது. அவர்களுடைய கற்பனையின் சதியில் தானும் பங்கு கொண்டு, வளர்ந்தவர்களின் அஜாக்கிரதை அதைச் சேதப்படுத்தி விடாமல் பாதுகாத்துக்கொண்டது. அப்புறம் அந்தப் பிரியம்.

ஒரு கதையைச் சிதறடிப்பது ரொம்பச் சுலபமான காரியம். ஒரு சிந்தனைத் தொடரை அறுப்பது. பீங்கான் பொருளை ஜாக்கிரதையாக எடுத்துக்கொண்டு செல்லும்போது தடுக்கி விடுவதைப் போல ஒரு கனவை உடைத்தழிப்பது.

வெளுத்தா நடந்துகொண்டதைப் போல அதை அதன் போக்கிலேயே அனுமதித்து, அதன் கூடவே பயணம் செய்வதுதான் ரொம்பக் கஷ்டமான காரியம்.

அந்தப் பயங்கர நிகழ்வுக்கு மூன்று நாட்கள் முந்தி, அம்மு உபயோகப் படுத்திப் போட்டிருந்த சிவப்பு கியூடெக்ஸை எடுத்து அவர்கள் அவனுடைய நகங்களுக்குப் பெயிண்ட் அடித்துக் காட்டினர். சரித்திரம் பின் கட்டு வழியாக அவர்களைச் சந்திக்க வந்தபோது அவன் அப்படித் தான் காணப்பட்டான். பகட்டாக நகப் பாலீஷ் அடித்துக்கொண்டிருந்த ஒரு மரத்தச்சன். தீண்டத் தகுந்த போலீஸ்காரர்கள் அவனைப் பார்த்து விட்டு சிரித்தனர்.

"என்ன இது?" என்றார் ஒருவர், "AC – DC?"

மற்றொருவர், அவருடைய ஷூ விளிம்பில் சுருண்டுகொண்டிருந்த பூரானோடு தன்னுடைய ஷூவை உயர்த்தினார். ஆழமான துருப் பழுப்பு கலர். பத்து லட்சம் கால்கள்.

தோட்டத்துத் தேவதூதனின் தோள்களிலிருந்து கடைசி வெளிச்சப்படலமும் விலகிச் சென்றது. தோட்டத்தை இருள் விழுங்கியது. முழுசாக. ஒரு மலைப் பாம்பைப் போல. வீட்டுக்குள் விளக்குகள் வந்தன.

எஸ்தா தனது அறையில், தனது மிகச் சுத்தமான படுக்கையில் அமர்ந்திருப்பது ராஹேலுக்குத் தெரிந்தது. அவன் கம்பி ஜன்னல் வழியாக இருட்டுக்குள் பார்த்துக்கொண்டிருந்தான். அவள் வெளியே இருட்டில் உட்கார்ந்துகொண்டு வெளிச்சத்தைப் பார்த்துக்கொண்டிருப்பதை அவனால் பார்த்திருக்க முடியாது.

கதையோ வசனமோ இல்லாத மிகச் சிக்கலான நாடகம் ஒன்றுக்குள் சிக்கிக்கொண்டிருக்கும் இரு நடிகர்கள். தம்முடைய பாத்திரங்களில் தட்டுத் தடுமாறிக்கொண்டு, வேறு எவரோ ஒருவரின் சோகத்தை வளர்த்துக்கொண்டு. வேறு எவரோ ஒருவரின் துக்கத்தைச் சுமந்துகொண்டு.

எப்படியாவது நாடகங்களை மாற்றிக்கொள்ளலாமென்றால் அதுவும் முடியாது. அல்லது கவர்ச்சியாக ஏதாவதொரு பட்டத்தைச் சூட்டிக்கொண்டிருக்கும் ஆலோசகர் ஒருவரிடம் கட்டணம் எதையாவது செலுத்தி, அல்லது ஒரு பேயோட்டியிடம் காணிக்கை செலுத்தி அவர்கள் முன் உட்கார்ந்து, அவர்கள் 'நீங்கள் பாவிகளல்லர்; பாவம் சுமத்தப்பட்டவர்கள்; நீங்கள் குழந்தைகளாகத்தானிருந்தீர்கள்; உங்களால் எதையும் கட்டுப்படுத்தியிருக்க முடியாது; நீங்கள் *பலியானவர்கள்;* பலி கொடுத்தவர்களல்லர்' என்று நிம்மதிக்கான மார்க்கத்தையும் வாங்க முடியாது.

அதைக் கடந்திருந்தால் அவர்களுக்கு உதவியாக இருந்திருக்கும். பலியாக்கப்பட்ட சோகத்திரையை அவர்கள் தற்காலிகமாவது அணிந்திருக்கலாம். பின்பு அதன்மேல் ஒரு முகத்தைப் பதித்து நடந்தவற்றின் மீது கோபத்தைச் சேகரித்து வைத்திருக்கலாம். அல்லது விமோசனத்தைத் தேடியிருக்கலாம். இறுதியாக அவர்களைப் பீடித்திருக்கும் ஞாபகப் பேய்களையாவது விரட்டியிருக்கலாம்.

ஆனால் கற்பனை ஆரஞ்சு ஒன்றைப் பிடித்துக்கொண்டிருந்த அவர்களுடைய பிசுபிசுப்பான 'மற்றொரு கை'யைப்போல 'மற்றொரு விஷயத்தை' நோக்கித் திருப்பிக்கொள்ள அவர்களுக்குத் தனியாக முகம் ஒன்று இல்லாததால் அவர்களுக்குக் கோபம் என்பதே கிடைக்காமல் போய்விட்டது. அதை எங்கேயும் கீழே வைக்க முடியவில்லை. எடுத்துக் கொடுத்துவிடுவதற்கு அது அவர்களுடையதாகவுமில்லை. பிடித்துக் கொண்டேதான் இருக்க வேண்டும். ஜாக்கிரதையாக, எப்போதும்.

அன்றைய தினத்தில் (அவர்களைத் தவிர) குற்றவாளிகள் சிலரும் இருந்திருக்கின்றனர் என்பது எஸ்தப்பான், ராஹேல் இருவருக்குமே தெரியும். ஆனால் ஒரேயொரு பலியாள்தான். அவன், நகங்களில் ரத்தச் சிகப்புப் பூச்சும் முதுகில் பருவமழையைச் சரியான நேரத்தில் கொண்டுவரச் செய்யும் பழுப்பு இலையும் கொண்டிருந்தவன்.

பிரபஞ்சத்தில் அவன் விட்டுச்சென்ற ஓட்டையிலிருந்து இருள், உருகிய தார்போலக் கொட்டியது. அதன் வழியாக அவர்களுடைய அம்மாவும் திரும்பிக் கையசைத்து குட்பைகூடச் சொல்லாமல் பின் தொடர்ந்து சென்றுவிட்டாள். அஸ்திவாரம் இல்லாத ஓரிடத்தில், நங்கூரமில்லாத ஓர் இருட்டில் அவர்களைச் சுழலவைத்துவிட்டுச் சென்றுவிட்டாள்.

சில மணிநேரம் கழித்து, சந்திரன் உயர்ந்ததும், அந்த மலைப் பாம்பு சரணடைந்து, அது விழுங்கியதைத் துப்பியது. தோட்டம் மீண்டும் உருவெடுத்தது. மொத்தத்தையும் வாந்தியெடுத்துவிட்டது. அதற்குள் ராஹேல் உட்கார்ந்திருக்க.

காற்றின் திசை மாறி, மேளச் சத்தங்களை அவளிடம் கொண்டு வந்தது. ஒரு பரிசு. கதை ஒன்றுக்கான சத்தியம். *முன்னொரு காலத்தில்,* என்றனர் அவர்கள், *அங்கே வாழ்ந்து வந்த ஒரு*

ராஹேல் தலையை உயர்த்திக் கவனித்தாள்.

தெளிவான ராத்திரிகளில் அய்மனம் கோவிலிலிருந்து செண்டையின் ஒலி ஒரு கிலோ மீட்டர் வரைக் கடந்து கதகளி நிகழ்ச்சி ஒன்று நடைபெறுவதை அறிவிக்கும்.

ராஹேல் சென்றாள். செங்குத்தான கூரைகளும் வெள்ளைச் சுவர்களும் சூழ்ந்த ஞாபகத்தில் இழுக்கப்பட்டு. ஏற்றி வைக்கப்பட்ட பித்தளை விளக்குகளும் எண்ணெய் இடப்பட்ட விறகுகளும். கோட்டயம் – கொச்சி நெடுஞ்சாலையில் மின்சாரம் தாக்கி இறந்துபோன ஒரு கிழட்டு யானையைச் சந்திக்கும் நம்பிக்கையில் சென்றாள். சமையலறைக் கருகில் ஒரு தேங்காய்க்காக நின்றாள்.

வெளியே வந்ததும் தொழிற்சாலையின் கம்பிக் கதவுகளில் ஒன்று அதன் கீழ் இணைப்பிலிருந்து பிய்த்துக்கொண்டு நடை வழியில் முட்டிக்

கொண்டிருந்ததைக் கவனித்தாள். அதை அகற்றி வைத்துவிட்டு இறங்கி நடந்தாள். காற்று ஈரப்பதத்தில் கனத்திருந்தது. மீன்கள் நீச்சலிடும் அளவிற்கு ஈரம்.

அவள் செருப்புகளுக்கடியிலிருந்த தரை மழைக்கசட்டில் மழமழ வென்றிருந்தது. கூரைக் கம்பங்களுக்கிடையே ஒரு சிறிய வௌவால் கவலையோடு படபடத்துப் பறந்தது.

அந்த இருட்டில் தொழிற்சாலையின் தரையில் வரிசையாக சிமெண்டில் செய்யப்பட்டிருந்த கொப்பரைகள், உருளையானவர் களுக்காகக் கட்டப்பட்டிருக்கும் உள்ளரங்கக் கல்லறையைப் போல நிழலுருவாய்த் தெரிந்தன.

பாரடைஸ் ஊறுகாய்கள் & பதனங்களின் மிச்சமிருக்கும் எச்சங்கள்.

ரொம்ப காலத்திற்கு முன்பு, ஸோஃபீ மோள் வந்த நாளன்று தூதர் எ.பெல்விஸ் ஒரு ஸ்கார்லட் ஜாம் பானையைக் கிளறிக்கொண்டே இரண்டு சிந்தனைகளைச் சிந்தித்தான். ஒரு சிவந்த, மாங்காய்ப் பிஞ்சு வடிவிலான ரகசியம் ஊறுகாயிடப்பட்டு, சீல் வைக்கப்பட்டு அடுக்கப் பட்டது.

உண்மைதான். விஷயங்கள் ஒரே நாளில் மாறிவிடக்கூடும்.

10

படகில் ஆறு

‘எங்கள் ஸோஃபீ மோளே வருக’ நாடகம் முன் தாழ்வாரத்தில் நடைபெற்றுக்கொண்டிருக்கும்போது, பசும் வெயிலில் நீல அணியினருக்குக் கொச்சு மரியா கேக் விநியோகித்துக்கொண்டிருக்கும்போது, தூதர் ஈ. பெல்விஸ் /எஸ். பிம்பெர்னல் (ஒரு பஃபுடன்) பீஜ்ஜுாம் கூர் ஷூக்களும் அணிந்து, கம்பிக் கதவைத் தள்ளித் திறந்துகொண்டு, பாரடைஸ் ஊறுகாய்களின் ஈரச் சொதசொதப்பான, ஊறுகாய் நெடியடிக்கும் களத்துக்குள் நுழைந்தான். பெரிசு பெரிசான ஊறுகாய்க் கொப்பரைகளுக்கு மத்தியில் ஓரிடத்தைத் தேர்ந்தெடுத்து உட்கார்ந்து யோசிப்பதற்காகச் சென்றான். கூரையின் சாளரம் அருகில் அமைந்திருக்கும் புகைக்கருப்பு உத்தரத்திற்குப் பக்கத்தில் வசிக்கும் யூசா என்ற பார் நாந்தை* (சமயத்தில் சில பாரடைஸ் தயாரிப்புகளுக்கு அது விசேஷமான சுவையைத் தன்னிடமிருந்து வழங்கும்) அவன் செல்வதைக் கவனித்தது.

உப்புத் தண்ணீரில் மிதந்துகொண்டிருந்த எலுமிச்சம் பழங்களைத் தாண்டி (அவ்வப்போது அதைத் துழாவி விட்டுக்கொண்டேயிருக்க வேண்டும், இல்லாவிட்டால் மடிப்பு மடிப்பான கறுப்புத் தீவுகளாகப் பூஞ்சைக் காளான்கள் தெளிவான சூப்பின் மேல் உண்டாகிவிடும் . . .)

பச்சை மாங்காய்களை வெட்டி உள்ளே மஞ்சளும் மிளகாய்த் தூளும் நிரப்பிக் கயிற்றில் ஒன்றாகச் சேர்த்து கட்டியிருப்பதைத் தாண்டி (கொஞ்ச நேரத்திற்கு அதைக் கவனிக்க வேண்டாம்)

வினிகர் இருக்கும் கார்க் மூடிய கண்ணாடி ஜாடிகளைக் கடந்து

பழப்பிசின்களும் பதனங்களும் அடுக்கப்பட்ட அலமாரிகளைக் கடந்து

பாகற்காய்களும் கத்திகளும், கலர்கலரான விரல் உறைகளும் இருக்கும் ட்ரேக்களைத் தாண்டி

---

* பார் நாந்தை – பார்ன் ஆந்தை

பூண்டு, சின்ன வெங்காய மூட்டைகளைத் தாண்டி

புதிய பச்சைமிளகுக் குவியல்களைத் தாண்டி

தரையில் உலர்த்தப்பட்டுள்ள வாழைப்பழத் தோல் குவியல்களைத் (பன்றித் தீவனத்திற்கு) தாண்டி

லேபிள்கள் நிறைந்திருக்கும் லேபிள் அலமாரியைத் தாண்டி

கோந்தைத் தாண்டி

கோந்து பிரஷ்ஷைத் தாண்டி

காலி பாட்டில்கள் மிதக்கும் சோப்புத் தண்ணீர் தொட்டியைத் தாண்டி

லெமன் ஸ்குவாஷைத் தாண்டி

திராட்சை கிரஷ்

திரும்பினான்.

உள்ளே இருட்டாக இருந்தது. கம்பிக் கதவுகளினூடாகக் கசிந்து வரும் (யூசா பயன்படுத்தாத) வெளிச்சத்தையும் கூரைச்சாளரத்தின் வழியாக இறங்கும் தூசு பறக்கும் வெயில் கம்பத்தையும் தவிர வேறு வெளிச்சமில்லை. வினிகர், பெருங்காய வாசனை அவன் மூக்கைத் துளைத்தது. எஸ்தாவுக்குப் பழக்கம்தான், அதை அவன் விரும்பினான். யோசிப்பதற்கு அவன் கண்டுபிடித்த இடம் சுவருக்கும் வேகவைத்த வாழைப்பழ ஜாம் (சட்டத்திற்கு மாறாகத் தயாரிக்கப்பட்டது) குளிர வைக்கப்பட்டிருந்த கருப்பு இரும்புக் கொப்பரைக்குமிடையே இருந்தது.

ஜாம் இன்னமும் சூடாக இருந்தது. அதன் பிசுபிசுத்த ஒண்சிவப்பு மேற்பரப்பில் கெட்டியான இளஞ்சிவப்பு நுரைகள் மெதுவாக மடிந்து கொண்டிருந்தன. சின்னச் சின்ன வாழைப்பழக் குமிழிகள் காப்பாற்று வார் யாருமின்றி ஜாமில் மூழ்கிக்கொண்டிருக்கின்றன.

அந்த ஆரஞ்சுடிரிங்க் லெமன்டிரிங்க் ஆள் எந்த நிமிடமும் வந்து விடலாம். கொச்சி – கோட்டயம் பஸ்ஸைப் பிடித்து இங்கே வந்து விடுவான். அம்மு அவனுக்கு ஒரு கோப்பையில் தேநீர் கொடுப்பாள் அல்லது அன்னாசி ஸ்குவாஷ் தரலாம். ஐஸ் போட்டு. கண்ணாடி டம்ளரில் மஞ்சளாக.

நீளமான இரும்புக் கரண்டி இருந்தது. எஸ்தா அந்தக் கெட்டியான, புதிய ஜாமைக் கிளறினான்.

இறந்துகொண்டிருந்த நுரைகள், புதுப்புது வடிவங்கள் பெற்று மடிந்தன.

ஒரு இறக்கை நசுங்கிய காகம் ஒன்று.

இறுக்கிய முஷ்டியோடு ஒரு கோழியின் கால்.

ஜாமுக்குள் மூழ்கிக்கொண்டிருக்கும் ஓர் ஆந்தை (யூசா அல்ல.)

ஒரு சோகமான சூழல்.

யாரும் உதவ இல்லாமல்.

எஸ்தா அந்தக் கெட்டியான ஜாமைக் கிளறிவிட்டுக் கொண்டிருக்கும் போது இரண்டு சிந்தனைகளைச் சிந்தித்தான். அவன் சிந்தித்த இரண்டு சிந்தனைகள் இவை :

(அ) எது வேண்டுமானாலும் எவருக்கும் நிகழலாம்.

(ஆ) எதற்கும் தயாராக இருப்பதே நல்லது.

இந்தச் சிந்தனைகளைச் சிந்தித்து முடிந்ததும் தனியாக இருந்த எஸ்தா தன்னுடைய ஞானத்தை எண்ணி மகிழ்வுற்றான்.

அந்தச் சூடான மஜெந்தா ஜாம் சுழலச் சுழல, எஸ்தா உருக்குலைந்த பஃப்போடும் ஒழுங்கற்ற பற்களோடும் ஒரு கிளறும் மந்திரவாதியானான். பிறகு மேக்பத்தின் சூனியக்காரர்களானான்.

தீக்காயம். வாழைப்பழக் கொப்புளம்.

அம்மு தனது கருப்பும், வெள்ளை முதுகும் கொண்ட புதிய சமையல் குறிப்புப் புத்தகத்தில் வாழைப்பழ ஜாம் செய்வதற்கான மம்மாச்சியின் செய்முறையைப் படியெடுப்பதற்கு எஸ்தாவை அனுமதித்திருந்தாள்.

தன் மேல் சூட்டப்பட்ட இம்மாபெரும் கௌரவத்தை அறிந்திருந்த தால் எஸ்தா தன்னுடைய மிகச் சிறந்த கையெழுத்துகள் இரண்டையுமே பயன்படுத்தி எழுதியிருந்தான்.

வாழைப்பழ ஜாம் *(அவனது பழைய சிறந்த கையெழுத்தில்)*

பழுத்த வாழைப்பழத்தை மசிய அரைக்கவும். மூழ்குமளவிற்குத் தண்ணீர் ஊற்றிப் பழம் மெத்தென்று ஆகும்வரை <u>தடுஞ்</u> சூட்டில் கொதிக்க வைக்கவும்.

கெட்டிய மஸ்லின் துணியால் பழச்சாற்றைப் பிழிந்து வடிகட்டவும்.

சம எடையில் சர்க்கரையை எடுத்து <u>தனியே</u> வைத்துக் கொள்ளவும்.

பழச்சாற்றைப் பொன்நிறமாக ஆகும் வரையிலும் பாதியளவு சுண்டும் வரையிலும் கொதிக்கவைக்கவும்.

ஜெலாடின் (பெக்டின்) தயாரிப்பது:

அளவு 1:5

அதாவது 4 தேக்கரண்டி பெக்டின்: 20 தேக்கரண்டி சர்க்கரை.

பெக்டின் என்பது கையில் சுத்தி வைத்துக்கொண்டிருக்கும் பெக்டின், ஹெக்டின் மற்றும் அபெட்நிகோ சகோதரர்களில் இளையவன் என்றே எஸ்தா எப்போதும் நினைத்து வந்திருக்கிறான். இருள் கவியும் நேரத்தில், மழைத்தூறலில் அவர்கள் ஒரு மரக் கப்பலைக் கட்டுகிறாற்போல அவன் கற்பனை செய்வான். அவர்கள் அவன் மனத்தில் மிகத் தெளிவாக

வருவர். காலத்தை வென்றுகொண்டு. அவர்களின் சம்மட்டி ஓசைகள், மேகம் கவிந்த, புயல் வரும் வானத்தின் கீழே அடங்கிய ஒலியாக அவனுக்குக் கேட்கும். பக்கத்திலிருக்கும் வனத்தில், அந்த அமானுஷ்ய மான, புயல் வரும் இரவில், விலங்குகள் ஜோடிகளாக வரிசையில் நிற்கும்.

பெண்பையன்.

பெண்பையன்.

பெண்பையன்.

பெண்பையன்.

இரட்டையர்களுக்கு அனுமதியில்லை.

அந்த ரெஸிப்பியின் மிச்சப் பகுதி எஸ்தாவின் புதிய மிகச் சிறந்த கையெழுத்தில் இருந்தது. சாய்வாக, கூர்கூராக. எழுத்துக்கள் வார்த்தை களாக மறுப்பதைப் போல, வார்த்தைகள் வாக்கியங்களாக மறுப்பதைப் போலப் பின்னோக்கிச் சாய்ந்தன.

சுண்டக் காய்ச்சிய பழச்சாற்றில் பெக்டின்னைச் சேர்க்கவும். சில (5) நிமிடங்களுக்குக் கொதிக்கவைக்கவும்.

அதிகப்படியான தீயில், எல்லாப் புறங்களிலும் நன்கு சூடாகுமாறு கொதிக்கவைக்கவும்.

சர்க்கரை சேர்க்கவும். சீரான கெட்டித் தன்மை வரும்வரை கொதிக்கவைக்கவும்.

மெதுவாகக் குளிரவைக்கவும்.

இந்த ரெஸிப்பியை ரசிப்பீர்கள் என்று நம்புகிறேன்.

எழுத்துப் பிழைகளைத் தவிர, அந்தக் கடைசி வரி – *இந்த ரெஸிப்பியை ரசிப்பீர்கள் என்று நம்புகிறேன்* – மட்டுமே மூலப் படிவத்தில் சேர்க்கப் பட்ட எஸ்தாவின் இடைச்செருகல்.

எஸ்தா கிளறக் கிளற, வாழைப்பழ ஜாம் கெட்டியாகிக் குளிர்ந்த தும், சிந்தனை எண் மூன்று, அவனுடைய கம்பளிச் சட்டையிலிருந்தும், கூர் ஷூக்களிலிருந்தும் தானாகவே எழுந்து வந்தது.

சிந்தனை எண் மூன்று:

(இ) ஒரு படகு.

ஆற்றைக் கடந்துசெல்ல ஒரு படகு. அக்கரா. அக்கரை. மளிகை சாமான் களைக் கொண்டுசெல்ல ஒரு படகு. தீப்பெட்டிகள். துணிகள். பானைகள் பாத்திரங்கள். அவர்களுக்குத் தேவைப்படும், எடுத்துக்கொண்டு நீந்த முடியாத பொருட்கள்.

எஸ்தாவின் கையிலிருந்த ரோமங்கள் சிலிர்த்து எழுந்து நின்றன. ஜாம் கிளறுவது படகு வலிப்பதாக மாறியது. சுற்றிச்சுற்றிக் கிளறியது முன்னும் பின்னுமாகியது. பிசுபிசுப்பான பொன்னிற ஆற்றின் குறுக்கே. ஓணப் படகுப் போட்டியிலிருந்து ஒரு பாட்டு அந்தத் தொழிற்சாலையை நிரப்பியது. "*தை தை தக்க தை தை தோம்!*"

எந்தாடா கொரங்கச்சா, சந்தி இத்ர தேஞ்ஞுது?

(என்னாச்சுடா குரங்கே, குண்டி இவ்வளவு தேஞ்சுது?)

பாண்டியில் தூரான் போயப்போள் நெரெக்கமுத்திரி நெரங்ஙி ஞான்.

(பாண்டி நாட்டில் வெளிக்கிருக்கப் போனபோது தேஞ்சு தேஞ்சு போனேன் நான்.)

அந்த நாசூக்கற்ற படகுப் பாடலின் கேள்வி பதில்களுக்கு மேலாக ராஹேலின் குரல் தொழிற்சாலைக்குள் மிதந்து வந்தது.

"எஸ்தா! எஸ்தா! எஸ்தா!"

எஸ்தா பதிலளிக்கவில்லை. அந்தப் படகுப் பாடலின் கோரஸ், கெட்டியான ஜாமுக்குள் முணுமுணுக்கப்பட்டது.

தீயோம்
தித்தோம்
தரக்க
தித்தோம்
தீம்.

கம்பிக் கதவு கிறீச்சிட்டது. நெற்றியில் கொம்பு வீக்கங்களோடும், மஞ்சள் பிரேமிட்ட சிவப்புப் பிளாஸ்டிக் கண்ணாடிகளோடும் பின்னாலிருந்து சூரியன் பார்க்க ஒரு விமான நிலைய தேவதை உள்ளே பார்த்தபடி வந்தாள். தொழிற்சாலை கோப வண்ணத்தில் இருந்தது. உப்பிட்ட எலுமிச்சைகள் சிவந்திருந்தன. மாம்பிஞ்சுகள் சிவந்திருந்தன. லேபிள் அலமாரி சிவந்திருந்தது. (யூசா எப்போதும் பயன்படுத்தியிருக்காத) தூசு பறக்கும் வெயில் கம்பம் சிவந்திருந்தது.

கம்பிக் கதவு மூடப்பட்டது.

அந்தக் காலியான தொழிற்சாலையில் லவ் – இன் – டோக்கியோவில் அவளுடைய நீரூற்றுடன் ராஹேல் நின்றிருந்தாள். படகுப் பாடலை ஒரு கன்னிகாஸ்திரீயின் குரல் பாடுவதை அவள் கேட்டாள். வினிகர் புகைக்கும் ஊறுகாய் கொப்பரைகளுக்கும் மேலாக அலையும் ஒரு தெளிவான இன்குரல்.

கருப்புக் கொப்பரையின் ஒண்சிவப்பு நுரைக்கு மேலே குனிந்து எஸ்தாவைப் பார்த்தாள்.

"என்ன வேண்டும்?" என்றான் எஸ்தா தலையை உயர்த்தாமலேயே.

ராஹேல், "ஒன்றுமில்லை" என்றாள்.

“அப்புறம் எதற்காக இங்கு வந்தாய்?”

ராஹேல் பதிலளிக்கவில்லை. ஒரு சிறு, கோபமான நிசப்தம்.

“எதற்கு ஜாமைக் கிளறிக்கொண்டிருக்கிறாய்?” ராஹேல் கேட்டாள்.

“இந்தியா ஒரு சுதந்திர நாடு” என்றான் எஸ்தா.

அதற்குமேல் யாராலும் அதனுடன் விவாதிக்க முடியாது.

இந்தியா ஒரு சுதந்திர நாடு.

நீங்கள் உப்பு எடுக்கலாம். விரும்பினால் ஜாமைக் கிண்டலாம்.

ஆரஞ்சுடிரிங்க் லெமன்டிரிங்க் ஆள் கம்பிக் கதவு வழியாக உள்ளே வரலாம்.

அவன் விரும்பினால்.

அம்மு அவனுக்குப் பைனாப்பிள் ஜூஸ் தரலாம். ஐஸ் போட்டு.

ராஹேல் சிமெண்ட் கொப்பரையின் விளிம்பில் உட்கார்ந்து (கஞ்சியிட்ட நுரையோரங்களும் ஜரிகையும் வடுமாங்காய் ஊறுகாயில் மெலிதாக அமிழ்ந்தன) ரப்பர் விரல் காப்புகளைப் போட்டுக்கொண்டாள். உள்ளே நுழைவதற்கு மூன்று நீலப்பெருவண்டுகள் கம்பிக் கதவிற்கு வெளியே உக்கிரமாகப் போராடிக்கொண்டிருந்தன. அந்த பார் நாந்தை, யூஸா, மேலேயிருந்து அந்த இரட்டையர்களின் நடுவே ஒரு சிராய்ப்பைப் போல ஒரு நிசப்தம் ஊறுகாய் நெடியுடன் இருப்பதைக் கவனித்தது.

ராஹேலின் விரல்கள் மஞ்சள், பச்சை, நீலம், சிவப்பு, மஞ்சள் வண்ணங்களில் இருந்தன.

எஸ்தாவின் ஜாம் கிண்டப்பட்டது.

ராஹேல் கிளம்புவதற்கு எழுந்தாள். அவளுடைய பகல் தூக்கத்திற்கு.

“எங்கே போகிறாய்?”

“எங்கேயோ.”

ராஹேல் அவளுடைய புதிய விரல்களைக் கழற்றினாள். பழைய வண்ணத்திற்கு விரல்கள் திரும்பின. மஞ்சள் இல்லை, பச்சை இல்லை, நீலம் இல்லை, சிவப்பு இல்லை, மஞ்சள் இல்லை.

“நான் அக்கரைக்குச் செல்கிறேன்” என்றான் எஸ்தா. நிமிராமல். “ஹிஸ்டரி ஹவுஸிற்கு.”

ராஹேல் நின்று திரும்பினாள். அவள் இதயத்தின் மீது அசாதாரண மாக அடர்ந்த ரோமக் கற்றைகளுடனிருந்த ஒரு மங்கலான பழுப்புநிற விட்டில், தனது இரைக்கொல்லி இறகுகளை விரித்தது.

மெதுவாக விரித்தது.

மெதுவாக மூடியது.

ராஹேல், “ஏன்?” என்றாள்.

“ஏனென்றால் எது வேண்டுமானாலும் எவருக்கும் நிகழலாம்” என்றான். “எதற்கும் தயாராக இருப்பதே நல்லது.”

உங்களால் அதற்கு மேல் அதனுடன் விவாதிக்க முடியாது.

கரி சாயபுவின் வீட்டிற்கு யாரும் இப்போது செல்வதில்லை. வலிய பாப்பன்தான் அங்குச் சென்ற கடைசி மனிதன் என்று நம்பப்படுகிறது. அங்கே பேய் உலாவுவதாக அவன் சொன்னான். அந்த இரட்டையர் களிடம் கரி சாயபுவின் ஆவியைச் சந்தித்த கதையைச் சொல்லியிருக் கிறான். அது இரண்டு வருடங்களுக்கு முந்தி நடந்ததென்றான். அவன் ஆற்றைக் கடந்து, அங்கே ஜாதிக்காய் மரம் இருக்கிறதாவென்று தேடிக் கொண்டு வந்தான். காச நோயால் இறந்துகொண்டிருந்த அவன் மனைவி செல்லாவுக்கு ஜாதிக்காய் பிசினும் புதுப் பூண்டும் கலந்து கொடுக்க வேண்டும். திடீரென்று அவனுக்குச் சுருட்டுப் புகை நெடி வந்தது (பப்பாச்சி அதே பிராண்டு சுருட்டைப் பிடிப்பார் என்பதால் அந்த நெடியை அவனால் உடனே அடையாளம் கண்டுகொள்ள முடிந்தது.) வலிய பாப்பன் சடாரென்று திரும்பி அந்த நாற்றத்தை நோக்கித் தன் அரிவாளை வீசினான். அந்த ஆவியை ஒரு ரப்பர் மரத்தோடு சேர்த்து அரிவாளால் அடித்துவிட்டான். அந்த ஆவி அங்கேயேதான் இருக்கிறது என்றான் வலிய பாப்பன். வெட்டப்பட்ட நாற்றமும் தெளிவான செந்நிறத்தில் வழியும் ரத்தமும் இன்னமும் சுருட்டுக்காகக் கெஞ்சிக் கொண்டிருக்கிறது.

வலிய பாப்பன் ஜாதிக்காய் மரத்தைக் கண்டுபிடிக்கவேயில்லை. அவன் ஒரு புதிய அரிவாளை வாங்க வேண்டியிருந்தது. ஆனால் ரத்த தாகம் பிடித்த, குழந்தைகளைப் பலி கேட்கும் ஒரு ஆவியை (அடமானம் வைக்கப்பட்ட ஒரு கண்ணை வைத்துக்கொண்டு) துள்ளித் திரும்பி வெட்டிய தனது சமயோசிதத்திற்காகத் திருப்தியுற்றுக்கொண்டான்.

அதன் சூழ்ச்சிக்கு யாரும் பலியாகி, அரிவாளைப் பிடுங்கிவிட்டு அதற்குச் சுருட்டுகளைத் தராத வரைக்கும் நிம்மதி.

(பெரும்பாலான விஷயங்களை அறிந்திருந்த) வலிய பாப்பனுக்குத் தெரியாதது என்னவென்றால் கரி சாயபுவின் வீடு சரித்திர வீடாக (அவற்றின் கதவுகள் மூடப்பட்டும் ஜன்னல்கள் திறந்தும்) இருந்தது என்பது. உள்ளே வரைபடங்களிலிருந்த தடித்த கால் விரல்நகங்களோ டிருந்த மூதாதையர் சுவரிலிருந்த பல்லிகளோடு கிசுகிசுத்துக்கொண் டிருந்தனர் என்பதை. சரித்திரம் பின் தாழ்வாரத்தில் பேச்சுவார்த்தை நடத்தி நிலுவைகளை வசூலித்துக்கொண்டிருப்பதை. தவறுபவர்கள் கடும் விளைவுகளை எதிர்கொண்டனர் என்பதை. சரித்திரம் தனது பதிவேடு களை நேர் செய்ய முனைந்தபோது வெளுத்தா செலுத்திய நிலுவைத் தொகைகளுக்கான ரசீதை எஸ்தாதான் பெற்றுக்கொண்டான் என்பதை யெல்லாம் அவன் அறிந்திருக்கவில்லை.

கனவுகளைக் கைப்பற்றி அவற்றை மீண்டும் கனவு கண்டு வந்தவர் கரி சாயபுதான் என்பதை வலிய பாப்பன் அறியவேயில்லை. கேக் ஒன்றிலிருந்து கரு முந்திரியைப் பிடுங்கிக் கொண்டு சிறுவர்கள் செல் வதைப் போலக் கடந்து செல்பவர்களின் மனங்களிலிருந்து அவற்றைப்

பிடுங்கிக்கொள்கிறார் என்பதையும், அவர் எல்லாவற்றையும்விட அதிகமாக இச்சையுற்றிருந்தது, மீண்டும் கனவு காண விரும்பிய கனவு களையும் இரு கரு இரட்டையர்களின் பிஞ்சுக் கனவுகளையும்தாம் என்பதையும்.

அந்தப் பரிதாபமான வலிய பாப்பன், சரித்திரம் அதனுடைய உதவியாளனாகத் தன்னைத்தான் தேர்ந்தெடுக்கப் போகிறதென்பதை அப்போது அறிந்திருந்தானென்றால், அவனுடைய கண்ணீர்தான் அந்தப் பயங்கரத்தையே தொடங்கிவைக்கப் போகிறதென்பதை அறிந்திருந்தா னென்றால், அய்மனம் கடைத்தெருவில் ஓர் இளங்காளையைப் போல் வீறுநடை போட்டுக்கொண்டு, எவ்வாறு தனது அரிவாளை வாயில் கவ்விக்கொண்டு (நாக்கில் இரும்பின் உவர்ப்பு படிய) அவன் ஆற்றைக் கடந்தான் என்று பீற்றிக்கொண்டிருந்திருக்க மாட்டான். ஆற்றிலிருந்த கற்துகள்கள் அவனுடைய அடமானம் வைக்கப்பட்ட கண்ணில் போய் விட்டதால் அதைக் கழுவுவதற்காக அவன் மண்டியிட்டு உட்கார்ந்த போதுதான் (ஆற்றில் கற்துகள்கள் சில வேளைகளில், குறிப்பாக மழை மாதங்களில் அதிகம் அடித்துவரும்) அந்தச் சுருட்டு வாசனை முதலில் எட்டியது. அரிவாளைக் கண்ணிமைக்கும் நேரத்தில் எடுத்து, திரும்பி, அந்த நாற்றத்தை ஒரே வெட்டாக வெட்டி ஒரேயடியாக அந்த ஆவியை அறைந்துவிட்டான். எல்லாமே ஒரே, இலகுவான, அத்லெட்டிக் சுழற்சியில்.

சரித்திரத்தின் திட்டங்களில் அவனுடைய பங்கை அவன் அறிய நேர்ந்தபொழுதில், அவனுடைய காலடிகளைப் பின்னுக்கிழுத்துக்கொள்ள முடியாதபடிக்குத் தாமதமாகிவிட்டிருந்தது. அவனுடைய காலடித் தடங் களை அவனே துடைத்துவிட்டிருந்தான். ஒரு துடைப்பத்தோடு பின் பக்கமாகவே ஊர்ந்துகொண்டு.

தொழிற்சாலையின் நிசப்தம் மீண்டும் ஒருமுறை கவிந்து இரட்டையர் களைச் சுற்றி நெருக்கியது. ஆனால் இம்முறை இது வேறு வகையான நிசப்தம். பழைய நதி ஒன்றின் நிசப்தம். மீனவ ஜனங்களின், மெழுகுக் கடற்கன்னிகளின் நிசப்தம்.

"ஆனால் கம்யூனிஸ்டுகள் ஆவிகளை நம்புவதில்லை," என்றான் எஸ்தா, ஏதோ ஆவிகள் பிரச்சினைக்கான தீர்வுகளை ஆய்வுசெய்யும் விவாதத்தைத் தொடர்வதைப் போல. அவர்களுடைய விவாதங்கள் மலை நீரோடைகளைப் போலத் தலைகாட்டியும், தலை மறைந்தும் வந்தன. சில வேளைகளில் மற்றவர்களுக்குக் கேட்கும்படியாக. சிலவேளை களில் கேட்காதபடியாக.

ராஹேல், "நாம் கம்யூனிஸ்டுகளாக ஆகப் போகிறோமா?" என்றாள்.

"ஆக வேண்டியிருக்கலாம்."

எஸ்தா ரொம்பவும் நடைமுறைவாதி.

தூரத்திலிருந்து கேக் மெல்லும் குரல்களும் நீல அணியினரின் காலடிச் சப்தங்களும் நெருங்க, காம்ரேட்டுகள் தம்முடைய ரகசியத்தை ஒளிக்க வேண்டியதாயிற்று.

அது ஊறுகாயிடப்பட்டு, சீல் வைக்கப்பட்டு, எடுத்து வைக்கப் பட்டது. கொப்பரையில் ஒரு சிவந்த, வடுமாங்காய் வடிவிலான ரகசியம். நாந்தை ஒன்று தலைமை தாங்க.

செந்நிகழ்ச்சிநிரல் வரையப்பட்டு ஒப்புக்கொள்ளப்பட்டது. காம்ரேட் ராஹேல் தன்னுடைய பகல் தூக்கத்திற்காகச் சென்று, அம்மு நன்றாகத் தூங்கும்வரை படுத்துக்கொண்டிருப்பாள்.

காம்ரேட் எஸ்தா (பேபி கொச்சம்மா கட்டாயப்படுத்தப்பட்டு ஆட்டிய) கொடியை எடுத்து வந்து, ராஹேலுக்காக ஆற்றினருகில் காத்திருப்பான். பின் அங்கே அவர்கள்:

(ஆ) எதற்கும் தயாராக இருப்பதற்காக, தயாராக இருப்பதற்கு, தயாராவார்கள்.

சிறுமி ஒருத்தி கழற்றிப் போட்ட தேவதை ஃபிராக் (ஊறுகாய் கறை யுடன்) அம்முவின் இருண்ட படுக்கையறையின் தரையில் தானாகவே விறைப்பாக நின்றுகொண்டிருந்தது.

வெளியே, காற்று விழிப்புடன், பளிச்சென்று, உஷ்ணமாக இருந்தது. அம்முவிற்குப் பக்கத்தில் படுத்திருந்த ராஹேல் அவளுடைய மேட்ச்சிங் ஏர்போர்ட் நிக்கர்களில் கொட்டக் கொட்ட விழித்திருந்தாள். படுக்கை விரிப்பில் குறுக்குத் தையல் போட்டிருந்த நீலநிறப் பூ வடிவங்கள் அம்முவின் கன்னத்தில் அதே வடிவப் பள்ளங்களாக அழுத்தியிருந் ததை அவள் பார்த்துக் கொண்டிருந்தாள். நீல குறுக்குத் தையலிட்ட பிற்பகலை அவளால் கேட்க முடிந்தது.

மெதுவான சீலிங் ஃபேன். சன்னல் மூலைக்குப் பின்னால் சூரியன்.

ஜன்னல் கண்ணாடிக்கு வெளிப்புறத்தில் முட்டியபடி கொட்டிக் கொண்டிருக்கும் மஞ்சள் குளவி ஒன்றின் அபாயகரமான ட்ஸ்ஸ்ஸ்.

நம்ப மறுக்கும் பல்லியின் கண்சிமிட்டல்.

பகட்டு நடைபோடும் வெளித்தாழ்வாரக் கோழிகள்.

துணி துவைக்குமிடத்திலிருந்து வரும் பிழியும் சத்தம். வெள்ளை படுக்கை விரிப்புகளின் கரகரப்பொலிகள். கஞ்சியிட்ட புடவைகளின் மொடமொடப்பு. ஆஃப் ஒயிட்டும் கோல்டும்.

மஞ்சள் பாறைகளில் சிவப்பு எறும்புகள்.

வெயிலில் நிற்கும் பசுவின் உஷ்ணக் கத்தல். *அம்ஊஊ*. தூரத் திலிருந்து.

ரப்பர் மரத்தோடு சேர்த்து அறையப்பட்டிருந்த சூழ்ச்சி மிக்க ஒரு வெள்ளைக்கார ஆவி, மரியாதையோடு சுருட்டு கேட்கும் வாசனை.

"ம்ம்ம் . . . எக்ஸ்க்யூஸ் மீ? உங்களிடம் ஒரேயொரு ம்ம்ம் . . . சுருட்டு இருக்குமா?"

கருணை மிகுந்த ஒரு ஸ்கூல் டீச்சரின் குரலில்.

ஓ *டியர்*.

எஸ்தா அவளுக்காகக் காத்துக்கொண்டிருக்கிறான். ஆற்றோரத்தில் ரெவரென்ட் ஈ.ஜான் ஐப், மண்டாலேவிலிருந்து கொண்டு வந்து நட்டிருந்த மங்குஸ்தான் மரத்திற்கடியில்.

எதன்மீது எஸ்தா உட்கார்ந்திருக்கிறான்?

அவர்கள் எப்போதுமே மங்குஸ்தான் மரத்துக்கடியில் உட்காருவார்களே, அதன்மீது. சாம்பல் நிறத்தில் திரிதிரியாக மூடியிருக்கும் ஏதோவோர் இனந்தெரியா சமாச்சாரம். பாசியும் பெரணியும் படர்ந்திருக்கும். பூமிக்குச் சொந்தம் கொள்ளப்பட்ட எதுவோ. மரக்கட்டையல்ல. பாறைகூட அல்ல . . .

அந்த நினைப்பை முடிப்பதற்குள் ராஹேல் துள்ளியெழுந்தாள். ஓடத் தொடங்கினாள்.

சமையலறையைத் தாண்டி, கெட்டியான தோல் மடிப்புகளுடைய காண்டாமிருகம் ஒன்று ஃப்ரில் வைத்த ஏப்ரன் அணிந்து படுத்திருப்பதைப் போல ஆழ்ந்த தூக்கத்திலிருந்த கொச்சு மரியாவைத் தாண்டி.

தொழிற்சாலையைத் தாண்டினாள்.

பசும் வெயிலில் வெறுங் காலோடு ஓடினாள். பின்னாலேயே ஒரு மஞ்சள் குளவி துரத்தி வந்தது.

காம்ரேட் எஸ்தா அங்கே இருந்தான். மங்குஸ்தான் மரத்தடியில். பக்கத்தில் செங்கொடியை மண்ணில் செருகி வைத்துக் கொண்டு. ஒரு நடமாடும் குடியரசு. பஃப் வைத்த சிகையலங்காரம் கொண்ட ஒரு புரட்சி இரட்டையன்.

எதன்மீது அமர்ந்திருக்கிறான்?

பாசி மூடிய, பெரணிச் செடிகளால் மறைக்கப்பட்டிருக்கும் எதன் மீதோ.

அதன்மீது தட்டினால் பொள்ளலான சத்தம் வருகிறது.

நிசப்தம் மூழ்கி, எழுந்து, பாய்ந்து, சுருண்டு, எட்டு மடங்காகிக் கொண்டிருந்தது.

நகைகளணிந்த தும்பிகள் வெயிலில் ஆடும் சிறுவர்கள் போலக் கீச்சிட்டுக்கொண்டு காற்றில் வெட்டின.

விரல் நிறத்திலிருந்த விரல்கள் பெரணிச் செடிகளை நீக்கி, கற்களை நகர்த்தி, வழியைச் சுத்தமாக்கின. விளிம்பு எதையாவது பற்றிக்கொண்டு அதைப் புரட்டிப் போட வியர்வையோடு மூச்சிரைத்தது. ஒன் . . . டு . . .

விஷயங்கள் ஒரே நாளில் மாறிவிடலாம்.

அது ஒரு படகு. ஒரு சின்ன, மரத்தாலான வள்ளம்.

எஸ்தா இதுவரை உட்கார்ந்திருந்தது, ராஹேல் இப்போது கண்டுபிடித்தது.

அம்மு ஆற்றைக் கடக்க உபயோகப்படுத்தப் போவது. தன் குழந்தைகள் பகலில் நேசிக்கும் ஒருவனைத் தான் இரவில் நேசிப்பதற்கு.

ஏறக்குறைய வேர் முளைத்துவிட்ட அளவுக்குப் பழைய படகு. அநேகமாக.

படகுப்பூக்களும் படகுப்பழங்களும் வரையப்பட்டிருந்த ஒரு பழைய சாம்பல் நிறப்படகு. அடியில் படகு வடிவத்தில் புல் முளைத்திருந்தது. ஓட்டமும் நடையுமான படகுலகமாகப் பூச்சிக் கூட்டங்கள்.

கன்னங்கரேலென, உலர்ந்து, சில்லிட்டிருந்த பூச்சிப்பொட்டுக்கள். இப்போது கூரை இழந்திருக்கின்றன. குருடாக இருக்கின்றன.

வெள்ளைக் கரையான்கள் தமது வேலைக்குச் சென்றுகொண்டிருந்தன. வெள்ளை லேடிபேர்ட் வண்டுகள் வீட்டுக்குத் திரும்பிக் கொண்டிருந்தன.

வெள்ளை வண்டுகள் வெளிச்சத்திலிருந்து தப்பித்துக் குழி தோண்டிக் கொண்டன.

வெள்ளை வெட்டுக்கிளிகளும் வெள்ளை மர வயலின்களும்.

சோகமான வெள்ளை இசை.

ஒரு வெள்ளைக் குளவி இறந்திருந்தது.

இருட்டில் பாதுகாக்கப்பட்டிருந்த வெள்ளைச் சருகான பாம்புத் தோல் ஒன்று வெயிலில் தூளாக நொறுங்கியது.

ஆனால் இந்தச் சிறிய வள்ளம் தாங்குமா?

அல்லது ரொம்பவும் பழசா? உபயோகப்படுத்த முடியாதபடிக்குச் செத்துப்போய்விட்ட படகா?

அக்கரைவரைகூடப் போகாதா?

இரு கரு இரட்டையர்கள் ஆற்றுக்கு அப்பால் பார்த்தனர்.

மீனச்சல் ஆறு.

சாம்பல் பச்சை. மீன்களும் இருந்தன. வானமும் மரங்களும்கூட இருந்தன. ராத்திரியில் உடைந்த மஞ்சள் நிலா இருக்கும்.

பப்பாச்சி சிறுவனாக இருந்தபோது ஒரு பழைய புளியமரம் புயல் காற்றில் ஆற்றில் விழுந்துவிட்டதாம். அது இன்னமும் இருக்கிறது. வழவழப்பான, பட்டையில்லா மரம். அடித்துச் செல்லும் தண்ணீரில் கறுத்துப்போன, அடித்துச் செல்லப்படாத மரம்.

ஆற்றில் மூன்றில் முதல் பகுதிதான் அவர்களுக்கு சிநேகிதம். உண்மையான ஆழம் ஆரம்பிப்பதற்கு முன்பு. அவர்களுக்கு அந்த வழுக்கும் கற்படிக்கட்டுகள் (பதின்மூன்று) முடியும் இடத்தில் சொத சொதப்பான களிமண் ஆரம்பிப்பது தெரியும். குமரகத்திலிருந்து வரும் காயலில் அடித்துவரும் செடிகள் உள்ளுக்கிழுக்கப்படுவது அவர்களுக்குத்

தெரியும். அவர்களுக்குச் சிறிய மீன்களைத் தெரியும். தட்டையான முட்டாள் பள்ளத்தி, வெள்ளிப் பறால், துடிப்பான மீசை வைத்த கூரி, சில சமயங்களில் கறிமீன்.

இங்கேதான் சாக்கோ (அவன் வயிற்றின் மேல் படுக்க வைத்து) அவர்களுக்கு நீச்சல் கற்றுத் தந்திருக்கிறான். இங்கேதான் தண்ணீருக்கடியில் குசு விடும் அலாதியான குஷியைக் கண்டுபிடித்திருக்கின்றனர்.

இங்கேதான் அவர்கள் மீன்பிடிக்கக் கற்றுக்கொண்டனர். மஞ்சள் மூங்கிலில் வெளுத்தா செய்துகொடுத்த ஒல்லியான மீன்பிடிக் கொம்பின் தூண்டில் கொக்கியில், சுருட்டிக்கொண்டிருக்கும் செந்நீல மண்புழுக் களைக் கோக்கக் கற்றுக்கொண்டனர்.

இங்கேதான் (மீனவ ஜனங்களின் பிள்ளைகள்போல்) நிசப்தத்தைப் படித்துத் தெரிந்துகொண்டனர். தும்பிகளின் பிரகாச மொழியைக் கற்றுக்கொண்டனர்.

இங்கேதான் காத்திருக்கக் கற்றுக்கொண்டனர். கவனிக்க. நினைப்பு களை நினைக்க, அவற்றைப் பேசாதிருக்க. தூண்டில் குச்சி கீழே இழுக்கப் பட்டு வளையும்போது மின்னலாக அதை வெளியே இழுக்க.

எனவே ஆற்றின் முதல் மூன்றில் ஒரு பகுதியை அவர்கள் மிக நன்றாக அறிவர். அடுத்த மூன்றில் இரண்டைக் குறைவாக.

மூன்றில் இரண்டாவதில்தான் நிஜமான ஆழம் ஆரம்பிக்கும். நீரோட்டம் வேகமாகவும் திடமாகவும் (அலையில்லாதபோது ஆற்றின் போக்கிலும், அலை உள்ளேறும்போது காயலின் தள்ளலில் எதிர்புறத் தில் நீரோட்டமும்) இருக்கும்.

மூன்றில் மூன்றாவது மீண்டும் ஆழம் குறைவாயிருக்கும். தண்ணீர் பழுப்பாக, கலங்கலாக இருக்கும். அடர்ந்த நாணல்களும், எகிறும் விலாங்குகளும், விரலிடுக்குகள் வழியாகப் பற்பசை போலப் பிதுங்கும் சேறும்.

சாக்கோவின் மேற்பார்வையில் அந்த இரட்டையர்கள் நீர்நாய் களைப் போல நீந்திக்கொண்டு, ஆற்றைப் பலமுறை கடந்து, மறுகரை யிலிருந்து ஆதாரங்களாக ஒரு கல்லையோ, ஒரு கிளையையோ ஏதாவது ஒரு இலையையோ எடுத்துக்கொண்டு மூச்சிரைக்க இரைக்கக் கரை யேறுவார்கள். ஆனால் ஜாக்கிரதையாய் இருக்க வேண்டிய அந்த ஆற்றின் நடுப்பகுதியோ, எதிர்க் கரையோ சிறுவர்கள் விளையாடவோ, சுற்றவோ, கற்றுக்கொள்ளவோ ஏற்ற பகுதிகளல்ல. எஸ்தாவும் ராஹேலும் மீனச்சலின் மூன்றில் இரண்டாவதிலிருந்தும், மூன்றில் மூன்றாவதிலிருந்தும் அவை வேண்டுகிற மரியாதையோடுதான் ஒதுங்கியிருப்பர். இருந்தும் ஆற்றை நீந்திக் கடப்பது ஒரு பிரச்சினையல்ல. படகில் பொருட்களைப் போட்டுக் கொண்டு (எனவே அவர்கள் *(ஆ) எதற்கும் தயாராக இருப்பதற்காக, தயாராக இருப்பதற்கு, தயாராவார்கள்)* கடப்பதுதான் பிரச்சினை.

அவர்கள் ஆற்றின் குறுக்கே பழைய படகுக் கண்களால் பார்த்தனர். அவர்கள் நிற்கும் இடத்திலிருந்து ‘சரித்திர வீட்டை’ப் பார்க்க முடிய வில்லை. சதுப்புப் பகுதியைத் தாண்டி கைவிடப்பட்ட ரப்பர் எஸ்டேட்

டில் சுவர்க்கோழிகளின் சப்தம் புறப்பட்டு வீங்கிப் பரவும் இடத்தில் அது ஒரு இருட்டுத் தீற்றாகவே புலப்பட்டது.

எஸ்தாவும் ராஹேலும் அந்தச் சிறிய படகைத் தூக்கிக்கொண்டு தண்ணீர் வரைக் கொண்டுசென்றனர். ஆழத்திலிருந்து மேலே வந்த மீனைப் போலப் படகு வியப்படைந்தது. அதற்கு உடனடியாக வெயில் தேவைப்பட்டது. அதைச் சுரண்டி, கழுவி சுத்தப்படுத்துவதைத் தவிர வேறெதுவும் தேவைப்படுவதாகத் தெரியவில்லை.

இரண்டு குதூகல இதயங்கள் நீலவானத்தில் எழும்பும் வண்ணக் காற்றாடிகள் போல உயர்ந்தன. ஆனால் (மீன்களையும் வானத்தையும் மரங்களையும் உள்ளடக்கியிருந்த) அந்த ஆறு மெதுவான பச்சை முனகலில் குமிழிகளாகச் சுழித்தது.

மெதுவாக அந்தப் படகு அமிழ்ந்து, ஆறாவது படியில் தட்டி நின்றது.

அதனோடு சேர்ந்து இரு கரு இரட்டையர்களின் இதயங்களும் மூழ்கி, ஆறாவது படிக்கு முந்தைய படியில் தட்டி நின்றன.

இந்தக் கோலாகலத்தைப் பார்த்து ஆழத்தில் செல்லும் மீன்கள் தமது துடுப்புகளால் வாய்களைப் பொத்திக்கொண்டு கோணல் சிரிப்பு சிரித்தன.

ஒரு வெள்ளைப் படகுச் சிலந்திப் படகிலிருந்து வெளிப்பட்டு ஆற்றில் மிதந்து, கொஞ்ச நேரப் போராட்டத்திற்குப் பின் மூழ்கியது. அதன் வெண்ணிற முட்டைப் பை முதிராமல் வெடித்து நூறு சிலந்திக் குஞ்சுகள் (மூழ்குமளவிற்குக் கனமில்லாமலும், நீந்துமளவிற்குப் பெரிதாக யில்லாமலும்) பச்சைத் தண்ணீரின் மென் பரப்பில் கொஞ்ச நேரத் துக்குப் புள்ளிகளிட்டுவிட்டுக் கடலுக்கு அடித்துச் செல்லப்பட்டன. நீந்தும் மலையாளிச் சிலந்திகள் என்றொரு புதிய இனத்தை மடகாஸ்கரில் ஆரம்பிப்பதற்காக.

கொஞ்ச நேரத்தில், அதை அவர்கள் விவாதித்ததைப் போல (உண்மை யில் அவர்கள் விவாதிக்கவில்லை) அந்த இரட்டையர்கள் படகை ஆற்றில் கழுவத் தொடங்கினர். சிலந்தி வலைகள், சேறு, பாசி என விலகி மிதந்தன. சுத்தமானதும் அதைத் தலைகீழாகப் புரட்டித் தமது தலைக்கு மேல் தூக்கிப் பிடித்தனர். தண்ணீர் சொட்டும் ஒரு கூட்டுத் தொப்பியைப் போல. எஸ்தா செங்கொடியைப் பிடுங்கினான்.

ஒரு சிறிய ஊர்வலம் (ஒரு கொடி, ஒரு குளவி, கால்கள் முளைத்த ஒரு படகு) பழக்கப்பட்டதொரு குறுகலான பாதையில் புதர்ச்செடி களை விலக்கிக்கொண்டு சென்றது. அது பூனைக் காற்சொறிச் செடிக் கொத்துகளைத் தவிர்த்துவிட்டு, பழக்கமான சாக்கடைகளிடமிருந்தும் எறும்புப் புற்றுகளிடமிருந்தும் ஒதுங்கி நடந்தது. ஆரஞ்சு நிற செங்குத்துக் கரைகளையும், அடர்த்தியான பச்சை நுரை மூடிய மினுமினுப்புத் தண்ணீரையும் கொண்டு ஒரு குட்டைபோல இருக்கிற, முன்பு செம் மண் வெட்டியெடுக்கப்பட்ட ஆழமான பள்ளப்பகுதியின் விளிம்போரம்

ஜாக்கிரதையாக நடந்தது. கொசுக்கள் உற்பத்தியாகிற, பிடிக்க முடியாத கொழுத்த மீன்கள் நீந்துகிற ஒரு வஞ்சகமான பசும்புல்வெளி.

ஆற்றுக்கு இணையாக ஓடிய பாதை ஒரு சிறிய திருத்திய பகுதியை அடைந்தது. கும்பல் கும்பலாக மரங்கள் பின்னிக் கொண்டிருந்தன. தென்னை, முந்திரி, மா, பிலிம்பி. அப்பகுதியின் முடிவில் ஆற்றுக்கு முதுகைக் காட்டிக்கொண்டு, செம்மண் சுவரில் களிமண் பூசப்பட்டு, வேயப்பட்ட கூரை தரைக்கடியில் ரகசியம் கேட்பதைப் போலத் தாழ்ந்து சரிந்திருந்த ஒரு சிறிய குடிசை இருந்தது. அதன் உயரமற்ற சுவர்கள் சுற்றுப்பட்ட நிலத்தின் நிறத்திலேயே, வீட்டுவிதை விதைக்கப் பட்டு வளர்ந்திருப்பதைப் போல செங்கோணத்தில் நின்றிருந்தன. குடிசை யின் முன்னால் ஒழுங்கற்று வளர்ந்திருந்த மூன்று வாழை மரங்கள் இருந்த முற்றத்தைப் பனையோலை வேய்ந்த வேலி வளைத்திருந்தது.

கால்கள் முளைத்திருந்த படகு குடிசையை நெருங்கியது. கதவுக்குப் பின்னாலிருந்த சுவரில் மாட்டியிருந்த ஏற்றப்படாத எண்ணெய் விளக்குக் குப் பின்னால் புகைக்கறுப்பு. கதவு திறந்திருந்தது. உள்ளே இருட்டாக இருந்தது. வாசலில் ஒரு கறுப்புக் கோழி தோன்றியது. அதன் வீட்டுக்கு ஒரு படகு வந்திருப்பதில் எந்த சுவாரஸ்யத்தையும் காட்டாமல் அலட்சிய மாகத் திரும்பி உள்ளே சென்றது.

வீட்டில் வெளுத்தா இல்லை. வலிய பாப்பனும் இல்லை. ஆனால் வேறு யாரோ இருக்கிறார்கள்.

ஒரு ஆளின் குரல் உள்ளிருந்து மிதந்து வெளிவந்து, வெளியே எதிரொலித்து, அவனை மேலும் தனிமையானவனாகக் காட்டியது.

அந்தக் குரல் ஒரே விஷயத்தைத் திரும்பத் திரும்பக் கத்தியது. ஒவ்வொரு முறையும் முந்தைய முறையைவிட உச்சஸ்தாயிக்குச் சென்றது. அந்தக் கத்தலில் அதிகமாகப் பழுத்திருந்த கொய்யாப்பழம் மரத்தி லிருந்து விழுந்து சிதைந்துவிடும் போலிருந்தது.

பா பெர – பெர – பெர – பேரக்கா

என்றே பறம்பில் தூறல்லே
(என்னோட கொல்லையில் பேளாதே)

சேட்டென்ற பறம்பில் தூறிக்கோ
(அண்ணனோட கொல்லையில் பேண்டுக்கோ)

பா பெர – பெர – பெர – பேரக்கா

கத்திக்கொண்டிருந்தவன் வெளுத்தாவின் அண்ணன், குட்டப்பன். அவனுக்கு மார்புக்குக் கீழே பாரிச வாயுவால் செயலிழந்திருந்தது. ஒவ்வொரு நாளும், ஒவ்வொரு மாதமும் கழியக் கழிய, அவன் தம்பி வெளியே சென்றுவிட, அவன் அப்பாவும் வேலைக்குப் போய்விட, அவனுடைய இளமை அவனுக்கெதிரே நின்று ஹலோகூடச் சொல் லாமல் துள்ளிக்கொண்டு செல்வதை மல்லாந்து படுத்துப் பார்த்துக் கொண்டிருக்கிறான். நாளெல்லாம் அங்கே படுத்துக்கொண்டு, ஒரு

திமிர்பிடித்த கறுப்புக்கோழி மட்டும் துணைக்கிருக்க, பிணைத்துக் கொண்டிருக்கும் மரங்களின் நிசப்தத்தைக் கேட்டுக்கொண்டிருக்கிறான். அவன் படுத்திருக்கும் இதே அறையின் இதே மூலையில் இறந்துபோன அவனுடைய அம்மா செல்லாவின் ஞாபகம் வரும். அவள் இருமி, சளியைத் துப்பி, வலியில் அவஸ்தைப்பட்டுச் செத்துப்போனாள். அவள் இறப்பதற்கு முன்னதாகவே எவ்வாறு அவளுடைய பாதங்கள் இறந்தன வென்று குட்டப்பனுக்கு ஞாபகமிருந்தது. எப்படி அவற்றின் தோல் சாம்பல் நிறமாகி, உயிரிழந்தனவென்று. மரணம் அவளுக்கடியிலிருந்து மேலே ஊர்ந்து வருவதை எவ்வளவு பயத்தோடு அவன் பார்த்துக் கொண்டிருந்தான். குட்டப்பன் தன்னுடைய மரத்துப்போன பாதங்களை அதிகரித்துவரும் பயத்தோடு கூர்ந்து கவனித்துக்கொண்டிருப்பான். பாம்பு வந்து விட்டால் தன்னைப் பாதுகாத்துக்கொள்ள வைத்திருக்கும் கழியால் அவற்றை நம்பிக்கையோடு தட்டிப் பார்த்துக் கொள்வான். அவன் பாதங்களில் எந்தவொரு உணர்ச்சியும் இருப்பதில்லை; அவை அவன் உடம்போடு இன்னும் ஒட்டிக் கொண்டிருப்பதற்கும், இன்னும் அவை தன்னுடையவை தானென்று உறுதிப்படுத்திக்கொள்ளவும் கண்கள் மட்டும்தான் சாட்சியாக இருந்தன.

செல்லா இறந்த பிறகு அவளுடைய மூலைக்கு அவனும் நகர்ந்து கொண்டான். மரணம் அதனுடைய மரண நிர்வாகத்தை நடத்த தன் வீட்டில் தேர்ந்தெடுத்திருக்கும் இடம் அந்த மூலை என்று குட்டப்பன் நம்பினான். ஒரு மூலை சமைப்பதற்கு, ஒரு மூலை உடைகளுக்கு, ஒரு மூலை பாயைச் சுருட்டி வைப்பதற்கு, ஒரு மூலை செத்துப்போவதற்கு.

அவனுக்கு நிகழ எவ்வளவு காலம் பிடிக்குமென்றும், நான்கு மூலைகளைவிட அதிகமான மூலைகளைத் தமது வீடுகளில் கொண் டிருப்பவர்கள் மற்ற மூலைகளில் என்ன செய்வார்களென்றும் அவ னுக்கு யோசனையாக இருந்தது. இறப்பதற்கு மூலைகளைத் தேர்ந்தெடுத்துக் கொள்ளும் வசதியை அது தருகிறதா?

அவன் குடும்பத்தில், அவன் அம்மாவிற்கு அடுத்தபடியாகப் போய்ச் சேரப்போவது தான்தானென்று, காரணகாரியத்தோடு அவன் ஊகித்து வைத்திருந்தான். அது தவறென்பதை அவன் தெரிந்துகொள்ளப் போகி றான். சீக்கிரமே. வெகு சீக்கிரமே.

சில நேரங்களில் (சுபாவமாக, அல்லது அவன் அம்மா ஞாபகத் தில்) குட்டப்பன் அவளைப் போலவே இருமுவான். அவன் உடம்பின் மேற்பகுதி அப்போதுதான் பிடித்த மீனைப் போலத் துள்ளும். உடம்பின் கீழ்ப்பகுதி ஈயமடித்ததைப் போல, வேறு யாருக்கோ சொந்தமானதைப் போல அசைவற்றிருக்கும். இறந்துபோன எவருடைய ஆவியோ உள்ளே மாட்டிக்கொண்டு வெளியேற இயலாமலிருக்கிறது.

வெளுத்தாவைப் போலல்லாமல், குட்டப்பன் ஒரு நல்ல பத்திர மான பரவன். அவனுக்கு எழுதவோ படிக்கவோ தெரியாது. அவனது கடினமான படுக்கையில் படுத்துக்கொண்டிருக்கையில், கூரையிலிருந்து துணுக்குகளும் பொடிக் கற்களும் மணலும் அவன்மீது விழுந்து அவன்

வியர்வையோடு கலக்கும். சில நேரங்களில் எறும்புகளும் இதர பூச்சி களும் அவற்றோடு சேர்ந்து விழும். மோசமான தினங்களில் அந்த ஆரஞ்சு நிறச் சுவர்கள் கைகளைக் கோத்துக்கொண்டு அவன் மேல் குனிந்து பார்க்கும். சித்திரவதை நிபுணர்களைப் போல வேண்டுமென்றே நிதானமாக அவனைச் சோதித்து, அவனிடமிருந்து சுவாசத்தை நசுக்கிப் பிழிந்தெடுத்து அலற வைக்கும். சில நேரங்களில் அவற்றின் தீர்மானங் களில் தாமே பின்வாங்கி, அவன் படுத்திருக்கும் அறையை அசாத்திய மான அளவிற்குப் பெரியதாக்கி, அவனுடைய அற்பத்தனத்தைப் பிரம்மாண்டமாக உணர்த்திப் பயமுறுத்தும். அதுவும் அவனை அலறி அழவைக்கும்.

மனப்பிறழ்வு என்பது, ஆடம்பர உணவகத்தின் ஓர் ஆர்வமிக்க வெயிட்டரைப் போல (சிகரெட்டுகளைப் பற்ற வைத்துக் கொடுத்து, கோப்பைகளை நிரப்பிக் கொடுத்து) கைக்கருகிலேயே சூழ்ந்திருந்தது. நடக்க முடிகிற பைத்தியங்களைக் குட்டப்பன் பொறாமையோடு நினைத்துப் பார்ப்பான். பேரத்தின் ஒப்புரவில் அவனுக்கு எந்தச் சந்தேகமும் இல்லை; இயங்கும் கால்களுக்குப் பதில் அவனது பிரக்ஞை.

இரட்டையர்கள் படகைக் கீழிறக்கினர். அவர்களின் சளசளப்பைக் கேட்டு உடனே உள்ளே அமைதியானது.

குட்டப்பன் யாரையும் எதிர்பார்த்திருக்கவில்லை.

எஸ்தாவும் ராஹேலும் கதவைத் தள்ளிக்கொண்டு உள்ளே சென்றனர். சிறியவர்களாக இருந்தும் உள்ளே போவதற்கு கொஞ்சம் குனிந்து செல்ல வேண்டியிருந்தது. குளவி விளக்கின் மேல் அமர்ந்து காத்திருந்தது.

“நாங்கள்தாம்.”

அந்த அறை இருட்டாகவும் சுத்தமாகவும் இருந்தது. அங்கு மீன் கறியும் விறகு புகையும் வாசனை வந்தது. மெலிதான ஜுரம் போல வெயில் எல்லாவற்றுள்ளும் வெட்டிச் சென்றிருந்தது. ஆனால் ராஹேலின் செருப்பில்லாப் பாதங்களுக்குக் கீழிருந்த மண்தரை சில்லென்றிருந்தது. வெளுத்தாவின் பாயும், வலிய பாப்பனின் பாயும் சுருட்டிச் சுவரில் சாய்த்து வைக்கப்பட்டிருந்தன. துணிகள் கொடியில் தொங்கிக்கொண் டிருந்தன. ஒரு தாழ்வான சமையலறை. அலமாரியில் மண்பாண்டங் களும் கொட்டாங்குச்சி அகப்பைகளும் நீல விளிம்புகள் கொண்ட, விரிசல் விட்ட மூன்று எனாமல் தட்டுகளும் அடுக்கப்பட்டிருந்தன. வளர்ந்த ஆள் ஒருவர் அந்த அறையின் மத்தியில்தான் நேராக நிற்க முடியும், ஓரங்களில் முடியாது. இன்னொரு தாழ்வான கதவு தோட்டத் திற்குச் செல்ல, அங்கே மேலும் வாழை மரங்கள் தெரிந்தன. அவற்றின் இலையிடுக்குகளில் ஆறு மினுமினுத்தது. தோட்டத்தில் ஒரு மரத்தச்ச னின் தொழிற்கூடம் அமைக்கப்பட்டிருந்தது.

அலமாரியைப் பூட்ட சாவிகளோ கதவுகளோ இல்லை.

பின் கதவு வழியாக அந்தக் கறுப்புக் கோழி வெளியேறிப் பின் முற்றத்தில் பொன்னிற முடிக்கற்றைகள் போல இறைந்திருந்த மரச்சீவல் களுக்கிடையில் இலக்கின்றிக் கிளறியது. அதன் நடத்தையை வைத்துப் பார்த்தால், கொளுவி, கொறடா, ஆணி, பழைய ஸ்க்ரூ என்றுதான் சாப்பிட்டு வளர்ந்திருக்கும் போலத் தோன்றியது.

"ஐயோ! மோன்! மோள்! என்ன பார்க்கிறீர்கள்? இந்தக் குட்டப்பனை ஏதோ அழுக்குக்கூடை என்றா நினைத்தீர்கள்?" சங்கட மான, உடலை விட்டுப் பிரிந்ததைப் போன்ற குரல் ஒன்று கேட்டது.

அந்த இருட்டுக்குப் பழக்கப்படுத்திக்கொள்ள அவர்களுடைய கண்களுக்குக் கொஞ்ச நேரம் பிடித்தது. பின், அந்த இருட்டு கரைந்து, மங்கலான வெளிச்சத்தில் பளபளக்கும் ஒரு பூதகணம் போலப் படுக்கை மீது குட்டப்பன் தெரிந்தான். அவன் கண்களின் வெள்ளைகள் கடும் மஞ்சளில் இருந்தன. கால்களின் பாதங்கள் (வெகுநாட்களாகப் படுத்தே யிருப்பதால் மிக மிருதுவாகி) போர்த்தியிருந்த துணிக்கு வெளியே நீட்டியிருந்தன. வெறும் காலோடு செம்மண் சகதியில் வருடக்கணக் காக நடந்ததில் அவற்றில் லேசான ஆரஞ்சு சாயம் இன்னமும் இருந்தது. தென்னை மரத்தில் பரவர்கள் ஏறும்போது கால்களைச் சுற்றிக் கட்டும் கயிற்றால் அவன் கால்முட்டிகள் பழுப்பாகக் காய்ப்பு காய்த்திருந்தன.

அவனுக்குப் பின்னால் சுவரில் ஒரு கருணை தோய்ந்த காலண்டர் – இயேசு, சுண்டெலி முடிகளோடும் லிப்ஸ்டிக், கன்னத்தில் ரூஜ், உடை களின் ஊடாக ஒளிரும், அப்பட்டமான, நகைகளணிந்த இதயத்தோடும் இருந்தார். காலண்டரின் கீழ் கால்பகுதி (தேதிகள் இருக்கும் பகுதி) ஒரு பாவாடையைப் போல மடிப்புகளுடனிருந்தது. மினி அணிந்த இயேசு. வருடத்தின் பனிரெண்டு மாதங்களுக்கும் ஒவ்வொன்றாகப் பனிரெண்டு உள் பாவாடைகள். எதுவும் கிழிக்கப்படவில்லை.

அய்மனம் இல்லத்திலிருந்து வழங்கப்பட்ட அல்லது குப்பைக் கூடையிலிருந்து காப்பாற்றி எடுத்து வரப்பட்ட வேறு சில பொருட் களும் அங்கிருந்தன. ஓர் ஏழை வீட்டில் பணக்கார விஷயங்கள். வேலை செய்யாத ஒரு கடிகாரம், பூப்போட்ட வேஸ்ட் பேப்பர் கூடை. செருப்பு தைப்பவர் பின்னிய மரப் பின்னல்கள் கொண்ட பப்பாச்சியின் பழைய சவாரி பூட்ஸ்கள் (பழுப்பு நிறத்தில் பாசி படர்ந்து), பிரமாண்டமான ஆங்கிலேயக் கோட்டைகளும் கூடாரப் பாவாடைகளும் மோதிர வளையங்களும் அணிந்த சீமாட்டிகள் படங்களும் போட்ட பிஸ்கட் டின்கள்.

இயேசுவிற்குப் பக்கத்தில் (மத்தியில் ஈரமாகிவிட்டதால் பேபி கொச்சம்மா தந்துவிட்ட) ஒரு சிறிய போஸ்டர் இருந்தது. அது, பொன் நிறக் கூந்தலுடைய ஒரு சின்னப் பெண், கண்ணீர் கன்னங்களில் வழிய, கடிதம் ஒன்றை எழுதிக்கொண்டிருக்கிற படம். அதற்குக் கீழே, *I'm writing to say I Miss you* என்றது. அந்தப் பெண் அப்போதுதான் முடி வெட்டிக்கொண்டு வந்திருந்தவளைப் போலிருந்தாள். வெளுத்தா வின் பின்முற்றத்தில் இறைந்திருப்பது அவளுடைய வெட்டப்பட்ட முடிச்சுருள்கள்தான் போலிருந்தது.

குட்டப்பன் போர்த்தியிருந்த கிழிந்த காட்டன் மெத்தை விரிப்புக்கு அடியிலிருந்து ஒரு பிளாஸ்டிக் குழாய் வெளிவந்து, வாசல் வழியாக வந்த வெயிலில் பளபளத்துக்கொண்டிருந்த ஒரு மஞ்சள் திரவம் அடங்கிய பாட்டில் ஒன்றோடு இணைக்கப்பட்டிருந்தது. ராஹேலுக்கு இவ்வளவு நேரமாக உள்ளே எழுந்து கொண்டிருந்த ஒரு கேள்வியை அது தணித்தது. அங்கிருந்த மண் கூஜாவிலிருந்து ஒரு ஸ்டீல் டம்ளரில் தண்ணீர் சரித்துக்கொண்டு வந்து அவனுக்குக் கொடுத்தாள். அவள் நடந்துகொள்ள வேண்டிய விதம் பற்றி அவள் அறிந்திருந்ததைப் போலிருந்தது. குட்டப்பன் அவன் தலையை உயர்த்திக் குடித்தான். கொஞ்சம் தண்ணீர் அவன் தாடை வழியாக வழிந்தது.

அய்மனம் அங்காடியில் எப்போதும் உட்கார்ந்து வம்பளந்து கொண்டிருப்பவர்களைப் போல அந்த இரட்டையர்கள் கீழே காலை மடித்துக் குந்தி அமர்ந்தனர்.

அவர்கள் கொஞ்ச நேரத்திற்கு அமைதியாக அமர்ந்திருந்தனர்.

குட்டப்பன் தனக்குள் ஒடுங்கியபடி; அந்த இரட்டையர்கள் படகு யோசனைகளில் ஆழ்ந்தபடி.

குட்டப்பன், "சாக்கோ சாருடைய மோள் வந்துவிட்டாளா?" என்று கேட்டான்.

ராஹேல், "இருக்கலாம்" என்றாள் ரத்தினச் சுருக்கமாக.

"எங்கே இருக்கிறாள்?"

"யாருக்குத் தெரியும்? எங்காவது இருப்பாள். எங்களுக்குத் தெரியாது."

"அவளை இங்கே அழைத்துவந்து எனக்குக் காட்டுகிறாயா?"

"அது முடியாது" என்றாள் ராஹேல்.

"ஏன் முடியாது?"

"அவள் வீட்டிற்குள்ளேயே இருக்க வேண்டும். அவள் மிகவும் லேசானவள். அவள் மேல் அழுக்கு பட்டால் செத்துவிடுவாள்."

"அப்படியா?"

"அவளை இங்கே அழைத்துவர எங்களை அனுமதிக்க மாட்டார்கள். எப்படியிருந்தாலும் பார்ப்பதற்கு ஒன்றுமில்லை" ராஹேல் குட்டப்பனிடம் உறுதியளித்தாள். "அவளுக்கு முடி, கால்கள், பல் இதெல்லாம் இருக்கிறது. ஆனால் அவள் கொஞ்சம் உயரம் அவ்வளவுதான்." அந்த ஒரு சலுகையைத்தான் அவளால் தர முடிந்தது.

"அவ்வளவுதானா?" குட்டப்பன் விஷயத்தை முடித்தான். "அப்படியானால் அவளைப் பார்ப்பதில் என்ன பிரயோஜனம்?"

"ஒரு பிரயோஜனமுமில்லை" என்றாள் ராஹேல்.

எஸ்தா "குட்டப்பா, ஒரு வள்ளம் ஒழுகினால், அதைச் சரிப்படுத்து வது கஷ்டமா?" என்று கேட்டான்.

"அப்படியொன்றுமில்லை" என்றான் குட்டப்பன். "சேதத்தைப் பொறுத்தது. ஏன், யாருடைய வள்ளம் ஒழுகுகிறது?"

"எங்களுடையது – நாங்கள் கண்டுபிடித்தோம். நீ அதைப் பார்க்க வேண்டுமா?"

அவர்கள் வெளியே சென்று அந்தக் கிழட்டுப் படகை அச்செய லிழந்தவன் ஆராய்வதற்காகக் கொண்டுவந்தனர். அதை அவர்கள் தலைக்கு மேலே ஒரு கூரையைப் போல தூக்கிப் பிடித்துக்கொண்டு வந்தனர். தண்ணீர் அவன் மேல் சொட்டியது.

"முதலில் எங்கெங்கே ஒழுகுகிறது என்பதைக் கண்டுபிடிக்க வேண் டும்" என்றான் குட்டப்பன். "பிறகு அவற்றை அடைக்க வேண்டும்."

"அப்புறம் உப்புத்தாள், அப்புறம் பாலிஷ்" என்றான் எஸ்தா.

"அப்புறம் துடுப்பு" என்றாள் ராஹேல்.

"அப்புறம் துடுப்பு" எஸ்தாவும் உடன்பட்டான்.

"அப்புறம் கிளம்ப வேண்டியதுதான்" என்றாள் ராஹேல்.

"எங்கே போவீர்கள்" குட்டப்பன் கேட்டான்.

"சும்மா அங்கேயும், இங்கேயும்" ராஹேல் அலட்சியமாகப் பதிலளித்தாள்.

"நீங்கள் ஜாக்கிரதையாக இருக்க வேண்டும்" என்றான் குட்டப்பன். "நம்முடைய இந்த ஆற்றை நம்பக் கூடாது. உண்மையான இயல்பை வெளிக்காட்டாமல் நடிப்பவள்."

"நடிக்கிறாள் என்றால் எப்படி?" ராஹேல் கேட்டாள்.

"ஓ . . . சர்ச்சுக்குப் போகிற அம்மூம்மாவைப் போல. அமைதியாக, சுத்தமாக . . . காலை உணவுக்கு இடியாப்பம், மதியத்திற்கு கஞ்சியும் மீனும் என்று, அவள் வேலையைப் பார்த்துக்கொண்டு, வலமோ இடமோ பார்க்காது . . ."

"ஆனால் உண்மையில் அவள் ஒரு . . .?"

"அவள் ஒரு காட்டாறு . . . ராத்திரியில் அவளுடைய சத்தம் எனக்குக் கேட்கும். நிலா வெளிச்சத்தில் சீறிக்கொண்டு போவாள். எப்போதுமே ஒரு அவசரம். நீங்கள் அவளிடம் ஜாக்கிரதையாக இருக்க வேண்டும்."

"அவள் உண்மையில் எதைச் சாப்பிடுகிறாள்?"

"உண்மையில் சாப்பிடுவதா? ஓ . . . ஸ்டூ . . . அப்புறம் . . ." அந்தக் கொடிய ஆறு சாப்பிடுவதற்கு ஆங்கிலத்தில் அவன் தேடினான்.

"பைனாப்பிள் ஸ்லைஸ் . . .?" ராஹேல் பரிந்துரைத்தாள்.

"கரெக்ட்! பைனாப்பிள் ஸ்லைஸும் ஸ்டூவும். அப்புறம் அவள் குடிப்பாள். விஸ்கி."

"அப்புறம் பிராந்தி."

"ஆமாம், பிராந்தி."

"அப்புறம் வலப்பக்கமும் இடப்பக்கமும் பார்ப்பாள்."

"உண்மைதான்."

"அப்புறம் மற்றவர்கள் விஷயத்தில் தலையிடுவாள் . . ."

ஒழுங்கில்லாத தரையில் ஆடிக்கொண்டிருந்த அந்தப் படகுக்கு வெளுத்தா வேலை செய்யுமிடத்திலிருந்து சின்னச் சின்னக் கனசதுர மரக்கட்டைகளை எஸ்தா எடுத்து வந்து முட்டுக்கொடுத்தான். மழ மழப்பாகத் தேய்க்கப்பட்டிருந்த ஒரு தேங்காய் ஓட்டு மூடியில் ஒரு மரக்கட்டையைக் கைப்பிடி போலச் செருகி ராஹேல் சமைப்பதற்கு ஓர் அகப்பை செய்து கொடுத்தான்.

அந்த இரட்டையர்கள் வள்ளத்தின் மீதேறி, பரந்த, கொந்தளிக்கும் தண்ணீரின் குறுக்கே செலுத்திச் சென்றனர்.

தை தை தக தை தை தோம். நகையணிந்த ஒரு இயேசு கவனித்துக்கொண்டிருந்தார்.

அவர் தண்ணீரின் மீது நடந்தார். இருக்கலாம். ஆனால் அவர் தரை மீது *நீந்தியிருக்க* முடியுமா?

மேச்சிங் நிக்கர்களும் கறுப்புக் கண்ணாடிகளும் போட்டுக்கொண்டு? அவருடைய நீரூற்றை லவ் –இன் –டோக்கியோவில் பொருத்திக்கொண்டு? கூர் ஷூவும் பஃப்பும் அணிந்து? அவருக்குக் கற்பனை இருந்திருக்குமா?

குட்டப்பனுக்கு ஏதாவது தேவைப்படுமா என்று பார்ப்பதற்காக வெளுத்தா திரும்பி வந்தான். தூரத்தில் வரும்போதே அந்தப் பாட்டு கம்மலாகக் கேட்டது. புதைபொருளைக் கண்ட உற்சாகத்திலிருக்கும் இளங்குரல்கள்.

என்னாச்சுடா குரங்கே
குண்டி இவ்வளவு தேஞ்சுது?

பாண்டி நாட்டில் வெளிக்கிருக்கப் போனபோது
தேஞ்சு தேஞ்சு போனேன் நான்!

சில சந்தோஷமான கணங்களுக்கு, தற்காலிகமாக, ஆரஞ்சுடிரிங்க் லெமன்டிரிங்க் ஆள் தன்னுடைய மஞ்சள் சிரிப்பை மூடிக் கொண்டு திரும்பிச் சென்றான். பயம் மூழ்கி ஆழமான நீரின் அடியில் புதைந்தது. ஒரு நாய்தூக்கம் தூங்க ஆரம்பித்தது. ஒரு கண உசுப்பலிலேயே எழுந்து அனைத்தையும் கிளறிவிடத் தயாராக.

அவன் வாசலில் மரம் ஒன்று பூத்ததைப் போல அந்த மார்க்ஸிஸ்ட் கொடி பறப்பதைப் பார்த்ததும் வெளுத்தா புன்னகைத்துக்கொண்டான். வீட்டிற்குள் நுழைய அவனுக்கு நன்றாகக் குனிய வேண்டியிருந்தது. ஒரு வெப்ப மண்டல எஸ்கிமோ. அந்தக் குழந்தைகளைப் பார்த்ததும் அவனுக்குள் ஏதோவொன்று இறுகியது. அதை அவனால் புரிந்து கொள்ள முடியவில்லை. அவர்களைத் தினமும் பார்க்கிறான். இதைத் தெரிந்துகொள்ளாமலேயே அவர்களை நேசித்து வருகிறான். ஆனால் திடீரென்று இது வித்தியாசமாக இருக்கிறது. இப்போது சரித்திரம் மிக மோசமாகச் சறுக்கிவிட்ட பிறகு. இதற்கு முன் எந்த முஷ்டியும் அவனுக்குள் இறுகியதில்லை.

ஒரு பேதலித்த கிசுகிசுப்பு *அவளுடைய* குழந்தைகள் என்று கிசுகிசுத்தது.

அவளுடைய கண்கள், *அவளுடைய* வாய், *அவளுடைய* பற்கள்.

அவளுடைய மென்மையான, சுடர்விடும் சருமம்.

அவன் அந்த எண்ணத்தைக் கோபமாக விரட்டியடித்தான். அது திரும்பி வந்து அவன் மண்டைக்கு வெளியே உட்கார்ந்தது. ஒரு நாயைப் போல.

“ஹா!” அவனுடைய இளம் விருந்தினர்களைப் பார்த்து குரலை வியப்பாக்கினான். “இந்த மீனவ ஜனங்களெல்லாம் யாரென்று நான் கேட்கலாமா?”

“எஸ்தப்பாப்பிசாச்சன் குட்டப்பன் பீட்டர் மோன். மிஸ்டர் அண்ட் மிஸஸ் ப்ளீஸ்டுமீட்யூ.” ராஹேல் அவளுடைய அகப்பையை எடுத்துக் கை குலுக்க நீட்டினாள்.

கை குலுக்கலில் அது குலுக்கப்பட்டது. அவளுடன், பின்பு எஸ்தாவுடன்.

“சரி, எல்லோரும் படகில் எங்கே கிளம்பிவிட்டீர்கள் என்று கேட்கலாமா?”

“ஆப்பிரிக்காவுக்கு!” ராஹேல் கத்தினாள்.

“*கத்தாதே!*” என்றான் எஸ்தா.

வெளுத்தா அந்தப் படகைச் சுற்றி வந்தான். அவர்கள் அதை எங்கே கண்டுபிடித்தனர் என்று கூறினர்.

“எனவே இது யாருக்கும் சொந்தமில்லை,” ராஹேல் கொஞ்சம் சந்தேகத்துடனேயே கூறினாள். அவளுக்குத் திடீரென்று யாராவது கேட்பார்களோ என்று தோன்றியது. “போலீஸில் சொல்ல வேண்டுமா?”

“முட்டாள்தனமாகப் பேசாதே” என்றான் எஸ்தா.

வெளுத்தா பலகையைத் தட்டிப் பார்த்து, நகத்தில் ஒரு சிறிய துணுக்கைப் பெயர்த்தெடுத்தான்.

"நல்ல மரம்" என்றான்.

"இது மூழ்கிவிடுகிறது" எஸ்தா கூறினான். "ஒழுகுகிறது."

"எங்களுக்காக இதை நீங்கள் பழுதுபார்த்துத் தர முடியுமா, வெளுத்தப் பாப்பி சாச்சன் பீட்டர் மோன்?" என்றாள் ராஹேல்.

"அதைப் பிறகு பார்த்துக்கொள்ளலாம்" என்றான் வெளுத்தா. "இதை வைத்துக்கொண்டு ஆற்றில் நீங்கள் எதுவும் மடத்தனமாகச் செய்துவிடக் கூடாதென்று பார்க்கிறேன்."

"எதுவும் செய்ய மாட்டோம். பிராமிஸ். நீ எங்களுடன் இருக்கும் போதுதான் இதில் ஏறிச் செல்வோம்."

"முதலில் எங்கெங்கே ஓட்டைகள் இருக்கிறதென்று நாம் பார்க்க வேண்டும் . . ." என்றான் வெளுத்தா.

"அப்புறம் அவற்றை அடைக்க வேண்டும்!" அது நன்றாகத் தெரிந்த ஒரு செய்யுளின் இரண்டாவது அடி என்பது போல் அந்த இரட்டையர்கள் கத்தினர்.

"அதற்கு எவ்வளவு காலமாகும்?" எஸ்தா கேட்டான்.

"ஒரு நாள்" என்றான் வெளுத்தா.

"ஒரு *நாள்*! நீ ஒரு மாதம் என்று சொல்வாயோ என்று நினைத்தேன்!"

எஸ்தா சந்தோஷத்தில் வெளுத்தாவின் மேல் தாவி அவன் இடுப்பைச் சுற்றி கால்களால் சுற்றிக்கொண்டு முத்தம் கொடுத்தான்.

உப்புத்தாள் சரிபாதியாகப் பிரித்துத் தரப்பட்டதும், அந்த இரட்டையர்கள் ஓர் அமானுஷ்ய ஒருமுகத்தனத்துடன், அனைத்தையும் ஒதுக்கி வைத்துவிட்டு வேலையில் ஆழ்ந்தனர்.

படகுப் புழுதி அறையெங்கும் பறந்து முடிகளிலும் புருவங்களிலும் படிந்தது. குட்டப்பனின் மேல் ஒரு மேகத்தைப் போல, இயேசுவின் மேல் படையலைப் போல. வெளுத்தா அவர்களுடைய விரல்களிலிருந்து உப்புத்தாள்களைப் பிடுங்க வேண்டியிருந்தது.

"இங்கே வேண்டாம்" அவன் உறுதியாகக் கூறினான். "வெளியே."

படகைத் தூக்கிக்கொண்டு வெளியே சென்றான். இரட்டையர்கள் தமது கண்களை அசைவுறா ஒருமுகத்துடன் பதித்துக்கொண்டு அவனைப் பின்தொடர்ந்தனர், பசித்த நாய்க்குட்டிகள் பாலுக்காகப் பின்தொடர்வதைப் போல.

வெளுத்தா அவர்களுக்காகப் படகைச் சரிசெய்யத் தொடங்கினான். எஸ்தா வந்தமர்ந்த, ராஹேல் கண்டுபிடித்த படகு. அவன் மரத்தின் நார் வரியை எப்படிப் பின்தொடர்வது என்று காட்டினான். உப்புத்

தாளைத் தேய்த்துக் காட்டினான். அவன் உள்ளே திரும்பியபோது, படகு இருக்குமிடத்தில் தான் இருக்கக் கூடாதென்ற தீர்மானத்துடன் கறுப்புக் கோழி அவனைத் தொடர்ந்தது.

வெளுத்தா ஒரு மெல்லிய காட்டன் துண்டைப் பானைத் தண்ணீரில் முக்கியெடுத்தான். அதை (தேவையில்லாத ஓர் எண்ணம் என்பதைப் போல முரட்டுத்தனமாக) பிழிந்து குட்டப்பனின் முகத்திலும் கழுத்திலும் உள்ள புழுதியைத் துடைத்துக்கொள்ளக் கொடுத்தான்.

“அவர்கள் ஏதாவது சொன்னார்களா? உன்னை ஊர்வலத்தில் பார்த்ததைப் பற்றி?”

“இல்லை” என்றான் வெளுத்தா. “இதுவரை இல்லை. எப்படியும் கேட்பார்கள். அவர்களுக்குத் தெரிந்துவிட்டது.”

“நிச்சயமாகவா?”

வெளுத்தா தோள்களைக் குலுக்கிக்கொண்டு டவலைத் துவைக்க எடுத்துச் சென்றான். அலச. அடிக்க. துவைக்க. அது அவனுடைய கிறுக்குப்பிடித்த, கீழ்ப்படியாத மூளை என்பதைப் போல.

அவளை வெறுக்க முயன்றான்.

அவள் அவர்களில் ஒருத்திதான், அவனுக்குள் சொல்லிக்கொண்டான். *அவர்கள் எல்லோரையும் போல இன்னொருத்தி.*

அவனால் இயலவில்லை.

அவள் புன்னகைக்கும்போது கன்னங்கள் ஆழமாகக் குழியிடுகின்றன. அவள் கண்கள் எப்போதும் எங்கேயோ பதிந்திருக்கின்றன.

சரித்திரத்தின் பிளவு ஒன்றின் வழியாகப் பித்து உள்ளே நழுவி விழுந்தது. அதற்கு ஒரு கணம்தான் பிடித்தது.

ஒரு மணி நேரத்துக்கு உப்புத்தாளில் சுரண்டிய பிறகு, ராஹேலுக்குத் தன்னுடைய பிற்பகல் தூக்கம் நினைவிற்கு வந்தது. துள்ளியெழுந்து ஓடத் தொடங்கினாள். பிற்பகலின் பசும்வெயிலில் தடுக்கித் தடுமாறி, அவள் சகோதரனும் ஒரு மஞ்சள் குளவியும் பின்தொடர ஓடினாள்.

அம்மு இதற்குள் எழுந்து, அவள் இல்லாததைக் கண்டுபிடித்து விட்டிருக்கக் கூடாதென்று நம்பிக்கொண்டு, பிரார்த்தனை செய்து கொண்டு.

11

சின்ன விஷயங்களின் கடவுள்

அந்தப் பிற்பகலில், அம்மு ஒரு கனவின் வழியாக மேல் நோக்கிப் பயணித்துக்கொண்டிருந்தாள். ஒரேயொரு கரத்தை யுடைய ஓர் இனிய மனிதன் அவளை ஓர் எண்ணெய் விளக்கின் ஒளியால் தன்னோடு சேர்த்தணைத்துக்கொண்டிருந்தான். தரை யில் அவனைச் சுற்றித் தோன்றி மறையும் நிழல்களுடன் போராடு வதற்கு இன்னொரு கை அவனுக்கில்லை.

அவனால் மட்டும் பார்க்க முடியும் நிழல்கள்.

அவன் வயிற்றின் தசை மடிப்புகள் தோலுக்கடியில் ஒரு சாக்லெட் பாளத்தின் பிரிவுகளைப் போல எழும்பின.

அவளை ஓர் எண்ணெய் விளக்கொளியால் தன்னோடு சேர்த்துப் பிடித்திருந்தான். மெழுகுப் பாலீஷ் இட்டது போல் மினுமினுத்தான்.

அவனால் ஒரு நேரத்தில் ஒரு விஷயம்தான் செய்ய முடிந்தது.

அவளை அவன் பிடித்துக்கொண்டிருந்தால், அவளை முத்த மிட முடியாது. அவளை முத்தமிட்டால் அவனால் அவளைப் பார்க்க முடியாது. அவளை அவன் பார்த்தால் அவனால் அவளை உணர முடியாது.

அவன் உடலைத் தன் விரல்களால் லேசாகத் தொட்டு, அவன் மென்மையான தோல் சிலிர்த்துக்கொள்வதை உணர்ந்திருக்க லாம். அவனுடைய தட்டையான வயிற்றிற்கடியில் அவளுடைய விரல்களை அலையவிட்டிருக்கலாம். அந்த மெருகேற்றப்பட்ட சாக்லெட் மடிப்புகளின் மீது அலட்சியமாக. கரும்பலகையின் மேல் தட்டையான சாக்பீஸைப் போல, நெல் வயலில் காற்று அலையடிப்பதைப் போல, ஒரு நீல தேவாலய வானத்தில் ஜெட் விமானத் தீற்றுகளைப் போல அவன் உடம்பில் வெவ்வேறு வடிவ சிலிர்ப்புத் திட்டுகளை உண்டாக்கியிருக்கலாம். மிகச் சுலபமாக அவள் செய்திருக்கக்கூடும், ஆனால் அவள் செய்ய வில்லை. அவனும் அவளைத் தொட்டிருக்கக்கூடும், ஆனால் அவனும் தொடவில்லை. ஏனென்றால் அந்த எண்ணெய் விளக்கின்

மங்கிய ஒளிக்குப் பின்னால், நிழல்களில், இரும்பு மடக்கு நாற்காலிகள் வட்டமாக அமைக்கப்பட்டிருந்தன. அந்த நாற்காலிகளில் அமர்ந் திருப்பவர்கள் சாய்வான ரைன்ஸ்டோன் கறுப்புக் கண்ணாடிகளில் கவனித்துக்கொண்டிருந்தனர். அவர்கள் அனைவரும் பளபளப்பான வயலின்களைத் தமது தாடைகளின் கீழ் பிடித்திருந்தனர். வில்கள் ஒரே விதமான கோணங்களில் நிலைத்திருந்தன. அவர்கள் அனைவரும் தமது கால்களைக் மடக்கி வைத்திருந்தனர். வலது காலின் மேல் இடது கால். எல்லோருடைய இடது கால்களும் நடுங்கிக்கொண் டிருந்தன.

சிலரிடம் செய்தித்தாள்கள் இருந்தன. சிலரிடம் இல்லை. சிலர் எச்சில் குமிழிகள் ஊதினர். சிலர் ஊதவில்லை. ஆனால் அனைவரது கண்ணாடிகளிலும் அந்தத் துடிக்கும் எண்ணெய் விளக்கின் பிம்பங்கள் பிரதிபலித்தன.

மடக்கு நாற்காலிகளின் வட்டத்துக்குப் பின்னால், உடைந்த நீலக்கண்ணாடி பாட்டில்களுடன் ஒரு கடற்கரை இருந்தது. நிசப்தமான அலைகள் உடைப்பதற்குப் புதிய நீல பாட்டில்களைக் கொண்டுவந்து, பழைய பாட்டில்களைத் திரும்ப அலைக்கிழுத்துக் கொண்டிருந்தன. கண்ணாடியின் மீது கண்ணாடி மோதும் கூர்மையான ஒலிகள். கடலில் ஒரு பாறையின் மீது, ஒரு செந்நீல ஒளிக்கற்றையில் ஒரு மஹோகனியும் ஆடும் பிரம்பு நாற்காலியும் இருந்தன. உடைத்து நொறுக்கப்பட்டு.

கடல் கறுப்பாகவும் நுரை வாந்திப் பச்சையாகவும் இருந்தன.

மீன்கள் கண்ணாடிச் சில்லுகளை உண்டன.

இரவின் முழங்கைகள் நீரில் ஊன்றியிருந்தன. வீழும் நட்சத்திரங் கள் தமது மெல்லிய சில்லுகளைச் சொடுக்கின.

விட்டில்கள் வானத்தில் விளக்கேற்றின. நிலவு காணப்படவில்லை.

அவனால் நீந்த முடியும், தன்னுடைய ஒரே கரத்தை வைத்துக் கொண்டு. அவளால் தன் இரு கரங்களாலும்.

அவன் சருமம் உப்புக்கரித்தது. அவளுடையதும்.

மணலில் அவன் காலடித் தடங்கள் பதியவில்லை. நீரில் இறங்கினால் சிற்றலைகள் உண்டாகவில்லை. கண்ணாடிகளில் பிம்பம் விழவில்லை.

அவனை அவள் விரல்களால் தொட்டிருக்க முடியும். ஆனால் தொடவில்லை. அவர்கள் வெறுமனே ஒன்றாக நின்றிருந்தனர்.

அசையாமல்.

சருமத்தோடு சருமமாக.

வண்ணத் துகள்களாக ஒரு காற்றலை அவள் கூந்தலைக் கலைத்தது. கடலோரம் செங்குத்துப் பாறை போலத் திடீரென்று முடிந்திருந்த அவனது கையற்ற தோள் மீது அவள் கூந்தல் போர்த்தியது.

இடுப்பெலும்பு துருத்திய ஒரு மெலிந்த சிவப்புப் பசு தோன்றி கடலுக்குள் பாய்ந்து, கொம்புகளை ஈரப்படுத்திக்கொள்ளாமலும், திரும்பியே பார்க்காமலும் நேராக நீந்திச் சென்றது.

அந்தக் கனத்த, கிடுகிடுக்கும் சிறகுகளில் தன் கனவில் பறந்து சென்ற அம்மு, அப்பிரம்மாண்டச் சிறகுகள் தன் மேல் கவிய, ஓய்வெடுக்க இறங்கினாள்.

அவள் கன்னங்களில் பதிந்திருந்த நீலத்தில் குறுக்குத் தையல் போட்டிருந்த ரோஜாக்களை அழுத்திக்கொண்டிருந்தாள்.

அவள் கனவுகளின் மீது அவளுடைய குழந்தைகளின் முகங்கள் இரு கரிய, கவலை தோய்ந்த நிலவுகளைப் போலத் தொங்கிக்கொண்டு, உள்ளே நுழையக் காத்துக்கொண்டிருப்பதை உணர்ந்தாள்.

"அம்மு இறந்துகொண்டிருக்கிறாளா?" எஸ்தாவிடம் ராஹேல் கிசுகிசுப்பதை அவள் கேட்டாள்.

"பகல் கனவு கண்டுகொண்டிருக்கிறாள்." எஸ்தா துல்லியமாகக் கணிப்பவன். "இவள் நிறைய கனவு காணுவாள்."

அவன் அவளைத் தொட்டால், அவளுடன் அவனால் பேச இயலவில்லை, அவளை அவன் நேசித்தால் அவனால் விலக இயலவில்லை, அவன் பேசினால் அவனால் கேட்க இயலவில்லை, அவன் போராடினால் அவனால் வெல்ல இயலவில்லை.

அந்த ஒரு கரம் கொண்ட மனிதன் யார்? யாராக இருக்க முடியும்? தோல்விகளின் கடவுளா? சின்ன விஷயங்களின் கடவுளா? சிலிர்ப்புகளுக்கும் திடீர்ப் புன்னகைகளுக்குமான கடவுளா? கசப்பு உலோக வாசனைகளின் – பஸ்களின் கைப்பிடிக் கம்பிகளின் வாசனைகளைப் போல, அவற்றைப் பிடித்திருக்கும் நடத்துனரின் கைகளின் வாசனையைப் போல – கடவுளா?

"எழுப்பலாமா?" என்றான் எஸ்தா.

பிற்பகலின் பின்வாங்கும் வெளிச்ச விரல்கள் திரைச்சீலை வழியாகத் திருட்டுத்தனமாக நுழைந்து அம்முவின் கிச்சிலிப்பழ வடிவ டாங்கரைன் டிரான்சிஸ்டர் ரேடியோவின் மீது விழுந்தது. ஆற்றுக்குப் போகும்போது அம்மு டிரான்ஸிஸ்டரை எப்போதும் எடுத்துச் செல்வாள். (The Sound of Music கிற்கு எஸ்தா தனது மற்றொரு பிசுபிசுத்த கையில் ஏந்திக்கொண்டு சென்றதும் கிச்சலிப்பழ வடிவம்தான்.)

பிரகாசமான வெயில் பட்டைகள் அம்முவின் கலைந்த முடிகளைப் பிரகாசப்படுத்தின. கனவின் படலத்துக்கடியில் அவள் காத்திருந்தாள், அவளுடைய குழந்தைகளை உள்ளே அனுமதிக்க விருப்பமின்றி.

"கனவு கண்டுகொண்டிருப்பவர்களை நடுவில் எழுப்பக் கூடாதென்று அம்மு சொல்வாள்" என்றாள் ராஹேல். "அவர்களுக்கு மாரடைப்பு வந்துவிடும்" என்பாள்.

அவர்களுக்குள் கலந்தாலோசித்து, அவளை நேரடியாக எழுப்புவதைவிட மறைமுகமாகக் கலைப்பது என்று முடிவெடுத்தனர். எனவே இழுப்பறைகளைத் திறந்தனர், தொண்டைகளைக் கனைத்தனர், சத்தமாகக் கிசுகிசுத்தனர், சின்னதாக ஒரு பாட்டை முணுமுணுத்தனர். காலணிகளை நகர்த்திவைத்தனர். அலமாரிக் கதவு ஒன்று கிறீச்சிடுவதைக் கண்டுபிடித்தனர்.

கனவின் படலத்துக்கடியில் படுத்திருந்த அம்மு, அவர்களை கண்ணைத் திறக்காமல் கவனித்துக் கொண்டிருந்தாள். அவளுக்கு வலிக்குமளவுக்கு அவர்கள்மீது பிரியம் சுரந்தது.

ஒற்றைக் கை மனிதன் தனது விளக்கை ஊதி அணைத்துவிட்டு அந்தத் தாறுமாறான கடற்கரைக்குக் குறுக்கே நடந்து அவனால் மட்டுமே பார்க்க முடிந்த நிழல்களுக்குள் சென்று கரைந்தான்.

கடற்கரையில் அவன் காற்சுவடுகள் பதிந்திருக்கவில்லை.

மடக்கு நாற்காலிகள் மடக்கப்பட்டன. கருங்கடல் அமைதியானது. கசங்கிய அலைகள் இஸ்திரி போடப்பட்டன. கடல் நுரைகள் மீண்டும் பாட்டில்களில் அடைக்கப்பட்டன. பாட்டில்கள் மூடப்பட்டன.

அடுத்த அறிவிப்பு வரும் வரை இரவு ஒத்திவைக்கப்பட்டது.

அம்மு தன் கண்களைத் திறந்தாள்.

ஒற்றைக் கை மனிதனின் அணைப்பிலிருந்து அவளுடைய இரட்டைக் கரு குழந்தைகள்வரை ஒரு நீண்ட பயணத்தைக் கடந்து வந்து சேர்ந்தாள்.

"கெட்ட பகல் கனவு கண்டு பயந்து போயிருந்தாய்," அவள் மகள் தெரிவித்தாள்.

"கெட்ட கனவல்ல," என்றாள் அம்மு. "அது வெறும் கனவு."

"நீ செத்துக்கொண்டிப்பதாக எஸ்தா நினைத்தான்."

"நீ ரொம்பக் கஷ்டமாக இருந்தாய்," என்றான் எஸ்தா.

"நான் சந்தோஷமாக இருந்தேன்," என்றாள் அம்மு, சந்தோஷமாகத் தான் இருந்திருக்கிறோம் என்றுணர்ந்து.

"அம்மு, நீ கனவில் சந்தோஷமாக இருந்தால் அது கணக்கில் சேருமா?" எஸ்தா கேட்டான்.

"எது கணக்கில் சேருமா?"

"சந்தோஷம் – அது கணக்கில் சேருமா?"

கலைந்த குருவிக்கூட்டுத் தலைவாரலோடு அவள் மகன் கேட்பது என்னவென்று அவளுக்குத் துல்லியமாகப் புரிந்தது.

ஏனென்றால் உண்மையில், கணக்கில் சேரவேண்டியது மட்டுமே சேரும்.

எளிமையான, சிக்கலற்ற குழந்தைகளின் ஞானம்.

கனவில் மீன் சாப்பிட்டால் அது கணக்கில் சேருமா? அதாவது நீங்கள் மீன் சாப்பிட்டதாகுமா?

கால்சுவடுகளற்ற அந்த இனிமையான மனிதன் – அவன் கணக்கில் சேருவானா?

அம்மு அவளது கிச்சலிப்பழ ட்ரான்ஸிஸ்டரை எட்டி எடுத்து ஆன் செய்தாள். *செம்மீன்* படத்திலிருந்து ஒரு பாட்டு பாடிக் கொண்டிருந்தது.

அது ஓர் ஏழைப் பெண்ணின் கதை. அவள் ஒருவனைக் காதலித்தாலும் பக்கத்துக் கடற்கரையைச் சேர்ந்த வேறொரு மீனவனோடு கட்டாயத் திருமணம் செய்து வைக்கப்படுகிறாள். அந்த மீனவன் புது மனைவியின் பழைய காதலனைப் பற்றித் தெரிந்துகொள்ள நேரும்போது, கடலில் ஒரு புயல் உருவாகியிருக்கிறது என்று தெரிந்தும் தனது சிறிய படகை எடுத்துக்கொண்டு கடலுக்குள் செல்கிறான். இருண்டு, காற்று அதிகரிக்கிறது. கடலின் அடியிலிருந்து பூதாகரமான ஒரு சூழல் கிளம்பி மேலெழும்புகிறது. சூறாவளி இசைக்கு மத்தியில் அம்மீனவன் அச்சூழலில் சிக்கி, கடலின் ஆழத்துக்கு மூழ்கிப் போகிறான்.

காதலர்கள் ஒரு தற்கொலைத் தீர்மானத்துக்கு வந்து அவர்கள் கரங்கள் பிணைத்துக்கொண்டிருக்க, அடுத்தநாள் காலை கடலோரத்தில் பிணமாக அடித்து வரப்பட்டிருக்கின்றனர். எனவே அனைவரும் இறந்துபோகின்றனர். அந்த மீனவன், அவன் மனைவி, அவளுடைய காதலன் மற்றும் கதையில் எந்தப் பங்கும் வகித்திராத ஒரு சுறா மீனும் இறந்துபோகிறது. கடல் அனைவரையும் கொண்டுவிடுகிறது.

அவளுடைய இரட்டைக் குழந்தைகளோடு, தூக்கத்தில் உப்பிய கன்னங்களில் நீலக் குறுக்குத் தையலிட்ட இருட்டும், வெளிச்ச விளிம்புகளாகக் குறுக்குத் தையலிட்ட ரோஜாக்களும் பதிந்திருக்க அம்முவும் அந்தக் கிச்சலிப்பழ ரேடியோவோடு சேர்ந்து பாடினாள். மீனவப் பெண்கள் அந்தச் சோகமான இளம் மணப்பெண்ணுக்குத் தலைப் பின்னலிட்டுக்கொண்டு அவளுக்கு விருப்பமற்ற ஒருவனைத் திருமணம் செய்துகொள்ள தயார்படுத்திக்கொண்டு பாடும் பாட்டு.

பண்டொரு முக்குவன் முத்தினு போயி
(முன்பு ஒரு மீனவன் முத்தெடுக்கப் போனான்)

படிஞ்ஞாறன் காற்றத்துமுங்ஙிப் போயி
(மேற்கிலிருந்து வீசிய சூறைக் காற்றில் மூழ்கிப் போனான்)

ஒரு விமான நிலைய தேவதைக் கவுன் தன்னுடைய மொடமொடப்பில் தரையில் நின்றுகொண்டிருந்தது. வெளியே முற்றத்தில் மொடமொடப்பான சேலைகள் வரிசையாக வெயிலில் காய்ந்துகொண்டிருந்தன. ஆஃப் ஒயிட்டும் கோல்டும். அவற்றின் கஞ்சியிட்ட மடிப்புகளில் பொடிப்பொடி கற்கள் புதைந்திருந்தன. இஸ்திரி போட எடுத்துச் செல்வதற்குமுன் சேலைகளை மடிக்கும்போது அவற்றை உதறி எடுக்க வேண்டும்.

அரயத்தி பெண்ணு பிழச்சுபோயி
(கரையிலிருந்த அவன் மனைவி சோரம் போனாள்)

ஏற்றுமானூரில் மின்சாரம் தாக்கி இறந்த யானை (கொச்சுதொம்பன் அல்ல) எரியூட்டப்பட்டது. நெடுஞ்சாலையில் ஒரு மாபெரும் சிதை எழுப்பப்பட்டது. நகராட்சியின் என்ஜினியர்கள் அதன் தந்தங்களை அறுத்தெடுத்துத் தங்களுக்குள் அதிகாரபூர்வமற்ற முறையில் பங்கிட்டுக் கொண்டனர். சமமில்லாமல். எண்பது டின் சுத்தமான நெய் யானை மேல் ஊற்றப்பட்டு நெருப்பு மூட்டப்பட்டது. அடர்ந்த புகைச் சுருள்கள் எழும்பி வானத்தில் சிக்கலான கோலங்களிட்டன. பத்திரமான தூரத்தில் மக்கள் கூடி நின்று அவற்றின் அர்த்தங்களைப் படித்தனர்.

அங்கே ஏராளமான ஈக்கள் இருந்தன.

அவனே கடலம்ம கொண்டு போயி
(கடலம்மா அவனைக் கொண்டு சென்றுவிட்டாள்)

சுடுகாட்டுப் பருந்துகள் பக்கத்து மரங்களின் மீது இறங்கி, இறந்த யானைக்குச் செய்யப்படும் இறுதிச் சடங்குகளை மேற்பார்வையிடுவதை மேற்பார்வையிட்டன. மாபெரும் உள்ளுறுப்புகளைப் பிடுங்கித் தின்ன வாய்ப்பு கிடைக்கலாம். மிகப் பெரிய பித்தப்பை ஒன்றோ அல்லது பிரம்மாண்டமான மண்ணீரலோ.

அவை ஏமாற்றமடையவில்லை. முழுத் திருப்தியுமடையவில்லை.

அம்மு தன் பிள்ளைகள் இருவரின் மீதும் மெலிதாகத் தூசு படிந்திருப்பதைக் கவனித்தாள். இலேசாகச் சர்க்கரை தூவப்பட்ட, ஒன்று போலில்லாத இரண்டு கேக் துண்டுகளைப் போல. ராஹேலின் கரும் முடிச்சுருள்களுக்கு நடுவே பொன்னிறச் சுருள் ஒன்று புதைந்திருந்தது. வெளுத்தாவின் புழக்கடையிலிருந்து வந்த சுருள். அம்மு அதை வெளியே எடுத்தாள்.

"உன்னிடம் முன்பே சொல்லியிருக்கிறேன். அவன் வீட்டிற்கு நீங்கள் போவது எனக்குப் பிடிக்கவில்லை. அது சிக்கலைத்தான் உண்டாக்கும்."

என்ன சிக்கல் என்று அவள் சொல்லவில்லை. அவளுக்குத் தெரிய வில்லை.

எப்படியோ, அவன் பெயரைக் குறிப்பிடாததன் மூலம் அந்த நீலநிற குறுக்குத் தையலிட்ட பிற்பகலின் கசங்கிய நெருக்கத்துக்குள்ளும், அந்த டாங்கரைன் ட்ரான்ஸிஸ்டரின் பாடலுக்குள்ளும் அவனைத் தான் இழுத்துவந்துவிட்டதை அறிந்தாள். அவன் பெயரைக் குறிப்பிடா ததன் மூலம் அவள் கனவுக்கும் நிஜத்துக்கும் இடையே ஓர் ஒப்பந்தம் நிறைவேற்றப்பட்டிருப்பதை உணர்ந்தாள். அந்த ஒப்பந்தத்துக்குச் செவிலித் தாய்களாக இருந்தது அல்லது இருக்கப் போவது அவளுடைய மரத் தூள் தூவிய இரு கரு இரட்டைக் குழந்தைகள்தாம்.

அவன் யாரென்று அவளுக்குத் தெரிந்தது – தோல்வியின் கடவுள், சின்ன விஷயங்களின் கடவுள். ஆம், அவளுக்குத் தெரியும்.

அந்த டாங்கரைன் ரேடியோவை அணைத்தாள். பிற்பகல் மௌனத் தில் (வெளிச்ச விளிம்புகள் ஜரிகையிட்டிருக்க) அவள் குழந்தைகள் அவளுடைய கதகதப்புக்குள் சுருண்டுகொண்டனர். அவளது வாசம். தம்முடைய தலைகளை அவளுடைய கூந்தலால் மூடிக்கொண்டனர். அவளுடைய தூக்கத்தில் அவர்களை விட்டு அவள் பயணப்பட்டுவிட் டதை அவர்கள் எப்படியோ உணர்ந்தனர். அவளுடைய மேல் வயிற்றின் மீது பரப்பி வைத்திருந்த தமது சிறிய உள்ளங்கைகளால் அவள் தோலைப் பற்றி அவர்களிடம் இழுத்துக்கொண்டனர். அவளது பாவாடைக்கும் ஜாக்கெட்டுக்கும் நடுவே. அவர்களுடைய பின்னங்கைகளின் பழுப்பு நிறம் அவர்களுடைய அம்மாவின் வயிற்றுத் தோலின் பழுப்புடன் மிகச் சரியாக ஒத்திருந்ததை ஆசையுடன் கவனித்தனர்.

“எஸ்தா, இங்கே பார்,” அம்முவின் தொப்புளிலிருந்து தெற்கே செல்லும் மென்மையான கோட்டை ராஹேல் பிடித்துக் கிள்ளிக் கொண்டே கூறினாள்.

“இங்கேதான் நாங்கள் உன்னை எட்டி உதைத்தோம்.” எஸ்தா ஒரு வெள்ளி ரேகை மேல் விரலை ஓட்டினான்.

“அது பஸ்ஸிலா, அம்மு?”

“வளைந்து வளைந்து போகும் எஸ்டேட் ரோட்டிலா?”

“பாபா உன் தொப்பையை எப்போது பிடித்துக்கொண்டார்?”

“நீங்கள் டிக்கெட் வாங்க வேண்டியிருந்ததா?”

“உன்னை நாங்கள் கஷ்டப்படுத்தினோமா?”

பின், தன்னுடைய குரலைச் சாதாரணமாக ஆக்கிக்கொண்டு, ராஹேல் கேட்டாள்: “நம்முடைய அட்ரஸை அவர் தொலைத்து விட்டிருப்பாரோ?”

அம்முவின் சுவாசத்தில் நிகழ்ந்த ஒரு சிறிய இடைவெளி, ராஹே லின் நடு விரலை எஸ்தா அவனுடைய விரலால் தொட வைத்தது. நடு விரலோடு நடு விரலைக் கோத்து அவர்களுடைய அழகான

அம்மாவின் மேல்வயிற்றில் வைத்து அந்தரீதியிலான தமது கேள்விகளைக் கைவிட்டனர்.

"இது எஸ்தாவின் உதை, இது என்னுடைய உதை" என்றாள் ராஹேல். "... இது எஸ்தாவுடையது. இது என்னுடையது."

அவர்களுடைய அம்மாவின் ஏழு வெள்ளிநிறப் பிரசவச் சுருக்கங்களைத் தங்களுக்குள் பங்கு போட்டுக்கொண்டனர். பின் ராஹேல் தன் வாயை அம்முவின் வயிற்றின் மேல் வைத்து, மென்மையான சதையை வாய்க்குள் இழுத்து உறிஞ்சினாள். தலையைப் பின்னுக் கிழுத்துக்கொண்டு அவள் அம்மாவின் தோலில் மேல் லேசான சிவப்பில் தன் பல் தடத்தையும் பளபளக்கும் எச்சில் வட்டத்தையும் ரசித்தாள்.

அந்த முத்தத்தின் களங்கமின்மையை அம்மு வியந்தாள். அது பளிங்கைப் போன்ற தெளிவான முத்தம். சிறுவர்களுக்குள் தூங்கிக் கொண்டிருக்கும், அவர்கள் வளர்வதற்காகக் காத்திருக்கும் வெறியோ, ஆசையோ சூழ்ந்திருக்காத முத்தம். திருப்பி முத்தத்தைக் கோராததொரு முத்தம்.

கேள்விகளால் நிரம்பி, பதிலைக் கேட்கும் சந்தேக முத்தமல்ல.

கனவுகளில் வரும் அந்த இனிய, ஒற்றைக் கை மனிதனின் முத்தங்களைப் போல.

அவர்கள் தன்னைக் கையாள்வதில் இருக்கும் ஒழுக்க வரம்பு அம்முவுக்குச் சோர்வேற்படுத்தியது. தன் உடலைத் திரும்பப் பெற விரும்பினாள். அது அவளுடையது. போதுமென்ற சலிப்பில் குட்டிகளை உதறிவிட்டு விலகும் பெண் நாயைப் போல அவளுடைய குழந்தைகளை விலக்கிவிட்டு எழுந்தாள். கூந்தலைச் சுருட்டி கழுத்தருகில் முடிச்சிட்டுக்கொண்டாள். கட்டிலிலிருந்து காலை அகற்றி இறங்கி, ஜன்னலருகே சென்று திரைச்சீலையைத் திறந்தாள்.

பிற்பகலின் சாய்ந்த வெயில்கற்றை அறைக்குள் வெள்ளமாகச் சரிந்து, படுக்கையிலிருந்த இரு குழந்தைகளையும் பிரகாசமாக்கியது.

அம்முவின் குளியலறைக் கதவின் தாழ்ப்பாள் பூட்டப்படும் சத்தம் இரட்டையர்களுக்குக் கேட்டது.

க்ளிக்.

குளியலறையிலிருந்த உயரமான கண்ணாடியில் அம்மு தன்னைக் கவனித்தாள். அவளது எதிர்காலத்தின் கோரத்தோற்றம் அவளைக் கிண்டல் செய்வது போலத் தோன்றியது. ஊறலிட்டு, சாம்பல் நிறத்தில். கபமிட்ட கண்கள். தளர்ந்து தொங்கும் கன்னங்களில் குறுக்குத் தையல் ரோஜாக்கள். எடைப்பைகளைப் போலத் தொங்கும் வதங்கிய மார்புகள். கால்களுக்கிடையில் எலும்பைப் போல் உலர்ந்து, ரோமங்கள் சிறகு போல் வெளுத்து. உதிரியாக. நசுங்கிய பெரணிச் செடி போல நொய்ந்து.

செதில் செதிளாக, உறைபனி போல உதிரும் சருமம்.

அம்மு நடுங்கினாள்.

அந்த வெப்பமான பிற்பகலில் வாழ்க்கை வாழ்ந்து தீர்ந்து விட்ட தென்ற அப்பட்டமான உணர்வும் அவளது கோப்பை முழுக்கப் புழுதி நிரம்பியிருக்கிறதென்றும் நிதரிசனமாயின. அந்தக் காற்று, அந்த வானம், அந்த மரங்கள், அந்தச் சூரியன், அந்த மழை, அந்த ஒளியும் இருட் டும், அனைத்தும் மெதுவாக மணலாக மாறி நாசித்துவாரங்களை, நுரையீரல்களை, வாயை அந்த மணல் நிரப்பும். அந்தப் பாரம் அவளைக் கீழே தள்ளி, அவளும் தரைக்குள் திருகிக்கொண்டே புதைந்துபோவாள். கடற்கரை நண்டுகள் சடுதியில் வளை தோண்டிக்கொண்டு மணலில் புதைவதுபோல.

அம்மு உடைகளைக் களைந்துவிட்டு ஒரு சிவப்பு நிற டூத் பிரஷ்ஷை எடுத்துத் தன் மார்பகத்துக்கடியில் வைத்துப் பிடித்துக்கொண்டு நிற்கிறதா வென்று பார்த்தாள். அது கீழே விழுந்தது. அவள் தன்னையே தொட்டுப் பார்த்துக்கொள்ளும்போது தசை விறைத்து, வழவழப்பாயிருந்தது. அவள் கைகளுக்குள் அவள் மார்புக்காம்புகள் சுருங்கி, கருப்புக் கொட்டை களைப் போல இறுகி, அவள் மார்புகளின் மிருதுவான சருமத்தை இழுத்தன. அவள் தொப்புளிலிருந்து இறங்கிய மெல்லிய கோடு, அவள் அடிவயிற்றின் மென்மையான வளைவில் சரிந்து அவளுடைய கரிய முக்கோணத்தில் முடிந்தது. வழி தொலைத்த பயணிக்கு வழிகாட்டும் அம்பைப் போல. அனுபவமற்ற காதலனைப் போல.

கூந்தலை அவிழ்த்துவிட்டு, அது எந்தளவுக்கு வளர்ந்திருக்கிறதென்று திரும்பிப் பார்த்தாள். அது அலையலைகளாகவும், சுருள் சுருள்களாக வும் கீழ்ப்படியாத முடிக்கற்றைகளாக – உள்ளே மிருதுவாகவும், வெளியே சொரசொரப்பாகவும் – சரிந்து, சிறிய, வலுவான இடையின் வளைவு தொடங்கும் இடத்துக்குக் கொஞ்சம் கீழே வரை வந்தது. குளியலறை புழுக்கமாக இருந்தது. சிறிய வியர்வை முத்துக்கள் அவள் சருமத்தின் மேல் வைரங்கள் போலக் கோத்திருந்தன. பின்பு அவை உடைந்து வழிந்தன. நடு முதுகின் பள்ளக்கோட்டில் வியர்வை ஓடியது. அவளுடைய உருண்ட கனத்த பின்பக்கத்தைக் கொஞ்சம் கவலையுடன் பார்த்தாள். அவ்வளவொன்றும் பெரிதாக இல்லை. (ஆக்ஸ்போர்டின் சாக்கோ இதைச் சந்தேகமின்றி per se பெரியவையல்ல என்றிருப்பான்.) அவ ளுடைய மற்ற பாகங்கள் மெல்லியவையாக இருப்பதால் இவற்றைப் பெரியவையெனலாம். வேறொரு பருத்த உடம்பிற்குச் சொந்தமானவை போல.

இவை ஒவ்வொன்றும் நிச்சயம் ஒரு டூத் பிரஷ்ஷைத் தாங்கிப் பிடிக்குமென்று அவளுக்குத் தோன்றியது. ஒருவேளை இரண்டுகூட. அவளுடைய பின்பக்கத்தின் ஒவ்வொரு பக்கத்திலும் கலர்கலரான டூத் பிரஷ்களைச் செருகிக்கொண்டு அய்மனத்தின் தெருக்களில் அம்மண மாகத் தான் நடந்துசெல்வதைக் கற்பனை செய்து பார்த்தாள். சிரிப்பு சத்தமாகவே வந்துவிட்டது. அவசரமாகத் தன்னை அமைதிப்படுத்திக் கொண்டாள். அதன் தயக்கத்திலிருந்து ஒரு பைத்தியக் குளவி தப்பித்துக் குளியலறைக்குள் வெற்றிகரமாக வட்டமடித்ததைக் கவனித்தாள்.

அம்முவுக்குப் பைத்தியக்காரத்தனத்தைப் பற்றிக் கவலையாக இருந்தது.

அவர்கள் குடும்பத்தில் அது ஓடுவதாக மம்மாச்சி கூறுவாள். திடீரென்று வந்து எதிர்பாராத நேரத்தில் அவர்களைப் பீடித்துக் கொள்ளுமாம். பாதில் அம்மாயி, தன்னுடைய அறுபத்தி ஐந்தாவது வயதில் தனது உடைகளைக் கழற்றிப் போட்டுவிட்டு நிர்வாணமாக ஆற்றங்கரைக்கு ஓடிப்போய் மீன்களைப் பார்த்துப் பாடிக்கொண்டிருந் தாள். தம்பி சாச்சென் ஒவ்வொரு நாள் காலையிலும் தான் கழித்த மலத்தை நிட்டிங் ஊசியால் கிளறி, பல வருடங்களுக்கு முன்னால் விழுங்கிவிட்ட ஒரு தங்கப் பல்லைத் தேடிக்கொண்டிருந்தார். டாக்டர் முத்தச்சனை அவருடைய திருமணத்திலிருந்தே மூட்டையாகக் கட்டி வெளியேற்ற வேண்டியிருந்தது. எதிர்காலச் சந்ததியினர், ‘அம்மு என் றொருத்தி இருந்தாள் – அம்மு ஐப். ஒரு பெங்காலியைத் திருமணம் செய்து கொண்டாள். பைத்தியம் பிடித்துவிட்டது. சின்ன வயதிலேயே செத்துப்போய்விட்டாள். எங்கேயோ ஒரு மலிவான லாட்ஜில்’ என்பார்களா?

சொந்தத்திற்குள்ளேயே திருமணம் செய்துகொள்வதுதான் மனச் சிதைவு அவர்களிடம் அதிகளவில் இருப்பதற்குக் காரணம் என்றான் சாக்கோ. மம்மாச்சி அது காரணமல்ல என்றாள்.

அம்மு, தன் கனத்த கூந்தலைச் சேகரித்து முகத்தைச் சுற்றி, சுற்றினாள். முடிக்கற்றைகளின் பிரிவுகளுக்கிடையே முதுமைக்கும் மரணத்துக்கும் செல்லும் பாதையை உற்று நோக்கினாள். ஒரு மத்திய கால தூக்கிலிடுபவன் தனது தலைக்கவசத்தின் சாய்ந்த பிளவு வழி யாகப் பலியாளைப் பார்ப்பதைப் போல. கரிய மார்புக்காம்புகளும் சிரித்தால் குழி விழும் கன்னங்களும் கொண்ட ஒரு மெல்லிய, நிர்வாண மான தூக்கிலிடும் அதிகாரி. யுத்தத்தில் தோற்ற செய்திக்கு மத்தியில், மெழுகுவர்த்தி வெளிச்சத்தில் பிறந்த இரு கரு இரட்டைக் குழந்தை களால் உண்டான ஏழு வெள்ளி நிறப் பிரசவ ரேகைகளோடு.

அவளுடைய பாதையின் இறுதியிலிருந்தது அவளை பயமுறுத்திய அளவிற்கு அப்பாதையின் இயல்பு அம்முவைப் பயமுறுத்தவில்லை. தூரத்தைக் குறிக்கும் மைல்கற்கள் இல்லாத, மரங்கள் வளர்ந்திருக்காத, இறைந்த நாணயங்கள்போல் நிழல் போர்த்தியிருக்காத, மூடுபனி கவிந்திருக்காத, பறவைகள் மேலே வட்டமிடாத, சாலை முடிவைக் கொஞ்சம்கூட மறைக்காத, வளைவுகளோ திருப்பங்களோ கொண்டை ஊசி வளைவுகளோ இல்லாத, அவளுக்கு மிகத் தெளிவாக முடிவதைக் காட்டும் நேர்ச்சாலை. இதுதான் அம்முவுக்கும் ஒரு கொடூர பயத்தை நிரப்பியது. தன் எதிர்காலம் கணித்துச் சொல்லப்படுவதைக் கேட்க அம்முவிற்கு விருப்பம் கிடையாது. அது அவளுக்கு மிகுந்த அச்சமூட்டு வது. அவளுக்குச் சின்னதாக வரம் ஒன்று அளிக்கப்படுவதாக இருந்தால் அது எதிர்காலத்தைத் தெரிந்துகொள்ளாதிருப்பது என்பதாகத்தான் இருக்கும். ஒவ்வொரு நாளும் அவளுக்கு நிகழப் போவதென்னவென்று தெரியாத அறியாமை. அடுத்த மாதம், அடுத்த வருடம் அவள் எங்கிருப்பாள் என்று அறிந்துகொள்ளவியலாமை. பத்து வருடங்கள் கழித்து என்ன நடக்குமென்றறியாத அறியாமை. அவளுடைய பாதை எந்தப் பக்கம் திரும்புமென்றும், வளைவைத் தாண்டி என்ன இருக்கு மென்றும் தெரியாமை. ஆனால் அம்முவுக்குத் தெரிந்திருந்தது. அல்லது

அவளுக்குத் தெரிந்திருப்பதாக *நினைத்திருந்தாள்*. அது உண்மையில் அதேயளவு கொடுமையானது. (ஏனென்றால், கனவில் மீன் சாப்பிட்டிருந்தால், அதற்கு நீங்கள் மீன் சாப்பிட்டதாகவே அர்த்தம்.) அம்மு அறிந்திருந்தவற்றிலிருந்து (அல்லது அறிந்திருப்பதாக அவள் நினைப்பதிலிருந்து) பாரடைஸ் ஊறுகாய் கம்பெனியின் சிமெண்ட் தொட்டிகளிலிருந்து எழும் உவப்பற்ற, காடிப் புகை நாற்றம் எழுந்தது. இளமையைச் சுருங்கச் செய்யும், எதிர்காலங்களை ஊறுகாய் போடும் புகை.

தன் சொந்த முடியிலேயே முக்காடிட்டிருந்த அம்மு குளியலறையின் கண்ணாடியில் சாய்ந்து, விசும்புவதற்கு முயன்றாள்.

தனக்காக.

சின்ன விஷயங்களின் கடவுளுக்காக.

அவள் கனவின், சர்க்கரை தூவிய இரட்டைச் செவிலித்தாய்களுக்காக.

அந்தப் பிற்பகலில் – அவர்களுடைய மர்மமான அம்மாவின் பாதையின் போக்கை, விதி பயங்கரமாக மாற்றியமைத்தபோது, வெளுத்தாவின் புழக்கடையில் ஒரு பழைய படகு அவர்களுக்காகக் காத்திருந்தபோது, ஒரு மஞ்சள்நிற தேவலாயத்தில் ஒரு வௌவால் குட்டி பிரசவமாகக் காத்திருந்தபோது – அவர்களுடைய அம்மாவின் படுக்கையறையில் ராஹேலின் பிட்டத்தில் தன் தலையை வைத்து எஸ்தா தலைகீழாக நின்றான்.

நீலநிறத் திரைச்சீலைகளையும் ஜன்னல் கண்ணாடிகளைச் சோதித்துக்கொண்டிருந்த மஞ்சள் குளவிகளையும் கொண்டிருந்த படுக்கையறை. அவற்றின் வேதனைக்குரிய ரகசியங்களைச் சீக்கிரமே அறிந்துகொள்ளப் போகும் சுவர்களைக் கொண்டிருந்த படுக்கையறை.

அந்தப் படுக்கையறையைத்தான் அம்மு முதலில் தாளிட்டுக் கொண்டு, பின்பு தன்னையும் தாளிட்டுக்கொண்டாள். ஸோஃபீ மோளின் சவஅடக்கம் முடிந்து நான்கு நாட்கள் கழித்து, துக்கத்தில் உந்தப்பட்டவனாக சாக்கோ அந்த அறையின் கதவுகளைத்தான் உடைத்துத் தள்ளினான்.

"உன் உடம்பிலுள்ள எல்லா எலும்புகளையும் நான் அடித்து நொறுக்குவதற்கு முன் என் வீட்டை விட்டு வெளியே போய்விடு!"

என் வீடு, என் அன்னாசிப்பழங்கள், என் ஊறுகாய்.

அதற்குப் பிறகு ராஹேல் இந்தக் கனவைப் பல வருடங்களாகக் கண்டு வந்திருக்கிறாள். ஒரு பெண்ணின் பிணத்துக்கருகில். ஒரு பருமனான, முகமற்ற மனிதன் மண்டியிட்டு அமர்ந்திருக்கிறான். பிணத்தின் முடியை அறுத்தெறிகிறான். அதன் உடம்பிலுள்ள ஒவ்வொரு எலும்பையும் முறிக்கிறான். குட்டி எலும்புகளைக்கூட உடைக்கிறான். பின்பு விரல்கள். செவி எலும்புகளை முறிக்கும்போது மரக்கிளைகளை உடைக்கிற மாதிரி சத்தம் கேட்கிறது. *படக்படக்.* உடையும் எலும்புகளின் மெல்லிய ஒலிகள். பியானோ கட்டைகளை ஒரு பியானோ கலைஞன்

கொல்கிறான். கருப்பு கட்டைகளைக்கூட. அந்த இருவரையுமே ராஹேல் நேசித்தாள் (பல வருடங்கள் கழித்து, மின் மயானத்தில் சாக்கோவின் பிடியிலிருந்த வியர்வை வழுக்கலைப் பயன்படுத்தித் தன் கையை அவள் பிடுங்கிக்கொண்டாலும்.) பியானோ கலைஞனும் பியானோவும்.

கொலைகாரனும் பிரேதமும்.

அந்தக் கதவு மெதுவாக உடைத்துத் தள்ளப்பட்டபோது தன் கைகளின் நடுக்கத்தைக் கட்டுப்படுத்திக்கொள்ள அம்மு ராஹேலின் ரிப்பன்களை எடுத்து அவற்றின் ஓரங்களை ஹெம்மிங் செய்துகொண்டிருந்தாள். அந்த ரிப்பன்களுக்கு ஹெம்மிங் தேவையாக இருக்கவில்லை.

“நீங்கள் ஒருவரையொருவர் எப்போதும் நேசித்துக்கொண்டிருக்க வேண்டுமென்று எனக்குச் சத்தியம் செய்து கொடுங்கள்.” பிள்ளைகளைத் தன் பக்கம் இழுத்துக்கொண்டு அவள் கூறுவாள்.

“பிராமிஸ்,” எஸ்தாவும் ராஹேலும் சொல்வார்கள். அவர்களுக்கு ஒருத்தர், மற்றொருத்தர் என்று கிடையாது என்பதைக்கூற அவர்களுக்கு வார்த்தைகள் கிடைக்காததால்.

இரண்டு அம்மிக் கற்களும் அம்மாவும். மரத்துப்போன அம்மிக் கற்கள். அவர்கள் செய்த அனைத்தும் அவர்களை அகற்றுவதற்காகவே திரும்புபவை. ஆனால் அது அப்புறம்.

அப் – புறம். பாசி படர்ந்த கிணறு ஒன்றில் ஆழமாக ஒலிக்கும் மணிச்சத்தம். விட்டில் பூச்சியின் நடுங்கும், ரோமக்கால்களைப் போல்.

அந்த நேரத்தில் தொடர்பற்றது மட்டுமே இருக்கும். அர்த்தங்கள் நழுவி விழுந்து விஷயங்கள் வீறல் விட்டிருப்பதைப் போல. தொடர் பறுந்ததாக. அம்முவின் ஊசியின் பளபளப்பு. ரிப்பன் ஒன்றின் நிறம். படுக்கை விரிப்பின் குறுக்குத் தையல் நெசவு. மெதுவாக உடையும் ஒரு கதவு. எதையும் *அர்த்தப்படுத்தாத* தனித்தனி விஷயங்கள். வாழ்வின் ஒளித்து மறைக்கப்பட்ட படிமங்களின் முடிச்சுகளை அவிழ்க்கும் அறிவு – பிரதிபலிப்புகளைப் பிம்பங்களுடன் இணைப்பதைப் போல, மினுக்கலை ஒளியோடும் நெசவுகளைத் துணிகளோடும் ஊசிகளை நூலோடும் சுவர்களை அறைகளோடும் காதலை முதலில் பயத்தோடும் பின் கோபத்தோடும் இறுதியாகக் கழிவிரக்கத்தோடும் இணைப்பதைப் போல – சட்டென்று தொலைந்துபோனது.

“உன் மூட்டை முடிச்சுகளைக் கட்டிக்கொண்டு இங்கிருந்து ஓடிப் போ.” உடைந்து சிதறியிருந்தவற்றைத் தாண்டி வந்த சாக்கோ கத்து கிறான். அவற்றைத் தாண்டி வரும்போது பார்க்க பயங்கரமாக இருக் கிறது. அவன் கையில் கதவின் ஒரு குரோமியக் கைப்பிடி இருக்கிறது. திடீரென்று வினோதமான நிசப்தம். தன்னுடைய பலத்தைக் கண்டு தனக்கே உண்டான வியப்பு. அவனுடைய பிரம்மாண்டம். அவன் ஆக்கிரமிப்பின் பலம். அவன் தனிப்பட்ட துக்கத்தின் விஸ்தீரணம்.

சிவப்பு. உடைந்து சிதறியிருந்த கதவுத் துண்டுகளின் நிறம்.

அம்மு, வெளியே அமைதியாகவும் உள்ளே நடுங்கிக்கொண்டும் தன்னுடைய தேவையற்ற ஹெம்மிங்கிலிருந்து நிமிர்ந்து பார்க்கவே

மாட்டாள். வண்ணவண்ண ரிப்பன்கள் இருந்த டின் அவள் மடியில் திறந்து கிடக்கும். அந்த அறையின் மீது தனது தலையீட்டுரிமையை அவள் இழந்துவிட்டிருப்பாள்.

இதே அறையில்தான் (ஹைதராபாத்திலிருந்து அந்த இரட்டையர்கள் நிபுணர் பதிலளித்த பிறகு) அம்மு, எஸ்தாவின் சிறிய ட்ரங்க் பெட்டியிலும் காக்கி ஹோல்டாலிலும் பொருட்களை பேக் செய்தாள்: 12 கையில்லாத காட்டன் பனியன்கள், 12 கையுள்ள காட்டன் பனியன்கள். *எஸ்தா, இவற்றில் உன் பெயர் வண்ணான் இங்க்கில் எழுதப்பட்டிருக்கிறது, பார்.* அவன் சாக்ஸ். அவனது டிரெயின் பைப் கால்சராய்கள். அவனது கூர் காலர் சட்டைகள். அவனது பீஜ், கூர் ஷூக்கள் (அவற்றிலிருந்துதான் கோப உணர்ச்சிகள் வரும்.) அவனது எல்விஸ் ரிகார்டுகள். அவனது கால்சியம் மாத்திரைகளும் வைடாலின் சிரப்பும். (வைடாலின்னோடு வந்த) அவனுடைய இலவச ஒட்டகச்சிவிங்கி. அவனது Books of Knowledge Vols 1- 4. *இல்லை கண்ணா, அங்கே மீன் பிடிக்க ஆறு இருக்காது.* அவனது வெள்ளைத் தோல் ஜிப் – அப் பைபிள். ஜிப்பின் கொக்கியில் இம்பீரியல் என்டமாலஜிஸ்ட்டின் செவ்வந்திக்கல் பதித்த கஃப் – லிங்க். அவனது மக். அவனது சோப்பு. அவனுக்கு முன்கூட்டியே தரப்பட்ட பிறந்தநாள் பரிசு. அதை அவன் *திறக்கக் கூடாது.* நாற்பது பச்சைநிற இன்லேண்ட் கவர்கள். *இங்கே பார் எஸ்தா, இவற்றின் மேல் நம் முகவரியை எழுதியிருக்கிறேன். நீ செய்ய வேண்டியதெல்லாம் இதை மடிக்க வேண்டும். இப்படி. நீயே மடிக்கிறாயா என்று பார்க்கலாமா?* எஸ்தா அந்தப் பச்சை இன்லேண்ட் கவர்களைப் புள்ளி வரிசையின் மேல் ஒழுங்காக மடிப்பான் (அதில் இங்கே மடிக்கவும் என்றிருக்கும்.) மடித்துவிட்டு அம்முவை நிமிர்ந்து பார்த்துப் புன்னகைப்பான். அது அவள் இதயத்தை நொறுக்கும்.

நிச்சயம் கடிதம் எழுதுவாய் அல்லவா? பிராமிஸ்? எழுதுவதற்கு எதுவும் இல்லாவிட்டால்கூட?

பிராமிஸ், எஸ்தா கூறுவான். தனது நிலைமையை முழுதாகப் புரிந்துகொண்டிராமல். திடீரென்று அவனுக்குக் கிடைத்திருக்கும் இந்தச் செல்வங்களில் அவனுடைய தயக்கங்கள், பயங்களின் கூர் விளிம்புகள் மழுங்கியிருந்தன. இவையெல்லாம் அவனுடையவை. அவன் பெயர்கூட இங்க்கில் மேலே எழுதப்பட்டிருக்கின்றன. படுக்கையறையின் தரையில் இறைந்திருக்கும் இவற்றை (அவன் பெயர் எழுதப்பட்ட) ட்ராங்க் பெட்டியில் பேக் செய்ய வேண்டும்.

வருடங்கள் கழித்து இதே அறைக்கு ராஹேல் திரும்பி வரப் போகிறாள். ஒரு மௌனமான அந்நியன் குளிப்பதைப் பார்க்கப் போகிறாள். நொறுங்கித் தூளாகும் பளீர் நீல சோப்பில் அவன் துணிகளைத் துவைப்பதைப் பார்க்கப் போகிறாள்.

ஒட்டிய தசை. தேன் நிறம். கண்களில் சமுத்திர ரகசியங்கள். செவிமடலின் மீது ஒரு வெள்ளி மழைத்துளி.

எஸ்தப்பாப்பிசாச்சன் குட்டப்பன் பீட்டர் மோன்.

12

கொச்சுத் தொம்பன்

செண்டையின் முழக்கம் கோயிலின் மேல் கவிந்து, சுற்றி யிருந்த இரவின் அமைதியை அழுத்தமாகச் சூழ்ந்திருந்தது. தனி யான ஈரச் சாலை. கவனிக்கும் மரங்கள். ராஹேல், கையில் ஒரு தேங்காயுடன் கோயில் காம்பவுண்டின் உயர்ந்த வெண் சுவரிலிருந்த மர வாசற்படியை மூச்சிழந்து கடந்தாள்.

கோயிலுக்குள்ளிருந்த வெள்ளைச் சுவர்களெங்கும் பாசி படர்ந்து, நிலவொளி நிரம்பியிருந்தது. சமீபத்திய மழையின் மணம் எல்லாவற்றிலும் பொதிந்திருந்தது. தரையிலிருந்து உயர்ந்து எழும்பியிருந்த கல் திண்ணையில் பாய் விரித்து ஒல்லியான பூசாரி தூங்கிக்கொண்டிருந்தார். அவரது தலையணைக்குப் பக்கத் தில் பித்தளைத் தட்டில் நாணயங்கள், அவர் கனவுகளைக் கேலிச் சித்திரமாக வரைகிறாற்போலிருந்தன. அந்தக் காம்பவுண்டில் தேங்கியிருந்த ஒவ்வொரு சேற்றுக் குட்டையிலும் ஒவ்வொரு நிலா மிதந்தது. கொச்சுத் தொம்பன் தனது வைதீகச் சுற்றுக்களை முடித்துவிட்டு அதன் சூடான சாணிக்குவியலுக்குப் பக்கத்திலேயே படுத்திருந்தது. கடமையை முடித்துவிட்டு, வயிற்றைக் காலியாக்கி விட்டு, ஒரு தந்தம் தரையில் பதிந்திருக்க, மற்றது நட்சத்திரங் களை நோக்கியிருக்க, பாதித் தூக்கத்தில் இருந்தது. ராஹேல் சத்தமின்றி நெருங்கினாள். அவளுக்கு நினைவில் இருந்ததைவிட இப்போது அதன் தோல் தளர்ந்திருந்தது. அது இன்னமும் *கொச்சுத் தொம்பனல்ல*. அதன் தந்தங்கள் நன்கு வளர்ந்துவிட்டிருக்கின்றன. இப்போது அது *வலியத் தொம்பன்*. பெரிய யானை. அதற்கருகில் தரையில் தேங்காயை வைத்தாள். சுருக்கம் விழுந்த இமைத்தோல் பிளந்து யானை விழியின் ஈரப் பளபளப்பு வெளிப்பட்டது. பின் அது மூடிக்கொண்டது. நீண்ட கண் இரப்பைகள் வீசி தூக்கம் மீட்டெடுக்கப்பட்டது. ஒரு தந்தம் நட்சத்திரங்களைச் சுட்டிக் காட்டியது.

ஜூன் கதகளி மாதமல்ல. ஆனால் சில கோயில்கள் இருக்கின்றன. அங்கே வந்த எந்தக் கதகளிக் குழுவும் கோயிலுக்கு வந்து ஆடிக்

காட்டாமல் கடந்து செல்லாது. அய்மனம் கோயில் அவற்றில் ஒன்றல்ல. ஆனால் இப்போது அதன் புவியியல் தன்மை காரணமாக எல்லாமே மாறிவிட்டிருக்கின்றன.

அய்மனத்தில், இருட்டின் இதயத்தில் அவர்கள் ஈட்டியிருந்த அவமானச் சுமைகளை எறிவதற்காக அவர்கள் அப்போது கதகளி ஆடிக்கொண்டிருந்தனர். நீச்சல்குளக் கரையில் நிகழ்த்தப்பட்ட அவர்களது வெட்டிச் சுருக்கப்பட்ட அரைகுறை நிகழ்ச்சிகள். பசியை விரட்ட சுற்றுலாத் துறைக்குத் தம்முடைய கலையை ஒப்புவித்தது.

இருட்டின் இதயத்திலிருந்து அவர்கள் திரும்பும்போது கோயிலில் அவர்களது கடவுளரிடம் மன்னிப்பு கேட்க நின்றனர். அவர்களுடைய கதைகளைக் களங்கப்படுத்தியதற்காக. அவர்களுடைய அடையாளங்களைக் காசாக்கிக் கொண்டதற்காக. அவர்களுடைய வாழ்க்கைகளை முறைகேடாக்கிக்கொண்டதற்காக.

இத்தகைய சந்தர்ப்பங்களில் பார்வையாளர்கள் வரவேற்கப்படுவதுண்டு. ஆனால் யதேச்சையாக வந்தால்தான் உண்டு.

கோயிலின் மத்தியிலிருந்த அந்த அகன்ற, மூடப்பட்ட தாழ்வாரத்தில் – கூத்தம்பலம் எனப்படும் மண்டபம் – நீலவண்ணன் தன் புல்லாங்குழலுடன் வசிக்கும் அவ்விடத்தில் மேளக்காரர்கள் மேளம் முழங்க, நாட்டியக்காரர்கள் நாட்டியமாட, அவர்களுடைய நிறங்கள் மெதுவாக ராத்திரியில் மாறின. ஒரு வெள்ளை நிறத் தூணின் உருளையில் முதுகைச் சாய்த்துக்கொண்டு கால்களை மடக்கி ராஹேல் அமர்ந்தாள். தேங்காய் எண்ணெய் ஊற்றி வைக்கப்பட்டிருந்த ஒரு தகரப் பெட்டி, பித்தளை விளக்கின் நடுங்கும் சுடரொளியில் மின்னியது. எண்ணெய் ஒளியை ஈடுசெய்தது. ஒளி தகரப் பெட்டியை ஒளிரவைத்தது.

கதை ஏற்கனவே ஆரம்பித்துவிட்டிருந்தது ஒரு பொருட்டல்ல. ஏனென்றால் வெகுகாலத்திற்கு முன்பாகவே மகத்தான கதைகளின் ரகசியத்தைக் கதகளி கண்டுகொண்டிருந்தது. அவற்றிற்கு எந்த ரகசியமும் கிடையாதென்று. மகத்தான கதைகள் என்பவை நீங்கள் கேட்ட, மீண்டும் கேட்க விழையும் கதைகளே. எந்த இடத்திலும் நீங்கள் உள்ளே நுழைந்து சௌகரியமாகப் பொருந்திக்கொள்ள இடமளிப்பவை. அவை உங்களைக் கிளர்ச்சியூட்டுவதாலும் தந்திரமான முடிவுகளாலும் ஏமாற்றுபவையல்ல. எதிர்பாராதவற்றால் உங்களை வியப்பிலாழ்த்துபவையல்ல. அவை நீங்கள் வசிக்கும் வீட்டைப் போலப் பரிச்சயமானவை. அல்லது உங்கள் காதலரின் வாசனையைப் போல. அவை எவ்வாறு முடியுமென்று உங்களுக்குத் தெரிந்திருந்தாலும், தெரியாததைப் போல் கேட்கவைப்பவை. ஒரு நாள் நீங்கள் இறந்துபோவீர்களென்று தெரிந்திருந்தாலும் இறக்கவே போவதில்லையென நீங்கள் வாழ்வதைப் போல. மகத்தான கதைகளில் யார் வாழ்வார்கள், யார் இறப்பார்கள், யார் காதலில் இணைவார்கள், யார் இணையப் போவதில்லை என்பதெல்லாம் உங்களுக்குத் தெரியும். இருந்தும் மீண்டும் தெரிந்துகொள்ள உங்களை அவை ஈர்க்கின்றன.

அதுதான் அவர்களது மர்மமும் அவர்களது மாயமும்.

கதகளி கலைஞனுக்கு இந்தக் கதைகள் அவனுடைய குழந்தைகள்; அவனுடைய பிள்ளைப் பிராயம். அவற்றோடுதான் அவன் வளர்ந்திருக் கிறான். அவன் வாழ்ந்த வீடும் விளையாடிய புல்வெளியும் அவைதான். அவைதான் அவன் வெளியே பார்க்கும் சாளரங்கள். எனவே அவன் ஒரு கதையைக் கூறும்போது தன் சொந்தக் குழந்தையைக் கையாளுகிற மாதிரியே கையாளுகிறான். அதை அவன் நையாண்டி செய்வான். அதைத் தண்டிப்பான். ஒரு குமிழைப் போல மேலே ஊதி அனுப்புவான். அதைத் தரைக்கு வரவிட்டு மீண்டும் மேலே ஊதுவான். அதை அவன் நேசிப்பதால் அதைப் பார்த்து எள்ளி நகையாடுவான். உங்களைச் சில நிமிஷங்களில் உலகம் முழுக்கச் சுற்றிவரச்செய்து விடுவான். அவனே மணிக்கணக்கில் நின்று ஓர் உதிர்ந்த இலையை மட்டும் ஆராய்ந்துகொண்டிருப்பான். அல்லது தூங்கும் குரங்கு ஒன்றின் வாலோடு விளையாடுவான். யுத்தத்தின் கோரத்திலிருந்து, மலை ஓடையில் குளிக்கும் ஒரு பெண்ணின் சௌந்தரியத்திற்கு லாவகமாகத் திரும்பிவிடுவான். துள்ளிக்குதித்து வரும் ஒரு ராட்சஸனிலிருந்து ஊர் வம்பு பேசும் ஒரு மலையாளியிடம் அலட்சியமாக வந்து சேர்ந்து விடுவான். குழந்தைக்குப் பாலூட்டும் ஒரு பெண்ணின் தாய்மை அழகிலிருந்து கிருஷ்ணனின் குறும்பும் கவர்ச்சியுமிக்கப் புன்னகைக்கு மாறிவிடுவான். சந்தோஷத்தில் அடிநாதமாகப் புதைந்திருக்கும் சோகத்தை வெளிப்படுத்தி விடுவான். வெற்றிச் சமுத்திரத்தில் புதைந்திருக்கும் அவமான மீனொன்றை வெளிக்காட்டி விடுவான்.

அவன் கடவுளரின் கதையைக் கூறினாலும் அவனது இழைகள் தெய்வமற்ற, மனிதனின் இதயத்திலிருந்தே நூற்கப்படுகின்றன.

மனிதர்களில் மிக அழகானவன் கதகளிக் கலைஞன். ஏனெனில் அவன் உடலே அவனது ஆன்மா. அவனது ஒரே கருவி. மூன்று வயதிலிருந்து அது செதுக்கப்பட்டு, தீட்டப்பட்டு, சீவிச் செப்பனிடப் பட்டு, கதை சொல்லலுக்கு வாகாக முழுவதும் சேணம் பூட்டப்பட்டு விடுகிறது. வர்ணம் தீட்டிய முகமூடிக்குள்ளும் சுழலும் பாவாடைக் குள்ளும் இருக்கும் அம்மனிதனிடம் மாயம் இருந்தது.

ஆனால் இப்போதெல்லாம் அவன் வாழ இயலாதவனாகியிருக் கின்றான். செயலாற்ற முடியாமல். நிராகரிக்கப்பட்ட சரக்காக. அவன் பிள்ளைகள் அவனை ஏளனம் செய்கின்றனர். அவனிடம் இல்லாத எல்லாவற்றிற்காகவும் அவர்கள் ஏங்குகின்றனர். அவர்கள் வளர்ந்து கிளார்க்குகளாகவும், பஸ் கண்டக்டர்களாகவும் ஆவதை அவன் பார்த்துக் கொண்டிருக்கிறான். நான்காம் நிலை நான் – கெஜட்டட் ஆபீசர் களாக. அவர்களுக்கென்று தனியாகச் சங்கங்கள் அமைத்துக்கொண்டு.

ஆனால் அவன் சொர்க்கத்துக்கும் பூமிக்கும் நடுவே எங்கேயோ தொங்கியபடி அவர்கள் செய்வதை அவன் செய்ய முடியாதிருக்கிறான். அவனால் பேருந்துக்குள் சில்லரைகளை எண்ணிக்கொண்டு, டிக்கெட் கொடுக்க இயலாது. அவனை அழைக்கும் மணிச்சத்தங்களுக்குப் பதில்

தரமுடியாது. டீயும் மாரி பிஸ்கட்டுகளும் அடுக்கி ட்ரேக்களுக்குப் பின்னால் குனியமுடியாது.

விரக்தியில் அவன் சுற்றுலாத் துறைக்குச் சென்றுவிடுகிறான். மார்க்கெட்டுக்குள் நுழைந்துவிடுகிறான். அவனுக்குச் சொந்தமான ஒரே விஷயத்தைக் கடைபரப்பிவிடுகிறான். அவன் உடலால் கூற முடிந்த கதைகளை.

அவன் ஒரு வட்டாரக் கவர்ச்சியாகிவிடுகிறான்.

விருந்தினர்கள் இதயத்தின் இருண்மையில், அரை நிர்வாணமாக, இறக்குமதி செய்யப்பட்ட கவன ஈர்ப்புடன் அவனைக் கிண்டல் செய்கின்றனர். அவன் தனது கோபத்தை அடக்கிவிட்டு, அவர்களுக் காக நடனமாடுகிறான். தனது தொகையை வசூலித்துக்கொள்கிறான். குடிக்கிறான். அல்லது ஒரு கஞ்சா புகைக்கிறான். நல்ல கேரள சரக்கு. அது அவனைச் சிரிக்கவைக்கிறது. பிறகு அய்மனம் கோயிலில் நிற்கிறான். அவனும் அவனோடு சேர்ந்த மற்றவர்களும். பின்பு தெய்வத்தின் மன்னிப்பைக் கோரி அவர்கள் நாட்டியமாடுகிறார்கள்.

ராஹேல் (எந்தத் திட்டமோ, தலையீட்டு உரிமையோ இன்றி) தூணில் முதுகைச் சாய்த்துக்கொண்டு, கங்கைக் கரையில் கர்ணன் பிரார்த்தனை செய்வதைக் கவனித்துக்கொண்டிருந்தாள். ஒளிக் கவசத் தால் மூடப்பட்ட கர்ணன். சூரியனின் துயர மகன். வள்ளல். கைவிடப் பட்ட குழந்தை. அனைவரும் போற்றும் மாவீரன்.

அன்றிரவு கர்ணன் நன்கு குடித்திருந்தான். அவனது கந்தலான பாவாடை தைக்கப்பட்டிருந்தது. நகைகள் பதிந்திருக்க வேண்டிய கிரீடத்தில் ஓட்டைகள் இருந்தன. அவனது வெல்வெட் சட்டை தொடர்ந்த உபயோகத்தில் வழுக்கையாகியிருந்தது. அவனது மரச் செருப்புகள் விரிசலிட்டிருந்தன. கனத்திருந்தன. அவற்றின் மேல் காலை மிதித்து மிதித்துக் குதித்துக்கொண்டிருந்தான்.

இவனுக்கென்று பின்னணியில் ஓர் ஒப்பனைக் குழுவும் ஓர் ஏஜென்ட்டும் ஓர் ஒப்பந்தமும் லாபத்தில் ஒரு பங்கும் இருந்திருந்தால் அப்போது எப்படி இருந்திருப்பான்? ஆள் மாறாட்டம் செய்பவன். ஒரு பணக்காரப் பகடி. ஒரு பாத்திரத்தில் நடிக்கும் நடிகன். அவன் கர்ணனாக இருக்க முடியுமா? அவனது செல்வக் குவியலுக்கு மத்தி யில் பத்திரமாக இருக்க முடியுமா? அவனுக்கும் அவனுடைய கதைக்கும் மத்தியில் மரப்பட்டை போல அவன் செல்வம் வளருமா? அதன் இதயத்தை, புதைந்த ரகசியங்களை இப்போது தொடுவதுபோல் அவனால் தொட இயலுமா?

சாத்தியமல்ல.

இன்றிரவு இம்மனிதன் பயங்கரமானவன். அவனது விரக்தி முழுமை யுற்றிருக்கிறது. திவாலான சர்க்கஸ் ஒன்றின் கோமாளியைப் போல பல்டியடிக்கவும் தாவுவதற்கும் அந்தக் கதை அவனுக்கு ஒரு பாதுகாப்பு வலை. இது மட்டுமே, அவன் ஒரு கல்லைப் போலத் தரையில் வீழ்ந்து

நொறுங்காதிருப்பதற்கு ஒரு தடுப்பு. இதுதான் அவனுடைய நிறமும் அவனுடைய ஒளியும். தன்னை ஊற்றிக்கொள்ளும் பாத்திரம் இதுதான். இதுதான் அவனுக்குத் தோற்றத்தைத் தருகிறது. வடிவம். அவனது கவசம். இது அவனை அடக்கிவைத்திருக்கிறது. அவனது காதல். அவனது பித்து. அவனது நம்பிக்கை. அவனது உள்ளார்ந்த மகிழ்ச்சி. முரண்பாடாக அவன் போராட்டம், ஒரு நடிகனின் போராட்டத்திற்கு நேரெதிரானது. ஒரு பாத்திரத்திற்குள் அவன் நுழைய முற்படுவதில்லை. தப்பிக்கவே முயல்கிறான். ஆனால் அவனால் செய்ய முடியாதது இதுதான். அவனுடைய ஆதரவற்ற தோல்வியில் அவனது மகத்தான வெற்றி அமைந்திருக்கிறது. உலகம் கைவிட்டுவிட்ட கர்ணன் அவன். கர்ணன் மட்டுமே. கைவிடப்பட்ட சரக்கு. வறுமையில் வளர்க்கப்பட்ட ஓர் இளவரசன். நியாயமின்றி, ஆயுதமின்றி, தனியாக, தன் சகோதரன் கைகளால் சாவதற்காகப் பிறந்தவன். அவன் முழு விரக்தியிலும் கம்பீரமானவன். கங்கைக் கரையில் பிரார்த்தனை செய்துகொண்டிருக் கிறான். மூக்கு முட்டக் குடித்திருக்கிறான்.

அதன் பிறகு குந்தி தோன்றினாள். அவளும் ஓர் ஆண்தான், ஆனால் மென்மையும் பெண்மையுமாக வளர்ந்த, பல வருடங்களாக பெண் வேடங்களிட்டு மார்புகள் வளர்ந்த ஆண். அவளுடைய அசைவு கள் நளினமாக இருந்தன. முழுமையான பெண். குந்தியும்கூடக் குடித் திருந்தாள். எல்லோரும் சேர்ந்து கஞ்சாவும் புகைத்திருந்தனர். அவள் கர்ணனுக்கு ஒரு கதையைச் சொல்ல வந்திருந்தாள்.

கர்ணன் தன் அழகான தலையைச் சாய்த்துக் கவனித்துக் கேட்டான்.

சிவந்த கண்களோடு, குந்தி அவனுக்காக நாட்டியமாடினாள். வரம் ஒன்றைப் பெற நேர்ந்த இளம்பெண் ஒருத்தியைப் பற்றி அவனிடம் கூறினாள். கடவுளரிடமிருந்து யாராவது ஒருவரைக் காதலனாகத் தேர்ந்தெடுத்துக்கொள்ள உதவும் ஒரு ரகசிய மந்திரம். இளமையின் துடுக்குத்தனத்தோடு எவ்வாறு அவள் அதை உண்மையாவென்று சோதித்துப் பார்த்தாள் என்பதை விளக்கினாள். யாருமற்ற மைதானம் ஒன்றில் நின்று வானம் நோக்கித் தலையை உயர்த்தி, மந்திரத்தை உச்சரிக்கிறாள். இந்த முட்டாள்தனமான செய்கையில், மந்திரங்கள் அவள் உதட்டை விட்டு முழுவதும் வெளியேறுமுன்பே பகலவனான சூரிய பகவான் அவள்முன் பிரசன்னமாகிறான். அந்தத் தகதகக்கும் இளம் கடவுளின் அழகில் மதிமயங்கி அந்த இளம்பெண் தன்னையே அவனிடம் சமர்ப்பித்துவிடுகிறாள். ஒன்பது மாதங்கள் கழித்து அவள் ஆண் குழந்தையொன்றை ஈன்றெடுக்கிறாள். அக்குழந்தை ஒளிக் கவசத் தால் பூணப்பட்டு, காதுகளில் தங்க அணிகளோடும் மார்பில் தங்கக் கவசத்தோடும் பிறக்கிறது. மார்புக் கவசத்தில் சூரியனின் இலச்சினை காணப்படுகிறது.

அந்த இளம்பெண் தன்னுடைய முதல் குழந்தையை உயிருக்குயி ராய் நேசித்ததாகக் குந்தி கூறினாள். அவளுக்குத் திருமணமாகாததால் அக்குழந்தையைத் தன்னிடம் வைத்திருக்க முடியவில்லை. அவனை

ஓர் ஓலைக் கூடையிலிட்டு ஆற்றில் விட்டு விடுகிறாள். அக்குழந்தையை அதிரதன் என்ற தேரோட்டி கண்டெடுக்கிறான். கர்ணன் என்று பெயரிடுகிறான்.

கர்ணன் குந்தியை நிமிர்ந்து பார்த்தான். *யார் அவள்? யார் என்னுடைய தாய்? அவள் எங்கே இருக்கிறாள் என்று கூறுங்கள். அவளிடம் என்னை அழைத்துச் செல்லுங்கள்.*

குந்தி தலை குனிந்தாள். *அவள் இங்கேதான் இருக்கிறாள்,* என்றாள். *உன் முன்னால் நின்றுகொண்டிருக்கிறாள்.*

உண்மை வெளிப்பட்டதும் கர்ணனுக்கு உவகையும் கோபமும். அவன் நடனத்தில் குழப்பமும் விரக்தியும். *எங்கே இருந்தாய்?* என்றான். *என் தாய்க்காக இத்தனை காலம் நான் ஏங்கிக்கொண்டிருந்தபோது எங்கேயிருந்தாய்? என்னை எப்போதாவது உன் கையில் ஏந்தியிருக்கிறாயா? எனக்குப் பாலூட்டியிருக்கிறாயா? என்னை எப்போதாவது எங்கேயிருப்பேன் என்று தேடியிருக்கிறாயா? எனக்கு என்னவாகியிருக்குமென்று கவலைப்பட்டிருப்பாயா?*

பதிலுக்குக் குந்தி அந்த ராஜமுகத்தைத் தன் கைகளில் ஏந்தினாள். பச்சை நிற முகம். சிகப்பு நிறக் கண்கள். அவனது புருவத்தில் அவள் முத்தமிட்டாள். கர்ணனுக்குப் புத்துயிர் நுழைந்ததுபோல் உடல் உதறியது. போர்வீரன் ஒருவன் கைக் குழந்தையாகச் சுருக்கப்பட்டு விட்டான். அந்த முத்தத்தின் உன்மத்தம். அது அவன் உடலின் முனைகளுக்குச் செலுத்தப்பட்டது. அவன் கால்விரல்களுக்கு. கைவிரல் நுனிகளுக்கு. அவனுடைய உயிருக்குயிரான தாயின் முத்தம். *உனக்காக எந்தளவுக்கு ஏங்கிப்போயிருந்தேன் என்று உனக்குத் தெரியுமா?* ஒரு நெருப்புக்கோழியின் கழுத்து வழியாக ஒரு முட்டை வழுக்கிச் செல்வதைப் போல அந்த முத்தம் அவன் நரம்புகளினூடாகச் சிலிர்த்துச் செல்வதை ராஹேலால் பார்க்க முடிந்தது.

கர்ணன் தன்னுடைய தாய் உண்மையை வெளிப்படுத்தியதற்கு காரணமே அவளுடைய மற்ற ஐந்து மகன்களைக் காப்பாற்றுவதற்காகத்தான் என்று அறிந்தபோது, பயணம் செய்துகொண்டிருந்த அந்த முத்தம் பாதியிலேயே திகைத்து நின்றது. அவனைவிட அவளுக்கு அதிகம் பிரியமான ஐந்து பிள்ளைகள் – பாண்டவர்கள் – அவர்களுடைய ஒரு நூறு சகோதரர்களுக்கெதிராக யுத்தத்தைத் தொடங்கக் காத்துக்கொண்டிருக்கின்றனர். இவர்களைக் காப்பாற்றுவதற்காகத்தான் குந்தி இப்போது வந்து அவனுடைய தாய் தான்தான் என்ற உண்மையை வெளிப்படுத்தியிருக்கிறாள். அவளுக்கு ஒரு சத்தியத்தையும் வாங்க வேண்டியிருந்தது.

அவள் அன்புக் கட்டளைகளைப் பிரயோகப்படுத்தினாள்.

அவர்கள் உன்னுடைய சகோதரர்கள். உன்னுடைய சொந்த ரத்தமும் சதையும். அவர்களுக்கெதிரான போருக்கு நீ போக மாட்டாய் என்று சத்தியம் செய்துகொடு. அந்தச் சத்தியத்தை மட்டும் கொடு.

போர்வீரனான கர்ணனுக்கு அந்தச் சத்தியத்தை மட்டும் செய்து கொடுக்க இயலவில்லை. அப்படிச் செய்தால் மற்றொரு சத்தியத்தை மீறுவதாகும். நாளை அவன் போருக்குச் செல்வான். அவனுடைய எதிரிகள் பாண்டவர்கள்தாம். அனைவருக்கும் எதிரில் அவனை ஒரு தேரோட்டியின் மகன் என்று கேவலப்படுத்தியவர்கள் அவர்கள்தாம். குறிப்பாக அர்ஜுனன்.

கௌரவ சகோதரர்களில் மூத்தவனான துரியோதனன்தான் அவனுடைய துணைக்கு வந்து தன்னிடமிருந்த ஒரு நாட்டையே அவனுக்கு வழங்கி அவனையும் ஓர் அரசனாக்கினான். கர்ணன் அப்போது தன் உயிருள்ளவரை உயிர் காக்கும் துணையாகத் துரியோதனனோடு இருப்பதாகச் சத்தியம்செய்து கொடுத்திருந்தான்.

ஆனால் பரோபகாரியான கர்ணனால் தன் தாய் கேட்ட சத்தியத்தை வழங்காமலிருக்கவும் இயலவில்லை. எனவே சத்தியத்தைக் கொஞ்சம் மாற்றிவிட்டான். சிலேடையாக. ஒரு சிறிய மாற்றத்துடன், கொஞ்சம் திருத்தப்பட்ட சத்தியப்பிரமாணம்.

நான் இந்த மட்டில் சத்தியம் தருகிறேன். உங்களுக்கு எப்போதும் ஐந்து மகன்கள் இருப்பர். யுதிஷ்டிரன், அவனை நான் தாக்க மாட்டேன். பீமன் என் கையால் இறக்க மாட்டான். இரட்டையர்கள் – நகுலனும் சகாதேவனும் – அவர்களைத் தொட மாட்டேன். ஆனால் அர்ஜுனன்? – அவனைப் பற்றி எந்தச் சத்தியமும் என்னால் தர இயலாது. அவனை நான் கொல்வேன், அல்லது அவன் என்னைக் கொல்வான். இருவரில் ஒருவர் இறந்துபோவோம்.

சூழ்நிலையில் ஏதோ மாறியது. எஸ்தா அங்கு வந்திருக்கிறான் என்று ராஹேல் அறிந்தாள்.

அவள் தன் தலையைத் திருப்பவில்லை, ஆனாலும் அவளுக்குள் ஒரு பிரகாசம் பரவியது. அவள் நினைத்தாள். *அவன் வந்திருக்கிறான், இங்குதான் அவன் இருக்கிறான். என்னோடு.*

தூரத்திலிருந்த ஒரு தூணில் சாய்ந்து அமர்ந்தான் எஸ்தா. கூத்தம்பலத்தின் இரு கோடிகளும் அவர்களைப் பிரித்திருக்க, ஆனால் ஒரு கதையால் இணைக்கப்பட்டு அவர்கள் அந்த நிகழ்ச்சியில் அமர்ந்திருந்தனர். வேறொரு தாயின் ஞாபகத்துடன்.

காற்றில் கதகதப்பு கூடியது. ஈரம் குறைந்தது.

இருட்டின் இதயத்தில் அன்றைய மாலைநேரம் மிக மோசமானதாக இருந்திருக்க வேண்டும். அய்மனத்தில் அந்தக் கலைஞர்கள் தங்களால் நிறுத்தவே முடியாதென்பதைப் போல ஆடிக்கொண்டிருந்தனர். புயலின் போது வீட்டுக்குள் ஆடும் குழந்தைகள்போல். வெளியே வந்து மழையை ஒப்புக்கொள்ள விரும்பாமல். காற்றும் இடியும். சீரழிந்த நிலப்பரப்பின்

குறுக்காகக் கண்களில் டாலர் அடையாளங்களுடன் ஓடும் எலிகள். அவர்களைச் சுற்றி நொறுங்கி விழும் உலகம்.

ஒரு கதையிலிருந்து அவர்கள் வெளியே வந்ததும் மற்றதிற்குள் ஆழமாகச் செலுத்தப்பட்டனர். *கர்ண சபதத்திலிருந்து துரியோதன வதத்துக்கு.*

பீமன், துச்சாதனனை வதம் செய்து முடித்தபோது பொழுது ஏறக்குறைய அதிகாலை நான்காகியிருந்தது. பாண்டவர்களின் மனைவி திரௌபதியைச் சூதாட்டத்தில் கௌரவர்கள் வென்றபோது, அவளை நடுச்சபையில் துகிலுரித்தவன் அவன். திரௌபதி (வினோதமாக, தன்னைப் பணயம் வைத்து ஆடியவர்கள் மீதன்றி, அவளை வென்றவர்கள்மீது கடுங்கோபம் கொண்டு) தன் கூந்தலைத் துச்சாதனனின் ரத்தத்தில் கழுவும்வரை அள்ளி முடிப்பதில்லையென்று சபதம் செய்திருந்தாள். பீமன் அவளுடைய கௌரவத்துக்காகப் பழிதீர்ப்பதாகச் சத்தியமளித் திருந்தான்.

ஏற்கனவே பிணங்கள் இறைந்திருந்த போர்க்களத்தின் ஒரு மூலைக் குத் துச்சாதனனை விரட்டிச் சென்று பீமன் மடக்கினான். ஒரு மணி நேரத்துக்கு அவர்கள் ஒருவருக்கொருவர் போரிட்டனர். வசவு களைப் பரிமாறிக்கொண்டனர். ஒருவருக்கு மற்றவர் செய்திருந்த தவறுகளைப் பட்டியலிட்டுக்கொண்டனர். பித்தளை விளக்கின் சுடர் துடித்து அணையத் தொடங்கியபோது தற்காலிகப் போர்நிறுத்தம் செய்துகொண்டனர். பீமன் எண்ணெயை வார்த்தான். துச்சாதனன் திரியிலிருந்த கரியை நீக்கிச் சுத்தப்படுத்தினான். பிறகு மீண்டும் போருக் குத் திரும்பினர். மூச்சுவாங்க அவர்களிட்ட போர் கூத்தம்பலத்தை விட்டிறங்கி அய்மனம் கோயில் முழுக்கச் சுற்றியது. ஒருவரையொருவர் காம்பவுண்டைத் தாண்டித் துரத்தினர். தம்முடைய அட்டை கதா யுதத்தைச் சுழற்றிக்கொண்டனர். எழும்பி உயரும் பாவாடைகளோடும் வழுக்கையாக வெளிறிப்போன வெல்வெட் சட்டைகளோடும் தேங்கி யிருந்த குட்டைகளில் மிதந்த நிலாக்களையும் யானைச் சாணிக் குவியல் களையும் தாண்டி, தூங்கிக்கொண்டிருந்த யானையைச் சுற்றி ஓடினர். ஒரு நிமிடம் துச்சாதனன் தைரியமாக எதிர்த்தால், அடுத்த கணம் தோற்றோடினான். பீமன் அவனை அலைக்கழித்துக் கொண்டிருந்தான். இருவரும் மட்டுமீறிய போதையிலிருந்தனர்.

வானம் ரோஜா நிறக் கிண்ணமானது. பிரபஞ்சத்தில் சாம்பல் நிற, யானை வடிவத் துவாரம், தூக்கம் கலைந்து மீண்டும் தூக்கத் திலாழ்ந்தது. பீமனுக்குள்ளிருந்த மிருகம் உசுப்பப்பட்டபோது பொழுது விடியத் தொடங்கியிருந்தது. மேளச்சத்தம் அதிகரித்தது. ஆனால் காற்று அமைதியாகி சுற்றிலும் பதற்றம் நிரம்பியது.

அதிகாலையின் வெளிச்சத்தில் எஸ்தப்பானும் ராஹேலும் திரௌபதிக்குக் கொடுத்த வாக்கைப் பீமன் நிறைவேற்றுவதைப் பார்த்தனர். அவன் துச்சாதனனைக் கதாயுதத்தால் அடித்து வீழ்த்தி னான். இறந்துகொண்டிருக்கும் அவன் உடலில் தெரியும் ஒவ்வொரு

துடிப்பையும் தன் கதாயுதத்தால் சோதித்து, அவை அடங்கும்வரை அடித்தான். கருமாரப் பட்டறையில், படிய மறுக்கும் உலோகத் துண்டைச் சுத்தியால் அடிப்பதைப் போல. ஒவ்வொரு சொட்டையையும் நெளிவையும் தட்டிச் சீரமைப்பதைப் போல. அவன் இறந்து நெடுநேரமான பிறகும் பீமன் அவனை விடாமல் அடித்துக்கொண்டிருந்தான். பிறகு தன்னுடைய வெற்றுக் கைகளாலேயே அவன் உடலைக் கிழித்தான். உள்ளுறுப்புகளைப் பிடுங்கியெறிந்து, பிளந்து கிடந்த உடலிலிருந்து ரத்தத்தைக் குனிந்து குடித்தான். அவனுடைய கலங்கிய கண்கள் புருவ விளிம்பின் மீதேறி வெறியும் வெறுப்புமாக, பித்துப்பிடித்தத் திருப்தியோடு துடித்தன. பற்களுக்கிடையில் இளஞ்சிவப்பில் ரத்தக் குமிழிகளைக் கொப்பளித்தான். அவனுடைய வர்ணம் தீட்டிய முகம், கழுத்து, முகவாய் வழியாக வழிந்தது. போதுமானவரை குடித்த பின்பு எழுந்து நிற்க அவன் கழுத்தைச் சுற்றி ரத்தக் குடல்கள் மாலை போலச் சுற்றிப் பின்னியிருந்தன. புதிய ரத்தத்தைத் திரௌபதி தலை குளிப்பதற்காக எடுத்துச் சென்றான். கொலை செய்து முடித்த பிறகும் அடங்காத ஒரு வெறி அவனுக்குள்ளிருந்தது.

அந்தக் காலை நேரத்தில் பேதலிப்பு இருந்தது. ரோஜா நிறக் கிண்ணத்துக்கடியில். அது வெறும் நாடகமல்ல. எஸ்தப்பானும் ராஹேலும் அதை உணர்ந்தனர். அதன் செயல்முறையை இதற்கு முன்பும் அவர்கள் பார்த்திருக்கின்றனர். வேறொரு காலை. வேறொரு மேடை. வேறொரு வகையான வெறி (ஷூக்களின் அடிப்பகுதியில் பூரான்கள் நசுங்கியிருந்தன.) விஸ்தாரமாக அரங்கேற்றப்பட்ட இம்மிருக வதை அப்போது கச்சிதமாக நிறைவேற்றப்பட்டது.

அவர்கள் அங்கே அமர்ந்திருந்தனர். அமைதி. வெறுமை. கற்படிவங்களாகச் சமைந்த இரு கரு முட்டைகள். முட்டிக்கொண்டதால் வளராத நெற்றிக் கொம்புகளோடு. கூத்தம்பலத்தின் நீளம் மட்டுமே அவர்களைப் பிரித்திருந்தது. அவர்களுடையதல்லாத ஒரு கதையின் புதைச்சகதியில் சிக்கிக்கொண்டிருந்தனர். நெறியோடும் ஒழுக்கத்தோடும் தொடங்குவதைப் போல ஜாடை காட்டிவிட்டு, மிரண்டு திமிறிக்கொண்டோடும் குதிரையை அடக்கி லாயத்தில் அடைப்பதைப் போல.

கொச்சுத் தொம்பன் விழித்தெழுந்து அதன் காலை உணவுத் தேங்காயை லாவகமாக உடைத்தது.

கதகளிக் கலைஞர்கள் தங்களுடைய ஒப்பனையைக் களைந்துவிட்டுத் தம் மனைவிகளை அடிப்பதற்கு வீடு திரும்பினர். மென்மையான மார்பகங்கள் கொண்ட குந்திகூட.

வெளியே, தன்னை ஒரு கிராமம்போல மாறுவேடம் தரித்திருந்த அச்சிறிய நகரம் உயிர்த்தெழுந்தது. கிழவர் ஒருவர் எழுந்து அடுப்புக்குத் தட்டுத் தடுமாறிச் சென்று அவருடைய மிளகு சேர்த்த தேங்காய் எண்ணெயைக் காய்ச்சத் தொடங்கினார்.

தோழர் பிள்ளை. அய்மனத்தின் முட்டை உடைப்பாளரும் தொழில் முறை ஆம்லெட்காரரும்.

வினோதமாக, அவர்தான் அந்த இரட்டையர்களுக்குக் கதகளியை அறிமுகப்படுத்தி வைத்தவர். பேபி கொச்சம்மாவைக் கேட்காமல், லெனினோடு அவர்களையும் அழைத்துக்கொண்டு கோயிலில் நடந்த எல்லா ராத்திரி நிகழ்ச்சிகளுக்கும் சென்று, அவர்களோடு விடியும்வரை உட்கார்ந்து அந்த மொழியையும் கதகளியின் அபிநயங்களையும் விளக்கி யிருக்கிறார். ஆறு வயதாயிருக்கும்போது இதே கதையை அவரோடு உட்கார்ந்து பார்த்திருக்கின்றனர். வெறிபிடித்த ரத்த தாகம் கொண்ட, கொலை செய்யவும் பழி வாங்கவும் துடித்துக்கொண்டிருந்த ரௌத்திர பீமனை அவர்தான் அறிமுகப்படுத்தினார். “அவனுக்குள்ளிருக்கும் மிருகத்தை அவன் தேடிக்கொண்டிருக்கிறான்.” தோழர் பிள்ளை அந்த மிரட்சியுற்ற, கண்கொட்டாத குழந்தைகளுக்கு விளக்கினார்.

குறிப்பாக எந்த மிருகம் என்பதைத் தோழர் பிள்ளை கூறவில்லை. அவனுக்குள்ளிருந்த மனிதனைத் தேடிக்கொண்டிருந்தான் என்பதே அவர் சொல்ல வந்த சரியான விளக்கமாக இருக்க முடியும். ஏனென் றால், நிச்சயமாக எந்த மிருகமும் மனித வெறுப்பைப் போல எல்லை யற்ற, முடிவற்ற, ஆராய்ச்சிக் கலையை நிகழ்த்திக் காட்டுவதில்லை. எந்த மிருகமும் மனித வெறுப்புணர்வின் ரகங்களையும் வலிமையையும் கொண்டிருப்பதில்லை.

ரோஜாநிறக் கிண்ணம் வெளிறி, இளஞ்சூட்டில் சாம்பல் நிறத் தூறலை இறக்கியது. கோயில் வாசலை எஸ்தாவும் ராஹேலும் தாண்டிய போது தோழர் கே. என். எம். பிள்ளை எண்ணெய்க் குளியலில் பளபளத்து உள்ளே நுழைந்தார். அவர் நெற்றியில் சந்தனத் தீற்று. அவருடைய எண்ணெய் தேய்த்த சருமத்தில் முத்துக்கள்போல மழைத்துளிகள். மிகப் புதிய மல்லிகைப் பூக்களைக் கை நிறைய வைத்திருந்தார்.

அவருடைய கம்பீரக் குரலில், “ஓஹோ! நீங்கள் இங்கேதான் இருக்கிறீர்களா? உங்களுடைய இந்தியக் கலாச்சாரத்தில் இன்னமும் உங்களுக்கு ஆர்வம் இருக்கிறதா? குட் குட். வெரிகுட்.”

இரட்டையர்கள், திமிராகவோ பணிவாகவோ இல்லாமல் எதுவும் கூறாமல் கடந்தனர். ஒன்றாக வீட்டுக்கு நடந்தனர். அவனும் அவளும். நாமும் நமக்கும்.

13

அவநம்பிக்கைவாதியும் நம்பிக்கைவாதியும்

ஸோஃபீ மோளும் மார்கரெட் கொச்சம்மாவும் தனது அறையில் தங்கிக்கொள்வதற்காக, சாக்கோ பப்பாச்சியின் ஓய்வறைக்கு மாறிவிட்டான். அது ஒரு சிறிய அறை. ஜன்னலுக்கு வெளியே ரெவரெண்ட் ஜான் ஐப் தன்னுடைய பக்கத்து வீட்டுக் காரரிடமிருந்து வாங்கி வைத்து, தற்போது கவனிப்பாரற்றுச் சுருங்கிவரும் ரப்பர் தோட்டம் தெரிந்தது. பிரதான வீட்டோடு ஒரு வாசல் இணைந்திருக்க, மற்றொன்று (சாக்கோ தன்னுடைய 'ஆண்களின் தேவைகளை' ரகசியமாகத் தீர்த்துக்கொள்வதற்காக மம்மாச்சி தனியாக அமைத்துக்கொடுத்த தனி வழி) பக்கவாட்டு முற்றத்துக்கு நேராகச் சென்றது.

அறையிலிருந்த பெரிய கட்டிலுக்குப் பக்கத்தில் புதிதாகப் போட்டிருந்த சிறிய கேம்ப் கட்டிலில் ஸோஃபீ மோள் உறங்கிக் கொண்டிருந்தாள். மெதுவாகச் சுற்றிக்கொண்டிருந்த சீலிங் ஃபேனின் உறுமல் அவள் தலையை நிரப்பியது. நீலச்சாம்பல் நீலக் கண்கள் சட்டென்று திறந்தன.

விழிப்பு.

துடிப்பு.

எச்சரிப்பு.

தூக்கம் மொத்தமாக ரத்துசெய்யப்பட்டது.

ஜோ இறந்தபிறகு முதன்முறையாக அவள் விழித்தெழும் போது அவளுக்குத் தோன்றும் முதல் நினைப்பு அவனைப் பற்றியதல்லாமல் இருக்கிறது.

அறையைச் சுற்றிப் பார்த்தாள். தலையைத் திருப்பாமல். கண்ணை மட்டும் சுழற்றி. எதிரிப் பிரதேசத்தில் சிக்கிக்கொண்ட, தப்பிக்க வழிதேடி சதிசெய்யும் ஓர் உளவாளி.

சாக்கோவின் மேஜையில் பூச்சாடியில் அபத்தமாகச் செருகி வைக்கப்பட்டிருந்த செம்பருத்தி ஏற்கனவே துவண்டு சரிந்திருந்தது. சுவர்களில் வரிசையாகப் புத்தகங்கள். கண்ணாடிக் கதவிட்ட அலமாரிக் குள் சிதைந்த பால்ஸா விமானங்கள். மன்றாடி இறைஞ்சும் கண் களோடு உடைந்த பட்டாம்பூச்சிகள். கொடும் சாபம் ஒன்றில் மரமாகச் சமைந்திருக்கும் ஒரு கொடுங்கோல் அரசனின் மனைவிகள்.

சிக்கியிருக்கிறாள்.

ஒரே ஒருத்தி மட்டும், அவள் அம்மா, மார்கரெட், இங்கிலாந் திற்குத் தப்பிச் சென்றுவிட்டாள்.

சில்வர் மின்விசிறியின் குரோமிய மையத்தில் அறை சுற்றிச் சுற்றிச் சுழன்றது. வேகாத பிஸ்கட் நிறத்திலிருந்த மரப்பல்லி ஒன்று அவளை ஆர்வமாகப் பார்த்துக்கொண்டிருந்தது. ஜோவைப் பற்றி நினைத்தாள். அவளுக்குள் ஏதோ அசைந்தது. அவள் கண்களை மூடிக்கொண்டாள்.

சில்வர் மின்விசிறியின் குரோமிய மையம் அவள் தலைக்குள் சுழன்றது.

ஜோவுக்குக் கைகளால் நடக்கமுடியும். பள்ளத்தில் அவன் சைக்கிள் ஓட்டி வரும்போது அவன் சட்டைக்குள் காற்றை நிரப்பிவைத்துக் கொள்வான்.

பக்கத்துப் படுக்கையில் கொச்சம்மா இன்னும் தூக்கத்தில் இருந் தாள். மல்லாந்து படுத்துக்கொண்டு கைகளை வயிற்றின் மீது கோத் திருந்தாள். அவள் விரல்கள் வீங்கி, திருமண மோதிரம் அசௌகரிய மாக இறுக்கியிருந்தது. கன்னக் கதுப்புகள் முகத்தின் இரு பக்கங்களிலும் சரிந்து கன்னத்தெலும்பை எடுப்பாகத் தூக்கிக் காட்டின. இலேசாகப் பல்வரிசை தெரியும் சந்தோஷமற்ற ஒரு சிரிப்புக்கு வாய் இறங்கி யிருந்தது. முன்பு அடர்ந்திருந்த அவளுடைய புருவங்களை நவீன மோஸ்தருக்கேற்றபடி மெலிதாகத் திருத்தியிருந்தாள். அந்தப் பென்சில் கோட்டுப் புருவ வில்கள் அவளுக்குத் தூக்கத்தில்கூடச் சிறிதளவு ஆச்சரிய பாவத்தைக் கொடுத்தன. அவளுடைய மற்ற பாவங்கள் வளரும் கருநிலையில் மொட்டாக இருந்தன. அவள் முகம் கழுவித் துடைக்கப்பட்டிருந்தது. அவள் நெற்றி பளபளத்தது. அந்தத் துடைத்த லுக்குக் கீழே முகம் வெளிறியிருந்தது. ஒரு சோகம் தடுத்து நிறுத்தப் பட்டிருந்தது.

அவளது கருநீல, வெள்ளைப் பூக்களிட்ட மெல்லிய காட்டன் பாலியஸ்டர் உடை, அவள் உடலின் ஏற்ற இறக்கங்களில் படிந்து, மார்புகளின் மீதேறி, அவளுடைய நீண்ட, வலிமையான கால்களுக் கிடையிலான கோட்டில் புதைந்து, அதுகூட இந்தப் புழுக்கத்துக்குப் பழக்கமில்லாது தூக்கம் வேண்டியிருந்ததைப் போலிருந்தது.

கட்டிலுக்குப் பக்கத்திலிருந்த மேஜையில் சாக்கோவும் மார்கரெட் கொச்சம்மாவும் ஆக்ஸ்போர்டில் சர்ச்சுக்கு வெளியே எடுத்துக்கொண்ட சில்வர் ஃபிரேமிட்ட ஒரு கருப்பு வெள்ளைத் திருமணப் புகைப்படம்

இருந்தது. லேசாகப் பனி பொழிந்துகொண்டிருந்தது. புதிய பனியின் முதல் இணுக்குகள் தெருவிலும் நடைபாதையிலும் வீழ்ந்திருந்தன. சாக்கோ நேருவைப் போல உடையணிந்திருந்தான். வெள்ளைச் சுரிதாரும் கருப்பு ஷெர்வாணியும். அவன் தோள்களின் மீது பனி தூசியாகப் படிந்திருந்தது. அவனது பொத்தானில் ஒரு ரோஜா செருகப்பட்டு, முக்கோணமாக மடிக்கப்பட்ட கைக்குட்டையின் நுனி மட்டும் மார்புப் பாக்கெட்டிலிருந்து நீட்டிக்கொண்டிருந்தது. காலில் பாலீஷ் போடப் பட்ட கருப்பு ஆக்ஸ்போர்டுகளை அணிந்திருந்தான். தன்னைப் பார்த்தும் தான் உடையணிந்திருக்கும் விதத்தை நினைத்தும் சிரித்துக்கொண் டிருப்பதாகத் தோன்றினான். வேடிக்கை உடை அணியும் பார்ட்டியில் இருப்பவனைப் போல.

மார்கரெட் கொச்சம்மா அலையலையாக ஒரு நீண்ட கவுனும் கிராப் செய்யப்பட்ட சுருட்டை முடியின் மேல் ஒரு மலிவான டியாரா வும் அணிந்திருந்தாள். அவளது முகத்திரை, முகத்துக்கு மேல் தூக்கி விடப்பட்டிருந்தது. அவள் அவனளவுக்கு உயரமாக இருந்தாள். அவர்கள் மகிழ்ச்சியாகத் தோன்றினர். ஒல்லியாக, இளமையாக, வெயிலுக்குக் கண்களைச் சுருக்கிக்கொண்டு. அவளுடைய அடர்ந்த, கரிய புருவங்கள் ஒன்றோடொன்று முடிச்சிடப்பட்டு, அவளது வெண்மை நுரைத்த மணப்பெண் உடைக்கு அழகான பொருத்தமாகத் தெரிந்தன. சந்தோஷ முகச்சுளிப்பில் புருவங்கள். அவர்களுக்குப் பின்னால் ஒரு பருமனான எஜமானத் தோரணைப் பெண்மணி, நீண்ட ஓவர்கோட்டின் எல்லாப் பொத்தான்களையும் போட்டுக்கொண்டு தடித்த கால்களைப் பரப்பிக் கொண்டு நின்றிருந்தாள். மார்கரெட் கொச்சம்மாவின் தாய். இரு பக்கங்களிலும் இரண்டு சிறுமிகள் – அவளுடைய பேத்திகள், ஒரே மாதிரியாகப் ப்ளீட் வைத்த டார்டன் ஸ்கர்ட்டுகள், காலுறைகள் நெற்றி மீது விழுந்த ஃப்ரிஞ்சுகளோடு நின்றிருந்தனர். அந்த இருவரும் தமது வாய்களைப் பொத்திக்கொண்டு சிரித்துக்கொண்டிருந்தனர். மார்கரெட் கொச்சம்மாவின் தாய் தான் அங்கே இருந்திருக்கக் கூடாதவள்போல, புகைப்படத்திற்கு வெளியே எதையோ பார்த்துக்கொண்டிருந்தாள்.

மார்கரெட் கொச்சம்மாவின் அப்பா அந்தக் கல்யாணத்தில் கலந்துகொள்ள மறுத்துவிட்டார். அவருக்கு இந்தியர்களென்றாலே வெறுப்பு. அவர்களைச் சூது மிக்கவர்களாக, நேர்மையற்ற மனிதர் களாகக் கருதினார். அப்படிப்பட்டவர்களில் ஒருவனைத் தன் மகள் திருமணம் செய்துகொள்கிறாள் என்பதை அவரால் தாங்க முடியவில்லை.

புகைப்படத்தின் வலது மூலையில் நடைபாதைக் கல்வரிசையோரம் ஒருவன் தனது சைக்கிளில் இந்தக் கல்யாண ஜோடியைத் திரும்பிப் பார்த்தபடி சென்றுகொண்டிருந்தான்.

ஆக்ஸ்போர்டில் ஓர் உணவகத்தில் மார்கரெட் கொச்சம்மா வெயிட்ரஸாகப் பணியாற்றிக்கொண்டிருந்தபோது சாக்கோவை முதன்முறையாகச் சந்தித் தாள். அவள் குடும்பம் லண்டனில் இருந்தது. அவள் அப்பாவுக்குச் சொந்தமாக ஒரு பேக்கரி இருந்தது. அவளுடைய அம்மா, மகளிர்

ஆடை தயாரிப்பாளர் ஒருவரின் உதவியாளராகப் பணியாற்றி வந்தாள். மார்கரெட் கொச்சம்மா எந்தவொரு பெரிய காரணத்திற்காகவுமின்றி, தன்னுடைய பெற்றோர்களை விட்டுப் பிரிந்து வந்து, அவளுடைய இளமைச் சுதந்திரத்திற்காகத் தனியாகத் தங்கியிருந்தாள். ஆசிரியர் பயிற்சிப் படிப்பில் சேருவதற்காக வேலைசெய்து போதுமான பணம் சேர்க்கவும் பிறகு ஒரு பள்ளியில் வேலையில் சேரவும் அவள் திட்ட மிட்டிருந்தாள். ஆக்ஸ்போர்டில் ஒரு சிறிய ஃபிளாட்டில் சிநேகிதி ஒருத்தியோடு தங்கியிருந்தாள். இன்னோர் உணவகத்தில் பணியாற்றி வந்த இன்னொரு வெயிட்ரஸ்.

வெளியில் வந்த பிறகு மார்கரெட் கொச்சம்மா, தன்னுடைய பெற்றோர் எதிர்பார்த்த மாதிரியான பெண்ணாகவே நடந்து கொண் டாள். நிஜ உலகத்தை எதிர்கொண்டபோதும், நினைவிலிருந்த பழைய விதிகளை நடுக்கத்தோடு பற்றிக்கொண்டிருந்தாள். தன்னைத் தவிர எதிர்த்து நிற்க வேறு யாருமில்லை அவளுக்கு. எனவே ஆக்ஸ்போர்டில் தனியாக வசிக்கும்போதுகூட அவள் வீட்டில் அனுமதித்திருந்த அளவை விடக் கொஞ்சம் கூடுதலாக கிராமபோனின் ஒலியை வைத்துக்கொண்டு, அவள் தப்பித்து வந்ததாகக் கற்பனை செய்துகொண்டிருந்த அதே இறுக்கமான சிறிய வாழ்க்கையே வாழ்ந்து வந்தாள்.

ஒரு நாள் காலை அந்த உணவகத்திற்குள் சாக்கோ வரும்வரை.

அது அவனுக்கு ஆக்ஸ்போர்டில் இறுதி வருடம். தனியாக இருந்தான். அவனுடைய கசங்கிய சட்டை தப்பாகப் பொத்தானிடப்பட்டிருந்தது. அவனது ஷூ லேஸ்கள் அவிழ்ந்திருந்தன. அவனது தலைமயிர் முன் பக்கம் ஜாக்கிரதையாகச் சீவப்பட்டு நெற்றியின் மேல் படிய விட்டிருந் தாலும், பின்னந்தலையில் சிலிர்த்துக்கொண்டு நின்றிருந்தது. அவனைப் பார்க்க, மயிர்க் கூச்செரிந்த அழுக்கு முள்ளம்பன்றியைப் போலிருந் தான். உயரமாக இருந்தான். அந்தக் கசங்கிய உடைகளுக்குள் (பொருத்தமற்ற டை, அசிங்கமான கோட்) அவன் கட்டுமஸ்தான உடம்புடன் காணப் படுவதை மார்கரெட் கொச்சம்மா கவனித்தாள். அவன் முகபாவம், எதற்காகவோ வியப்புற்றிருப்பவனைப் போலிருந்தது. கண்ணாடியை மறந்து வைத்துவிட்டு, தூரத்திலிருப்பதைப் பார்த்ததுபோல தன் கண்களைச் சுருக்கி வைத்திருந்தான். தேநீர் கோப்பை கைப்பிடிகள் போல அவன் தலையின் பக்கங்களிலிருந்து செவிகள் துருத்திக்கொண் டிருந்தன. அவனுடைய அத்லெட்டிக் உடற்கட்டிற்கும் அவனுடைய தாறுமாறான தோற்றத்திற்கும் ஏதோ முரண்பாடு இருந்தது. அவனுக் குள் பதுங்கியிருந்த எதிர்கால பருத்த மனிதனின் ஒரே அடையாளமாக அவனுடைய மினுமினுக்கும், சந்தோஷமாக உப்பிய கன்னங்கள்.

ஒழுங்கற்று உடையணிந்த கவனப்பிசகான மனிதர்களோடு எப் போதும் சேர்ந்து காணப்படும் தெளிவற்ற தன்மையோ, மன்னிப்பு கோரும் அசௌகரியத்தனமோ அவனிடம் இல்லை. அவன் உற்சாக மாகக் காணப்பட்டான். கூடவே அவனுக்குப் பிரியமான நண்பன் ஒருவன் கற்பனையாக இருப்பதைப் போல. ஜன்னலுக்கருகிலிருந்த நாற்காலியில் அமர்ந்து அவன் முழங்கையை மேஜையில் ஊன்றி,

முகத்தை உள்ளங்கையில் தாங்கிக்கொண்டு, அந்தக் காலியான உண வகத்தைப் புன்னகையுடன் சுற்றுமுற்றும் பார்த்து, மேஜை நாற்காலி களுடன் உரையாடலைத் தொடங்க உத்தேசித்திருப்பவன்போலக் காணப்பட்டான். அதே நட்பார்ந்த புன்னகையோடு அவன் காபி ஆர்டர் செய்தாலும், அந்த உயரமான, அடர்ந்த புருவங்கள் கொண்ட வெயிட்ரஸ்ஸைக் கவனித்ததாகவே தெரியவில்லை.

அதிகப்படியாகப் பால் சேர்த்த காபியில் இரண்டு முழு ஸ்பூன் சர்க்கரையைப் போட்டு அவன் கலக்கியபோது அவள் முகத்தைச் சுளித்தாள்.

பிறகு ரொட்டியும் வறுத்த முட்டையும் கேட்டான். மீண்டும் காபியும் ஸ்ட்ராபெர்ரி ஜாமும்.

அவனுடைய ஆர்டரோடு அவள் திரும்பிவந்தபோது, ஏதோ பழைய உரையாடலைத் தொடர்பவன்போல அவன், "இரட்டைப் பிள்ளைகள் உடைய தகப்பனொருவன் கதையைக் கேட்டிருக்கிறாயா?" என்றான்.

அவள் அவனுடைய காலை உணவை அடுக்கிவைத்துக் கொண்டே, "கேட்டதில்லை," என்றாள். ஏதோ சில காரணங்களுக்காக (அயல் நாட்டவர்கள்மீது ஏற்படும் இயல்பான முன்னெச்சரிக்கை, நாவடக்கம்) அந்த இரட்டைப் பிள்ளைகளைக் கொண்ட மனிதன் கதையை அவனிடமிருந்து ஆர்வமாகக் கேட்க அவள் முற்படவில்லை. அதைப் பொருட்படுத்தவில்லை.

"ஒருவனுக்கு இரட்டைப் பிள்ளைகள்" என்று மார்கரெட் கொச்சம்மாவிடம் ஆரம்பித்தான் "பீட்டர் மற்றும் ஸ்டூவர்ட். பீட்டர் ஒரு ஆப்டிமிஸ்ட் – நம்பிக்கைவாதி; ஸ்டூவர்ட் ஒரு பெஸிமிஸ்ட் – அவநம்பிக்கைவாதி."

ஜாமிலிருந்து ஸ்ட்ராபெர்ரிகளை எடுத்துத் தட்டின் ஓரமாக வைத்தான். மீதமிருந்த ஜாமை வெண்ணெய் தடவப்பட்டிருந்த ரொட்டி யின் மேல் கனமாகப் பரப்பினான்.

"அவர்களுடைய பதிமூன்றாவது பிறந்தநாளுக்கு அந்தத் தந்தை அவநம்பிக்கைவாதியான ஸ்டூவர்ட்டுக்கு ஒரு விலை உயர்ந்த கைக் கடிகாரமும் மரத்தச்சு வேலைக் கருவிகள் ஒரு செட்டும் ஒரு சைக் கிளும் கொடுத்தார்."

மார்கரெட் கொச்சம்மா கவனிக்கிறாளா என்று சாக்கோ நிமிர்ந்து பார்த்தான்.

"அந்த நம்பிக்கைவாதி பீட்டரின் அறை முழுக்கக் குதிரைச் சாணத்தை நிரப்பிவைத்தான்."

ரொட்டியின் மீதிருந்த பிரகாசமான மஞ்சள் முட்டைக் கருவைப் பெயர்த்தெடுத்து. ஸ்ட்ராபெர்ரி ஜாமின் மேல் வைத்து டீஸ்பூனின் பின்பக்கத்தால் பரப்பினான்.

"ஸ்டூவர்ட் தனது பரிசுகளைத் திறந்துபார்த்ததும், அன்று காலை முழுக்கச் சிணுங்கிக்கொண்டேயிருந்தான். அவன் மரத்தச்சு சாமான் களைக் கேட்கவில்லை. அந்தக் கைக்கடிகாரமும் பிடிக்கவில்லை. அந்தச் சைக்கிளுக்குப் பொருத்த டயர்கள் இல்லை."

அந்த விநோதமான சடங்குமுறையில் அவனுடைய தட்டு உருவாகிக் கொண்டிருந்ததைக் கண்டு ஸ்தம்பித்து மார்கரெட் கொச்சம்மா கதை கேட்பதை நிறுத்திவிட்டாள். ஜாமும் வறுத்த முட்டையும் சேர்ந்த அந்த ரொட்டி, அழகான சிறு சதுரத் துண்டுகளாக வெட்டப்பட்டது. ஜாமிலிருந்து நீக்கப்பட்ட ஸ்ட்ராபெர்ரிகள் ஒவ்வொன்றாக எடுக்கப் பட்டு சின்னச்சின்னதாக ஸ்லைஸ் செய்யப்பட்டன.

"அந்த நம்பிக்கைவாதி பீட்டரின் அறைக்கு அப்பா போனபோது, பீட்டரைக் காணவில்லை. ஆனால் மும்முரமாகத் தோண்டும் சத்தமும் கனமாக மூச்சுவிடுவதும் அவருக்குக் கேட்டன. தோண்டி எடுக்கப்படும் குதிரைச்சாணம் அறையெங்கும் எல்லாத் திசைகளிலும் வீசி எறியப் பட்டுக்கொண்டிருந்தது."

தனது ஜோக்கின் முடிவை எதிர்பார்த்து சாக்கோ சத்தமற்ற சிரிப்பில் உடம்பு குலுங்க ஆரம்பித்தான். சிரித்துக் கொண்டிருக்கும் கைகளோடு ஒவ்வொரு ஸ்ட்ராபெர்ரி விள்ளல்களையும் எடுத்து ரொட்டியின் பிரகாச மஞ்சள், சிவப்பு சதுரத்தின் மீது வைத்தான். அந்த விசித்திர மான ஸ்நாக்கை ஏதாவது ஒரு ப்ரிட்ஜ் பார்ட்டியில் ஒரு கிழவி பரிமாறி விட முடியும்.

"'என்னடா செய்து கொண்டிருக்கிறாய்?' என்று அப்பா பீட்டரை நோக்கிக் கத்தினார்."

உப்பும் மிளகும் ரொட்டிச் சதுரங்கள்மீது தூவப்பட்டன. அந்த பஞ்ச் வரிக்கு முன்பாக சாக்கோ இடைவெளி விட்டு, மார்கரெட் கொச்சம்மாவைச் சிரிப்போடு நிமிர்ந்து நோக்கினான். அவள் அவனது தட்டைப் பார்த்து புன்னகைத்துக் கொண்டிருந்தாள்.

"சாணக்குவியலுக்குள்ளிருந்து ஒரு குரல் கேட்டது. 'இல்லை அப்பா, இவ்வளவு சாணி இருக்கும்போது, ஒரு குதிரை இங்கே எங்கேயோ இருக்க வேண்டும். அதைத்தான் தேடிக் கொண்டிருக்கிறேன்."

சாக்கோ ஒரு கையில் முள்கரண்டியையும் மற்றதில் ஒரு கத்தியை யும் பிடித்துக்கொண்டு, நாற்காலியின் பின்னால் சாய்ந்து, அந்தக் காலியான உணவகத்தில் உரக்க, விக்கி விக்கி, பக்கத்திலிருப்பவர் களுக்குச் சடுதியில் தொற்றிக்கொள்ளும் ஒரு குண்டு மனிதச் சிரிப்பு சிரிக்கத் தொடங்கினான். அவன் கன்னங்களில் கண்ணீர் வழிய ஆரம்பித் தது. அந்த ஜோக்கை சரிவரக் கிரகித்துக்கொள்ளாத மார்கரெட் கொச்சம்மா வும் புன்னகைத்தாள். பின் அவன் சிரிப்பதைப் பார்த்து சிரிக்கத் தொடங்கி னாள். அவர்களுடைய சிரிப்பு ஒன்றை மற்றது பிடித்து, பிணைத்துக் கொண்டு ஒரு ஹிஸ்டீரிக் உச்சஸ்தாயிக்கு ஏறியது. அந்த உணவகத்தின் உரிமையாளர் அப்போது உள்ளே நுழைய, (அதிகம் விரும்பத்தகாத)

ஒரு வாடிக்கையாளரும் (ஓரளவே விரும்பத்தகுந்த) ஒரு வெயிட்ரஸும் ஒரு பின்னிப்பிணைந்த, யாரையும், எதையும் கண்டுகொள்ளாத உன்மத்தச் சிரிப்பில் குலுங்கிக்கொண்டிருப்பதைக் கவனித்தார்.

இதற்கிடையில் மற்றொரு (வாடிக்கையான) வாடிக்கையாளர் உள்ளே நுழைந்து, ஒரு மேசைக்குச் சென்று அமர்ந்து, காத்திருந்தார்.

உரிமையாளர் ஏற்கனவே சுத்தமாக இருந்த கண்ணாடிக் கோப்பை களைச் சத்தமாகக் கழுவினார். பீங்கான்களை மேசை மேல் சத்தமாக வைத்து மார்கரெட் கொச்சம்மாவிடம் தன் அதிருப்தியைக் காட்டி னார். அவள் தன்னைச் சமாளிக்க முயன்றுகொண்டு, புதிய வாடிக்கை யாளரைக் கவனிக்கச் சென்றாள். ஆனால் அவள் கண்களில் கண்ணீர் இன்னும் இருந்தது. உள்ளிருந்து அலையலையாக எழும்பும் சிரிப்பை விழுங்க வேண்டியிருந்தது. நல்ல பசியிலிருந்த அம்மனிதர் மெனு கார்டிலிருந்து நிமிர்ந்து மெல்லிய உதடுகளைச் சுருக்கி, கண்டனத்தைத் தெரியப்படுத்திக்கொண்டார்.

அவள் சாக்கோவை ஓரக்கண்ணால் பார்த்தாள். அவன் அவளைப் பார்த்துப் புன்னகைத்தான். பைத்தியமாக்கும் நட்பார்ந்த புன்னகை.

அவன் தனது காலை உணவை முடித்துவிட்டு, பணத்தைச் செலுத்தி விட்டு, வெளியேறினான்.

மார்கரெட் கொச்சம்மாவை அவள் முதலாளி அழைத்துக் கண்டித்து, உணவக நடத்தை நெறிகள் பற்றி விரிவுரையாற்றினார். அவள் அவரிடம் மன்னிப்பு கோரினாள். தான் நடந்துகொண்ட விதத்திற்காக உண்மை யிலேயே அவள் வருந்தினாள்.

அன்று மாலை, வேலை முடிந்ததும் நடந்தவற்றை யோசித்து தன்னைத் தானே கடிந்துகொண்டாள். வழக்கமாக அவள் பல்லிளிப்பவ ளில்லை. முழு அந்நியன் ஒருவனோடு அப்படிக் கட்டுக்கடங்காமல் சிரித்தது கொஞ்சம் கூடச் சரியல்ல என்று நினைத்தாள். பழக்கமான, நெருக்கமான நடத்தை மாதிரி இது என்ன? அது ஜோக்கால் நிகழ்ந்த தல்ல வென்று அவள் அறிந்தாள்.

அவள் சாக்கோவின் சிரிப்பை நினைத்துப் பார்த்தாள். அவள் கண்களில் ஒரு புன்னகை ரொம்ப நேரத்திற்குத் தங்கியிருந்தது.

சாக்கோ அந்த உணவகத்திற்கு அடிக்கடி வர ஆரம்பித்தான்.

அவன் எப்போதுமே தன்னுடைய கண்ணிற்குப் புலப்படாத நண்பனோடும் தோழமையான புன்னகையோடும் வந்துகொண்டிருந் தான். அவனுக்கு மார்கரெட் கொச்சம்மா பரிமாறாத சந்தர்ப்பங் களில்கூட அவளைத் தன் கண்களால் தேடி அழைத்துக்கொண்டான். அந்தக் கூட்டுச் சிரிப்பின் ஞாபகத்தில் அவர்கள் ரகசியப் புன்னகை களைப் பரிமாறிக்கொண்டனர்.

மார்கரெட் கொச்சம்மா, தானும் அந்தக் கசங்கிய முள்ளம் பன்றியின் வருகையை எதிர்பார்த்திருப்பதை உணர்ந்துகொண்டாள். வெறும் ஆர்வம் காரணமாக அல்லாமல், படரும் பிரியத்தோடு. அவன் இந்தியாவைச் சேர்ந்தவன் என்பதையும் ஒரு ரோட்ஸ் ஸ்காலர் என்பதை யும் அறிந்துகொண்டாள். கிளாஸிக்குகளை வாசிப்பவன் என்பதை அறிந்துகொண்டாள். பாலியோல் அணிக்காகப் படகுப் போட்டியில் கலந்துகொள்கிறான் என்பதையும்.

அவனை மணமுடிக்கும் தினம் வரைக்கும், என்றோ ஒரு நாள் தான் அவனுடைய மனைவியானதற்காக வருத்தப்படப் போகிறோம் என்று நினைத்ததில்லை.

அவர்கள் ஒன்றாக வெளியே செல்லத் தொடங்கிய சில மாதங்கள் கழித்து உதவ யாருமற்ற, நாடு கடத்தப்பட்ட ஒரு இளவரசனைப் போலத் தான் வாழ்ந்துவந்த அறைக்குச் சில முறை அவளைக் கடத்தி வந்திருக்கிறான். அந்த சாரணப் பெண்ணின் சீரிய முயற்சிகளுக்குப் பின்னும்கூட அவனுடைய அறை எப்போதும் கந்தரகோளமாக இருந்தது. புத்தகங்கள், காலி ஒயின் பாட்டில்கள், அழுக்கு அண்டர்வேர், சிகரெட் துண்டுகள் தரையில் இறைந்திருக்கும். அலமாரிகளைத் திறப்பது ஆபத் தானது. துணிகளும் புத்தகங்களும் காலணிகளும் மேலே சரியும். அவனது சில புத்தகங்கள் உண்மையாகவே காயமேற்படுத்தும் அளவிற்கு தடிம னானவை. ஒரு கதகதப்பான உடம்பு சில்லென்ற கடலுக்குள் மெதுவாக இறங்குவதைப் போல மார்கரெட் கொச்சம்மாவின் சின்ன ஒழுங்கான வாழ்க்கை, இந்த நிஜமான அலங்கோல பைத்தியக்கார விடுதிக்கு மெதுவாக மாறியது.

அந்தக் கசங்கிய முள்ளம்பன்றிக்குள் ஒரு சித்திரவதைக்குட்பட்ட மார்க்ஸிஸ்ட், ஒரு சாத்தியமற்ற திருத்தவே முடியாத ரொமான்டிக்குடன் நிரந்தர யுத்தத்தில் இருப்பதை அவள் கண்டுகொண்டாள். மெழுகு வர்த்திகளை மறந்துவிடும், ஒயின் கோப்பைகளைக் கைதவற விடும், மோதிரத்தைத் தொலைத்து விடும் அந்த ரொமான்டிக் அவளிடம் கொண்ட காதல் அவள் மூச்சை முட்டியது. தன்னை எப்போதுமே ஒரு சுவாரசியமற்ற, தடிமனான இடுப்பும் கணுக்காலும் கொண்ட பெண்ணாகத்தான் கருதி வந்திருக்கிறாள். அசிங்கமானவள் அல்ல. விசேஷமானவளுமல்ல. ஆனால் சாக்கோவுடன் அவளிருந்த பொழுது களில் பழைய எல்லைகள் பின்னுக்குத் தள்ளப்பட்டன. அடிவானங்கள் விரிந்தன.

அவள் அறிந்திருந்த மற்றவர்கள் தம்முடைய வேலைகளையும் தம்முடைய நண்பர்களையும் வார இறுதியில் அவர்கள் கடற்கரையில் கழித்ததைப் பற்றியும் பேசும் அதே பாணியில் உலகைப் பற்றி, எப்படி அது இருந்தது, எவ்வாறு உண்டானது, எப்படி அது மாறப்போகிற தென்று தான் நினைப்பது என்றெல்லாம் பேசும் ஒருவனை அவள் அதற்கு முன்னர் சந்தித்ததில்லை.

சாக்கோவுக்கருகில் இருக்கும்போது மார்கரெட் கொச்சம்மாவின் ஆன்மா அவளின் தீவுத் தேசத்தின் குறுகிய எல்லைகளிலிருந்து அவனது பரந்து விரிந்த, வரம்பற்ற வெளிகளுக்குத் தப்பிப்பதைப் போல் உணர்ந்தாள். டிஸெக்டிங் மேசையில் வயிற்றை வெட்டி விரித்து வைத்திருக்கும் தவளையைப் போல் அவர்களுக்கு முன்னால் இந்த உலகத்தைச் சொந்தமாக்கி, ஆராய்ந்துகொள்ள வைத்திருப்பதாக அவளுக்குத் தோன்ற வைத்தான்.

அவனைச் சந்தித்த அவ்வருடம், அவர்களுக்குத் திருமணமாவதற்கு முன்பு, தனக்குள்ளிருந்த ஒரு சிறிய மாயத்தை அவள் கண்டு கொண்டாள். அவளது விளக்கிலிருந்து களிப்புடன் தப்பித்த ஒரு குட்டிப் பூதத்தைப் போல கொஞ்ச காலம் உணர்ந்து வந்தாள். சாக்கோவின் மேல் ஏற்பட்டிருப்பதாகத் தான் நினைத்து வந்த காதல் என்பது உண்மையில் தன் சுயத்தைப் பயத்துடன் நிறுவிக்கொள்ளும் ஒரு சோதனையோட்டம் என்று புரிந்துகொள்ள முடியாத அளவுக்கு ஒருவேளை அவள் சின்னப் பெண்ணாக இருந்திருக்கக்கூடும்.

சாக்கோவைப் பொறுத்தவரை, மார்கரெட் கொச்சம்மாதான் அவனுடைய முதல் பெண் சிநேகிதி. முதலில் ஒன்றாகப் படுத்து உறங்கியவள் மட்டுமல்ல, முதல் உண்மையான தோழிகூட. அவளிடம் சாக்கோ மிகவும் விரும்பியது அவளுடைய தன்னிறைவான இயல்பை. ஒரு சராசரி ஆங்கிலேயப் பெண்ணுக்கு அது குறிப்பிடத்தகுந்ததாக இல்லாமல் இருக்கலாம், ஆனால் சாக்கோவுக்கு மிகவும் குறிப்பிடத்தகுந்தது.

முதலில் அவள் தன்னைப் பற்றிக்கொண்டு இருக்கவில்லையென்ற நிதர்சனத்தை அவன் விரும்பினான். அவன் மேல் கொண்டிருந்த உணர்வுகளை இனம் பிரிக்காமல் அவள் வைத்திருந்ததும் பிடித்திருந்தது. திருமணமாவதற்கு முதல்நாள்வரை தன்னை அவள் மணம் செய்துகொள்வாளா என்பதே அவனுக்குத் தெரியாது. உடைகளின்றி நீண்ட வெள்ளை முதுகை அவனுக்குக் காட்டியபடி எழுந்து உட்கார்ந்து, கைக்கடிகாரத்தைப் பார்த்து, அவளுடைய நடைமுறைத்தனமான பாணியில், “ஊப்ஸ், நான் கிளம்ப வேண்டும்,” என்று எழுந்திருப்பதை விரும்பினான். வேலைக்குத் தினமும் சைக்கிளில் தளும்பிக்கொண்டே செல்லும் விதத்தை விரும்பினான். அவர்களுக்குள்ளிருந்த கருத்து வேறுபாடுகளை அவன் ஊக்குவித்தான். அவனுடைய சோம்பலைக் கண்டு சலித்துப்போய் எப்போதாவது அவள் கத்துவதையும் ரசித்தான்.

தன்னை அவள் வளர்த்தெடுக்க முயலாததற்காக அவளுக்கு அவன் நன்றியுடையவனாக இருந்தான். அவன் அறையை ஒழுங்குபடுத்த முன்வராததற்காக. அவனை நச்சரிக்கும் அன்னையாக அவள் இல்லாதிருப்பதிற்காக. தன்னைச் சார்ந்து இருக்காததற்காக. மார்கரெட் கொச்சம்மாவை அவன் சார்ந்திருக்கத் தொடங்கினான். தன்னைப் பூஜிக்காததற்காக அவளைப் பூஜித்தான்.

அவனுடைய குடும்பத்தைப் பற்றி மார்கரெட் கொச்சம்மா சிறிதளவே அறிந்திருந்தாள். அரிதாகவே அவர்களைப் பற்றி சாக்கோ பேசுவான்.

உண்மை என்னவென்றால் அவனுடைய ஆக்ஸ்போர்டு தினங் களில் அவர்களை வெகு அரிதாகவே சாக்கோ நினைத்துப் பார்த்தான். அவன் வாழ்க்கையில் பல விஷயங்கள் படுவேகமாக நிகழ்ந்துகொண் டிருந்தன. அய்மனம் என்பது மிகத் தொலைவில் இருப்பதாயிற்று. ஆறு மிகச் சின்னதாக, மீன்கள் மிகக் குறைவானதாக.

தன்னுடைய பெற்றோர்களோடு தொடர்பு வைத்திருக்க எந்த வொரு அழுத்தமான காரணமும் அவனுக்கில்லை. அந்த ரோட்ஸ் ஸ்காலர்ஷிப் தாராளமாக இருந்தது. அவனுக்குப் பணம் தேவையாக யிருக்கவில்லை. மார்கரெட் கொச்சம்மாவின் மீது தனக்கிருந்த காதலை அவன் வெகுவாகக் காதலித்து வந்ததால் அவன் இதயத்தில் வேறு யாருக்கும் இடமிருக்கவில்லை.

மம்மாச்சி அவனுக்கு அடிக்கடி கடிதம் எழுதிக்கொண்டிருந்தாள். தன் கணவரோடு அவளுக்கேற்பட்ட கீழ்த்தரமான பூசல்களைப் பற்றி, அம்முவின் எதிர்காலம் பற்றிய அவளுடைய கவலைகளைப் பற்றி. எந்தவொரு கடிதத்தையும் அவன் முழுக்கப் படித்ததில்லை. சில நேரங்களில் கடிதத்தைத் திறந்து பார்த்ததுகூட இல்லை. பதில் கடித மும் எழுதியதில்லை.

அவன் ஊருக்கு வந்த ஒரு சந்தர்ப்பத்தில் (மம்மாச்சியை ஒரு பித்தளை பூ ஜாடியால் பப்பாச்சி அடிக்க முயன்றபோது அவன் அதைத் தடுத்து அதன் தொடர்ச்சியாக ஆடும் நாற்காலி ஒன்று நிலா வெளிச்சத்தில் துவம்சமாக்கப்பட்டபோது)கூட அவனுடைய அப்பா தன்னால் புண்பட்டதையோ அவனுடைய தாயின் அன்பு இதனால் இரண்டு மடங்காகிவிட்டதையோ அவனுடைய இளம் சகோதரி திடீரென்று மிக அழகாக ஆகிவிட்டதையோ அவன் சரிவரக் கவனிக்க வில்லை. வந்து இறங்கிய கணம் முதலே தனக்காகக் காத்திருக்கும், நீண்ட முதுகு கொண்ட வெள்ளை யுவதி ஒருத்தியின் ஏக்கத்தில் ஒருவித பிரமையிலேயே அவனுடைய வருகை கழிந்துவிட்டது.

பாலியோலிருந்து அவன் திரும்பிவந்த பனிக்காலத்தில் (அவன் மிக மோசமாகத் தேர்வெழுதியிருந்தான்) மார்கரெட் கொச்சம்மாவும் சாக்கோவும் மணம் புரிந்துகொண்டனர். அவளுடைய குடும்பத்தின் ஒப்புதலில்லாமல். அவனுடைய குடும்பத்திற்குத் தெரியாமல்.

அவனுக்கென்று ஒரு வேலை கிடைக்கும்வரை அவர்கள் மார்கரெட் கொச்சம்மாவின் ஃபிளாட்டுக்கு (அந்த மற்றொரு உணவகத்தின் மற் றொரு வெயிட்ரஸை வெளியேற்றிவிட்டு) குடிபெயர்வதாக முடிவெடுத்தனர்.

அந்தத் திருமணம் நடந்த காலகட்டம் அதைவிட மோசமானதாக இருந்திருக்க முடியாது.

ஒன்றாக வாழத் தொடங்குவதன் அழுத்தங்களோடு வறுமையும் சேர்ந்தே வந்தது. ஸ்காலர்ஷிப் பணம் முடிந்துவிட்டது. ஃபிளாட்டுக்கு மொத்த வாடகையும் அவர்களே தர வேண்டியிருந்தது.

படகோட்டும் பயிற்சி முடிவிற்கு வந்ததோடு, ஒரு திடீரென்ற, காலத்திற்கு முந்திய, நடுத்தர வயது உடம்பு உப்பலும் வந்தது. சாக்கோ ஒரு பருத்த மனிதனானான். அவன் சிரிப்பதற்குப் பொருத்தமான ஒரு குண்டு உடம்பு.

திருமணமாகி ஒரு வருடமானதும் சாக்கோமீதான கவர்ச்சி மார்கரெட் கொச்சம்மாவிடமிருந்து கழன்றுவிட்டது. அவள் எப்படி விட்டுவிட்டுச் சென்றாளோ அதே அலங்கோலத்தில் அவளது ஃபிளாட் அவள் வேலையிலிருந்து திரும்பும்போதும் இருந்தது. படுக்கையை ஒழுங்குபடுத்துவதோ துணிகளைத் துவைப்பதோ பாத்திரங்களைக் கழுவுவதோ அவனால் நினைத்துப் பார்க்கக்கூட முடியாத அசாத்திய காரியங்களாக இருந்தன. புதிய சோஃபாவின் மேல் அவன் போட்டு விடும் சிகரெட் துண்டுகளுக்காக அவன் மன்னிப்பு கோரியதில்லை. ஒரு வேலைக்காக நேர்காணலுக்குச் செல்லும்போதுகூடத் தன் சட்டையின் பொத்தான்களைச் சரிவரப் போட்டுக்கொள்வதற்கோ டையை முடிச்சிட்டுக்கொள்வதற்கோ ஷூ லேஸ்களைப் பின்னிக்கொள்வதற்கோ லாயக்கற்றவனாக இருந்தான். ஒரு வருடத்துக்கு முன், அந்த டிஸெக்டிங் மேசையிலிருந்த தவளையை, சில சிறிய, நடைமுறைச் சலுகைகளுக்காகப் பரிமாறிக்கொள்ள அவள் தயாராகிவிட்டிருந்தாள். அவள் கணவனுக்காக ஒரு வேலையையும் ஒரு சுத்தமான வீட்டையும் போல.

இறுதியில் இந்தியன் டீ போர்டின் அயல்நாட்டு விற்பனைத் துறையில் சாக்கோவுக்கு மிகக் குறைந்த ஊதியத்தில் ஒரு வேலை கிடைத்தது. இது பிற நல்ல விஷயங்களுக்கு இட்டுச்செல்லும் என்ற நம்பிக்கையில் சாக்கோவும் மார்கரெட்டும் லண்டனுக்குக் குடிபெயர்ந்தனர். இதைவிடச் சிறிய, மட்டமான ரூம்களுக்கு. மார்கரெட் கொச்சம்மாவின் பெற்றோர் அவளைப் பார்ப்பதற்கு மறுத்துவிட்டனர்.

அவள் ஜோவைச் சந்தித்தபோது தான் கர்ப்பமாக இருப்பதை அறிந்துகொண்டாள். அவன், அவளுடைய சகோதரனின் பழைய பள்ளி நண்பன். அவர்கள் சந்தித்தபோது மார்கரெட் கொச்சம்மா அவளுடைய மிகக் கவர்ச்சியான அழகை அடைந்திருந்தாள். கர்ப்பம், அவளுடைய கன்னங்களில் வண்ணத்தையும் அடர்ந்த, கரிய கூந்தலுக்கு மினுமினுப்பையும் தந்திருந்தது. அவளது தாம்பத்தியச் சிக்கல்களுக்கும் நடுவே, கர்ப்பிணிப் பெண்களுக்கேயுரிய, தன் உடலின் மீதான ஒரு ரகசியப் பெருமிதம் இருந்தது.

ஜோ ஒரு பயாலஜிஸ்ட் உயிரியலாளன். ஒரு சிறிய வெளியீட்டு நிறுவனத்திற்காக உயிரியல் அகராதி ஒன்றின் மூன்றாவது பதிப்பைப் புதுப்பித்துக்கொண்டிருந்தான். சாக்கோ எவ்வாறெல்லாம் இல்லையோ அவ்வாறெல்லாம் ஜோ இருந்தான்.

நிதானமானவன். கடன் இல்லாதவன். ஒல்லியானவன்.

இருட்டறையில் உள்ள ஒரு செடி ஒளிக்கற்றையை நோக்கித் திரும்புவதைப் போல மார்கரெட் கொச்சம்மா அவனை நோக்கி ஈர்க்கப்பட்டாள்.

சாக்கோ அவனுடைய அஸைன்மென்ட்டை முடித்ததும், வேறு வேலை கிடைக்காமல், மம்மாச்சிக்குத் தன்னுடைய திருமணத்தைப் பற்றித் தெரிவித்துவிட்டு, பணம் அனுப்பச் சொல்லிக் கேட்டான். மம்மாச்சி இடிந்துபோனாள். ஆனால் தனது நகைகளை ரகசியமாக அடகுவைத்து இங்கிலாந்திலிருக்கும் அவனுக்குப் பணம் அனுப்ப ஏற்பாடு செய்தாள். அந்தப் பணம் போதவில்லை. பணம் அவனுக்கு எப்போதுமே போதுமானதாக இருந்ததில்லை.

ஸோஃபீ மோள் பிறந்ததும், மார்கரெட் கொச்சம்மா தனக்காகவும், தன் மகளின் நலனுக்காகவும், சாக்கோவை விட்டுப் பிரிய வேண்டுமென்று உணர்ந்தாள். அவனிடம் விவாகரத்து கோரினாள்.

சாக்கோ இந்தியாவுக்குத் திரும்பினான். சுலபமாக அவனுக்கொரு வேலை கிடைத்தது. சில வருடங்களுக்குச் சென்னைக் கிறித்துவக் கல்லூரியில் விரிவுரையாளனாகப் பணிபுரிந்தான். பப்பாச்சி இறந்ததும், அவன் அய்மனத்துக்கு அந்தப் பாரத் பாட்டில் சீலிங் மெஷினோடும் பாலியோல் படகுத் துடுப்போடும் அவனுடைய உடைந்த இதயத்தோடும் திரும்பினான்.

மம்மாச்சி சந்தோஷமாக அவனைத் தன் வாழ்க்கைக்குள் வரவேற்றாள். அவனுக்கு உணவூட்டி, துணி தைத்து, அவன் அறையில் தினமும் புதிய மலர்கள் வைக்கப்படுமாறு கவனித்துக் கொண்டாள். சாக்கோவுக்கு அவன் தாயின் ஆராதிப்பு தேவையாக இருந்தது. உண்மையில் அதை *அதிகாரமாகக்* கோரிப் பெற்றான். இருந்தும் அதற்காக அவளை இகழவும் செய்து, பல ரகசிய வழிகளில் தண்டிக்கவும் செய்தான். தனது ஊளைச் சதையை அவன் வளர்க்கத் தொடங்கி, தன் உருவத்தின் பொதுத் தோற்றத்தையே ஒருவாறு சிதைத்துக்கொண்டான். மலிவான, பிரிண்டட் டெரிலீன் புஷ் சர்ட்டுகளை வெள்ளை முண்டுவின் மேல் அணிந்துகொண்டு, கடைத்தெருவில் கிடைக்கும் மலிவான பிளாஸ்டிக் செருப்புகளைப் போட்டுக்கொண்டு சுற்றிவந்தான். மம்மாச்சிக்கு யாராவது விருந்தினர்களோ உறவினர்களோ அல்லது தில்லியிலிருந்து பழைய நண்பர்களோ வந்தால், அவள் ரசனையோடு மிக அபூர்வமான அழகிய ஆர்கிட்களையும் நேர்த்தியான பீங்கான்களையும் அலங்கரித்து வைத்துள்ள சாப்பாட்டு மேசைக்கு அவனும் வந்தமர்ந்து பழைய சிரங்கு ஏதாவதையோ அல்லது முழங்கையில் அவனுக்குத் தோன்ற ஆரம்பித்திருந்த கருப்பாக காய்ப்பு காய்ச்சிய இடத்தையோ அவர்களெதிரே சொறியத் தொடங்குவான்.

அவனுடைய விசேஷமான இலக்குகளாக பேபி கொச்சம்மாவைப் பார்க்க அடிக்கடி வரும் கத்தோலிக்க பிஷப்புகளும் உள்ளூர் தேவாலய

ஊழியர்களும் இருந்தனர். அவர்களுக்கெதிரே சாக்கோ செருப்புகளைக் கழற்றிவிட்டு, அவன் பாதத்தில் உண்டாகியிருக்கும் நீரிழிவு சீழ் கொப்புளத்தைச் சுவாரஸ்யமாக உடைப்பான்.

“தேவன் இந்தப் பரிதாபமான குஷ்டரோகிக்குக் கருணை புரிவாராக,” என்று முனகுவான். இந்த அற்புதக் காட்சியிலிருந்து அவர்களைத் திசைதிருப்ப பேபி கொச்சம்மா அவர்களுடைய தாடிகளில் ஒட்டிக் கொண்டிருக்கும் பிஸ்கட் துணுக்குகளையும் வாழைக்காய் சிப்ஸ் துகள் களையும் அகற்ற முற்படுவாள்.

ஆனால் மம்மாச்சிக்கு அவன் வழங்கும் சித்திரவதைகளிலேயே மிக உச்சமானது, அவன் மார்கரெட் கொச்சம்மாவை அவ்வப்போது அன்போடு நினைவுகூர்வதுதான். அவளைப் பற்றிப் பெருமிதத்தோடு வர்ணிப்பான், தன்னை விவாகரத்து செய்ததற்காகவே அவளைப் பாராட்டுவதுபோல.

“என்னை ஒரு மேலான மனிதனாக அவள் மாற்றியிருக்கிறாள்” என்பான் மம்மாச்சியிடம். அவன் தன்னைத்தானே கேவலப்படுத்திக் கொள்வதற்குப் பதிலாக தன்னை அவன் அசிங்கப்படுத்துவதாக அவள் உடல் கூசிக் கொள்வாள்.

மார்கரெட் கொச்சமா ஸோஃபீ மோளைப் பற்றிச் சாக்கோவுக்குத் தவறாமல் கடிதம் எழுதிக் கொண்டிருந்தாள். ஜோ ஓர் அற்புதமான, அக்கறை மிகுந்த தந்தையாக இருப்பதாகவும், ஸோஃபீ மோள் அவனை வெகுவாக நேசிப்பதாகவும் அவனுக்கு எழுதுவாள். இவை சாக்கோவைச் சம அளவில் சந்தோஷப்படுத்தின, துக்கப்படுத்தின.

மார்கரெட் கொச்சம்மா ஜோவுடன் மகிழ்ச்சியுடனிருந்தாள். சாக்கோவுடன் அந்தத் தாறுமாறான, நிலையற்ற வருடங்களை அவள் கழித்திருந்ததாலேயே ஒருவேளை இப்போது மேலும் மகிழ்ச்சியுடன் இருந்திருக்கலாம். சாக்கோவை ஆசையுடன் ஆனால் வருத்தமின்றி நினைத்துப் பார்த்துக்கொண்டாள். தான் பாதிப்படைந்த அளவுக்குத் தானும் அவனைப் பாதித்திருக்கிறோமென்பது அவளுக்கு ஏனோ தோன்றவேயில்லை. இன்னும் அவள் தன்னை ஒரு சாதாரணப் பெண் ணாகவும், அவனை அசாதாரணமான மனிதனாகவுமே கருதி வந்திருக்க லாம். அப்போதோ அதற்குப் பின்போ மனமுறிவின் வழக்கமான துக்க அறிகுறிகள் எவற்றையும் சாக்கோ வெளிப்படுத்தாதிருந்ததாலேயே அவளைப் போலவே அவனும் இது பொருத்தமற்ற உறவென்றே உணர்ந் திருக்கக் கூடுமென்று ஊகித்தாள். ஜோவைப் பற்றி அவனிடம் கூறியபோது சோகத்துடன் ஆனால் அமைதியாக வெளியேறினான். அவனுடைய புலப்படாத தோழனுடனும் அவனுடைய நட்பார்ந்த புன்னகையுடனும்.

அவர்கள் ஒருவருக்கொருவர் அவ்வப்போது கடிதம் எழுதிக்கொண் டனர். வருடங்களாக ஆக, அவர்களுடைய உறவு முதிர்ச்சியடைந்தது.

மார்கரெட் கொச்சம்மாவுக்கு அது ஒரு சௌகரியமான, ஒப்பிய நட்புறவாக இருந்தது. சாக்கோவுக்கு, அவனுடைய குழந்தைக்குத் தாயோடும், அவன் காதலித்த ஒரே பெண்ணோடும் தொடர்புகொண் டிருக்கும் வழியாக, ஒரே வழியாக இருந்தது.

ஸோஃபீ மோளுக்குப் பள்ளிக்குச்செல்லும் வயது வந்ததும், மார்கரெட் கொச்சம்மா ஆசிரியர் பயிற்சித் திட்டத்தில் பதிவுசெய்து கொண்டாள். பிறகு கிளஃபாமில் இளநிலை ஆசிரியையாக அவளுக்கு வேலை கிடைத்தது. ஜோவின் விபத்தைப் பற்றிச் செய்தி கிடைத்தபோது அவள் ஆசிரியர்கள் அறையில் இருந்தாள். தகவலைக் கொண்டுவந்த இளம் காவல் அதிகாரி ஒருவன் மிகச் சோகமான முகபாவத்துடன் கையில் ஒரு ஹெல்மட்டை வைத்திருந்தான். ஓர் உருக்கமான நாடகத்துக்கு ஒத்திகை பார்க்கும் மோசமான நடிகனைப் போல அவளுக்கு அப்போது விநோதமாகத் தோன்றியது. அவனைப் பார்த்ததும் புன்னகைக்கத் தோன்றியதுதான் தனக்கு உண்டான முதல் உணர்ச்சி என்பது மார்கரெட் கொச்சம்மா வுக்கு ஞாபகம் இருந்தது.

ஸோஃபீ மோளின் நலனுக்காக மார்கரெட் கொச்சம்மாவுக்கு அந்த அதிர்ச்சிகரமான இழப்பைப் பதற்றப்படாமல் எதிர்கொள்ள வேண்டியிருந்தது. பதற்றமின்றி எதிர்கொள்வதைப் போலப் பாவனை செய்ய வேண்டியிருந்தது. நீண்ட விடுப்பு எதுவும் அவள் எடுத்துக் கொள்ளவில்லை. ஸோஃபீ மோள் பள்ளிக்குச் செல்வது அதிகம் தடைப் படாமல் பார்த்துக்கொண்டாள் – *ஹோம் ஒர்க்கை முடி. முட்டையைச் சாப்பிடு. இல்லை, நாம் பள்ளிக்குச் செல்லாமலிருக்க முடியாது.*

ஒரு பள்ளி ஆசிரியையின் சுறுசுறுப்பான நடைமுறைவாதி முக மூடிக்குள் தன்னுடைய துக்கத்தை அவள் ஒளித்துக் கொண்டாள். பிரபஞ்சத்தில், கண்டிப்பான பள்ளி ஆசிரியை வடிவத்தில் ஓர் ஓட்டை. (சில நேரங்களில் அது அடி கொடுத்தது).

சாக்கோ அவளை அய்மனத்துக்கு வரும்படி கடிதம் எழுதியபோது அவளுக்குள்ளிருந்த ஏதோ ஒன்று பெருமூச்சுவிட்டுக் கொண்டு கீழே உட்கார்ந்தது. அவளுக்கும் சாக்கோவுக்குமிடையே எவ்வளவோ நடந்து விட்டிருந்தாலும் கிருஸ்துமஸை அவளுடன் சேர்ந்து செலவழிக்க இவ் வுலகத்தில் அவளுக்கு யாருமில்லை. அதைப் பரிசீலித்துப் பார்க்கப் பார்க்க, அவளுக்கு இச்சை அதிகரித்தது. ஸோஃபீ மோளுக்கு அந்தப் பயணம் ஆசுவாசமாக இருக்குமென்பதற்காகவே இந்தியாவுக்குக் கிளம்பத் தன்னைத் தயாராக்கிக்கொண்டாள்.

எனவே இறுதியில், இரண்டாம் கணவன் இறந்தவுடனேயே முதல் கணவனிடம் ஓடுகிறாள் என்று அவளுடன் பள்ளியில் பணிபுரிபவர் கள் விசித்திரமாக நினைப்பார்கள் என்று தெரிந்திருந்தும் – மார்கரெட் கொச்சம்மா, தனது வைப்புநிதிக் கணக்கை முடித்து, இரண்டு விமான டிக்கெட்டுகள் வாங்கினாள். லண்டன் – பம்பாய் – கொச்சி.

அந்த முடிவை எடுத்ததற்காக அவள் உயிரோடிருந்தவரை சித்திர வதை அனுபவித்திருக்கிறாள்.

அய்மனம் இல்லத்தின் நீண்ட நடுக்கூடத்தில் வைக்கப்பட்டிருந்த அவளுடைய சின்னஞ்சிறிய மகளின் புகைப்படத்தை அவள் கல்லறைக்குக் கொண்டுசெல்லப்படும் போதுகூட வைத்திருந்தாள். தூரத்திலிருந்து பார்க்கும்போதுகூட அவள் இறந்திருப்பது தெளிவாகத் தெரிந்தது. உடல் நலமின்றியோ தூக்கத்திலோ இல்லை. அவளைப் படுக்க வைத்திருந்த விதத்தில் இருந்த ஏதோவொன்று. அவள் கைகால்களின் கோணம். மரணத்தின் அதிகாரத்தைப் பொறுத்த ஏதோவொன்று. அதன் பயங்கரமான அசைவற்றத் தன்மை.

பச்சைப் பாசிகளும் ஆற்றிலிருந்த ஏதேதோ கசடுகளும் அவளுடைய அழகான செம்பழுப்பு முடியில் பின்னியிருந்தன. வீங்கியிருந்த அவளுடைய கண் இரப்பைகள் மீன்களால் கடிக்கப்பட்டிருந்தன. (ஓ, ஆமாம், ஆழத்தில் நீந்தும் அந்த மீன்கள். அவை எல்லாவற்றையும் சுவை பார்த்துவிடும்.) அவளுடைய இளநீல கார்டுராய் மேல்சட்டை சாய்வான சந்தோஷ எழுத்துக்களில் *Holiday!* என்றது. தண்ணீரில் வெகுநேரம் நின்றிருந்த சலவைக்காரன் விரல்கள் போல அவள் சுருக்கம் கண்டிருந்தாள்.

எப்படி நீந்துவதென்பதை மறந்துபோன ஒரு பஞ்சுக் கடல்கன்னி.

அவளுடைய சின்ன மணிக்கட்டில் அதிர்ஷ்டத்திற்காக ஒரு வெள்ளிப் பூணை அணிந்திருந்தாள்.

விரல்தொப்பியில் அருந்துபவள்.

சவப்பெட்டியில் புரண்டு படுப்பவள்.

அய்மனத்திற்கு ஸோஃபீ மோளைக் கூட்டிச் சென்றதற்காகத் தன்னை மார்கரெட் கொச்சம்மா ஒருபோதும் மன்னித்துக் கொள்ளவில்லை. அங்கே அவளைத் தனியாக விட்டுவிட்டு ரிட்டர்ன் டிக்கட்டுகளை உறுதிப்படுத்திக்கொள்ள அவளும் சாக்கோவும் மட்டும் கொச்சிக்குச் சென்றதையும்.

காலை சுமார் ஒன்பது மணிக்கு, ஒரு வெள்ளைக்காரச் சிறுமியின் உடல், மீனச்சல் நதி அகன்று காயலை நெருங்குமிடத்தில் மிதந்துகொண்டிருப்பதாக மம்மாச்சிக்கும் பேபி கொச்சம்மாவுக்கும் செய்தி வந்தது. எஸ்தாவும் ராஹேலும் இருக்குமிடம் இன்னமும் தெரியவில்லை.

அன்று காலை அந்த மூவரும் அவர்களது வழக்கமான காலைப் பால் சாப்பிட வந்திருக்கவில்லை. பேபி கொச்சம்மாவும் மம்மாச்சியும் அவர்கள் ஆற்றில் குளிப்பதற்காகச் சென்றிருக்கலாம் என்று நினைத்தனர். முந்தைய நாளும் ராத்திரி முழுக்கவும் பலமாக மழை பெய்திருந்ததால் கவலையாக இருந்தது. அந்த ஆறு அபாயகரமானதென்று அவர்களுக்குத் தெரியும். பேபி கொச்சம்மா, கொச்சு மரியாவைத் தேடுவதற்கு அனுப்பினாள். ஆனால் அவர்களில்லாமல் அவள் திரும்பினாள். வலிய பாப்பன் வந்து போனதற்குப் பின் ஏற்பட்டிருந்த கலவரத்தில் அந்தக் குழந்தைகளை எப்போது கடைசியாகப் பார்த்தோமென்பது யாருக்கும் நினைவில் இல்லை. எவருடைய மனத்திலும் அவர்கள் முக்கியமாக இல்லை. அவர்கள் ராத்திரியிலிருந்தே காணாமல் போயிருக்க வேண்டும்.

அம்மு அவளுடைய படுக்கையறையில் இன்னமும் அடைக்கப்பட்டிருந்தாள். பேபி கொச்சம்மா சாவிகளை வைத்திருந்தாள். குழந்தைகள் எங்கே போயிருப்பார்களென்று தெரியுமா என்று கதவிற்கு வெளியிலிருந்து அம்முவைக் கேட்டாள். குரலில் பயத்தைக் காட்டாமல் இயல்பாகக் கேட்கிறாற் போல். கதவின் மேல் ஏதோ வந்து மோதியது. பழங்கால வீடுகளில் பைத்தியங்களைப் பூட்டி வைத்திருப்பதைப் போல் தன்னையும் நடத்துவதை நம்ப முடியாமல் அம்மு கோபவெறியில் பேதலித்திருந்தாள். பின்னர், அவர்களைச் சுற்றி உலகம் நொறுங்கி விழுந்து, அய்மனத்திற்கு ஸோஃபீ மோளின் உடல் கொண்டுவரப்பட்டு பேபி கொச்சம்மா அறையைத் திறந்துவிட்டதும்தான் அம்மு அவளுடைய வெறியிலிருந்து வெளியேறி என்ன நடந்ததென்றறியும் நிதானத்துக்கு வந்தாள். பயமும் தயக்கமும் அவளைத் தெளிவாக யோசிக்க வைத்த பிறகுதான் அவளுக்குத் தன்னுடைய பிள்ளைகள் அவளது

படுக்கையறை கதவருகே வந்து ஏன் அவள் அடைக்கப்பட்டிருக்கிறாள் என்று கேட்டபோது அவர்களிடம் தான் கத்தியது ஞாபகத்திற்கு வந்தது.

"எல்லாம் உங்களால்தான்!" என்று அம்மு வீறிட்டாள். "நீங்கள் மட்டும் இல்லாதிருந்தால் நான் இங்கே வந்தேயிருக்க மாட்டேன்! இது போல எதுவும் நடந்திருக்காது! நான் இங்கே இருந்திருக்க மாட்டேன். சுதந்திரமாக இருந்திருப்பேன்! நீங்கள் பிறந்த அன்றே உங்களை ஏதாவது அனாதை ஆசிரமத்தில் சேர்த்துவிட்டிருக்க வேண்டும்! நீங்களிருவரும் என் கழுத்தில் தொங்கும் பாறாங்கற்கள்!"

அவர்கள் அந்தக் கதவின்மேல் ஒட்டிக்கொண்டு குறுகிப் போனதை அவளால் பார்க்க முடியவில்லை. பஃப் சிகையலங்காரமும் லவ் – இன் – டோக்கியோவின் நீருற்றும் ஆச்சரியப்பட்டன. குழம்பிப்போன இரட்டைத் தூதர்கள். மேதகு தூதர்கள் எ. பெல்விஸ், கு. பூச்சி.

"போய்த் தொலையுங்கள்!" அம்மு கத்தினாள். "ஏன் எங்காவது போய்த் தொலைந்து என்னைத் தனியாக விடமாட்டேனென்கிறீர்கள்?"

எனவே போய்விட்டனர்.

ஆனால் பேபி கொச்சம்மாவின் கேள்விக்கு, கதவில் வந்து ஏதோ மோதியது மட்டுமே பதிலாகக் கிடைத்தபோது அவள் சென்றுவிட்டாள். இரவுச் சம்பவங்களுக்கும் குழந்தைகள் காணாமற் போயிருப்பதற்கும் வெளிப்படையாகத் தெரியும், தர்க்கரீதியான, முற்றிலும் தவறான தொடர்புகளை இணைத்துப் பார்த்து அம்முவுக்குள் பயம் மெதுவாகப் பரவியது.

முந்தையநாள் பிற்பகலில் மழை ஆரம்பித்தது. அந்த உஷ்ணமான தினம் திடீரென்று கறுத்து, வானம் கைதட்டி, செரும ஆரம்பித்தது. குறிப்பாக எந்தவொரு காரணமுமின்றி எரிச்சலில் இருந்த கொச்சு மரியா ஒரு சின்ன ஸ்டூலின் மேல் நின்றுகொண்டு ஒரு பெரிய மீனைச் சுத்தப்படுத்திக் கொண்டிருந்தாள். அவளது தங்கக் காதுவளையங்கள் வேகமாக ஆட ஆட, அந்த வெள்ளிநிற மீனின் செதிள்களைக் கொச்சு மரியா சீவித்தள்ள, அவை நாலாபுறமும் இறைந்து பாத்திரங்கள், சுவர்கள், அரிவாள்மனை, ஃப்ரிட்ஜ் எல்லாவற்றின் மீதும் படிந்தன. சமையலறையின் பின்கதவருகே வலிய பாப்பன் மழையில் நனைந்து, உடல் நடுங்க வந்து நின்றபோது அவனைப் பொருட்படுத்தவில்லை. அவனுடைய நிஜக் கண் போதையின் ரத்தச்சிவப்பில் இருந்தது. தன்னைக் கவனிப்பதற்காக முழுசாகப் பத்து நிமிடங்கள் நின்றிருந்தான். கொச்சு மரியா மீனை முடித்துவிட்டு வெங்காயத்தை எடுத்தபோது அவன் தொண்டையைக் கனைத்துக் கொண்டு மம்மாச்சியைக் கூப்பிட்டான். கொச்சு மரியா அவனை விரட்ட முயன்றாள். அவன் போகவில்லை. ஒவ்வொரு முறையும் பேசுவதற்கு வாயைத் திறந்தபோது சாராய வாடை கொச்சு மரியாவின் மேல் சம்மட்டியடியாக வீசியது. இதற்கு முன் அவனை இப்படிப் பார்த்ததில்லை. கொஞ்சம் பயமாக இருந்தது. அவன் சொல்ல வருவது

அவளுக்கு நன்றாகப் புரிந்தது. மம்மாச்சியைக் கூப்பிடுவதே நல்ல தென்று முடிவெடுத்து சமையலறைக் கதவைத் சாத்தினாள். கொட்டும் மழையில் வலிய பாப்பன் கைகளை வீசியபடி புலம்பிக்கொண்டிருந் தான். அது டிசம்பராக இருந்தாலும் ஜூனைப் போல் மழை பெய்து கொண்டிருந்தது. மறுநாள் செய்தித்தாள்களில் *புயல் வெடித்தது* என்று செய்திகள் அறிவித்தன. ஆனால் செய்தித்தாள்களைப் பார்க்கும் மன நிலையில் யாருமில்லை.

ஒருவேளை, அந்த மழைதான் வலிய பாப்பனை அச்சமையலறை வாசலுக்கு விரட்டியிருக்க வேண்டும். பருவம் தவறிய அந்த மழை, மூடநம்பிக்கைகளில் ஆழ்ந்திருந்த ஓர் எளிய மனிதனின் மனதுக்குக் கடவுளின் கோபத்தால் ஏற்பட்ட சாபத்தைப் போல் தோன்றியிருக்க லாம். அதுவும் குடிபோதையிலிருந்த மூடநம்பிக்கையாளனுக்கு அது உலகத்தின் முடிவாகத் தோன்றியிருக்கலாம். ஒரு விதத்தில் அதுகூட உண்மைதான்.

சமையலறைக்கு மம்மாச்சி பெட்டிக்கோட், இளஞ்சிவப்பு டிரெஸ்ஸிங் கவுனோடு வந்தபோது வலிய பாப்பன் சமையலறைப் படியேறி அவனது அடமானம் வைத்திருந்த கண்ணை, அவனுடைய உள்ளங்கையில் வைத்து அவளிடம் நீட்டினான். அதை வைத்திருக்கத் தனக்கு தகுதியில்லையென் றும் அவளிடமே திருப்பித் தந்துவிடுவதாகவும் கூறினான். அவனுடைய இடது கண் இரப்பை பொள்ளலான குழியின் மீது சரிந்து அசையாமல் கண்சிமிட்டியது. ஏதோ அவன் சொல்லப் போவதெல்லாமே ஒரு விஸ்தாரமான குறும்புச்சேட்டை என்பதைப் போல.

"என்னது?" மம்மாச்சி அவனுக்குக் காலையில் கொடுத்த ஒரு கிலோ சம்பா அரிசியை எதற்காகவோ திருப்பித் தருகிறான் என்று நினைத்துக்கொண்டு கைகளை நீட்டினாள்.

"அது அவனுடைய கண்!" கொச்சு மரியா வெங்காயக் கண்ணீரில் அவளுடைய கண்களே சிவந்திருக்க, கத்தினாள். அதற்குள் மம்மாச்சி அந்தக் கண்ணாடிக் கண்ணைத் தொட்டு விட்டாள். அதன் கடின மான வழவழப்பிலிருந்து சடக்கென்று கையை இழுத்துக்கொண்டாள். பிசுபிசுப்பான கோலிக்குண்டுத் தனமாக அது இருந்தது.

"குடித்திருக்கிறாயா?" மம்மாச்சி கோபத்தோடு மழையின் சத்தத் திற்குள் கேட்டாள். "இந்த நிலையில் எவ்வளவு தைரியமிருந்தால் இங்கு வருவாய்?"

ஸிங்க்கை நோக்கி அவள் தட்டுத்தடுமாறிச் சென்று அந்த அசிங்கம் பிடித்த பரவனின் கண் ஈரத்தை சோப்பிட்டுக் கழுவினாள். கழுவி முடித்துவிட்டுக் கைகளை முகர்ந்து பார்த்தாள். கொச்சு மரியா ஒரு பழைய துணியை வலிய பாப்பன் துடைத்துக்கொள்ளக் கொடுத்தாள். அந்தத் தீண்டத்தகுந்த சமையலறையின் மேல்படிக்கட்டு வரை அவன் வந்து ஏறக்குறைய உள்ளேயே நின்றிருந்தாலும் அவள் எதுவும் சொல்ல வில்லை. சாய்வான கூரையிலிருந்து வெளியே மழைத்தண்ணீர் கொட்டிக் கொண்டிருந்தது.

அவன் நிதானமடைந்ததும் வலிய பாப்பன் தனது கண்ணை அதற்குரிய குழிக்குள் பொருத்திக்கொண்டு பேசத் தொடங்கினான். முதலில் அவள் குடும்பம் எந்த அளவுக்குத் தனக்கு உதவி செய்திருக்கிற தென்று நினைவுகூர்ந்தான். தலைமுறை தலைமுறையாக. கம்யூனிஸ்டு களுக்குத் தோன்றுவதற்கு முன்பாகவே எவ்வாறு ரெவரெண்ட் ஈ. ஜான் ஐப், அவனுடைய தந்தை கேளனுக்கு நிலத்தை எழுதித் தந்தாரென்றும் அங்கேதான் அவர்களுடைய குடிசை இப்போது இருக்கிறதென்றும் கூறினான். மம்மாச்சி தன்னுடைய கண்ணுக்காக எவ்வாறு உதவினாள்; எவ்வாறு அவள் வெளுத்தா படிப்பதற்கும் வேலை கிடைப்பதற்கும் ஏற்பாடு செய்தாள் . . .

அவன் குடித்துவிட்டு வந்திருப்பதால் எரிச்சலுற்றிருந்தாலும், அவள் குடும்பத்தின் கிறித்துவ ஈகைக்குணத்தின் அருமை பெருமைகளை விவரிக்கும் புகழஞ்சலியைக் கேட்பதில் மம்மாச்சிக்கு அசூயை ஒன்றும் இல்லை. இனி அவள் கேட்கப் போவதற்கு அவையெவையும் அவளைத் தயார்ப்படுத்தவில்லை.

வலிய பாப்பன் அழத் தொடங்கினான். அவனுடைய பாதி அழுதது. அவன் நிஜக் கண்ணிலிருந்து கண்ணீர் பெருகி கறுப்புக் கன்னங்களில் பளபளத்தது. அவனது மற்ற கண் எதிரே ஸ்தம்பித்து வெறித்தது. அவன் ஒரு பழங்காலப் பரவன். பின்பக்கமாகவே நடந்துசென்ற தினங்களைப் பார்த்தவன். விசுவாசத்திற்கும் அன்பிற்குமிடையே கிழிபட்டுக் கொண்டிருந்தான்.

பின்பு பயம் அவனை ஆக்கிரமித்து, வார்த்தைகளை அவனிட மிருந்து உதறி உதிர்த்தது. அவன் பார்த்ததை மம்மாச்சியிடம் கூறினான். ஒவ்வோர் இரவும் அந்த ஆற்றைக் கடந்துவந்த அந்தச் சிறிய படகை, அதில் யார் இருந்தது என்பதை. நிலவொளியில் ஒன்றாக உடலோடு உடலாக. நின்றிருந்த ஓர் ஆணையும் ஒரு பெண்ணையும் பற்றி.

அவர்கள் கரி சாயுபுவின் வீட்டுக்குச் சென்றதாக வலிய பாப்பன் கூறினான். அங்கிருந்த வெள்ளைக்காரனின் ஆவி அவர்களுக்குள் புகுந்துவிட்டதாம். வலிய பாப்பன் தனக்கு இழைத்தவற்றிற்காகக் கரி சாயபு பழிதீர்த்துக்கொள்வது அது என்றான். (எஸ்தா அமர்ந்த, ராஹேல் கண்டுபிடித்த) அந்தப் படகை, அந்த அநாதரவான டீ எஸ்டேட்டுக்குச் சதுப்பு நிலத்தில் செல்லும் நெட்டுக்குத்தான பாதைக் குப் பக்கத்திலிருந்த ஒரு வெட்டப்பட்ட மரத்தின் அடியோடு கட்டி விட்டு அவர்கள் செல்வதை அவன் பார்த்திருக்கிறான். ஒவ்வொரு நாள் இரவும். அது தண்ணீரில் ஆடிக் கொண்டிருக்கும். காலியாக. காதலர்கள் திரும்பி வரக் காத்துக்கொண்டிருக்கும். மணிக்கணக்காகக் காத்திருக்கும். சில நாட்களில் விடியும்போதுதான் நீண்டு வளர்ந்த கோரைப்புற்களுக்கிடையிலிருந்து அவர்கள் வெளிப்படுவர். வலிய பாப்பன் அவன் கண்ணாலேயே பார்த்திருக்கிறான். மற்றவர்களும் பார்த்திருக்கின்றனர். மொத்த கிராமத்துக்கும் தெரியும். மம்மாச்சிக்குத் தெரிவதற்குக் கொஞ்ச நாட்கள் ஆகலாம். எனவே தானே வந்து

சொல்ல முடிவெடுத்துவிட்டான். தன் உடல் உறுப்புகளையெல்லாம் அடமானம் வைத்திருக்கும் ஒரு பரவனுக்கு அது கடமை என்று கருதினான்.

காதலர்கள். அவன் இடுப்பின் அணைப்பிலிருந்தும், அவள் இடுப்பின் அணைப்பிலிருந்தும் விடுபட்டு எழுந்திருப்பார்கள். அவன் மகனும் அவள் மகளும். நினைக்க முடியாததை அவர்கள் நினைக்க வைத்து, சாத்தியமில்லாததைச் சாத்தியப்படுத்தியிருக்கிறார்கள்.

வலிய பாப்பன் தொடர்ந்து பேசிக்கொண்டிருந்தான். அழுது கொண்டே, குமட்டிக்கொண்டே, வாயை அசைத்துக் கொண்டே. அவன் கூறுவதை மம்மாச்சியால் கேட்க இயலவில்லை. மழையின் சத்தம் அதிகரித்து அவள் தலைக்குள் வெடித்தது. அவள் கத்துவதை அவளாலேயே கேட்க முடியவில்லை.

தன் நரைத்த முடியை எலிவால் பின்னலாகப் பின்னிக்கொண்டு பட்டாபட்டி டிரெஸ்ஸிங் கவுனிலிருந்த அக்குருட்டுக் கிழவி திடீரென்று பாய்ந்து, முழு பலத்துடன் வலிய பாப்பனைத் தள்ளினாள். சமைய லறைப் படிக்கட்டுகளில் தடுமாறி ஈரச்சேற்றில் மல்லாந்து விழுந்தான். எதிர்பார்க்கவேயில்லை. தீண்டத்தகாதவனின் சாபங்களில் ஒன்று தீண்டுவார்களென்று எதிர்பார்க்காமலிருப்பது. குறைந்தபட்சம் இத் தகைய சந்தர்ப்பங்களில். உடலால் தீண்ட முடியாததொரு கூட்டில் அடைக்கப்பட்டிருப்பது.

சமையலறையைக் கடந்துசென்ற பேபி கொச்சம்மா இந்தக் கலவரத் தைக் கேட்டு நின்றாள். மம்மாச்சி மழையைப் பார்த்து தூ! தூ! தூ! என்று காரித் துப்பிக்கொண்டிருப்பதைப் பார்த்தாள். வலிய பாப்பன் ஈரத்தில், சேற்றில், தேம்பித் தேம்பி அழுதுகொண்டு, ஊர்ந்துசெல் வதைப் பார்த்தாள். தன் மகனைக் கொன்றுவிடுவதாக வாக்களித்தான். காலைப் பிடித்து இரண்டு கூறுகளாகக் கிழித்துப் போட்டுவிடுவதாக உறுதியளித்தான்.

மம்மாச்சி கத்திக்கொண்டிருந்தாள். “குடிகார நாயே! குடிகார பரவப் பொய்யனே!”

இந்தக் கலவரத்துக்கு மத்தியில் கொச்சு மரியா வலிய பாப்பன் கூறிய கதையைப் பேபி கொச்சம்மாவிடம் சத்தமாக விவரித்தாள். நிலவரத்தின் அளவற்ற சாத்தியக்கூறுகளைச் சடுதியில் பற்றிக்கொண்ட பேபி கொச்சம்மா அவளது எண்ணங்களுக்குப் பாச எண்ணெய் பூசினாள். அவள் அதை மலரவைத்தாள். அம்முவை அவளுடைய பாவங்களுக்காகவும், வெளுத்தாவை, அவன் தன்னுடைய ஊர்வல சகாக்களுடன் சேர்ந்து பேபி கொச்சம்மாவை – முதலாளி மரியக்குட்டி கிண்டலில் – கேலி செய்து அவமானப்படுத்தி கொடியை ஆட்ட வைத்ததற்காகவும் கடவுள் ஒரே நேரத்தில் தண்டிப்பதாக எடுத்துக் கொண்டாள். அவளது புனிதக் கப்பல் பாவக்கடலை உழுதுகொண்டு உடனே கிளம்பியது.

பேபி கொச்சம்மா அவளுடைய கனமான கையை மம்மாச்சியின் மீது வைத்தாள்.

"அது உண்மையாகத்தானிருக்கும்," அவள் மெல்லிய குரலில் கூறினாள். "அவள் அப்படி நடக்கக்கூடியவள்தான். அவனும்தான். வலிய பாப்பன் இம்மாதிரியான விஷயங்களில் பொய் சொல்ல மாட்டான்."

மம்மாச்சிக்கு ஒரு கிளாஸில் தண்ணீரும், உட்காருவதற்கு நாற்காலியும் கொண்டுவருமாறு கொச்சு மரியாவிடம் கேட்டாள். வலிய பாப்பனை முதலிலிருந்து கூறச் சொன்னாள். நடுநடுவே நிறுத்தி விவரங்கள் கேட்டுக்கொண்டாள் – *யாருடைய படகு? எத்தனை முறை? எவ்வளவு காலமாக இது நடக்கிறது?*

வலிய பாப்பன் முடித்ததும், பேபி கொச்சம்மா மம்மாச்சியிடம் திரும்பி, "அவன் ஒழிய வேண்டும்," என்றாள். "இன்றிரவே. மேலும் இது தொடர்வதற்குள். நாம் முழுசாக சீரழிவதற்குள்."

பிறகு, பள்ளிச்சிறுமியைப் போல அவள் நடுங்கினாள். அப்போது தான் அவள் கூறினாள்: *"அந்த நாற்றத்தை எப்படித்தான் அவள் சகித்துக்கொண்டாளோ? நீங்கள் கவனித்திருக்கிறீர்களா? இந்தப் பரவன்களுக்கென்றே ஒரு தனி நாற்றம் இருக்கும்."*

அந்த மோப்ப அபிப்பிராயத்தோடு, அந்தக் குறிப்பிட்ட சிறிய விவரத்தோடு, பயங்கரம் கட்டவிழ்ந்தது.

குடித்திருந்த, மழையில் நனைந்திருந்த, சேறு அப்பிய அந்த ஒற்றைக் கண் பரவக் கிழவன்மீது மம்மாச்சிக்கு இருந்த கோபவெறி, மானங் கெட்டுப்போன தன் மகள்மீதும் அவள் செய்த காரியத்தின் மீதும் திசைதிரும்பியது. ஒரு நாற்றமெடுத்த கூலிப்பயலோடு, நிர்வாணமாக, சேற்றில் கட்டிப் பிணைந்துகொண்டிருப்பதை நினைத்துப் பார்த்தாள். அவள் கற்பனையில் அது மிகத் துல்லியமாக உருவெடுத்தது: ஒரு பரவனின் முரட்டு கறுப்புக் கை தன் மகளின் மார்பகத்தின் மீது. அவன் வாய் அவளுடையதன் மீது. விரித்துவைத்த அவள் கால்களுக்கிடையில் முட்டும் அவன் கரிய இடுப்பு. அவர்களின் மூச்சுச் சத்தம். அவனது விசேஷமான பரவன் நாற்றம். *மிருகங்களைப் போல,* என்று மம்மாச்சி நினைத்து விட்டு ஏறக்குறைய வாந்தியெடுத்துவிட்டாள். *வெறியில் ஒரு பெட்டை நாயோடு இருக்கும் ஒரு நாயைப் போல.* மகனுடைய 'ஆண்களின் தேவை'க்காகப் பொறுத்துக்கொண்டிருந்த அவளது சகிப்புத்தன்மை, மகள்மீது உண்டான கட்டுப்படுத்தவியலாத கோபத்திற்கு எரிபொருளானது. தலைமுறைகளாக மரபுக் கொழுந்துகளாகத் தொடர்ந்துவந்த குடிகளை வரிசைப்படுத்திப் பார்த்தாள் (ஆந்தியோக்கின் பேட்ரியாக்கால் நேரடியாக ஆசீர்வதிக்கப்பட்ட 'ஆசீர்வதிக்கப்பட்ட சின்னவர்', ஓர் இம்பீரியல் என்டமாலஜிஸ்ட், ஆக்ஸ்போர்டிலிருந்து ஒரு ரோட்ஸ் ஸ்காலர்) அப்படிப்பட்ட குடும்பத்தைக் குப்புற விழவைத்திருக்கிறாள். இனிவரும் தலைமுறைகள், *இனி எப்போதும்,* திருமணங்களிலும் சவ அடக்கங்களிலும் சுட்டிக்காட்டிப்

பேசப் போகின்றனர். ஞானஸ்நானங்களிலும் பிறந்தநாள் விழாக்களிலும். பக்கத்திலிருப்பவரைச் சீண்டி, அல்லது லேசாகப் பிடித்து இடித்து, கிசுகிசுக்கப் போகின்றனர். இப்போது எல்லாம் முடிந்துபோய்விட்டது.

மம்மாச்சி கட்டுப்பாட்டை இழந்தாள்.

அந்த இரண்டு கிழவிகளும் என்ன செய்ய வேண்டுமோ அதைச் செய்தனர். மம்மாச்சி உணர்ச்சியை வழங்கினாள். பேபி கொச்சம்மா திட்டத்தை வழங்கினாள். கொச்சு மரியாதான் அவர்களுடைய குள்ளத் தளபதி. (நைச்சியமாக அம்முவைப் படுக்கையறைக்கு அழைத்துச் சென்று) அவளை அறைக்குள் பூட்டிவிட்டு, வெளுத்தாவிற்கு ஆள் அனுப்பினர். சாக்கோ திரும்புவதற்குள் அவனை அய்மனத்தை விட்டு வெளியேற்ற வேண்டுமென்று திட்டமிட்டனர். சாக்கோ எப்படி நடந்துகொள்வான் என்று அவர்களால் கணிக்கவோ அவனை நம்பவோ முடியவில்லை.

அது மொத்தமுமே அவர்கள் தப்பும் கிடையாது. கட்டுப் பாட்டையிழந்த பம்பரத்தைப் போல மொத்த விஷயமும் தாறுமாறாக அலைந்தது. கடந்து செல்பவரை வீசியடித்தது. சாக்கோவும் மார்கரெட் கொச்சம்மாவும் கொச்சினிலிருந்து திரும்பும்போது மிகவும் தாமதமாகி எல்லாம் முடிந்துவிட்டிருந்தது.

மீனவர்கள் ஸோஃபீ மோளின் உடலைக் கண்டுபிடித்து விட்டிருந்தனர்.

பிடி அவனை.

விடியற்காலை நேரத்தில் தன் படகில், ஆற்றின் கழிமுகத்தருகில் இருந்த அவனுக்கு அந்த ஆற்றைப் பிறந்ததிலிருந்தே தெரியும். நேற்றைய மழையால் பெருகியிருந்த அது இன்னமும் வேகம் குறையாதிருக்கிறது. ஏதோ ஒன்று அவன் படகை இடித்துக்கொண்டு தாண்டிச் செல்கிறது. அதன் மீது காணப்பட்ட நிறங்கள் அவனைக் கவர்கின்றன. வெளிர் நீலம். செம்பழுப்பு. கடற்கரை மணல். ஆற்றோடு அடித்துக்கொண்டு கடலை நோக்கி வேகமாக விரைகிறது. தனது மூங்கில் கழியை நீட்டி அதை நிறுத்தி, தன் பக்கம் இழுக்கிறான். அது ஒரு சுருக்கம் விழுந்த கடற்கன்னி. ஒரு கடற்குழந்தை. வெறும் கடற்குழந்தை. செம்பழுப்புக் கூந்தல். ஓர் இம்பீரியல் என்டமாலஜிஸ்ட்டின் மூக்கு. மணிக்கட்டில் அதிர்ஷ்டத்துக்கு அணிந்திருந்த ஒரு வெள்ளிப்பூண். அவளை நீரிலிருந்து தூக்கிப் படகில் போடுகிறான். அவனது மெல்லிய காட்டன் டவலால் அவளைச் சுற்றுகிறான். அவன் படகின் அடியில் அவன் பிடித்திருந்த வெள்ளி மீன் குவியல்களுக்கிடையில் அவளும் படுத்திருக்கிறாள். அவன் வீட்டுக்குத் திரும்புகிறான் – தை தை தக்க தை தை தோம் – ஒரு மீனவன் ஆற்றை மிக நன்றாக அறிந்தவன் என்று நம்புவது எவ்வளவு தவறென்று நினைத்தபடியே. மீனச்சலை ஒருவரும் அறிந்தவர்களில்லை. அது

எதைப் பறித்துக்கொள்ளும் அல்லது எதை திடீரென்று வழங்குமென்று யாரும் அறிந்ததில்லை, எப்போது தரும், எப்போது பறித்துக்கொள்ளும் என்பதையும். மீனவர்களைப் பிரார்த்தனை செய்யவைப்பது அதுதான்.

கோட்டயம் காவல் நிலையத்தில் உடம்பெல்லாம் நடுங்கிக்கொண் டிருந்த பேபி கொச்சம்மா, நிலையக் காவல் அதிகாரியின் அறைக்குள் அனுப்பப்பட்டாள். இன்ஸ்பெக்டர் தோமஸிடம் அவர்களது தொழிற் சாலை தொழிலாளி ஒருவனை – ஒரு பரவன் – திடீரென்று பணிநீக்கம் செய்யவேண்டி வந்ததையும், அதற்குக் காரணமாக இருந்த சூழ்நிலை, சம்பவங்களையும் கூறினாள். சில நாட்களுக்கு முன், அவளுடைய மருமகளிடம் அவன் . . . அவன் . . . தவறாக நடக்க முயன்றான் என்றாள். இரண்டு குழந்தைகளோடு இருக்கும் விவாகரத்தானவள் அவள்.

பேபி கொச்சம்மா, அம்முவுக்கும் வெளுத்தாவுக்குமிடையே இருந்த உறவை மாற்றிக் கூறியதற்குக் காரணம் அம்முவின் நலனுக்காக மட்டுமல்ல, அந்த அவதூறை அடக்கி அவர்கள் குடும்பத்தின் பெயர் இன்ஸ்பெக்டர் தோமஸ் மாத்யூசின் பார்வையில் நாசமாகக் கூடா தென்பதற்காகவும்தான். ஆனால் அம்மு பிற்பாடு போலீசுக்குச் சென்று உண்மையைத் தானே விளக்கிக்கூற முற்பட்டு தன்மேல் அவமானத் தைத் தானே இழுத்துவிட்டுக் கொள்வாளென்று அப்போது பேபி கொச்சம்மாவுக்குத் தெரியாது. பேபி கொச்சம்மா அவளுடைய கதை யைக் காவலரிடம் கூறத் தொடங்கியபோது, அவளே அதை நம்பவும் தொடங்கிவிட்டாள்.

இந்த விஷயத்தை போலீஸிடம் ஏன் முதலிலேயே தெரிவிக்க வில்லையென்று இன்ஸ்பெக்டர் கேட்டார்.

“நாங்கள் ஒரு பழங்காலக் குடும்பம்,” என்றாள் பேபி கொச்சம்மா. “இந்த மாதிரியான விஷயங்களை நாங்கள் பேச விரும்புவதில்லை.”

தனது சிலிர்த்தெழுந்த ஏர் இந்தியா மகாராஜா மீசைக்குப் பின்னால் உள்வாங்கியிருந்த இன்ஸ்பெக்டர் தோமஸ் மாத்யூ துல்லியமாகப் புரிந்துகொண்டார். அவருக்கு ஒரு தீண்டத்தகுந்த மனைவியும் இரண்டு தீண்டத்தகுந்த மகள்களும் இருக்கின்றனர் – தீண்டத்தகுந்த ஒரு மொத்தத் தலைமுறையே அதன் தீண்டத்தகுந்த கருப்பைகளில் காத்துக் கொண் டிருக்கிறது . . .

“பலாத்காரம் செய்யப்பட்டவர் இப்போது எங்கேயிருக்கிறார்?”

“வீட்டில். நான் இங்கு வந்தது அவளுக்குத் தெரியாது. என்னைப் போக விட்டிருக்க மாட்டாள். அவளுடைய குழந்தைகளைப் பற்றி இயல்பான பயமும் கவலையும் இருக்கின்றன. ஹிஸ்டீரியா வந்தவள் மாதிரி இருக்கிறாள்.”

பின்னர், உண்மைக்கதை இன்ஸ்பெக்டர் தோமஸ் மாத்யூவை அடைந்தது. தீண்டத் தகுந்தவர்கள் சாம்ராஜ்யத்திலிருந்து அந்தப் பரவன் எடுத்துக்கொண்டது பறிக்கப்பட்டதல்ல, *வழங்கப்பட்டதென்று* தெரிந்தபோது அவர் ஆழமாகப் பாதிக்கப்பட்டார். எனவே ஸோஃபீ மோளின் சவ அடக்கத்துக்குப் பிறகு அம்மு தன்னுடைய இரட்டைப் பிள்ளைகளுடன் அவரிடம் சென்று ஒரு தவறு நடந்திருப்பதாகக் கூறியபோது, அவரது லத்தியால் அவள் மார்புகளைத் தட்டிப் பார்த்தது ஒரு போலீஸ்காரரின் உடனடி மிருகத்தனமல்ல. தான் என்ன செய்கிறோமென்பதை அவர் சரியாக அறிந்தேயிருந்தார். அது ஒரு முன் தீர்மானிக்கப்பட்ட செய்கை. அவளை அவமானப்படுத்தவும் அச்சுறுத்தவும் கணக்கிடப்பட்டுச் செய்யப்பட்டது. தவறாகச் சென்றுவிட்ட உலகத்துக்குள் ஒழுங்கைக் கொண்டுவருவதற்கு செய்த முயற்சி.

அதற்கும் பிறகு, புழுதியனைத்தும் அடங்கி, அவருடைய ஆவணப் பணிகளனைத்தும் முடிக்கப்பட்டதும், இன்ஸ்பெக்டர் தோமஸ் மாத்யூ எல்லாம் நடந்து முடிந்த விதத்துக்காகத் தன்னைத்தானே பாராட்டிக் கொண்டார்.

ஆனால் இப்போது பேபி கொச்சம்மா தன் கதையை ஜோடித்து வழங்குவதைக் கவனமாகவும் மரியாதையோடும் கேட்டுக்கொண்டிருந்தார்.

"நேற்றிரவு இருட்டிக்கொண்டிருந்த நேரம் – மாலை ஏழு மணியிருக்கும் – அவன் எங்கள் வீட்டுக்கு வந்து எங்களைப் பயமுறுத்தினான். மழை பலமாகப் பெய்துகொண்டிருந்தது. மின்சாரம் போய்விட்டது. அவன் வரும்போது நாங்கள் விளக்குகளை ஏற்றிக்கொண்டிருந்தோம்," என்றாள். "எங்கள் வீட்டின் ஆண்பிள்ளை, என் அண்ணன் மகன் சாக்கோ ஐப் கொச்சி சென்றிருந்தான். இன்னும் வந்திருக்கவில்லை. வீட்டில் நாங்கள் மூன்று பெண்கள் மட்டும் தனியாக இருந்தோம்." காமவெறி பிடித்த பரவன் ஒருவன், வீட்டில் மூன்று பெண்கள் மட்டும் தனியாக இருக்கும்போது வருவது எவ்வளவு பயங்கரமானது என்று இன்ஸ்பெக்டர் ஊகிப்பதற்காக அவள் கொஞ்சம் இடைவெளி விட்டாள்.

"அவன் இப்போது அய்மனத்தை விட்டுப் பேசாமல் போகாவிட்டால் போலீசைக் கூப்பிடுவோம் என்று நாங்கள் கூறினோம். அதற்கு அவன் என்ன சொன்னான் தெரியுமா? எங்கள் வீட்டுப் பெண் அவனிடம் *சம்மதத்தோடுதான்* வந்தாளாம். உங்களால் கற்பனை செய்ய முடிகிறதா? அவன்மீது நாங்கள் புகார் கூறுவதற்கு என்ன ஆதாரம் இருக்கிறதென்று கேட்டான். தொழிலாளர் சட்டங்களின்படி அவனைப் பணிநீக்கம் செய்வதற்கு எங்களுக்கு எந்த முகாந்திரமும் இல்லை என்றான். அவன் மிக அமைதியாக, 'எங்களை நாய்களைப் போல நீங்கள் எட்டி உதைத்த நாட்களெல்லாம் போய்விட்டன' என்றான்." இதற்குள் பேபி கொச்சம்மா அப்பட்டமாக நம்பும்படியாகிவிட்டிருந்தாள். காயமுற்று, நம்பிக்கையிழந்து காணப்பட்டாள்.

அதன்பின் அவளது கற்பனை முழுதாக ஆக்கிரமித்துக் கொண் டது. அவள், மம்மாச்சி எப்படித் தன் கட்டுப்பாட்டையிழந்தாள் என்று விவரிக்கவில்லை. எவ்வாறு அவள் வெளுத்தாவிற்கெதிரே சென்று அவன் முகத்திலேயே துப்பினாள் என்பதை. அவனிடம் அவள் சொன்னவை. அவனைத் திட்டிய திட்டுக்கள்.

பதிலாக, வெளுத்தா *என்ன* சொன்னானோ அதற்காகவல்ல, சொன்ன *விதத்திற்காகவே* அவள் போலீஸிடம் வந்திருப்பதாக இன்ஸ்பெக்டர் தோமஸ் மாத்யூவிடம் அவள் விளக்கினாள். கொஞ்சம் கூட மன உறுத்தல் இல்லாமல் அவன் இருந்ததுதான் அவளை மிகவும் அதிர்ச்சிக்குள்ளாக்கியது. என்னவோ அவன் செய்தவற்றிற்காக உண்மை யில் *பெருமிதப்படுகிறவன்* போல. தன்னையுமறியாமல் அந்த ஊர்வலத் தில் அவளை அவமானப்படுத்தியவனின் நடத்தையை வெளுத்தாவின் மேலேற்றிவிட்டாள். அவன் முகத்தில் வெறியோடு கலந்திருந்த ஏளனத்தை யும் இகழ்ச்சியையும் அவள் விவரித்தாள். அவளைக் குலைநடுங்கவைத்த அவன் குரலிலிருந்த உணர்ச்சியற்ற திமிர். அவனைப் பணிநீக்கம் செய்ததற்கும் குழந்தைகள் காணாமற் போயிருப்பதற்கும் தொடர்பில் லாமலிருக்காது என்ற அவளுடைய நம்பிக்கை.

குழந்தையாக இருந்தபோதிலிருந்தே அந்தப் பரவனைத் தனக்குத் தெரியுமென்று பேபி கொச்சம்மா கூறினாள். அவளுடைய அப்பா, புண்ணியன் குஞ்சு (மிஸ்டர் தோமஸ் மாத்யூவிற்கு அவரைத் தெரியு மல்லவா? ஆம் நன்றாகத் தெரியும்) தீண்டத்தகாதவர்களுக்காக ஆரம்பித்த பள்ளியில்தான் அவன் படித்தான். மரத் தச்சுப் பயிற்சியில் அவன் சேருவதற்கு அவள் குடும்பம் ஏற்பாடு செய்தது. அவன் வாழும் வீட்டை அவன் தாத்தாவுக்கு அவர்கள் குடும்பம்தான் கொடுத்தது. அவனுக்கு எல்லாவற்றையும் செய்து கொடுத்திருப்பது அவள் குடும்பம்தான்.

"உங்களைப் போன்றவர்கள் முதலில் இந்தப் பயல்களைக் கெடுத்து விடுவீர்கள். உங்கள் தலைக்கு மேல் அவர்களை வெற்றிக் கோப்பை போலத் தூக்கிக்கொண்டு ஆடுவீர்கள். அவர்கள் ஒழுங்கீனமாக நடக்க ஆரம்பிக்கும்போது எங்களிடம் ஓடிவருவீர்கள், உதவிக்கு!" என்றார் இன்ஸ்பெக்டர் தோமஸ் மாத்யூ.

கடிந்துகொள்ளப்பட்ட சிறுமியைப் போல் பேபி கொச்சம்மா அவள் விழிகளைத் தாழ்த்திக்கொண்டாள். பிறகு தன் கதையைத் தொடர்ந்தாள். கடந்த சில வாரங்களாக அவள் சில முன் அறிகுறி களை, ஒருவிதத் திமிர்த்தனத்தை, முரட்டுத்தனத்தைக் கவனித்து வந்திருக் கிறாள். கொச்சி செல்லும் வழியில் அவனை ஊர்வலத்தில் பார்த்ததைக் குறிப்பிட்டாள். அவன் ஒரு நக்ஸலைட்டாக இருந்ததாகவோ அல்லது இருப்பதாகவோ ஒரு வதந்தி இருப்பதையும் குறிப்பிட்டாள். இந்தத் தகவலைக் கேட்டதும் இன்ஸ்பெக்டரின் புருவத்தில் லேசான கவலை ரேகைகள் படிந்ததை அவள் கவனிக்கவில்லை.

அவனைப் பற்றி அவள் அண்ணன் மகளிடம் எச்சரித்திருக்கிறாள். ஆனால் இப்படியெல்லாம் நடந்து முடியுமென்று அவள் கனவில்கூட

நினைத்துப் பார்க்கவில்லையென்றாள் பேபி கொச்சம்மா. ஓர் அழகான குழந்தை இறந்திருக்கிறது. இரண்டு குழந்தைகளைக் காணவில்லை.

பேபி கொச்சம்மா உடைந்து அழுதாள்.

இன்ஸ்பெக்டர் தோமஸ் மாத்யூ அவளுக்கு ஒரு கோப்பையில் போலீஸ் தேநீர் வழங்கினார். அவள் சிறிது நிதானமடைந்ததும், அவளை ஆசுவாசப்படுத்தி, அதுவரை அவரிடம் அவள் சொன்னதையெல்லாம் அவளுடைய முதல் தகவல் அறிக்கையில் எழுதித்தரக் கூறினார். கோட்டயம் போலீசின் முழு ஒத்துழைப்பைப் பேபி கொச்சம்மாவிடம் உறுதியளித்தார். அந்த ராஸ்கல் அன்றைய தினம் முடிவதற்குள் பிடிபட்டு விடுவான் என்றார். இரட்டைக் குழந்தைகளோடு ஒரு பரவன். சரித்திரத் தால் துரத்தப்படுபவன் – அவன் ஒளிந்துகொள்ள நிறைய இடங்கள் இல்லையென்று அவருக்குத் தெரியும்.

இன்ஸ்பெக்டர் தோமஸ் மாத்யூ விவேகமிக்க மனிதர். அவர் ஒரேயொரு முன்னெச்சரிக்கை நடவடிக்கையை எடுத்துக் கொண்டார். தோழர் கே. என். எம். பிள்ளையை அழைத்துவர ஒரு ஜீப்பை அனுப்பி னார். அந்தப் பரவனுக்கு ஏதாவது அரசியல் ஆதரவு இருக்கிறதா அல்லது தனியாகச் செயல்படுகிறானாவென்று தெரிந்துகொள்வது அவருக்கு முக்கியம். அவரே ஒரு காங்கிரஸ்காரராக இருந்தாலும், மார்க்ஸிஸ்ட் அரசோடு எந்த மோதலையும் உண்டாக்கிக்கொள்ளும் உத்தேசமில்லை. தோழர் பிள்ளை வந்ததும், அவர் வரவேற்கப்பட்டு, கொஞ்ச நேரத்துக்கு முன்பு வரை பேபி கொச்சம்மா அமர்ந்திருந்த நாற்காலியில் அமர வைக்கப்பட்டார். இன்ஸ்பெக்டர் தோமஸ் மாத்யூ அவரிடம் பேபி கொச்சம்மாவின் எஃப்.ஐ.ஆரைக் காட்டினார். அந்த இருவரும் உரையாடினர். சுருக்கமாக, நறுக்குத் தெறிப்பாக, நேரடியாக விஷயத்துக்கு வந்தனர். வார்த்தைகளின்றி ஏதோ எண்களை மட்டும் பரிமாறிக்கொள்வதைப் போல. எந்த விளக்கமும் தேவைப்படுகிறாற் போலத் தெரியவில்லை. காம்ரேட் பிள்ளையும் இன்ஸ்பெக்டர் தோமஸ் மாத்யூவும் நண்பர்களல்லர். இருவரும் ஒருவரையொருவர் மிகச் சரி யாகப் புரிந்துகொள்பவர்கள். அந்த இரு மனிதர்களுக்கும் பிள்ளைப் பிராயமென்பது சுவடேயின்றித் தொலைந்துபோயிருந்தது. அறிவார்வம் இல்லாத மனிதர்கள். அவர்களுக்குச் சந்தேகம் என்பதே கிடையாது. அவரவர்களுக்கான வழியில் இருவருமே உண்மையான, அச்சுறுத்தும் படியான பெரியவர்கள். அவர்கள் ஒருபோதும் உலகத்தைப் பார்த்து எவ்வாறு அது இயங்குகிறதென்று வியந்தவர்களல்லர்; ஏனென்றால் அவர்கள் அறிந்திருந்தவர்கள். அதை *அவர்கள்* செயலாற்றியவர்கள். ஒரே இயந்திரத்தின் பல்வேறு பாகங்களைப் பழுதுபார்த்த மெக்கானிக்கு கள் அவர்கள்.

இன்ஸ்பெக்டர் தோமஸ் மாத்யூவிடம் தோழர் பிள்ளை, தனக்கு வெளுத்தாவுடன் பழக்கம் உண்டென்று கூறினாலும் வெளுத்தா கம்யூனிஸ்ட் கட்சியின் உறுப்பினன் என்றோ, அதற்கு முதல்நாள் பின்னிரவில் அவர் வீட்டுக் கதவை அவன் தட்டினான் என்பதையோ, அதனால் வெளுத்தா காணாமற் போவதற்கு முன் கடைசியாகச்

சந்தித்தது தன்னைத்தான் என்பதையோ குறிப்பிடாமல் விட்டார். அது பொய்யென்று அவருக்குத் தெரிந்திருந்தாலும் பேபி கொச்சம்மா வின் எஃப்.ஐ.ஆரிலிருந்த பலாத்கார முயற்சி என்ற புகாரைத் தோழர் பிள்ளை தவறென்று நிராகரிக்கவில்லை. இன்ஸ்பெக்டர் தோமஸ் மாத்யூவிடம் தன்னைப் பொறுத்தவரை வெளுத்தாவுக்கு கம்யூனிஸ்ட் கட்சியின் ஆதரவோ பாதுகாப்போ கிடையாது என்று மட்டும் உறுதி யளித்தார். தானாகவே அவன் செயல்படுவதாகக் கூறினார்.

தோழர் பிள்ளை சென்றதும், இன்ஸ்பெக்டர் தோமஸ் மாத்யூ அவர்களுடைய உரையாடலை மனத்துக்குள் மீண்டும் மீண்டும் ஓட்டிப் பார்த்தார். அதைச் சீண்டிப் பார்த்தார். அதன் தர்க்கங்களைச் சோதித்துப் பார்த்தார். எங்கெங்கே ஓட்டைகள் இருக்கிறதென்று தேடிப் பார்த்தார். அவர் திருப்தியடைந்ததும் அவருடைய ஆட்களுக்கு உத்தரவு வழங்கினார்.

இதற்கிடையில் பேபி கொச்சம்மா அய்மனத்துக்குத் திரும்பினாள். பிளிமத் வரும் வழியிலேயே நிறுத்தப்பட்டிருந்தது. மார்கரெட் கொச்சம்மா வும் சாக்கோவும் கொச்சியிலிருந்து வந்துவிட்டிருந்தனர்.

ஸோஃபீ மோள் நீண்ட சாய்விருக்கையில் கிடத்தப்பட்டிருந்தாள்.

அவளுடைய சிறிய மகளின் உடலை மார்கரெட் கொச்சம்மா பார்த்தபோது காலியான அரங்கத்தில் பிசாசின் கைத்தட்டல்களைப் போல அதிர்ச்சி அவளுக்குள் வீங்கி உப்பியது. அது நிரம்பி வழிந்து ஒரு வாந்தி அலையாக வெளிவந்து, அவளை ஊமையாக்கி, பார்வையை அழித்தது. அவள், ஒன்றல்ல, இரண்டு மரணங்களுக்காக அழ வேண்டி யிருந்தது. ஸோஃபீயின் இழப்போடு, ஜோ மீண்டும் இறந்தான். இந்த முறை செய்து முடிக்க வேண்டிய ஹோம் ஓர்க்கோ சாப்பிட்டு முடிக்க வேண்டிய முட்டையோ இல்லை. அவளுடைய ரணமடைந்த உலகத்தை ஆற்றிக்கொள்ள அய்மனத்திற்கு வந்து, பதிலாக அனைத்தையும் தொலைத்து விட்டிருக்கிறாள். கண்ணாடியைப் போல் அவள் உடைந்து நொறுங்கினாள்.

அதற்கடுத்து வந்த தினங்களைப் பற்றிய அவள் ஞாபகங்கள் புகைமூட்டமாகவே இருந்தன. அடர்ந்த, ரோம நாக்கு கொண்ட ஏகாந்தத்தின் நீண்ட, மங்கலான மணி நேரங்கள் (டாக்டர் வர்கீஸ் வர்கீஸ் மருந்து செலுத்தியதால்), புதிய சவர பிளேடைப் போல அந்நேரங்களை அவ்வப்போது சீவித்தள்ளும் ஹிஸ்டீரியா வீச்சடிகள்.

சாக்கோவைப் பற்றிக் குழப்பமாகவே அவளுக்கு நினைவில் இருந்தது. ஆதுரத்துடன், மென்மையான குரலில் அவளுக்கருகில் அமர்ந்து கொண்டிருந்தவன், மற்ற நேரங்களில் மூர்க்கத்துடன் வெறி கொண்ட சூறாவளியைப் போல் அய்மனம் இல்லத்தினூடாக சீறி வெடித்துக்கொண்டிருந்தான். வெகுகாலத்திற்கு முன் ஆக்ஸ்போர்டு

உணவகத்தில் பார்த்த ஆச்சரியம் கொண்ட, கசங்கிய, மயிர்க் கூச்செறிந்த முள்ளம்பன்றியல்ல அவன் அப்போது.

அந்த மஞ்சள் தேவாலயத்தில் நடந்த சவ அடக்கம் மெலிதாகவே நினைவில் இருந்தது. சோகமாக இசைக்கப்பட்ட பாடல்கள். யாரையோ தொந்தரவுபடுத்திய ஒரு வௌவால். உடைத்துத் தள்ளப்பட்ட கதவுகளின் சத்தமும் பயத்தில் வீறிடும் பெண்களின் குரல்களும் ஞாபகத்தில் இருந்தன. ராத்திரி நேரங்களில் கிறீச்சிடும் மாடிப் படிக்கட்டுகள் போலப் புதர்களிலிருந்த சுவர்க்கோழிகள் எழுப்பிய சத்தங்கள் அய்மனம் இல்லத்தில் நிரம்பியிருந்த பயத்தையும் சோகத்தையும் அடிக்கோடிடுவது போலிருந்ததும் ஞாபகத்தில் இருந்தது.

எதற்காகவோ தண்டிக்காமல் விடப்பட்டிருந்த இரு சிறிய இரட்டையர்களின் மீது அவளுக்கு எழுந்த பகுத்தறிவற்ற கோபவெறியை மட்டும் அவள் எப்போதும் மறக்கவில்லை. ஸோஃபீ மோள் இறந்ததற்கு எஸ்தா தான் காரணம் என்று எதனாலோ தோன்றிய ஒரு நினைப்பின் மேல் காய்ச்சலில் பேதலித்திருந்த அவள் மனது அட்டைபோல் ஒட்டிக்கொண்டது. பஃப் சிகையலங்காரத்தோடு மந்திரக்கோலை வைத்துக்கொண்டு ஜாம் பாத்திரத்தில் துடுப்பு செலுத்திய, இரண்டு நினைப்புகளை நினைத்த, விதிகளை உடைத்த, ஸோஃபீ மோளையும் ராஹேலையும் ஒரு சிறிய படகில் அமர்த்தி பிற்பகல் நேரங்களில் ஆற்றைக் கடந்த, ஒரு மார்க்ஸியக் கொடியை அசைத்து அப்படகிலிருந்து வீசிய வெட்டப்பட்ட மர நாற்றத்தை விரட்டிய எஸ்தாவை உண்மையில் அவள் அறிந்ததேயில்லை என்பது விநோதம். அந்த எஸ்தாதான் அந்தச் சரித்திர வீட்டின் பின்தாழ்வாரத்தை வீட்டிற்கு வெளியே ஒரு வீடாக மாற்றியிருந்தான். ஒரு புற்படுக்கை அமைத்து, பெரும்பாலான அவர்களது பொம்மைகளை – ஒரு உண்டைவில், ஒரு காற்றடைத்த வாத்து, லூசான பட்டன் கண்களைக் கொண்ட ஒரு கான்டாஸ் கோவாலா – அடுக்கிவைத்திருந்தான். இறுதியாக அந்தப் பயங்கர இரவில், அம்மு அவர்களை வேண்டாமென்று விரட்டிவிட்டதால், இருட்டும் மழையுமாக இருந்தாலும் அவர்கள் ஓடிப் போவதற்கு நேரம் வந்துவிட்டதென்று எஸ்தாதான் முடிவெடுத்தான்.

இவை எதையுமே அறிந்திராவிட்டாலும், ஏன் மார்கரெட் கொச்சம்மா ஸோஃபீ மோளுக்கு நிகழ்ந்தவற்றிற்கு எஸ்தாவின் மேல் பழி சுமத்தினாள்? ஒருவேளை அவளுக்கு ஒரு தாயின் உள்ளுணர்வு இருந்திருக்கலாம்.

மயக்க மருந்தால் தூண்டப்பட்ட தூக்கத்தின் கனத்த படிவங்களுக்கிடையே நீந்திக்கொண்டிருந்த அவள் மூன்று நான்குமுறை விழித்தெழுந்து, எஸ்தாவைக் குறிப்பாக அழைத்து அவனை அறைந்தாள். பின்பு யாராவது வந்து அவளை அமைதிப்படுத்தி அழைத்துச் செல்வர். பிற்பாடு அவள் அம்முவிற்கு மன்னிப்பு கோரி கடிதம் எழுதியிருந்தாள். அந்தக் கடிதம் வந்துசேர்ந்தபோது எஸ்தா திருப்பியனுப்பப்பட்டிருந்தான். அம்மு அவள் பைகளை மூட்டை கட்டிக்

கொண்டு வெளியேறியிருந்தாள். ராஹேல் மட்டும் தான் அய்மனத்தில் இருந்து மார்கரெட் கொச்சம்மாவின் மன்னிப்பை எஸ்தாவின் சார்பாக ஏற்க வேண்டியிருந்தது.

எனக்கு என்ன ஆயிற்று என்றே கற்பனை செய்ய இயலவில்லை. மயக்க மருந்தின் விளைவுதான் அது என்று சொல்வேன். அதுபோல நடந்துகொள்ள எனக்கெந்த உரிமையும் கிடையாது. மிகவும் அவமானப் படுகிறேன். இதற்காக உங்களிடம் மிகவும், மிகவும் மன்னிப்பு கேட்டுக் கொள்கிறேன்.

விசித்திரமாக, மார்கரெட் கொச்சம்மா நினைத்தே பார்க்காத நபர் வெளுத்தாதான். அவனைப் பற்றி எந்த ஞாபகமும் அவளுக்கில்லை. அவன் எப்படியிருப்பான் என்றுகூட.

அதற்குக் காரணம் அவனை நிஜமாகவே தெரிந்துகொள்ளாததால் இருக்கலாம், அல்லது அவனுக்கு என்ன நிகழ்ந்ததென்று கேள்விப் படாததாலும் இருக்கலாம்.

தோல்விகளின் கடவுள்.

சின்ன விஷயங்களின் கடவுள்.

அவன் மணலில் காலடிகளைப் பதிக்காதவன்; நீரில் குமிழிகளை யும், கண்ணாடிகளில் பிம்பங்களையும் உருவாக்காதவன்.

மேலும் தீண்டத்தகுந்த போலீஸ்காரர்களின் படை அந்த வெள்ளப் பெருக்கெடுத்த நதியைக் கடந்துசென்றபோது மார்கரெட் கொச்சம்மா உடனிருக்கவில்லை. அவர்களின் அகன்ற காக்கி நிஜார்கள் கஞ்சியால் மொடமொடப்பாயிருந்தன.

யாருடைய கனத்த பாக்கெட்டிலோ கைவிலங்கின் உலோக ஒலி க்ளிங்க்கிக் கொண்டிருந்தது.

என்ன நடந்ததென்று அறியாத ஒருத்திக்கு ஞாபகம் இருக்குமென்று எதிர்பார்ப்பது நியாயமல்ல.

ஜெட் – லாக் களைப்பில் மார்கரெட் கொச்சம்மா அந்த நீலத்தில் குறுக்குத்தையலிட்ட பிற்பகலில் உறங்கிக்கொண்டிருந்தபோது அந்தத் துயரம் நிகழ்வதற்கு இன்னும் இரண்டு வாரங்கள் இருந்தன. தோழர் கே.என்.எம். பிள்ளையைப் பார்க்கச் சென்று கொண்டிருந்த சாக்கோ அந்தப் படுக்கையறைச் சன்னல் வழியாக ஒரு கவலை தோய்ந்த, திருட்டுத்தனமான திமிங்கிலத்தைப் போல அவன் மனைவியும் *(முன்னாள் மனைவி, சாக்கோ!)* அவன் மகளும் விழித்திருக்கிறார்களா, ஏதாவது தேவைப்படுமா என்று தெரிந்துகொள்ள எட்டிப்பார்க்க முயன்றான். கடைசி நிமிடத்தில் அவன் தைரியம் கைவிட்டதால், பார்க்காமலேயே கனத்துப் பெருத்து மிதந்து சென்றான். ஸோஃபீ மோள் (விழித்துக்கொண்டு, பிரக்ஞையோடு, கவனத்தோடு) அவன் போவதைப் பார்த்தாள்.

அவள் படுக்கையிலிருந்து எழுந்து உட்கார்ந்து வெளியே ரப்பர் மரங்களைப் பார்த்தாள். சூரியன் வானத்தின் குறுக்கே நகர்ந்து, அந்த ரப்பர் தோட்டத்திற்கு ஆழமான வீட்டு – நிழலைக் கவித்து ஏற்கனவே கறுத்திருந்த இலைகளை மேலும் கறுப்பாக்கியது. நிழலுக்குப் பின்னால் வெளிச்சம் தட்டையாக இதமாக இருந்தது. மரங்களின் புள்ளியிட்ட மரப்பட்டைகளில் குறுக்காக ஒரு வெட்டு செதுக்கப் பட்டுக் காயத்திலிருந்து வழியும் வெண் குருதிபோல வெட்டுக்குக் கீழே கட்டப்பட்டிருந்த சிரட்டையில் ரப்பர் பால் சொட்டிக் கொண்டிருந்தது.

ஸோஃபீ மோள் படுக்கையிலிருந்து இறங்கி, தூங்கிக் கொண்டிருந்த அவள் அம்மாவின் கைப்பையைத் திறந்து குடாய்ந்தாள். அவள் தேடியது கிடைத்துவிட்டது. தரையில் வைக்கப்பட்டிருந்த பெரிய, பூட்டப்பட்ட, ஏர்லைன் ஸ்டிக்கர்களும் பேகேஜ் அட்டைகளும் ஒட்டப் பட்டிருந்த சூட்கேஸின் சாவி. அவள் அதைத் திறந்து, பூப்பாத்தியைக் கிளறும் நாயின் மென்மையுடன் பெட்டியிலிருந்தவற்றைக் கலைத்துத் தேடினாள். அடுக்கடுக்கான லிங்கெரி ஆடைகளையும் இஸ்திரி செய்த பாவாடைகளையும் சட்டைகளையும் ஷாம்புகளையும் க்ரீம்களையும் சாக்லேட்களையும் செல்லோ டேப்பையும் குடைகளையும் சோப்பை யும் (இன்ன பிற லண்டன் சென்ட்டுகளையும்) க்வினைன், ஆஸ்பிரின்,

பிராட் ஸ்பெக்ட்ரம் ஆண்ட்டி பயாட்டிக் மருந்துகளையும் புரட்டிக் கலைத்தாள். மார்கரெட் கொச்சம்மாவின் சகாக்கள் அக்கறையான குரலில், "எல்லாவற்றையும் எடுத்துக் கொண்டு போ", என்றனர். "என்ன ஆகுமென்று தெரியாதல்லவா?" இருட்டின் இதயதுக்குள் செல்லும் தமது தோழிக்கு அவர்கள் சொல்லும் முறை அது:

(அ) எதுவும் எவருக்கும் நிகழலாம்

எனவே

(ஆ) தயாராக இருப்பதே சிறந்தது.

கடைசியாக ஸோஃபீ மோள் தான் தேடிக்கொண்டிருந்ததைக் கண்டுபிடித்துவிட்டாள்.

அவள் மைத்துனனுக்கும் மைத்துனிக்கும் அன்பளிப்புகள். முக் கோண டாபலரோன் சாக்லெட் கோபுரங்கள் (உஷ்ணத்தில் இளகிக் கோணலாகியிருந்தன), ஒவ்வொரு விரலும் ஒவ்வொரு வண்ணத்திலிருந்த காலுறைகள். இரண்டு பால்பாயின்ட் பேனாக்கள் – மேற்பாதி நீரில் நிரப்பப்பட்டு அதில் ஒரு லண்டன் தெருவின் கட் – அவுட் கொலாஜ் பொருத்தப்பட்டிருந்தது. பக்கிங்ஹாம் அரண்மனையும் பிக்பென்னும். கடைகளும் மனிதர்களும். ஒரு சிவப்பு டபுள் டெக்கர் பஸ் காற்றுக் குமிழ் ஒன்றோடு ஒட்டிக்கொண்டு தெருவில் முன்னும் பின்னும் போய் வந்து கொண்டிருந்தது. அந்த பிஸியான பால்பாயின்ட் தெருவில் சத்தமே இல்லாதிருந்ததில் ஏதோவொரு கெட்ட சகுனம் இருந்தது.

ஸோஃபீ மோள் அன்பளிப்புகளைத் தனது கோ – கோ பைக்குள் போட்டுக்கொண்டு வெளி உலகத்துக்குள் நுழைந்தாள். பேரம் ஒன்றைத் தொடங்குவதற்காக. ஒரு நட்பை ஒப்பந்தம் பேசுவதற்காக.

துரதிருஷ்டவசமாகப் பாதியிலேயே தொங்கவிட்டுப் போகப்போகும் ஒரு நட்பு. முழுமையடையாதது. கால் பதிக்க இயலாது காற்றில் உதைத்துக் கொண்டிருக்கப்போவது. ஒரு கதையைச் சுற்றி எப்போதும் சுழலாத ஒரு நட்பு. அதனால்தான் நிகழ்ந்திருக்க வேண்டியதற்கு வெகுசீக்கிரம் முன்னமே ஸோஃபீ மோள் ஒரு ஞாபகமாகிப் போய் விட்டாள். இதனால் ஸோஃபீ மோளின் இழப்பு வீரியம் மிகுந்து உயிர்ப்போடு வளர்ந்தது. பருவ காலத்தில் ஒரு பழத்தைப் போல. ஒவ்வொரு பருவத்திலும்.

14

வேலை என்பது போராட்டம்

சாய்ந்த ரப்பர் மரங்களுக்கிடையே குறுக்குவழியில் சாக்கோ மெயின் ரோடில் உள்ள தோழர் கே.என்.எம். பிள்ளையின் வீட்டுக்குச் சென்றான். அவனது இறுக்கமான ஏர்போர்ட் சூட்டிலும் தோளின் மேல் விழுந்திருக்கும் கழுத்து டையிலும் அந்த உலர்ந்த இலைப் படுக்கையை மிதித்துக்கொண்டு நடந்து செல்வது லேசான அபத்தமாக இருந்தது.

சாக்கோ சென்றபோது தோழர் பிள்ளை வீட்டில் இல்லை. அவர் மனைவி கல்யாணி நெற்றியில் சந்தனத் தீற்றோடு வந்து அவர்களுடைய சிறிய முன் அறையில் ஸ்டீல் மடக்கு நாற்காலியில் உட்கார வைத்துவிட்டு ஆழ்ந்த இளஞ்சிவப்பில் லேஸ் கரை வைத்த நைலான் திரைச்சீலைக்குப் பின் மறைந்துபோனாள். அதையொட்டியிருந்த பக்கத்து இருட்டறையில் ஒரு பெரிய பித்தளை விளக்கின் சுடர் துடித்துக்கொண்டிருப்பது தெரிந்தது. அக்கதவின் வழியாக ஊதுவத்தி வாசனை மூச்சையடைத்தது. வாசல் மேலிருந்த பலகை *வேலை என்பது போராட்டம். போராட்டம் என்பது வேலை* என்றது.

அந்த அறைக்கு சாக்கோ மிகப் பெரிய அளவில் இருந்தான். நீலநிறச் சுவர்கள் அவனைச் சுற்றி நெருக்கின. இறுக்கத்தோடும் சிறிது பதற்றத்தோடும் சுற்றும்முற்றும் பார்த்தான். சிறிய பச்சைநிற ஜன்னலின் கம்பிகளில் ஒரு டவல் உலர்ந்துகொண்டிருந்தது. பூப்போட்ட பிளாஸ்டிக் மேஜைவிரிப்பு, சாப்பாட்டு மேஜை மேல் விரிக்கப்பட்டிருந்தது. வாழைப்பழங்கள் வைக்கப்பட்டிருந்த நீல விளிம்பிட்ட எனாமல் தட்டின் மேல் குட்டிப்பூச்சிகள் சுற்றிக்கொண்டிருந்தன. அறையின் ஒரு மூலையில் மட்டை உரிக்காத பச்சைத் தேங்காய்கள் குவிந்திருந்தன. ஜன்னல் வழியாக வெயில் நீள்சதுரம் போலத் தரையில் வீழ்ந்திருக்க, ஒரு குழந்தை செருப்பு கீழே தனியாக இருந்தது. மேஜைக்குப் பக்கத்தில் கண்ணாடிக் கதவிட்ட அலமாரிக்குள் பிரின்டட் திரைக்குப் பின் என்ன இருக்கிறதென்று தெரியவில்லை.

தோழர் பிள்ளையின் தாயார் கழுத்தில் மிகப் பெரிய கழலையுடன், பழுப்பு பிளவுஸ், ஆஃப் ஒயிட் முண்டோடு ஓர் உயரமான மரக்கட்டிலின் விளிம்பில் அமர்ந்திருந்தார். கட்டில் சுவரோடு ஒட்டிப் போடப்பட்டிருந்தது. மிகவும் குள்ளமான பாட்டி. கட்டிலுக்கு வெளியே தொங்கவிட்டிருந்த கால்கள் தரைக்கு மிக உயரத்தில் ஆடிக்கொண்டிருந்தன. மார்புக்குக் குறுக்கே ஒரு வெள்ளை டவலைத் தோள்மீது போட்டிருந்தார். கவிழ்த்த கோப்பையைப் போல ஒரு கொசுக்கூட்டம் அவரது தலைக்கு மேல் காற்றில் கிரீடம் அமைத்து மிதந்துகொண்டிருந்தது. உள்ளங்கையில் கன்னத்தைப் பதித்தபடி உட்கார்ந்திருந்தார். முகத்தின் எல்லாச் சுருக்கங்களும் முகத்தின் அந்தப் பக்கத்தில் கொத்தாகச் சேர்ந்திருந்தன. அவர் உடலின் ஒவ்வொரு அங்குலமும் சுருங்கியிருந்தது. மணிக்கட்டுகள். கணுக்கால்கள். கழுத்துக் கழலை மட்டும் தான் சுருக்கமின்றிப் பளபளத்துக்கொண்டிருந்தது. எதிரேயிருந்த சுவரை வெறித்தபடி, சீரான இடைவெளியில் லேசாகச் செருமிக்கொண்டு, நீண்ட பேருந்துப் பயணத்தில் சலிப்புற்ற பயணியைப் போல முன்னும் பின்னும் ஆடிக்கொண்டு அமர்ந்திருந்தார்.

தோழர் பிள்ளையின் எஸ்.எஸ்.எல்.சி., பி.ஏ., எம்.ஏ. சான்றிதழ்கள் பிரேமிடப்பட்டுச் சுவரில் கிழவியின் தலைக்குப் பின்னால் மாட்டப்பட்டிருந்தன.

மற்றொரு சுவரிலிருந்த புகைப்படத்தில் தோழர் பிள்ளை, தோழர் இ.எம்.எஸ். நம்பூதிரிபாடுக்கு மாலை அணிவித்துக் கொண்டிருந்தார். அவர்களுக்கு முன்னாலிருந்த மைக்கில் பிறைச் சந்திரப் பலகை *அஜந்தா* என்றது.

சுழன்றுகொண்டிருந்த மேஜை விசிறி தனது இயந்திரத்தனமான காற்றை உன்னதமான ஜனநாயக முறையில் மிகச் சரியாக அளந்து எல்லாப் பக்கங்களிலும் வழங்கிக்கொண்டிருந்தது. முதலில் அந்த மூதாட்டியின் முடியைக் கலைத்துவிட்டு சாக்கோவிடம் வந்தது. கொசுக் கூட்டம் கலைந்து சலிப்பின்றி மீண்டும் குவிந்தது.

சன்னல் வழியாக வெளியே விரையும் பஸ்களின் உச்சிகளும் சாமான்களும் தெரிந்தன. மார்க்ஸிஸ்ட் கட்சிப் பாட்டை அலறிக் கொண்டு ஒரு ஜீப் சென்றது. வேலையில்லாப் பிரச்சினை பற்றிய பாட்டு. கோரஸ் ஆங்கிலத்திலும் பாட்டு மலையாளத்திலும் இருந்தது.

> நோ வேகன்ஸி! நோ வேகன்ஸி!
> *ஏழை மனிதன் உலகில் எங்குச் சென்றாலும்*
> நோ நோ நோ நோ நோ வேகன்ஸி!

அறைக்கதவும் 'நோ' என்று திறந்தது.

கல்யாணி ஒரு ஸ்டெயின்லெஸ் டம்ளரில் ஃபில்டர் காபியும் ஸ்டெயின்லெஸ் ஸ்டீல் தட்டில் நேந்திரம்பழ சிப்சும் (கடும் மஞ்சள், நடுவில் சிறிய கருப்பு விதைகள்) கொண்டுவந்து வைத்தாள்.

"அவர் ஓலஸாவுக்குப் போயிருக்கிறார். இப்போது வந்து விடுவார்," என்றாள். அவள் தன் கணவரை *அத்தேஹம்* என்று குறிப்பிட்டாள்.

மரியாதையாக விளிக்கும் பதம் அது. ஆனால் அவர் அவளை 'எடி' என்றுதான் அழைப்பார்.

தங்கப் பழுப்பு நிறச் சருமமும் பெரிய விழிகளும் உடைய அழகான, செழிப்பான பெண் அவள். அவளுடைய நீண்ட, சுருட்டை முடி ஈரமாக, முனையில் மட்டும் சின்னதாகப் பின்னி முடிச்சிடப்பட்டிருந் தது. கூந்தலின் ஈரம் கருஞ்சிவப்பு ஜாக்கெட்டில் ஒட்டி, மேலும் கருப்பாகியிருந்தது. ஜாக்கெட்டின் கை முடிந்த இடத்தில் மென்மை யான சதை பிதுக்கிக்கொண்டு முட்டியில் ஆழமாகக் குழிகளிட்டிருந்தது. அவளது வெள்ளை முண்டும் கவணி*யும் மொறமொறப்பாக இஸ்திரி யிடப்பட்டிருந்தன. அவளிடமிருந்து சந்தன வாசனையும் சோப்புக்குப் பதிலாக அவள் தேய்த்துக் குளித்த பயத்தம்பருப்பு வாசனையும் சேர்ந்து வந்தன. பல வருடங்கள் கழித்து சாக்கோ அவளை செக்ஸ் இச்சை சிறிதும் தோன்றாமல் பார்க்கிறான். அவனுக்கொரு மனைவி (*முன்னாள் மனைவி, சாக்கோ!*) வீட்டில் இருக்கிறாள். கையிலும் முதுகிலும் வெயில் பொட்டுகளோடு. நீல நிற கவுனும் அதற்குக் கீழே வழியும் வெள்ளைக் கால்களோடும்.

அவர்களுடைய பையன் லெனின் சிவப்பு ஸ்ரெட்ச்லான் கால் சராயில், கதவருகில் வந்து நின்றான். ஒரு காலைத் தூக்கி, கொக்கைப் போல நின்றுகொண்டு அந்த இளஞ்சிவப்பு திரைச் சிலையை முறுக்கி முறுக்கிக் கம்பமாக்கிக்கொண்டே அவன் அம்மாவிடமிருந்து அச்சாகப் பெற்றிருந்த கண்களால் சாக்கோவை வெறித்துப் பார்த்தான். அவனுக்கு இப்போது ஆறு வயதாகி விட்டது. மூக்கிற்குள் எதையாவது போட்டுக் கொள்ளும் வயதைத் தாண்டிவிட்டிருந்தான்.

"மோனே, போய் லதாவைக் கூப்பிடு" என்றாள் திருமதி பிள்ளை. லெனின் இடத்தை விட்டசையாமல், சாக்கோவின் மீது வைத்த பார்வையை நகர்த்தாமல், சிறுவர்களுக்கேயுரிய கிறீச்சிட்ட குரலில் அலட்டிக்கொள்ளாமல் கத்தினான்.

"லதா! லதா! உன்னைக் கூப்பிடுகிறார்கள்!"

"எங்கள் நீஸ் கோட்டயத்திலிருந்து வந்திருக்கிறாள். அவருடைய அண்ணனின் மகள்." திருமதி பிள்ளை விளக்கினாள். "போன வாரம், திருவனந்தபுரத்தில் இளைஞர் விழா பேச்சுப் போட்டியில் முதல் பரிசு பெற்றிருக்கிறாள்."

பன்னிரெண்டு அல்லது பதின்மூன்று வயதுள்ள ஓர் இளம்பெண் அந்த லேஸ் திரையைத் தள்ளிக்கொண்டு முகத்தில் விரோத பாவத் துடன் வந்தாள். கணுக்கால்வரை நீண்டிருந்த பிரிண்டட் பாவாடை யும் எதிர்கால மார்பகத்திற்கு டார்ட் வைத்துத் தைத்த, இடுப்பள விற்குச் சிறிய சட்டையும் அணிந்திருந்தாள். எண்ணெயிட்ட அவள் முடி இரண்டு பிரிவாக வகிடெடுக்கப்பட்டு, இறுக்கமாகப் பின்னலிட்டு ரிப்பன் வைத்துத் தூக்கிக் கட்டப்பட்டிருந்தது.

---

* கவணி – மேல்துண்டு

“இவர் யாரென்று உனக்குத் தெரியுமா?” திருமதி பிள்ளை லதாவைக் கேட்டாள்.

லதா தலையை ஆட்டினாள்.

“சாக்கோ சார். நம் தொழிற்சாலை மொதலாளி.”

லதா ஒரு பதிமூன்று வயதுப் பெண்ணிடம் இருக்க வேண்டிய ஆர்வமின்றி அவனை வெறித்தாள்.

“இவர் லண்டன் ஆக்ஸ்போர்டில் படித்தவர்” என்றாள் திருமதி பிள்ளை. “உன் உரையை இவரிடம் பேசிக் காட்டு பார்க்கலாம்.”

லதா தயக்கமேயின்றி உடன்பட்டாள். தன் கால்களைச் சிறிது அகட்டி வைத்துக்கொண்டு தன் உரையைத் தொடங்கினாள்.

“ரெஸ்பெக்டட் சேர்மன்” சாக்கோவை நோக்கித் தலை வணங்கினாள். “மை டியர் ஜட்ஜஸ் அண்ட் . . .” அந்தச் சிறிய, புழுக்கமான அறையிலிருந்த கற்பனையான பார்வையாளர்கள் கூட்டத்தைச் சுற்று முற்றும் நோக்கினாள். “பிலோவ்டு ஃபிரண்ட்ஸ்.” நாடகத்தனமாக இடைவெளிவிட்டாள்.

“இன்று உங்களிடம் ஸர் வால்டர் ஸ்காட்டின் ‘லொச்சின்வர்’ என்ற செய்யுளை உங்களிடம் ஒப்பிக்கப் போகிறேன்.” முதுகுக்குப் பின்னால் கைகளைக் கோத்துக்கொண்டாள். அவள் கண்களுக்கு மேல் ஒரு படலம் கவிழ்ந்தது. அவளது வெற்றுப் பார்வை சாக்கோவின் தலைக்குச் சற்று மேலாக நிலைத்தது. லேசாக ஆடிக்கொண்டே உரை நிகழ்த்தினாள். சாக்கோ முதலில் அது ‘லொச்சின்வ’ரின் மலையாள மொழிபெயர்ப்பென்றே நினைத்தான். வார்த்தைகள் ஒன்றிற்குள் ஒன்று கோத்துக்கொண்டன. ஒரு வார்த்தையின் கடைசி அசை அடுத்த வார்த்தையின் முதல் அசைக்குள் ஒட்டிக்கொண்டது. ஆச்சரியகரமான வேகத்தில் அச்செய்யுள் ஒப்பிக்கப்பட்டது.

“O, young Lochin varhas scum out of the vest,
Through wall the vide Border his teed was the bes;
Tand savissgood broadsod heweapon sadnun,
Nhe rod all unarmed, and he rod all lalone . . .”

சாக்கோவைத் தவிர வேறொருவரும் கவனித்ததாகத் தெரியவில்லை. செய்யுளின் இடையிடையே கட்டிலில் இருந்த கிழவியின் செருமல்கள் கேட்டன.

“Nhe swam the Eske river where ford there was none;
Buttair he alighted at Netherby Gate,
The bridehad cunsended, the gallantcame late.”

தோழர் பிள்ளை பாதி செய்யுளின்போது வந்தார். அவர் சருமத்தின் மேல் மெல்லிய வியர்வைப் படலம் மினுமினுத்தது. முட்டிக்கு மேல் வேட்டியை மடித்துக் கட்டியிருந்தார். அவருடைய டெரிலின் அக்குள்

களில் வியர்வை ஈரக் கறுப்பாகப் பரவியிருந்தது. முப்பதுகளின் பிற் பகுதியில் இருந்த அவர் ஒரு வெளிறிய பழுப்பு நிறத்திலிருந்த உடல் வலுவற்ற சிறிய மனிதர். அவருடைய கால்கள் ஏற்கனவே மெலிந்து ஒடுங்கியிருந்தன. அவருடைய ஒல்லியான குறுகலான உடம்புக்குப் பொருத்தமின்றி வயிறுமட்டும் விநோதமாகப் பெருத்து தொப்பை சரிந்திருந்தது, அவருடைய அம்மாவின் கழுத்துக் கழலையைப் போல. அவர்களுடைய குடும்ப மரபணுக்களில் இது போன்ற கட்டாயமான வீக்கங்கள் அங்கங்கே பொதிந்து, உடலின் பல்வேறு பகுதிகளில் எழும்புகின்றனபோல.

அவருடைய கச்சிதமான பென்சில் மீசை, மேலுதட்டை அகல வாக்கில் இருசமப் பிரிவுகளாகப் பிரித்து, வாய் முடியும் அதே இடத்தில் முடிந்தது. தலை மயிர் பின்வாங்க ஆரம்பித்துவிட்டிருந்தாலும் அதை மறைக்க யத்தனிக்காதிருந்தார். எண்ணெய் தடவி நெற்றியிலிருந்து பின்னுக்குத் தள்ளிப் படிய வாரியிருந்தார். இளமையாகத் தோற்றமளிக்க அவர் முயலவில்லையென்பது தெளிவாகத் தெரிந்தது. அந்த வீட்டின் நாயகன் என்ற தோரணை சுலபமாக அவரிடம் தென்பட்டது. சாக்கோ வைப் பார்த்துப் புன்னகைத்துத் தலையசைத்தார். தமது மனைவியும் தாயும் அங்கிருப்பதைப் பொருட்படுத்தவில்லை.

லதாவின் கண்கள் அவரை நோக்கி, தொடர்வதற்கு அனுமதி கேட்டன. அனுமதி வழங்கப்பட்டது. தோழர் பிள்ளை சட்டையைக் கழற்றி, பந்தாகச் சுருட்டி அக்குளில் வியர்வையைத் துடைத்துக்கொண் டார். அவர் முடித்ததும் கல்யாணி அதைப் பிரசாதம்போல வாங்கிக் கொண்டாள். ஒரு பூங்கொத்தைப் போல. தோழர் பிள்ளை கையில்லாத பனியனோடு ஒரு மடக்கு நாற்காலியில் அமர்ந்து இடது பாதத்தைத் தூக்கி வலது தொடையின் மீது வைத்துக்கொண்டார். அவருடைய அண்ணன் மகளின் ஒப்பித்தல் முழுக்க, தியானிப்பதுபோல் தரையைப் பார்த்துக்கொண்டு, உள்ளங்கையில் முகவாய்க்கட்டையைத் தாங்கிக் கொண்டு, செய்யுளின் தாளத்துக்கும் ஏற்றத்தாழ்வுக்கும் ஏற்றவாறு வலது காலில் தாளமிட்டபடி அமர்ந்திருந்தார். மற்ற கையால் அவரது இடது பாதத்தின் அழகான வளைவை மஸாஜ் செய்துகொண்டிருந்தார்.

லதா முடித்ததும், சாக்கோ நிஜமான பிரியத்துடன் கைதட்டினான். அவனது கைதட்டலை ஒரு சிறிய புன்னகையால்கூட ஏற்றுக்கொள் ளாமல், கிளம்புவதற்கு அவள் சித்தப்பாவிடம் அனுமதி கோருவதைப் போலப் பார்த்தாள். உள்ளூர்ப் போட்டியில் பங்கெடுத்த கிழக்கு ஜெர்மானிய நீச்சல் வீரனைப் போல அவளது கண்கள் ஒலிம்பிக் தங்கத்தின் மீது மட்டுமே பதிந்திருந்தது. அதற்குக் குறைவான எந்தச் சாதனையையும் அங்கீகாரமும் அவளுக்கு அலட்சியமே.

தோழர் பிள்ளை அவளைச் சைகையில் அழைத்துக் காதில் கிசு கிசுத்தார். “போத்தச்சனும் மாத்துக்குட்டியும் என்னை வந்து பார்க்க வேண்டுமானால் அவர்களை உடனே வரச்சொல்லு.”

தோழர் பிள்ளை லதாவை மேலும் பலகாரங்களை எடுத்துவரச் சொல்லி அனுப்புவதாக சாக்கோ கருதிக்கொண்டு, “வேண்டாம் காம்ரேட் . . . இதற்கு மேல் நிஜமாகவே என்னால் சாப்பிட முடியாது”

என்றார். தோழர் பிள்ளை அந்தத் தவறுக்கு புன்னகைத்து அதை நிறைவேற்றினார்.

"நோ, நோ, நோ. ஹா! என்ன இது? ... எடி கல்யாணி ஒரு தட்டில் அந்த மாவுருண்டைகளைக் கொண்டு வா."

ஒரு வளர்ந்துவரும் அரசியல்வாதியாக, தனது தொகுதியில் மிகவும் செல்வாக்குள்ள மனிதராகத் தோழர் பிள்ளைக்குக் காட்டிக்கொள்ள வேண்டியிருந்தது. உள்ளூரில் அவரிடம் உதவிகேட்டு வருபவர்களுக்கும் கட்சிப் பணியாளர்களுக்கும் சாக்கோவின் வருகையைக் காட்டிக் கொள்வதற்கு விரும்பினார். அவர் கூப்பிட்டனுப்பிய போத்தச்சனும் மாத்துக்குட்டியும் அவருக்குக் கோட்டயம் மருத்துவமனையில் இருக்கும் தொடர்பைப் பயன்படுத்தி அவர்களுடைய மகள்களுக்கு நர்ஸ் வேலை வாங்கித் தரும்படிக் கேட்டிருந்தனர். அவர்கள் தனக்காக வீட்டுக்கு வெளியே காத்திருப்பதை அனைவரும் பார்க்க வேண்டுமென்பதில் அவர் ஆர்வமாக இருந்தார். எவ்வளவு அதிகமான பேர் வெளியே காத்திருக்கிறார்களோ அந்தளவுக்கு அவர் பிஸியாக இருப்பதாகத் தெரியும். காத்திருப்பவர்கள், தொழிற்சாலை முதலாளியே தோழர் பிள்ளையின் வீடு தேடி பார்க்க வந்திருப்பதைக் கண்டால் அதுவே உபயோகமான சமிக்ஞைகள் பலவற்றை உண்டாக்கிவிடும்.

மாவுருண்டைகளை எடுத்துவந்து வைத்துவிட்டு லதா வெளியேறியதும், "ஸோ! காம்ரேட்!" என்றார் தோழர் பிள்ளை. சாக்கோவிடம் ஆங்கிலத்திலேயே பேசவேண்டுமென்ற பிடிவாதம் அவருக்கு. "வாட் இஸ் தி நியூஸ்? ஹௌ இஸ் யுவர் டாட்டர் அட்ஜஸ்டிங்?"

"ஓ நன்றாக இருக்கிறாள். இப்போது நன்றாகத் தூங்கிக் கொண்டிருக்கிறாள்."

"ஓஹோ, ஜெட் – லாக் போலிருக்கிறது." சர்வதேசப் பிரயாணத்தைப் பற்றித் தனக்கும் ஒருசில விஷயங்கள் தெரிந்திருப்பதில் அவருக்கு மகிழ்ச்சி.

"ஓலஸாவில் என்ன? கட்சிக் கூட்டமா?" சாக்கோ கேட்டான்.

"ஓ, அப்படியெல்லாம் ஏதுமில்லை. கொஞ்ச நாட்களுக்கு முன்பு என் சகோதரி சுதா எலும்பு முறிவைச் சந்தித்தாள்" என்றார் தோழர் பிள்ளை, எலும்பு முறிவு ஏதோ வருகைதரும் தூதரைப் போல. "எனவே அவளை ஓலஸா மூஸிற்கு மருந்து வாங்க அழைத்துச் சென்றிருந்தேன். கொஞ்சம் எண்ணெய், அது, இது ... அவள் கணவன் பாட்னாவில் இருக்கிறான், மாமனார் வீட்டில் அவள் தனியாக இருக்கிறாள்."

வாசலிலிருந்து லெனின் விலகி வந்து அவன் அப்பாவின் முட்டிகளுக்கிடையில் செருகிக்கொண்டு மூக்கை நோண்டினான்.

"நீ ஏதாவது செய்யுள் ஒப்பியேன், யங் மேன்? உன் அப்பா எதுவும் சொல்லித் தரவில்லையா?" என்றான் சாக்கோ.

"அவனுக்கு எல்லாம் தெரியும். அவன் ஒரு ஜீனியஸ். வந்தவர்கள் எதிரில் மட்டும் அமைதியாக இருப்பான்."

தோழர் பிள்ளை லெனினை முட்டிகளால் கிச்சுகிச்சு மூட்டினார்.

"லெனின் மோன், காம்ரேட் அங்கிளுக்கு பப்பா சொல்லிக் கொடுத்ததைச் சொல்லு, Friends Romans countrymen . . ."

லெலின் தன்னுடைய நாசிப் புதையல் வேட்டையைத் தொடர்ந் தான்.

"கமான், மோன், இவர் நம்முடைய காம்ரேட் அங்கிள்தான்."

தோழர் பிள்ளை ஷேக்ஸ்பியரை உதைத்துக் கிளப்ப முயன்றார்.

"Friends, Romans, countrymen, lend me your . . .?"

லெலின் கண்சிமிட்டாமல் சாக்கோவை முறைத்தான். தோழர் பிள்ளை மீண்டும் முயன்றார்.

". . . Lend me your . . .?"

லெனின் கை நிறைய நேந்திரம் சிப்ஸை அள்ளிக்கொண்டு முன் வாசல் வழியாகப் பிய்த்துக்கொண்டு ஓடினான். தெருவுக்கும் வீட்டுக்கு மிடையில் இருந்த முன் தாழ்வாரத்தில் அவனால் புரிந்துகொள்ள முடியாத அதீத குதூகலத்தில் மேலும் கீழும் ஓடினான். கொஞ்ச நேரம் இடைவிடாத ஓட்டத்துக்குப் பின் மூச்சுவாங்க, உச்சக்குரலில் குதித்தான்.

"lend me yaw YERS;"

லெனின் முற்றத்திலிருந்து, கடந்து செல்லும் ஒரு பேருந்தின் சத்தத்துக்கு மேலாகக் கத்தினான்.

"I cometoberry Caeser, not to praise him.
Theevil that mendoo lives after them,
The goodisoft interred with their bones; . . ."

ஒருமுறைகூடத் தடங்கலின்றிச் சரளமாக அவன் கத்தினான். அவனுக்கு வெறும் ஆறு வயதே ஆகிறதென்பதாலும், அதில் ஒரு வார்த்தைக்குக்கூட அவனுக்கு அர்த்தம் தெரியாதென்பதாலும் இது குறிப்பிடத்தகுந்த திறமைதான் என்று சாக்கோவுக்குத் தோன்றியது. வீட்டுக்குள் அமர்ந்து (எதிர்கால ஸர்வீஸ் காண்டிராக்டரும் ஒரு குழந்தைக்கும் ஒரு பஜாஜ் ஸ்கூட்டருக்கும் அதிபதியுமான) அந்தப் புழுதி படிந்த குட்டிப் பிசாசைப் பார்த்துத் தோழர் பிள்ளை பெருமை யாகப் புன்னகைத்தார்.

"வகுப்பில் முதலாவதாக வருகிறான். இந்த வருடம் டபுள் பிரமோஷன் வாங்கப்போகிறான்."

அச்சிறிய, புழுக்கமான அறைக்குள் ஏகப்பட்ட குறிக்கோள்கள் அடுக்கப்பட்டிருந்தன.

அவருடைய திரையிட்ட அலமாரிக்குள் தோழர் பிள்ளை எவற்றைச் சேமித்துவைத்திருந்தாரோ, நிச்சயமாக உடைந்த பால்சா விமானங் களையல்ல.

இதற்கிடையில் சாக்கோ அந்த வீட்டுக்குள் நுழைந்த கணத்திலிருந்து, அல்லது தோழர் பிள்ளை வந்துசேர்ந்த கணத்திலிருந்தே அவனுக்கு விநோதமாகச் சக்தியையெல்லாம் இழந்துவிட்டதைப் போல ஒரு மாற்றம் நிகழத் தொடங்கியது. தனது ஸ்டார்களெல்லாம் பிடுங்கப்பட்ட ஒரு ஜெனரலைப் போலச் சிரிப்பைக்கூட அடக்கிச் சிரித்தான். அவனது தாராளத்தைக் குறுக்கிக்கொண்டான். அவனை முதன்முறையாக அங்குப் பார்ப்பவர்கள் அவனை அதிகம் பேசாதவன் என்றே கருதக்கூடும். ஏறக்குறைய ஒடுங்கியிருந்தான்.

அந்த இறுக்கமான சூழ்நிலை (அவரது சிறிய புழுக்கமான அறை, அவரது செருமும் தாயார், உழைக்கும் சாமானிய மக்களுடன் அவருக்கிருக்கும் வெளிப்படையான நெருக்கம்), இந்தப் புரட்சிக் காலத்தில் சாக்கோவைவிட அதிகமான பலத்தை, சக்தியை, அதிகாரத்தைத் தனக்குத் தந்திருப்பதாக ஒரு தெருச் சண்டைக்காரனின் உள்ளுணர்வோடு தோழர் பிள்ளை அறிந்திருந்தார். எந்தளவு ஆக்ஸ்போர்டு கல்வியும் அதற்கு ஈடாகாது.

அவர் தன்னுடைய வறுமையை ஒரு துப்பாக்கியைப் போல் சாக்கோவின் தலையை நோக்கிப் பிடித்திருந்தார்.

தோழர் கே. என். எம். பிள்ளையின் அச்சகத்தில் புதிய லேபிள் ஒன்றை அச்சிடுவதற்காக, மாதிரிக்காக தானே வரைந்திருந்த ஒரு கசங்கிய தாளை சாக்கோ எடுத்தான். அது அந்த வேனிற்பருவத்தில் பாரடைஸ் ஊறுகாய் கம்பெனி புதிதாக அறிமுகப்படுத்தவிருந்த ஒரு பொருளுக்கானது. சிந்தடிக் குக்கிங் வினிகர். படம் வரைதல் சாக்கோவின் பலங்களில் ஒன்றல்ல, இருந்தும் தோழர் பிள்ளைக்கு அதன் பொதுவான மையக்கருத்து புரிந்தது. அந்தக் கதகளி நாட்டியக்காரன் இலச்சினையும் அவனுடைய பாவாடையின் கீழ் எழுதப்பட்ட நிறுவனத்தின் Emperors of the Realm of Taste (அவருடைய ஐடியா) என்னும் வாசகமும் பாரடைஸ் ஊறுகாய் கம்பெனிக்கு தேர்ந்தெடுத்திருந்த அச்சு எழுத்துருவும் அவருக்குப் பரிச்சயமானவை.

“டிஸைன் அதேதான். ஒரே வித்தியாசம் வாசகத்தில்தான் என்று நினைக்கிறேன்” என்றார் தோழர் பிள்ளை.

“அப்புறம் பார்டரின் கலர்” என்றான் சாக்கோ. “சிவப்புக்கு பதில் மஸ்டர்ட்.”

தோழர் பிள்ளை கண்ணாடியைத் தலைமுடி வரைக்கும் ஏற்றிவிட்டு வாசகத்தை உரக்கப் படித்தார். கண்ணாடியின் லென்ஸ்களில் உடனே எண்ணெய் ஒட்டிப் பனித்தது.

“Synthetic cooking vinegar” என்றார். “இது எல்லாமே பெரிய எழுத்துகளில், என்று நினைக்கிறேன்.”

“பிரஷ்யன் ப்ளூ,” என்றான் சாக்கோ.

“Prepared from Acetic Acid?”

“ராயல் ப்ளூ. முன்பு பச்சை மிளகு பிரைனுக்கு உபயோகப்படுத்திய அதே கலர்.”

“Net contents. Batch no, Mfg date, Expiry Date, Max Rtl pr. Rs . . . அதே ராயல் ப்ளூ, ஆனால் சி. அண்டு எல்.சி.?”

சாக்கோ தலையாட்டினான்.

“We hereby certify that the vinegar in this bottle is warranted to be of the nature and quality which it purports to be. Ingredients: water and acetic acid. இது சிவப்புக் கலரில் என்று நினைக்கிறேன்.”

தோழர்பிள்ளை கேள்விகளை ஒரு ஸ்டேட்மெண்ட்டாக உருமாற்றம் செய்வதற்கு ‘என்று நினைக்கிறே’னை உபயோகப்படுத்துவார். தனிப் பட்ட விஷயங்களைத் தவிர, கேள்விகளை அவர் வெறுத்தார். அறியாமை யைக் கேள்விகள் அப்பட்டமாகப் புலப்படுத்திவிடுகின்றன.

வினிகருக்காக லேபிள் வடிவத்தை சாக்கோவும் தோழர் பிள்ளை யும் விவாதித்து முடிப்பதற்குள் இருவருக்கும் தனித்தனியாக கொசுக் களாலான மகுடங்கள் உருவாகிவிட்டிருந்தன.

என்றைக்கு முடித்துக்கொடுப்பது என்பதை முடிவுசெய்தனர்.

“ஆகவே, நேற்றைய ஊர்வலம் ஒரு வெற்றிதானே?” தான் அங்கு வந்ததற்கான உண்மையான காரணத்துக்கு சாக்கோ இறுதியில் வந்து விட்டான்.

“கோரிக்கைகள் நிறைவேற்றப்படும்வரை அது வெற்றியா அல்லது வெற்றியில்லையா என்பதை நம்மால் கூற முடியாது காம்ரேட்.” தோழர் பிள்ளையின் குரலில் ஒருவித சுவரொட்டித்தனம் ஏறிவிட்டது. “அது வரை போராட்டம் தொடர்ந்தே தீர வேண்டும்.”

“ஆனால் நல்ல வரவேற்பு கிடைத்திருக்கிறது,” சாக்கோ அதே மரபுத் தொடரில் பேச முயன்றான்.

“அது இருக்கிறதுதான். கட்சியின் உயர்மட்ட அதிகாரக் குழுவிடம் தோழர்கள் மனு கொடுத்திருக்கின்றனர். பார்க்கலாம். காத்திருப்போம், கவனிப்போம்.”

“நேற்று ஊர்வலத்தைச் சாலையில் கடந்து சென்றோம்.”

“கொச்சினுக்குச் செல்லும் வழியில் என்று நினைக்கிறேன்” என்றார் தோழர் பிள்ளை. “ஆனால் கட்சியிடமிருந்து கிடைத்த தகவலின்படி திருவனந்தபுரம் ஊர்வலம் இதைவிடச் சிறப்பாக இருந்திருக்கிறது.”

“கொச்சியில்கூட ஆயிரக்கணக்கான தோழர்கள் இருக்கின்றனர்” என்றான் சாக்கோ. “என் தங்கை மகள்கூட அவர்களிடையே வெளுத்தா வைப் பார்த்தாள்.”

“ஒஹோ ஐ ஸீ” தோழர் பிள்ளை எதிர்பாராத் தகவலில் தடுமாறி னார். சாக்கோவிடம் வெளுத்தாவைப் பற்றிப் பேச்செடுக்க அவர் நினைத்திருந்தார். என்றாவது இறுதியில். ஆனால் இப்படி நேரடியாக அல்ல. அவருடைய மனம் டேபிள் ஃபேனைப் போல ஹம்மியது. தன்னிடம் வழங்கப்பட்ட இந்த ஆரம்பத்தைப் பயன்படுத்திக்கொள்ள

லாமா, அல்லது மற்றொரு நாளைக்குத் தள்ளிப் போடலாமா என்று யோசித்தார். இப்போதே பயன்படுத்த முடிவெடுத்தார்.

"ஆம், அவன் ஒரு நல்ல ஊழியன்" அவர் யோசனையுடன் கூறினார். "மிகவும் அறிவாளி."

"ஆம்" என்றான் சாக்கோ. "இன்ஜினீயரின் மூளையைக் கொண்ட அற்புதமான மரத்தச்சன். அவன் மட்டும் . . ."

"*அந்த ஊழியனில்லை, காம்ரேட்*" என்றார் தோழர் பிள்ளை. "*கட்சி ஊழியன்.*"

தோழர் பிள்ளையின் தாயார் தொடர்ந்து முன்னும் பின்னும் ஆடிக்கொண்டு, செருமிக்கொண்டிருந்தார். அந்தச் செருமல்களின் லயத்தில் ஏதோ ஒருவித நிச்சயத்தன்மை இருந்தது. ஒரு கடிகாரத்தின் டிக்டிக் போல. கவனத்தில் பதியாத ஒரு சத்தம். ஆனால் நின்று போனால் மட்டும் உடனே உணர முடியும் சத்தம்.

"ஆ, ஐ ஸீ. எனவே அவன் ஒரு கார்டு – ஹோல்டரா?"

"ஓ எஸ்," தோழர் பிள்ளை மென்மையாகக் கூறினார்.

சாக்கோவின் முடிகளுக்கிடையில் வியர்வை நெளிந்தது. அவன் மண்டையின் மேல் எறும்பு வரிசை ஒன்று ஊர்வதைப் போல உணர்ந்தான். இரண்டு கைகளாலும் தலையை வெகுநேரத்திற்குச் சொறிந்துகொண்டான். தலைமுழுக்க, மேலும் கீழும்.

"*ஒரு காரியம் பறயட்டே?*" தோழர் பிள்ளை மலையாளத்திற்கு மாறி, ஒரு ரகசிய, சதிக்குரலில் பேசினார். "நான் ஒரு நண்பன் என்ற முறையில் சொல்கிறேன், *கேட்டோ.* வெளியில் சொல்ல வேண்டாம்."

மேலே தொடர்வதற்கு முன், தோழர் பிள்ளை சாக்கோவின் பதிலுக்காக உற்றுக் கவனித்தார். சாக்கோ தன் நகங்களுக்கடியிலிருந்த சாம்பல் நிற வியர்வையையும் பொடுகையும் ஆராய்ந்துகொண்டிருந்தான்.

"அந்தப் பரவன் உங்களுக்குச் சிக்கலை ஏற்படுத்தப் போகிறான்" என்றார். "நான் சொல்கிறேன், பாருங்கள் . . . அவனை வேறெங்காவது வேலை கொடுத்து அனுப்பிவிடுங்கள். இங்கிருந்து விரட்டிவிடுங்கள்."

சாக்கோவிற்கு இந்த உரையாடல் திடீரென்று தடம் புரண்டு விட்டதில் குழப்பமாக இருந்தது. அங்கே என்னதான் நடக்கிறது, என்ன செய்யப்படுகிறதென்பதைத் தெரிந்துகொள்வதற்கே இந்த விஷயத்தை ஆரம்பித்தான். வெறுப்பு அல்லது எதிர்ப்புதான் பதிலாகக் கிடைக்குமென எதிர்பார்த்திருந்தவனுக்குக் கிடைத்தது, ஒரு கூட்டுச்சதி ஆலோசனை.

"அவனை நீக்கிவிட வேண்டுமா? ஏன்? அவன் கட்சி உறுப்பினர் அட்டை வைத்திருப்பதில் எனக்கு எந்த ஆட்சேபணையும் இல்லை.

வெறும் ஆர்வத்தில் கேட்டேன், அவ்வளவுதான் . . . நீங்கள் அவனோடு பேசியிருப்பீர்களென்று நினைத்தேன்" என்றான் சாக்கோ. "ஆனால் நான் அவனை நம்புகிறேன். அவன் தன்னுடைய திறமைகளைச் சோதித்துப் பார்த்துக்கொள்கிறான் என்று நினைக்கிறேன். அவன் விவேகமான மனிதன்தான் . . ."

"அப்படியில்லை," என்றார் தோழர் பிள்ளை. "தனிப்பட்ட முறையில் அவன் நல்லவனாக இருக்கலாம். ஆனால் மற்ற தொழிலாளிகள் அவன்மேல் சந்தோஷமாக இல்லை. ஏற்கனவே அவன்மீது புகார்களோடு என்னிடம் வந்திருக்கின்றனர் . . . இதோ பாருங்கள் காம்ரேட், உள்ளூர் நிலைமையை வைத்துப் பார்க்கும்போது, இந்த ஜாதிப் பிரச்சினை என்பது ஆழமாக வேர் விட்டிருக்கிறது."

கல்யாணி ஒரு ஸ்டீல் டம்ளரில் ஆவி பறக்கக் காபி எடுத்து வந்து கணவரிடம் வைத்தாள்.

"உதாரணத்துக்கு இவளையே பாருங்களேன். இந்த வீட்டின் எஜமானி. இவள்கூடப் பரவன்களை வீட்டிற்குள் அனுமதிக்க மாட்டாள். ம்ஹூம். *நான்* கூட அவளைச் சமாதானப்படுத்த முடியாது. என் சொந்த மனைவிதான். இருந்தாலும் வீட்டிற்குள்ளே அவள்தான் பாஸ்." அவளை நோக்கித் திரும்பி அன்பாக, குறும்பாகப் புன்னகைத்தார். "*அல்லே எடி, கல்யாணி?*"

கல்யாணி தலையைக் குனிந்து, புன்னகைத்து, தன் இரட்டைக் கூறுகளைக் கள்ளத்தனமாக ஒப்புக்கொண்டாள்.

"பார்த்தீர்களா?" தோழர் பிள்ளை வெற்றிகரமாக முழங்கினார். "இவள் ஆங்கிலத்தை மிக நன்றாகப் புரிந்துகொள்வாள். பேசத்தான் தெரியாது."

சாக்கோ பாதி மனதாகப் புன்னகைத்தான்.

"என்னுடைய தொழிலாளர்கள் உங்களிடம் புகார்களோடு வருவதாகக் கூறினீர்கள் . . ."

"ஆமாமாம்" என்றார் தோழர் பிள்ளை.

"குறிப்பாக ஏதாவது?"

"அப்படியொன்றும் குறிப்பாக இல்லை." தோழர் கே.என்.எம். பிள்ளை கூறினார். "பாருங்கள் காம்ரேட், அவனுக்கு எந்தச் சலுகையை நீங்கள் கொடுத்தாலும், மற்றவர்களுக்கு அது கசப்பாக இருக்கிறது. அவர்கள் அதைப் பாரபட்சமாகப் பார்க்கின்றனர். அவன் எந்த வேலையைச் செய்தாலும், மரத்தச்சனோ எலக்டிரீஷியனோ அல்லது அவன் வேறு என்னவாக இருந்தாலும் அவர்களுக்கு அவன் வெறும் பரவன்தான். இது அவர்கள் பிறந்ததிலிருந்தே ஊறிப்போயிருக்கிறது. நானேகூட இது தவறென்று அவர்களிடம் கூறியிருக்கிறேன். ஆனால் காம்ரேட், வெளிப்படையாகப் பேசினால், மாற்றம் என்பது ஒரு விஷயம்; ஏற்றுக்கொள்ளுதல் என்பது வேறு விஷயம். நீங்கள் ஜாக்கிரதையாக இருக்க வேண்டும். அவனை வெளியே அனுப்பி விடுவது அவனுக்கேகூட நல்லது . . ."

“மை டியர் ஃபெலோ” என்றான் சாக்கோ. “அது சாத்தியமல்ல. அவன் விலைமதிப்பற்ற ஒருவன். தொழிற்சாலையை உண்மையில் அவன்தான் முழுக்க நடத்துகிறான் ... எல்லாப் பரவர்களையும் விரட்டி விட்டால் நம்மால் பிரச்சினையைத் தீர்த்துவிட முடியாது. இந்த அபத்தத்தை எப்படிக் கையாளுவது என்று நாம் யோசிக்க வேண்டும்.”

தன்னை ‘மை டியர் ஃபெலோ’ என்று அழைத்ததைத் தோழர் பிள்ளை விரும்பவில்லை. அது நல்ல ஆங்கிலத்தில் சுருட்டி அளிக்கப் பட்ட அவமானம் போலப்பட்டது; அதனாலேயே அது இரட்டை அவமானமாக ஆனது – ஒன்று அந்த அவமானம், அடுத்தது அவரால் அதைப் புரிந்துகொள்ள முடியாதென்று சாக்கோ நினைத்தது. இது அவரது மனோநிலையை முற்றாகச் சிதைத்தது.

“இருக்கலாம்” என்றார் எரிச்சலுடன். “ஆனால் ரோம் ஒரே நாளில் கட்டி முடிக்கப்படவில்லை. காம்ரேட், இதை மனத்தில் வைத்துக் கொள்ளுங்கள். இது உங்கள் ஆக்ஸ்போர்டு கல்லூரி அல்ல. உங்களுக்கு அபத்தமாக இருப்பது, பெரும்பான்மை மக்கள் இனத்திற்கே வேறு விதமாக இருக்கிறது.”

லெனின் மூச்சுவாங்கியபடி வாசல் கதவருகில் வந்து நின்றான். அப்பா மாதிரி ஒல்லி, அம்மா மாதிரி பெரிய கண்கள் அவனுக்கு. மார்க் ஆண்டனியின் மொத்த உரையையும் கத்தி முடித்துவிட்டு, ‘லொச்சின்வர்’ஐப் பெரும்பாலும் முடித்தபிறகுதான் பார்வையாளர் கள் யாருமில்லை என்பதைக் கவனித்திருந்தான். மீண்டும் தோழர் பிள்ளையின் முட்டிகளுக்கிடையில் செருகிக்கொண்டான்.

அவன் அப்பாவின் தலைக்கு மேல் இரு கைகளையும் மெதுவாக உயர்த்திப் பட்டென்று அடித்து, கொசு மகுடத்தைக் கபளீகரம் செய்தான். உள்ளங்கையில் நசுங்கி ஒட்டியிருந்த கொசுக்களை எண்ணினான். அவற்றில் சில புதிய ரத்தத்துடன் சிதைந்திருந்தன. அவற்றை அவன் அப்பாவிடம் காட்ட, அவர் அவனைக் கல்யாணியிடம் ஒப்படைத்து அவன் கையைக் கழுவச் சொன்னார்.

மீண்டும் அவர்களுக்கிடையிலிருந்த நிசப்தம், திருமதி பிள்ளையின் செருமல்களால் நிரப்பப்பட்டன. போத்தச்சனையும் மாத்துக்குட்டியை யும் லதா அழைத்துக்கொண்டு வந்தாள். அவர்கள் வெளியே காத்திருக்க வைக்கப்பட்டனர். கதவு திறந்தே வைக்கப்பட்டது. அதன் பிறகு தோழர் பிள்ளை மலையாளத்திலேயே, வெளியிலிருப்பவர்களுக்குக் கேட்கும் படி உரக்கப் பேசினார்.

“தொழிலாளர் துயரங்களை வெளிப்படுத்தும் அமைப்பு தொழிற் சங்கமாகத்தான் இருக்க முடியும். இந்த விஷயத்தில், முதலாளியே ஒரு காம்ரேடாக இருக்கும்போது, அவர்கள் ஒன்றுபட்டுக் கட்சியின் போராட்டத்தில் பங்கெடுக்காமலிருப்பது அவமானத்திற்குரியதுதான்.”

“நான் அதைப் பற்றி யோசித்திருக்கிறேன்” என்றான் சாக்கோ. “நான் அவர்களுக்கு முறையாக ஒரு சங்கத்தை அமைத்துத் தரப்

போகிறேன். அவர்களுடைய நிர்வாகிகளை அவர்களே தேர்ந்தெடுப் பார்கள்.”

“ஆனால் காம்ரேட், அவர்களுடைய புரட்சியை நீங்கள் நடத்த முடியாது. விழிப்புணர்வை மட்டும்தான் உங்களால் எழுப்ப முடியும். கற்கவைக்கலாம். *அவர்களுடைய* போராட்டத்தை அவர்களேதான் தொடங்க வேண்டும். தம் அச்சங்களை அடக்கி *அவர்கள்* மேலேற வேண்டும்.”

“யார்மீது பயம்?” என்று சாக்கோ புன்னகைத்தான். “என்மீதா?”

“நோ, உங்கள்மீதல்ல, மை டியர் காம்ரேட். நூற்றாண்டுகளாக இருந்துவரும் அடக்குமுறை.”

பிறகு தோழர் பிள்ளை, வீராப்பானதொரு குரலில் சேர்மன் மாவோவின் கூற்றை மேற்கோள் காட்டினார். மலையாளத்தில். அவ ருடைய உச்சரிப்பும் பாவனையும் ஆச்சரியகரமாக லதாவைப் போன்றே இருந்தன.

“புரட்சி என்பது அறுசுவை விருந்து அல்ல. புரட்சி என்பது ஒரு கிளர்ச்சிக்கான எழுச்சி. ஒரு வர்க்கத்தை மற்றொன்று தூக்கி யெறியும் வன்முறை நிகழ்வு.”

ஆகவே, சிந்தடிக் குக்கிங் வினிகர் லேபிள்களுக்கான ஒப்பந்தத்தை அடைந்த பிறகு, தூக்கியெறிபவர்களின் போராட்டப் பதவிகளிலிருந்து தூக்கியெறியப்பட வேண்டியவர்களின் நம்பிக்கைத் துரோகப் பதவி களுக்குச் சாக்கோவைச் சாமர்த்தியாக அவர் அப்புறப்படுத்திவிட்டார்.

எனவே ஸோஃபீ மோள் வந்த தினத்தின் பிற்பகலில், அவர்கள் இருவரும் ஸ்டீல் மடக்கு நாற்காலிகளில் அமர்ந்தபடி காபியைச் சீப்பிக்கொண்டு நேந்திரம் சிப்ஸைக் கொறித்துக்கொண்டு அமர்ந் திருந்தனர். மேலண்ணத்தில் ஒட்டிக்கொண்ட மஞ்சள் துணுக்குகளை நாவினால் அகற்றிக்கொண்டனர்.

சிறிய ஒல்லியான மனிதனும் பெரிய குண்டான மனிதனும். இனி வரப்போகும் யுத்தம் ஒன்றின் படக்கதைப் பாத்திரங்கள்.

தோழர் பிள்ளைக்கு துரதிருஷ்டவசமாக அந்த யுத்தம் தொடங்குவதற்கு முன்பாகவே முடிந்துவிட்டது. வெற்றி மடித்து ரிப்பன் கட்டப்பட்டு வெள்ளித் தாம்பாளத்தில் வைத்து அவருக்கு அன்பளிக்கப்பட்டது. அதன் பிறகுதான், (அதற்குள் எல்லாம் தாமதமாகி விட்டிருந்தது) பாரடைஸ் ஊறுகாய் எந்தவொரு முணுமுணுப்போ அல்லது எதிர்ப் பின் ஒரு சிறிய பாவனையோகூட இன்றி மென்மையாகத் தரையில் சரிந்தபிறகுதான், தோழர் பிள்ளை தனக்குத் தேவைப்படுவது போராட் டத்தின் செயல்முறைதானே தவிர ஈட்டப்படும் வெற்றியல்லவென் பதை உணர்ந்தார். அவரைச் சட்டசபைவரை, அல்லது குறிப்பிட்ட தூரத்திற்கு ஓட்டிச்சென்ற பொலிகுதிரை அந்தப் போராட்டம் என்றால், வெற்றி அவர் ஆரம்பிக்கும்போதே அவரை விட்டுக் கழன்றுகொண்டு விட்டது எனலாம்.

அவர் முட்டையை உடைத்தார், ஆனால் ஆம்லெட்டைத் தீய்த்து விட்டார்.

அதற்கடுத்து நிகழ்ந்த சம்பவங்களில் தோழர் பிள்ளையின் பங்கு என்னவென்பதைத் துல்லியமாக யாரும் அறிந்திருக்கவில்லை. பாரடைஸ் ஊறுகாய் தொழிற்சாலையை மார்க்ஸிஸ்ட் கட்சி முற்றுகையிட்டு, தோழர் பிள்ளை தனது உத்வேகமிக்க, உச்சஸ்தாயிக் குரலில் தீண்டத் தகாதவர்களுக்கான உரிமைகளைப் பற்றி (தோழர்களே, ஜாதி என்பது வர்க்கம்!) முழக்கமிட்டதை அறிந்த சாக்கோகூட மொத்தக் கதையை யும் அறிந்திருக்கவில்லை. அறிந்துகொள்ள அக்கறையும் எடுத்துக்கொள்ள வில்லை. ஸோஃபீ மோளை இழந்த துக்கத்திலிருந்து அவனுக்குப் பார்ப்பவை அனைத்தும் புகைமூட்டமாகவே இருந்தன. சோகம் தீண்டிய சிறுவனைப் போலத் திடீரென்று வளர்ந்து, விளையாட்டுப் பொம்மை களைத் துறந்துவிட்டான். ஊறுகாய் தொழிலதிபர் கனவுகளும் மக்களின் யுத்தமும் உடைந்த பால்சா விமானப் பொம்மைகளுடன் சேர்ந்து அவன் கண்ணாடி அலமாரிக்குள் அடைந்துவிட்டன. பாரடைஸ் ஊறுகாய் தொழிற்சாலை மூடப்பட்டதும், சில நெல் வயல்களும் (அதனுடன் சேர்ந்த அடமானங்களும்) விற்கப்பட்டு வங்கிக் கடன்கள் அடைக்கப்பட்டன. குடும்பத்தின் உணவு, உடை தேவைகளுக்காக மேலும் சில விற்கப்பட்டன. சாக்கோ கனடாவிற்குக் குடியேறியபோது, குடும்பத்திற்கு ஒரே வருமானமாக அய்மனம் இல்லத்தை ஒட்டியிருந்த ரப்பர் எஸ்டேட்டிலிருந்தும் காம்பவுண்டிலிருந்த சில தென்னை மரங் களிலிருந்தும் மட்டுமே வந்துகொண்டிருந்தது. மற்றவர்களெல்லாம் இறந்து, வெளியேறி, அல்லது திருப்பப்பட்ட பிறகு பேபி கொச்சம்மா வும் கொச்சு மரியாவும் இதை வைத்துத்தான் வாழ்ந்துகொண்டிருந்தனர்.

ஆனால் காம்ரேட் பிள்ளைக்குச் சாதகமாகக் கூற வேண்டுமானால் அடுத்து நிகழ்ந்த சம்பவங்களை அவர் திட்டமிடவில்லையென்பதைச் சொல்ல வேண்டும். காத்துக்கொண்டிருந்த சரித்திரத்தின் கையுறைக் குள் தயாராக இருந்த தன் விரல்களை நுழைத்துக்கொண்டார்.

ஒரு மனிதன் வாழ்ந்த வாழ்க்கையைவிட அவன் மரணத்தில் அதிக லாபமடையும் சமுதாயத்தில் அவர் வாழ்ந்து வந்தது அவர் தவறல்ல.

வெளுத்தா, மம்மாச்சியையும் பேபி கொச்சம்மாவையும் சந்தித்து விட்டுக் கடைசியாகத் தோழர் பிள்ளையின் வீட்டுக்கு வந்ததானென் பதும், அவர்களுக்கிடையில் என்ன நிகழ்ந்ததென்பதும் ஒரு ரகசிய மாகவே இருந்துவிட்டது. இருட்டில், மழையில், ஆற்றில் எதிர் நீச் சலிட்டுக் கடந்தபின் வெளுத்தாவைச் சரித்திரத்தோடு சந்திக்கவைத்த கடைசித் துரோகம் அது.

வெளுத்தா கோட்டயத்தில் கேனிங் மிஷினைப் பழுதுபார்க்கக் கொடுத்து விட்டுக் கடைசி பேருந்தைப் பிடித்தான். பேருந்து நிறுத்தத்தில் சக தொழிலாளிகளில் ஒருத்தனை யதேச்சையாகச் சந்தித்தபோது அவன் ஒரு நக்கல் சிரிப்போடு மம்மாச்சி அவனைப் பார்க்க விரும்பியதாகச் சொன்னான். அவனுடைய அப்பா குடித்துவிட்டு அய்மனம் இல்லத் துக்குச் சென்றதையோ அதற்குப்பிறகு நடந்ததையோ அறிந்திராத வெளுத்தாவுக்கு அந்தக் கீழ்வெட்டுப் பேச்சு ஒன்றும் விளங்கவில்லை. அவன் வீட்டுக்கு வெளியே இன்னும் போதையில் இருந்த வலிய பாப்பன், கண்ணாடிக் கண்ணும் கையிலிருந்த கோடரியும் விளக்கு வெளிச்சத்தில் மின்ன, வெளுத்தா திரும்புவதற்காக மணிக்கணக்காகக் காத்துக்கொண்டிருக்கிறான் என்பதையும் அறியவில்லை. கைகால் விளங்காதிருந்த அந்தப் பரிதாபமான குட்டப்பன், பயத்தில் உறைந்து, படுத்தபடியே இரண்டு மணி நேரமாகத் தொடர்ந்து அவன் அப்பா விடம் ஏதேதோ பேசி சமாதானப்படுத்த முயன்றுகொண்டிருந்ததை யும் வெளுத்தாவின் காலடிச் சத்தமோ சருகுகள் மிதிபடும் ஓசையோ கேட்டால், அபாயத்தையறியாமல் வந்துகொண்டிருக்கும் தன் சகோதரனை எச்சரித்து விரட்டுவதற்குக் காத்துக் கொண்டிருந்ததையும் அவன் அறிந்திருக்கவில்லை.

வெளுத்தா தன் வீட்டுக்குச் செல்லவில்லை. அவன் நேராக அய்மனம் இல்லத்துக்குச் சென்றான். பிறகு நடந்தவை அவனை அதிர்ச்சி யில் திடுக்கிடவைத்தாலும், சரித்திரத்தின் உரித்தெடுக்கப்பட்ட கோழிகள் ஒருநாள் வறுக்கப்படுவதற்கு வந்துதான் சேருமென்பதை ஒருவித புராதன உள்ளுணர்வில் அறிந்திருந்தான். மம்மாச்சி அவனைப் பார்த்து கத்திய நேரம் முழுக்கத் தன்னைக் கட்டுப்படுத்திக்கொண்டு, விநோதமாக மிகவும் நிதானத்துடன் நின்றிருந்தான். அந்த நிதானம் மட்டுமீறிய கோபமூட்டலின் விளைவு. கோபவெறிக்கு அடுத்த கட்டமான தெளிவு நிலையிலிருந்து எழுந்தவொன்று.

வெளுத்தா வந்ததும், தன் நிதானத்தையெல்லாம் இழந்த மம்மாச்சி, அவளது குருட்டு விஷத்தை, அவளது கரடுமுரடான சகித்துக்கொள்ள முடியாத அவமான வசைகளை அந்த வழுக்கி – மடக்கும் கதவின் ஒரு பலகையை நோக்கிப் பீச்சினாள். பேபி கொச்சம்மா அருகில்

வந்து அவளை வெளுத்தா நின்றிருக்கும் இடத்தை நோக்கிச் சரியான கோணத்தில் திருப்பி நிற்கவைத்து விட்டுச் சென்றாள். மம்மாச்சி தன் வெற்றுக் கண்களோடு கோபத்தில் முகத்தை விகாரமாகக் கோணிக் கொண்டு தன் கோபத் தாக்குதலைத் தொடர்ந்தாள். ஒரு கட்டத்தில் அவள் கத்தல் அவன் முகத்தை மிகவும் நெருங்கி, எச்சில் துளிகள் முகத்தில் சிதற, அவளது மூச்சின் தேநீர் வாசனையைக்கூட அவனால் உணர முடிந்தது. மம்மாச்சிக்கு அருகிலேயே பேபி கொச்சம்மா நின்றிருந்தாள். அவள் எதுவும் பேசவில்லை. ஆனால் மம்மாச்சியின் கோபத்தை கைகளால் அவ்வப்போது சீரமைத்துக் கொண்டு வந்தாள். ஒரு புதிய ஜ்வாலையைத் தூண்டுகிறான்போல. ஊக்குவிக்கும்படி முதுகில் லேசாக ஒரு தட்டல். தோளைச் சுற்றி ஆதரவாக ஓர் அணைப்பு. இந்தச் சூழ்ச்சிக்கையாளல்கள் எதையும் மம்மாச்சி உணரவில்லை.

மொடமொடப்பான இஸ்திரிச் சேலைகளை அணிந்து, மாலை நேரங்களில் வயலினில் 'நட்கிராக்கர் ஸ்வீட்' வாசித்துக் கொண்டிருந்த அவளைப் போன்ற ஒரு சீமாட்டி, அன்று உபயோகப்படுத்திய அத்தகைய சாக்கடை நாற்றமெடுக்கும் வசை மொழிகளை, அந்த நீசப் பிரயோகங் களை எங்கிருந்து கற்றுக்கொண்டாள் என்று அவற்றைக் கேட்ட அனைவருக்கும் (பேபி கொச்சம்மா, கொச்சு மரியா, அவளது பூட்டப் பட்ட அறைக்குள்ளிருந்த அம்மு) புதிராக இருந்தது.

"அவுட்!" என்று இறுதியாக கிறீச்சிட்டாள். "என் வீட்டில் உன்னை நாளை பார்த்தேனென்றால், பறை நாயே, உன்னைக் காயடித்து விடுவேன்! கொன்று போட்டுவிடுவேன்!"

"அதையும் பார்க்கலாம்," என்றான் வெளுத்தா அமைதியாக.

அதுமட்டும்தான் அவன் சொன்னது. அதைத்தான் பேபி கொச்சம்மா இன்ஸ்பெக்டர் தோமஸ் மாத்யூவின் அலுவலகத்தில் கூட்டிப்பெருக்கி, கொலை, கடத்தல், மிரட்டல் என்றெல்லாம் எம்பிராய்டரி செய்து வழங்கினாள்.

மம்மாச்சி வெளுத்தாவின் முகத்தில் துப்பினாள். கெட்டியான எச்சில். அது அவன் முகச் சருமத்தின் குறுக்கே சிதறியது. அவன் வாயில், கண்களில்.

அவன் வெறுமனே நின்றிருந்தான். ஸ்தம்பித்து. பின் திரும்பி வெளியேறினான்.

அந்த வீட்டிலிருந்து வெளியேறி நடக்க, அவனது உணர்வுகள் தீட்டப்பட்டு உயர்த்தப்பட்டிருப்பதை உணர்ந்தான். சுற்றிலும் உள்ள அனைத்தும் ஒரு தெளிவான சித்திரமாகத் தட்டையாக்கப்பட்டது போல. செயலாணை வழங்கப்பட்ட ஓர் இயந்திரம் அதன்படி வரைவது போல. கொஞ்சம் நிதானத்துக்கு வர பிரயத்தனம் செய்துகொண்டிருந்த அவன் மனம் விவரணங்களைப் பற்றிக்கொண்டது. எதிரே கண்ணில் பட்ட எல்லாவற்றுக்கும் லேபிள் ஒட்டியது.

வாசலைத் தாண்டும்போது *வாசல்*, என்று நினைத்துக் கொண் டான். *வாசல். தெரு. கற்கள். வானம். மழை.*

வாசல்.

தெரு.

கற்கள்.

வானம்.

மழை.

அவன் தோலின் மேல் மழை வெதுவெதுப்பாயிருந்தது. பாதத்துக்கு அடியிலிருந்த சாலையோரக்கல் வெட்டியது. அவன் எங்கே செல்கிறான் என்பதை அறிந்திருந்தான். அனைத்தையும் கவனித்தான். ஒவ்வோர் இலையையும். ஒவ்வொரு மரத்தையும். நட்சத்திரங்களற்ற வானத்தின் ஒவ்வொரு மேகத்தையும். அவன் வைத்த ஒவ்வோர் அடியையும்.

கூ – கூ கூகும் தீவண்டி
கூகிப் பாடும் தீவண்டி
ராப்பகல் ஓடும் தீவண்டி
தளந்து நில்கும் தீவண்டி

அதுதான் அவன் பள்ளியில் கற்றுக்கொண்ட முதல் பாட்டு. ரயிலைப் பற்றிய பாட்டு.

அவன் எண்ணத் தொடங்கினான். எதையோ. எதையும். *ஒன்று இரண்டு மூன்று நான்கு ஐந்து ஆறு ஏழு எட்டு ஒன்பது பத்து பதினொன்று பனிரெண்டு பதிமூன்று பதினான்கு பதினைந்து பதினாறு பதினேழு பதினெட்டு பத்தொன்பது இருபது இருபத்தொன்று இருபத்திரெண்டு இருபத்திமூன்று இருபத்திநான்கு இருபத்தைந்து இருபத்தாறு இருபத்தேழு இருபத்தியெட்டு இருபத்தியொன்பது . . .*

அந்த இயந்திரச் சித்திரம் கலையத் தொடங்கியது. தெளிவான கோடுகள் மங்கத் தொடங்கின. செயல்முறைகள் அர்த்தமற்றுத் தோன்றத் தொடங்கின. சாலை அவனைச் சந்திக்க மேலெழும்ப, இருள் அடர்ந்தது. பிசுபிசுப்பாக ஒட்டிக்கொண்டது. அதற்குள்ளே தள்ளிக்கொண்டு நடப்பது சிரமமாகியது. நீருக்கடியில் நீந்துவதைப் போல.

இது நிகழ்ந்துகொண்டிருக்கிறது, ஒரு குரல் அவனுக்குத் தெரிவித்தது. *இது ஆரம்பித்துவிட்டது.*

அவன் மனம் திடீரென்று அசாத்தியமாக முதிர்ச்சியடைந்து அவன் உடம்பிலிருந்து வெளியே மிதந்துவந்து, தலைக்கு மேல் அந்தரத்தில் தொங்கியபடி, அங்கிருந்தே அர்த்தமற்ற எச்சரிக்கைகளை உளறிக்கொண்டிருந்தது.

இருட்டிலும் பெய்துகொண்டிருந்த மழையிலும் இளைஞன் ஒருவனின் உடல் நடந்துசெல்வதை அது குனிந்து கவனித்தது. வேறு எதையும்விட அந்த உடல் உறங்குவதற்கு மிகவும் விரும்பியது. தூங்கி, வேறோர் உலகத்தில் விழித்தெழுவதற்கு. *அவன் சுவாசிக்கும் காற்றில் அவள் சருமத்தின் வாசம் கலந்திருப்பதற்கு. அவன் உடல்மேல்*

அவள் உடல் பதிந்திருப்பதற்கு. அவளை மீண்டும் அவனால் பார்க்க முடியாமல் போகலாம். எங்கேயிருந்தாள்? அவளை என்ன செய்தனர்? அவளை அடித்திருப்பார்களோ?

அவன் தொடர்ந்து நடந்தான். அவன் முகம் மழையை நோக்கி உயர்ந்திருக்கவுமில்லை, அதிலிருந்து திரும்பியிருக்கவுமில்லை. அதை அவன் வரவேற்கவுமில்லை, வெறுத்தொதுக்கவுமில்லை.

மழை, மம்மாச்சியின் எச்சிலை அவன் முகத்திலிருந்து கழுவிவிட்டாலும், யாரோ அவன் தலையைப் பிடுங்கியெடுத்து விட்டு கழுத்து வழிக்குள் வாந்தியெடுத்து விட்டதைப் போல தோன்றுவதை நிறுத்த முடியவில்லை. கட்டிக் கட்டியாக வாந்தி அவன் உள்ளூறுப்புகளுக்குள் சொட்டுகின்றன. அவன் இதயத்துக்கு மேல். அவன் நுரையீரல்கள். அவன் வயிற்றின் ஆழத்துக்கு மெதுவாக, கெட்டியாகச் சொட்டும் வாந்தி. அவனது எல்லா உறுப்புகளும் வாந்தியில் நனைந்திருந்தன. அதை மழையால் ஒன்றும் செய்யமுடியாது.

அவன் என்னசெய்ய வேண்டுமென்று அறிந்தான். செய்முறைக் கையேடு அவனுக்குத் திசை காட்டியது. அவன் தோழர் பிள்ளையிடம் செல்ல வேண்டும். ஏனென்று அவனால் தெரிந்துகொள்ள முடியவில்லை. அவன் பாதங்கள் அவனை லக்கி அச்சகத்திற்கு அழைத்துச் சென்றன. அது பூட்டியிருந்தது. பின்பு அந்தச் சிறிய முற்றத்தைக் கடந்து தோழர் பிள்ளையின் வீட்டுக்கு.

கையை உயர்த்தி, கதவைத் தட்டிய முயற்சியிலேயே அவன் களைத்துப்போனான்.

தோழர் பிள்ளை அவியலை முடித்துவிட்டு, தட்டிலிருந்த தயிர் சாதத்தில் ஒரு வாழைப்பழத்தைப் போட்டுப் பிசைந்து கொண்டிருந்தபோது வெளுத்தா கதவைத் தட்டினான். கதவைத் திறக்க அவர் தன் மனைவியை அனுப்பினார். அவள் சிணுங்கிக்கொண்டே திரும்பி வந்தாள். தோழர் பிள்ளைக்குத் திடீரென்று அவள் செக்ஸியாக இருப்பதாகத் தோன்றியது. உடனே அவள் மார்பைத் தொட விழைந்தார். ஆனால் அவர் விரல்களில் தயிர் இருக்கிறது, வாசலில் யாரோ இருக்கின்றனர். கல்யாணி படுக்கையில் அமர்ந்து, பாட்டிக்குப் பக்கத்தில் கட்டை விரலைச் சூப்பிக்கொண்டு படுத்துத் தூங்கிக்கொண்டிருந்த லெனினைக் கவனமில்லாமல் தட்டிக்கொடுத்தாள்.

"யாரது?"

"அந்தப் பாப்பன் பரவனோட மகன். அவசரம் என்கிறான்." தோழர் பிள்ளை அவசரமில்லாமல் தயிரை முடித்தார். தட்டின் விளிம்பில் விரல்களை வழித்தார். கல்யாணி ஒரு சிறிய ஸ்டெயின்லெஸ் ஸ்டீல் சொம்பில் தண்ணீர் எடுத்துவந்து அவருக்குக் கையைக் கழுவ ஊற்றினாள். தட்டில் மிச்சமிருந்த உணவுத்துணுக்குகள் (ஓர் உலர்ந்த

சிவப்பு மிளகாய், கடித்துத் துப்பப்பட்ட முருங்கைக்காய் தொலிகள்) உயர்ந்து மிதந்தன. அவருக்கு ஒரு டவலை எடுத்து வந்தாள். அவர் கையைத் துடைத்தார். ரசித்து ஏப்பம்விட்டார். வாசலுக்குச் சென்றார்.

"எந்தா? ராத்திரி இந்த நேரத்தில்?"

அவன் பதில் கூறக் கூற, அவன் குரல் சுவரில் மோதியதைப் போல் அவனுக்கே திரும்பி வந்தது. நடந்தது என்னவென்று விளக்க அவன் முயன்றாலும், தொடர்ச்சியின்றி அவன் வழுக்குவதை அவனே கேட்டான். அவன் பேசிக்கொண்டிருந்த நபர் குள்ளமாக, தூரத்தில், ஒரு கண்ணாடிச் சுவருக்குப் பின்னால் இருந்தார்.

"இது ஒரு சின்ன கிராமம்," தோழர் பிள்ளை சொல்லிக்கொண்டிருந்தார். "ஜனங்கள் பேசுகிறார்கள். நான் அவர்கள் சொல்வதைக் கேட்கிறேன். என்ன நடக்கிறதென்று எனக்குத் தெரியாது என்றில்லை."

திரும்பவும் அவன் பேசிக்கொண்டிருந்த மனிதரிடம் எந்த வித்தியாசத்தையும் ஏற்படுத்தாமல் தான் ஏதோ சொல்வதைக் கேட்டான். அவனுடைய குரலே ஒரு பாம்பைப் போல அவனைச் சுற்றி இறுக்கியது.

"இருக்கலாம்" என்றார் தோழர் பிள்ளை. "ஆனால் காம்ரேட், தொழிலாளர்களின் சொந்த வாழ்க்கையில் நடக்கும் ஒழுங்கீனங்களை ஆதரிப்பதற்காகக் கட்சி உருவாக்கப்படவில்லையென்பதை நீ உணர வேண்டும்."

தோழர் பிள்ளையின் உடல் வாசலிலிருந்து மங்கி, மறைவதை வெளுத்தா கவனித்தான். அவரது உடலற்ற, கம்பீரக் குரல் அங்கேயே நின்று கோஷங்களை எழுப்பியது. பாய்மரக் கயிறுகள் அந்த காலியான வாசலில், தோரணமாடிக்கொண்டிருந்தன.

இத்தகைய விஷயங்களை எடுத்துக்கொள்வதில் கட்சிக்கு ஆர்வம் இல்லை.

தனிநபர்களின் நலன்கள், அமைப்பின் நலனுக்கு அடுத்ததுதான்.

கட்சியின் ஒழுக்கத்தை மீறுவதென்பது கட்சியின் ஒற்றுமையை மீறுவது.

அந்தக் குரல் தொடர்ந்தது. வாக்கியங்கள், சொற்றொடர்களாகப் பிளந்தன. வார்த்தைகள்.

புரட்சியின் முன்னேற்றம்.

வர்க்க எதிரியைப் பூண்டோடொழித்தல்.

முதலாளித்துவத் தரகர்.

வசந்தத்தின் இடிமுழக்கம்.

அங்கே மீண்டும் அது நிகழ்ந்தது. இன்னொரு மதம் அதற்கெதிராகவே திரும்பியது. மானிட மனத்தால் உருவாக்கப்பட்ட இன்னொரு மாளிகை, மானிட இயல்பால் தகர்க்கப்பட்டது.

தோழர் பிள்ளை கதவைச் சாத்திவிட்டு, மனைவியிடமும் இரவு உணவிடமும் திரும்பினார். அவர் மற்றொரு வாழைப்பழத்தை உண்ண முடிவெடுத்தார்.

அவருக்கு ஒன்றைத் தந்துவிட்டு, "என்ன வேண்டுமாம் அவனுக்கு?" என்றாள் அவர் மனைவி.

"அவர்கள் கண்டுபிடித்துவிட்டனர். யாரோ சொல்லியிருக்க வேண்டும். அவனை வேலையிலிருந்து நீக்கிவிட்டனர்."

"அவ்வளவுதானா? பக்கத்தில் ஏதாவது ஒரு மரத்தில் அவனைத் தூக்கிலிடாமல் விட்டது அவன் அதிர்ஷ்டம்தான்."

"விநோதமாக ஒன்றை நான் கவனித்தேன் . . ." தோழர் பிள்ளை, வாழைப்பழத்தின் தோலை உரித்துக்கொண்டே கூறினார். "அந்தப் பயலின் நகத்தில் சிவப்பு நகப்பாலீஷ் அடிக்கப்பட்டிருக்கிறது . . ."

வெளியே மழையில், குளிரில், ஒரேயொரு தெருவிளக்கின் ஈர வெளிச்சத்தில் நின்றிருந்த வெளுத்தாவுக்குத் திடீரென்று தூக்கம் அமிழ்த்தியது. அவன் தன் கண்களைப் பிரயத்தனத்துடன் விரித்துவைக்க வேண்டியிருந்தது.

நாளைக்கு, அவனுக்குள் சொல்லிக்கொண்டான். *நாளைக்கு, மழை நின்ற பிறகு.*

அவன் பாதங்கள் ஆற்றுக்கு அவனை இட்டுச்சென்றன. அவைதாம் கயிற்றைப் போல, அவன்தான் நாயைப் போல.

சரித்திரம் நாயைக் நடத்திச் சென்றது.

15

ஆற்றைக் கடந்து

நள்ளிரவைத் தாண்டியிருந்தது. ஆறு உயர்ந்து, அதன் தண்ணீர் வேகமாக, கறுப்பாக, மேகம் நிறைந்த ராத்திரி வானத்தையும் ஒரு முழுப் பனையோலை, ஓலை பின்னிய வேலி ஒன்றின் பகுதி, மற்றும் வீசிய சூறைக்காற்று அளித்த இதர அன்பளிப்புகளையும் ஏந்திக்கொண்டு கடலை நோக்கி வளைந்து நெளிந்து விரைந்துகொண்டிருந்தது.

சிறிது நேரத்தில் மழை, தூறலாகக் குறைந்து, பின் நின்றது. காற்று, மரங்களை உலுக்கித் தண்ணீர் தெளிக்க, கொஞ்ச நேரத்திற்கு மரத்துக்கடியில் மட்டும் மழை சொட்டிக்கொண்டிருந்தது.

ஒரு மெலிந்த, ஈர நிலா மேகங்களுக்கிடையில் நுழைந்து சென்றுகொண்டிருந்தது. அதன் பலவீனமான வெளிச்சத்தில் அந்தப் பதின்மூன்று கற்படிகளின் முதல் படியில் ஓர் இளைஞன் அமர்ந்திருப்பது வெளிப்பட்டது. அவன் இம்மியும் அசையாது, தொப்பலாக நனைந்து அமர்ந்திருந்தான். மிக இளைஞன். கொஞ்ச நேரம் கழித்து எழுந்து நின்று, கட்டியிருந்த வெள்ளை வேட்டியைக் கழற்றிப் பிழிந்து, தலையைச் சுற்றித் தலைப்பாகைபோல் கட்டிக் கொண்டான். நிர்வாணமாக அந்தப் பதின்மூன்று கற்படிகளில் இறங்கி, நீருக்குள் இறங்கி, மேலும் இறங்கி மார்பளவு தண்ணீர் வரை சென்றான். பின் நீந்தத் தொடங்கினான். எளிதான, வலுவான, அபாரமான நீச்சல். ஆற்றின் மிக வேகமான, மிக ஆழமான பகுதிக்கு அவன் வந்ததும் அவன் உடலில் நிலா வெளிச்சம் வெள்ளி உறை போர்த்தியது. அங்கிருந்து ஆற்றைக் கடக்கச் சில நிமிடங்களே அவனுக்குப் பிடித்தன. மறு கரையை அடைந்ததும் உடல் பளபளக்கக் கரையேறினான். அவனைச் சூழ்ந்திருந்த இரவைப் போல, அவன் கடந்துவந்த ஆற்றைப் போலக் கறுத்த இளைஞன்.

சதுப்பு நிலத்தின் ஊடாகச் 'சரித்திர வீட்'டுக்குச் செல்லும் பாதையில் நடந்தான்.

ஆற்றிலிருந்து அவன் எழுந்தபோது சிறு அலைகள்கூடத் தளும்பவில்லை.

கரையேறி நடக்க, காலடிகள் எவையும் பதியவில்லை. அவன் வேட்டியைக் கழற்றித் தலைக்கு மேல் உயர்த்திக் காய்வதற்குப் பிடித் தான். பாய்மரம் போல் காற்றில் அது உப்பி உயர்ந்தது. திடீரென்று அவன் மகிழ்ச்சியாக உணர்ந்தான். *விஷயங்கள் மோசமாகலாம்.* தனக்குள் நினைத்துக்கொண்டான். *பிறகு சரியாகலாம்.* இப்போது அவன் இருட்டின் இதயத்தை நோக்கித் துரிதமாக நடந்துகொண்டிருந் தான். ஓநாய் ஒன்றைப் போல. தனியாக.

தோல்விகளின் கடவுள்.

சின்ன விஷயங்களின் கடவுள்.

விரலில் நகப்பாலீஷைத் தவிர முழுக்க நிர்வாணமாக.

16

ஒரு சில மணிநேரங்களுக்குப் பிறகு

ஆற்றங்கரையில் மூன்று சிறுவர்கள். ஒரு ஜோடி இரட்டையர்களும் மற்றொரு சிறுமியும். அவளது இளநீல கார்டுராய் பினாஃபோர் உடையில் சாய்வான சந்தோஷ எழுத்துகள் *Holiday!* என்றன.

மரங்களின் ஈர இலைகள் சாணை பிடித்த உலோகம்போல் பளபளத்தன. நடக்கப்போகும் துயரச் சம்பவத்துக்கு அஞ்சலி செலுத்துவதுபோல் அடர்ந்த மஞ்சள் மூங்கில் புதர்கள் ஆற்றுக்குள் தலைதாழ்த்திக்கொண்டிருந்தன. நதியே இருட்டாகவும் அமைதியாகவும் இருந்தது. எவ்வளவு உயரத்தில் வெள்ளம் செல்கிறது எவ்வளவு வலுவாகச் செல்கிறது என்ற அறிகுறியையே வெளிக்காட்டாத துரோகம்.

வழக்கமாக ஒளித்துவைக்கும் புதரிலிருந்து, படகை எஸ்தாவும் ராஹேலும் இழுத்து வந்தனர். வெளுத்தா செய்து கொடுத்த துடுப்புகள் ஒரு மரப்பொந்தில் ஒளித்து வைக்கப்பட்டிருந்தன. அவர்கள் படகை ஆற்றில் இறக்கி, ஸோஃபீ மோள் ஏறுவதற்கு வசதியாக அசையாமல் பிடித்துக்கொண்டனர். அந்த இருட்டின் மீது முழு நம்பிக்கை வைத்த ஆட்டுக்குட்டிகள்போல் அந்த மினுமினுக்கும் கற்படிகளில் ஏறி இறங்கிக்கொண்டிருந்தனர்.

ஸோஃபீ மோள் தீர்மானமின்றித் தயங்கினாள். சுற்றியிருந்த நிழல்களுக்குள் புதைந்திருக்கும் விஷயங்கள் கொஞ்சம் பயத்தைக் கொடுத்தன. அவள் மார்புக்குக் குறுக்காகத் தொங்கவிட்டிருந்த துணிப்பையில் அவள் ஃபிரிட்ஜிலிருந்து திருட்டுத்தனமாக எடுத்து வந்த உணவுப் பொருட்கள் இருந்தன. ரொட்டி, கேக், பிஸ்கெட்டுகள். அந்த இரட்டையர்கள் அவர்களுடைய அம்மாவின் சொற்களைச் சுமந்துகொண்டிருந்தனர்.

நீங்கள் மட்டும் இல்லாதிருந்தால் நான் இங்கே வந்தேயிருக்க மாட்டேன். சுதந்திரமாக இருந்திருப்பேன். நீங்கள் பிறந்த அன்றே ஏதாவது அனாதை ஆசிரமத்தில் சேர்த்துவிட்டிருக்க வேண்டும். நீங்கள் இருவரும் என் கழுத்தில் தொங்கும் பாறாங்கற்கள். வேறெதையும் அவர்கள் சுமந்திருக்கவில்லை. அந்த ஆரஞ்சுட்ரிங்க்

லெமன்டிரிங்க் ஆள் எஸ்தாவுக்குச் செய்த விஷயத்தால் அவர்களுடைய வீட்டிற்கு வெகுதூரத்தில் இருந்த வீட்டில் எல்லாப் பொருட்களும் நிரப்பப்பட்டிருந்தன. எஸ்தா அக்கருஞ்சிவப்பு ஜாம்மில் கரண்டியால் துடுப்பு துழாவிய, இரண்டு நினைப்புகளை நினைத்த இரண்டு வாரங்கள் கழித்து, முக்கியமான மளிகை சாமான்களைக் – தீப்பெட்டிகள், உருளைக்கிழங்கு, ஒரு பழைய கரண்டி, ஒரு காற்றடைத்த வாத்து, பல வர்ண விரல்கள் கொண்ட சாக்ஸ், லண்டன் பஸ்கள் சுழலும் பால்பாயின்ட் பேனாக்கள், லூஸான பட்டன் கண்களைக் கொண்ட கான்டாஸ் கொவாலா – கடத்திவந்தனர்.

"அம்மு நம்மைக் கண்டுபிடித்து, திரும்பி வரச் சொல்லிக் கெஞ்சினால்?"

"அப்போது வேண்டுமானால் போகலாம். ஆனால் அவள் கெஞ்சினால் மட்டும்தான்."

உணர்ச்சிகரமான எஸ்தா.

ஸோஃபீ மோள் தானும் அவர்களுடன் வருவது அவசியம் என்று அந்த இரட்டையர்களை ஏற்றுக்கொள்ள வைத்தாள். குழந்தைகள் காணாமல்போவது, *எல்லாக்* குழந்தைகளும் காணாமல்போவது, பெரியவர்களின் கழிவிரக்கத்தை அதிகரிக்கும். ஹாம்லின் நகரின் பைட் பைப்பர் எல்லாக் குழந்தைகளையும் அழைத்துச் சென்றுவிட்ட பிறகு அந்நகரின் பெரியவர்கள் துன்புற்றதைப் போல இவர்களும் வருந்த வேண்டும். எல்லா இடங்களிலும் அவர்களைத் தேடி, கிடைக்காமல், மூவரும் இறந்துவிட்டதாகவே நினைத்த பிறகு, அம்மூவரும் வெற்றிகரமாக வீடு திரும்புவர். அப்போது, முன்னெப்போதையும்விட மதிப்பும் அன்பும் ஆதரவும் அதிகரிக்கும். அவளை மட்டும் தனியாக விட்டுவிட்டுச் சென்றுவிட்டால், அவளைச் சித்ரவதை செய்து அவர்கள் ஒளிந்துகொண்டிருக்கும் இடத்தை அவள் வாயிலிருந்து பிடுங்கிக்கொள்வர் என்ற அவளது வாதம் இறுதியில் பலனளித்தது.

ராஹேல் உள்ளே ஏறும்வரை எஸ்தா காத்திருந்து, பின் அவனும் ஏறி மறு முனையில் உட்காரப் படகு ஊசலாடியது. தன் காலைக் கரையில் ஊன்றித் தள்ளிப் படகைச் செலுத்தினான். ஆற்றின் மையத்திற்கு, ஆழமான தண்ணீர் பகுதிக்குச் செல்வதற்தாக நீரோட்டத்திற்கு எதிரே சாய்கோணத்தில் வெளுத்தா சொல்லிக்கொடுத்தபடி (அங்கே சென்றடைய வேண்டுமானால், அந்த இடத்தை நீங்கள் குறிவைத்துத் துடுப்பிட வேண்டும்) அவர்கள் துடுப்பிட்டனர்.

இந்த இருட்டு நெடுஞ்சாலையின் நிசப்தப் போக்குவரத்தின் தவறான தடத்தில் தாம் இருப்பதை அவர்கள் உணரவில்லை. அந்த மரக்கிளைகளும் கட்டைகளும் மரத்தின் பகுதிகளும் அவர்களை நோக்கிச் சிறிது வேகத்தில் அடித்துக்கொண்டு வந்தன.

மைய ஆழப்பகுதியை அவர்கள் கடந்து, மறு கரைக்குச் சில கஜ தூரமே இருக்கும்போது மிதந்துவந்த ஒரு மரக்கட்டை அச்சிறிய

படகின் மீது மோதியது. படகு புரண்டது. இதற்கு முன் ஆற்றைக் கடந்த பல சந்தர்ப்பங்களில் அவர்களுக்கு இதுபோல் நிகழ்ந்திருக்கிறது. படகிற்குப் பின்னாலேயே நீந்திச் சென்று, அதை ஒரு மிதவையாகப் பற்றிக்கொண்டு, காலால் துடுப்பிட்டுக்கொண்டே கரை சேர்ந்திருக் கின்றார்கள். இம்முறை இருட்டில் படகு அவர்களுடைய கண்களுக்குப் புலப்படவில்லை. நீரோட்டத்தில் அது படுவேகமாக அடித்துச் செல்லப் பட்டது. அவர்கள் கரையை நோக்கி நீந்தினர். கொஞ்ச தூரம்தான். ஆனால் அதைக் கடக்க இப்போது எவ்வளவு சிரமமாக இருக்கிற தென்று அவர்களுக்கு வியப்பாக இருந்தது.

நீரின் மேல் தாழ்வாக வளைந்திருந்த ஒரு கிளையை எஸ்தா பற்றினான். திரும்பி படகு ஆற்றில் எங்கே இருக்கிறதென்று இருட் டிற்குள் உற்று நோக்கினான்.

"எதுவுமே எனக்குத் தெரியவில்லை. அது போச்சு."

ராஹேல், உடம்பெல்லாம் சகதியாகக் கரையேறி எஸ்தா மேலேறி வருவதற்குக் கையை நீட்டினாள். அவர்களுக்கு மூச்சிரைப்பு அடங்கிச் சில நிமிடங்கள் கழித்துத்தான் படகு தொலைந்துபோயிருப்பது உறைத் தது. அதன் இழப்பிற்கு வருந்தினர்.

"நம்முடைய எல்லா உணவும் நாசமாகிவிட்டது" ராஹேல் ஸோஃபீ மோளிடம் கூறினாள். மௌனம். தண்ணீர் விரையும் சுருளும் மீன்கள் நீந்தும் நிசப்தம்.

"ஸோஃபீ மோள்!" விரையும் ஆற்றின் மீது குனிந்து அவள் கிசு கிசுத்தாள். "நாங்கள் இங்கேயிருக்கிறோம்! இங்கே! இந்த இலுப்ப மரத்திற்கருகே!"

இல்லை.

ராஹேலின் இதயத்தின் மேல் பப்பாச்சியின் விட்டில் அதன் பயங்கர துக்கச் சிறகுகளை விரித்துத் திறந்தது.

திறந்து.

மூடி.

அதன் கால்களை உயர்த்தியது.

மேலே.

கீழே.

அவர்கள் ஆற்றங்கரையோரமாகவே அவளைக் கத்திக் கூப்பிட்ட படி ஓடினர். ஆனால் அவள் சென்றுவிட்டிருந்தாள். வாயடைக்கப் பட்ட நெடுஞ்சாலையில் அடித்துச் செல்லப்பட்டிருந்தாள். சாம்பல் பச்சைநிற நெடுஞ்சாலை. அதில் மீன்கள்கூட இருந்தன. வானமும் மரங்களும் இருந்தன. இரவானால் உடைந்த மஞ்சள் நிலா கூட இருக்கும்.

அங்கே புயல் – இசை ஏதும் ஒலிக்கவில்லை. மீனச்சலின் மையிருட்டு ஆழத்திலிருந்து எந்த நீர்ச்சுழலும் மேலெழும்பி வரவில்லை. அந்தத் துயரத்தை எந்தச் சுறா மீனும் கவனிக்கவில்லை.

வெறும் அமைதியானதோர் ஒப்படைப்பு விழா. ஒரு படகு அதன் சரக்குகளைக் கொட்டிவிட்டது. ஓர் ஆறு அவற்றை ஏற்றுக்கொண்டது. ஒரு சிறிய உயிர். ஒரு சின்ன வெயில்கீற்று. அதன் சிறிய மணிக்கட்டில் அதிர்ஷ்டத்திற்காக ஒரு வெள்ளிப் பூண்.

அப்போது விடியற்காலை நான்கு மணி. இன்னும் இருட்டாக இருந்தது. இரட்டையர்கள் களைத்து, கலங்கி, குழம்பி, உடலெங்கும் சேறாக, சதுப்பு நிலத்தினூடாக அந்த சரித்திர வீட்டை நெருங்கினர். அவர்களின் கனவுகள் சிறைபிடிக்கப்பட்டு மீண்டும் கனவு காணப் போகின்றன. ஒரு துர்தேவதைக் கதையின் ஹான்ஸல்லும் கிரடல்லும். பின்தாழ்வாரத்தில் ஒரு புற்படுக்கையில், காற்றடித்த ஒரு வாத்தும் ஒரு கான்டாஸ் கொவாலாவும் அருகிலிருக்க படுத்துக்கொண்டனர். ஒரு ஜோடி ஈரமான குட்டி ஜீவன்கள். பயத்தில் மரத்து, உலகம் அழிந்துபோகக் காத்துக்கொண்டு.

“இதற்குள் அவள் இறந்துவிட்டிருப்பாளா?”

எஸ்தா பதிலளிக்கவில்லை.

“என்ன நடக்கும்?”

“நாம் ஜெயிலுக்குப் போவோம்.”

அவனுக்கு நன்றாகத் தெரிந்திருந்தது. குட்டி மனிதன். He lived in a cara-van. டம்டம்.

சற்றுத் தள்ளி நிழலில் யாரோ படுத்து உறங்கிக்கொண்டிருப்பதை அவர்கள் கவனிக்கவில்லை. ஓநாய் ஒன்றைப் போலத் தனியாக. அவன் கருப்பு முதுகில் ஒரு பழுப்பு நிற இலை. அதுதான் பருவமழையைத் தவறாமல் வரவழைக்கிறது.

17

கொச்சி துறைமுக முனையம்

அழுக்கான அய்மனம் இல்லத்தில் அவனது சுத்தமான அறையில் (வயதாகாத, இளமையில்லாத) எஸ்தா கட்டிலில், இருட்டில் அமர்ந்திருந்தான். நேராக நிமிர்ந்து அமர்ந்திருந்தான். விரிந்த தோள்கள். தொடையின் மீது கைகள். ஏதோ சோதனைக்கு உட்படுத்தப்படுவதற்கு அடுத்த ஆளைப் போல. அல்லது கைது செய்யப்படுவதற்காகக் காத்திருப்பவனைப் போல.

துணிகளுக்கு இஸ்திரி செய்து முடித்தாகிவிட்டது. இஸ்திரி மேஜையின் மேல் அவை ஒழுங்காக அடுக்கப்பட்டிருந்தன. ராஹேலின் உடைகளைக் கூட இஸ்திரி செய்து வைத்திருந்தான்.

ஓயாமல் மழை பெய்துகொண்டிருந்தது. இரவு மழை. பேண்டு வாத்தியக்குழுவில் மற்றவர்களெல்லாம் தூங்கப் போய்விட்ட பிறகு, தனியாக அமர்ந்து பயிற்சிசெய்யும் தனியான டிரம்மர்.

பக்கவாட்டு முற்றத்தின் 'ஆண்களின் தேவை'களுக்கான தனிவாசல் எதிரே அந்தப் பழைய பிளிமத்தின் குரோமிய வால் சிறகுகள் மின்னல் வெளிச்சத்தில் ஒரு கணம் மின்னின. சாக்கோ கனடாவுக்குச் சென்று பல வருடங்கள் கழித்தும் அந்தக் காரை தவறாமல் கழுவித் துடைப்பதற்குப் பேபி கொச்சம்மா ஏற்பாடுசெய்திருந்தாள். வாரத்துக்கு இருமுறை, ஒரு சிறிய ஊதியத் திற்குக் கொச்சு மரியாவின் மைத்துனன், அவன் ஓட்டுநராக வேலைபார்க்கும் கோட்டயம் நகராட்சியின் குப்பை லாரியை ஓட்டிக்கொண்டு அய்மனம் இல்லத்திற்கு வந்து (லாரி முழுக்கக் கோட்டயத்தின் கழிவுகள் நிரம்பியிருக்க, அந்த வண்டி போய் வெகுநேரத்திற்குப் பிறகும் அதன் நாற்றப்புகை அங்கேயே மிதந்துகொண்டிருக்கும்) கொச்சம்மாவின் சம்பளத்தை வாங்கிக் கொண்டு, பிளிமத்தை அதன் பாட்டரி சார்ஜ் இறங்காமலிருக்க ஒரு சுற்று ஓட்டிவிட்டு வருவான். அவளுக்குத் தொலைக்காட்சி வெறி ஆட்கொண்டதும் அந்தக் காரையும் அந்தத் தோட்டத்தையும் ஒருசேரக் கைவிட்டுவிட்டாள். டூட்டி – ஃப்ரூட்டி.

ஒவ்வோர் ஆண்டும் பருவமழையின்போது அந்தப் பழைய கார் தரைக்குள் மேலும் புதைந்துகொண்டிருந்தது. மூட்டுவலி

வந்த கோழி அதன் முட்டைகளின் மீது இறுக்கமாக அமர்ந்திருப்பதைப் போல. எழுந்து நிற்க எந்த உத்தேசமுமின்றி. அதன் காற்றுப்போன டயர்களைச் சுற்றிப் புல் வளர்ந்திருந்தது. பாரடைஸ் ஊறுகாய் கம்பெனியின் விளம்பர போர்டு துருப்பிடித்து, சிதைந்த கிரீடத்தைப் போல உட்பக்கமாக மடங்கி விழுந்திருந்தது.

டிரைவர் பக்கத்திலிருந்த பாதி உடைந்த கண்ணாடியின்மேல் ஒரு கொடி படர்ந்து தன் உருவத்தைப் பார்த்துக்கொண்டிருந்தது.

பின்னிருக்கையில் ஒரு சிட்டுக்குருவி இறந்திருந்தது. கூடு கட்டுவதற்கு இருக்கையின் நுரைப்பஞ்சு தோதுப்படுமா என்று சோதித்துப் பார்க்கப் பின்பக்கக் கண்ணாடியிலிருந்த ஓட்டை வழியாக அது காருக்குள் நுழைந்திருந்தது. வெளியே போக வழி தெரியவில்லை. கார் ஜன்னலுக் குள்ளிருந்து எழுப்பிய அதன் அபயக்குரலை ஒருவரும் கேட்கவில்லை. பின்னிருக்கையிலேயே அதன் கால்களை அந்தரத்தில் தூக்கியபடி செத்துப்போயிற்று. ஒரு ஜோக்போல.

கொச்சு மரியா முகப்பறையில் தரையில் ஒரு கமாவைப் போல உடலைச் சுருக்கிக்கொண்டு இன்னும் ஓடிக்கொண்டிருந்த தொலைக்காட்சியின் துடிக்கும் வெளிச்சத்தில் படுத்துத் தூங்கிக்கொண்டிருந்தாள். அமெரிக்கப் போலீஸ்காரர்கள் டீன் – ஏஜ் பையனொருவனைக் கையில் விலங்கிட்டு ஒரு போலீஸ் காரில் அடைத்துக்கொண்டிருந்தனர். நடைபாதையில் ரத்தம் சிதறியிருந்தது. போலீஸ் வாகனத்தின் விளக்குகள் ஃபிளாஷ் அடித்துக்கொண்டிருந்தன. கூடவே ஒரு சைரனும் ஊளையிட்டுக் கொண்டிருந்தது. கலங்கலாக ஒரு பெண்மணி, ஒருவேளை அப்பைய னின் அம்மாவாக இருக்கலாம், நிழலிலிருந்து மிரட்சியுடன் பார்த்துக் கொண்டிருந்தாள். அப்பையன் திமிறினான். அவன் அவர்கள்மீது வழக்கு தொடுத்துவிடக் கூடாதென்பதற்காக மொஸைக் பிளர் பயன் படுத்தி அவன் முகத்தின் மேற்பகுதியை மறைத்திருந்தனர். அவன் வாய் முழுக்க ரத்தம் உறைந்திருந்தது. அவன் டி – சர்ட்டின் முன்பகுதி யில் சிவப்பு துணி போல ரத்தம் வழிந்திருந்தது. குழந்தையைப் போன்ற அவனது இளஞ்சிவப்பு உதடுகள் பல்வரிசையிலிருந்து கிழிக்கப்பட் டிருந்தன. ஓநாய் மனிதனைப் போலக் காட்சியளித்தான். கார் ஜன்னலி லிருந்து காமிராவை நோக்கி வீறிட்டான்.

“எனக்குப் பதினைந்து வயதாகிறது. இப்போது இருப்பதை விட நல்ல பையனாக இருக்கத்தான் எனக்கு ஆசை. ஆனால் நான் அப்படி யல்ல. என் பரிதாபக் கதையைக் கேட்கிறீர்களா?”

காமிராவின் மேல் அவன் காறி உமிழ்ந்தான். எச்சில் அம்புகள் லென்ஸில் மோதி வழிந்தன.

பேபி கொச்சம்மா அவள் அறையில் இருந்தாள். படுக்கையில் அமர்ந்து கொண்டு ஒரு லிஸ்டெரைன் தள்ளுபடி கூப்பனை (அதன் புதிய

ஐநூறு மி.லி. பாட்டிலை வாங்கினால் இரண்டு ரூபாய் தள்ளுபடி மற்றும் அதன் லாட்டரியில் வெற்றி பெறுபவர்களுக்கு இரண்டாயிரம் ரூபாய் மதிப்புள்ள கிஃப்ட் வவுச்சர்கள்) நிரப்பிக்கொண்டிருந்தாள்.

சுவரின் மீதும் மேற்கூரையிலும் பூச்சிகளின் ராட்சத நிழல்கள் பாய்ந்தன. அவற்றை அழிக்க பேபி கொச்சம்மா ஒரு பக்கெட் தண்ணீரில் ஒரு பெரிய மெழுவர்த்தி ஏற்றி வைத்திருந்தாள். ஏற்கனவே தண்ணீரில் இறக்கை முளைத்த சடலங்கள் நிறைந்திருந்தன. மெழுகுவர்த்தி வெளிச்சம் அவள் ரூஜ் கன்னங்களையும் சாயமிட்ட உதடுகளையும் முலாம் பூசி யிருந்தது. கண் மை அழிந்து கலைந்திருந்தது. அவள் நகைகள் ஒளிர்ந்தன.

கூப்பனை மெழுகுவர்த்தியை நோக்கிச் சாய்த்தாள்.

எந்த பிராண்டு மவுத்வாஷ் நீங்கள் வழக்கமாக உபயோகிக்கிறீர்கள்?

லிஸ்டெரைன். பேபி கொச்சம்மா முதுமையால் நெளிந்த கையெழுத்தில் நிரப்பினாள்.

உங்கள் தேர்வுக்குக் காரணங்களைக் கூறுக.

அவள் தயங்கவேயில்லை. Tangy Taste. Fresh Breath. தொலைக்காட்சி விளம்பரங்களின் கச்சிதமான, கவர்ச்சியான நடையை அவள் கற்றிருந்தாள்.

அவள் தன் பெயரை எழுதினாள். வயது பொய்.

தொழில் என்பதற்கு நேராக Ornamental Gardening (Dip) Roch. USA என்று எழுதினாள்.

ரிலையபிள் மெடிகோஸ், கோட்டயம் என்று எழுதப்பட்டிருந்த உறையில் கூப்பனை வைத்து ஒட்டினாள். அது கொச்சு மரியா மறுநாள் காலை பெஸ்ட் பேக்கரி கிரீம் பன் வாங்க டவுனுக்குச் செல்லும்போது அவளுடன் செல்லும்.

பேபி கொச்சம்மா தனது கருஞ்சிவப்பு டைரியை எடுத்தாள் *(பேனாவும் அதன்கூடவே இருக்கும்.)* ஜூன் 19க்குத் திருப்பி புதிய பதிவுகளைச் செய்தாள். வழக்கமான பதிவுகள்தாம். அவள் எழுதினாள்: I love you I love you.

டைரியின் எல்லாப் பக்கங்களிலும் ஒரேமாதிரியான வாசகங்கள். அவள் அலமாரி முழுக்க ஒரே மாதிரி எழுதப்பட்ட டைரிகளை அடுக்கிவைத்திருக்கிறாள். சிலவற்றில் அதை விட அதிகமாகச் சில விஷயங்கள் சொல்லப்பட்டிருக்கும். சிலவற்றில் தினசரிக் கணக்குகள், செய்ய வேண்டியவற்றின் பட்டியல்கள், தொலைக்காட்சித் தொடர்களிலிருந்து எடுக்கப்பட்ட அபிமான வசனங்கள். ஆனால் இத்தகைய பதிவுகள்கூட அந்த வழக்கமான ஆரம்பத்திற்குப் பிறகே எழுதப்பட்டிருக்கும்: I love you I love you.

ஃபாதர் முல்லிகன் நான்கு வருடங்களுக்கு முந்தி மஞ்சள் காமாலையில், ரிஷிகேஷிற்கருகிலிருந்த ஓர் ஆசிரமத்தில் இறந்து போனார். வருடக்கணக்காக அவர் இந்து வேதவாசகங்களை ஆராய்ச்சி செய்து கொண்டிருந்தது முதலில் இறையியல் ஆர்வத்திற்குக் கொண்டுசென்று, இறுதியில் மத மாற்றத்தில் முடிந்தது. பதினைந்து வருடங்களுக்கு முன்னால் ஃபாதர் முல்லிகன் ஒரு வைணவராக மாறிவிட்டார். விஷ்ணு உபாசகராக. ஆசிரமத்தில் சேர்ந்துவிட்ட பிறகும்கூட அவர் பேபி கொச்சம்மாவிற்குக் கடிதம் எழுதிவந்தார். ஒவ்வொரு தீபாவளிக்கும் அவளுக்கு கடிதமும் புது வருடத்துக்கு வாழ்த்து அட்டையும் அனுப்புவார். சில வருடங்களுக்கு முன்பு அவர் ஓர் ஆன்மீகக் கூட்டத்தில் நடுத்தர வர்க்க பஞ்சாபி விதவைகளுக்கு மத்தியில் உரையாற்றும் புகைப்படத்தை அவளுக்கு அனுப்பியிருந்தார். அந்தப் பெண்கள் அனைவரும் வெள்ளைச் சேலையில், தலைக்கு மேல் முக்காடு போட்டுக் கொண்டு அமர்ந்திருந்தனர். ஃபாதர் முல்லிகன் காவியுடையில் இருந்தார். வேகவைத்த முட்டைகளுக்கு மத்தியில் ஒரு மஞ்சள் கரு உரையாற்றிக்கொண்டிருந்தது. அவருடைய வெண்தாடியும் தலை முடியும் நீண்டிருந்தாலும் வாரப்பட்டு முடிந்திருந்தன. நெற்றியில் திருமண் அணிந்த ஒரு காவி சாண்டா க்ளாஸ். பேபி கொச்சம்மாவால் நம்ப முடியவில்லை. அவர் அனுப்பி அவள் பத்திரப்படுத்தி வைத்துக்கொள்ளாத ஒரே விஷயம் அதுதான். இறுதியில் தனது சத்தியங்களை அவர் துறந்துவிட்டதில் அவள் புண்பட்டாள். அவளுக்காக அல்ல. மற்ற சத்தியங்களுக்காக. ஒருவரைக் கைகளை விரித்து வரவேற்றுக்கொண்டே, அவளைக் கடந்து சென்று வேறு யாரையோ அணைத்துக்கொள்வதைப் போல.

ஃபாதர் முல்லிகனின் மரணம் பேபி கொச்சம்மாவின் டைரி வாசகங்களில் எந்த மாற்றத்தையும் ஏற்படுத்தவில்லை. அவளைப் பொறுத்த வரை அதுவொன்றும் அவளுடைய உடைமையாக அவர் ஆகிவிட்டிருந்ததை மாற்றிவிடவில்லை. சொல்லப்போனால், அவர் உயிருடன் இருந்ததைவிட மரணத்தில்தான் அவரை அவள் முழுமையாக ஆட்கொண்டுவிட்டாள். குறைந்தபட்சம், அவரைப் பற்றிய ஞாபகங்கள் அவளுடையவை. மொத்தமாக அவளுக்கே சொந்தமானவை. முரட்டுத்தனமாக, உன்மத்தமாக அவள் மட்டுமே உரிமை கொண்டாடினாள். அவருக்காகப் போட்டியிடும் இதர சக – கன்னிகாஸ்திரீகள், சக – சாதுக்கள், சக ஸ்வாமிகள் அல்லது தம்மை வேறெப்படி அழைத்துக் கொள்பவர்களுடனும் அவரைப் பங்கு போட்டுக்கொள்ள வேண்டியதில்லை. நம்பிக்கையை அவள் பங்கு போட்டுக்கொள்ள அவசியமில்லை.

அவளை அவர் இல்வாழ்க்கையில் நிராகரித்தது (மென்மையாகவும் கரிசனத்தோடும் இருந்தாலும்) மரணத்தால் ஈடுகட்டப்பட்டுவிட்டது. அவரைப் பற்றிய அவள் ஞாபகங்களில் அவளை அவர் ஆலிங்கனம் செய்து கொண்டார். அவளை மட்டும். ஓர் ஆண் ஒரு பெண்ணை அணைத்துக்கொள்வதைப் போலவே. அவர் இறந்தவுடனேயே ஃபாதர் முல்லிகனின் அபத்தமான காவியுடைகளை அவள் அவிழ்த்தெறிந்தாள். அவளுக்குப் பிரியமான அந்த கோக – கோலா அங்கியை மீண்டும்

அவருக்கு அணிவித்தாள். (கிருஸ்துவையொத்த அந்த மெலிந்த உடலைத் தொட்டு ஆடையணிவித்தபோது அவளது உணர்ச்சிகளுக்குப் பெரு விருந்து கிடைத்தது.) அவர் வைத்திருந்த பிச்சைப் பாத்திரத்தைப் பிடுங்கியெறிந்தாள். அவரது கட்டைச் செருப்பைக் கழற்றிப்போட்டு பழைய சௌகரியமான ஸாண்டல்களை அணிவித்தாள். அவரை வியாழக்கிழமைகளில் விருந்துண்ண வரும் நீண்ட கால்களைக் கொண்ட ஒட்டகமாக மீண்டும் மாற்றினாள்.

அதன்பின் ஒவ்வோர் இரவுக்குப் பின் இரவாக, ஒவ்வொரு வருட, வருடத்துக்குப்பின் வருடமாக, டைரி, டைரிகளாக, அவள் எழுதிக்கொண்டேயிருந்தாள்: *I love you I love you.*

பேனாவை அதன் உறையில் செருகிவிட்டு, டைரியை மூடினாள். கண்ணாடியைக் கழற்றினாள். பல்செட்டை நாக்கினாலேயே கழற்றி, பல் ஈறுகளோடு கோத்திருந்த எச்சில் இழைகளை அறுத்து, ஒரு கண்ணாடி டம்ளரிலிருந்த ஸிஸ்டெரைனுக்குள் இட்டாள். அந்தப் பல்தொகுதி அடியில் அமிழ்ந்து, பிரார்த்தனை போல் குட்டிகுட்டி யான குமிழ்களை விடுவித்தது. அவளது இரவுக் குல்லா. ஓர் இறுக்க மான பொக்கைப் புன்னகை. காலையில் பளிச்சிடும் பற்கள்.

பேபி கொச்சம்மா தலையணையில் சாய்ந்துகொண்டு எஸ்தாவின் அறையிலிருந்து ராஹேல் வெளியே வரும் சத்தத்திற்காகக் காத்திருந் தாள். அவர்கள், அந்த இருவரும், அவளை அசௌகரியப்படுத்தத் தொடங்கிவிட்டனர். சில நாட்களுக்கு முன், காலை அவள் ஜன்னலைத் (காற்றுக்காக) திறந்தபோது அவர்கள் இருவரும் எங்கோ சென்றுவிட்டு ஒன்றாகத் திரும்புவதைப் பார்த்துவிட்டாள். ராத்திரி முழுக்க எங்கோ கழித்திருக்கின்றனர். ஒன்றாக. எங்கே இருந்திருக்கக்கூடும்? அவர்களுக்கு என்ன, எவ்வளவு ஞாபகத்தில் இருக்கும்? எப்போது அவர்கள் வெளி யேறுவார்கள்? இருட்டில் ஒன்றாக உட்கார்ந்துகொண்டு இவ்வளவு நேரத்திற்கு என்னதான் செய்துகொண்டிருப்பார்கள்? மழையின் சத்தத் தாலும், தொலைக்காட்சி ஓடிக்கொண்டிருந்ததாலும் எஸ்தாவின் அறைக் கதவு திறந்தது ஒருவேளை தனக்குக் கேட்டிருக்காமல் போயிருக்கலாம் என்றும், ராஹேல் எப்போதோ படுக்கச் சென்று விட்டிருப்பாள் என்றும் நினைத்துக்கொண்டு தலையணையில் புதைந்து தூங்கிப்போனாள்.

அவள் சென்றிருக்கவில்லை.

ராஹேல் எஸ்தாவின் கட்டிலில் படுத்துக்கொண்டிருந்தாள். படுத் திருக்கும்போது மேலும் மெலிந்திருப்பதாகத் தெரிந்தாள். வயது குறைந்து. சிறியவளாக. கட்டிலுக்குப் பக்கத்திலிருந்த ஜன்னலை நோக்கி அவள் முகம் திரும்பியது. சாய்வாக அடித்துக் கொண்டிருந்த மழை, ஜன்னல் கம்பிகளில் மோதி, அவள் முகத்திலும் அவளது மென்மையான முன்னங் கையின் மீதும் மெல்லிய சாரலாகத் தெளித்தது. அவளது மிருதுவான, கையில்லாத டி – சர்ட் இருட்டில் மஞ்சளாக மின்னியது. இடுப்பிற்குக் கீழே அவளது நீலநிற ஜீன்ஸ் இருட்டில் கரைந்து கலந்திருந்தது.

கொஞ்சம் குளிராக இருந்தது. கொஞ்சம் ஈரமாக. கொஞ்சம் அமைதியாக. காற்று.

ஆனால் சொல்ல என்ன இருக்கிறது?

கட்டிலின் முடிவில் அமர்ந்திருந்த எஸ்தாவால் தலையைத் திருப்பாமலேயே அவளைப் பார்க்க முடிந்தது. மெலிதான அவுட் லைனில். அவள் தாடையின் கூர்மையான வளைவு, கழுத்தின் அடியிலிருந்து புறப்பட்டுத் தோளின் கடைசிவரை, விரிந்த சிறகுகள் போலத் தூக்கியிருக்கும் கழுத்தெலும்புகள். தோலைப் பிடித்து தலைகீழாகத் தூக்கிப் பிடித்திருக்கும் ஒரு குருவி.

அவள் தன் தலையைத் திருப்பி அவனைப் பார்த்தாள். அவன் மிக நேராக நிமிர்ந்து உட்கார்ந்திருந்தான். சோதனை செய்யப்படக் காத்துக்கொண்டு. அவன் இஸ்திரி செய்து முடித்துவிட்டிருந்தான். அவனுக்கு அவள் மிக இனிமையானவள். அவள் கூந்தல். அவள் கன்னங்கள், அவளுடைய சிறிய, அறிவுபூர்வமாகத் தோன்றும் கைகள்.

அவனுடைய சகோதரி.

ஒரு நச்சரிக்கும் ஒலி அவன் தலைக்குள் ஆரம்பித்தது. கடந்து செல்லும் ரயில்களின் ஒலி. ஜன்னல் இருக்கையில் மாறிமாறி விழும் வெளிச்சமும் நிழலும்.

அவன் இன்னும் நேராக நிமிர்ந்து அமர்ந்தான். இப்போதும் அவனால் அவளைப் பார்க்க முடிந்தது. அவன் அம்மாவின் சருமத்திற்குள் அவள் வளர்ந்து நிறைந்திருக்கிறாள். இருட்டில் மினுக்கிடும் அவள் கண்களின் ஜ்வலிப்பு. சிறிய, நேரான மூக்கு. முழுமையான உதடுகளுடன் அவளுடைய வாய். அதில் தெரியும் ஏதோ அடிபட்ட தன்மை. எதிலிருந்தோ கூசி விலகுகிறாற்போல். வெகுகாலத்திற்கு முன் – மோதிரங்கள் அணிந்த எவனோ – உதட்டுக்குக் குறுக்காக அடித்ததைப்போல. ஓர் அழகான, அடிபட்ட வாய்.

அவர்களுடைய அழகான அம்மாவின் வாய் என்று எஸ்தா நினைத்தான். அம்முவின் வாய்.

கம்பியிட்ட ரயில் ஜன்னலின் வழியாக அவன் கைகளில் முத்தமிட்ட வாய். சென்னைக்குச் செல்லும் மெட்ராஸ் மெயிலின் முதல் வகுப்பு.

“பை, எஸ்தா. காட் ப்ளெஸ்” அம்முவின் வாய் சொன்னது. அம்முவின் – அழக் கூடாது – என்று – கட்டுப்படுத்தப்பட்ட – வாய்.

அவளைக் கடைசியாக அவன் பார்த்தது.

கொச்சி துறைமுக முனைய நடைமேடையில், ரயில் ஜன்னலுக்கு முகத்தைத் திருப்பிக்கொண்டு நின்றிருந்தாள். ஸ்டேஷனின் நியான் வெளிச்சம் அவள் சருமத்தைச் சாம்பல் நிறமாக்கி அதன் ஒளிரும்

மினுமினுப்பை அழித்து சோகை பிடித்தாற்போல் காட்டியது. இரண்டு பக்கங்களிலும் ரயில்களால் தடுக்கப்பட்ட பகல்வெளிச்சம். இருட்டைப் பாட்டிலில் இட்டு மூடிய நீண்ட மூடிகள். மெட்ராஸ் மெயில். பறக்கும் ராணி.

அம்முவின் கையை ராஹேல் பிடித்திருந்தாள். கழுத்து வார் கட்டப்பட்டுக் கையைப் பற்றிக்கொண்டிருந்த ஒரு கொசு. பாட்டா செருப்பணிந்த ஓர் அகதி குச்சிப்பூச்சி. ரயில் நிலையத்தில் இருக்கும் ஒரு விமான நிலைய தேவதை. தரையிலிருந்த ஸ்டேஷன் குப்பைகளைக் கால்களால் உதைத்துக் கொண்டிருந்தாள். அம்மு அவளை உலுக்கி, ஸ்டாப்பிட் என்றதும் ஸ்டாப்பிட்டினாள். அவர்களைச் சுற்றிலும் இடித்துக்கொண்டும் முட்டிமோதிக்கொண்டும் கடந்துசெல்லும் கூட்டம்.

ஓட்டமும் நடையுமாக, அவசர அவசரமாக, வாங்கிக்கொண்டு, விற்றுக்கொண்டு, சுமைகளைத் தள்ளிக் கொண்டுசெல்லும் கூலியாட்கள், மலம் கழித்துக்கொண்டிருக்கும் சிறுவர்கள், எச்சில் துப்பும் பெரியவர்கள், வருகின்ற, போகின்ற, பிச்சை கேட்கின்ற, பேரம் பேசுகின்ற, முன்பதிவைப் பரிசோதித்துக்கொள்கிற மனிதர்கள்.

எதிரொலிக்கும் ஸ்டேஷன் சத்தங்கள்.

காபி டீ விற்பவர்கள்.

சத்துணவுக் குறைவால் செம்பட்டையான, ஒட்டி உலர்ந்த சிறுவர்கள் அபத்தமான பத்திரிகைகளையும் தம்மால் வாங்கிச் சாப்பிட முடியாத உணவுப் பொருட்களையும் விற்றுச் சென்றனர்.

இளகிய சாக்லேட்டுகள், சிகரெட் ஸ்வீட்கள்.

ஆரஞ்சுடிரிங்குகள்.

லெமன்டிரிங்குகள்.

கோககோலாஃபான்டாஐஸ்க்ரீம்ரோஸ்மில்க்.

இளஞ்சிவப்பு பொம்மைகள். கிலுகிலுப்பைகள். லவ் – இன் – டோக்கியோக்கள்.

பிளாஸ்டிக் கிளி டப்பாக்களில் மிட்டாய்கள். தலையைத் திருகித் திறக்கலாம்.

மஞ்சள் பிரேமிட்ட சிவப்பு வெயில் கண்ணாடிகள்.

நேரம் வரையப்பட்ட பொம்மைக் கைக்கடிகாரங்கள்.

ஒரு வண்டி நிறையப் பழுதடைந்த டூத் பிரஷ்கள்.

கொச்சி துறைமுக முனையம்.

சாம்பல் நிற ஸ்டேஷன் வெளிச்சம். பொள்ளல் மனிதர்கள். வீடற்றவர்கள். பசித்தவர்கள். போன வருடப் பஞ்சத்திலிருந்து இன்னமும் மீளாதவர்கள். அவர்களுடைய புரட்சி தற்காலிகமாகத் தோழர் இ.எம்.எஸ். நம்பூதிரிபாட் அவர்களால் (*சோவியத் கைக் கூலி, ஓடும் நாய்*) ஒத்திவைக்கப்பட்டிருந்தது. பீகிங்கின் முன்னாள் செல்லம்.

காற்று ஈக்களால் அடர்ந்திருந்தது.

கண் இமைகளின்றி, சாயம்போன ஜீன்ஸ் நீலத்தில் விழிகளும், உடலெங்கும் பள்ளங்களிட்டிருக்கும் பெரியம்மைத் தழும்புகளுமாக இருந்த குருடன் ஒருவன் பக்கத்திலிருந்த குஷ்டரோகியுடன் பேசிக் கொண்டிருந்தான். விரல்கள் இல்லாவிட்டாலும், மிகத் திறமையாகக் கீழேயிருந்த சிகரெட் துண்டுகளைப் பற்றியெடுத்து குஷ்டரோகி தன் பக்கத்தில் குவித்துவைத்திருந்தான்.

“என்னடா? நீ எப்போது இங்கே வந்தாய்?”

ஏதோ அவர்களுக்குத் தேர்ந்தெடுக்க வாய்ப்பிருப்பதைப் போல. குடியிருப்பு இல்லங்கள் விபரம் அச்சிட்டப் பளபளக்கும் கையேடுகளில் அலசி இந்த இடத்தை அவர்கள் வீடாகத் தேர்ந்தெடுத்துக் கொண்டதைப் போல.

ஒரு சிவப்பு எடைபார்க்கும் மெஷின் மேல் அமர்ந்திருந்த ஒருவன் ஸ்டிராப்புகளைத் தளர்த்தித் (முட்டிக்கு கீழே) தனது செயற்கைக் காலைக் கழற்றினான். கருப்பு பூட்சும் அழகான வெள்ளை சாக்ஸும் அதில் வரையப்பட்டிருந்தன. குமிழ் இணைப்புகளுடன் பொள்ளலாக இருந்த முழங்கால், இளஞ்சிவப்பு நிறத்தில் நிஜமான முழங்கால் போலவே இருந்தது. (மனிதனின் பிம்பத்தை மறுஆக்கம் செய்யும்போது கடவுளின் தவறுகளை ஏன் திரும்பச் செய்ய வேண்டும்?) அதற்குள் அவனது பயணச்சீட்டை வைத்தான். அவனது டவல். அவனது ஸ்டெயின்லெஸ் ஸ்டீல் டம்ளர். அவனுடைய வாசனைகள். அவனுடைய ரகசியங்கள். அவனுடைய காதல். அவனுடைய பேதமை. அவனுடைய நம்பிக்கை. அவனுடைய உள்ளார்ந்த மகிழ்ச்சி. அவனுடைய உண்மையான கால் மொண்ணையாக இருந்தது.

அவன் தன்னுடைய டம்ளரில் கொஞ்சம் டீ வாங்கினான்.

ஒரு கிழவி வாந்தியெடுத்தாள். கட்டி, கட்டியாக ஒரு குட்டை. வாந்தியெடுத்து முடித்துவிட்டு அவள் பாட்டுக்கு தன் வாழ்க்கையோடு போய்க்கொண்டிருந்தாள்.

ரயில் நிலைய உலகம். சமுதாயத்தின் சர்க்கஸ். அங்கே வணிகத்தின் வேகத்துடன் விரக்தி கூடடையும். படுத்து, கெட்டித்து, சரணடையும்.

ஆனால் இம்முறை அம்முவுக்கும் அவளுடைய இரு கரு இரட்டையர்களுக்கும் அது செல்வதைக் கவனிக்க பிளிமத் சன்னல் இல்லை. சர்க்கஸ் காற்றில் வீசியெறிந்தபோது தாங்கிப் பிடிக்க வலையேதுமில்லை.

மூட்டை கட்டிக்கொண்டு கிளம்பு என்று சொல்லிவிட்டான் சாக்கோ. உடைக்கப்பட்ட கதவு ஒன்றைத் தாண்டி வந்து. கையில் ஒரு கைப்பிடி. அம்முவிற்குக் கைகள் நடுங்கினாலும் அவளது அவசிய மற்ற ஹெம்மிங் தையலிலிருந்து நிமிர்ந்து பார்க்கவில்லை.

ஆனால் ராஹேல் பார்த்தாள். நிமிர்ந்து பார்த்தாள். சாக்கோ மறைந்துபோய் அங்கே ஓர் அரக்கன் இருப்பதை.

ஜம்மென்று வெள்ளையுடையிலிருந்த, தடித்த உதடுகளும் மோதிரங் களுமாக இருந்த ஒருவர், நடைபாதை வியாபாரியிடம் சிஸர்ஸ் சிகரெட்டு களை வாங்கினார். மூன்று பெட்டிகள். ரயிலின் இடைவழியில் புகைக்க.

ஊக்கமுள்ள மனிதருக்கு
பரம திருப்தி.

அவர் எஸ்தாவுக்கு வழித்துணை. குடும்ப நண்பர். அவரும் சென்னைக் குச் செல்கிறார். திரு. குரியன் மாத்தன்.

எஸ்தாவுடன் ஒரு பெரிய ஆள் எப்படியும் இருக்கப் போவதால் இன்னொரு டிக்கெட் வாங்கி வேஸ்ட் செய்ய வேண்டாமென மம்மாச்சி கூறினாள். பாபா சென்னை – கல்கத்தாவை வாங்கிக்கொள்கிறார். அம்மு நேரத்தை வாங்கிக் கொள்கிறாள். அவளும் மூட்டை முடிச்சு களைக் கட்டிக்கொண்டு கிளம்ப வேண்டும். ஒரு புதிய வாழ்க்கையைத் தொடங்க. அதை வைத்து அவள் குழந்தைகளைத் தன்னுடன் வைத்து வளர்த்துக்கொள்ள. அதுவரை இரட்டையர்களில் ஒருவர் மட்டும் அய்மனத்தில் தங்கிக்கொள்ளலாம். இருவரும் அல்ல. இருவரும் சேர்ந் திருந்தால் தொல்லை. *ள்கர்வஅ ல்ளிகண்க ன்தாத்சா துறகிக்ருஇ.* அவர்கள் பிரிக்கப்பட வேண்டும்.

அவர்கள் சொல்வது சரியாக இருக்கலாம். அவள் அவனது டிரங்க்கை யும் ஹோல்டாலையும் அடுக்கும்போது அம்முவின் மெல்லிய குரல் சொன்னது. *ஒரு பையனுக்கு அவசியம் ஒரு பாபா தேவைதான் போலிருக்கிறது.*

அந்தத் தடித்த உதட்டு ஆள் எஸ்தாவின் கூபேவிற்குப் பக்கத்தில் இருந்தார். ரயில் கிளம்பியதும் அவர் யாருடனாவது தன் இருக்கையை மாற்றிக்கொள்வதாகச் சொன்னார்.

இப்போதைக்கு அச்சிறிய குடும்பத்தைத் தனியாக விட்டுவிட்டு விலகினார்.

அவர்களுக்கு மேலே ஒரு நரக தேவதை கவிந்திருப்பதை அவர் அறிந்திருந்தார். அவர்கள் செல்லுமிடத்திற்கெல்லாம் அதுவும் செல்லும். நிற்குமிடத்தில் அதுவும் நிற்கும். சாய்ந்த மெழுகுவர்த்தியிலிருந்து சொட் டும் மெழுகுத் துளிகள்.

எல்லோருக்கும் தெரிந்திருந்தது.

செய்தித்தாள்களில் வந்திருந்தது. ஸோஃபீ மோளின் மரணச் செய்தி; கொலை மற்றும் கடத்தல் குற்றச்சாட்டு சுமத்தப்பட்ட ஒரு பரவனோடு காவல் துறையினர் நடத்திய ஓர் 'என்கவுன்டர்', அதையடுத்து பாரடைஸ் ஊறுகாய் தொழிற்சாலையைக் கம்யூனிஸ்ட் கட்சி முற்றுகையிட்டது; அதற்கு அய்மனத்தைச் சேர்ந்த அறப்போராளியும் ஒடுக்கப்பட்டவர் களுக்காகக் குரல் கொடுப்பவருமான தோழர் கே.என்.எம். பிள்ளையே தலைமையேற்று, அந்தப் பரவன் கம்யூனிஸ்ட் கட்சியின் தீவிர உறுப்பினன் என்பதாலேயே நிர்வாகம் காவல்துறையுடன் சேர்ந்து அவன் மீது பொய் கேஸ் போட்டதாக அறிவித்தது; 'சட்டபூர்வமான சங்க நடவடிக்கை களில்' அவன் ஈடுபட்டதற்காக அவனைத் தீர்த்துக் கட்ட அவர்கள் விரும்பினர் என்று குற்றம் சாட்டியது.

எல்லாமே செய்தித்தாள்களில் வந்திருந்தன. அதிகாரபூர்வ செய்திகள்.

ஆனால் அந்தத் தடித்த உதட்டுடைய மனிதருக்கு அச்செய்திகளின் மற்றொரு வடிவத்தைப் பற்றி ஏதும் தெரியாது.

தீண்டத்தகுந்த காவலர்களின் குழு ஒன்று, சமீபத்திய மழையில் சொதசொதத்து, வீங்கிப்போயிருந்த மீனச்சல் ஆற்றைக் கடந்து, ஈரமான செடி கொடிகளை விலக்கிக்கொண்டு இருட்டின் இதயத்துக்குள் கும்ப லாகச் சென்ற செய்தியின் வடிவம்.

18

சரித்திர வீடு

தீண்டத்தகுந்த காவலர்கள் குழு ஒன்று சமீபத்திய மழையில் சொதசொதத்து, உப்பிப்போயிருந்த மீனச்சல் ஆற்றைக் கடந்து, ஈரமான செடி கொடிகளை விலக்கிக்கொண்டு செல்ல, யாருடைய கனத்த பாக்கெட்டிலிருந்தோ கைவிலங்குகளின் க்ளிங்க்குகள் கேட்டன.

அவர்களது அகலமான காக்கி சராய்கள் கஞ்சியில் இறுகி, உயரமாக வளர்ந்திருந்த புற்களின் மீது சரசரக்கும் பாவாடைகள் போல் வருடிக்கொண்டே வர, அவற்றுக்குள்ளிருந்த கால்கள் சராயுடன் சம்பந்தமின்றிச் சுதந்திரமாக வீசி நடந்து வந்தன.

அவர்கள் ஆறு பேர். அரசாங்கத்தின் ஊழியர்கள்.

Politeness

Obedience

Loyalty

Intelligence

Courtesy

Efficiency

கோட்டயம் போலீஸ். கார்ட்டூன் ராணுவம். அசட்டுத்தனமான கூரான தலைக்கவசங்கள் அணிந்த நவீன யுக இளவரசர்கள். பருத்தி உடையில் அட்டை மனிதர்கள். தலையில் தேய்த்திருந்த எண்ணெய் வழிந்து, அவர்களது காக்கி கிரீடங்களில் அழுக்குக் கறை படிந்திருந்தது.

இதயத்தின் இருட்டு.

பயங்கரத் தீர்மானத்துடன் அணிவகுப்பு.

அடர்ந்து உயர்ந்திருந்த புற்களைத் தமது மெலிந்த கால்களால் மிதித்துத் துவம்சித்து, தரையதிர நடந்தனர். தரையில் பின்னியிருந்த மெல்லிய கொடிகள் பனியில் ஈரமான கால்

ரோமங்களில் சிக்கி அறுந்தன. ஒட்டுமுட்களும் குட்டிப்பூக்களும் அவர்களது மங்கலான சாக்ஸில் ஒட்டி அழகு சேர்த்தன. பழுப்பு நிறப் பூரான்கள் லாடம் அடித்த, தீண்டத்தகுந்த பூட்ஸ்களில் நசுங்கி, ஒட்டிக் கொண்டன. முரட்டுக் கோரைப்புற்கள் துணிச்சலாக அவர்களது கெண்டைச் சதைகளைத் தாறுமாறாகக் கீறின. சதுப்புத்தரையில் நடக்கும்போது அவர்களது பாதங்களுக்கடியிலிருந்து ஈரச்சேறு குசுவிட்டது.

மரத்தின் உச்சிகளில் ஈரச்சிறகுகளை விரித்துக் காயவைத்துக் கொண்டிருந்த நாரைகளைக் கடந்து நடந்தனர். கொக்குகளைக் கடந்தனர். கார்மோரன்ட் பறவைகள். பெருநாரைகள். நாட்டியமாட இடம் தேடும் ஸாரஸ் கொக்குகள். இரக்கமற்ற கண்களுடன் ஹெரான்கள். அவற்றின் காதைச் செவிடாக்கும் *வ்ராக் வ்ராக் வ்ராக்*. தாய்ப்பறவைகளும் அவற்றின் முட்டைகளும்.

அந்த அதிகாலையின் வெப்பம், நடக்கப்போகும் கொடூரத்திற்குக் கட்டியம் கூறியது.

சதுப்பில் தேங்கியிருந்த நாற்றமடிக்கும் தண்ணீரைத் தாண்டி, கொடிகள் சுற்றிப்படர்ந்த புராதன பெருமரங்களைக் கடந்தனர். மாபெரும் மணி பிளான்ட்டுகள். காட்டு மிளகு. அலையலையாய் வீழும் செந்நீலப் பூக்கள்.

ஒரு கருநீல வண்டு வளையாத புல் ஒன்றின் நுனியிலமர்ந்து பாலன்ஸ் செய்துகொண்டிருந்தது.

மழையைத் தாக்குப்பிடித்திருந்த மாபெரும் சிலந்திவலை மரங்களுக்கிடையில் கிசுகிசுத்த வதந்திபோல் பின்னியிருந்தது.

கிளாரெட் சிவப்பில் ஒரு வாழைப்பூ தலையைச் சிலுப்பிக்கொண்டு, இலைகளெல்லாம் கிழிந்திருந்த வாழை மரத்திலிருந்து எட்டிப்பார்த்தது. அழுக்குப் பள்ளிச்சிறுவன் ஒருவன் கையில் மாணிக்கத்தை வைத்து நீட்டிக்கொண்டிருப்பதைப் போல. ஒரு வெல்வெட் வனத்தின் ஆபரணம்.

கருஞ்சிவப்புத் தும்பிகள் காற்றிலேயே புணர்ந்தன. ஒன்றின் மீது ஒன்று. டபுள்டெக்கர். மிக நேர்த்தியாக. காவலர்களில் ஒருவன் அதை ரசித்துப் பார்த்து, கொஞ்ச நேரத்திற்குத் தும்பிகளின் செக்ஸ் இயக்கம் பற்றி யோசித்தான். எதற்குள் எது செல்கிறது. உடனே அவன் மனம் அட்டென்ஷனுக்குச் சுதாரித்து போலீஸ் எண்ணங்கள் திரும்பின.

தொடர்ந்து நடந்தனர்.

மழையில் இறுகிய உயரமான எறும்புப் புற்றுகளைக் கடந்து. சொர்க்கத்தின் வாசலில் போதையில் மயங்கி உறங்கிக்கொண்டிருக்கும் காவலர்களைப் போல.

சந்தோஷச் செய்திகளைப் போலக் காற்றில் படபடத்துக்கொண்டிருந்த பட்டாம்பூச்சிகளைத் தாண்டி.

மாபெரும் பெரணிச் செடிகள்.

ஒரு பச்சோந்தி.

அபாரமான ஒரு செம்பருத்தி.

மறைவிடம் தேடி குறுக்கே ஓடும் சாம்பல்நிறக் காட்டுக்கோழி.

வலிய பாப்பன் பார்வையில் பட்டிருக்காத ஒரு சாதிக்காய் மரம்.

வளைந்து திருகி ஓடும் ஒரு கால்வாய். தேங்கிய நீர். மூச்சு முட்டப் படர்ந்திருக்கும் நீர்ப்பாசி. செத்துப்போன பச்சைப் பாம்பைப் போல. அதன்மேல் ஒரு மரம் சாய்ந்திருந்தது. தீண்டத் தகுந்த காவலர்கள் தளுக்காகக் கடந்தனர். பாலீஷ் செய்யப்பட்ட மூங்கில் லத்திகளைச் சுழற்றிக்கொண்டு.

உடம்பெங்கும் மயிரடர்ந்த தேவதைகள். ஒவ்வொரு கையிலும் கொலைகார மந்திரக்கோல்கள்.

சூரிய வெளிச்சத்தைச் சாய்ந்திருக்கும் மரங்களின் மெல்லிய தண்டுகள் முறித்தன. இதயத்தின் இருட்டு பூனைநடை போட்டு இருட்டின் இதயத்துக்குள் சென்றது. கரகரப்பான சிள்வண்டுகளின் சத்தம் அதிகரித்தது.

சூரியனை நோக்கிச் சாய்ந்திருந்த ரப்பர் மரங்களின் புள்ளிகளிட்ட தண்டுகளில் சாம்பல்நிற அணில்கள் இறங்கியோடின. மரப்பட்டைகளின் குறுக்கே பழைய வடுக்கள். மூடப்பட்டிருந்தன. ஆறியிருந்தன. ரப்பர் பால் கரக்காமலிருந்தன.

இதுவும் அதுவுமாக ஒரு ஏக்கருக்கு புல்வெளி. ஒரு வீடு.

ஹிஸ்டரி ஹவுஸ் – சரித்திர வீடு.

கதவுகள் பூட்டியிருந்தன. ஜன்னல்கள் திறந்திருந்தன.

குளிர்ச்சியான கல்பாவிய தரை. கப்பல் வடிவங்களில் சுவர்களில் விரவியிருந்த நிழல்கள்.

அங்குதான் கெட்டியான கால் நகங்களும் மஞ்சள்நிற வரைபடங்களின் வாசனை போன்ற சுவாசத்தையும் கொண்டிருந்த மெழுகுத் தனமான முன்னோர்கள் காகிதக் கிசுகிசுப்புகளைக் கிசுகிசுப்பார்கள்.

அங்குதான் பழைய ஓவியங்களுக்குப் பின்னால் ஒளிரும் பல்லிகள் வசிக்கும்.

அங்குதான் கனவுகள் கைப்பற்றப்பட்டு மறுகனவு காணப்படும்.

அங்குதான் மரம் ஒன்றில் அறையப்பட்டிருந்த ஓர் ஆங்கிலேயப் பிசாசு, இரு கரு இரட்டையர்களால் ஒழிக்கப்பட்டிருந்தது. பஃப்

அமைத்த சிகை அலங்காரத்துடன் ஒரு நடமாடும் குடியரசு வீரன் அந்தப் பிசாசுக்குப் பக்கத்தில் தரையில் ஒரு மார்க்ஸிஸ்ட் கொடியை நட்டு வைத்திருந்தான். அந்தக் காவலர் படை அவ்விடத்தைத் தாண்டி வரும்போது அந்தப் பிசாசு கெஞ்சுவதை அவர்கள் கேட்கவில்லை. அவருடைய கனிவான, மதபோதகரின் குரலில். *மன்னிக்கவும், நீங்கள் ம்ம்... நீங்கள் கொஞ்சம்... ம்ம்ம், உங்களிடம் சுருட்டு இல்லைதானே? இல்லை...? நான் அப்படிக் கருதவில்லை.*

சரித்திர இல்லம்.

வரப்போகும் வருடங்களில், அங்குதான் அந்தக் கொடூரம் (இனி வரப்போவது) ஒரு மேலெழுந்த புதைகுழியில் புதைக்கப்படப் போகிறது. உணவகத்தின் சமையலர்கள் சந்தோஷமாக இசைக்கும் ஹம்மிங்கிற்கடியில் புதையப்போகிறது. பழைய கம்யூனிஸ்ட்டுகளின் தாழ்ச்சிகளுக்கும் நடனக்காரிகளின் மெதுவான மரணங்களுக்கும் பணக்காரச் சுற்றுலாப் பயணிகள் விளையாட வரும் பொம்மைச் சரித்திரங்களுக்கும் அடியில்.

அது ஓர் அழகான வீடு.

ஒரு காலத்தில் வெள்ளையடிக்கப்பட்டிருந்தது. கூரை சிவப்பாக இருந்திருக்கக் கூடும். இப்போது சீதோஷ்ண நிறங்கள் அடிக்கப்பட்டிருந்தன. இயற்கையின் நிறக்கிண்ணத்தில் தோய்த்த தூரிகைகளில். பாசிப் பச்சை. மண்பழுப்பு. பொடுகுக்கறுப்பு. உண்மையைவிட அதிகப் பழமையில். மூழ்கிய புதையலைக் கடலுக்கடியிலிருந்து மேலே எடுத்து வந்ததைப் போல. திமிங்கிலங்கள் முத்தமிட்டு ஊடாடிய, பர்னக்கிள் சிப்பிகள் ஒட்டிக்கொண்டிருந்த, நிசப்தத்தில் போர்த்தப்பட்டிருந்த, உடைந்த ஜன்னல்களின் வழியாகக் குமிழ்களில் மூச்சுவிட்டுக்கொண்டிருந்த, புதைந்த புதையல்.

சுற்றிலும் ஒரு நீண்ட நடை இருந்தது. அறைகள் தாமாகவே உள்வாங்கி, நிழலில் புதைந்திருந்தன. தலைகீழாய்க் கவிழ்ந்து பக்கவாட்டில் உடைந்த மாபெரும் படகைப் போல, ஓடுகள் வேய்ந்த கூரை நடுவில் பொள்ளலாகச் சரிந்திருந்தது. ஒரு காலத்தில் வெண்மையாக இருந்த கம்பங்களைத் தாங்கிப் பிடித்திருக்கும் உத்தரங்கள் மட்கி, நடுவில் வாயைப் பிளந்திருப்பதுபோல் ஒரு மாபெரும் துவாரம். சரித்திர துவாரம். பிரபஞ்சத்தின் சரித்திர வடிவிலான துவாரம். அதிலிருந்து சாயங்காலங்களில் அமைதியான வௌவால் கூட்டங்கள் தொழிற்சாலைப் புகைபோல எழும்பி இரவுக்குள் நழுவிச் செல்லும்.

விடியும் நேரத்தில் உலகச் செய்திகளைச் சேகரித்துக்கொண்டு திரும்பும். இளஞ்சிவப்பு அடிவானத்தில் சாம்பல் படலம்போல் உண்டாகி, திடீரெனக் கலங்கிக் குழம்பி, அந்த வீட்டின் மேல் கரும்படலமாகக் கவிந்து, சரித்திரத் துவாரத்துக்குள் முறுக்கிக்கொண்டு சரியும், ரிவர்ஸில் ஓட்டப்படும் சினிமாவில் புகைபோல.

வௌவால்கள் பகலெல்லாம் தூங்கும். கூரையில் முளைத்த ரோமங்கள்போல். தரையை எச்சங்களால் இறைத்துக்கொண்டு.

காவலர்கள் நின்று, அணியாகச் சுற்றி வளைத்தனர். அதற்கு அவசிய மில்லைதான். இருந்தும் இத்தகைய தீண்டத்தகுந்த விளையாட்டுகள் அவர்களுக்குப் பிடிக்கும்.

தம்மை உசிதமான இடங்களில் நிறுத்திக்கொண்டனர். உடைந்த, குட்டையான மதிற் சுவரின் பின்னால் குந்தியமர்ந்தனர்.

அவசரகதியில் ஒன்றுக்கடித்தனர்.

சூடான கல்லின் மேல் சூடான கொப்புளங்கள்.

போலீஸ் சிறுநீர்.

மஞ்சள் நுரையில் மூழ்கும் எறும்புகள்.

தீர்க்கமாக மூச்சிழுத்து விட்டுக்கொண்டனர்.

பின் கூட்டாக, மண்டியிட்டு, முழங்கைகளை ஊன்றித் தரையோடு ஊர்ந்து வீட்டை நெருங்கினர். சினிமாவில் வரும் போலீஸ்காரர்களைப் போலவே. புற்களின் மீது மென்மையாக, மென்மையாக ஊர்ந்தனர். கைகளில் லத்திகள். மனத்துக்குள் இயந்திரத் துப்பாக்கிகள். தீண்டத் தகுந்தவர்களின் எதிர்காலமே அவர்களுடைய மெலிந்த, ஆனால் திறன் வாய்ந்த தோள்களின் மீது.

அவர்களுடைய வேட்டைப்பொருளைப் பின் நடையில் கண்டு பிடித்துவிட்டனர். ஒரு கலைந்த பஃப். லவ் – இன் – டோக்கியோவில் ஒரு நீரூற்று. வேறொரு மூலையில் (ஓநாயைப் போல தனியாக) ரத்தச் சிவப்பு நகங்களுடன் ஒரு மரத்தச்சன்.

ஆழ்ந்த தூக்கம். அந்தத் தீண்டத்தகுந்த சூழ்ச்சிகள் அனைத்தையும் அபத்தமாக்கிவிட்ட தூக்கம்.

திடீர் சுற்றி வளைப்பு.

அவர்களது மண்டைகளுக்குள் தலைப்புச் செய்திகள்.

போலீஸ் வலைவீச்சில் சிக்கிய பலே கொலைகாரன்.

இந்தத் திமிருக்கு, இந்த வேடிக்கையைக் கொடுத்ததற்கு, அவர் களுடைய பலியாள் தகுந்த விலை கொடுத்தான். ஆம்.

அவர்கள் வெளுத்தாவைத் தமது பூட்ஸ்களால் எழுப்பினர்.

முட்டி எலும்புகள் நொறுக்கப்பட்ட சத்தங்களில் வியப்படைந்த தூக்கம், கூச்சலில் கலைந்து எஸ்தப்பானும் ராஹேலும் விழித்தெழுந்தனர்.

அலறல் அவர்களுக்குள் மடிந்து, வயிற்றுக்குள் செத்த மீன் போல் தலைகீழாக மிதந்தது. தரையில் பதுங்கி, திகிலுக்கும் அவநம்பிக்கைக்கு

மிடையில் வீசியெறியப்பட்டு, அவர்கள் அடிப்பது வெளுத்தாவைத் தான் என்பது அவர்களுக்கு உறைத்தது. எங்கிருந்து வந்தான்? என்ன செய்துவிட்டான்? ஏன் போலீஸ்காரர்கள் அவனை இங்கே கொண்டு வந்திருக்கின்றனர்?

சதையை மரத்தின் மீது மோதினால் ஏற்படும் சத்தத்தை அவர்கள் கேட்டனர். பூட்ஸ் எலும்பின் மீது. பற்களின் மீது. வெவ்வேறு விதமான சத்தங்கள். வயிற்றை ஓங்கி உதைக்கும்போது முக்கல் மட்டும் அடங்கி யெழுகிறது. சுவரில் மண்டையை மோதினால் ஆழத்தில் நொறுங்கும் ஒலிகள். விலா எலும்பு உடைந்து நுரையீரலைக் குத்திக் கிழித்துவிட் டால் மூச்சு விடும்போது ரத்தம் களகளக்கும் சத்தம்.

உதடுகள் நீலம்பாரிக்க, கண்கள் சாஸர் போல விரிய, அவர்களால் உணர முடிந்த, ஆனால் புரிய முடியாத ஏதோ ஒன்றால் மனோவசியப் பட்டு அவர்கள் அதைக் கவனித்தனர். அந்தக் காவலர்களின் செய்கை யில் தெரிந்த தீர்மானம். குழப்பமற்ற தன்மை. கோபமேயற்ற சித்ரவதை. நிதானமான அசையாத சிக்கனமான மிருகத்தன்மை.

அவர்கள் ஒரு பாட்டிலைத் திறந்துகொண்டிருந்தனர்.

அல்லது ஒரு குழாயை மூடிக்கொண்டிருந்தனர்.

அல்லது ஆம்லெட் போட முட்டையை உடைத்துக்கொண்டிருந்தனர்.

இவர்கள்தான் சரித்திரத்தின் அடியாட்கள் என்பதை அறிய முடியாதபடிக்கு அவர்கள் சிறுவர்களாயிருந்தனர். கணக்கை முடித்து, சட்டத்தை மீறுபவர்களிடமிருந்து நிலுவைகளை வசூலிக்க அனுப்பப் படுபவர்கள். மிருக உணர்ச்சிகளால் உந்தப்பட்டிருந்தாலும் தனிப்பட்ட வகையில் வெறுப்பற்ற முரண். தொடக்க நிலையிலிருக்கும் காரணமற்ற அச்சத்தின் விளைவாக எழும் அவமதிப்புணர்வு – இயற்கையின் மீதிருக் கும் நாகரிகத்தின் அச்சம், பெண்ணின் மீது ஆணின் அச்சம், அதிகார மற்றவர்களின் மீது அதிகாரத்தின் அச்சம்.

அவனால் கீழ்ப்படுத்த முடியாத, கடவுளாக்க முடியாத எவற்றை யும் அழித்துவிடத் தூண்டும் மனிதனின் உள்ளுணர்வு இச்சை.

மனிதர்களின் தேவைகள்.

எஸ்தப்பானும் ராஹேலும் அன்று காலை பார்த்தவை, மனித இயல்பின் ஆதிக்க வேட்டையைக் கட்டுப்படுத்தப்பட்ட சூழலில் அரங் கேற்றிக் காட்டுவது என்பதை அப்போது அவர்கள் அறிந்திருக்கவில்லை. அமைப்பு. ஒழுங்கு. முழுமையான ஏகபோகம். கடவுளின் நோக்க மென்று மாறுவேடம் போட்டுச் சின்னஞ்சிறு பார்வையாளர்கள் இருவருக்கு நடத்திக் காட்டினாலும் அது மனித சரித்திரம்தான்.

அன்று காலை நடந்த எதிலும் விபத்துத் தன்மை இல்லை. *தற் செயலும்* இல்லை. போகிறபோக்கில் நிகழ்த்திய தாக்குதலோ தனிப் பட்ட முறையில் கணக்கு தீர்த்துக்கொண்டதோ இல்லை. தன்னிடம் வாழும் மனிதர்கள்மீதே தன்னைப் பதிவுசெய்து கொள்ளும் யுகம் இது.

நேரடி நிகழ்ச்சியில் சரித்திரம் பங்கெடுத்துக்கொள்கிறது.

அவர்கள் திட்டமிட்டிருந்ததைவிடக் கூடுதலாக வெளுத்தாவைக் காயப்படுத்தியிருந்தார்களென்றால் அதற்குக் காரணம், அவர்களுக்கும் அவனுக்குமிடையே எந்த உறவும் தொடர்பும் குறைந்தபட்சம் உயிரியல் ரீதியாக, சக மனிதன் என்ற பிரக்ஞையும் வெகுகாலத்திற்கு முன்பே துண்டிக்கப்பட்டிருந்தது. அவர்கள் ஓர் ஆளைக் கைது செய்யவில்லை. ஓர் அச்சத்தை ஓட்டுகின்றனர். எந்தளவிற்குத் தண்டனையை அவனால் தாங்க முடியுமென்பதை அறிந்துகொள்ளும் கருவி ஏதும் அவர்களிடம் இல்லை. எந்தளவிற்கு, எவ்வளவு நிரந்தரமாக அவனைச் சேதப்படுத்தி யிருக்கிறார்கள் என்பதைக் கண்டறியும் வழியும் இல்லை.

மதவெறிக் கும்பலைப் போலவோ கைப்பற்றிய ராணுவத்தினர் கட்டறுந்து சூறையாடுவதைப் போலவோ அன்றி, அந்த இருட்டின் இதயத்தில் அந்தக் காலை வேளையில், அந்த தீண்டத்தகுந்த காவலர் குழு, வெறியோடல்ல, சிக்கனமாகச் செயல்பட்டது. திறமையோடு. சட்ட ஒழுங்கற்றல்ல. பொறுப்புணர்வோடு. கட்டுப்பாடிழந்தல்ல. அவர்கள் அவனுடைய முடியைப் பிடுங்கியெறியவில்லை, அல்லது உயிரோடு எரித்துவிடவில்லை. அவனுடைய பிறப்புறுப்புகளை அறுத்து அவன் வாயில் செருகிவிடவில்லை. அவனை அவர்கள் கற்பழித்துவிடவில்லை. அல்லது சிரச்சேதம் செய்யவில்லை.

அவர்களொன்றும் ஒரு தொற்றுவியாதியோடு போராடவில்லை. சமூகத்தில் அது பரவிவிடக் கூடாதென்பதற்காகத் தடுப்பூசி போடு கின்றனர்.

சரித்திர வீட்டின் பின்கட்டில், அவர்கள் நேசித்த அந்த மனிதன் நசுக்கப்பட்டு, நொறுக்கப்பட்டபோது கடவுள் அறிந்த இரட்டைத் தூதர்களான திருமதி ஈப்பென்னும் திருமதி ராஜகோபாலனும் இரண்டு புதிய பாடங்களைக் கற்றுக்கொண்டனர்.

பாடம் எண் ஒன்று:

கருப்பு மனிதன் மீது ரத்தம் கொஞ்சமாகவே தெரிகிறது. (டம் டம்)

பாடம் எண் இரண்டு:

ஆனால் அதற்கு வாசனை இருக்கிறது.

குமட்டல்.

காற்றில் பழைய ரோஜாக்கள் வாசனை போல். (டம் டம்)

"மதியோ?" சரித்திரத்தின் ஏஜெண்ட்டுகளில் ஒருவர் கேட்டார்.

"மதி ஆயிரிக்கும்" மற்றொருவர் பதிலளித்தார்.

போதுமா?

போதும்.

அவர்கள் அவனிடமிருந்து விலகிச் சென்றனர். தமது வேலையைச் சீர்தூக்கிப் பார்க்கும் தொழில்நுட்பவாதிகள். கொஞ்சம் தள்ளி நின்றபடி.

அவர்களுடைய வேலை, கடவுளாலும் சரித்திரத்தாலும் மார்க்ஸாலும் மனிதராலும் பெண்ணாலும் (வரப்போகும் சில மணி நேரங்களில்) சிறுவர்களாலும் கைவிடப்பட்டுத் தரையில் மடிந்து கிடந்தது. அவன் பாதி நினைவில் இருந்தான். ஆனால் அசையவில்லை.

அவனுடைய மண்டையோடு மூன்று இடங்களில் உடைந்திருந்தது. அவனுடைய நாசியும் இரண்டு கன்னத்து எலும்புகளும் நொறுக்கப்பட்டு, அவன் முகம் தசைக்கூழாக, அடையாளம் காண முடியாதிருந்தது. அவன் வாயில் விழுந்த அடி, மேலுதட்டை வெட்டிக் கிழித்து ஆறு பற்களை உடைத்து, அவற்றில் மூன்றைக் கீழுதட்டில் புதைத்து, அவனுடைய அழகிய புன்னகையை அருவருப்பாக தலைகீழாய்க் கவிழ்த்திருந்தது. விலா எலும்புகளில் நான்கு முறிந்து, அவற்றில் ஒன்று அவனுடைய இடது நுரையீரலைத் துளைத்திருந்ததால்தான் அவனுடைய வாயிலிருந்து ரத்தம் வடிந்துகொண்டிருந்தது. அவன் மூச்சிலிருந்து வடிந்த ரத்தம் பிரகாசமான சிவப்பில் இருந்தது. புது ரத்தம். நொப்பும் நுரையுமாக. அவனுடைய குடலின் கீழ்ப்பகுதி வெடித்து, ரத்தப்போக்கு வயிற்றிற்குள் சேகரமாகியிருந்தது. அவனது தண்டுவடம் இரண்டு இடங்களில் சிதைந்திருந்தது. அந்தப் பாதிப்பில் அவனுடைய வலது கரம் செயலிழந்து, மேலும் அவனுடைய மூத்திரப்பையும் மலக்குடலும் நரம்புக் கட்டுப்பாட்டை இழந்திருந்தன. இரண்டு கால்முட்டிகளும் பெயர்க்கப்பட்டிருந்தன.

இருந்தும், அவர்கள் கைவிலங்கை எடுத்தனர்.

சில்லென்றிருந்தது.

இரக்கமற்ற உலோக வாசனை. பேருந்தின் கைப்பிடி போல. அதைப் பிடித்திருக்கும் பேருந்து நடத்துநரின் கைகளைப் போல். அப்போதுதான் அவர்கள் அவன் நகங்களில் சாயமடிக்கப்பட்டிருப்பதைக் கவனித்தனர். அவர்களில் ஒருவர் அந்த விரல்களைப் பிடித்துத் தூக்கி மற்றவர்களை நோக்கி விளையாட்டாக ஆட்டினார். அவர்கள் சிரித்தனர். உச்சக்குரலில், "என்னது இது? AC - DC?"

அவர்களில் ஒருவர் அவனுடைய ஆண்குறியின் மீது தன்னுடைய தடியால் தட்டினார். "கமான், உன்னுடைய விசேஷமான ரகசியத்தைக் காட்டு எவ்வளவு பெருசாக ஊதிக் காட்டுகிறாய் என்று பார்க்கலாம்." பிறகு, தன்னுடைய பூட்ஸை உயர்த்தி (பூரான்கள் நசுங்கி அடிப்பகுதியில் ஒட்டியிருக்க) ஒரு மிருதுவான 'தொப்'போடு மிதித்தார்.

அவன் கைகளைத் திருப்பி முதுகிற்கு குறுக்கே விலங்கிட்டனர்.

க்ளிக்.

மீண்டும் ஒரு க்ளிக்.

அதிர்ஷ்ட இலைக்குக் கீழே. இரவில் கூதிர்ப்பருவத்தின் ஓர் இலை. பருவமழையைப் பொய்க்காமல் வரவழைப்பது.

கைவிலங்கு பட்ட இடங்களில் அவன் தோலில் சிலிர்ப்பேறபட்டது.

"இது அவனல்ல." ராஹேல் எஸ்தாவிடம் கிசுகிசுத்தாள். "என்னால் சொல்ல முடியும். இது அவனுடைய இரட்டைச் சகோதரன். உரும்பன். கொச்சியில் இருப்பவன்."

புனைவில் அடைக்கலமடைய விரும்பாத எஸ்தா, எதுவும் பேச வில்லை.

யாரோ அவர்களிடம் பேசிக்கொண்டிருந்தனர். ஒரு கனிவான தீண்டத்தகுந்த காவலர். அவர் வகைக்கேற்ற கனிவு.

"மோன், மோள், ஆர் யூ ஆல்ரைட்? உங்களை இவன் துன்புறுத்தி னானா?"

ஒன்றாக அல்ல. ஆனால் ஏறக்குறைய ஒரே கிசுகிசுப்பில் அந்த இரட்டையர்கள் பதிலளித்தனர்.

"ஆமாம். இல்லை."

"கவலைப்படாதீர்கள். இப்போது எங்களிடம் பத்திரமாக வந்துவிட்டீர்கள்."

பிறகு அந்தக் காவலர்கள் சுற்றுமுற்றும் திரும்பி, அந்தப் புற் படுக்கையைக் கண்டனர்.

பானைகள். கரண்டிகள்.

காற்றடைத்த வாத்து.

லூஸான பட்டன் கண்களுடன் கான்டாஸ் கொவாலா.

லண்டன் தெருக்களைக் கொண்ட பால்பாயின்ட் பேனாக்கள்.

விரல்களுக்கு வெவ்வேறு நிறங்களைக் கொண்ட சாக்ஸ்.

மஞ்சள் ஃபிரேமிட்ட சிவப்பு பிளாஸ்டிக் வெயில் கண்ணாடி.

நேரம் வரையப்பட்ட ஒரு கைக்கடிகாரம்.

"இவையெல்லாம் யாருடையவை? எங்கிருந்து வந்தன? யார் கொண்டு வந்தது?" குரலில் ஒரு கவலை விளிம்பு.

எஸ்தாவிற்குள்ளும் ராஹேலிற்குள்ளும் மீன்கள் நிரம்பியிருக்க அவரை வெறித்துப் பார்த்தனர்.

காவலர்கள் ஒருவரையொருவர் பார்த்துக்கொண்டனர். அவர் களுக்கு என்ன செய்ய வேண்டுமென்பது தெரிந்திருந்தது.

அந்த கான்டாஸ் கொவாலாவை அவர்களுடைய பிள்ளைகளுக் காக எடுத்துக்கொண்டனர்.

பேனாக்களையும் சாக்ஸையும். பல வண்ண விரல் உறை அணிந்த போலீஸ்காரர் பிள்ளைகள்.

வாத்தின் மேல் ஒரு சிகரெட்டை வைத்து வெடித்தனர். பாங்! ரப்பர் கிழிசல்களை மண்ணில் புதைத்தனர்.

யூஸ்லெஸ் வாத்து. சுலபத்தில் அடையாளம் தெரிந்துவிடும்.

ஒருவர் கண்ணாடியை எடுத்து மாட்டிக்கொண்டார். மற்றவர்கள் சிரித்ததால் கொஞ்ச நேரம் போட்டுக்கொண்டிருந்தார். அந்தக் கைக் கடிகாரத்தை அவர்கள் மறந்துவிட்டனர். அது ஹிஸ்டரி ஹவுஸிலேயே தங்கிவிட்டது. பின் நடையில். தப்பான நேரப்பதிவில். இரண்டடிக்க பத்து நிமிஷம்.

அவர்கள் கிளம்பினர்.

பாக்கெட்டுகளில் பொம்மைகள் திணித்திருந்த ஆறு இளவரசர்கள்.

ஒரு ஜோடி இரு – கரு இரட்டையர்கள்.

அப்புறம் தோல்வியின் கடவுள்.

அவனால் நடக்க முடியவில்லை. எனவே இழுத்துச் சென்றனர்.

அவர்களை ஒருவரும் பார்க்கவில்லை.

வௌவால்களுக்குப் பார்வை கிடையாது.

19

அம்முவைக் காப்பாற்றல்

காவல் நிலையத்தில் இன்ஸ்பெக்டர் தோமஸ் மாத்யூ இரண்டு கோக – கோலா வாங்கிவர அனுப்பினார். ஸ்ட்ராவுடன். ஒரு கான்ஸ்டபிள் அடிமை ஒரு பிளாஸ்டிக் தட்டில் அவற்றை எடுத்து வந்து, இன்ஸ்பெக்டருக்கு எதிரே மேசையிலிருந்த கோப்பு களுக்கும் இதர குப்பைக் காகித மலைகளுக்கும் மேலே தலை மட்டும் தெரிய அமர்ந்திருந்த அந்த இரண்டு சேறுபடிந்த அழுக்குச் குழந்தைகளிடம் கொடுத்தான்.

எனவே, இரண்டு வார காலத்திற்குள், மீண்டும் ஒருமுறை எஸ்தாவிற்குப் பாட்டிலில் அடைக்கப்பட்ட திகில் வழங்கப்படு கிறது. சில்லிடப்பட்டு. நுரை பொங்க. சில நேரங்களில் கோக – கோலாவுடன் வரும் விஷயங்கள் மோசமாகிவிடுகின்றன.

நுரை அவன் மூக்கில் புரையேறியது. ராஹேல் சிரித்தாள். அவளுடைய ஸ்ட்ராவில் காற்றை ஊத, கோக் நுரையாகப் பொங்கி அவள் உடை மேல் வழிந்தது. தரையெல்லாம் கொட்டி யது. எஸ்தா சுவரிலிருந்த பலகையில் இருப்பதை உரக்கப் படித்தான்.

“ssenetilo**P**” என்றான் “ssenetilo**P**, ecneideb**O**”

“ytlayo**L**, ecnegilletn**I**” என்றாள் ராஹேல்.

“ysetruo**C**”

“ycneiciff**E**”

இன்ஸ்பெக்டர் தோமஸ் மாத்யூ பொறுமையாகக் காத்திருந் தார். அக்குழந்தைகளிடம் அதிகரித்துவரும் தொடர்பின்மையை உணர்ந்தார். கண்களில் விரிந்திருந்த பாப்பாக்களைக் கவனித் தார். மனித மனத்தின் கசிவு வால்வு . . . அவர் நிறைய பார்த் திருக்கிறார். தீவிர அதிர்ச்சியை மனது சமாளிக்கும் வகை.

அதற்காகச் சலுகையளித்து, தன் கேள்விகளை, கெட்டிக் காரத்தனமாக நுழைந்தார். கலவரப்படுத்தாமல். இயல்பாக. “மோன், உனக்கு எப்போது பிறந்த நாள் வருகிறது?” “உனக்குப் பிடித்தமான கலர் எது, மோளே?”

மெதுவாக, துண்டுதுண்டாக, தொடர்பற்ற விதத்தில் விஷயங்கள் அதனதன் இடங்களில் பொருந்தத் தொடங்கின. அவருடைய ஆட்கள் அங்கிருந்த பானைகள், கரண்டிகள் பற்றிக் கூறியிருந்தனர். புல்லில் விரித்த படுக்கை. அந்த மறக்க முடியாத பொம்மைகள். அவற்றுக்கு இப்போது அர்த்தம் புரிய ஆரம்பித்தது. இன்ஸ்பெக்டர் தோமஸ் மாத்யூவுக்கு அவை உவப்பாக இல்லை. பேபி கொச்சம்மாவைக் கூட்டிவர ஒரு ஜீப்பை அனுப்பினார். அவள் வந்தபோது குழந்தைகள் அந்த அறையில் இல்லாமல் பார்த்துக்கொண்டார். அவளை அவர் வரவேற்கவில்லை.

"உட்காருங்கள்" என்றார்.

ஏதோ மிக மோசமாகத் தப்பாகியிருப்பதைப் பேபி கொச்சம்மா உணர்ந்தாள்.

"அவர்களைக் கண்டுபிடித்துவிட்டீர்களா? எதுவும் பிரச்சினையில்லைதானே?"

"பிரச்சினையில்லாமல் எதுவும் இல்லை," அவர் அவளுக்கு உறுதியளித்தார்.

அவருடைய கண்களில் இருந்த பார்வையிலிருந்தும், குரலிலிருந்த தொனியிலிருந்தும் இம்முறை அவளிடம் பேசிக் கொண்டிருப்பது வேறு மனிதர் என்பதைப் பேபி கொச்சம்மா உணர்ந்தாள். போனமுறை இணக்கமாக நடந்துகொண்ட காவல் அதிகாரியல்ல. நாற்காலியில் அமர்ந்தாள். இன்ஸ்பெக்டர் தோமஸ் மாத்யூ வார்த்தைகளை மென்று விழுங்கவில்லை.

அவள் கொடுத்த முதல் தகவல் அறிக்கையின் அடிப்படையில் தான் கோட்டயம் போலீஸ் செயல்பட்டது. அந்தப் பரவன் அகப்பட்டான். போலீஸ் அவனைப் பிடிக்கும்போது துரதிருஷ்டவசமாக அவன் படுகாயமடைந்து விட்டான். இன்றிரவை அவன் தாண்டுவது கடினம். ஆனால் இந்தக் குழந்தைகள் தாமாகவேதான் சென்றதாகக் கூறுகின்றனர். அவர்களுடைய படகு கவிழ்ந்துவிட்டிருக்கிறது; அந்த ஆங்கிலேயக் குழந்தை விபத்தில் மூழ்கிவிட்டிருக்கிறது. இதனால், ஓர் அப்பாவி பரவன், போலீஸ் கஸ்டடியில் இறக்கப்போவதற்கு நாங்கள் பொறுப்பேற்க வேண்டும். அவன் ஒரு பரவன் என்பது உண்மைதான். அவன் தவறாக நடந்துகொண்டதும் உண்மைதான். ஆனால் இன்றைய காலகட்டம் பிரச்சினை மிகுந்ததாக இருக்கிறது. டெக்னிகல்லாக, சட்டப்படி அவன் ஓர் அப்பாவி. இதில் கேஸே இல்லை.

"பலாத்கார முயற்சி?" பேபி கொச்சம்மா ஹீனமாக யோசனை கூறினாள்.

"எங்கே பாதிக்கப்பட்டவளின் புகார்? அது தரப்பட்டுள்ளதா? அவள் வாக்குமூலம் தந்திருக்கிறாளா? அதைக் கொண்டு வந்திருக்கிறீர்களா?" இன்ஸ்பெக்டரின் குரலில் மதமேறியிருந்தது. ஏறக்குறைய பகைமை.

அப்படியே சுருங்கிப் புள்ளியாகிவிட்டதைப் போல பேபி கொச்சம்மா தோன்றினாள். கண்களின் அடியிலும் தாடையிலும் சதை மடிப்புகள் தொங்கின. பயம் அவளுக்குள் நொதிக்கத் தொடங்கி வாயில் எச்சில் கசந்தது. இன்ஸ்பெக்டர் ஒரு டம்ளர் தண்ணீரை அவளிடம் தள்ளினார்.

"இந்த விஷயம் ரொம்ப சிம்பிள். ஒன்று, பலாத்காரம் செய்யப் பட்டவள் புகார் அளிக்க வேண்டும். அல்லது அந்தக் குழந்தைகள் அந்தப் பரவன்தான் அவர்களைக் கடத்திக்கொண்டு சென்றதாக ஒரு போலீஸ் சாட்சியின் முன் அடையாளம் காட்ட வேண்டும். அல்லது . . ." பேபி கொச்சம்மா தன்னை நிமிர்ந்து பார்ப்பதற்காக அவர் காத்திருந்தார். "அல்லது, போலியான ஒரு எஃப். ஐ. ஆர். கொடுத்ததற்காக உங்கள் மேல் கேஸ் போட வேண்டிவரும். கிரிமினல் அஃபென்ஸ்."

பேபி கொச்சம்மாவின் இளநீல ஜாக்கெட்டை வியர்வை கரு நீலமாக்கியது. இன்ஸ்பெக்டர் தோமஸ் மாத்யூ அவளை நெருக்கடிக் குள்ளாக்கவில்லை. இப்போதிருக்கும் அரசியல் சூழலில் அவரே மிகப் பெரிய சிக்கலில் மாட்டிக்கொள்ள வாய்ப்பிருக்கிறது. இந்தச் சந்தர்ப்பத் தைத் தோழர் கே.என்.எம். பிள்ளை நழுவவிட மாட்டார் என்பது அவருக்குத் தெரியும். உணர்ச்சிவசப்பட்டு நடந்துகொண்டதற்காகத் தன்னையே அவர் சபித்துக்கொண்டார். அவரது பிரிண்டட் கைத் துண்டை சட்டைக்குள் விட்டு மார்பிலும், அக்குள்களிலும் வியர்வை யைத் துடைத்துக்கொண்டார். அவரது அலுவலகம் அமைதியாக இருந்தது. காவல் நிலைய நடவடிக்கைகளின் ஒலிகள். பூட்ஸ்களின் லாட சப்தங்கள், விசாரிக்கப்படும் யாரிடமிருந்தோ அவ்வப்போது எழும் ஊளைச் சத்தங்கள், எல்லாமே எங்கோ தொலைவிலிருந்து வருவதைப் போலக் கேட்டன.

"குழந்தைகளிடம் சொன்னால் அதன்படி அவர்கள் செய்வார் கள்," என்றாள் பேபி கொச்சம்மா. "அவர்களோடு சில நிமிஷங்கள் நான் தனியாகப் பேசலாமா?"

"உங்கள் விருப்பம்." இன்ஸ்பெக்டர் வெளியில் செல்ல எழுந்தார்.

"அவர்களை அனுப்புவதற்கு முன் எனக்கு ஐந்து நிமிடம் அவகாசம் கொடுங்கள்."

இன்ஸ்பெக்டர் தோமஸ் மாத்யூ ஒப்புதலாகத் தலையசைத்து விட்டு வெளியேறினார்.

பேபி கொச்சம்மா தனது மினுமினுக்கும், வியர்வை முகத்தைத் துடைத்தாள். கூரையை நிமிர்ந்து பார்த்து, கழுத்து மடிப்புகளிலிருந்த வியர்வையை அவள் முந்தானை நுனியால் துடைத்துக் கொண்டாள். அவளது சிலுவையை எடுத்து முத்தமிட்டாள்.

Hail Mary, full of grace . . .

பிரார்த்தனை வாசகங்கள் அவளைக் கைவிட்டன.

கதவு திறந்தது. எஸ்தாவும் ராஹேலும் உள்ளே அனுப்பப்பட்டனர். சேறு பூசியிருந்தது. கோக – கோலா நனைத்திருந்தது.

பேபி கொச்சம்மாவைப் பார்த்ததும் திடீரென்று அவர்களுக்கு தெளிவு வந்தது. முதுகில் அசாதாரணமாக மயிரடர்ந்திருந்த அந்த விட்டில்பூச்சி, அவர்களிருவரின் இதயங்களுக்கு மேலாகத் தன் சிறகு களை விரித்தது. *இவள் ஏன் வந்தாள்? அம்மு எங்கே? இன்னமும் அவளைப் பூட்டி வைத்திருக்கிறார்களா?*

பேபி கொச்சம்மா அவர்களைக் கடுமையாக நோக்கினாள். வெகு நேரத்திற்கு எதுவும் அவள் பேசவில்லை. அவள் பேசியபோது அவ ளுடைய குரல் கரகரப்பாக, பழக்கமற்றதாக இருந்தது.

"அந்தப் படகு யாருடையது? அதை எங்கிருந்து எடுத்தீர்கள்?"

"எங்களுடையது. நாங்கள்தான் கண்டுபிடித்தோம். வெளுத்தா அதை எங்களுக்காகப் பழுதுபார்த்துக் கொடுத்தான்" ராஹேல் முணுமுணுத்தாள்.

"எவ்வளவு நாட்களாக அதை வைத்திருக்கிறீர்கள்?"

"ஸோஃபீ மோள் வந்த அன்று அதைக் கண்டுபிடித்தோம்."

"வீட்டிலிருந்து பொருட்களைத் திருடிக்கொண்டு ஆற்றைக் கடந்து போனீர்களா?"

"நாங்கள் விளையாடத்தான் போனோம் . . ."

"*விளையாட?* அதை அப்படித்தான் சொல்வீர்களா?"

பேபி கொச்சம்மா அவர்களை வெகுநேரத்திற்கு முறைத்துப் பார்த்துவிட்டுப் பின் மீண்டும் பேசினாள்.

"உங்களுடைய அழகான மைத்துனியின் உடல் அங்கே கூடத்தில் கிடக்கிறது. அவள் கண்களை மீன்கள் கொத்தித் தின்றுவிட்டிருக்கின்றன. அவளுடைய அம்மா அழுகையை நிறுத்தவில்லை. இதைத்தான் நீங்கள் விளையாட்டு என்பீர்களா?"

ஒரு திடீர் காற்று பூப்போட்ட ஜன்னல் திரையை அலைபாய வைத்தது. வெளியே ஜீப்புகள் நிறுத்தப்பட்டிருப்பதை ராஹேலால் பார்க்க முடிந்தது. ஆட்கள் நடந்துசெல்வது. ஒரு ஆள் தனது மோட்டார் சைக்கிளை ஸ்டார்ட் செய்ய முயன்றுகொண்டிருந்தான். அவன் ஒவ்வொருமுறை கிக் – ஸ்டார்ட் லிவரின் மீது ஏறிக் குதித்தபோதும் அவனது ஹெல்மெட் ஒருபுறமாகச் சாய்ந்தது.

இன்ஸ்பெக்டரின் அறைக்குள், பப்பாச்சியின் விட்டில் அலைந்து கொண்டிருந்தது.

"ஒருத்தருடைய உயிரைப் போக்குவது என்பது மிக பயங்கரமான விஷயம்," என்றாள் பேபி கொச்சம்மா, "ஒருவர் செய்யக் கூடியதிலேயே மிக மோசமான விஷயம். கடவுள்கூட அதை மன்னிக்கமாட்டார். உங்களுக்கு அது தெரியும்; தெரியுமா, தெரியாதா?"

இரண்டு தலைகள் இருமுறை ஆடின.

“இருந்தாலும் ...” அவர்களை அவள் துயரத்துடன் பார்த்துவிட்டு, “அதை நீங்கள் செய்திருக்கிறீர்கள்” அவர்களுடைய கண்களுக்குள் நேராக உற்றுப் பார்த்தாள். “நீங்கள் கொலைகாரர்கள்.” அது உள்ளே கிரகிப்பதற்காகக் காத்திருந்தாள்.

“இது ஒரு விபத்து அல்லவென்பது எனக்குத் தெரியும். நீங்கள் இரண்டு பேரும் அவள்மீது எவ்வளவு பொறாமை கொண்டிருந்தீர் களென்று எனக்குத் தெரியும். நீதிமன்றத்தில் நீதிபதி என்னைக் கேட்டால் நான் சொல்ல வேண்டியிருக்கும், இல்லையா? என்னால் பொய் சொல்ல முடியுமா? முடியாது.” அவள் தன் பக்கத்திலிருந்த நாற்காலியில் தட்டினாள். “வந்து இங்கே உட்காருங்கள்.”

இரண்டு கீழ்படிந்த பிருஷ்டங்களின் நான்கு கதுப்புகள் அதில் அழுத்திக்கொண்டு அமர்ந்தன.

“சட்டப்படி நீங்கள் தனியாக ஆற்றுக்குப் போகக் கூடாது என் பதை நான் அவர்களிடம் சொல்ல வேண்டிவரும். அவளுக்கு நீந்தத் தெரியாது என்று தெரிந்திருந்தும் அவளை வலுக்கட்டாயமாக இழுத்துக் கொண்டு போனீர்கள் என்பதை, எப்படி நீங்கள் அவளை ஆற்றின் மத்தியில் பிடித்துத் தள்ளிவிட்டீர்கள் என்பதையெல்லாம் சொல்ல வேண்டிவரும். அது ஒரு விபத்தா, இல்லை தானே?”

விரிந்த தட்டுகள் நான்கு அவளை வியப்புடன் வெறித்தன. அவர் களிடம் அவள் சொல்லும் கதை மிகவும் வசீகரமாயிருந்தது. *அப்புறம் என்ன நடந்தது?*

“அதனால், இப்போது நீங்கள் ஜெயிலுக்குப் போக வேண்டி வரும்” பேபி கொச்சம்மா கனிவாகக் கூறினாள். “உங்களால், அம்முவும் ஜெயிலுக் குப் போவாள். பரவாயில்லையா?”

மிரட்சியுற்ற கண்களும், ஒரு நீருற்றும் அவளை முறைத்தன.

“நீங்கள் மூன்று பேரும், மூன்று வெவ்வேறு ஜெயில்களில். இந்தியா வில் ஜெயில்கள் எப்படியிருக்குமென்று உங்களுக்குத் தெரியுமா?”

இரண்டு தலைகள் இருமுறை குலுக்கிக்கொண்டன.

பேபி கொச்சம்மா தன்னுடைய கேஸைக் கட்டியெழுப்பினாள். சிறை வாழ்க்கை பற்றி (தன் கற்பனையிலிருந்து எடுத்து) சித்தரித்தாள்.

சாப்பாட்டில் கரப்பான் பூச்சிகள் விழுந்துகிடக்கும். கழிவறை களில் *சீச்சீ* பழுப்பு மலைகளாகக் குவிந்திருக்கும். மூட்டைப்பூச்சிகள். அப்புறம் அடி உதைகள். அம்மு எவ்வாறு அவர்களிடமிருந்து நெடு நாளைக்குப் பிரித்துவைக்கப்படுவாள் என்று விரிவாக வர்ணித்தாள். ஒருவேளை ஜெயிலிலேயே செத்துப்போகாமல் விடுதலையாகி வெளியே வந்தாளென்றால், அப்போது அவளுக்கு எப்படிச் சீக்குபிடித்து, தலை நரைத்து, பேன் மண்டி, வயதாகி, தள்ளாடி நடந்து வருவாள் என்றும், அவளுடைய கருணையும் அக்கறையும் மிகுந்த குரலில் அவர்களுடைய

எதிர்காலம் எவ்வளவு கோரமாக இருக்கப்போகிறதென்றும் எடுத்துரைத்தாள். அவர்களுடைய எல்லா நம்பிக்கைக் கதிர்களையும் அணைத்துவிட்டு, அவர்களுடைய வாழ்க்கைகளை மொத்தமாக அழித்துவிட்டு, ஒரு தேவதை தெய்வத்தாய் போல அவர்களுக்கு ஒரு தீர்வை அன்பளித்தாள். அவர்கள் புரிந்த விஷயங்களுக்காகக் கடவுள் எப்போதும் அவர்களை மன்னிக்கப்போவதில்லை, ஆனால் இங்கே, இந்தப் பூமியில், சில சிதைவுகளைச் சீரமைத்துக்கொள்ள ஒரு வழியிருக்கிறது. அவர்களுடைய அம்மாவை அவமானத்திலிருந்து காப்பாற்றவும், அவர்களது கஷ்டங்களைத் தீர்த்துக்கொள்ளவும். அதாவது அவள் சொல்கிறபடி அவர்கள் நடப்பதாயிருந்தால்.

"அதிருஷ்டவசமாக, உங்களுக்கு அதிருஷ்டவசமாக, போலீஸ் ஒரு தப்பு செய்திருக்கிறது. *அதிருஷ்டவசமான* ஒரு தப்பு", அவள் நிறுத்தினாள். "அது என்ன தெரியுமா?"

போலீஸ்காரர்களின் மேஜை மேலிருந்த கண்ணாடி பேப்பர் வெயிட்டுகளுக்குள் மனிதர்கள் சிக்கியிருந்தனர். எஸ்தாவால் அவர்களைப் பார்க்க முடிந்தது. சுழல் நடனமாடும் ஓர் ஆணும் சுழல் நடனமாடும் ஒரு பெண்ணும். அவள் வெள்ளையுடைகளுக்குக் கீழே கால்கள் வெளிப்படையாக இருந்தன.

"என்ன தெரியுமா?"

அந்த இடத்தில் பேப்பர் வெயிட்டிலிருந்து சூழல் நடன இசை ஒலித்துக்கொண்டிருந்தது. மம்மாச்சி வயலின் வாசித்துக்கொண்டிருந்தாள்.

ர – ர – ர – ர – ரம்.

பரம் – பரம்.

"விஷயம் என்னவென்றால்" பேபி கொச்சம்மாவின் குரல் தொடர்ந்தது. "நடந்தது நடந்ததாக இருக்கட்டும். அவன் எப்படியும் செத்துவிடுவான் என்று இன்ஸ்பெக்டர் சொல்லியிருக்கிறார். போலீஸ் என்ன நினைக்கும் என்பதைப் பற்றி அவருக்குக் கவலையில்லை. விஷயம் என்னவென்றால், உங்களுக்கு ஜெயிலுக்குப் போக விருப்பமா? உங்களால், அம்முவும் ஜெயிலுக்குப் போக வேண்டுமா? முடிவெடுக்க வேண்டியது உங்கள் பொறுப்பு."

அந்த பேப்பர் வெயிட்டுக்குள் காற்றுக் குமிழிகள் சிக்கியிருந்தன. நீருக்கடியில் அந்த ஆணும் பெண்ணும் சுழன்று நடனமாடுவதைப் போலத் தோன்றியது. அவர்கள் 'சந்தோஷமாக'த் தெரிந்தனர். ஒரு வேளை அவர்களுக்குக் கல்யாணமாக இருக்கலாம். அவள் வெள்ளையுடையில் இருக்கிறாள். அவன் கருப்பு சூட்டிலும், போ – டையிலும் இருக்கிறான். ஒருவரையொருவர் தீர்க்கமாகப் பார்த்துக் கொண்டிருக்கின்றனர்.

"நீங்கள் அவளைக் காப்பாற்ற வேண்டுமென்று விரும்பினால், நீங்கள் செய்ய வேண்டியது, அந்தப் பெரிய மீசை வைத்திருக்கிற மாமாவிடம் செல்ல வேண்டும். அவர் உங்களை ஒரு கேள்வி கேட்பார்.

ஒரே ஒரு கேள்வி. நீங்கள் சொல்ல வேண்டியதெல்லாம் 'ஆமாம்'. அவ்வளவுதான். அப்புறம் நாம் வீட்டுக்குப் போய்விடலாம். ரொம்ப சுலபம். ஒரு சின்ன விலை கொடுக்க வேண்டும்."

எஸ்தாவின் பார்வையின் திசையைப் பேபி கொச்சம்மா கவனித் தாள். அந்த பேப்பர் வெயிட்டைத் தூக்கிச் சன்னலுக்கு வெளியே வீசியெறிய உத்வேகம் வந்து, தன்னைக் கட்டுப்படுத்திக் கொண்டாள். அவள் இதயம் சுத்தியில் அடித்துக் கொண்டிருந்தது.

"அதனால் . . ." இறுக்கம் குரலில் தெரியத் தொடங்க, ஒரு பிரகாச மான, இலேசான புன்னகையுடன் கேட்டாள், "இன்ஸ்பெக்டர் மாமா விடம் என்ன சொல்லட்டும்? என்ன முடிவெடுத்திருக்கிறோம்? அம்மு வைக் காப்பாற்றுவதற்கு விருப்பமா, அல்லது அவளை ஜெயிலுக்கு அனுப்பிவிடலாமா?"

என்னவோ இரண்டு அன்பளிப்புகளில் ஒன்றைத் தேர்ந்தெடுத்துக் கொள்ள அழைப்பது போல். மீன் பிடிக்கவா அல்லது பன்றிகளைக் குளிப்பாட்டவா, பன்றிகளைக் குளிப்பாட்டவா அல்லது மீன் பிடிக்கவா?

இரட்டையர்கள் அவளை நிமிர்ந்து நோக்கினர். ஒன்றாக அல்ல (ஆனால் ஏறக்குறைய) இரண்டு பயந்த குரல்கள் முணுமுணுத்தன. "அம்முவைக் காப்பாற்ற வேண்டும்."

இனி வரும் வருடங்களில் இந்தக் காட்சியை அவர்களுடைய தலைகளுக்குள் திரும்பத் திரும்ப அவர்கள் போட்டுப் பார்க்கப் போகின்றனர். குழந்தைகளாக. டீன் – ஏஜர்களாக. பெரியவர்களாக. அவர்களை ஏமாற்றிச் செய்ய வைத்துவிட்டார்களா? சூழ்ச்சியாகச் சிக்க வைக்கப்பட்டுவிட்டார்களா?

ஒரு விதத்தில், ஆம். ஆனால் அது அத்தனை எளிதாக இல்லை. அவர்களுக்குத் தேர்ந்தெடுக்க வாய்ப்பு அளிக்கப்பட்டதை அவர்கள் அறிவர். எவ்வளவு விரைவாகத் தேர்ந்தெடுத்துவிட்டனர்! ஒரு விநாடி நேரத்தைவிடக் கூடுதலாக எடுத்துக்கொள்ளாது, அவர்கள் நிமிர்ந்து பார்த்துச் சொல்லிவிட்டனர் (ஒன்றாக அல்ல, ஆனால் ஏறக்குறைய) – "அம்முவைக் காப்பாற்ற வேண்டும்." எங்களைக் காப்பாற்றுங்கள். எங்கள் அம்முவைக் காப்பாற்றுங்கள்.

பேபி கொச்சம்மா முகமலர்ந்தாள். சுமை தணிந்தது ஒரு மலமிளக்கி யைப் போலச் செயல்பட்டது. அவளுக்குக் கழிவறைக்குச் செல்ல வேண்டியிருந்தது. அவசரமாகக் கதவைத் திறந்து இன்ஸ்பெக்டரை அழைத்தாள்.

"இவர்கள் நல்ல குழந்தைகள்," அவர் வந்ததும் சொன்னாள். "இவர்கள் உங்களுடன் வருவார்கள்."

"இரண்டு பேரும் வர வேண்டியதில்லை. ஒருத்தர் போதும்" என்றார் இன்ஸ்பெக்டர் தோமஸ் மாத்யூ. "யாராவது ஒருத்தர். மோன். மோள். யார் என்னுடன் வரப்போவது?"

“எஸ்தா.” பேபி கொச்சம்மா தேர்ந்தெடுத்தாள். இரண்டு பேரில் அவன்தான் தீர்க்கமானவன். எளிதில் இணக்குவிக்கக்கூடியவன். தொலைநோக்குடையவன். பொறுப்பானவன். “நீ போ. நல்ல பையன்.”

Little Man. He lived in a cara-van. டம் டம்.

எஸ்தா சென்றான்.

தூதர் எ. பெல்விஸ். விரிந்த கண்களும் கலைந்த சிகையும். கோட்டயம் காவல் நிலையத்தின் பயங்கரமான குடலுக்குள் உயரமான காவலர்கள் சூழ, ஒரு குள்ளமான தூதர். அவர்களுடைய காலடிகள் கொடிக்கல் சுவரில் எதிரொலித்தன.

ராஹேல், இன்ஸ்பெக்டரின் அலுவலகத்தில் அமர்ந்து, இன்ஸ்பெக்டரின் கழிவறைப் பீங்கானில் பேபி கொச்சம்மாவின் தணிவு கரடு முரடான சத்தத்துடன் வெளியேறுவதைக் கேட்டுக்கொண்டிருந்தாள். வெளியில் வந்ததும், “ஃபிளஷ் வேலை செய்யவில்லையே,” என்றாள் கவலையோடும், அவளது வெளியேற்றத்தின் திடத்தையும் நிறத்தையும் இன்ஸ்பெக்டர் பார்த்துவிடக் கூடுமென்ற சங்கடத்தோடும்.

அந்த லாக்கப் கும்மிருட்டாக இருந்தது. எஸ்தாவால் எதையும் பார்க்க இயலாவிட்டாலும், திணறித் திணறி தேய்ந்து ஒலிக்கும் மூச்சொலி கேட்டது. நரகல் நாற்றம் அவனை முகம்சுளிக்க வைத்தது. யாரோ சுவிட்சைப் போட்டனர். பளீர். கண் கூசியது. வெளுத்தா, கழிசடையாக இருந்த வழுக்கும் தரையில் உருவானான். ஒரு நவீன விளக்கிலிருந்து வெளிவந்த உருச்சிதைந்த பூதம். அவன் அம்மணமாக இருந்தான். அவனது அழுக்கடைந்த முண்டு தனியாகக் கழன்றிருந்தது. மண்டையிலிருந்து ரத்தம் ஒரு ரகசியம் போல் கசிந்துகொண்டிருந்தது. அவன் முகம் வீங்கி, மெல்லிசான காம்புக்கு மிகப் பெரிதாக, மிகக் கனமாக வளர்ந்த பூசணிக்காயைப் போல அவன் தலை காணப்பட்டது. அரக்கத்தனமாகத் தலைகீழாகப் புன்னகைக்கும் ஒரு பூசணிக்காய். அவனிடமிருந்து பரவிக்கொண்டிருந்த மூத்திரக் குட்டையிலிருந்து காவலர் பூட்ஸ்கள் பின்வாங்கின. அந்தப் பிரகாசமான ஒற்றை மின்விளக்கு அதில் பிரபதிபலித்தது.

எஸ்தாவிடம் செத்த மீன்கள் மிதந்தன. காவலர்களில் ஒருவர் வெளுத்தாவைக் காலால் புரட்டினார். எந்தப் பதிலும் இல்லை. இன்ஸ்பெக்டர் தோமஸ் மாத்யூ குந்தியமர்ந்து வெளுத்தாவின் உள்ளங்காலில் ஜீப் சாவியால் நிரடினார். வீங்கிய கண்கள் திறந்தன. அலைந்தன. அதன் பின் அவனுக்குப் பிரியமான குழந்தைச் சிறுவன் மேல் ரத்தப் படலத்துடன் நிலைத்தன. அவனிடமிருந்த ஏதோவொன்று புன்னகைத்ததாக எஸ்தாவிற்குத் தோன்றியது. அவனது வாய் அல்ல. காயமுற்றிராத ஏதோவொரு பாகம். அவனது முழங்கையாக இருக்கலாம். அல்லது தோள்.

இன்ஸ்பெக்டர் தனது கேள்வியைக் கேட்டார். எஸ்தாவின் வாய் ‘ஆம்’ என்றது.

பிள்ளைப்பிராயம் பூனைநடைபோட்டு வெளியேறியது.

நிசப்தம் ஓர் ஆணியைப் போல் அறைந்துகொண்டது.

யாரோ விளக்கையணைத்தார்கள். வெளுத்தா மறைந்து போனான்.

போலீஸ் ஜீப்பில் திரும்பும்போது ரிலையபிள் மெடிகோஸ்ஸில் பேபி கொச்சம்மா நிறுத்திக் கொஞ்சம் காம்போஸ் மாத்திரைகள் வாங்கிக் கொண்டாள். இருவருக்கும் இரண்டிரண்டு கொடுத்தாள். சுங்கம் பாலத்தை அடையும்போதே அவர்களுடைய கண்கள் செருகத் தொடங்கின. எஸ்தா, ராஹேலின் செவியில் ஏதோ முணுமுணுத்தான். “நீ சொன்னது சரி. அது அவனில்லை. அது உரும்பன்.”

“தேங் காட்.” ராஹேல் பதிலுக்கு முணுமுணுத்தாள்.

“அவன் எங்கேயிருப்பானென்று நினைக்கிறாய்?”

“ஆப்பிரிக்காவுக்குத் தப்பிப் போய்விட்டிருப்பான்,”

அவர்கள் அம்மாவிடம் நல்ல தூக்கத்தில் இந்தப் புனைவில் ஒப்படைக்கப்பட்டனர்.

அடுத்த நாள் காலை அம்மு அவர்களை உலுக்கி எழுப்பிய போது எல்லாம் முடிந்துவிட்டிருந்தது.

இத்தகைய விஷயங்களில் அனுபவசாலியான இன்ஸ்பெக்டர் தோமஸ் மாத்யூ சொன்னது சரிதான். வெளுத்தா அன்றிரவைத் தாண்டவில்லை.

இரவு பனிரெண்டரை மணிக்கு அவனிடம் மரணம் வந்தது.

ஒரு நீலநிறக் குறுக்குத் தையலிட்ட படுக்கை விரிப்பின் மீது சுருண்டு உறங்கிக்கொண்டிருந்த அந்தச் சிறிய குடும்பத்துக்கு? அவர்களிடம் எது வந்தது?

மரணமல்ல. வெறும் வாழ்வின் முடிவு.

ஸோஃபீ மோளின் நல்லடக்கத்துக்குப் பிறகு அம்மு அவர்களை அழைத்துக்கொண்டு காவல் நிலையத்திற்குச் சென்றாள். இன்ஸ்பெக்டர் தனது மாம்பழங்களைத் தேர்ந்தெடுத்தபோது (டப், டப்) அந்த உடல் ஏற்கனவே அப்புறப்படுத்தப்பட்டிருந்தது. தெம்மாடிக் குழியில் புதைக்கப்பட்டது. போலீஸார் அவர்களிடம் இறந்தவர்களை அங்கேதான் புதைப்பது வழக்கம் என்றார்.

அம்மு காவல் நிலையத்திற்குச் சென்றதைக் கேள்விப்பட்டபோது பேபி கொச்சம்மா மிரண்டுபோனாள். அவள், பேபி கொச்சம்மா, செய்த அனைத்துமே ஒரேயொரு அனுமானத்தின் அடிப்படையில்

அமைந்தவை. அம்மு என்னதான் செய்திருந்தாலும், எவ்வளவுதான் கோபமாக இருந்திருந்தாலும், வெளுத்தாவுடன் தனக்கிருந்த உறவை அவள் வெளிப்படையாக ஒப்புக்கொள்ள மாட்டாள் என்று நினைத்துத் தான் காரியமாற்றினாள். ஏனெனில், பேபி கொச்சம்மாவைப் பொறுத்த வரை, அம்மு அப்படிச் செய்தால் அது தன்னையும் தன் குழந்தை களையும் அழித்துக்கொள்வதில்தான் முடியும். நிரந்தரமாக. ஆனால் பேபி கொச்சம்மா அம்முவிடமிருந்த அபத்திரமான விளிம்பைக் கணக்கிலெடுத்துக்கொள்ளவில்லை. கலக்க முடியாத ஒரு வினோதக் கலவை – தாய்மையின் அளவற்ற மென்மையும், ஒரு தற்கொலைப் படையின் கண்மூடித்தனமான வெறியும்.

அம்முவின் நடவடிக்கை அவளைத் திகைப்பிலாழ்த்தியது. அவள் பாதத்திற்கடியிலிருந்த நிலம் பெயர்ந்தது. இன்ஸ்பெக்டர் தோமஸ் மாத்யூ தனக்கு ஆதரவாக இருக்கிறார் என்பது உண்மைதான். ஆனால் இது எவ்வளவு நாள் தாங்கும்? அவர் மாற்றம் செய்யப்பட்டு, கேஸ் மீண்டும் திறக்கப்பட்டால்? வாசலுக்கெதிரே சத்தம் போடவும், கோஷம் போடவும் கட்சி ஊழியர்களைத் தோழர் கே.என்.எம். பிள்ளை சேகரித்த பிறகு, அது சாத்தியம்தான். அது தொழிலாளர்களை வேலைக்கு வர முடியாமல் தடுத்தது. ஏராளமான மாங்காய்களும் வாழைப்பழங்களும் அன்னாசியும் பூண்டும் இஞ்சியும் மலையாகக் குவிந்து பாரடைஸ் ஊறுகாய் தொழிற்சாலை வளாகத்தில் மெதுவாக அழுக ஆரம்பித்தன.

அய்மனத்தை விட்டு அம்முவை உடனடியாக வெளியேற்ற வேண்டு மென்பதை பேபி கொச்சம்மா அறிந்திருந்தாள்.

அவளுக்கு எது நன்றாக வருமோ, அதை வைத்து அவள் நினைத் ததை நிறைவேற்றினாள். மற்றவர்களின் உணர்ச்சிகளை வைத்து தனது வயலில் நீரிறைத்து, உரமிட்டுக்கொள்வது.

குடோனுக்குள் எலி கடிப்பதைப் போல சாக்கோவின் சோகத்தைக் கொறித்துக்கொண்டேயிருந்தாள்.

அதன் சுவர்களுக்குள் ஒரு சுலபமான, அடையக்கூடிய இலக்கை அவனது ஆத்திரத்திற்கு அமைத்துக் கொடுத்தாள். ஸோஃபீ மோளின் மரணத்துக்கு அம்முதான் உண்மையான காரணம் என்று சித்தரிப்ப தில் அவளுக்குச் சிரமம் இருக்கவில்லை. அம்மு மட்டுமல்ல, அவ ளுடைய இரு கரு இரட்டையர்களும்.

பேபி கொச்சம்மாவின் கையிலிருந்த வாரின் இறுதியைப் பற்றி யிருந்த சாக்கோ என்ற வெறிபிடித்த காளைதான் கதவுகளை உடைத்துக் கொண்டுவந்து சீறிக்குதித்ததும். அம்மு தன் மூட்டை முடிச்சுகளைக் கட்டிக்கொண்டு வெளியேற வேண்டுமென்பது *அவளது* திட்டம்தான். எஸ்தா திருப்பி அனுப்பப்பட வேண்டுமென்பதும்.

20

மெட்ராஸ் மெயில்

எனவே, கொச்சி துறைமுக முனையத்தில், கம்பியிட்ட ரயில் ஜன்னலில் தனியான எஸ்தா அமர்ந்திருந்தான். தூதர் எ. பெல்விஸ். பஃப் வைத்த ஓர் அம்மிக்கல். பச்சையாக அலை யடிக்கும், கெட்டியாக நீர்புரளும், அடையும், கடற்பாசிகள் நெளியும், மிதக்கும், அடியில் எதுவுமற்ற, அடியில் கனத்த ஓர் உணர்வு. அவன் பெயர் எழுதியிருந்த டிரங்க் பெட்டி அவன் இருக்கைக்கு அடியில் இருந்தது. அவனுக்கு முன்னாலிருந்த மடக்கு மேசை நீட்டலில் தக்காளி சாண்ட்விச் டிபன் பாக்ஸும் கழுகுப் படம் போட்ட ஈகிள் ஃபிளாஸ்க்கும் இருந்தன.

அவனுக்குப் பக்கத்தில், பச்சை செந்நீலக் காஞ்சிபுரப் பட்டும் மூக்கில் பளபளக்கும் தேனீக்கள் போல வைரக் கொத்தும் அணிந்திருந்த பெண்மணி ஒருத்தி லட்டு சாப்பிட்டுக்கொண் டிருந்தாள். எஸ்தாவிடம் இனிப்புப் பெட்டியை நீட்டினாள். எஸ்தா தலையை அசைத்தான். நயமாகப் புன்னகைத்தாள். அவளுடைய கனிவான கண்கள் அவள் கண்ணாடிகளுக்குப் பின்னால் கோடாக இடுங்கின. வாயில் முத்தமிடுகிறாற் போல் சத்தமெழுப்பினாள்.

“சாப்பிட்டுப் பார். ரொம்ம்ம்பத் தித்திப்பாக இருக்கும்”, என்றாள் தமிழில். “ரொம்ப மதுரம்.”

எஸ்தாவின் வயதொத்த அவளுடைய மூத்த மகள், ஆங்கிலத் தில் “ஸ்வீட்” என்றாள்.

எஸ்தா மீண்டும் தலையை அசைத்தான். அந்தப் பெண்மணி ஆசையுடன் அவன் தலையைக் கோதி அவனது பஃபைக் கலைத் தாள். அவள் குடும்பத்தினர் (கணவனும் மூன்று பிள்ளைகளும்) ஏற்கனவே சாப்பிட்டுக்கொண்டிருந்தனர். இருக்கையெங்கும் மஞ்சள் மஞ்சளாக லட்டுத் துணுக்குகள் இறைந்திருந்தன. காலுக் கடியில் ரயில் குப்பைத் துணுக்குகள் இறைந்திருந்தன. நீலநிற இரவு விளக்கு இன்னும் போடப்படவில்லை.

சாப்பிடும் பெண்மணியின் இளைய மகன் அதைப் போட் டான். சாப்பிடும் பெண்மணி அதை அணைத்தாள். அச்சிறுவனிடம் அதைத் தூங்கப் போகும்போதுதான் போட வேண்டுமென்றும், விழித்திருக்கும் போதல்லவென்றும் விளக்கினாள்.

ரயிலின் முதல் வகுப்பில் எல்லாமே பச்சையாக இருந்தன. இருக்கைகள் பச்சை. பெர்த்துகள் பச்சை. தரை பச்சை. சங்கிலிகள் பச்சை. கரும்பச்சை. இளம்பச்சை.

TO STOP TRAIN PULL CHAIN என்று பச்சையில் எழுதியிருந்தது.

OT POTS NIART LLUP NIAHC, எஸ்தா பச்சையில் நினைத்தான்.

ஜன்னல் கம்பிகள் வழியாக அம்மு அவன் கையைப் பற்றினாள்.

"உன் டிக்கெட்டைப் பத்திரமாக வைத்துக்கொள்", அம்முவின் வாய் சொன்னது. அம்முவின் – அழுகையை – அடக்கிக்கொண்டிருந்த – வாய். "வந்து சோதிப்பார்கள்."

ரயில் ஜன்னலையொட்டியிருந்த அம்முவின் முகத்தில் எஸ்தா தலையை அசைத்தான். ராஹேல் ரயில்நிலைய அழுக்கெல்லாம் சேர்ந்து குள்ளமாக நின்றுகொண்டிருந்தாள். அந்த மூவருக்கும் பொதுவான, ஆனால் தனித்தனியான ஓர் உணர்வு ஒன்றாகப் பிணைந்திருந்தது. ஒரு மனிதனை அன்பு செலுத்தியே கொன்றிருக்கிறோம்.

அது செய்தித்தாள்களில் இல்லை.

நடந்த சம்பவங்களில் அம்முவின் பங்கு என்ன என்பதை அறிந்து கொள்ள அந்த இரட்டையர்களுக்குச் சில வருடங்கள் பிடித்தன. ஸோஃபீ மோளின் சவ அடக்கத்தின்போதும், எஸ்தா அனுப்பப்பட்ட தினத்திற்கு முந்தைய நாட்களிலும் அவளுடைய வீங்கிய கண்களைப் பார்த்து, குழந்தைகளுக்கேயுரிய தன்முனைப்பான புரிதலில், அவளுடைய கஷ்டத்துக்குத் தாங்களே முழுக் காரணம் என்று நம்பிக் கொண்டிருந்தனர்.

"ஸாண்ட்விச் கெட்டியாக இருக்கும்போதே சாப்பிட்டுவிடு" என்றாள் அம்மு. "கடிதம் எழுத மறந்துவிடாதே."

அவள் பிடித்திருந்த எஸ்தாவின் சிறிய கையின் நகங்களை ஆராய்ந்து கட்டைவிரல் நகத்தினடியிலிருந்து ஒரு சிறிய கருப்பு அழுக்குச் சிம்புவை அவள் நகத்தால் அகற்றினாள்.

"என் செல்லத்தை நன்றாகப் பார்த்துக்கொள். நான் வந்து அவனைக் கூட்டிச் செல்லும்வரை."

"எப்போது அம்மு? அவனுக்காக எப்போது வருவாய்?"

"சீக்கிரமே."

"ஆனால் எப்போது? சரியாகச் சொல்லு."

"சீக்கிரமாகவே செல்லம். என்னால் முடிந்தளவு சீக்கிரமாக."

"வரும் மாதத்திற்கு அடுத்தது? அம்மு?" அவ்வளவு நாட்கள் கழித்து அல்ல எஸ்தா. அதற்கு முன்பாகவே. நடைமுறைக்கு வா. உன் படிப்பு

என்னாவது? என்று அம்மு சொல்வாள் என்பதற்காகவே வேண்டு மென்றே கேட்டான்.

“எனக்கு வேலை கிடைத்த உடனேயே. இங்கிருந்து சென்று ஒரு வேலை கிடைத்த உடனே.”

“ஆனால் அது நடக்கவே போவதில்லை. நெவர்!” ஒரு பீதி அலை. அடியில் எதுவுமற்ற, அடியில் கனத்த உணர்வு.

சாப்பிட்டுக்கொண்டிருந்த பெண்மணி தவிர்க்க முடியாமல் ஒட்டுக் கேட்டாள்.

“எவ்வளவு அழகாக அவன் ஆங்கிலத்தில் பேசுகிறான் பார்” என்றாள் தன் பிள்ளைகளிடம், தமிழில்.

“ஆனால் அது நடக்கப்போவதில்லை. நெவர்,” அவளது மூத்த மகள் விரோதத்துடன் பதிலளித்தாள். “N. . E. .V. . E. . R. . Never.”

அவள் ‘நெவர்’ என்று சொன்னது, வெகுகாலம் பிடிக்கப் போகிறது என்ற அர்த்தத்தில்தான். *இப்போது* இல்லை, *சீக்கிரத்திலும்* இல்லை.

எப்போதுமே நடக்கப்போவதில்லை என்ற அர்த்தத்தில் இல்லை. *Not Ever* அல்ல.

ஆனால் அப்படித்தான் வார்த்தைகள் வெளிவந்தன.

ஆனால் அது நடக்கப்போவதில்லை!

Not Ever இலிருந்து *O*வையும் *T*யையும் அவர்கள் எடுத்து விட்டனர்.

அவர்கள்?

அரசாங்கம்.

ஒழுங்காக நடந்துகொள்ள அனுப்பப்படும் இடம்.

அப்படித்தான் அனைத்தும் நிகழ்ந்தன.

நெவர். நாட் எவர்.

அம்முவின் நெஞ்சுக்குள்ளிருந்த தூரத்து மனிதன் இரைச்சலிடுவதை நிறுத்தியது *அவனுடைய* தவறு. ஒரு லாட்ஜில், அவளுக்கருகில் யாரும் இல்லாமல், பேசுவதற்கு ஒருத்தருமில்லாமல் தனியாக அவள் இறந்து போனது *அவனுடைய* தவறு.

ஏனென்றால் அதைச் சொன்ன ஒருவன் அவன்தான். *ஆனால் அம்மு, அது நடக்கப்போவதில்லை! நெவர்!*

“டோன்ட் பி ஸில்லி, எஸ்தா. சீக்கிரம் வந்துவிடுவேன்” அம்முவின் வாய் சொன்னது. “நான் டீச்சராகிவிடுவேன். ஒரு பள்ளியைத் தொடங்கு வேன். நீயும் ராஹேலும் அதில் இருப்பீர்கள்.”

“அந்தப் பள்ளியில் படிப்பதற்கு நமக்குச் செலவாகாது, ஏனென் றால் அது நம்முடையது!” அவனுடைய நிரந்தரப் பிடிவாதத்துடன் எஸ்தா கூறினான். முக்கியமான வாய்ப்புகளில் அவன் கவனம் நகர்ந்தது.

இலவச பஸ் பயணம். இலவச சவ அடக்கம். இலவசக் கல்வி. சின்ன மனிதன். *He lived in a cara-van.* டம் டம்.

"நமக்கென்று சொந்த வீடு இருக்கும்" என்றாள் அம்மு.

"ஒரு சின்ன வீடு" என்றாள் ராஹேல்.

"நம்முடைய பள்ளியில் நமக்கு வகுப்பறைகளும் கரும்பலகைகளும் இருக்கும்" என்றான் எஸ்தா.

"அப்புறம் சாக்பீஸ்."

"அப்புறம் உண்மையான டீச்சர்கள் பாடம் நடத்துவார்கள்."

"அப்புறம் உரிய தண்டனைகளும்" என்றாள் ராஹேல்.

அவர்களுடைய கனவுகள் உருவாக்கப்பட்டிருந்தது இத்தகைய பொருட்களால்தாம். எஸ்தா திரும்ப அனுப்பப்பட்ட தினத்தன்று. சாக்பீஸ். கரும்பலகைகள். உரிய தண்டனைகள்.

தங்களைத் தண்டிக்காமல் விடச் சொல்லி அவர்கள் கோரவே யில்லை. அவர்களுடைய தவறுகளுக்குப் பொருத்தமான தண்டனை களைத்தான் கேட்டனர். பெட்ரூம்கள் இணைக்கப்பட்டு வரும் அலமாரி கள் போன்றவற்றையல்ல. அலமாரித் தட்டுகளுக்கிடையே வாழ்நாள் முழுக்க அலைந்துகொண்டிருக்க வேண்டியிருப்பதைப் போலல்ல.

எச்சரிப்பின்றி ரயில் நகரத் தொடங்கியது. மிக மெதுவாக.

எஸ்தாவின் கண் பாவைகள் விரிந்தன. அம்மு பிளாட்பாரத்தில் தொடர்ந்து நடந்துவர, அவன் நகங்கள் அவள் கைகளில் ஆழமாகப் பதிந்தன. மெட்ராஸ் மெயில் வேகம் பிடிக்க அவளது நடை ஓட்டமாக அதிகரித்தது.

Godbless my baby. My sweetheart. சீக்கிரம் வந்துவிடுவேன்.

அவள் கைகள் அவனிடமிருந்து பிரிய, எஸ்தா உரக்க அழைத்தான். "அம்மு!"

"அம்மு! வாந்தி வருகிறாற் போலிருக்கிறது!"

எஸ்தாவின் குரல் அழுகையாக உயர்ந்தது.

வெளியூர் பிரயாணத்திற்கென்றே விசேஷமாக வாரப்பட்டு, கலைந்து போயிருந்த பஃப்புடன் ஒரு சின்ன எல்விஸ் பெல்விஸ். கம்பளிச் சட்டையும் கூர் ஷூக்களும். அவனுக்குப் பின்னால் அவன் குரல் விட்டு விலகியது.

ரயில் நிலைய நடைபாதையில் ராஹேல் இரண்டாக மடிந்து வீறிட்டாள். விடாமல் வீறிட்டாள்.

ரயில் போய்விட்டது. விளக்குப் போடப்பட்டது.

இருபத்தி மூன்று வருடங்கள் கழித்து, ஒரு மஞ்சள் டி – ஷர்ட்டிலிருந்த கருப்பு ராஹேல் எஸ்தாவிடம் திரும்புகிறாள்.

“எஸ்தப்பாப்பிச்சாச்சன் குட்டப்பென் பீட்டர் மோன்,” அவள் கூறுகிறாள்.

அவள் கிசுகிசுக்கிறாள்.

அவள் தன் வாயை அசைக்கிறாள்.

அவர்களுடைய அழகான அம்மாவின் வாய்.

நேராக நிமிர்ந்து அமர்ந்து, கைதுசெய்யப்படக் காத்துக்கொண்டிருந்த எஸ்தா தன்னுடைய விரல்களை அதற்குக் கொண்டுசெல்கிறான். அது உருவாக்கும் வார்த்தைகளைத் தொடுவதற்கு. கிசுகிசுப்பைப் பிடிக்க. அதன் வடிவத்தை அவன் விரல்கள் தொடர்கின்றன. பற்களின் தொடுகை. அவன் கை பற்றப்பட்டு முத்தமிடப்படுகிறது.

மழைச்சாரல் தெறித்திருந்த கன்னங்களின் குளிர்ச்சியின் மீது அந்தக் கை வைத்து அழுத்தப்பட்டது.

அவள் நிமிர்ந்து அமர்ந்து அவனைச் சுற்றித் தன் கைகளையிட்டு வளைத்துக்கொண்டாள். தனக்கருகில் அவனை இழுத்துக்கொண்டாள்.

வெகுநேரத்திற்கு அவர்கள் அப்படியே இருந்தனர். இருட்டில் விழித்துக்கொண்டு நிசப்தமும் வெறுமையும் சூழ்ந்திருக்க.

முதுமையல்ல. இளமையல்ல.

ஆனால் ஒரு வாழவும் சாகவும் கூடிய வயது.

யதேச்சையான சந்திப்பில் எதிர்கொண்ட இரு அந்நியர்கள் அவர்கள்.

உயிர் தொடங்குமுன்பே ஒருவரையொருவர் அறிந்திருந்தவர்கள்.

அடுத்து நடந்ததென்னவென்று யாரும் சொல்லித் தெளிவுபடுத்த அதிகமில்லை. செக்ஸைக் காதலிலிருந்து பிரிக்கும்படி (மம்மாச்சியின் புத்தகத்தில்) எதுவுமில்லை. அல்லது உணர்ச்சிகளிலிருந்து தேவைகளை.

கவனித்தவர் யாரும் ராஹேலின் கண்களுக்குள் கவனித்ததில்லை யென்பதைத் தவிர. சன்னலுக்கு வெளியே கடலை யாரும் உற்றுப் பார்த்ததில்லை. அல்லது ஆற்றில் ஒரு படகை. அல்லது மூடுபனியில் தொப்பியணிந்து செல்லும் ஒருவரை.

கொஞ்சம் குளிராக இருக்கிறது என்பதைத் தவிர. கொஞ்சம் ஈரம். ஆனால் மிக நிசப்தம். காற்று.

சொல்வதற்கு என்ன இருக்கிறது?

கண்ணீர் மட்டும்தான் இருந்தது. சேர்த்து அடுக்கப்பட்ட கரண்டி களைப் போல நிசப்தமும் வெறுமையும் ஒன்றுடன் ஒன்று பொருந்திக் கொண்டன என்பதைத்தான். ஒரு கடினமான, தேன்நிறத் தோளில் அரைவட்டப் பற்குறி இருந்தது என்பதைத்தான். முடிந்த பிறகு வெகுநேரத்திற்கு அவர்கள் இறுக்கமாக ஒருவரையொருவர் பற்றி யிருந்தனர் என்பதைத்தான். அந்த இரவில் அவர்கள் பரிமாறிக் கொண்டது மகிழ்ச்சியையல்ல, பயங்கர சோகத்தை என்பதைத்தான்.

மீண்டும் அவர்கள் அன்பின் விதிகளை உடைத்திருக்கின்றனர் என்பதைத்தான். யார் நேசிக்கப்பட வேண்டுமென்று நிறுவும் விதிகளை. எவ்வாறு நேசிக்க வேண்டும், எந்தளவிற்கு நேசிக்க வேண்டுமென்று நிறுவும் விதிகளை.

கைவிடப்பட்ட அந்தத் தொழிற்சாலையின் கூரையில் அந்தத் தனியான டிரம்மர் மழைச்சாரலில் மேளமடித்துக் கொண்டிருந்தான். கம்பி வலைக் கதவு அறைந்தது. தொழிற்சாலைத் தரைக்குக் குறுக்கே ஓர் எலி ஓடியது. பழைய ஊறுகாய் தொட்டிகளில் நூலாம்படைகள் மூடியிருந்தன. ஒன்றைத் தவிர எல்லாத் தொட்டிகளும் காலியாக இருந்தன. ஒன்றில் மட்டும் கொஞ்சம் வெள்ளைப் புழுதி இறுகியிருந் தது. அந்த பார் நாந்தையின் எலும்புப் புழுதி. வெகுகாலத்திற்கு முன்பு இறந்தது. ஊறுகாயிடப்பட்ட ஆந்தை.

அந்த ஸோஃபீ மோளின் கேள்விக்கான பதில் : *சாக்கோ, வயதான பறவைகள் எங்கே சென்று இறக்கும்? ஏன் இறந்துபோன பறவைகள் வானத்திலிருந்து கற்களைப் போல விழுவதில்லை?*

அவள் வந்த அன்று மாலை கேட்டாள். அவள் பேபி கொச்சம்மா வின் அலங்காரக் குளத்தின் விளிம்பில் நின்று கொண்டு, வானத்தில் வட்டமிட்டுக்கொண்டிருந்த பருந்துகளைப் பார்த்தபடி கேட்டாள்.

ஸோஃபீ மோள். தொப்பியணிந்த, பெல்பாட்டம் அணிந்த, ஆரம்பத் திலிருந்தே நேசிக்கப்பட்டு வந்த பெண்.

மார்கரெட் கொச்சம்மா (இருட்டின் இதயத்துக்கு நீங்கள் பயணம் செய்யும்போது *(ஆ) யாருக்கும் எதுவும் நிகழலாம்* என்று அவளுக்குத் தெரிந்திருந்தால்) ஸோஃபீ மோள் சாப்பிட வேண்டிய மாத்திரைகளுக் காக அவளைக் கூப்பிட்டாள். யானைக்கால், மலேரியா, பேதி.

துரதிருஷ்டவசமாக நீரில் மூழ்கி இறக்காதிருக்க முற்காப்புப் பண்டுவம் ஏதும் அவளிடம் இல்லை.

டின்னருக்கான நேரம்.

அவளை அழைக்க வந்த எஸ்தாவிடம், "டின்னர் இல்லை. இந்த நேரத்தில் சாப்பிடுவது Supper. ஸில்லி," என்றாள்.

அந்த சப்பர் ஸில்லியில், சிறுவர்கள் தனியாக ஒரு குட்டை மேஜையில் அமர்ந்தனர். பெரியவர்களுக்கு முதுகைக் காட்டியபடி அமர்ந்திருந்த ஸோஃபீ மோள் உணவு வகைகளைப் பார்த்து அருவருப்பான முகசேஷ்டைகள் செய்தாள். பாதி மென்ற, பாதி கடித்த விஷயங்களை நாக்கில் வைத்து, வாந்தியெடுத்ததைப் போலக் காட்டினாள். ஒவ்வொரு கவளத்திற்கும் அவள் செய்து காட்டிய சேஷ்டைகளை அவளுடைய மைத்துனியும் மைத்துனனும் வெகுவாக ரசித்தனர்.

அதையே ராஹேல் செய்து காட்டியபோது அம்மு, அவளைப் பார்த்துவிட்டுப் படுக்கையறைக்கு இழுத்துச் சென்றாள்.

அம்மு அவளுடைய குறும்புப் பெண்ணைக் கட்டிலில் போட்டுவிட்டு விளக்கையணைத்தாள். அவளுடைய குட்நைட் முத்தம் ராஹேலின் கன்னத்தை ஈரமாக்கவில்லை. உண்மையில் அவள் கோபமாக இல்லையென்பதை ராஹேலால் சொல்ல முடியும்.

"நீ கோபமாக இல்லை, அம்மு." ஒரு சந்தோஷக் கிசுகிசுப்பு. *அவள் அம்மா அவளைக் கொஞ்சம் அதிகமாகவே விரும்புகிறாள்.*

"இல்லை" அம்மு அவளை மீண்டும் முத்தமிட்டாள். "குட்நைட், ஸ்வீட் ஹார்ட். காட்ப்ளெஸ்."

"குட்நைட் அம்மு. எஸ்தாவைச் சீக்கிரம் அனுப்பு."

அம்மு கிளம்ப, அவளுடைய மகள் மீண்டும் ரகசியமாகக் கூப்பிடுவதைக் கேட்டாள்.

"அம்மு!"

"என்ன?"

"நாமிரண்டு பேரும் ஒரே ரத்தம். நீயும் நானும்."

அந்த இருட்டில் அம்மு, படுக்கையறைக் கதவில் சாய்ந்தாள். அந்த வெள்ளைக்காரச் சிறுமியும் அவளுடைய தாயும் மட்டும்தான் வெளிச்சத்தின் ஒரே ஆதாரம்போலப் பேச்சு சுற்றிக்கொண்டிருந்த உணவு மேஜைக்குத் திரும்ப அவளுக்கு ஆயாசமாக இருந்தது. இன்னும் ஒரேயொரு வார்த்தையைக் கேட்டால்கூடச் செத்துப்போய்விடுவோ

மென்று, பொல்லென்று உதிர்ந்துபோய்விடுவோமென்றிருந்தது. இன்னும் கூடுதலாக ஒரு நிமிடத்திற்குச் சாக்கோவின் பெருமிதமிக்க, டென்னிஸ் – கோப்பையை வென்ற பெருமிதச் சிரிப்பைக் கேட்டுக் கொண்டிருந்தால். அல்லது மம்மாச்சியிடமிருந்து வெளிவரும் செக்ஸுவல் பொறாமையை அல்லது பேபி கொச்சம்மாவின் பேச்சில் மிகக் கவன மாக அம்முவையும் அவள் பிள்ளைகளையும் ஒதுக்கி, அவர்களை வைக்க வேண்டிய இடத்தில் வைத்திருக்கும் பாவனையை.

இருட்டில் கதவில் சாய்ந்துகொண்டிருக்கையில், அவளுடைய கனவு, பகல் துர்க்கனவு அவளுக்குள் சுழன்று, கடலிலிருந்து தண்ணீர் மடிப்பாக எழுந்து அலையாக உருவாவதைப் போல எழும்பியதை உணர்ந்தாள். அந்த இனிமையான உப்பான சருமமும் மலைப்பாங் கான கடற்கரையின் நிழலில் துருத்தியிருக்கும் முகடெனத் திடீரென்று முடிந்த தோள்களும் கொண்ட, ஒரே கரம் கொண்ட மனிதன் அவளை நோக்கி நடந்து வந்தான்.

யார் அவன்?

யாராக அவன் இருக்க முடியும்?

தோல்விகளின் கடவுள்.

சின்ன விஷயங்களின் கடவுள்.

சிலிர்ப்பின் கடவுள். திடீர் புன்னகைகளின் கடவுள்.

ஒரே நேரத்தில் ஒரு விஷயத்தை மட்டுமே அவனால் செய்ய முடியும்.

அவளை அவன் தொட்டால், அவளிடம் அவனால் பேச முடியாது. அவளை அவன் காதலித்தால் அவனால் அவளை விட்டு விலக முடியாது. அவன் பேசினால் அவனால் கேட்க முடியாது. அவன் போராடினால் அவனால் ஜெயிக்க முடியாது.

அவனுக்காக அம்மு ஏங்கினாள். அவள் உடல் முழுக்க அவனுக் காக வலியெடுத்தாள்.

அவள் உணவு மேசைக்குத் திரும்பினாள்.

21

வாழ்க்கையின் விலை

அந்தப் பழங்கால வீடு தன் களைத்த விழிகளை மூடி உறக்கத்தில் நிலைபெற்றதும், தனது நீண்ட வெண்ணிற பெட்டிக் கோட்டின் மீது சாக்கோவின் பழைய சட்டை ஒன்றைப் போட்டுக் கொண்டிருந்த அம்மு முன் வராந்தாவுக்கு வந்தாள். கொஞ்ச நேரம் மேலும் கீழும் நடை போட்டாள். பதற்றம். ஆதி மனிதத் தவிப்பு. அந்தப் பாசிபடிந்த, பட்டன் கண்கள் கொண்ட காட் டெருமைத் தலைக்கும் ஆசீர்வதிக்கப்பட்ட சின்னவரும் எலியூட்டி அம்மச்சியும் இரு பக்கங்களிலும் தொங்கிக்கொண்டிருந்த படங் களுக்கும் கீழேயிருந்த பிரம்பு நாற்காலியில் அமர்ந்தாள். அவளுடைய இரட்டையர்கள் சோர்வில் பாதிக் கண்களைத் திறந்தபடி, இரண்டு குட்டி அரக்கர்களாகத் தூங்கிக்கொண் டிருந்தனர். அரைக்கண் தூக்கம் அவர்களுடைய அப்பாவிட மிருந்து பெற்றது.

அம்மு அவளது கிச்சிலி டிரான்ஸிஸ்டரை ஆன் செய்தாள். கரகரப்பாக ஓர் ஆண்குரல். அவள் இதற்கு முன் கேட்டிராத ஓர் ஆங்கிலப் பாடல்.

அவள் அங்கேயே இருட்டில் அமர்ந்திருந்தாள். அவளுடைய மனங்கசந்த அத்தையின் அலங்காரத் தோட்டத்தைப் பார்த்தபடி, ஒரு டாங்கரைன் ரேடியோவைக் கேட்டபடி அமர்ந்திருக்கும் ஒரு தனியான, ஜ்வலித்துப் பிரகாசிக்கும் இளம்பெண். வெகு தூரத்திலிருந்து வரும் குரல். இரவைத் துழாவிக்கொண்டு, ஏரி களையும் ஆறுகளையும் கடந்து, மரங்களின் அடர்ந்த தலை களைக் கோதிக்கொண்டு, மஞ்சள்நிற தேவாலயத்தைக் கடந்து, பள்ளியைக் கடந்து, அழுக்குச் சாலையில் முட்டி மோதிக்கொண்டு, வராந்தாவின் படிகளில் ஏறி, அவளிடம் வந்த குரல்.

அந்த இசையைக் கவனிக்காமல், விளக்கைச் சுற்றிச் சுழன்று தம்மைத்தாமே சாகடித்துக்கொள்ளப் போட்டியிட்டு வெறியுடன் மோதிக்கொண்டிருந்தப் பூச்சிகளைக் கவனித்துக்கொண்டிருந்தாள்.

பாடலின் வார்த்தைகள் அவள் தலையில் வெடித்தன.

There is no time to lose
I heard her say
Cash your dreams before
They slip away
Dying all the time
Lose your dreams and you
Will lose your mind.

அம்மு அவள் கால்களை மடக்கி முட்டிகளைச் சேர்த்து அணைத்துக் கொண்டாள். அவளால் நம்ப முடியவில்லை. அந்த வார்த்தைகளின் மலிவான ஒற்றுமை. தோட்டத்துக்குள் உக்கிரமாக உற்று நோக்கினாள். அந்த பார் நாந்தை ஊசா ஓர் அமைதியான ராத்திரி ரோந்தில் பறந்து சென்றது. தடிமனான அந்தூரியப் பூக்கள் கருங்கலம் போலப் பளிச்சிட்டன.

கொஞ்ச நேரத்துக்கு அங்கேயே அமர்ந்திருந்தாள். பாடல் முடிந்து வெகு நேரத்துக்கு. பின் திடீரென்று நாற்காலியிலிருந்து எழுந்து தன் உலகத்திலிருந்து பிய்த்துக்கொண்டு சூனியக் காரியைப் போல வெளியேறினாள். மேலான, சந்தோஷமான ஓரிடத்துக்கு.

மருந்து வாசனையைப் பின்பற்றிச் செல்லும் பூச்சியைப் போல இருட்டில் வேகமாகச் சென்றாள். அவளுடைய பிள்ளைகளைப் போலவே ஆற்றுக்குச் செல்லும் பாதை அவளுக்குக் கண்ணைக் கட்டிவிட்டால் கூடத் தெரியும். அடர்ந்து மண்டியிருந்த செடி கொடிகளை விலக்கிக் கொண்டு எதற்காக அவ்வளவு அவசரமாகச் செல்கிறோமென்று அவளுக்குத் தெரியவில்லை. அவள் நடையை ஓட்டமாகத் துரிதப் படுத்தினாள். அது, மீனச்சலுக்கு அவளைக் கொண்டுவந்து நிறுத்திய போது மூச்சிழக்க வைத்திருந்தது. தேம்பியது. எதற்காகவோ அவள் தாமதமாகிவிட்டதைப் போல. அங்கே நேரத்துக்கு வந்து சேர்வதில் தான் அவள் உயிரே அடங்கியிருப்பதைப் போல. அவன் அங்கே இருப்பானென்று, காத்துக்கொண்டிருப்பானென்று அவளுக்குத் தெரிந் திருப்பதைப் போல. அவள் வருவாளென்று அவனுக்குத் தெரிந்திருப் பதைப் போல.

அவனுக்குத் தெரிந்திருந்தது.

தெரியும்.

அன்று பிற்பகலிலேயே அவனுக்குள் அந்தத் தெரிதல் நுழைந் திருந்தது. தெளிவாக. கத்தியின் கூர் விளிம்பைப் போல. சரித்திரம் தடுமாறியபோது, அவளுடைய மகளை அவன் தூக்கிப் பிடித்திருந்த போது. பரிசுகளைத் தரக்கூடியவன் அவன் மட்டுமல்லவென்று அவ ளுடைய விழிகள் அவனிடம் கூறியபோது. அவனது படகுகளுக்கும் அவனது பெட்டிகளுக்கும், அவனது சிறிய காற்றாடிகளுக்கும் அவள் பதிலிறுத்த புன்னகையின் ஆழமான கன்னக்குழிகள் மட்டுமின்றி அவனுக்குத்தர அவளிடமும் பரிசுகள் உண்டென்று அவள் பார்வை சொன்னபோது. அவள் மென்மையான பழுப்பு சருமம். அவள் மினு மினுக்கும் தோள்கள். எப்போதும் எங்கோயிருக்கும் அவள் கண்கள்.

அவன் அங்கில்லை.

அம்மு, ஆற்றுக்குள் இறங்கும் கற்படிகளில் அமர்ந்தாள். அவ்வளவு நிச்சயமாக, முட்டாள்தனமாக நம்பியதற்காகத் தன் கைகளுக்குள் தலையைப் புதைத்துக்கொண்டாள்.

அங்கிருந்து ஆற்றின் போக்கிலேயே கொஞ்ச தூரம் தள்ளி ஆற்றின் நடுவில் வெளுத்தா மல்லாந்து படுத்தபடி நட்சத்திரங்களைப் பார்த்த படி மிதந்துகொண்டிருந்தான். அவனுடைய செயலிழந்த சகோதரனும் ஒற்றைக்கண் அப்பனும் அவன் சமைத்துவைத்ததைச் சாப்பிட்டுவிட்டுத் தூங்கிவிட்டனர். அதனால் ஆற்றில் படுத்து அதன் போக்கிலேயே மெதுவாக மிதந்துகொண்டிருக்க அவனுக்குச் சமயமிருந்தது. மரக் கட்டையைப் போல, நிச்சலமான முதலையைப் போல. தென்னை மரங்கள் ஆற்றில் குனிந்து அவன் மிதந்துசெல்வதைக் கவனித்தன. மஞ்சள் மூங்கில்கள் கண்ணீர் சிந்தின. சிறிய மீன்கள் மேனாமினுக்குத் தனமாக அவனிடம் சலுகையெடுத்துக் கொண்டன. அவனைக் கொத்தின.

அவன் புரண்டு நீந்தத் தொடங்கினான். ஆற்றுக்கு எதிராக. எதிர் நீச்சல். அவ்வளவு நிச்சயமாக, முட்டாள்தனமாகத் தான் நம்பிக்கொண் டிருந்ததை நினைத்துத் தண்ணீரைத் தள்ளிக் கொண்டே கடைசியாக ஒருமுறைக் கரையை நோக்கித் திரும்பிப் பார்த்தான்.

அவள் அங்கே இருந்ததைப் பார்த்தபோது அந்த அதிர்ச்சி ஏறக் குறைய அவனை மூழ்கடித்தது. மேலே மிதக்க அவனுடைய மொத்த பலமும் தேவையாயிருந்தது. ஒரு கரிய நதியின் நடுவில் நின்றுகொண்டு தண்ணீரை மிதித்தான்.

அந்தக் கரியநதியின் பரப்பிற்கு மேல் அவன் தலையின் குமிழை அவள் பார்க்கவில்லை. அவன் எதுவாக வேண்டுமானாலும் இருக்கலாம். மிதக்கும் தேங்காய். எப்படியாக இருந்தாலும் அவள் பார்க்கவில்லை. அவள் தலை அவளுடைய கரங்களில் புதைந்திருந்தது.

அவன் அவளைக் கவனித்தான். கொஞ்ச நேரம் காத்திருந்தான்.

அவன் நுழையப்போகும் ஒரு குகையின் ஒரே வெளிவாசல் அவனுடைய அழிவுதான் என்பதை அறிந்திருந்தால் அவன் திரும்பி விட்டிருப்பானோ?

ஒருவேளை.

ஒருவேளை இல்லை.

யாரால் சொல்ல முடியும்?

அவளை நோக்கி நீந்தத் தொடங்கினான். அமைதியாக. அலட்டிக் கொள்ளாமல் நீரைக் கிழித்துக்கொண்டு. கரைக்கு மிக அருகில் அவன் வந்தபோதுதான் அவள் நிமிர்ந்து அவனைப் பார்த்தாள். ஆற்றங்கரை யின் சேற்றை அவன் பாதங்கள் தொட்டன. அந்தக் கரிய நதியிலிருந்து

அவன் எழுந்து, கற்படிகளில் ஏறும்போது அவர்கள் நின்றிருக்கும் உலகம் அவனுடையதென்பதை அவள் கண்டாள். அவன் அதற்குச் சொந்தமானவனென்று. அது அவனுக்குச் சொந்தமானதென்று. அந்தத் தண்ணீர். அந்தச் சேறு. அந்த மரங்கள். அந்த மீன்கள். அந்த நட்சத்திரங்கள். அதன் ஊடாக அவன் மிக எளிதாக நகர்ந்து வந்தான். அவனைப் பார்க்கும்போது அவளுக்கு அவனுடைய அழகின் தரம் புரிந்தது. அவனுடைய உழைப்பு எவ்வாறு அவனை வடிவமைத்திருக்கிற தென்று. அவன் செதுக்கிய மரங்கள் எவ்வாறு அவனைச் செதுக்கியிருக் கின்றனவென்று. அவன் இழைத்த ஒவ்வொரு பலகையும் அவன் அறைந்த ஒவ்வொரு ஆணியும் அவனுடைய ஒவ்வொரு உழைப்பும் அவனை வார்த்தெடுத்திருக்கின்றன. அவன்மேல் அவற்றின் முத்திரை யைப் பதித்திருக்கின்றன. அவனுக்குப் பலத்தை, இணக்கமான கவர்ச்சியை அளித்திருக்கின்றன.

ஒரு மெல்லிய வெள்ளைத் துணியைக் கறுப்புக் கால்களுக்கிடையே மடித்து அரையில் அணிந்திருந்தான். தலையைச் சிலுப்பி முடியிலிருந்து தண்ணீரை உதறினான். இருட்டில் அவன் புன்னகையை அவளால் பார்க்க முடிந்தது. சிறு வயதிலிருந்து அவன் சுமந்து வந்திருந்த வெண்மை யான, திடீர் புன்னகை. அவனுடைய ஒரே சுமை.

அவர்கள் இருவரும் ஒருவரையொருவர் நோக்கினர். அவர்கள் எதையும் சிந்தித்துக்கொண்டிருக்கவில்லை. அதற்கான நேரம் வந்து கடந்துவிட்டது. நசுக்கப்பட்ட புன்னகைகள் அவர்களுக்கு முன்னே விழுந்து கிடக்கின்றன. ஆனால் அவை அப்புறம்.

அப். புறம்.

அவளுக்கெதிரே, ஆறு அவனிடமிருந்து சொட்ட நின்றான். அவள் படிக்கட்டுகளில் அமர்ந்து அவனைப் பார்த்துக்கொண்டிருந்தாள். நிலாவெளிச்சத்தில் அவள் முகம் வெளிறியிருந்தது. திடீரென்று ஒரு சில்லிப்பு அவன் மேல் ஊர்ந்தது. அவன் இதயம் வெடிக்கிறாற் போல் இடித்தது. எல்லாமே அபத்தமான தப்பு. அவளைத் தவறாக நினைத் திருக்கிறான். எல்லாமே அவன் கற்பனையின் விசித்திரங்கள். இது ஒரு பொறி. புதர்களுக்குப் பின்னால் ஆட்கள் இருக்கின்றனர். கவனித்துக் கொண்டு. அவள் ஒரு கவர்ச்சித் தூண்டில். இது வேறெப்படி இருக்க முடியும்? அவர்கள் அவனை ஊர்வலத்தில் பார்த்திருக்கின்றனர். அவன் தன் குரலைச் சகஜமாக ஒலிக்க முயன்றான். இயல்பாக. அது கரகரப்பாக வெளிவந்தது.

அம்முக்குட்டி . . . என்ன இது.

அவள் எழுந்து அவனை நெருங்கி உடலின் மொத்த நீளத்தையும் அவன்மீது சாய்த்தாள். அவன் வெறுமனே நின்றிருந்தான். அவளை அவன் தொடவில்லை. அவன் நடுங்கிக்கொண்டிருந்தான். குளிரில் கொஞ்சம். பயத்தில் கொஞ்சம். வலிக்கும் இச்சையில் கொஞ்சம். அப்பயத்தையும் மீறி அவன் உடல் அத்தூண்டிலைப் பற்றத் தயாரானது. அது அவளைக் கேட்டது. உடனே. அவன் ஈரம் அவளை ஈரப்படுத்தி யது. அவள் அவனை இரு கரங்களாலும் அணைத்தாள்.

அவன் பகுத்தறிய முயன்றான்: இதனால் என்ன மோசமான விளைவுகள் நிகழக்கூடும்? நான் அனைத்தையும் இழக்க நேரலாம். என் வேலை. என் குடும்பம். என் வாழ்க்கை. அனைத்தும்.

அவன் இதயம் கட்டுக்கடங்காமல் அடித்துக்கொள்வதை அவளால் கேட்க முடிந்தது.

அது நிதானமடையும்வரை அவனை அணைத்திருந்தாள். சற்றே.

அவள் அணிந்திருந்த சட்டையின் பொத்தான்களைக் கழற்றினாள். அவர்கள் அங்கு நின்றிருந்தனர். சருமத்தோடு சருமமாக. அவளது பழுப்பு அவனது கறுப்பின் மீது. அவளது மென்மை அவனது உறுதியின் மீது. அவளது (ஒரு டூத் பிரஷ்ஷைத் தாங்கிப் பிடிக்காத) கொட்டை – பழுப்பு மார்புகள், அவனது வழுக்கும் கருங்காலி மார்பின் மீது. அவன் மீதிருந்த ஆற்றை முகர்ந்தாள். பேபி கொச்சம்மாவை வெகுவாக அருவருக்க வைத்த அவனது விசேஷமான பரவன் வாசனை. அவன் தொண்டையின் ஆழத்திற்கு அம்மு தனது நாக்கைச் செலுத்தி அதைச் சுவைத்தாள். பின் அவன் செவியின் மடல்களில். அவன் தலையைக் கீழே தன்னிடம் இழுத்து அவன் வாயில் முத்தமிட்டாள். ஒரு சந்தேகமான முத்தம். பதில் முத்தத்தைக் கோரும் ஒரு முத்தம். அவன் பதிலுக்கு முத்தமிட்டான். முதலில் ஜாக்கிரதையாக. பின் அவசரமாக. மெதுவாக அவன் கைகள் அவளுக்குப் பின்னால் எழுந்தன. அவள் முதுகைத் தட்டினான். மிக மிருதுவாக. அவன் உள்ளங்கைகளின் சருமத்தை அவளால் உணர முடிந்தது. மரமரப்பாக. காய்ப்பு காய்த்து. உப்புக் காகிதம். அவளுக்கு வலிக்கக்கூடாதென்று கவனமாக இருந்தான். தான், அவனுக்கு எவ்வளவு மிருதுவாக இருக்கிறோமென்று அவளால் உணர முடிந்தது. அவனூடாகத் தன்னை அவளால் உணரமுடிந்தது. அவள் சருமம். அவன் அவளைத் தொட்ட இடத்தில் மட்டும் அவள் உடல் இருந்தது. மற்ற இடங்கள் புகையாக இருந்தன. அவள்மீது அவன் நடுங்குவதை உணர்ந்தாள். அவன் கைகள் அவளது பிருஷ்டங்களில் (ஒரு கொத்து டூத் பிரஷ்களைக்கூட தாங்கிப் பிடிக்கக்கூடியவை) பதிந்து அவள் இடையைத் தன்னுடையதின் மீது அழுத்தி, எந்தளவிற்கு அவள் அவனுக்குத் தேவையாக இருக்கிறாளென்று உணர்த்தின.

அந்த நடனத்தை உயிரியல் வடிவமைத்தது. அச்சம் செயல்படுத்தியது. அவர்களுடைய உடல்களால் ஒருவருக்கொருவர் பதிலளித்துக் கொண்டதை லயப்படுத்தியது. ஒவ்வொரு சந்தோஷ நடுக்கத்திற்கும் அதேயளவு வலியையும் அவர்கள் தர வேண்டியிருக்குமென்று ஏற்கனவே அறிந்திருப்பவர்கள்போல. எவ்வளவு தூரம் அவர்கள் சென்றார்கள் என்பதை எவ்வளவு தூரத்திற்கு அவர்கள் பெற்றுக்கொள்ளப்பட்டனர் என்பதை வைத்தே அளவிடப்படுவர் என்பதை அறிந்திருப்பவர்கள் போல. எனவே அவர்கள் தயங்கினர். ஒருவரையொருவர் சித்ரவதைத்துக் கொண்டனர். தம்மை மிக மெதுவாக வழங்கினர். ஆனால் அது அதை மோசமாக்கியது. அது பணயத் தொகையைத்தான் அதிகரித்தது. அவர்களுக்குச் செலவுதான் அதிகரித்தது. அது சுருக்கங்களை நீவி விட்டதால், அப்பரிச்சயமற்ற காதலின் தடங்கலும் வேகமும் ஜுர வேகத்திற்கு உயர்ந்தன.

அவர்களுக்குப் பின்னால் ஆறு இருட்டில் சுழித்துக்கொண்டு, முரட்டுப்பட்டுத்துகில் போலப் பளபளத்துச் சீறிச் சென்றது. மஞ்சள் மூங்கில் அழுதது.

இரவின் முழங்கைகள் நீரில் ஊன்றி அவர்களைக் கவனித்தன.

அவர்கள் அந்த மங்குஸ்தான் மரத்தின் கீழே சாய்ந்திருந்தனர். சமீபத்தில்தான் அங்கிருந்து ஒரு பழைய சாம்பல்நிறப் படகு, படகுப் பூக்களோடும் படகுப் பழங்களோடும் ஒரு நடமாடும் குடியரசால் அகழ்ந்தெடுக்கப்பட்டிருந்தது. ஒரு குளவி. ஒரு கொடி. ஒரு வியப்புற்ற பஃப். ஒரு லவ் – இன் – டோக்கியோவில் ஒரு நீருற்று,

தறிகெட்டுக் கலைந்தோடிய படகுலக ஜீவராசிகளின் சுவடே இல்லை.

தமது பணிகளுக்குச் செல்லும் வெள்ளைக் கரையான்கள்.

வீடு திரும்பும் வெள்ளை லேடி பேர்டு வண்டுகள்.

வெளிச்சத்திலிருந்து தரைக்குள் வளை தோண்டும் வெள்ளை வண்டுகள்.

வெள்ளைமர வயலின்கள் கொண்ட வெள்ளை வெட்டுக் கிளிகள்.

சோகமான வெண்இசை.

அனைத்தும் போய்விட்டிருந்தன.

படகு வடிவத்தில் ஒரு வெற்றுப் பாத்தி உலர்ந்திருந்தது. காதலுக் காகச் சுத்தம் செய்யப்பட்டுத் தயாராக. எஸ்தப்பானும் ராஹேலும் அவர்களுக்காகவே அந்த இடத்தை ஒழுங்குபடுத்தியதைப் போல. இதை நிகழ வைத்ததைப் போல. அம்முவின் கனவின் இரட்டை செவிலித் தாய்கள்.

இப்போது நிர்வாணமாக இருந்த அம்மு, அவன் வாயின் மீது தன் வாயைப் பதித்து அவன்மேல் குனிந்தாள். அவன், அவள் கூந்தலைப் பிரித்து அவர்கள்மீது கூடாரம் போல் விரித்தான். அவளுடைய குழந்தை கள் வெளி உலகத்தை மறைப்பதற்காகச் செய்வதைப் போலவே. மேலும் கீழே நழுவி. அவனுடைய மற்ற இடங்களுக்குத் தன்னை அறிமுகப் படுத்திக்கொண்டாள். அவன் கழுத்து. அவன் மார்புக் காம்புகள். அவனுடைய சாக்லேட் வயிறு. அவன் தொப்புள் குழியில் மிச்சமிருந்த கடைசி ஆற்றையும் உறிஞ்சினாள். அவனது விரைப்பின் உஷ்ணத்தைத் தன் கண்ணிமைகளின் மீது பதித்தாள். தன் வாயில் அவனை உப்பாகச் சுவைத்தாள். அவன் எழுந்து தன் பக்கம் அவளை இழுத்துக்கொண் டான். அவன் வயிறு அவளுக்கடியில் பலகை போல் இறுகுவதை உணர்ந்தாள். அவளது ஈரம் அவன் சருமத்தில் நழுவுவதை உணர்ந்தாள். அவளின் மார்புக் காம்பைத் தன் வாயில் பற்றி, அவளுடைய மற்ற மார்பைத் தன் காய்ப்பு காய்த்த உள்ளங்கையில் வைத்து தாலாட்டி னான். உப்புக் காகிதம் சுற்றிய வெல்வெட்.

அவனைத் தனக்குள் அவள் செலுத்திக்கொண்ட கணத்தில் அவ னுடைய இளம்பிராயத்தின் ஒரு கணத் தோற்றமும் அவன் இளமையும்

அவன் கண்ணில் தெரியும் ஒரு ரகசியத்தைக் கண்டெடுத்த ஆச்சரியமும் பார்த்து அவள் புன்னகைத்தாள். அவன் அவளுடைய குழந்தை என்பது போல.

அவளுக்குள் அவன் சென்ற பின்பு, பயம் தடம் புரண்டு, உயிரியல் பொறுப்பேற்றுக்கொண்டது. வாழ்க்கைச் செலவுகள் சமாளிக்க முடியாதளவுக்கு உயர்ந்தன. பிற்பாடு பேபி கொச்சம்மா அதைக் கொடுக்க வேண்டிய ஒரு சின்ன விலை என்று குறிப்பிட்டாலும்.

அப்படியா?

இரண்டு உயிர்கள். இரண்டு குழந்தைகளின் குழந்தைப்பருவம்.

எதிர்காலத்தில் தவறிழைக்கப் போகிறவர்களுக்கு ஒரு சரித்திரப் பாடம்.

மேகம் சூழ்ந்த கண்கள் மேகம் சூழ்ந்த கண்களை நிலைத்து நோக்கிக் கொண்டிருக்க, ஒரு ஜ்வலிக்கும் பெண் ஒரு ஜ்வலிக்கும் ஆணுக்குத் தன்னைத் திறந்தாள். முழு வெள்ளம் செல்லும் ஆற்றைப் போல அகன்றும், ஆழ்ந்தும் இருந்தாள். அவன் அவளது வெள்ளத்தில் பயணித்தான். அவன் அவளுக்குள் மேலும் மேலும் ஆழமாகச் செல்வதை உணர முடிந்தது. மூர்க்கத்துடன். வெறியுடன். இன்னும் உள்ளே அனுமதிக்கக் கேட்டு. இன்னும். அவள் வடிவத்தால் தடுத்து நிறுத்தப்பட்டான். அவன் வடிவத்தால். அவளுடைய ஆழத்தின் ஆழத்தை அவன் தொட்டதும், அவன் மறுக்கப்பட்டதும், ஒரு தேம்பலும் ஒரு கேவலுமாக பெருமூச்சுடன் அவன் மூழ்கிப் போனான்.

அவனோடு ஒட்டி அவள் படுத்திருந்தாள். அவர்களின் உடல்கள் வியர்வையில் மழமழத்திருந்தன. அவன் உடல், அவளிடமிருந்து நழுவி விழுவதை உணர்ந்தாள். அவன் சுவாசம் சீரடையத் தொடங்கியது. அவன் கண்களைத் தெளிவாகப் பார்த்தாள். அவனுக்குள் அவிழத் தொடங்கிவிட்ட அந்த முடிச்சு அவளுக்குள் இன்னமும் இறுக்கமாக நடுங்கிக்கொண்டிருப்பதை உணர்ந்து அவளுடைய கூந்தலைக் கோதினான். நளினமாக அவளை மல்லாக்கப் புரட்டினான். அவள் மீதிருந்த வியர்வையையும் புழுதியையும் அவனது ஈரத் துணியால் துடைத்தான். அவள்மீது கனத்துவிடாதபடி ஜாக்கிரதையாக ஏறிப் படுத்தான். சிறுகற்கள் அவன் முழங்கைகளில் குத்தின. அவள் கண்களை அவன் முத்தமிட்டான். அவள் செவிகள். அவள் மார்புகள். அவள் வயிறு. அவளுடைய இரட்டையர்களால் நேர்ந்த ஏழு பிரசவ ரேகைகள். அவள் தொப்புளிலிருந்து புறப்பட்டு அவள் அவனை எங்கே செல்லச் சொல்கிறாள் என்று காட்டியபடி அவளது இருட்டு முக்கோணத்திற்கு இட்டுச்செல்லும் கோடு. அவளது சருமம் மிகவும் மிருதுவாக இருக்கும் அவள் கால்களின் உட்புறம். பின் அந்த மரத்தச்சனின் கைகள் அவள் இடுப்பை உயர்த்தி, ஒரு தீண்டத்தகாத நாக்கு, அவளது மிக ஆழமான பகுதியைத் தொட்டது. அவளது கோப்பையிலிருந்து நீண்டும் ஆழ்ந்தும் பருகியது.

அவனுக்காக அவள் நாட்டியமாடினாள். அந்தப் படகு வடிவப் பாத்தியில். அவள் வாழ்ந்து முடித்தாள்.

அந்த மங்குஸ்தான் மரத்தில் தன் முதுகைச் சாய்த்தபடி அவளை அவன் இறுக அணைத்துக்கொள்ள, அவள் ஒரே நேரத்தில் அழுது சிரித்தாள். பின், முடியவே முடியாத ஆனந்தத்தைப் போலத் தோன்றி னாலும் உண்மையில் ஐந்து நிமிடங்களுக்கு மிகாத நேரத்திற்கு, அவன் மீது, அவன் மார்பின் மீது பதிந்து தூங்கினாள். ஏழு வருட மறதி அவளிடமிருந்து உயர்ந்தெழுந்து, கனமாகச் சிறகுகளை அடித்தபடி இருட்டிற்குள் பறந்து சென்றது. ஒரு சோம்பலான. உலோகப் பெண் மயில் போல. அம்முவின் பாதையில் (முதுமைக்கும் மரணத்துக்கும்) ஒரு சிறிய, வெயில் பளீரிடும் புல்வெளி தோன்றியது. தாமிரப் புற் களில் நீலப் பட்டாம் பூச்சிகள் மினுங்கின. அதற்கப்பால், ஆழமான தொரு பள்ளத்தாக்கு.

மெதுவாகப் பயம் அவனுக்குள் சுரந்தது. தான் என்ன செய்திருக் கிறோம் என்பது உறைத்ததால். அவன் மீண்டும் அதைச் செய்வான் என்பதை அவன் அறிந்திருப்பதால். மீண்டும்.

அவன் மார்பில் மோதி அறையும் அவன் இதயத்தின் சத்தத்தில் அவள் விழித்தாள். வெளியில் செல்ல ஒரு வழியைத் தேடுவதைப் போல. ஒரு விலா எலும்பு விலகாதா என்பதைப் போல. மடங்கி மூடும் ஒரு ரகசியக் கதவு. அவன் கரங்கள் இன்னமும் அவளைச் சுற்றியிருந்தன. அவன் கைகள் ஓர் உலர்ந்த பனையோலையுடன் விளையாடிக்கொண்டிருக்க அவன் தசைகள் அசைவதை அவளால் உணர முடிந்தது. எந்தளவுக்கு அவன் கரங்களை, அதன் வடிவையும் வலிமையையும் அவள் நேசித்தாள் என்று நினைத்து அந்த இருட்டில் அவளுக்குள் சிரித்துக்கொண்டாள். அவற்றில் கட்டுண்டிருக்கையில் எவ்வளவு பத்திரமாக அவள் உணர்ந்தாள், உண்மையில் அவளுக்கு மிக அபாயகரமானவை அவை என்றபோதிலும்.

அவனுடைய அச்சத்தை மடித்து ஒரு முழுமையான ரோஜாவாக ஆக்கினான். அதை உள்ளங்கையில் வைத்து அவளிடம் நீட்டினான். அதை அவனிடமிருந்து எடுத்து கூந்தலில் செருகிக் கொண்டாள்.

அவனுக்குள் இருக்க விரும்பியும், மேலும் அவனைத் தீண்டியிருக்க வும், அவள் நெருங்கி வந்தாள். அவன் உடலின் குழிவிற்குள் அவளைச் சேகரித்துத் தூக்கினான். ஆற்றிலிருந்து ஒரு காற்றலை உயர்ந்து அவர் களின் வெப்ப உடல்களைக் குளிர்வித்தது.

கொஞ்சம் குளிராக இருந்தது. கொஞ்சம் ஈரமாக. கொஞ்சம் நிசப்தமாக. காற்று.

ஆனால் சொல்வதற்கு என்ன இருக்கிறது?

ஒரு மணி நேரம் கழித்து அம்மு தன்னை மென்மையாக விடுவித்துக் கொண்டாள்.

"நான் போக வேண்டும்."

அவன் எதுவும் பேசவில்லை. அவள் உடையணிந்துகொள்வதைக் கவனித்தான்.

ஒரேயொரு விஷயம்தான் இப்போது பொருட்படுத்தத்தக்கது. அது மட்டும்தான் ஒருவரிடமிருந்து மற்றவர் கேட்கக்கூடியதென்று அவர்களுக்குத் தெரியும். ஒரே விஷயம். அவர்கள் இருவருக்கும் அது தெரியும்.

அதற்குப் பிறகும், இதைத் தொடர்ந்த பதிமூன்று இரவுகளிலும், இயல்பாகவே அவர்கள் சின்னச் சின்ன விஷயங்களைத்தான் கடைப்பிடித்து வந்தனர். பெரிய விஷயங்கள் உள்ளே ஒளிந்திருந்தன. அவர்களுக்குச் செல்வதற்கு வேறெங்குமில்லையென்று அறிந்திருந்தனர். அவர்களிடம் எதுவுமில்லை. எதிர்காலமில்லை. எனவே அவர்கள் சின்ன விஷயங்களையே பற்றியிருந்தனர்.

தம் ஒவ்வொருவரின் பின்பக்கங்களிலுமிருந்த எறும்புக்கடிகளைப் பார்த்து சிரித்தனர். இலைகளின் ஓரங்களிலிருந்து வழுக்கி விழும் அருவருப்பான கம்பளிப்பூச்சிகளைக் கண்டு. புரண்டு விழுந்து எழுந்திருக்க முடியாத வண்டுகளைக் கண்டு. ஒவ்வொரு நாளும் வெளுத்தாவைச் சரியாகத் தேர்ந்தெடுத்துக் கடிக்கும் இரண்டு சிறிய மீன்களைக் கண்டு. ஒரு குறிப்பிட்ட பக்திபூர்வமான பிரேயிங் மான்டிஸ் பூச்சியைக் கண்டு. சரித்திர வீட்டின் இருட்டு வராந்தாவின் சுவரிலிருந்த ஒரு விரிசலில் ஒளிந்துகொண்டு, தன் உடல்மீது சின்னஞ்சிறு குப்பைத் துண்டுகளை, ஒரு குளவியின் வெள்ளிச் சிறகை, மூடி மறைத்து வாழ்ந்து வந்த ஒரு சிறிய சிலந்தியைக் கண்டு. அதன் கூட்டில் கொஞ்சம் சிலந்தி வலை, புழுதி, மட்கிய இலைத்துணுக்கு, ஒரு செத்த தேனீயின் காலியான மார்புக் கூடு என்றிருந்தது. *சப்பு தம்புரான்* என்று அதை அழைத்தான் வெளுத்தா. குப்பைச் சாமி. ஒரு நாள் இரவு, அதன் துணி அடுக்குகளுக்கு ஒரு புதிய உடையை – பூண்டுத்தோல் – அவர்கள் அளித்தனர். அதை அவர்கள் வைத்ததுமே அச்சிலந்தி கடுங்கோபத்துடன் வெகுவாகப் புண்பட்டு, தனது எல்லா உடைகளையும் களைந்து துறந்துவிட்டு வெளியே வந்தது – எரிச்சலுடன், நிர்வாணமாக, மூக்குச் சளி நிறத்தில். உடையைத் தேர்ந்தெடுப்பதில் அவர்களது மோசமான ரசனையைக் கண்டிப்பதைப் போல். அடுத்த சில நாட்களுக்கு இந்தத் தற்கொலைத்தனமான ஆணவப் புறக்கணிப்பில் அம்மணமாகவே இருந்தது. நிராகரிக்கப்பட்ட அந்தக் குப்பைக்கூடு, பழங்காலச் சின்னம் போல நின்றுகொண்டிருந்தது. ஒரு புராதனத் தத்துவம். பின் அது நொறுங்கி உதிர்ந்தது. பின் மெதுவாக *சப்பு தம்புரான்* புதிய ஒப்பனையை ஈட்டிக் கொண்டது.

ஒருவருக்கொருவரோ அல்லது தமக்குத் தாமோ, தமது விதிகளை, அவர்களது எதிர்காலங்களை (அவர்களின் காதல், அவர்களின் பித்து, அவர்களின் நம்பிக்கை, அவர்களின் உள்ளார்ந்த சந்தோஷம்) ஒப்புக்கொள்ளாமலேயே அச்சிலந்தியுடன் ஒப்பிட்டுப் பார்த்துக்கொண்டனர். ஒவ்வொரு நாளிரவும் (நாளாக ஆக அதிகரிக்கும் அச்சத்துடன்) அது பிழைத்திருக்கிறதாவென்று சோதித்துப் பார்த்து வந்தனர். அதன் ஒட்டி உலர்ந்த உடம்பைக் கவலையோடு கவனித்தனர். அதன் சின்ன

உருவை. அதன் போதுமான மறைப்புக் காவலை. தன்னையே அழித்துக் கொள்கிறாற்போன்ற அதன் பெருமிதத்தை. அதன் நிறத்தேர்ந்தெடுப்பு ரசனையை அவர்கள் நேசிக்கத் தொடங்கினர். அதன் அசிங்கத் தோற்றப் பெருந்தன்மையை.

அவர்கள் அதைத் தேர்ந்தெடுத்ததற்குக் காரணம், அவர்கள் தமது நம்பிக்கையை வலுவற்றிருப்பதன் மீதுதான் வைக்க வேண்டுமென அறிந்திருந்ததே. சிறியவற்றைப் பற்றியிரு. ஒவ்வொரு முறை அவர்கள் பிரியும்போதும், ஒருவருக்கொருவர் ஒரேயொரு சிறிய சத்தியத்தை மற்றவரிடமிருந்து பெற்றுக்கொண்டனர்.

"நாளைக்கு?"

"நாளைக்கு."

ஒரே நாளில் விஷயங்கள் மாறிவிடக்கூடுமென்று அவர்களுக்குத் தெரியும். அதில் அவர்கள் சரியாக இருந்தனர்.

ஆனால் *சப்பு தம்புரானைப்* பற்றி அவர்கள் தப்புக் கணக்கு போட்டிருந்தனர். அது வெளுத்தாவைவிட அதிக காலம் வாழ்ந் திருந்தது. அது நான்கு தலைமுறைகளைப் பெற்றெடுத்தது.

இயற்கையான காரணங்களால் அது மரணமெய்தியது.

ஸோஃபீ மோள் வந்த தினத்தின், அந்த முதல் இரவில் வெளுத்தா தன் காதலி உடையணிந்துகொள்வதைப் பார்த்தான். உடையணிந்து முடித்ததும் அவனை நோக்கி சப்பணமிட்டு அமர்ந்தாள். விரல்களால் இலேசாக அவனைத் தொட அவன் சருமத்தில் திட்டாகச் சிலிர்த்தது. கரும்பலகையில் சாக்குத் தூள் பரவல் போல. நெல் வயலில் காற்றைப் போல. ஒரு நீலநிற தேவாலய வானத்தின் ஜெட் விமானப் புள்ளிகள் போல. அவள் முகத்தைத் தன் கைகளில் ஏந்தி தன் பக்கமாக இழுத்துக் கொண்டான். கண்களை மூடி அவள் சருமத்தை முகர்ந்தான். அம்மு சிரித்தாள்.

அவள் நினைத்தாள். *ஆம், மார்கரெட், எங்களுக்கிடையிலும் கூடச் செய்துகொள்கிறோம்.*

அவனது மூடிய கண்கள்மீது முத்தமிட்டுவிட்டு எழுந்தாள். வெளுத்தா மங்குஸ்தான் மரத்தில் முதுகைச் சாய்த்து அவள் செல்வதைப் பார்த்தான்.

அவள் கூந்தலில் ஓர் உலர்ந்த ரோஜாவை வைத்திருந்தாள்.

அவள் திரும்பி மீண்டும் ஒரு முறைக் கூறினாள்: *"நாளே."*

நாளைக்கு.

என் வந்தனங்கள்

மனுஷ்யபுத்திரன்

சுகுமாரன்

ஆர். சிவகுமார்

எம்.எஸ்.

கண்ணன்

மற்றும்

நண்பர்கள் செல்லப்பா, மண்குதிரை
ஷாலினி, மஞ்சு முத்துக்குமார்

ஆகியோருக்கு

ஜி. குப்புசாமி